நூலாசிரியர்அ. மார்க்ஸ் தமிழின் முக்கிய எழுத்தாளர், சிந்தனையாளர், விமர்சகர்களில் ஒருவர், இயற்பியல் பேராசிரியராகப் பணிபுரிந்து ஓய்வுபெற்றவர். 1980களில் எழுதத் தொடங்கிய இவர், கடந்த முப்பது ஆண்களாகத் தொடர்ந்து எழுதியும் இயங்கியும் வருகிறார். அப்படியான இயங்குதலில் இவர் எழுதியுள்ள நூல்கள் என்பதுக்கும் மேற்பட்டவை. மொழிபெயர்ப்புகளும் இதில் அடங்கும். வெகுசன ஊடகங்கள் தவிர, இலக்கிய இதழ்கள், தலித் மற்றும் சிறுபான்மை மக்களின் பிரச்சினைகளைப் பேசும் இதழ்களில் தொடர்ந்து எழுதிவருகிறார். மார்க்சியம், பின்நவீனத்துவம், அமைப்புவாதம், முதலான நவீன சிந்தனைகளை அன்றாட அரசியல் தளத்திற்குள் பயன்படுத்திக் குறிப்பிடத்தக்கப் பக்களிப்பைச் செய்துவருகிறார். அம்பேத்கர், தலித் அரசியல், இலக்கியம் முதலியன குறித்த முன்னோடி வெளியீடுகளைக் கொண்டு வந்திருக்கிறார். பெரியார், காந்தி போன்றோரின் கண்டு கொள்ளப்படாத பரிமாணங்களின் மீது அசாத்தியத் துணிச்சலுடன் கவனம் ஈர்த்தவர். தொடர்ந்து சர்ச்சைக்குரிய பல விமர்சனங்களுக்கு உரியவரான போதிலும் எந்த ஒரு பிரச்சினையிலும் இவருடைய கருத்துகள் மிகுந்த கவனத்திற்குள்ளாகின்றன. ஆய்வரங்குகள், பிரச்சாரக் கூட்டங்கள், கள ஆய்வுகள் என சதா ஓய்வின்றி அலைவதற்கு மத்தியில் எழுத்துப் பணிகளில் சற்றும் தொய்வு காட்டாமல் இயங்கிவருகிறார்.

பின் நவீன நிலை

இலக்கியம் அரசியல் தேசியம்

அ. மார்க்ஸ்

அடையாளம்

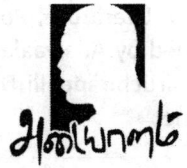

முதல் பதிப்பு: அடையாளம் 2019
© அ. மார்க்ஸ்
வெளியீடு: அடையாளம், 1205/1 கருப்பூர் சாலை, புத்தாநத்தம் 621310,
திருச்சி மாவட்டம், இந்தியா, தொலைபேசி: 04332 273444
நூல் வடிவம்: த பாபிரஸ், அச்சாக்கம்: அடையாளம் பிரஸ், இந்தியா
ISBN 978 81 7720 277 9
விலை: ₹ 430

Pinnaveenanilai: Ilakkiyam, Arasial, Thesiam is a collection of articles on Postmodernity, Literature, Politics and Nationalism in Tamil by A. Marx, Published by Adaiyaalam, 1205/1 Karupur Road, Puthanatham 621310, Thiruchirappalli District, Tamilnadu, India, email: info@adaiyaalam.net

என் அன்பு மகள்கள்
அமலா, ஞான பாரதி,
மகன் ஆன்டணி சத்யன்
மூவருக்கும் மிகுந்த பிரியங்களுடனும்
நன்றிகளுடனும் வாழ்த்துகளுடனும்

பதிப்புரை

இருபதாண்டுகளுக்கு முன் இந்த நூலில் உள்ள கட்டுரைகள் இதழ்களில் வெளிவந்தபோது பெரிய அளவில் வரவேற்பிற்கும் இன்னொரு பக்கம் கடும் எதிர்ப்பிற்கும் ஒரு சேர உள்ளாயின. ஆயினும் எதிர்த்தவர்கள் அவதூறுகள்தான் செய்தார்களே ஒழிய காத்திரமாக யாரும் அவற்றை எதிர்கொள்ளவில்லை. மதம், சாதி, மொழி, இனம், பால்நிலைகள் என ஒடுக்கப்படும் எல்லாவிதமான சிறுபான்மைகளின் நியாயங்களையும் பேசுவதற்கான தத்துவார்த்தக் கருவியாக அ. மார்க்ஸ் இந்தப் புதிய சிந்தனைகளை முன்வைத்தார். இப்படியான சிறுபான்மை யினருடன் அவர் தன்னை அடையாளப் படுத்திக்கொண்டார். திருநங்கையர் பற்றிய கட்டுரை, பெரியார் பற்றிய உரையாடல், சிறுபான்மை மதத்தவர்களின் உரிமைகள் என்றெல்லாம் சிறுபத்திரிகைச் சூழலில் ஒரு மிகப்பெரிய மாற்றத்தை நிறப்பிரிகை நிகழ்த்தியது. அப்படியான கட்டுரைகளை ஒரு பெருந்தொகுப்பாக வெளியிடுவதில் அடையாளம் மகிழ்ச்சி அடைகிறது.

நன்றி

நிறப்பிரிகை கால நண்பர்கள் எல்லோரையும் நன்றியுடன் நினைவு கூர்கிறேன். ஆசிரியர் குழுவில் இருந்த பொ. வேல்சாமி, ரவிகுமார் மட்டுமல்லாமல் அப்போது இணைந்து செயல்பட்ட நண்பர்கள் சுகுமாரன், புதுவை அருணன், மறைந்த விடியல் சிவா, மறைந்த நண்பர் பிரிட்டோ, இனிய நண்பர் கு. பழனிச்சாமி, இக்காலத்தில் நான் எழுதிய கட்டுரைகளை வெளியிட்ட 'மேலும்' இதழாசிரியர் சிவசு, நாகார்ஜுனன், கோணங்கி பெருந்தொகுப்பாக வெளியிட்ட புலம் லோகநாதன், விமர்சனமோ பாராட்டோ மனதில் தோன்றியதை சொல்லத் தயங்காத காட்பாடி லிங்கம் எல்லோருக்கும் என் மனம் கனிந்த நன்றிகள்.

பொருளடக்கம்

தொகுப்புரை xiii

1 பின்நவீனத்துவம் இலக்கியம் அரசியல் 1

1.0 முன்னுரை 3

1.1 பின்நவீனநிலை: தர்க்கத்தின் வன்முறையிலிருந்தும் பகுத்தறிவின் பயங்கரவாதத்திலிருந்தும் தப்பித்தல் 6

1.2 பின்நவீனத்துவம்: பெருங்கதையாடல்களின் தகர்வு 37

1.3 அறிதலில் ஒழுங்கவிழ்ப்பு 52

1.4 இலக்கியத்தில் பின்நவீனத்துவம்: வெவ்வேறு தலைப்புகளில் சில குறிப்புகள் 63

1.5 பின்நவீனத்துவமும் அறிவியலும்: ஒரு சிறு குறிப்பு 79

1.6 பின்நவீனநிலை நோக்கிலிருந்து தலித்தியம், மெய்யியல், விரிந்த உலகப் பார்வை 90

1.7 பின்நவீனநிலை நோக்கில் பெரியாரின் பொருத்தப்பாடு 102

1.8 பண்பாட்டில் பன்மை 110

1.9 பெருங்கதையாடலுக்கும் சிறுகதையாடலுக்குமான மோதல்: இரட்டை வாக்குரிமையை முன்வைத்து... 120

2 கலாச்சாரத்தின் வன்முறை 133

2.0 முன்னுரை 135

2.1 பின்நவீன அரசியல்: அடையாள அரசியலின் நெருக்கடியும் வித்தியாச அரசியலின் எழுச்சியும் 137

2.2	தலித் பெண்ணியம்: ஒரு விவாதத்திற்கான முன்வைரவு	156
2.3	அறிவியலின் வன்முறை: ஹோமியோபதியை முன்வைத்து ஒரு விளக்கம்	173
2.4	மாற்றுப் பால்நிலைகளைத் தேடி	184
2.5	கலாச்சாரத்தின் வன்முறையும் கலாச்சாரத்தைக் கவிழ்க்கும் ஆயுதமாக விமர்சனமும்	192
2.6	ஆப்ரோ - அமெரிக்க இலக்கிய விமர்சனம்: பொது விமர்சனமுறை சாத்தியமா?	207
2.7	'விஷ்ணுபுரம்': வாசகரின் பன்முக அடையாளங்களை அழிக்கும் கவச வண்டியாக...	223
2.8	இன்குலாப்-மங்கையின் ஒளவை: பாட்டும் கூத்துமாய் மேடை ஏறிய பாடினி ஒளவை	231
2.9	மு. பொயின் நோயில் இருத்தல்: பற்றறுத்தல் என்பதென்ன? ஒரு பெரியாரிய விளக்கம்	237
2.10	தேசமும் குடிமகனும்: திராவிடப் பாரம்பரியத்தில் பெரியாரும் அண்ணாவும்...	249
2.11	திராவிட இயக்கத்தினின்திரைப்படங்கள்: கலாச்சார மேட்டிமைச் சக்திகளின் எதிர்ப்பும் ஏற்பும்	271
2.12	அமைப்பாக்கத்தின் வன்முறை: பின்நவீனநிலை குறித்து சில அய்யங்களும் விளக்கங்களும்	281
2.13	ஏன் நமக்கு நீட்ஷே?	294
3	**ஒழுங்கவிழ்ப்பின் தேவைகள் சாத்தியங்கள்**	**319**
3.0	முன்னுரை: தேசியக் கற்பிதமும் மாற்றுகளும் - நிறப்பிரிகை முன்வைத்த கேள்விகள்	321
3.1	மாற்றுக் கல்வி: பாவ்லோ ஃப்ரெய்ரே சொல்வதென்ன?	329
3.2	ஒழுங்கவிழ்ப்பும் முழு விடுதலையும் சில நடைமுறைச் சிக்கல்கள்	370
3.3	எல்லோரும் கலாச்சாரவாதிகளே: மையநீரோட்டக் கலாச்சாரமும் மாற்றுக் கலாச்சாரமும்	390
3.4	மருத்துவத்தில் மாற்றுகள் ஹோமியோபதி	400

3.5	தேசியம் ஒரு கற்பிதம்	415
3.6	திராவிட இயக்கப் பாரம்பரியத்தில் 'தமிழர்கள்'	476
3.7	மா.பொ.சியின் 'தமிழகத்தில் பிறமொழியினர்'	501
3.8	திராவிட இயக்கம்: ஒரு குறிப்பு	509
3.9	ஷோபா சக்தியின் ஒழுங்கவிழ்ப்புச் சிறுகதைகள்	517
	கட்டுரை அடங்கல்	520

தொகுப்புரை

1990 தொடங்கி 2000வரை நான் எழுதிய கட்டுரைகளின் பின்நவீனத்துவம், மாற்றுகளைத் தேடுதல் மற்றும் தேசியம் தொடர்பான கட்டுரைகள் மூன்று தொகுதிகளாக 1996 தொடங்கி 2006க்குள் வெளிவந்தன. அவை முறையே *பின்நவீனத்துவம் இலக்கியம் அரசியல், கலாச்சாரத்தின் வன்முறை, ஒழுங்கவிழ்ப்பின் தேவைகள் சாத்தியங்கள்* என்பன. இதே காலகட்டத்தில் நான் சோஷலிசக் கட்டுமானம், தலித் அரசியல், இந்துத்துவ எதிர்ப்பு முதலான தலைப்புகளில் எழுதியவை வேறு சில தொகுப்புகளாக வந்தன.

பின்நவீனத்துவம், மாற்றுகள், தேசியம் குறித்த கட்டுரைகள் அடங்கிய மேற்குறிப்பிட்ட மூன்று நூற்களும் தற்போது எனது இரண்டாவது பெருந்தொகுப்பாக வெளிவருகிறது. முதல் பெருந் தொகுப்பாகிய *உடைபடும் மௌனங்களும் சிதறுண்ட புனிதங்களும்* நூலும் தற்போது அடையாளம் வெளியீடாக வெளிவருகிறது.

இந்தத் தொகுப்பிற்காகத் தேர்வு செய்யப்பட்ட மூன்று நூற்களிலிருந்த கட்டுரையில் இரண்டு மட்டும் அவை வேறு தொகுப்புகளிலும் உள்ளதால் நீக்கப்பட்டுள்ளன.[1] எனினும் ஓரிரண்டு கட்டுரைகள் வேறு தொகுப்புகளிலும் குறு நூலாகவும் ஏற்கனவே வெளிவந்த போதும் இந்தத் தொகுதியின் பொரு ளமைதியிலிருந்து பிரிக்க இயலாமல் பொருந்தியுள்ளதால் அவற்றைத் தவிர்க்க இயலவில்லை.

அதேபோல தொகுப்பின் பொருளமைதியுடன் தொடர் புடையவை என்பதால் மேற்குறிப்பிட்ட மூன்று நூற்களிலும்

---

[1] நீக்கப்பட்டவை: 'பெரியாரைப் பார்ப்பனீயம் வெல்ல எத்தனிக்கும் காலம்' *(கலாச்சாரத்தின் வன்முறை)* மற்றும் 'இட ஒதுக்கீடு விவாதத்தின் மீது சில குறிப்புகள்' *(ஒழுங்கவிழ்ப்பின் தேவைகள், சாத்தியங்கள்)*

இல்லாத, 2000க்குப் பிறகு எழுதப்பட்ட சில சிறு கட்டுரைகள் இத்தொகுப்பில் புதிதாகச் சேர்க்கப்பட்டுள்ளன.[2]

தொகுப்பிற்குத் தேர்வுசெய்யப்பட்ட மூன்று நூற்களிலும் உள்ள கட்டுரைகள் பெரும்பாலும் *நிறப்பிரிகையில்* வந்தவை. சில அககாலகட்டத்தில் நான் எழுதிவந்த பிற சிறுபத்திரிகை களில் வந்தவை. சோஷலிசக் கட்டுமானம். நுண்அரசியல், பின்நவீனத்துவம், மாற்றுகளைத் தேடுதல், பெண்ணியம், தலித்தியம், தேசியம் முதலான அம்சங்களில் *நிறப்பிரிகை* கவனம் குவித்து இருந்தது எல்லோரும் அறிந்த ஒன்று. சோஷலிசக் கட்டுமானங் களின் வீழ்ச்சி என்கிற உலகளாவிய சூழல், ஈழப் போராட்டம் தமிழகத்தில் ஏற்படுத்திய ஆதரவு ஆகியவற்றின் பின்னணியில்தான் *நிறப்பிரிகை* உதயமானது என்பது கவனத்திற்குரியது.

சோஷலிசக் கட்டுமானச் சிதைவுகள் பெரிய அளவில் அதிர்ச்சியையும் சோர்வையும் ஏற்படுத்தியிருந்த போதிலும் இந்த அடிப்படையில் விவாதங்களை மேற்கொள்ளுதல், இறுக்கமான பழைய நம்பிக்கைகளைத் தாண்டிச் சற்றே நெகிழ் வுடன் சிந்தித்தல், மாற்றுக் கருத்துடையோருடன் உரையாடுதல் என்கிற ஒரு நிலை அன்று உருவாகியிருந்தது. எல்லா மட்டங் களிலும் இத்தகைய நிலை இருந்ததில்லை என்ற போதிலும் — சிற்றிதழ், சிறு இயக்கத்தவர்கள் சார்ந்த —சிறு சூழல் மத்தியில் இந்நிலை உருவாகியிருந்தது. *நிறப்பிரிகை* நடத்திய கூட்டு விவாதங்களில் வேறுபட்ட கருத்துக்கள் உள்ள பலரும் பங்கு பெறுதல், பிற சிற்றிதழ்கள் மற்றும் சிறு இயக்கங்களுடன் இணைந்து *நிறப்பிரிகை* நடத்திய புலம்பெயர்ந்த தமிழர் மாநாடு (திருச்சி, 1994) ஆகியன இதற்குச் சில எடுத்துக்காட்டுகள்.

சோஷலிசக் கட்டுமானங்களின் வீழ்ச்சி எங்களை நுண்களங் களில் அதிகாரம் குறித்துச் சிந்திக்க வைத்தது. அரசதிகாரத்தை மட்டும் கைப்பற்றினால் போதாது என்பதைப் புரிந்து கொண்டோம். ஆனால் கம்யூனிஸ்டுகள், தேசிய விடுதலைப் போராட்டத்தினர் அப்படித்தான் நம்பியிருந்தார்கள். எனவே நாங்கள் நுண்களங்களில் அதிகாரம், நுண்அரசியல் ஆகியன

[2] சேர்க்கப்பட்டவை: *ம.பொ. சியின் தமிழ்த் தேசியம்* (3.7), *திராவிட இயக்கம்: ஒரு குறிப்பு* (3.8), ஷோபா சக்தியின் *ஒழுங்கவிழ்ப்புச் சிறுகதைகள்.* (3.9)

குறித்தும், இந்த அடிப்படையில் தலித்தியம், பெண்ணியம் ஆகியவற்றோடு கல்வி, மருத்துவம், பண்பாடு முதலிய துறைகளில் மாற்று வடிவங்கள் பற்றியும் சிந்தித்தோம். தலித்தியம், பெண்ணியம் முதலான துறைகளில் *நிறப்பிரிகை* முன்வைத்த மாற்று சிந்தனைகளுக்குத் தமிழக அளவில் கடும் எதிர்வினைகள் உருவாயின. தலித்திய, பெண்ணிய அரசியலை யும் பண்பாட்டு வடிவங்களையும் மையநீரோட்ட அரசியலார், மைய நீரோட்டப் பண்பாட்டினர், கலாச்சாரத்தினர் மட்டுமன்றி மார்க்சியர்கள், தேசியவாதிகள் எல்லோரும் கடுமையயாக எதிர்த்தனர். தலித்தியத்திற்குத் தத்துவமில்லை என்றார்கள். ஒட்டுமொத்தமான பொது விடுதலைக்கு இவை எதிரானவை என்றார்கள். இந்தப் பின்னணியில்தான் பெருங்கதையாடல்களின் சிதைவு, பகுத்தறிவின் வன்முறை, விளிம்புகளின்/மிச்சங்களின் அரசியல் ஆகியவற்றைப் பேசிய பின்நவீனச் சிந்தனைகளை அறிமுகம் செய்தோம்.

லியோதார்தின் *Postmodern Condition* நூலை வாசித்தபோது ஒரு புதிய உலகம் திறந்ததாக நான் உணர்ந்தேன். ஏற்கனவே நாங்கள் வந்தடைந்திருந்த அமைப்பியல், பின்அமைப்பியல் ஆகிய சிந்தனைகள் இப்போது மேலும் பல புரிதல்களையும் விளக்கங் களையும் அளிக்கக்கூடியவையாக இருந்தன. அறிவியல் மாணவனாகிய எனக்கு ஃபெய்ராபான்டின் *Against the Method* நூல் மிகுந்த உற்சாகத்தை அளித்தது. எனக்கு மிகவும் பிடித்த ஹெய்சன்பர்கின் *உறுதியின்மைக் கோட்பாடு*, டீ ப்ராக்லியின் *பொருள்களின் இரட்டைப் பண்புக் கொள்கை*, ஈன்ஸ்டினின் *சார்பியல் தத்துவம்* ஆகியவற்றை என்னால் புதிய வெளிச்சத்தில் பார்க்க முடிந்தது. இயற்கை அறிவியலில் மட்டுமின்றி சமூக அறிவியலிலும் பல்வேறு சிக்கல்களை விளக்க உதவும் புதிய வெளிச்சங்களாக இவை எனக்குப் பட்டன. அப்போது எழுதப்பட்டதுதான் *பின்நவீனத்துவம், இலக்கியம், அரசியல்* நூலிலுள்ள கட்டுரைகள் அனைத்தும்.

சோஷலிசக் கட்டுமானங்களின் வீழ்ச்சி இப்படியான மாற்றுச் சிந்தனைகளுக்கே எல்லா இடங்களிலும் வழிவகுத்தது என்பதில்லை. சொல்லப்போனால் உலகெங்கிலும் வலது சாரிச் சிந்தனைகளுக்கும் பாசிசப் புத்துயிர்ப்புக்குமே அது வழிவகுத்தது. இந்தியாவில் அது இந்துத்துவமாக வடிவெடுத்தது.

எனவே நாங்கள் பாசிசம், இந்துத்துவம் ஆகியன குறித்தும் இணையாக வாசிக்கத் தொடங்கினோம். நுண்களங்களில் செயல்படும் அதிகாரத்திற்கும் பாசிசத்திற்குமான தொடர்புகள், தேசியத்திற்கும் பாசிசத்திற்கமான மிக நெருக்கமான ஊடாட்டங்கள் ஆகியனவும் எங்களின் முக்கிய ஆய்வும் பொருளாயின.

அதே நேரத்தில் ஈழப் பிரச்சினை இங்கு ஏற்படுத்திய தாக்கத்தின் விளைவாக தேசியம் குறித்து மார்க்சிய அடிப்படையில் சிறு குழுக்களிடையே ஏராளமான விவாதங்கள் நடைபெற்றுவந்தன. எல்லோரும் மார்க்ஸ், லெனின், ஸ்டாலின் என்கிற வட்டத்திற் குள்ளேயே நின்று விளையாடிய சொல்விளையாட்டுகள் பெரும் பாலும் வெற்றுவார்த்தை விரையங்களாகவே அமைந்தன. மார்க்சியத்திற்குள் தேசியப் பிரச்சினை குறித்து நடந்த வளமான விவாதங்கள் பலவற்றையும் தோழர்களுக்கு அறிமுகம் செய்ய வேண்டும். மார்க்சியத்திற்கு அப்பால் புதிய சிந்தனைகள் தரும் வெளிச்சத்தையும் கோடிட்டுக்காட்டவேண்டும் என்கிற நோக்குடன் எழுதப்பட்டதே தேசியம் குறித்த எனது நீண்ட கட்டுரை. *தேசியம் ஒரு கற்பிதம்* என்பது தொகுப்பாக வெளிவந்த போது கொடுத்த தலைப்பு. *நிறப்பிரிகை*யில் கொடுக்கப்பட்டிருந்த தலைப்பு: *மார்க்சியம், தேசிய இனப் பிரச்சினை, இன்று கவனத்தில் எடுக்க வேண்டிய படிப்பினைகள்.* ரொனால்டோ மங்க், ஜேம்ஸ் ப்ளாட் ஆகியாரின் நூற்கள் அந்த வகையில் எங்களுக்குப் பெரிதும் உதவின. தொடர்ந்து நாங்கள் வாசித்த டொனால்ட் ஹார்னே, எர்னஸ்ட் கெல்னர், பெனடிக்ட் ஆன்டர்சன் ஆகியோரின் கருத்துக்கள் எங்களது தேசியம் குறித்த புரிதலை விரிவாக்கின.

தேசிய உணர்வை மறுப்பதோ சிறுமைப்படுத்துவதோ எங்கள் நோக்கமாக இருக்கவில்லை என்பது கட்டுரையை ஊன்றி வாசிப்பவர்களுக்குப் புரியும். தேசிய உணர்வை இயற்கையான உணர்வாக நாங்கள் கருதவில்லை என்கிற அம்சமே இதில் முக்கிய மானது. அது ஒரு அரசியல் கட்டமைப்பு, மாறாக அரசியலுக்கோ வர்க்கங்களுக்கோ அப்பாற்பட்டதன்று. இந்தப் புரிதல் ஏற்படும் போது தேசியத்தை மேலும் எச்சரிக்கையோடு கட்டமைக்கலாம். பாசிசமாக மாறும் சாத்தியங்களைக் குறைக்கலாம் என்பதே எங்கள் பார்வையின் அடிநாதமான அம்சமாக இழைந்திருந்தது என்பதை யாரும் விளங்கிக்கொள்ள இயலும். ஒழுங்கவிழ்ப்பின்

தேவைகள் சாத்தியங்கள் நூலுக்கு எழுதப்பட்ட முன்னுரையிலும் (3.0) இது விளக்கப்பட்டுள்ளது. தேசிய வரையறை கூடிய வரை பன்மைத்துவத்தை அங்கீகரிப்பதாகவும் பலரையும் உள்ளடக்குவதாகவும் இருக்கவேண்டும் என்பதே நாங்கள் வற்புறுத்தியது.

மேற்குறித்த முன்னுரையில் மாற்றுகள் குறித்த எங்கள் பார்வையின் முக்கியக் கூறுகளும் தொட்டுக்காட்டப்பட்டுள்ளன. தோழர்கள் அதனை ஊன்றிப் படிக்க வேண்டுகிறேன்.

பேராசிரியை சுசிதாரு அவர்கள் ஒரு உரையாடலின்போது என்னிடம் மிகுந்த வியப்போடு, 'எங்கள் மாநிலத்தில் (ஆந்திரம்) வலது சாய்வுடையவர்கள்தான் போஸ்ட் மார்டனிசத்தைப் பயன்படுத்துகின்றனர். நீங்கள் இதனை இடது சார்பாகவும், தலித்திய, பெண்ணிய நோக்கிலும் பயன்படுத்தும் பாங்கு என்னை மிகவும் வசீகரிக்கிறது' என்று கூறியது குறிப்பிடத்தக்கது. பின்நவீனக் கூறுகளில் பலவற்றை மார்க்சியத்தோடு ஒருங்கிணைக்க (articulate) முடியும். பின்நவீனநிலையாளர்கள் முன்வைக்கிற கருத்துக்களின் உதவியோடு மார்க்சியத்தை மேலும் செழுமை யாக்க முடியும் என்றே நான் உறுதியாக நம்புகிறேன். எங்களின் செயல்பாடுகளும் இந்த நூலிலுள்ள கட்டுரைகளும் அதற்குச் சான்றாக அமையும் என்கிற நம்பிக்கையும் எனக்கு உண்டு. எல்லோருக்கும் பொதுவான ஒன்றில்லை. ஒவ்வொன்றின் பின்னாலும் ஒரு வர்க்கம் உள்ளது என வித்தியாசத்திற்கு மெய்யியலில் முக்கிய இடம் தந்த முதல் தத்துவம் மார்க்சியம்தானே.

தேசியம், பின்நவீனத்துவம் முதலான இந்தக் கருத்துக்கள் இங்கு கடுமையாக விமர்சிக்கப்பட்டன, தமிழ்த் தேசியர்களும் மார்க்சியர்களும் இதில் முன்னணியில் இருந்தனர் என்றேன். அதே நேரத்தில் இந்தப் புதிய சிந்தனைகளை அறியும் ஆர்வமும் பலரிடம் விளைந்தது. கோவை நண்பர்கள் இந்தப் புதிய சிந்தனைகள் குறித்த மூன்று தொடர் வகுப்புகளை ஏற்பாடு செய்திருந்தனர். பல்வேறு பல்கலைக்கழகங்கள், இலக்கிய அமைப்புகள் ஆகியவற்றில் இதுகுறித்து உரையாற்றும் வாய்ப்பும் கிட்டியது. தேசியம் குறித்த இதிலுள்ள நீண்ட கட்டுரை புலம் பெயர்ந்த தோழர்களால் அச்சிடப்பட்டு ஐரோப்பாவில் விநியோகிக்கப்பட்டது.

எனினும் இந்த முப்பதாண்டுகளில் சூழல் மிகவும் மாறியுள்ளது. சிறு சூழலுக்குள்ளும்கூட மாற்றுக் கருத்துக்களை விவாதிக்கவும் உரையாடவும் அறிந்துகொள்ளவும் இருந்த நிலை முற்றிலுமாய் அழிந்துள்ளது. ஆழ்ந்த வாசிப்பிற்கும் இன்று பெரும்பாலோர் தயாராக இல்லை. ரொம்பவும் உணர்ச்சிபூர்வமாகப் பிரச்சினைகளை அணுகுவதும் உரையாடல்கள் நின்றுபோயுள்ளதும் வருந்தத் தக்கது. உலக அரசியல் மிகப் பெரிய அளவில் மாற்றமும் சிக்கலும் அடைந்துள்ள நிலையில் அறிதலில் ஏற்பட்டுள்ள இத்தகைய சோம்பேறித்தனமும் உணர்ச்சிவயப்படுதலும் மாற்றுச் சிந்தனை களை அவதூறுகளைக் கொண்டு எதிர்கொள்ளும் பாங்கும் கவலையளிக்கிறது.

பின்நவீனத்துவம், தேசியம் முதலான என் கட்டுரைகளுக்கும் கருத்துக்களுக்கும் வந்த எதிர்ப்புகள் அனைத்தும் வெறும் காழ்ப்புணர்வின் அடிப்படையிலும் அரைவேக்காட்டுத் தன்மை யாகவும்தான் இருந்தனவே ஒழிய காத்திரமான கேள்விகளோ பதில்களோ ஏதுமில்லை. எப்படி அவை தவறு என்றோ, எப்படி அது இருந்திருக்க வேண்டும் என்றோ சொல்லத் தெரியாதவர் களாகவே இருந்தனர்.

எல்லா வகையிலும் எனக்கு உற்சாகம் அளிக்கும் என் அன்பிற் குரிய தோழர்களுக்கும் இவை தொகுப்பாக வரவேண்டும் என உற்சாகம் அளித்த தோழர்களுக்கும் நன்றிகள்.

தற்போது இந்தப் பெருந் தொகுப்பை வெளியிடும் அடையாளம் பதிப்புக்குழுவினருக்கும் என் நன்றிகள். முதல் பெருந் தொகுப்பை என் பெற்றோருக்கு சமர்ப்பித்தேன். இந்தப் பெருந் தொகுப்பை என் பிள்ளைகளுக்குச் சமர்ப்பிக்கிறேன்.

அ. மார்க்ஸ்
professormarx@gmail.com
செல்பேசி: +91 9444120582

ஜனவரி 17, 2019
கும்பகோணம்

பின் நவீன நிலை

1 பின்நவீனத்துவம் இலக்கியம் அரசியல்

1.0 முன்னுரை

பின்நவீனத்துவத்தை—நான் புரிந்துகொண்ட வடிவில்—அறிமுகம் செய்து அவ்வப்போது சிறுபத்திரிகைகளில் எழுதிய கட்டுரைகளின் தொகுப்பு இது. பின்நவீனத்துவமென்பது இலக்கிய உத்தி தொடர்பான விசயமாகவே பலர் புரிந்து கொண்டுள்ளனர். மாறாக, இதுகாறுமான எல்லாத் தத்துவங்களையும் விமர்சிக்க வந்த முயற்சியாக நாம் அதைப் புரிந்துகொள்ள வேண்டியிருக்கிறது. ‘உன்னையே நீ அறிந்துகொள்’ என்கிற தத்துவ முழக்கத்தைக் கவிழ்த்து, ‘மற்றவர்களை அறிந்துகொள்’ என அது கூவியது. இந்த அடிப்படையில் அது பன்மைத் தன்மைகளை, கருத்து மாறுபடுகிற சுதந்திரத்தை வலியுறுத்தியது. எல்லோருக்கும் எல்லாக் காலங்களுக்குமான ஒற்றை விடுதலையைப் பேசிக்கொண்டிருந்த எல்லாவிதமான பெருங்கதையாடல்களின் தகர்வையும் அது பறைசாற்றியது.

முதலாளிய ஜனநாயகம், தேசிய விடுதலை, பாட்டாளி வர்க்கச் சர்வாதிகாரம் என எல்லா முயற்சிகளுமே கொடூரமான அதிகார வெளிப்பாடுகளாக மாறிப்போனதன் விளைவுகளை கண்முன் பார்த்துவிட்ட நாம் இத்தகைய விமர்சனங்களையும் காது கொடுத்துக் கேட்க வேண்டியவர்களாக இருக்கிறோம். மற்றபடி சகலவிதமான கேள்விகளுக்கும் பதில் சொல்லக்கூடிய, சகல விதமான பிரச்சினைகளுக்கும் வழி சொல்லக்கூடிய இன்னொரு பெருங்கதையாடலை முன்வைப்பது என் நோக்கமில்லை. இதைத் தயவுசெய்து நீங்கள் புரிந்துகொள்ள வேண்டுமெனக் கருதுகிறேன்.

தலித் அரசியல் நடவடிக்கைகள் சிலவற்றை அறிந்துகொள்வதற்குப் பின்நவீனத்துவத்தைப் பயன்படுத்தியுள்ளதையும் இந்த நோக்கில் புரிந்துகொள்ள வேண்டுமெனக் கேட்டுக் கொள்கிறேன். தலித்தியம், பெண்ணியம், கறுப்பியம் போன்ற வெளிப்பாடுகளைப் பின்நவீனத்துவம் பரிவுடன் அணுகுவதால்

இது சாத்தியமாகிறது. மற்றபடி தலித் அரசியலுக்கான 'தத்துவமாக', பின்நவீனத்துவத்தை நான் வழங்குவதாக நினைத்துவிடக்கூடாது. அத்தகைய நோக்கம் எனக்கில்லை. தவிரவும் தத்துவங்களை விமர்சிக்க வந்த பின்நவீனத்துவத்தை இன்னொரு தத்துவமாக நாம் ஆக்க வேண்டியதுமில்லை.

நூலுக்குள் செல்லுமுன் ஒரு வார்த்தை. எல்லாவிதமான அறம், ஒழுக்கங்கள், மதிப்பீடுகள், ஒன்றுபட்ட முயற்சிகள்... இவற்றுக்கு எல்லாம் நாங்கள் எதிரிகள் என்பது போன்ற ஒரு கருத்தை பெருங்கதையாடல்களை முன்வைத்துப் பயன்பெறுபவர்கள் பரப்பிவிடுகின்றனர். நாம் எழுப்பும் கேள்விகளுக்குப் பதிலளிக்க முயலாமல் இத்தகைய அவதூறுகளைப் பரப்புவதல் பயன் இல்லை. இது குறித்து நூலுக்குள் ஆங்காங்கு விரிவாகப் பேசப் பட்டுள்ளது. அறம், ஒழுக்கம், உண்மை, மதிப்பீடுகள் முதலிய வற்றை எல்லாம் தீர்மானிப்பதற்கான பொது ஆதாரங்கள் ஏதுமில்லை என்பதே நாம் சொல்வது. மற்றபடி தன்னிலைக்கும் மற்றதுக்குமிடையிலான உண்மை, நீதி, அறம் ஆகியவற்றை நாங்கள் ஒதுக்கவில்லை.

பொது எதிரிக்கு ஒன்றுபடுவதையும் நாங்கள் மறுக்கவில்லை. எங்களின் நடைமுறையும் அப்படி இல்லை. அந்த ஒற்றுமை யாரொருவரும் மற்றவரின் மீது வன்முறையைத் திணிக்காத ஒற்றுமையாக இருக்கவேண்டும் என்பதே நாங்கள் சொல்வது. நாங்கள் எந்த ஒற்றுமையையும் சிதைக்கவில்லை. அத்தகைய 'வலு'வும் எங்களுக்கு இல்லை. உண்மை என்னவெனில் ஏற்கனவே இந்தச் சமூகம் சிதறுண்டுக் கிடப்பதுதான். இந்த நடைமுறை உண்மையைக் கணக்கில் எடுத்துக்கொள்ளும் போதுதான் அந்த ஒற்றுமை ஜனநாயகபூர்வமானதாக இருப்பதோடு மட்டுமின்றி வலுவானதாகவும் இருக்கும்.

எனவேதான் பன்மைத் தன்மைகள் பற்றி நாங்கள் அதிகம் பேசுகிறோம். தயவு செய்து யோசித்துப் பாருங்கள்.

இத்தொகுப்பிலுள்ள பெரும்பான்மையான கட்டுரைகள் சிறு இதழ்களில் அவ்வப்போது வெளிவந்தவை. எனினும், 'அறிதலில் ஒழுங்கவிழ்ப்பு', 'பின்நவீனத்துவமும் அறிவியலும்' ஆகிய இரு கட்டுரைகளும் இந்தத் தொகுப்பிற்காகவே புதிதாக எழுதப் பட்டவை.

பின்நவீனத்துவம் தொடர்பான பல நல்ல நூல்கள் எனக்குக் கிடைக்கக் காரணமாயிருந்த தோழர்கள் ரவிக்குமார், வளர்மதி, விரைவாக ஒளி அச்சுக்கோவை செய்து தந்த குடந்தை அகரம் நிறுவனத்தினர், முகப்பு வடிவமைத்த தோழர் வி.கே., அச்சிட்ட மாணவர் நகலகத்தினர், நூலை வெளியிடும் சிவா எல்லோருக்கும் என் நன்றிகள்.

அ. மார்க்ஸ்

(இந்த முன்னுரை அக்டோபர் 6, 1996 தேதியிட்ட இந்த முன்னுரை கும்பகோணத்திலிருந்து எழுதப்பட்டது. 'ரத்தம், பாசம், பந்தம் எல்லா வற்றையும் மிஞ்சியது தோழமைதான் என்று எனக்கு உணர்த்திய நெடுவாக்கோட்டை உ. ராசேந்திரனுக்கு' இந்நூல் சமர்ப்பிக்கப்பட்டது. 1996ஆம் ஆண்டு விடியல் பதிப்பகம், கோவை இந்த நூலை வெளியிட்டுள்ளது.)

1.1 பின்நவீனநிலை: தர்க்கத்தின் வன்முறையிலிருந்தும் பகுத்தறிவின் பயங்கரவாதத்திலிருந்தும் தப்பித்தல்

'தீ சுடும்' என்றால் அது உரைநடை, 'தீ இனிது' என்றால் கவிதை என்றார் ந. பிச்சமூர்த்தி. முன்னது தர்க்க வகைப்பட்ட ஒரு 'உண்மை.' பின்னது தர்க்கத்திற்குக் கட்டுப்படாத ஒரு 'பொய்க்' கூற்று. ஆனால் இது கவிதை. கவிதையாயிருப்பதனாலேயே இந்த அதர்க்கம் அனுமதிக்கப்படுகிறது. காத்திரமான விஷயங்களைப் பேசுகிற பகுத்தறிவு சார்ந்த எழுத்துமுறைக்கு இந்த அதர்க்கம் ஒவ்வாது. புற உலகை அறியும் நடைமுறை இத்தகைய அதர்க்க வகைப்பட்டதாக இருக்க முடியாது எனக் காலங் காலமாக அறிதல் பற்றிச் சொல்லிவந்த கருத்துக்களைப் பின்நவீனத்துவம் மறுக்கிறது. கவிதை மட்டுமல்ல நமது அறிதல்முறையே அழகியல் வகைப்பட்டதாக, அதர்க்க அடிப்படையிலானதாக இருக்க வேண்டும் என்கிற ஒரு அதிரடிக் கருத்தை அது முன்மொழிகிறது. இதென்ன நியாயம், அதெப்படிச் சாத்தியம் என்ற கேள்விகள் எழுகின்றன இதற்குப் பின்நவீனத்துவம் சொல்கிற பதிலை அறியுமுன் ஒன்றை நினைவில் பதித்துக் கொள்வது அவசியம்.

யானையைப் பார்த்த குருடர்கள் மாதிரி இன்று பின்நவீனத் துவத்தைக் கேலிசெய்யும் தமிழ்நாட்டுச் சனாதனிகள் நினைத்துக் கொண்டிருப்பது போல அது ஒரு வெறும் கதை சொல்லும் உத்தியல்ல. அதையும் தாண்டி அறிவொளிக் காலம் முதல் (enlightenment) மேலைச் சிந்தனை மரபில் கோலோச்சியிருந்த அறிதல் முறையைக் கேள்விக்குள்ளாக்கிய ஒரு அறிவுத்துறைச் செயல்பாடு.

மேலைத் தத்துவ வரலாற்றைப் பின்வருமாறு காலப் பாகுபாடு செய்வார்கள்.

1. புராதன கிரேக்க-ரோம தத்துவம்

2. மத்திய காலத் தத்துவம்

3. நவீன தத்துவம்.

நவீன தத்துவத்தை 1. மறுமலர்ச்சிக் காலம் 2. அறிவொளிக் காலம் 3. பத்தொன்பதாம் நூற்றாண்டு 4. இருபதாம் நூற்றாண்டு எனப் பிரிப்பது வழக்கம். இந்த வரிசையில் எல்லாவற்றிற்கும் இறுதியாக வந்து நின்று தத்துவத்தின் அடிப்படையையே கேள்விக்குறியாக்குவது பின்நவீனத்துவம். நவீனத்துவம் முன்வைத்த கார்ட்டீசிய அறிதல் முறை எனப்படுவது இம்மானுவல் கான்ட் *(1724-1804)* தொடங்கி ஹூசரல், ஹெய்டெகர், நீட்ஷே, விட்கென்ஸ்டெய்ன் எனப் பலராலும் விமர்சனத்திற்கு உள்ளாக்கப்பட்டு வந்தது. அதன் உச்சகட்டமாக இன்று உருப்பெற்றிருப்பது பின்நவீனத்துவம்.

மேலைத் தத்துவ மரபில் கலந்து போயுள்ள இயங்காவியற் கூறுகளைச் (Metaphysical Components) சுட்டிக் காட்டிய தெரிதா, அறிவொளிக்கால அறிதல் முறையைக் கேள்விக்குள்ளாக்கிய கான்ட், ஃபூக்கோ ஆகியோரின் சிந்தனைகளை உள்வாங்கிக் கொண்டு அவற்றின் நீட்சியாய் வந்துள்ள பின்நவீனத்துவத்தின் தத்துவார்த்தப் பின்புலத்தைப் புரிந்துகொள்ள நவீனத் தத்துவத்தில் கார்ட்டீசிய அறிதல்முறையின் பங்கையும் அதன் மீதான விமர்சனங்களையும் மிக மிகச் சுருக்கமாகவேனும் காண்பது அவசியம்.

மனிதன் தோன்றிய காலத்திலிருந்தே பிரபஞ்சத்தை முழுமையாகத் தெரிந்துகொள்ளும் முயற்சியும் தொடங்குகிறது. மனித இருப்பு, இயற்கை, சமூகம் ஆகியவற்றுக்கிடையே பொது விதிகளைக் கண்டுபிடிக்கும் முயற்சியாகவும் மனிதனின் அறவியல் பொறுப்புகளையும் சமூகக் கடமைகளையும் வரையறுக்கும் செயல்பாடாகவும் மனிதப் பிரக்ஞைக்கும் இருப்பிற்கும் புற உலகிற்கும் சிந்தனைக்கும் இடையே உள்ள உறவைக் கண்டறியும் பணியாகவும் உண்மை, அழகு, நன்மை ஆகியவற்றைப் பரிசீலிக்கும் பணியாகவும் அறிவுத் தோற்றம் பற்றிய ஆய்வாகவும் தத்துவச் செயல்பாடுகள் மேற்கொள்ளப்பட்டு வந்தன. அரசியல் வரலாறு போலவே தத்துவ வரலாறும் பல்வேறு போக்குகளுக் கிடையேயான முரண்களாகவும் போராட்டங்களாகவுமே இருந்து வந்துள்ளன. கருத்துமுதலியருக்கும் பொருள்முதலியருக்கு மிடையேயான போராட்டங்களும் அறிவுவாதிகளுக்கும் அனுபவ வாதிகளுக்கும் இடையேயான முரண்களும் பயனீட்டாளர்களுக்கும்

(utilitarians) அறக் கோட்பாட்டாளர்களுக்கும் இடையேயான வேறுபாடுகளும் பலராலும் குறிப்பிடப் பட்டுள்ளவை.

அறிவியல் கண்டுபிடிப்புகள் புதிது புதிதாக முன்வைக்கப்படும் போது பழைய பிரபஞ்சக் கண்ணோட்டங்கள் ஆட்டம் காண்கின்றன. புதிய கண்டுபிடிப்புகளையும் தொகுத்துக் கொண்டு மீண்டும் மொத்த உலகு பற்றிய கண்ணோட்டங்கள் உருவாக்கப் படவேண்டியுள்ளன. இந்த வகையில் தத்துவம் என்பது ஒருவகை தொகுப்புப் பணியாக (Speculative) அமைகிறது. தத்துவப் போக்குகளிலும் பிரச்சினைக் குவியங்களிலும் மாற்றங்களும் உருவாகின்றன.

கி.மு. 7ஆம் நூற்றாண்டிலிருந்து கி.பி. 6ஆம் நூற்றாண்டுவரை கிரேக்க, ரோமானிய அடிமைச் சமூகங்களில் உருவான தத்துவச் செயல்பாடுகளைத் தொன்மைத் தத்துவம் என்பர். பிரபஞ்ச இயக்கம் குறித்த மதரீதியான அம்சங்கள், தொன்ம அடிப்படையிலான விளக்கங்கள் முதலியன கிரேக்க நகர வாழ்வு மற்றும் தேல்ஸ், பித்தகோரஸ் போன்றோரின் கணிதக் கண்டு பிடிப்புகள் ஆகியவற்றை ஒட்டிக் கொஞ்சம் கொஞ்சமாக முக்கியத்துவத்தை இழக்கத் தொடங்கின. இந்த இடத்தில் சமூக இருப்பு பற்றிய கேள்விகள் இடம் பிடித்துக்கொண்டன. சட்டம், மரபு, குடிமை மதிப்புகள் ஆகியவை பிரச்சினைக் குவியங்கள் ஆயின. பிரபஞ்ச உருவாக்கக் கோட்பாடுகளுக்குப் பதிலாக அறவியல் மற்றும் அரசியல் கோட்பாடுகள் முக்கியத்துவம் பெறலாயின. தேல்ஸ், அனாக்சிமாந்தர், அனாக்சிமீன்ஸ், ஹெராக்லிடஸ், எபிகூரஸ், டெமாக்ரிடஸ் ஆகியோரின் பொருள் முதன்மைச் சிந்தனைகளும் சாக்ரட்டீஸ், பிளேட்டோ முதலியோரின் கருத்துமுதன்மைக் கூறுகளுடன்கூடிய 'கருத்துக்கள் பற்றிய கோட்பாடும்' (Theory of Ideas) குறிப்பிடத் தக்கவை.

கிறிஸ்தவத்தின் எழுச்சி, தத்துவத்தை முற்றிலும் மதவியலோடு இணைத்து மத்திய காலத் தத்துவத்திற்கு வித்திட்டது. ரோமப் பேரரசின் வீழ்ச்சியை ஒட்டித் (கி.பி. 5ஆம் நூற்றாண்டு) தோற்றம் பெற்று முதலாளியச் சமூக அமைப்பின் தோற்றம்வரை (கி.பி. 14, 15 நூ.) இந்தக் காலக்கட்டத்தை வரையறை செய்யலாம். புனித அகஸ்டின், ஒரிகன், நெமசியஸ், கிரிகோரி போன்ற கிறிஸ்தவப் பாதிரிமார்கள் இத்தகைய தத்துவ உருவாக்கத்தில் முதன்மைப் பங்காற்றினர். படைப்பு, விசுவாசம், உண்மை

ஆகிய கரிசனங்களை முதன்மையாகக்கொண்ட மத்திய காலத் தத்துவம் மதவியலிலிருந்து பிரிக்க இயலாததாக அமைந்தது. தொன்மைத் தத்துவத்தின் கருத்துமுதன்மைக் கூறுகள் உள்வாங்கப்பட்டுப் பொருள்முதன்மைக் கூறுகள் பின்னுக்குத் தள்ளப்பட்டன. தாமஸ் அக்யுனோஸின் தத்துவத்தைத் தனது அதிகாரப்பூர்வமானதத்துவப் பார்வையாக கிறிஸ்தவம் அறிவித்தது. கருத்துமுதன்மைக் கூறுகளுக்கும் பொருள் முதன்மைக் கூறுகளுக்கும் இடைப்பட்ட நிலை எடுத்த தொன்மைத் தத்துவவியலாளர்களில் ஒருவரான அரிஸ்டாட்டிலின் கருத்துக்கள் திருத்தப்பட்டன. 'மதவியலின் வேலைக்காரி'யாக மத்திய காலத் தத்துவம் செயல்பட்டது என வரலாற்றாசிரியர் அனைவரும் குறிப்பிடுவது கவனிக்கத்தக்கது. உண்மை மற்றும் வாழ்வியல் மர்மங்கள் விசுவாசத்தின் (faith) வெளிச்சத்தில் விளக்கப்பட்டன. பகுத்தறிவு (reason) விசுவாசத் திற்குக் கீழ் கொண்டு வரப்பட்டது.

பதினைந்தாம் நூற்றாண்டுக்குப் பிந்திய கால கட்டத் தத்துவத்தை நவீனத்துவம் என்பர். பிரபுத்துவத்தின் வீழ்ச்சி, முதலாளியத்தின் தோற்றம் ஆகியவற்றோடு நவீன காலம் தொடங்குகிறது. ரோமன் கத்தோலிக்க கிறிஸ்தவத்தின் எதேச்சதிகாரம் புராட்டஸ்டன்ட் மதத்தால் கேள்விக்குள்ளாக்கப்பட்ட சூழலில், பிரபஞ்ச முழுமைக்கான சிந்தனைகள் என்பதற்குப் பதில் தேசிய அளவில் சிந்தனைகள் முன்வைக்கப்பட்டிருந்த பின்னணியில் மதவியலிலிருந்து மேலைத்தத்துவம் தன்னை விடுவித்துக்கொண்டது. விசுவாசத்தின் பிடியிலிருந்து தன்னை விலக்கிக்கொண்டு பகுத்தறிவு கோலோச்சிய காலகட்டமாகவும் இதனைச் சொல்லலாம். இயற்பியல், கணிதம், வானவியல், உடற்கூற்றியல் முதலிய துறைகளில் மிக முக்கியமான அறிவியல் கண்டுபிடிப்புகள் 16, 17ஆம் நூற்றாண்டுகளில் தோன்றியதை நாம் அறிவோம். நியூட்டன், தெகார்தே, கெப்ளர், வெசாலியஸ் போன்றோர் இந்தத் துறைகளில் குறிப்பிடத்தக்க கருத்துருவாக்கங்களுக்குக் காரணமாயிருந்தனர். துப்பாக்கி மருந்து, அச்சுத் தொழில்நுட்பம், திசைகாட்டி ஆகிய கருவிகளின் தோற்றத்தோடு நவீன தத்துவத்தை இணைத்துரைப்பது மேலைத் தத்துவ வரலாற்றை எழுதுபவர்களின் வழக்கம். பிரபுத்துவக் கோட்டைகளின் தகர்விற்கும் கருத்துப் பரவல் விகசிப்பிற்கும் அதிகாரச் செயல்பாடுகளுக்குப் புதிய புவியியல் புலங்களைக் காணும் பராக்கிரமச் செயல்பாடுகளுக்கும் இவை வழிவகுத்தன.

அறிவு, இயந்திரங்கள் ஆகியவற்றின் துணைகொண்டு இயற்கையையும் புற உலகையும் அறிந்து, வென்று அதிகாரத்திற்கு ஆட்படுத்த முடியும் என்கிற இறுமாப்பை மேலை மனிதனுக்கு இவை ஈட்டித் தந்தன.

மறுமலர்ச்சிக் காலத் தத்துவ (Renaissance Philosophy) அரசியல் தத்துவவாதிகளாகிய மாக்கியவெல்லி, தாமஸ் ஹோப்ஸ், ழீன் போடின் ஆகியோரால் உருவாக்கப்பட்ட அரசியல் கோட்பாடுகள் எதேச்சதிகார அரசுகளின் அதிகாரத்துவத்திற்கு நியாயம் வழங்கின. அரசுக்கான தர்க்கங்களை அறிவியலுக்கும் மேலாக வைத்தன. அரசியல் அவசியங்களுக்கும் அறவியல் கட்டுப்பாடுகளுக்கும் இடையேயான உறவை இவை அலசின. மறுமலர்ச்சிக் கால மனிதாயம் (humanism) பிரபஞ்சத்தின் மையமாக மனிதனைக் கண்டது. எல்லாவற்றைக் காட்டிலும் மனிதனின் முக்கியத்துவம் பிரதானமாக்கப்பட்டது. மனித கண்ணியம் போற்றப்பட்டது. இயற்கை மீதான மனிதச் செயல்பாடுகள் விதந்தோதப்பட்டன. சோதனைகள் மூலம் அனுபவபூர்வமாக உண்மைகளைக் கண்டறிதல், கருவிகள் மற்றும் எந்திரங்களைப் பயன்படுத்துதல், கணித அடிப்படையில் விளக்கங்களை முன்வைத்தல் ஆகியவை பிரதான அறிவியல் செயல்பாடுகளாகப் போற்றப்பட்டன. இவை அனுபவவாதம் (empiricism), அறிவுவாதம் (rationalism) ஆகிய இரு போக்குகளுக்குக் காரணமாயின. அறிவின் ஒரே ஆதாரமாகப் புலன் அனுபவம் மட்டுமே இருக்கமுடியும். புற உலகே புலன்களின் மீதான தாக்கத்திற்குக் காரணமாகின்றது. புற உலகின் மீதான அறிவியல் சோதனைகளின் அடிப்படையில் மேற்கொள்ளப்படும் பொதுமைப்படுத்தல்களின் மூலம் அறிவுருவாக்கம் ஏற்படுகிறது. கற்றலின் நோக்கம் இயற்கை மீதான மனிதனின் அதிகாரத்தை அதிகரிப்பதுதான் என்றார் பிரான்சிஸ் பேகன்.

தெகார்தேயால் உருவாக்கப்பட்ட அறிவுவாதம் பற்றிக் கொஞ்சம் விளக்கமாகப் பார்க்க வேண்டும். கடந்த இரண்டு நூற்றாண்டுகளுக்கும் மேலாக அவர் உருவாக்கிய கார்ட்டீசிய அறிதல்முறையே அனைத்துவிதமான அறிவியல், அரசியல், அறவியல் செயல்பாடுகளுக்கும் அடிப்படையாக விளங்கியுள்ளது. காரண காரிய விதிகளையும் பொதுமைப்படுத்தல்களையும் மேற்கொள்வதற்கு அனுபவங்கள் அடித்தளமாக இருக்க முடியாது என்கிறது அறிவுவாதம். தர்க்கபூர்வமான அறிவின்

அடிப்படையிலேயே இவற்றை உருவாக்க முடியும். மனிதச் சிந்தனையே இதனைச் சாத்தியப்படுத்த வல்லது. உலகு, இயக்கம் ஆகியவை குறித்த எந்திரவயப்பட்ட விளக்கத்தை அளித்த தெகார்தே இந்த இயக்கத்திற்கெல்லாம் ஆதார அடித்தளமாக இருப்பது கடவுள் என்றார். பேகனைப் போலவே இவரும் அறிதலின் இறுதிக் குறிக்கோள் இயற்கையின் மீதான அதிகாரமே என்றார். பல்வேறு விதமான ஐயங்களை உருவாக்கி எல்லா வற்றையும் பகுத்தறிவின் தர்க்கத்திற்கு ஆட்படுத்திச் சோதித்து வெற்றி பெறக்கூடியவற்றை மட்டுமே தேர்வு செய்தல், எந்த விதமான முரண்களும் அற்ற, முற்றிலும் தூய்மையான, தெளிவான கருத்துக்களை மட்டுமே ஏற்றுக்கொள்ளல், எல்லா அறிவையும் மனிதனின் சுயப் பிரக்ஞையில் உரைத்துத் தேர்வு செய்தல் ஆகியவற்றை அறிதலின் அடிப்படையாக தெகார்தே முன்வைத்தார். தெளிவு, முரணின்மை, தூய்மை என்பவற்றை அளவுகோலாக வைத்தல் என்பது அனுபவவாத நடைமுறைக்கு ஒவ்வக்கூடியது அல்ல என்பதை நாம் விளங்கிக்கொள்வது கடினமல்ல. ஐயங் களுக்கு அப்பாற்பட்ட மனித சுயத்தை (human self) முதன்மைப் படுத்தியது கார்ட்டீசிய அறிதல்முறை. ('நான் சிந்திக்கிறேன். எனவே நான் இருக்கிறேன்.')

நவீனத்துவ அறிதல்முறையின் அடித்தளமாக விளங்கியதும் மேலை மரபின் வரைமுறைகளுக்கெல்லாம் காரணமானது எனவும் பின்நவீனத்துவவாதிகளால் கடும் கண்டனத்திற்குள்ளாக்கப்படும் கார்ட்டீசிய அறிதல்முறை, ஆய்வு செய்கிற செயலூக்கமுள்ள தன்னிலை (subject) எனவும் ஆய்வுக் குள்ளாக்கப்படும் செயலூக்க மற்ற புறப்பொருள் (object) எனவும் பிரபஞ்சத்தை இரண்டாகப் பிரித்தது. இதனை ஒட்டி மனம்/உடல்; ஆன்மா/பொருள்; அறிவு/ உணர்வு; ஆண்மை/பெண்மை என ஏராளமான இருமைகளை உருவாக்கியது. புற உலகிலிருந்து தன்னை முற்றிலும் துண்டித்துக் கொண்ட தன்னிலை, செயலற்ற இயற்கைமீது நின்றுகொண்டு அதனைக் (கருவி கொண்டு) கண்காணித்து, மதிப்பிட்டு, தகவமைத்துத் தனது நலன் நோக்கில் தொகுத்துக் கொள்கிறது. இவ்வாறு எல்லா உறவுகளும் கருவிசார்ந்த உறவுகளாக (Instrumental relations), அறிகிற-அறியப்படுகிற உறவுகளாக மாறுகின்றன.

மறுமலர்ச்சிச் சிந்தனைப் போக்குகளின் வளர்ச்சியின் உச்சமாய் விளங்குவது அறிவொளிக் காலம் (Enlightenment). நியூட்டனையும்

ஜான்லாக்கையும் அறிவொளியின் தந்தை என்பார்கள். வால்டேர், ரூசோ, மோன்டேஸ்க் எர்டர், லெஸ்ஸிங், ஷில்லர், கதே போன்றோர் அறிவொளிச் சிந்தனையாளர்களாகக் கருதப்படுவர். பிரபுத்துவ மற்றும் மதவியல் கருத்தியல்களிலிருந்து மேலைத் தத்துவம் தன்னை விடுவித்துக்கொண்டு மதம் சாராத் (Secular Philosophy) தன்மையுடன் மேற்செல்ல இவர்களது தத்துவார்த்தச் செயல் பாடுகள் துணைபுரிந்தன. பிரெஞ்சுப் புரட்சிக்கும் ரஷ்ய நரோத்னிக்குகளுக்கும் அறிவொளிச் சிந்தனைகள் உந்து சக்தியாக விளங்கின என்பர். இயற்கை உலகை அறிவுரீதியாக வெற்றி கொள்வதில் பகுத்தறிவு இறுதியில் வெற்றி பெற்றுவிட்டது என அறிவொளிக்காரர்கள் நம்பினர்.

கார்ல் மார்க்ஸ் பிறப்பதற்குப் பதினான்கு ஆண்டுகளுக்கு முன் செத்துப்போன இம்மானுவல் கான்ட் *(1724-1804)* அறிவொளிக் காலத்தின் இறுதி உச்சத்தில் தோன்றியவர். அதிதீவிர அறிவு வாதத்திற்கும் (லீப்னிஸ்) அதி தீவிர அனுபவவாதத்திற்கும் (ஹ்யூம்) இடைப்பட்ட ஒரு நிலையை எடுத்த கான்ட், தத்துவார்த்தச் செயல்பாடுகளின் அடிநாதமாக விளங்குவது பகுத்தறிவுதான் என நம்பியவர். எனினும் பகுத்தறிவை அவர் விமர்சனக் கண்ணோட்டத் துடன் அணுகினார். தத்துவத்தின் ஒரே பணி பகுத்தறிவின் சாத்தியத்தையும் சாத்திய மின்மையையும் கண்டறிவதே என்றார். தனது எல்லைகளை மறந்துவிடும் பகுத்தறிவின் பிரம்மைகளைத் தோலுரிப்பதே தத்துவ விமர்சனத்தின் பணி என்றார். எனினும் பகுத்தறிவை அவர் முற்றாக மறுக்கவில்லை. தத்துவம் என்பதைப் பகுத்தறிவின் உயர்விதிகளைக் கண்டறியும் அறிவியல் என அவர் வரையறுத்தார்.

தனது நூல்களை விமர்சன நூல்கள் (எ.டு: Critique of Practical Reason-Kant/ Critique of Political-Economy-Marx) என அழைத்துக் கொள்வதில் மார்க்சுக்கு முன்மாதிரியாக இருந்த கான்ட், மனிதனின் அறியும் திறனின் எல்லைகளை விரிவாக ஆய்வுக்குட்படுத்தினார். புற உலக உண்மைகளை முற்றிலுமாக அறிவது சாத்தியமில்லை என்கிற ஐயவாதத்திற்குக் (agnosticism) காரணமானார். பொருள்களை 'ஆய்வுக்கான பொருள்கள்' எனவும் 'தன்னளவில் பொருள்களாக இருப்பவை' (Things-in-Themselves) எனவும் பிரித்த கான்ட், தன்னளவுப் பொருள்கள் என்பன மனித அறிவின் பிடிக்கு வசப்படாதவை என்றார். தமது ஆய்வுக்கு வசப்படுபவை வெறும்

'நிகழ்வுகள்' (Phenomena) தான். நமது அனுபவத்தில் பொருள்கள் தம்மை வெளிப்படுத்திக் கொள்வதையே 'நிகழ்வு' என்றார் அவர். எனவே பொருளை இடை ஊடகங்களின் துணையின்றி நேரடியாகப் பற்றிவிட முடியாது.

எனவே கணிதம் தவிர மற்ற துறைகளில் கோட்பாட்டு ரீதியான உண்மை அறிவு சாத்தியமில்லை. எனினும் உண்மை அறிவை நோக்கிய தணிக்க முடியாத வேட்கை பகுத்தறிவிற்கு உண்டு. இந்தத் தணியாத வேட்கையின் விளைவாகப் பகுத்தறிவு, தத்துவம் முன்வைக்கும் பல்வேறுவிதமான பிரச்சினைப் பாடுகளுக்கும் உரிய விடைகளைச் சொல்லிவிட முயல்கிறது. ஆனால் பகுத்தறிவின் மூலம் ஒரே பிரச்சினைக்கு நேரெதிரெதிரான தீர்வுகளையும் நியாயப்படுத்திவிட முடியும். உலகம் என்பது அறுதிக்குட்பட்டது (finite)/அறுதியற்றது (infinite); உலகு என்பது உடைக்க இயலாத அணுக்களால் ஆனது/அணுக்கள் இல்லை; எல்லா நிகழ்வுகளும் காரணகாரிய அடிப்படையிலேயே ஏற்படுகின்றன/சுதந்திரமான நிகழ்வுகளும் உண்டு; முற்றுண்மையான சாராம்ச இருப்பு (Absolute Essential Being) அதாவது கடவுள் உண்டு/இல்லை என எதிரெதிரான முடிவுகளைப் பகுத்தறிவின் தர்க்கம் கொண்டு நிறுவ முடியும். உண்மையில் பகுத்தறிவு என்பது முரண்களின் முடிச்சே. பொருள்களை நிகழ்வுகள் X தன்னளவுப் பொருள்கள் எனப் பிரித்து அணுகுவதன் மூலமே இந்த முரண்களிலிருந்து நாம் தப்பிக்க முடியும். நிகழ்வுகளின் ஓரங்கமாகப் பிரிக்க இயலாமல் உள்ள வகையில் சுதந்திரமற்றவனாக இருக்கும் மனிதன் அதேசமயத்தில் புலனுணர்வை மீறியுள்ள உலகைக் கண்டறியும் தன்னிலை என்கிற வகையில் சுதந்திரமானவனாகவும் இருக்கிறான். கடவுளின் இருப்பை நிறுவிவிட முடியாது. விசுவாசத்தின் மூலமே கடவுளின் இருப்பை ஏற்க வேண்டும்.

இத்தகைய இருமை மற்றும் ஐயவாத அடிப்படையில் காண்ட்டின் அறிவியல் மற்றும் அழகியல் கருத்துக்களும் உருவாயின. ஒரு குறிப்பிட்ட செயலின் அறிவியல் நியாயங்களுக்கு அப்பாற்பட்ட பொதுமையான விதிகளால் மனிதன் வழிநடத்தப்பட வேண்டும் என்பது காண்ட்டின் கருத்து. இத்தகைய விதியை அவர் 'விருப்புகளுக்கு அப்பாற்பட்ட முற்றுண்மை விதி' (Categorical Imperative) என்றார். அழகு என்பதை அவர் அக ஒழுங்கமைவுக்கும் புற ஒழுங்கமைவுக்கும் இடையேயான ஒத்திசைவாகக் கண்டார்.

அதாவது புற நிகழ்வு ஒன்று நமது புலனுணர்வின் மூலமாகவோ, அறிவின் மூலமாகவோ உள்வாங்கப்படும்போது அது நமது உள்ளார்ந்த அகமன ஒழுங்கமைவுடன் ஒத்திசைந்திருந்தால் அதனை நம் மனம் 'அழகாக' ஏற்றுக்கொள்கிறது. அழகு பற்றிய அவரது கோட்பாட்டை sublime எனப்படும் அவரது கருத்தாக்கத்துடன் வேறுபடுத்தி விளக்கினார். எதார்த்தத்தை (reality) ஒரு தூய கருத்தாக்கிக் கோட்பாடாகத் தொகுத்து மனிதப் புரிதலுக்குப் பயன்படுத்தும் சாத்தியமின்மையை இக்கருத்தாக்கம் விளக்கியது. ஒரே சமயத்தில் சுகத்தையும், வலியையும், இன்பத்தையும் துன்பத்தையும் ஏற்படுத்தும் உணர்வை அவர் sublime என்றார். வேறுவார்த்தைகளில் சொல்வதானால் துன்பத்திலிருந்தே இன்பம் தருவிக்கப்படும் ஒரு நிலையை அது குறிக்கிறது எனலாம். masochism, neurosis போன்ற கருத்தாக்கங்களுடன் பொருத்திப் பார்க்கத்தக்கது இது. புற நிகழ்வொன்றை எதிர்கொள்ளும் தன்னிலை என்று அதனைப் புரிந்து உள்வாங்கிக் கொண்ட போதிலும் கற்பனையில் வெளிப்படுத்த இயலாமல் போகும் போது ஏற்படும் உணர்வை sublime என்னும் கருத்தாக்கம் குறிக்கிறது எனலாம்.

பத்தொன்பதாம் நூற்றாண்டுத் தத்துவவியலாளர்களில் குறிப்பிடத்தக்கவர்கள் ஹெகலும் மார்க்சும். ஹெகலின் இயங்கியலும் மார்க்சின் பொருள்முதன்மைக் கோட்பாடும் இவற்றினடியாக உருவாக்கப்பட்ட தத்துவமாகிய இயங்கியல் பொருள்முதல்வாதமும் இக்கட்டுரையைப் படிக்கிறவர்களுக்கு ஓரளவு பரிச்சயமிருக்கும் என்கிற நம்பிக்கையின் அடிப்படையிலும் இவை குறித்த நூல்கள் தமிழில் எளிதில் கிடைக்கும் என்பதாலும் விரிவஞ்சி இங்கே மார்க்ஸ், ஹெகல் ஆகியோரின் சிந்தனைகள் தவிர்க்கப்படுகின்றன. மார்க்சிய அறிவுத்தோற்றக் கோட்பாடாக இன்று முன்வைக்கப்படுவது எதிரொளிப்புக் கொள்கை (Theory of Reflection). சூழலே அதாவது மனித இருப்பே பிரக்ஞையை உருவாக்குகிறது என்கிற மார்க்சியச் சிந்தனையின் அடிப்படையில் எதிரொளிப்புக் கொள்கை உருவாக்கப்பட்டுள்ளது. புற உலகு மனித மனத்தில் எதிரொளிக்கப்படுகிறது. இந்த எதிரொளிப்பின் அடிப்படையில் புற உலகு பற்றிய அறிவுருவாக்கம் நடை பெறுகிறது. எனினும் வெறுமனே எதிரொளிக்கிற செயலூக்கமற்ற ஒன்றாகத் தன்னிலையை மார்க்சிய எதிரொளிப்புக் கொள்கை கருதுவதில்லை. தன்னிலைக்கும் (subject) பொருளுக்கும்

இடையேயான (object) உறவு புறவயமானது (objective) மட்டுமல்ல இயங்கியல் அடிப்படையிலானதுமாகும். அதாவது இரண்டும் ஒன்றை ஒன்று பாதிக்கவல்லது. புறவயத்தன்மைக்கு முக்கியத்துவம் அளித்தல், அகம்/புறம் என்கிற இருமைகளை ஏற்றுக் கொள்ளுதல் என்கிற வகைகளில் கார்ட்டீசியச் சிந்தனை மரபு மார்க்சிய அறிதல் கொள்கையில் ஊடாடுவது கவனிக்கத்தக்கது. ஹெகலிய இயங்கியல், கான்டின் ஐயவாதத்திற்கு எதிராக நின்றது. ஐயவாதம் சாத்தியமாக்கிய பன்மைத்தன்மையை மறுத்துச் சிந்தனைக்கும் இருப்புக்குமிடையேயான ஒருமைத் தன்மையை, ஒருங்கிணைவை வலியுறுத்தியது.

எல்லா இயக்கங்களையும் முற்றுண்மையை (Absolute Idea) நோக்கிய முன்னோக்கு வளர்ச்சியாகச் சித்திரித்தது. 'உலகப் பகுத்தறிவு', 'உலக ஆன்மா', 'கடவுள்' என்றெல்லாம் இந்த முற்றுண்மை விளக்கப்பட்டது. இந்த வகையில் ஆய்வுப் பொருளுக்கு அப்பாற்பட்ட ஒரு அடித்தளத்தை (foundation) அதாவது முற்றுண்மையை அடிப்படையாகக் கொண்டு இந்த அறிதலியல் இயங்கியதால் இதுவும் அடித்தளவாதங்களில் (foundationalism) ஒன்றாக அமைந்தது. ஹெகலிய இயங்கியலை ஏற்றுக்கொண்ட வகையில் மார்க்சியமும் பாட்டாளி வர்க்கத்தின் தலைமையிலான இறுதி விடுதலையை நோக்கிய படிப்படியான முன்னோக்கிய இயக்கத்தை முன்மொழிந்தது. இந்த நோக்கில் மார்க்சியத்தையும் அடித்தள வாதத்திற்குள் அடக்க இடமுண்டு. பொருள்களுக்கு மாற்ற முடியாத உள்ளார்ந்த சாரம் (essence) உண்டு என்கிற கருத்தாக்கத்தையும் ஹெகலியம் கொண்டிருந்தது. இந்த அடிப்படையில் 'மனிதசாரம்' (Human Essence) என்கிற கருத்தாக்கமும் உருவானது. சமூக உறவின் மொத்தமே மனிதசாரம் என மார்க்சியமும் சாராம்சவாதத்தை ஏற்றுக்கொண்டது. சாராம்ச வாதம் மொத்தத்துவக் கோட்பாட்டிற்கு இட்டுச்செல்கிறது. அதாவது பகுதிகளின் முழுமையாகப் பொருள்கள் அமைகின்றன. ஒவ்வொரு பகுதியிலும் முழுமையின் சாராம்சம் வெளிப்படும். எடுத்துக்காட்டாக ஜெர்மன் தேசத்தின் சாராம்சம் ஜெர்மானிய சட்டத்தில் வெளிப்படும். மார்க்சியம் ஹெகலிய மொத்தத்துவ சாராம்சக் கோட்பாட்டை வரித்துக்கொண்டு சாராம்ச முரண்பாடு (Essential Contradiction) என்கிற கருத்தாக்கத்தை உருவாக்கியது. எந்தச் சமூகத்திற்கும் சாராம்சமாக விளங்கும் அடிப்படை முரண்பாடு அச்சமூகத்தின் எல்லாத் துணுக்குகளிலும் வெளிப்படும்.

இலக்கியமாகட்டும், சட்டமாகட்டும், அறவியலாகட்டும் இவை அனைத்தும் சாராம்ச முரண்பாட்டின் வெளிப்பாடே. முரண்பாடுகளின் பன்மைத்தன்மை பின்னுக்குத் தள்ளப்படுவது இங்கே கவனிக்கத்தக்கது.

பத்தொன்பதாம் நூற்றாண்டின் இறுதியில் கார்ட்டீசிய அறிதல் முறையை மறுக்கிற அதர்க்கவியல் தத்துவங்கள் (Irrational Philosophies) தோன்றத் தொடங்கின. நிகழ்வியல் (Phenomenology), இருத்தலியல் (அல்லது இருப்பியல்) (Existentialism) முதலியன குறிப்பிடத்தக்கவை. இவ்வகையில் ஹுஸ்ஸரல், கீர்கேகாட், ஹெய்டெகர், மார்லோ போன்டி, சார்த்தர் போன்றோரும் வெவ்வேறு வகைகளில் தனித்துவமிக்க சிந்தனையாளர்களாக விளங்கிய, விளங்கிவருகிற ஷோபன்ஹோர், நீட்ஷே, ஃபூக்கோ, தெரிதா, விட்கென் ஸ்டெய்ன் போன்றோரும் குறிப்பிடத் தக்கவர்கள்.

தத்துவத்தை இறுக்கமான அறிவியல் துறையாக உருவாக்க முயன்ற எட்மன்ட் ஹுஸ்ஸரல் *(1859-1938)* உருவாக்கிய நிகழ்வியல், ஆய்வுசெய்யும் தன்னிலை (Subject)யையும் ஆய்வு செய்யப்படும் பொருளையும் (object) தனித் தனியாகப் பிரிப்பதை மறுத்தது. 'தன்னிலை இல்லாமல் பொருள் இல்லை' என்பது அதன் முழக்கமாக இருந்தது. பொருளை நோக்கிய தன்னிலையின் விருப்பச் செயல்பாடு (intention) அறிதலைப் பாதிப்பதன் மீது நிகழ்வியல் கவனத்தை ஈர்த்தது. அறிதலுக்கான பொருள் என்பது தன்னிலையின் பிரக்ஞைக்கு அப்பால் இல்லை என்றார் ஹுஸ்ஸரல். நிகழ்வியலின் அடியாகத் தோன்றிய இருப்பியல் மனிதன் உட்பட்ட எல்லாப் புற உலகப் பொருள்களையும் வெறும் ஆய்வுப் பொருள்களாகவும் தகவமைக்கப்படக்கூடிய தாகவும் கருதுகிற அறிவுவாதத்தைக் கண்டித்தது. தன்னிலை சாராத (Impersonal) புறவயச் சிந்தனைகள் சாத்தியமில்லை என்றது. பொருள்களுக்கு மாறாத தன்மையுடைய உள்ளார்ந்த சாரம் (Essence) உள்ளது என்பதை மறுத்து புற உலகுடன் பரஸ்பர வினையாக்கத்திலுள்ள அவற்றின் இருப்பிற்கு (Existence) முக்கியத்துவம் அளித்தது. இதுவரையிலான தத்துவங்கள் பொருள்களின் சாரத்திற்கும் நிகழ்வுகளின் காரணங்களுக்கும் முக்கியத்துவம் அளித்து, இருப்பையும் நிகழ்வையும் புறக்கணித்து வந்துள்ளன எனக் குற்றஞ்சாட்டியது. மனிதன் தன் அறிவை,

திறமையைப் பொருள்களின் வழியாகப் புறவயப்படுத்தலாம். ஆனால் இருப்பைப் புறவயப்படுத்த முடியாது. அறிதலுக் குட்படுத்த முடியாது. மனிதமனம் அல்லது சமூக உறவுகள் என்கிற அடிப்படைகளில் ஏதோ ஒரு வகையில் மனித சாரத்தை ஏற்றுக் கொண்ட அறிவுவாதம் மற்றும் மார்க்சியம் உள்ளிட்ட சாராம்ச வாதத் தத்துவங்களை இருப்பியல் கேள்விக்குள்ளாக்கியது. இருப்பு என்பதை வற்புறுத்தியதன் மூலம் அது தன்னிலைக்கும் பொருளுக்கு மிடையேயான பிரிக்க முடியாத ஒருமையை வலியுறுத்தியது. அன்றாட வாழ்க்கையில் மனிதன் தனது இருப்பைப் பற்றிய பிரக்ஞை கொண்டிருப்பதில்லை. புற உலகுடன் பரஸ்பர வினை யாக்கத்தில் ஈடுபட்டுள்ள தனது இருப்பை உணரும்போது மனிதன் விடுதலையை அடைகிறான். ஏனெனில் அப்போதுதான் மாற்றவியலாத இயற்கை மற்றும் சமூக விதிகளின் அடிப்படையில் தனது வாழ்க்கை இயங்குகிறது என்கிற கருத்திலிருந்து விடுபட்டுத் தானே தனது வாழ்க்கையை நிர்ணயிக்கத்தக்கவன் என்கிற நம்பிக்கை அவனுக்கு வருகிறது. எனவே சூழலுக்குப் பணிந்து போகிறவனாக இல்லாமல் சூழலை இயக்குபவனாக இருத்தலியல் மனிதனை நிறுத்துகிறது. எனவே வரலாற்றில் அமைப்பின் பங்கைக் காட்டிலும் மனிதனின் பங்கை முதன்மைப்படுத்திய வகையில் அமைப்பியலிலிருந்து அது வேறுபட்டு நின்றது.

இருபதாம் நூற்றாண்டின் பிற்பகுதியில் கவர்ச்சி மிகுந்த அறிவுப்புலமாகத் தோற்றம் கொண்ட அமைப்பியல், அறிதலில் மொழியின் பங்கின் மீது கவனத்தைக் குவித்தது. மொழி என்ற ஊடகத்தின் மூலமாகவே மனிதன் பொருள்களைப் பற்றிச் சிந்திக்கின்றான். இந்த மொழி என்பது ஊடுருவத்தக்க நடுநிலை யான ஊடகம் அல்ல. அதாவது இதுகாறும் நாம் நம்பிவந்தது போல மொழி சிந்தனையைச் சுமக்கவில்லை. உண்மையில் மொழி நமது சிந்தனையைக் கட்டுப்படுத்தவே செய்கிறது. இதனை விளங்கிக்கொள்ள மொழியின் இடுகுறித் தன்மையை விளங்கிக் கொள்ள வேண்டும். ஒரு கருத்தாக்கத்திற்கும் அதைக் குறிக்கப் பயன்படும் சொல்லுக்கும் இடையே எந்தவிதமான தர்க்கபூர்வமான உறவும் இல்லை. தன்னிச்சையாக ஒரு குழு அந்தச் சொல்லைத் தேர்வுசெய்துகொள்கிறது. பிற சொற்களுடன் அந்தச் சொல் கொண்டுள்ள வேறுபாட்டின் அடிப்படையிலேயே அந்தச் சொல்லுக்கு அதன் அர்த்தம் உருவாகிறது. எடுத்துக்காட்டாக 'நதி' என்ற சொல்லை எடுத்துக்கொள்வோம். 'நதி'க்குப் பதிலாக வேறு

ஏதேனும் சொல்லைத் தேர்வு செய்திருந்தால் அதுவே நதியைக் குறிக்கப் பயன்பட்டு வந்திருக்கலாம். இன்னொரு மொழியில் இது வேறு ஒரு சொல்லாகக் குறிப்பிடப்படலாம். 'நதி' என்கிற சொல் எவ்வாறு பொருளைப் பெறுகிறது? சதி, பதி, கதி, மதி என்ற இதர சொற்களிலிருந்து அது கொண்டுள்ள வேறுபாட்டு உறவின் அடிப்படையிலேயே 'நதி' அதன் பொருளைப் பெறுகிறது. 'நதி' என்கிற சொல்லைக் குறிப்பான் (signifier) எனவும் அது சுட்டும் கருத்தாக்கத்தை குறிப்பீடு (signified), இரண்டின் இணைவைகுறி (sign) எனவும் அமைப்பியல் வரையறுத்தது. இங்கொன்றைக் கவனிப்பது முக்கியம். 'குறிப்பீடு' வேறு, பொருள் (object அல்லது referent) வேறு. குறிப்பீடு என்பது அந்தப் பொருள் பற்றிய கருத்தாக்கம் மட்டுமே. பொருளை அது கையகப்படுத்தி விடுவதில்லை. இந்தக் குறிப்பீடு என்கிற கருத்தாக்கம் குழுவுக்குக் குழு, பண்பாட்டுக்குப் பண்பாடு வேறுபடலாம். எடுத்துக்காட்டாக 'நதி' என்கிற கருத்தாக்கத்திற்கு ஒரு தமிழன் கொள்ளும் பொருளும் ஐரோப்பியன் கொள்ளும் பொருளும் வேறு வேறாக இருக்கலாம். நதி என்று சொல்லும்போது ஆண்டு முழுவதும் நீர் ஓடக்கூடிய, ஆழமான, கப்பல்களைச் சுமக்கக்கூடிய நீரோட்டம் என்கிற பொருள் ஒரு ஐரோப்பியனுக்குத் தோன்றலாம். ஒரு தமிழ்க் கவிதையில் 'காய்ந்த மலங்கள் கருத்துக் கிடக்கும் மணிமுத்தா நதி' என்கிற வரிகள் மொழிபெயர்ப்பின் மூலமாகக்கூட அவனுக்குப் புரியாமல் போகலாம்.

இவ்வாறு சொல்/பொருள் என்கிற இருமைக்குப் பதிலாக குறிப்பான்/ குறிப்பீடு/ பொருள் என்கிற மும்மையை வைப்பதன் மூலமாகவும் இதன் உள்ளார்ந்து நிற்கும் இடுகுறித் தன்மையைச் சுட்டுவதன் மூலமாகவும், அமைப்பியல் பொருளைப் பற்றிய அறுதியான இறுதி உண்மையை வெளிப்படுத்தும் சாத்தியத் திலுள்ள இடர்ப்பாட்டின் மீது கவனத்தைக் குவித்தது. சமகாலத்தில் விளங்கும் சகலவற்றுடனான வேறுபாட்டு உறவுகளின் அடிப்படை யிலேயே ஒன்றை விளங்கிக்கொள்ள முடியும் என்கிற வகையில் அதன் சாராம்சம், வரலாறு, தோற்றம் (origin) குறித்த ஆய்வு ஆகியவற்றை அமைப்பியல் தேவையற்றதாக்கியது. எனவே சொல், கருத்து, பிரதி ஆகியவற்றிற்கு அப்பால் நின்று அவற்றின் அர்த்தங்களை நிர்ணயிக்கத்தக்க ஆதாரங்களாகவும் அடித்தளங் களாகவும் இருக்கவல்ல பொருள், நூலாசிரியன் என்கிற கருத்தாக்கங்களை எல்லாம் கேள்விக்குள்ளாக்கிய அமைப்பியல்

எல்லா மனித வெளிப்பாடுகளையும் 'பிரதி' (text) யாகப் பார்க்கும் சாத்தியத்தை வலியுறுத்தியது. பிரதி என்பது பல்வேறு அர்த்தங்கள் வெளிப்படுகிற/மோதுகிற களமாக விளங்கும். மொழியின் இடுகுறித்தன்மை இதனைச் சாத்தியப்படுத்தும். அதன் இறுதி அர்த்தத்தைத் தீர்மானிக்கும் தகுதி, சுட்டும் பொருள் அல்லது ஆசிரியனுக்குக் (referent or author) கிடையாது. இவ்வாறு ஆதாரங்களிலிருந்து அறுபட்டு மிதக்கும் குறிப்பான்களுக்குக் குறிப்பீட்டைக் காட்டிலும் அதிக முக்கியத்துவத்தை வழங்கிய அமைப்பியல் மொழியின் மூலம் சுட்டும் பொருள் குறித்த 'இறுதி உண்மை'யைச் சொல்லிவிட முடியும் என்பதைக் கேள்விக்கு உள்ளாக்கியது. பிரக்ஞை என்பது மொழிவழியாகவே செயல் படுவதால் இதிலிருந்து தப்புவதற்கு மனிதனுக்கு வாய்ப்பே இல்லை. இவ்வாறு உண்மை, சாரம், வரலாறு, தோற்றம், பிற ஆதாரம் ஆகியவற்றிற்கு மேலைச் சிந்தனைப் பாரம்பரியத்தில் கொடுக்கப்பட்டுவந்த மிகையான முக்கியத்துவத்தை அமைப்பியல் போட்டுடைத்தது.

இருபதாம் நூற்றாண்டின் முக்கியச் சிந்தனையாளர்களில் ஒருவரான தெரிதா, மேலைத் தத்துவப் பாரம்பரியத்தில் கலந்து போன 'முன்னிற்றலின் இயங்காவியலை' (Metaphysics of Presence) களைந்தெறிவதன் அவசியத்தை வலியுறுத்தினார். மேலைச் சிந்தனையில் 'எழுத்தைக்' காட்டிலும் 'பேச்சிற்கு' அளிக்கப்படும் முக்கியத்துவத்தின் போலித்தனத்தையும் ஆபத்தையும்களையும் வகையில் அவர் இந்தக் கருத்தாக்கத்தை முன்வைத்தார். எழுத்து என்பது முதன்மையானதல்ல. பேச்சின் மூலமே உண்மையான அர்த்தத்தை நாம் உள்வாங்க முடியும். ஏனெனில் பேசுபவர் நம்முன் நிற்கிறார். நமது காதில் விழும் அவரது குரலொலி இடையில் குறிகளின் இடையீடு இல்லாமல் அவர் மனதில் நினைப்பதை அப்படியே வெளிப்படுத்திவிடும் என்கிற அசட்டுத் தனமான நம்பிக்கையை நமக்குத் தந்துவிடுகிறது. ஆனால் குரலொலியும் குறிகள் மூலமாகவே வெளிப்படுகின்றது. அதாவது இடையில் (மொழி) ஊடகம் இல்லாமல் நமக்கு நாமேகூட முன் நிற்க (present) முடியாது. தவிரவும் முன்நிற்றல் என்கிற கருத்தாக்கமே முன் நில்லாமை (absent) என்கிற கருத்தாக்கத் திலிருந்து வேறுபடுவதன் மூலமே அர்த்தம் பெறுகிறது. நிகழ்காலம் என்பது இறந்த/எதிர்காலங்களுடனான வேறுபாட்டின் அடிப்படையிலேயே பொருள் பெறுகிறது. இவ்வாறு இருப்பில்

இன்மையின் எச்சமும் (trace), நிகழ்காலத்தில், இறந்த காலத்தின் எச்சமும் பிரிக்க இயலாமல் படிந்தே கிடக்கின்றன. தவிரவும் எந்த ஒரு குறியையும் நாம் அர்த்தப்படுத்திக் கொள்ளும்போது வேறு ஒரு குறியின் மூலமாகவே அதனைச் செய்கிறோம். எடுத்துக் காட்டாக 'வீறிட்டான்' என்பதை அர்த்தப்படுத்த முயல்கிறோம் என வைத்துக் கொள்வோம். 'பலமாகக் கத்தினான்' என அர்த்தப்படுத்தும் போது 'பலம்', 'கத்துதல்' என்கிற வேறு குறிகளுக்கு அம்முயற்சி இட்டுச் செல்கிறது. இந்தக் குறிகள் இன்னும் வேறு குறிகளைச் சுட்டுகின்றன. இந்த முயற்சி இறுதியின்றித் தொடர்கிறது. அதாவது அர்த்தங்கள் முடிவே இல்லாமல் ஒத்திப் போடப்படுகின்றன. இவ்வாறு வித்தியாசம், ஒத்திப்போடுதல், முன் நிற்றலின் மாயையைத் தகர்த்தல், ஆதாரத்தின் அதிகாரத்தைக் கேள்விக்குள்ளாக்குதல் ஆகியவை நவீன சிந்தனைக்குப் 'பின் அமைப்பியல்' அளித்த கொடைகள்.

அறிவொளிக் காலத்தைக் கட்டுடைத்து அதன் வன்முறையையும் பகுத்தறிவின் பயங்கரவாதத்தையும் தோலுரித்த இன்னொரு முக்கியச் சிந்தனையாளர் ஃபூக்கோ. சமூகத்தில் அதிகாரங்கள் செயல்படுவதையும் அதன் மூலமான வன்முறையையும் இவர் ஆய்வுக்கு உட்படுத்தினார். அறிவும் அதிகாரமும் இதன்வழியாக வன்முறையும் பிரிக்க இயலாமல் கிடப்பதை அவர் வெளிப்படுத்தினார். அறிவு, தர்க்கம் ஆகியவற்றின் வழிநின்று அறிவொளி யுகத்தை ஒட்டி எவ்வாறு நோய், பைத்தியம், குற்றம், பாலியல் முதலியவை வரையறுக்கப்பட்டன என்பதை விளக்கிய ஃபூக்கோ, இந்த அடிப்படையில் உருவாக்கப்பட்ட மருத்துவமனை, மனநோய் விடுதி, சிறைச்சாலைகள், திருமணம்/குடும்பம் போன்ற பாலியலை ஒழுங்குபடுத்தும் நிறுவனங்கள் ஆகியவற்றின் கட்டமைப்பையும் அவற்றின் மூலம் மக்கள்மீது அவிழ்த்து விடப்பட்ட அதிகாரத்தையும் வன்முறையையும் கட்டவிழ்த்தார். மனிதர்களை வேறுபடுத்திப் பிரித்து (எடு: மனநோயாளி/தெளிந்த அறிவுடையவன்) கண்காணித்து, அடைத்துவைத்து அதிகாரத்திற்கு உள்ளாக்குவதை விளக்கினார். சமூகம் முழுவதுமே சிறைச் சாலை வடிவிலான கண்காணிப்பு நிறுவனங்களாக மாற்றப்பட்டுள்ளதைச்சுட்டிக்காட்டினார். பாலியலுக்கும் அதிகாரத்திற்கும் உள்ள உறவை விரிவாக ஆராய்ந்த ஃபூக்கோ, இந்த வகையில் சமூக முழுமையையும் மனநோய்வயப்பட்ட பெண் (hysterical woman), சுய இன்பம் காணும் பிள்ளைகள், வக்கிரம்பிடித்த வாலிபன்,

மால்தூசிய கணவன்-மனைவி எனப் பிரித்துக் கண்காணிப்பிற்கு உள்ளாக்கப்படுவதை விளக்கினார். பகுத்தறிவை முன்னோக்கிய வளர்ச்சி, விடுதலை ஆகியவற்றுடன் இணைத்த அறிவொளி மரபிற்கு எதிராக இதுகாறும் ஒதுக்கப்பட்ட மனநோயாளிகள், கைதிகள், நோயாளிகள் ஆகியோரின் மீதும் பகுத்தறிவுக்கு மாற்றாக (other) விளங்கும் மனப்பிறழ்வு, உடல், ஆசை ஆகிய வற்றின் மீதும் கவனத்தை ஈர்த்தார். எல்லாவிதமான ஒழுங்கமைவு களுக்கும் (order) பின்னாலுள்ள வன்முறையைத் தோலுரித்தது ஃபூக்கோவின் மிகப்பெரிய பங்களிப்பு. ஒழுங்கமைப்பை வலியுறுத்துவதிலும் நியாயப்படுத்துவதிலும் ஒழுங்கின்மை பற்றிய அச்சத்தைப் பல்வேறு தளங்களில் நம்மிடையே விதைப்பதிலும் குற்ற உணர்ச்சியை விதைத்து அதிகாரத்தின் கண்காணிப்பிற்கு நம்மை ஆட்படுத்திக்கொள்ளும் விருப்பை உருவாக்குவதிலும் பகுத்தறிவு வகித்துள்ள பங்கை நாம் ஃபூக்கோ வழி நின்று புரிந்துகொள்கிறோம்.

அதிகாரம் குறித்த சிந்தனைகளில் ஃபூக்கோவிற்கு முன்னோடி யாக இருந்த சென்ற நூற்றாண்டின் இன்னொரு முக்கியமான சிந்தனையாளரான நீட்ஷேவைப் *(1844-1900)* பற்றிச் சொல்லாமல் இக்குறிப்புகள் முழுமை பெறாது. நவீன அதர்க்கவியலின் தந்தை என அழைக்கப்படும் நீட்ஷே இந்த நூற்றாண்டில் மிகவும் தவறாகப் புரிந்துகொள்ளப்பட்ட ஒரு தத்துவவியலாளர். அதுவரை யிலான தத்துவங்களின் பிரச்சினைக் குவியங்களிலிருந்து கவனத்தைத் திருப்பிய நீட்ஷே, 'அதிகாரத்திற்கான விருப்புறுதி' (Will to Power) என்கிற புதிய தத்துவார்த்தப் பிரச்சினைக் குவியத்தை முன்வைத்தார், இதுவரையிலான அறவியல் பண்பாட்டு மதிப்பீடுகள் எல்லாம் 'அடிமை அறவியலே' (slave morality), அதாவது அடிமைகளாக மக்களைக் கட்டமைக்கும் அறவியல் மற்றும் மதிப்பீடுகளே எனப் பிரகடனப்படுத்திய நீட்ஷே, இவை அனைத்தையும் தூக்கி எறிவது தவிர நமக்கு வேறுவழியில்லை என்றார். இவற்றுக்குப் பதிலாகப் புதிய அறவியல், புதிய மதிப்பீடுகள், புதிய பண்பாடு உருவாக்கப்பட வேண்டும். அடிமை மனநிலையிலிருந்து விடுதலையடைந்து அதிகார விருப்புறுதியை மனிதன் உருவாக்கிக்கொள்ள வேண்டும். இந்த நோக்கில் ஒரு புதிய 'அதிகார அறவியல்' (master morality) உருவாக்கப்பட வேண்டும். எல்லா மனிதர்களும் அதிகாரமுடையவர்களாக, ஆற்றல்மிக்கவர் களாக, அதிமனிதர்களாக (superman) ஆக வேண்டும் என விருப்பம்

தெரிவித்த நீட்ஷே, இதற்குத் தடையாக உள்ள, அடிமை மனப் பான்மையை மனிதரில் விதைக்கிற கிறிஸ்தவ மதத்தை மறுத்தார். மனிதனுக்குக் கற்பிதங்கள் தேவை என்ற நீட்ஷே கடவுளின் மரணத்தை அறிவித்தார். கடைசிக் கிறிஸ்தவன் சிலுவையில் மாண்டுபோனான் என்று நகைத்தார். அறிவுத் தேட்டம் என்பது அதிகாரத்தை நோக்கிய ஒரு செயல்பாடுதான் என்பதை முதன் முதலில் சுட்டிக்காட்டியவரும் நீட்ஷேதான். எல்லாப் பழைய அடிமை மதிப்பீடுகளையும் தூக்கி எறியச் சொல்லும் நீட்ஷேயிசக் குரலை 'நிகிலிசம்' என ஒதுக்குவதில் பொருளில்லை. ருசியப் புரட்சிகர ஜனநாயகவாதிகளை 'நிகிலிஸ்டுகள்' என ருசியப் பிற்போக்குவாதிகள் அழைத்தபோது, பிற்போக்குத்தனமான சமூக ஒழுங்கமைவுக்கு எதிரான இயல்பான எதிர்மறைக் கண்ணோட்டமே நிகிலிசம் எனக் கூறிய லெனின், அவர்களைப் புரட்சிகர நிகிலிஸ்டுகள் என வரையறுத்தது குறிப்பிடத்தக்கது (தொகுப்பு 4, பக்கம் 275). டாக்டர் அம்பேத்கர் அவர்கள் நீட்ஷே குறித்து உதிர்த்துள்ள விமர்சனபூர்வமான கருத்துக்கள் (தொகுப்பு 6, பக்கம் 101-105) முக்கியமானவை.

மிக மிகச் சுருக்கமாக மேலைத் தத்துவப் பாரம்பரியத்தில் அறிதல் குறித்த கண்ணோட்டங்கள் வளர்ச்சி பெற்று வந்தமை இங்கே தொட்டுக் காட்டப்பட்டுள்ளது. எந்தச் சிந்தனையாளரின் கருத்தும் இங்கே முழுமையாகத் தொகுக்கப்படவில்லை. கோடி காட்டப் பட்டுள்ளன என்று சொல்வதே பொருத்தம். லாக், பெர்க்லி, ஹ்யூம் போன்ற அனுபவவாதிகள், ஸ்பினோஸா, லெய்ப்னிஸ் போன்ற பகுத்தறிவுவாதிகள், ஃபிக்டே, ஷெல்லிங் போன்ற ஜெர்மன் கருத்து முதன்மையாளர்கள். காம்டே, மில் போன்ற நேர்காட்சிவாதிகள், அல்துஸ்ஸர் போன்ற மார்க்சியர்கள் ஆகியோரின் கருத்துக்கள் விரிவஞ்சி இங்கே விடப்பட்டுள்ளன.

ஒரு இடையீடு

நவீனத்துவத்தின் தொடர்ச்சியாகவும் உச்சமாகவும் அதன் ஒரு சில கூறுகளின் நீட்சியாகவும் சிலவற்றின் மறுப்பாகவும் விகசித்துள்ள பின்நவீனத்துவத்தை அடையாளம் காணுமுன் இந்தியத் தத்துவம் குறித்த ஒரு ஒப்புநோக்குக் குறிப்பை இங்கே முன்வைப்பது அவசியமாகிறது. மேலைத் தத்துவத்தைக் காட்டிலும் கீழைத் தத்துவம் உயர்ந்தது எனவும், எல்லாமே நமது

வேதங்களில் உள்ளது எனவும் சனாதனக் குரல்கள் இங்கே அவ்வப் போது ஒலிப்பதன் விளைவாக இதைச் சொல்ல வேண்டி இருக்கிறது.

புராதன வடமொழி வேதங்களில் காணப்படும் தத்துவார்த்தக் கூறுகளைக் கணக்கிலெடுத்துக்கொண்டு பார்த்தோமானால் இந்தியத் தத்துவத்தின் தோற்ற காலத்தை கி.மு. 10க்கு முன் சொல்லலாம்.புராதன கிரேக்க-ரோமத் தத்துவங்களுடன் எல்லா வகைகளிலும் ஒப்பிடத்தக்க அளவிற்கு இந்தியத் தத்துவம் இருந்தது என்பதில் ஐயமில்லை. வேதங்களை ஆதாரமாகக் கொண்ட சனாதனப் போக்கிற்கும் வேதங்களின் ஆதாரங்களை மறுத்த பௌத்த ஜைன லோகாயதப் போக்குகளுக்கும் இடை யிலான வாத, எதிர்வாதக் களமாக இந்தியத் தத்துவம் அமைந்தது. இன்னொரு கோணத்தில் சொல்வதானால் கருத்துமுதன்மைத் தத்துவப் போக்குகளுக்கும் பொருள் முதன்மைப் போக்குகளுக்கும் இடையிலானபோராட்டமாகவும் சொல்ல இடமுண்டு. மீமாம்சம், சாங்க்யம், யோகம், நியாயம், வைசேடிகம் போன்றவை வேத ஆதாரங்களை ஏற்றுக்கொண்டவை. சாங்க்யம் போன்றவை வேத ஆதாரங்களை ஏற்றுக்கொண்டாலும் பொருள்முதன்மைத் தன்மையுடையனவாய் இருந்ததும், வேத ஆதாரங்களை மறுத்து எழுந்ததாயினும் புத்த தத்துவத்திற்குள் கருத்துமுதன்மைப் போக்குகளும் இருந்தன என்பதும் இங்கே குறிப்பிடத்தக்கன. மொத்தத்தில் மேலைப் புராதனத் தத்துவங்களுக்கு இணையாகக் கீழைத் தத்துவங்களும் வளர்ந்திருந்தன. தமிழிலக்கியங்களின் வாயிலாக வெளிப்பட்ட தத்துவப் போக்குகளை நா. வானமாமலை போன்றோர் விரிவாக ஆய்ந்துள்ளனர்.

கிறிஸ்தவ மதம் மற்றும் மடாலயங்களின் எழுச்சியோடு மேலைத் தத்துவம் மேலை இறையியலின் எடுபிடியாக மாறியதைக் கண்டோம். கி.பி. எட்டாம் நூற்றாண்டுக்குப் பின்பு இங்கே உருவான வேதாந்தத்தை மத்தியகால மேலைத் தத்துவத் திற்கு இணையாகச் சொல்லலாம். பௌத்த, ஜைன வேத மறுப்பு மதங்களையும் லோகாயதத்தையும் சனாதனத் தத்துவத்திற் குள்ளேயே பொருள் முதன்மைக் கூறுகளுடன் வெளிப்பட்ட சாங்க்யம், நியாயம், வைசேடிகம் முதலியவற்றையும் வீழ்த்தி வேதாந்தம் எழுந்தது. வேதாந்தத்திற்குள் அத்வைதம் (சங்கரர்) துவைதம் (மத்வர்), விசிட்டாத்வைதம் (ராமாநுஜர்) என மூன்று போக்குகள் இருந்ததெனினும் இவை அனைத்துமே கருத்து

முதன்மைப் போக்குகளாகவே இருந்தன. மாற்றுப் போக்குகள் முற்றிலுமாக ஒடுக்கப்பட்டன. சில நூற்றாண்டுகளுக்குப் பின்பு தமிழகத்தில் உருவான சைவ சித்தாந்தம் மடங்களின் ஆதரவோடு நெடுநாள் கோலோச்சியது. வேதாந்த மரபிலிருந்து சைவசித்தாந்தம் பெரிய அளவில் வேறுபட்டிருக்கவில்லை. பொருள்முதலியம், அனுபவ வாதம், அறிவின் மேன்மை முதலியவற்றை இவை எதுவும் ஏற்றுக்கொண்டதில்லை என்பதோடு கடுமையாக எதிர்க்கவும் செய்தன. மதத்தின் கொத்தடிமையாக இந்தியத் தத்துவம் ஆக்கப்பட்டு மாற்றுச் சிந்தனை மரபுகள் ஓரங்கட்டப் பட்டன.

மத்திய காலம் வரையிலும் மேலை மரபுக்கு இணையாக இந்திய மரபு விளங்கியதைக் கண்டோம். மத்திய காலத்திற்குப் பின்பு மேலைத் தத்துவம் மதவியலின் பிடியை நொறுக்கிக் கொண்டு விலகி வந்து மதம் சாராத் தன்மையுடன் கடந்த ஐந்நூறு ஆண்டு காலமாக மிகப்பெரிய வளர்ச்சி அடைந்திருப்பதை நாமறிவோம். விசுவாசத்தை முதன்மைப்படுத்திய மத்திய காலத் தத்துவம் தகர்ந்து பகுத்தறிவு கோலோச்சியதையும் சில நூற்றாண்டுகளுக்குப் பின்பு அந்தப் பகுத்தறிவுச் சிந்தனை மரபும் விமர்சனத்துள்ளாக்கப்பட்டு இணையான ஒரு ஐயவாத மரபு தோன்றியதையும் முற்பகுதியில் சுருக்கமாகப் பார்த்தோம். 15ஆம் நூற்றாண்டுக்குப் பின்பு மேலைச் சூழலில் பெருவளர்ச்சி அடைந்த அறிவியல் சாதனைகள் இதற்குப் பின்புலமாக அமைந்ததையும் அறிவோம்.

இங்கிருந்த வருணாசிரமம் அறிவியல் வளர்ச்சியை முடக்கிய கதையை நாம் அறிவோம். காலனிய நடவடிக்கைகள் இத்துடன் இணைந்தன. இதன் விளைவாக மேலை மரபில் ஏற்பட்ட தத்துவ வளர்ச்சிக்கு இணையாக இங்கே தத்துவம் வளரவில்லை. மதவியலிலிருந்தும் விசுவாச நம்பிக்கைகளிலிருந்தும் மேலைத் தத்துவம் விடுபட்டதுபோல இந்தியத் தத்துவம் இன்றுவரை விடுபடவில்லை. மதம் சாராத் தத்துவமரபு இங்கே வளர்த் தெடுக்கப்படவில்லை. மத நம்பிக்கைகள் தகர்க்கப்பட்டு, மர்ம வாதங்கள் நொறுக்கப்பட்டுப் பகுத்தறிவின் ஆதிக்கம் இங்கே தோன்றவே இல்லை. மதம் சார்ந்த பிரபுத்துவ வன்முறைதான் இங்கே தொடர்ந்தது. பகுத்தறிவு சார்ந்த மேலை மரபிலாவது சற்றே ஜனநாயகக் கூறுகளும் பகுத்தறிவை விமர்சனத்திற்கு

உள்ளாக்கிய மரபும் கலந்திருந்தது. பகுத்தறிவின் வன்முறை யினூடாக இவற்றையும் காணமுடிந்தது. இந்திய மரபிலோ இத்தகைய விமர்சனப் போக்குகளுக்கெல்லாம் வாய்ப்பற்று மதம் சார் சனாதனப் போக்கின் வன்முறை தொடர்ந்தது, தொடர்கிறது. இந்தப் போக்கின் சில கூறுகளை விமர்சனத்திற்குள்ளாக்கிய சித்தர் மரபு ரொம்பவும் பலவீனமாக விளிம்பில் நின்று பரிதாபமாக ஒலித்தது. விரிவான தத்துவப் போக்காக வளர்வதற்கு வாய்ப்பு அற்றுச் சுருங்கிப்போனது. விரிவான தத்துவ வளர்ச்சிக்குரிய அறிவியல் வளர்ச்சி இங்கு இல்லாமல் போனதும் இதற்கொரு காரணமாக இருக்கலாம்.

முதன்முதலில் பகுத்தறிவின் துணைகொண்டு மதம்சார் நம்பிக்கைகளை இங்கே கேள்விக்குள்ளாக்கியவர் ஈ.வெ.ரா. பெரியார்தான். மதம்சார் தத்துவத்தினடியிலான வன்முறையின் சமூக விளைவுகளுக்கு எதிராகத் தீவிரமாக இயங்கிய அவரது செயல்பாடுகள் அரசியல் களத்திற்குள்ளேயே முடங்கின. தத்துவக் களத்தில் விரிவடையவில்லை.

இந்தியத் தத்துவம் குறித்த இந்த இடையீட்டிலிருந்து விலகி மேலைச் சூழலில் நவீனத்துவத்தின் உச்சமாகப் பின்நவீனத்துவம் வெளிப்பட்டதை அடையாளம் காண முயலலாம்.

பின்நவீனத்துவத்திற்குள் பல்வேறு விதமான போக்குகள் இருந்த போதிலும் இவை அனைத்திற்கும் பொதுவான கூறாக விளங்குவது தன்னிலையை முன்னிலைப்படுத்தும், பகுத்தறிவைக் கேள்விக்குள்ளாக்கும் பண்பே. இந்த வகையில் மேலைத் தத்துவத்தில் பகுத்தறிவை விமர்சனக் கண்கொண்டு நோக்கிய கான்ட், ஹெய்டெக்கர், நீட்ஷே, ஃபூக்கோ, தெரிதா மற்றும் மேலைச் சிந்தனைப் போக்கின் இருண்ட மரபாகக் கருதப்பட்ட டிசேட், பதேய்ல், ஆர்த்தோ என்றொரு வம்சாவளி வரிசையைத் தனக்குரியதாகப் பின்நவீனத்துவம் அடையாளம் கண்டது. அறிவு என்பது உண்மையைத் தேடும் முயற்சி என்பதை மறுத்த பின்நவீனத்துவம் அறிவை ஒரு உரையாடலாகவும் சமூக நடைமுறையாகவும் கண்டது. இவ்வாறு அறிவின் சர்வ வியாபகத் தன்மை (universalism), நிரந்தரத்தன்மை என்பன கேள்விக் குள்ளாக்கப்பட்டன. எல்லாவிதமான கோட்பாட்டுருவாக்கத்தையும் சந்தேகக் கண்கொண்டு பார்த்த பின்நவீனத்துவம், நடைமுறை அறிவுக்கு (pragmatism) முக்கியத்துவம் அளித்தது. அறிதல்

செயல்பாட்டில் தன்னிலையையும் பொருளையும் தனித்தனியே பிரித்து நிறுத்துவதைச் சாத்தியமில்லை எனக் கண்டு, உலகில் மனிதன் சூழலுடன் பரஸ்பர வினையாக்கத்தில் உள்ளான் என்கிற ஹெய்டெக்கரின் கருத்தை ஏற்றுக்கொண்டது.

எனவே எதையும் நாம் உள்ளிருந்தே பார்க்க வேண்டியவர்களாக இருக்கிறோம். வெளியிலிருந்து எட்டிப்பார்ப்பதற்கான இடம் ஏதும் இல்லை என்றது. எந்த ஒன்றையும் அதற்கு வெளியே உள்ள அடித்தளத்தின் மீது ஏறி நின்று பார்க்க முடியாது. எடுத்துக் காட்டாக ஒரு பிரதியை மதிப்பிட அதன் ஆசிரியனது கருத்து அல்லது செயல்பாட்டை ஆதாரமாகக் கொண்டுவிட முடியாது. ஆசிரியனைப் போலவே கடவுள், வரலாறு, பகுத்தறிவு போன்ற எல்லா அடித்தளங்களும் முக்கியத்துவம் இழந்து போகின்றன.

பொருள்களின் சாரம், மொத்தத்துவம் போன்ற கருத்தாக்கங்களைப் பின்நவீனத்துவம் மறுத்தது. மொத்தத்துவம் எதேச்சதிகாரத்திற்கே வழிவகுக்கும் என்பதால் சிதறுண்டு போதலின்பால் (fragmentation) கவனம் குவித்தது. ஒருமைத்தன்மை, ஒன்றை நோக்கிய கருத்துக்குவிப்பு என்பதெல்லாம் வன்முறைக்கே இட்டுச் செல்லும் என்பதால் விலகல், வேறுபாடு, பன்மைத் தன்மை, ஒருமையின்மை (incoherance) இரு பொருட்தன்மை (ambiguity) ஆகியவற்றை வலியுறுத்தியது. மொத்தத்துவம், பொதுமைப்படுத்துதல், தரப்படுத்துதல் என்பதெல்லாம் தனித்துவமான அடையாளங்களை அழித்தொழிக்கும் வன்முறைகள் என்பதால் சிறு குழுக்கள், தனித்துவங்கள், தல அளவிலான செயல்பாடுகள் ஆகியவற்றை வரவேற்றது. பெருந்திட்டம் என்பதற்குப் பதிலாக சிறிய திட்டங்கள், பேரிலக்கியம் என்பதற்குப் பதிலாக சிறுகதையாடல்கள் என்பதாக இதனைப் பலதுறைகளிலும் விரிவாக்கலாம்.

தர்க்க வகைப்பட்ட அறிதலை வன்முறை என ஒதுக்கிய பின்நவீனத்துவம் அதர்க்க வகைப்பட்ட அறிதலுக்கு எடுத்துக் காட்டாய் விளங்கும் அழகியல் அணுகல்முறையைத் (எ-டு: 'தீ சுடும்') தனக்குரியதாக வரித்துக்கொண்டது. பகுத்தறிவுக்குப் பதிலாக பகுத்தறிவின் மாற்றாக விளங்கக்கூடிய விருப்பு (desire), உடல்(body), பைத்தியநிலை, பன்மைத்தன்மை, நுண்அரசியல் ஆகியவற்றை முன்வைத்தது. 'உடல் அரசியல்', 'விருப்பின் அரசியல்' போன்ற கருத்தாக்கங்களை உருவாக்கியது. இவ்வாறு

அழகியல் என்பதைக் கலை இலக்கியம் என்கிற எல்லையைத் தாண்டி அறிதல், அரசியல், அறிவியல், நடைமுறை என வேறு புலங்களுக்குள் அத்துமீறி நுழைய வைத்தது. கடவுள், பகுத்தறிவு போன்ற அடித்தளங்கள் தகர்ந்து போனதால் இனி அழகியல் ரீதியில் வடிவமைக்கப்பட்ட உடல்சார்ந்த விருப்புகளே முக்கியம் என அறிவித்தது. இறுதியாக, எதார்த்தவாதம் (realism), புனைவியல் (romantism), நவீனத்துவம் (modernism), பின்நவீனத்துவம் (post-modernism) ஆகியவற்றை வேறுபடுத்திப் புரிந்துகொள்ள முயல்வோம்.

தன்னிலையை முன்னிலைப்படுத்திப் பகுத்தறிவை மையமாகக் கொண்டு இயங்கிய கார்ட்டீசிய அறிதல் முறை எதார்த்தத்தை ஆய்வுக்குட்படுத்தப்பட வேண்டிய செயலூக்கமற்ற பொருளாய் அணுகியதைக் கண்டோம். கலை இலக்கியச் செயல்பாடுகளில் இது எதார்த்தவாதமாய் வெளிப்பட்டது. எதார்த்தத்தை மனதில் எதிரொளித்து அப்படியே இலக்கியமாக வடித்தெடுத்துவிட முடியும் என்கிற அறிவொளியின் அகங்கார வெளிப்பாடாக எதார்த்த வாதத்தைக் காணலாம். எதார்த்தத்தைக் கையகப்படுத்திய இறுமாப்பை எழுத்தாளனுக்கும் எதார்த்தத்தைப் புரிந்துகொண்ட போலி மகிழ்ச்சியை வாசகனுக்கும் இது அளிக்கிறது.

அறிவொளி மரபை ஒட்டி எதிர்மரபு ஒன்றும் (counter) மேலைத் தத்துவத்தில் இணையாகச் செயல்பட்டு வந்ததை அறிவோம். இதற்கிணையான இலக்கியச் செயல்பாடாக புனைவியலைச் சொல்லலாம். முதலாளிய வளர்ச்சியை ஒட்டிய தர்க்கங்களையும் பண்டமயமாதல்களையும் மனிதன் எதிர்கொள்ளும்போது ஏற்பட்ட சிக்கல்கள் புனைவியலாக வெளிப்பட்டன. 'கற்பனைச் சாகசம்' என்கிற ஒரு புதிய அடித்தளத்தைப் பற்றிக்கொண்டு அவன் நிற்க முயன்றதை இது எடுத்துக்காட்டியது. செர்வான்டிசின் நாயகர்களை நாம் இங்கே நினைவுகூரலாம்.

ஆனால் பரிச்சயமான பொருள்கள், சமூகப் பாத்திரங்கள், நிறுவனங்கள் ஆகியவற்றை 'எதார்த்த நீக்கம்' (derealize) செய்கிற ஆற்றலை முதலாளியம் பெற்றுள்ளது குறிப்பிடத்தக்கது. நம்முன் இருக்கிற எதார்த்தங்கள் எல்லாமே போலி எதார்த்தங்கள்தான் (simulacrum). மாதிரிகளே நம்முன் எதார்த்தங்களாகக் (hyperreality) காணக் கிடைக்கின்றன. எனவே இவற்றை அப்படியே இனி எதார்த்தவாதமாய் வெளிப்படுத்துவது என்பது வாசகர்முன்

எதார்த்தத்தை எழுப்பி நிறுத்திவிடாது. வேண்டுமானால் அது ஓர் ஏக்க உணர்வாகவோ இல்லை கேலி உணர்வாகவோ வெளிப் படலாம். எனவே அது வாசகனுக்குத் திருப்தி அளிப்பதற்குப் பதிலாக சோகத்தையே அளிக்கிறது.

ஒற்றை அர்த்தம், ஒழுங்கு ஆகியவற்றின் மீதான பிரம்மை எதார்த்தவாதத்தின் மூலம் அதிகரிக்கிறது. எதார்த்தவாத நோக்கில் பயன்படுத்தப்படும் புகைப்படம், திரைப்படம் முதலியவை இதனை உறுதிசெய்கின்றன. ஒரு பரிச்சயத் தன்மையையும் அதனடிப்படையிலான பாதுகாப்பு உணர்வையும் ஊட்டுவதன் மூலம் இருக்கிற எதார்த்தத்தையும் அதன் வன்முறையையும் கேள்வி முறையின்றி ஏற்றுக்கொள்ளும் மனநிலையை எதார்த்த வாதம் அளிக்கிறது. ப்ரெக்ட் எழுப்பிய கேள்வி நினைவிருக் கலாம். மரத்திலிருந்து விழும் பழத்தை இயல்பானது, எதார்த்தமானது என்கிற நோக்கில் பரிச்சய உணர்வோடு அணுகினால் ஈர்ப்பு விதியை நாம் உணர முடியாது. ஈர்ப்பு விதியை உணராதவரை அதன் பிடியிலிருந்து தப்பமுடியாது. எனவே சுற்றியுள்ள வன்முறை மிக்க இந்தச் சூழலுக்குப் பாதுகாவலர்களாகவும் அதனை ஏற்றுக் கொள்பவர்களாகவும் இருக்கக்கூடாது என்கிற எண்ணம் நமக்கு இருக்குமேயானால் 'உள்ளதை உள்ளபடியே' சித்திரிப்பதாக நாம் நினைத்துக்கொள்கிற எதார்த்தவாதத்தின் விதிகளைத் தகர்த்தெறிந்தாக வேண்டும். பரிச்சய உணர்வு அளிக்கும் பாதுகாப்பு என்பது அரசு, காவல்துறை முதலியவை அளிக்கும் பாதுகாப்பிற்குச் சமம். இதன் மறுபக்கம் வன்முறை. எதார்த்தவாதம் என்பது ஏதோ ஒரு வகையில் வன்முறையை ஏற்றுக்கொள்கிற விஷயம் மட்டுமல்ல, வன்முறையைப் பிரயோகிக்கிற விஷயமும் கூட. சுருங்கச் சொல்வதானால் எதார்த்த வாதத்தின் ஒரே வரையறை, 'எதார்த்தம் குறித்த பிரச்சினைகளிலிருந்து நம் கவனத்தைத் திருப்புவது' என்பதுதான்.

புனைவுகளினூடாகவே இவ்வுலக வாழ்க்கை இயங்குகிறது. கற்பிதங்களும் கட்டமைப்புகளும் அறிதலில் பிரிக்க இயலாத பங்கை வகிக்கின்றன. ஆண்மை, பெண்மை, தேசியம் போன்ற கட்டமைப்புகளை எடுத்துக்காட்டுகளாகச் சொல்லலாம். நமது அறிதலில், பிரக்ஞையில் கலந்துபோயுள்ள இந்தப் புனைவுத் தன்மை பற்றிய உணர்வை நம்மிடமிருந்து விரட்டி ஒருவகை 'உண்மைத் தன்மை'யைப் (truth effect) பதிக்கிறது எதார்த்த

வாதம். இருத்தலுக்கும் அறிதலுக்குமிடையிலான இடைவெளி யைத் திரையிடுவதன் மூலமாக இந்த 'உண்மைத் தன்மை' உருவாக்கப்படுகிறது. 'புனைவுத் தன்மை' மறைக்கப்படுகிறது. ஒருமை, எளிமை, பரிச்சயத்தன்மை முதலியவையும் பழக்கப் பட்ட அழகியல் விதிகளுக்குக் கட்டுப்பட்டு இயங்கும் தன்மையும் இதற்குத் துணைபுரிகின்றன. இவ்வாறு புனைவுகள் (fiction) புனைவுத் தன்மை நீக்கப்பட்டு நம்மிடம் கையளிக்கப்படுகின்றன. பிராங்க் கெர்மோட் சொல்வது போலப் புனைவுகளிலுள்ள புனைவுத் தன்மை மறைக்கப்பட்டு உண்மை விளைவை அதன் மீது ஏற்றும்போது புனைவுகள் (fiction) தொன்மங்களாகச் (myths) சீரழிகின்றன. கெர்மோட் சொல்கிற ஒரு எடுத்துக்காட்டைப் பார்ப்போம். பாசிசம் முன்வைத்த 'யூத எதிர்ப்பு' என்கிற புனைவு தொன்மமாக முன்வைக்கப்பட்டது.

ஆனால் ஷேக்ஸ்பியரின் 'லியர் மன்னன்' நாடகம் புனைவாக நம் முன்நிற்கிறது. பல்வேறு வகையான அரசியல் சொல்லாடல்கள், சடங்குகள்(rituals-எ-டு: மாநாடு, பேரணி, கொடி ஏற்றுதல், கொடும் பாவி எரித்தல் முதலியன) மூலம் பாசிசத்தின் புனைவுக் கூறுகள் நீக்கப்பட்டு உண்மைத் தன்மை உருவாக்கப்படுகிறது. இது இலட்சக்கணக்கில் யூதர்களைக் கொன்று குவிக்கும் வன்முறைக்குக் காரணமாகிறது. சாவைப் பற்றியப் பிரச்சினைகளை முன் வைக்காமலேயே பாசிசத் தொன்மம் சாவை மற்றவர்கள் மீது திணிக்கின்றது. தனது கற்பிதங்களை நிறுவும் சோதனைச்சாலையாக கொலைக் களங்களை உருவாக்குகிறது. இந்த வகையில் அறிவியலின் கற்பிதங்களுக்கும் (hypothesis) தொன்மத்தின் கற்பிதத்திற்கும் இடையே ஒரு ஒப்புமையைக்கூட நாம் காண முடியும்.

ஆனால் 'லியர் மன்னன்' நாடகமோ சாவைப் பற்றிய பிரச்சினை உருவாக்கம் ஒன்றைச் செய்து நம்மை நாமே விலகிநின்று எதிர்கொள்ளும் மனநிலையை உருவாக்குகிறது. தொன்மங்கள் முழுமையான ஏற்பை அதனை எதிர்கொண்டவர்கள்மீது திணிக் கின்றன. புனைவுகளோ தற்காலிகமான நிபந்தனைக்குட்பட்ட இசைவையே கோருகின்றன. தொன்மங்கள் நிலைத் தன்மையைக் கோருவதாகவும், இருக்கிற நிலையைத் 'தீமைகளைக் களைந்து' தக்கவைப்பதாகவும், புனைவுகள் என்பன மாற்றத்திற்குரிய மனநிலையை உருவாக்குவதாகவும் உள்ளன. ஆனால் புனைவுகள் என்பன தனது புனைவுத் தன்மையை மறைத்துக்கொள்ளாத

வரையிலேயே, உண்மை விளைவுக்கு ஆசைப்படாத நிலையிலேயே இத்தகைய வரவேற்கத்தக்க பணியை மேற்கொள்ள முடியும் என்பது குறிப்பிடத்தக்கது. 'சிந்திக்கக்கூடிய எதுவும் புனைவாகத்தான் இருக்க முடியும்' என நீட்ஷே சொன்னதும் நமது 'இறுதி நம்பிக்கை புனைவில்தான் இருக்க வேண்டும்' என வாலஸ் ஸ்டீவன்ஸ் குறிப்பிட்டதும் இங்கே நினைவுகூரத் தக்கன.

எனவே சூழலின் வன்முறை, எதார்த்தத்தின் போலித் தன்மை ஆகியவை குறித்த பிரக்ஞை இருக்கும்போது எதார்த்தவாதத்தின் ஏற்றுக்கொள்ளப்பட்ட விதிகளிலிருந்து விலகுவது தவிர்க்க இயலாததாகிறது. உண்மைத் தன்மையைத் தோற்றுவிக்கும் 'சரியான விதிகள்', 'சரியான கதை சொல்லல்', 'சரியான வடிவம்' போன்றவற்றை எல்லாம் போட்டுடைக்க வேண்டியதாகிறது. இந்த நிலையை ஏற்றுக்கொண்ட கலைஞர்கள் இந்த நூற்றாண்டின் முற்பகுதியில் கலை இலக்கிய நவீனத்துவத்திற்குக் காரணமாயினர். எதார்த்தத்தை உள்வாங்கி (conceive) வெளிப்படுத்துவதிலுள்ள பிரச்சினைகளின்பால் கவனத்தை ஈர்த்தனர். எனினும் எதார்த்தவாதத்திலிருந்து தப்புவதில் நவீனத்துவவாதிகளுக்கும் பின்நவீனத்துவவாதிகளுக்குமிடையே குறிப்பிடத்தக்க வேறுபாடுகள் உள்ளன. கான்ட்டின் sublime என்கிற ஒரே சமயத்தில் இன்பத்தையும் துன்பத்தையும் அளிக்கும் உணர்வு எனும் கருத்தாக்கத்தைப் பயன்படுத்தி லியோதார்த் இந்த வேறுபாட்டை வரையறுத்தார்.

எதிர்கொள்கிற எதார்த்தத்தைப் புரிந்து உள்வாங்கும் திறனுக்கும் அதனை வெளிப்படுத்தும் திறனுக்குமுள்ள மோதலின் விளைவாக ஒரு தன்னிலை இந்த உணர்வை அனுபவிக்கிறது. இந்த எதார்த்தம் பற்றிய ஒரு புரிதலை நாம் உருவாக்கிக்கொண்ட போதிலும் அதனை வெளிப்படுத்துவதற்கு நமது கற்பனை திறனற்றுப் போகும் போது இந்த உணர்வு ஏற்படுகின்றது. புரிந்து உள்வாங்குவதில் ஏற்பட்ட இன்பமும் வெளிப்படுத்த இயலாத துன்பமும் இணையும் நிலை அது. இந்த ஒருங்கின்மையின் விளைவாக அழகியல் உணர்வை நாம் அடையாததோடு எதார்த்தம் குறித்த அறிவை உருவாக்கும் சாத்தியத்தையும் அந்த வெளிப்பாடு இழந்து விடுகிறது. இந்த வெளிப்படுத்த இயலாத சாத்தியமின்மையை யாவது வெளிப்படுத்த முடியுமா? முடியும் என்றார் கான்ட். 'வடிவமற்ற' (formlessness) தன்மையின் மூலமே இது சாத்தியம்.

Sublime என்பதற்கூடாக இருவிதமான உணர்வோட்டங்களைப் (mood) பிரித்துக்காட்டுகிறார் லியோதார்த்: *(1)* வெளிப்படுத்த இயலாத சாத்தியமின்மைக்கு அழுத்தம் கொடுக்கும் தன்மை. முன்னிறுப்பை (present) வெளிப்படுத்த இயலாத ஏக்கத்தை (nostalgia) இது அளிக்கிறது. கலை இலக்கிய நவீனத்துவப் போக்குகள் இந்த உணர்வோட்டத்தை அடிப்படையாகக் கொண்டன. *(2)* புரிந்து உள்வாங்கும் திறனுக்கு அழுத்தம் கொடுக்கும் தன்மை மற்றது. வெளிப்படுத்த இயலாமை பற்றிய சோகத்தை மறந்து புரிந்து உள்வாங்கும் திறனை எண்ணித் தன்னிலையை மகிழ்ச்சிக் கடலில் ஆழ்த்துகிறது அது. வடிவமற்ற தன்மை, இருண்மை போன்ற உத்திகள் மூலமாக எப்படியோ 'ஆழத்தை' எட்டி எதார்த்தத்தைக் கையகப்படுத்தும் வெட்டி முயற்சிக்குப் பதிலாக முழுமை, சாரம் குறித்த பிரக்ஞைகளை எல்லாம் ஒதுக்கிவைத்துவிட்டு எல்லாவற்றையும் வேடிக்கையாய், விளையாட்டாய், முரண் நகையாய்ப் பார்க்கும் மன ஊக்கத்தை இது தன்னிலைக்கு அளிக்கிறது. இதுவே பின்நவீனத்துவ மனநிலை என்கிறார் லியோதார்த். எதார்த்தத்தைத் தட்டில் வைத்து விநியோகிப்பதல்ல—வெளிப்படுத்த இயலாதவை குறித்த மறைக்குறிப்புகளை (allusions) உருவாக்குவதே எழுத்தின் பணி என்று சொன்னலியோதார்த், 'மொத்தத்துவத்தின் வன்முறையை நாம் சகித்துக்கொண்டது போதும்; மொத்தத்துவத்திற்கு எதிரான யுத்தம் ஒன்றைத் தொடங்குவோம்; வெளிப்படுத்த இயலாமைக்குச் சாட்சியங்களாக அமைவோம்; வேறுபாடுகளை ஊக்குவோம்; தனித்துவங்களுக்கு மரியாதை செலுத்துவோம்' என்று முழங்கினார்.

நவீனத்துவத்தின் உச்சமாகவே பின்நவீனத்துவம் வெளிப் பட்டாலும் இந்த வேறுபாடு மிக முக்கியம். ஆழங்களை எப்படியாவது எட்டிவிட வேண்டும் என்கிற அவஸ்தையை நவீனத்துவம் கொண்டிருந்தது என்றால் மேற்பரப்பில் திளைக்கும் சுகத்தைப் பின்நவீனத்துவம் மகிழ்ச்சியோடு ஏற்றுக்கொண்டது. இரண்டாம் உலகப் போருக்கு முன்னும் பின்னுமிருந்த ஏக்கம், கவலை, முரண்நிலை ஆகிய உணர்வுப் பின்னணியில் தோற்றம் கொண்ட நவீனத்துவம் எப்படியாவது இந்த முரண்கள் தீரும், தீர்க்க வேண்டும் என நம்பியது. தூரப்படுத்துதல், பிரிந்து நிற்றல், ஆழம், சாரம், மனிதனை மையமாக வைத்துப் பார்த்தல், ஒப்புமை எனப் பல்வேறு உத்திகளை இதற்குக் களனாகக் கொண்டது. ஏதோ ஒரு வகையில் ஒத்திசைவு, உறுதித் தன்மை ஆகியவற்றின் மூலம்

வரையறுக்கப்பட்ட ஒழுங்குத் தன்மையை நோக்கிய நகர்வாகவும் ஏக்கமாகவும் நவீனத்துவம் இருந்தது. ஆனால் பின்நவீனத்துவமோ நவீனத்துவவாதிகளின் உயர் முனைப்புகளை (high seriousness) விட்டொழித்து விளையாட்டுத்தனத்தை வாடிக்கையாக்கிக் கொண்டது. ஒழுங்குகளின் நிலைத் தன்மைக்குப் பதிலாக இயக்கத் தன்மைக்கு (Kinetic sense of orderliness - Alan Wilde) அழுத்தம் கொடுத்தது. ஆலன் வைல்டு சொல்வது போல இழந்து போன சொர்க்கத்தைப் பற்றி நவீனத்துவம் கவலைப்பட்டது என்றால் அந்த இழந்து போன சொர்க்கத்தைப் பின்நவீனத்துவம் புறக்கணித்து ஒதுக்கியது. இந்தச் சூழலை ஏற்றுக்கொள்ளும் மனநிலையைப் பின்நவீனத்துவம் கொண்டிருந்தது. இதன் பொருள், அரசியல் ரீதியாக இதனைச் சகித்துக்கொள்வதல்ல. நமது அறிதல்முறையில் கலந்துபோயுள்ள இயங்காவியல் கூறுகளையும் அதனடியான வன்முறைகளையும் களைந்தெறிந்து விட்டு, பெருங்கதையாடல் களின் சிதைவை அங்கீகரித்து இழந்து போனதை நினைத்து ஏங்கிக் கொண்டிராமல் இருப்பை எதிர்கொள்வதைப் பற்றிப் பின்நவீனத்துவம் யோசிக்கிறது.

இதுகாறுமான தர்க்கங்களெல்லாம் வன்முறைக்கே வித்திட்டதால் இந்த தர்க்கத்திற்கான மாற்றுகளின் மீது கவனத்தை ஈர்த்தது. இலக்கியச் செயல்பாடுகளின் உண்மைத் தன்மை, ஒழுங்குத் தன்மை ஆகியவற்றிற்குப் பதிலாக புனைவுத் தன்மையை பிரக்ஞை பூர்வமாக வெளிப்படுத்திக்கொண்டது. நமது பழைய கதை சொல்லும் மரபிலுள்ள Magical தன்மைகளை உள்வாங்கிக் கொண்டது. இந்த வகையில் metafiction, magical realism போன்ற உத்திகளை வரவேற்றது. மற்றவற்றிற்கு இடமளித்தல், பன்மைத் தன்மையை சகித்துக்கொள்ளல், கருத்து விலகல்களுக்கு மதிப்பு அளித்தல், தல அளவில் செயல்படுதல் போன்ற அரசியல் செயல்பாடுகளைச் சுட்டிக் காட்டியது. தர்க்கத்திற்குப் பதிலாக அதர்க்கத்தையும் (Paralogy), அறிவுக்குப் பதிலாக உடலையும் 'அதுவா இதுவா' என்பதற்குப் பதிலாக, 'இரண்டுமே' என்ற பதிலையும் எல்லாவிதமான பெருங்கதையாடல்களின்சிதைவையும் அது கட்டியங் கூறியது. எல்லா அடித்தளங்களையும் உடைத் தெறிந்த வகையில் 'கற்பனாவாதம்' என்கிற புதிய அடித்தளம் ஒன்றை முன்வைத்த புனைவியலில் இருந்தும் பின்நவீனத்துவம் தன்னை வேறுபடுத்திக் கொண்டது.

குறிப்புகள்

1. பின்நவீனத்துவம் குறித்து நான் எழுதியுள்ள வேறு சில கட்டுரை களையும் இத்துடன் இணைத்துப் படிக்க வேண்டுகிறேன்.

2. 'Philosophical Classics for English Readers வரிசையிலுள்ள சில நூற்கள், Encyclopaedia-களிலுள்ள தத்துவம் மற்றும் தத்துவார்த்திகள் பற்றிய கட்டுரைகள், முன்னேற்றப் பதிப்பகத் தாரின் *Dictionary of Philosophy* ஆகியவற்றிலிருந்து மேலைத் தத்துவ வரலாறு பற்றிய குறிப்புகள் தொகுக்கப்பட்டுள்ளன. கல்விசார்ந்த தத்துவச் சொல்லாடல்களின் காலப் பாகுபாடு அப்படியே ஏற்றுக்கொள்ளப்பட்டுள்ளது. வேறு வகைகளிலும் இதனை வாசித்து, எழுதிப் பார்க்கலாம். லியோதார்தின் *Postmodern Condition, What is Post Modernism* என்கிற கட்டுரைகள், பாட்ரீஷியா வா தொகுத்துள்ள *Post modernism: A Reader*-லுள்ள ஆலன் வைல்ட், இரவிங் ஹோ, சூசன் சோன்டாக், பிராங் கெர்மோட், இஹாப் ஹாசன், ழீன் பாத்ரில்லா ஆகியோரின் கட்டுரைகளிலிருந்தும் கருத்துக்கள் திருடப்பட்டுள்ளன.

3. நவீனத்துவத்தை முற்போக்கானதாகவும் பின்நவீனத்துவத் தைப் பிற்போக்கானதாகவும் விமர்சிக்கிற ஹேபர்மாசின் கருத்துக்கள் இந்தக் கட்டுரையில் தொகுக்கப்படவில்லை. ஹெகலிய முழுமையைச் சிலாகிக்கும் ஜெர்மானியத் தத்துவப் பாரம்பரியம், லூகாச்சிய மார்க்சியப் பாரம்பரியம் ஆகிய வற்றின் கடைசிக் கொழுந்தாகவும் இன்றைய உலகின் முக்கியச் சிந்தனையாளர்களில் ஒருவராகவும் உள்ள ஹேபர்மாசின் கருத்துக்களைப் பின்நவீனத்துவச் சிந்தனைகளை 'ஒரு வழி' செய்ய விழைவோர் தேடிப் பிடித்துப் படிக்கலாம்.

4. ஆனால் இங்கே பின்நவீனத்துவச் சிந்தனைகள் மீது காழ்ப்பைக் கக்குகிறவர்கள் எல்லாம் இத்தகைய காத்திரமான முயற்சி களுக்குத் தயாராக இல்லாமல் வெறும் அவதூறுகள், அசட்டுக் கேலிகள், புரட்டல்கள் ஆகியவற்றிலேயே தஞ்சம் அடைவது கவனிக்கத்தக்கது. வல்லிக்கண்ணன், சுஜாதா, வெங்கட் சாமிநாதன், மாலன், இந்திரா பார்த்தசாரதி மற்றும் பெருங் கதையாடல்களை முன்வைத்துப் பிழைப்பை நடத்தும் கட்சிக் காரர்கள் ஆகியோர் இந்த அடிப்படையில் ஒருங்கிணைந்து நிற்கின்றனர். பின்நவீனத்துவத்தை ஒரு வெறும் அராஜகமான கதைசொல்லும் முறையாகவே புரிந்து கொண்டுள்ள இந்த

ஆட்கள் இதன் தத்துவார்த்தப் பின் நிகழ்வுகளை அறிந்திருக்க வில்லை என்கிற அம்சத்தின் மீது தோழர்களின் கவனத்தை ஈர்ப்பதே இக்கட்டுரையின் முதன்மையான நோக்கம். தர்க்கம், ஒழுங்கு, தூய்மை, பெருங்கதையாடல்கள் ஆகியவற்றின் தகர்வைப் பிரகடனப்படுத்துவதன் மூலம் இவர்களது அதிகாரத்திற்கு உண்மையான எதிராளிகளாக நாம் மட்டுமே இருக்கிறோம் என்பதை இந்தச் சனாதனிகள் புரிந்து கொண்டதன் விளைவே நம்மீது இவர்கள் கொண்டுள்ள காழ்ப்பு. மேலைத் தத்துவத்திற்கு இணையாக இந்தியத் தத்துவத்தைச் சொல்வதையும் இந்தியத் தத்துவத்தில் எல்லாமே இருக்கிறது என அகமகிழ்வதையும் அறியாமை என்கிற சொல்லால் குறிப்பதைத் தவிர நமக்கு வேறு வழி யில்லை. பின்நவீனத்துவச் சிந்தனையாளர்கள் வெள்ளை இனம் தவிர்த்த ‘மற்ற’ மரபுகளுக்கு உரிய இடமளித்தல் என்கிற அடிப்படையில் இங்குள்ள வேதங்களை மேற்கோள் காட்டுவதைப் பிடித்துக்கொண்டு பிரபுத்துவ-மதவியல் வன்முறையை கோடான கோடி அடித்தட்டு மக்கள்மீது திணித்த, வேத தத்துவ மரபைப் போற்றுவதை நாம் எளிதாக விட்டுவிட முடியாது.

இந்தியத் தத்துவ மரபு என்றால் வேத மரபு மட்டுந்தானா, லோகாயத மரபெல்லாம் இல்லையா எனச் சிலர் தந்திரமாகக் கேட்கலாம். இந்திய மரபு எனச் சொல்வதன் மூலம் இங்கே வேத மரபே மனம் கொள்ளப்படுகிறது என்பதும் லோகாயத மரபை உயர்த்திப் பிடித்த சட்டோபாத்யாயா போன்றோரை இவர்கள் மதிப்பது இல்லை என்பதும் கவனிக்கத்தக்கன. வேதத்தைத் தாண்டிப் பின்நவீனத்துவத்தில் ஒன்றுமில்லை எனச் சொல்வதைப் போலவே புனைவியல்தான் பின் நவீனத்துவம் எனச் சொல்வதும் அரைகுறைப் புரிதலின் விளைவுதான் (பார்க்க: *கணையாழி* நவம்பர் 95 இதழில் வந்துள்ள இந்திராபார்த்த சாரதியின் கட்டுரை). இரண்டிற்கும் உள்ள தொடர்ச்சியும் தொடர்ச்சி இன்மையும் நமது கட்டுரைப் போக்கில் சுட்டிக் காட்டப்பட்டுள்ளன. தவிரவும் பின் நவீனத்துவம் மேலைச் சரக்கு அதனை இங்கே இறக்குமதி செய்ய வேண்டுமா என்கிற கேள்வியையும் இவர்கள் தந்திரமாக எழுப்புகின்றனர். இப்படிச் சொல்கிறவர்கள் எல்லாம் நாவல், சிறுகதை என்பன போன்ற மேலை இலக்கிய

வடிவங்களைப் பயன்படுத்திக்கொண்டு இருப்பவர்கள்தான். *மார்டனிசம், சர்ரியலிசம், இம்ப்ரஷனிசம்...* என்றெல்லாம் கட்டுரைகள் எழுதிக்கொண்டிருந்தவர்கள் தான். இன்று பின்நவீனத்துவத்தை மட்டும் இவர்களால் எள்ளளவும் சகித்துக்கொண்டு போக இயலாத சூழல் எப்படி ஏற்பட்டது என்பதைத் தோழர்கள் சிந்திக்க வேண்டும். தலித்தியம், பெண்ணியம் போன்ற கருத்தாக்கங்கள் மற்றும் அரசியல் செயல்பாடுகளின் முக்கியத்துவத்தைப் பின்நவீனத்துவம் சுட்டிக்காட்டுவதுடன் இதனை இணைத்துப் பார்க்க வேண்டும்.

5. மதவியலிலிருந்து பிரிந்து பகுத்தறிவின் வன்முறையை வெளிப்படுத்தி, பின் அதனையும் விமர்சனத்துக்குள்ளாக்கிய எதிர்மரபையும் (Counter Enlightenment) தன்னுள்ளே கொண்டுள்ளது மேலைத் தத்துவம். இன்று அங்கே பகுத்தறிவு மறுக்கப்பட்டு அதற்குப் பதிலாக உடல், ஆசை, நுண் அரசியல், பன்மைத் தன்மை முதலியன வைக்கப்படுகிறது என்றோம். அதர்க்க நோக்கில் magical தன்மைகளும் உள்வாங்கப் படுவதையும் பார்த்தோம். இன்று, இங்கே பின்நவீனத்துவ நோக்கில் சிந்திப்பவர்கள் பகுத்தறிவிற்குப் பதிலாக உடல், ஆசை, நுண்அரசியல், பன்மைத்தன்மை போன்றவற்றை முன்வைப்பதில் பிரச்சினையில்லை. பகுத்தறிவை மறுப்பது என்கிற பெயரில் mysticism இந்துத்துவம் ஆகியவற்றில் விழுந்துவிடுவதில் எச்சரிக்கை தேவை. இங்கே மத விசுவாசம் மறுக்கப்படவே இல்லை, பகுத்தறிவின் ஆட்சி மேலைச் சூழலைப் போல இங்கே உருவாக்கப்படவே இல்லை என்பதை நாம் மறந்துவிடக் கூடாது. புதுமைப்பித்தன் போன்றோரைப் பின்நவீனத்துவவாதிகளாகக் காணும்போது இந்த எச்சரிக்கை தேவை. புதுமைப்பித்தன் போன்றோரிடம் காணப்படும் பின்நவீனத்துவக் கூறுகளைச் சுட்டிக் காட்டுவது வேறு. அவரையே பின்நவீனத்துவவாதியாகச் சொல்வது வேறு.

6. தமிழவன் மற்றும் அவரது குழுவினர் பின்நவீனத்துவமாக முன்வைக்கும் சில கருத்தாக்கங்கள் கடும் விமர்சனத்துக் குள்ளாக்கப்பட வேண்டியவை. பின்நவீனத்துவத்திற்குள் பல போக்குகள் இருந்தாலும் அவற்றுள் பெருங்கதையாடல் களின் சிதைவு, மொத்தத்துவத்தை மறுத்தல், பன்மைத் தன்மைகளை வலியுறுத்துதல் போன்றவற்றை அவர்கள்

வற்புறுத்துவதில்லை. தன்னிலையை மையமாகக்கொண்ட அறிதல் முறையையும் அவர்கள் கேள்விக்குள்ளாக்கியதாகத் தெரியவில்லை. கல்விசார்ந்த (academic) கூறுகள் மட்டுமே அவர்களிடம் மிகுந்து நிற்கின்றன. தமிழவன் தொகுத்து வந்துள்ள 'நவீனத் தமிழும் பின்நவீனத்துவமும்' (காவ்யா, 1994) என்னும் நூலிலுள்ள கட்டுரைகளைப் பின்நவீனத்துவத் திற்குள் அவர் எப்படி அடக்குகிறார் என்பது விளங்கவே இல்லை. அதிலுள்ள கட்டுரையாசிரியர்கள் சிலர் பின்நவீனத் துவத்தையே ஏற்றுக்கொள்ளாதவர்கள். ஏற்றுக்கொள்ளா விட்டாலும் அந்தக் கட்டுரைகளில் அத்தகைய கூறுகள் உள்ளன என நம்புவதற்கும் சான்றுகளில்லை. எந்தக் காரணங் களுக்காக அவை பின்நவீனத்துவமாக ஏற்றுக்கொள்ளப் பட்டுள்ளன என்கிற யோக்கியமான முன்னுரையையும் தொகுப்பாசிரியர் எழுதவில்லை. இதனைப் புரியாமை என்று சொல்வதா இல்லை விற்பனைத் தந்திரம் என்பதா, இல்லை பின்நவீனத்துவப் பாணியில் இரண்டுமே என்று சொல்வதா—தமிழவன்தான் விளக்கவேண்டும். வித்யாசம் 3/4 இதழில் காம்யூ பற்றிய தனது வாசிப்பை நியாயப்படுத்து வதற்கு ஆசிரியரின் கூற்றை நாகார்ஜுனன் அடித்தளமாகக் கொண்டுள்ளது எத்தகைய பின்நவீனத்துவப் புரிதலின் அடிப்படையில் என்பதும் நமக்கு விளங்கவில்லை. பன்முக வாசிப்பைச் சாடும் வன்முறை அக்கட்டுரையில் இழையோடு வதையும் குறிப்பாக இன்று பிரான்சில் ஒடுக்கப்படுகிற இனத்தவர்களுள் ஒருவராக உள்ள ஒரு அரேபியருக்குச் சாத்தியமான வாசிப்பு மறுக்கப்படுவதையும் தோழர்கள் கவனிக்க வேண்டுகிறேன்.

7. பின்நவீனத்துவத்தையே ஒரு பெருங்கதையாடலாகத் தோழர்கள் கருதிவிடக் கூடாது என்பதை வலியுறுத்த விரும்புகிறேன். அத்தகைய தொனி இக்கட்டுரையில் எங்கேனும் வெளிப் பட்டிருந்தால் அதனை வாசிக்கும்போது கவனமாக நீக்கிவிட வேண்டுகிறேன். ஒரு குவியத்தை நோக்கிய தன்மையற்ற முறையில் இக்கட்டுரையை எழுதி இருந்தால் இன்னும் நன்றாக இருக்கும்.

நிறப்பிரிகை -8, மே 1996

1.2 பின்நவீனத்துவம்: பெருங்கதையாடல்களின் தகர்வு

இன்றைய காலகட்டத்தைக் குறிப்பதற்கு 'பின்நவீனத்துவம்' என்கிற கருத்தாக்கத்தை முதன் முதலில் (1950களில்) பயன் படுத்தியது வரலாற்றாசிரியர் ஆர்னால்டு டாய்ன்பீதான் என்பார்கள். மேலை வரலாற்றின் நான்காவது (இறுதிக்) கட்டமாகப் பின்நவீனத்துவம் அமைந்துள்ளது என்பது அவர் கருத்து. அடுத்து இருபது முப்பது ஆண்டுகளுக்கு இக்கருத்தாக்கமும் சொல் லாட்சியும் கலை இலக்கிய விமர்சன எழுத்துக்களில் மட்டுமே பயன்பட்டுவந்தன. நடப்பியல் (எதார்த்தவாதம்), நவீனத்துவம் (modernism) ஆகியவற்றிற்குப் பிந்திய கதை சொல்லும் உத்தி என்கிற அளவிலேயே பின்நவீனத்துவம் (postmodernism) என்கிற கருத்தாக்கம் பயன்படுத்தப்பட்டு வந்தது. எனினும் 1980களுக்கு பின்பு - குறிப்பாக இன்று - பின்நவீனத்துவம் என்பது வெறும் கலை வெளிப்பாட்டு உத்தி என்கிற எல்லையைத் தாண்டி அறிதல் (cognitive), அறிவியல் (scientific), அரசியல் (political), அறவியல் (moral) எனச் சகல புலங்களுக்குள்ளும் அத்துமீறி நுழைந்து விட்டது. இன்று மூன்று அகன்ற பொருள்களில் இக்கருத்தாக்கம் பயன் படுத்தப்பட்டு வருகின்றது. அவை:

1. தர்க்க வகைப்பட்ட அறிதல் முறைக்குப் பதிலாக அழகியல் உள்ளிட்ட பல்வேறு அதர்க்க வகைப்பட்ட அறிதல்முறை களையும் முன்னிலைக்குக் கொண்டுவரும் செயல்பாடு.
2. பண்டமாக்கப்பட்ட இன்றைய கலாச்சாரப் பரப்புக்களின் சகநீட்சியாக விளங்கி நிற்கும் அதே வேளையில் அவற்றின் கற்பிதங்களை, நுண்அரசியல் (micropolitics), வேட்கையின் அரசியல் (politics of desire) போன்ற செயல்பாடுகளின் மூலமாக உள்ளிருந்தே கவிழ்க்கும் நடைமுறை.
3. இத்தகைய விமர்சன/அதர்க்க வகைப்பட்ட மனநிலை

களையும் செயல்பாடுகளையும் ஊக்குவிக்கும் ஒரு கலாச்சாரக் காலகட்டத்தைச் சுட்டப் பயன்படும் ஒரு கருத்தாக்கம்.

பற்றிக்கொள்ள எதுவுமற்ற ஒரு வகையான கையறு நிலையில், பின்நவீனத்துவ மனிதன் வாழ்கிறான். எல்லா மக்களுக்கும் எல்லாக் காலங்களுக்கும் பொருந்தக்கூடிய நீதி/உண்மை/பகுத்தறிவு (தர்க்கம்)/அறம்/தரம் என்கிற அடித்தளங்கள் (universal foundation) எல்லாம் தகர்ந்து போய் இன்றைய மனிதன் தனது பிரக்ஞையைக் கட்டிப் போடுவதற்கு நம்பிக்கைகளும் அடித்தளங்களும் ஏதுமின்றி மிதந்து திரியும் பிரக்ஞை உடையவனாய், மையமிழந்த மனநிலையாளனாய் (decentered conciousness) நிற்கின்றான். அவன் பின்பற்றிய தத்துவங்கள் அனைத்துமே அவனைக் காலை வாரிவிட்டுவிட்ட நிலையில், அவனது நம்பிக்கைகள் எல்லாமே பொய்த்துப்போன சூழலில், அவன் எதிர்கொள்ளும் சகல வன்முறைகளையும் நியாயப்படுத்தவே இன்றைய தர்க்கங்கள் எல்லாம் பயன்பட்டுக் கொண்டிருக்கும் சூழலில் வேறென்ன செய்வான்?

இந்த நிலை அவனுக்கு எப்படி நேர்ந்தது? தன்னைச் சூழ்ந்துள்ள உலகின் வன்முறையை அதன் தர்க்க நியாயங்களோடு ஏற்றுக் கொண்டு வாழும் மனநிலையை மனிதனுக்குக் கையளித்தவை மேல் நோக்கிய வளர்ச்சி, இறுதி விடுதலை என்கிற நம்பிக்கைகளை அவனுக்கு அளித்துவந்த பெருங்கதையாடல்கள்தான் (meta narratives). மதங்கள் முன்வைத்த 'கடவுள்/வேதங்கள்', ஆடம் ஸ்மித் முன்வைத்த 'சொத்தின் வளர்ச்சி', ஹெகல் முன்வைத்த 'இயங்கியல் வளர்ச்சி', (தத்துவ) நவீனத்துவம் முன்மொழிந்த 'பகுத்தறிவின் வழியான இறுதி விடுதலை', மார்க்சியம் முன் மொழிந்த 'பாட்டாளி வர்க்கத்தின் மூலமாக உலக விடுதலை' என்பன போன்ற பெருங்கதையாடல்கள் தகர்ந்தது எப்படி? இந்தக் கேள்விகளுக்கெல்லாம் தர்க்கபூர்வமான, கோர்வையான பதில்களைச் சொல்லி மாற்றாக இன்னொரு பெருங்கதையாடலை முன்வைப்பது பின்நவீனத்துவத்தின் நோக்கமாக இருக்க முடியாது. ஆனால் கடந்த பல நூற்றாண்டுகளாகப் பெருங்கதை யாடல்களின் விளிப்புகளுக்குத் தன்னை ஆட்படுத்திக்கொண்டு அதற்குரிய தன்னிலையாகத் (subject) தன்னைத் தகவமைத்துக் கொண்ட மனித மனம் பெருங்கதையாடல்களின் தகர்வை ஏக்கத்தோடு பார்க்கிறது. பெருங்கதையாடல்களின் விளிப்பிற்கு

ஆட்பட்ட தன்னிலைகளின் மீது ஆதிக்கத்தையும் அதிகாரத்தையும் செலுத்திச் சுகங்கண்டு பவனிவந்தவர்கள் பெருங்கதையாடல் களின் தகர்வைப் பறைசாற்றிய பின்நவீனத்துவத்தை அச்சத் தோடும் அருவருப்போடும் உற்றுநோக்கு கின்றனர். தங்களிட முள்ள வலுவான பிரச்சார சாதனங்களின் மூலமாக அவதூறுகளைப் பொழிந்து தள்ளுகின்றனர்.

தமிழ்ச் சூழலில் சுஜாதா, மாலன், வெங்கட் சாமிநாதன், இந்திராபார்த்த சாரதி போன்ற சிந்தனையாளர்களையும் தங்களது திட்டமே சகல விதமான மக்களுக்குமான விடுதலையை வழங்கும் என்கிற அடிப்படையில் செயல்படும் எல்லாவிதமான கட்சிக் காரர்களையும் இந்த வரிசையில் இனங் காணலாம். ஆனால் காலமும் சூழலும் அவர்களுக்கு எதிராக அமைந்துவிடுவதை அவர்களால் தடுக்க இயலவில்லை. தங்களது சிந்தனைகளும் செயல்பாடுகளும் காலாவதியாகிக்கொண்டு போவதை உணரும் போது அவர்களுக்கு ஆத்திரம் மிகுகின்றது.

புனைவுகளின் (fictions) மூலமாகவே மனிதன் உலகை விளங்கிக் கொள்கிறான். தொன்மம், புராணம், வரலாறு, கதைகள் எனப் பல வகைகளாக இப்புனைவுகள் அமையும். தோற்றம், வளர்ச்சி, முடிவு என்பதாக எதையும் நேராகப் புரிந்துகொள்வதில் சுகம் காணும்படியாக மனிதப் பிரக்ஞை கட்டமைக்கப் பட்டுள்ளது. ஒரு சமூகத்தின் பாரம்பரியமான அறிவு என்பது கதையாடல்கள் narratives) மூலமாகவே தலைமுறை தலைமுறையாகக் கையளிக்கப் பட்டு வருகிறது. கதைகள் (எ-டு: பஞ்சதந்திரக் கதைகள்), நாட்டுப் புறப்பாடல்கள், பழமொழிகள் (எ.டு: ஜெயங்கொண்டார் வழக்கம்) எனக் கதையாடல்கள் பலவகைப்படும். கதையாடல்கள் மூலமாகவே அறிவைப் புரிந்து ஏற்றுக்கொள்ளும் பழக்கத்திற்கு மனிதன் ஆட்படுத்தப்பட்டுள்ளான்.

நேரான கதைத் தன்மையை மட்டுமே கதையாடலின் பண்பாகக் கருதி விட வேண்டியதில்லை. கதையாடல் வழிப்பட்ட அறிவிற்கும் அறிவியல் வழிப்பட்ட அறிவிற்கும் சில வேறுபாடுகள் உண்டு. அறிவியல் வகைப்பட்ட கூற்றுகள் உண்மை/பொய் என்பதைச் சுட்டும் கூற்றுக்களாக (denotative statement) அமையும். எ-டு: 'பூமி சூரியனைச் சுற்றிவருகிறது' அல்லது 'உலகம் தட்டையானது' என்கிற இரு கூற்றுகளில் முதற்கூற்றை 'உண்மை' எனவும் இரண்டாம் கூற்றைப் 'பொய்' எனவும் நவீன அறிவியல் வகைப்

படுத்தும். எனவே அறிவியல் வகைப்பட்ட கூற்றுகளை மனிதன் கற்கும்போது உண்மை/பொய் என்கிற அறிவே அவனுக்குக் கிட்டுகிறது. ஆனால் உலகில் வாழ்வதற்கு உண்மை/பொய் குறித்த அறிதல் மட்டுமே போதாது. நீதி/அநீதி; செய்யத்தக்கது/செய்யத் தகாதது; சாத்தியமானது/சாத்தியமற்றது; பயன்தரத்தக்கது/ பயனற்றது; வெற்றி ஈட்டக்கூடியது/தோல்வி அளிக்கக்கூடியது; மகிழ்ச்சியானது/துயரமானது; திறன்மிக்கது/திறனற்றது; பேசக் கூடியது/பேசக்கூடாதது; நன்மை/தீமை... என்பன போன்ற தீர்வுகளைத் தரக்கூடிய பல்வேறு செயல்திறன் சார்ந்த கூற்று களையும் (performative statements) உள்ளடக்கியதாக நடைமுறை அறிவு (knowledge) அமையும். எனவே நாலும் தெரிந்தவரே அறிஞர். உண்மை தெரிந்தவரல்ல. இந்த வகையில் உலகம் குறித்த தொகுப்பான கருத்துக்களைக் கூறிய தத்துவவாதிகளும் அரசியல்வாதிகளும் அறிஞர்களாகக் கருதப்படுகிற அளவிற்கு அறிவியலாளர்கள் கருதப்படுவதில்லை. ஐன்ஸ்டீனைக் காட்டிலும் சர்ச்சிலும் ரஸ்ஸலுமே அறிஞர்களாகக் கருதப்படுகின்றனர். சி.வி. இராமனைக் காட்டிலும் ராஜாஜியே மூதறிஞர்.

எனினும் சமூக 'வளர்ச்சிக்கும்' அதிகாரத்தின் செயல்பாடு களுக்கும் அறிவியல் கூற்றுக்களின் பெருக்கம் தேவையாகின்றது. எனவே அறிவியல் ஆய்வுகள், கல்வி முதலியவற்றை நியாயப் படுத்த வேண்டிய அவசியம் நேர்கிறது. சமூகத்திற்குத் தேவை யான அறிவியல்/தொழில்நுட்பப் பயிற்சியாளர்களை வெறும் அறிவியல் கூற்றுக்களை மட்டுமே அறிந்தவர்களாக உருவாக்காமல் நாலும் தெரிந்த தன்னிலைகளாக உருவாக்க வேண்டிய அவசியம் நேர்கிறது. இத்தகைய நியாயப்பாட்டிற்குக் கதையாடல்களின் உதவி அறிவியலுக்குத் தேவையாகிறது. எந்தக் கதையாடலை அறிவியல் இதுவரைக்கும் 'வெறும் புனைவுகள்' எனவும் 'பெண்களுக்கும் பேதையருக்கும்' மட்டுமே தகுதியானவை எனவும் கேவலமாகக் கருதியதோ அதே கதையாடலைத் தனது நியாயப்பாட்டிற்காகச் சரணடைய வேண்டிய நிர்ப்பந்தத்திற்கு அறிவியல் ஆளானது. எனவே அறிவியல் கூற்றுகளை இருப்பு, தன்னிலை, கடவுள், உலகு, இறப்பு, வாழ்க்கை போன்ற இதர அறவியல் (moral) மற்றும் நடைமுறை (practical) கூற்றுக்களுடன் இணைத்துத் தொகுக்கும் தத்துவங்களும் நிறுவனங்களும் (speculative philosophies and institutions) தேவையாயின.

மக்கள் மத்தியில் நியாயப்படுத்துவதற்கு (legitimisation) அறிவியல், கதையாடலையே நம்பியிருந்தது என்பதற்கு வரலாற்றில் ஏராளமான எடுத்துக்காட்டுகளைச் சொல்ல முடியும். பிளேட்டோவின் உரையாடல்களிலிருந்து தெகார்த்தேயின் எழுத்துக்கள்வரை இதனை நாம் அடையாளம் காணலாம். இன்றளவும் அரசுகள் தமது அதிகாரத்துவ நோக்கிலான அறிவியல் சார்ந்த செயல்பாடுகளை (எ-டு: அணுகுண்டு வெடிப்புச் சோதனை, ஏவுகணைச் சோதனை, துணைக்கோள் ஏவுதல்) தொலைக்காட்சி போன்ற தொடர்புச் சாதனங்கள் மூலமாக நியாயப் படுத்தும் போது அவை கதையாடல்களாக வெளிப்படுத்தப் படுவதை நாம் நினைவுகூர முடியும்.

தத்துவத்தின் பிரதான பணியாக மேற்குறித்த தொகுப்புச் செயல்பாடே (speculation) இருந்து வந்திருக்கிறது. இதனையே அது 'உலகக் கண்ணோட்டம்' என அழைத்துக்கொண்டது. புதிய அறிவியல் கண்டுபிடிப்புகளால் பழைய உலகக் கண்ணோட்டம் ஆட்டங் காணும்போது புதிய தத்துவார்த்திகள் தோன்றிப் புதிய அறிவியல் கண்டுபிடிப்புகளையும் உள்ளடக்கிப் புதிய உலகக் கண்ணோட்டங்களை உருவாக்க வேண்டியிருக்கிறது. இந்த வகையிலேயே தேல்சின் கணிதக் கண்டுபிடிப்புகளையொட்டி, கிரேக்கத் தத்துவமும், நியூட்டனிய அறிவியலை ஒட்டி நவீனத் தத்துவங்களும், வரலாற்றுப் பொருள்முதலியலுக்குப்பின் இயங்கியல் பொருள் முதலியக் கண்ணோட்டமும் உருப்பெற்றது என்பார் அல்துஸ்ஸர்.

மறுமலர்ச்சி மற்றும் அறிவொளிக் காலச் சிந்தனைகளையும் முதலாளிய ஜனநாயகக் கோட்பாடுகளையும் ஒட்டிப் பதினெட்டாம் நூற்றாண்டின் தொடக்கத்தில் இந்த நியாயப்பாட்டு முயற்சிகளை பிரதானமாக மேற்கொண்ட நிறுவனங்கள் பள்ளிகளும் பல்கலைக் கழகங்களும். இதில் பல்கலைக்கழகங்கள் முழுமையான தொகுப்புத் தத்துவ நிறுவனங்களாகவே செயல்பட்டன. 1807-1810 காலகட்டத்தில் பெர்லின் பல்கலைக்கழகம் உருவாக்கப்பட்டது. உலகெங்கும் பின்னர் உருவான பல்வேறு பல்கலைக்கழகங் களுக்கும் இதுவே முன்மாதிரியாக அமைந்தது. புகழ்பெற்ற தத்துவவியலாளர்களான ஃபிச்டே, ஷ்லெயர்மேயர் என்கிற இருவரிடமும் இப்பல்கலைக்கழகத்திற்கான திட்டவரைவு உருவாக்கும் பணியை அன்றைய பிரஷ்ய அரசு அளித்தது.

இவர்கள் உருவாக்கிய இருவேறுபட்ட திட்டவரைவுகளை மதிப்பிட்டுத் தேர்வு செய்யும் பணி இன்னொரு புகழ்பெற்ற தத்துவவியலாளரான வில்லியம் வான் ஹம்போல்ட்டிடம் அளிக்கப் பட்டது. ஷ்லெயர்மேயரின் சற்றே 'தாராளவாதத்' தன்மையுடைய வரைவைத் தேர்வு செய்த ஹம்போல்ட்டின் அறிக்கையை மேலோட்டமாக வாசிக்கும்போது 'அறிவியல் அறிவியலுக்காகவே' என்கிற கருத்தை அவர் ஆதரிப்பது போலத் தோன்றினாலும் நுணுக்கமாகப் பார்த்தால் இன்னொரு வாசிப்பை உருவாக்க முடியும் என்கிறார் லியோதார்த். 'பல்கலைக்கழகத்தின் பணி தேசத்தின் ஆன்மிக மற்றும் அறவியல் பயிற்சியோடு (spiritual and moral training of the nation) அறிவியலை இணைப்பதே' என்றார் ஹம்போல்ட். பண்பையும் செயல்திறனையும் வற்புறுத்திய அவர் ஜெர்மானிய தேசத்தின் அறிவுப் பண்பைப் பயிற்று விப்பதைப் பல்கலைக்கழகத்தின் இலக்காக முன்வைத்தார். அன்றைய சமூகம், அறிவு ஆகியவற்றுக்குத் தகுதியான தன்னிலை களை உருவாக்குவதே அவரது நோக்கமாக இருந்தது. இதன் விளைவாகவே அறிவியல் பட்டதாரியானாலுங்கூட இரண்டு ஷேக்ஸ்பியர் நாடகங்கள், கொஞ்சம் கம்பராமாயணம், திருக்குறள், சங்கப் பாடல்கள், பக்தி இலக்கியம், சிறிது வரலாறு போன்ற கலைத்துறைப் பாட அறிவு எல்லாம் அவனுக்குத் தேவை என்கிற கருத்தாக்கம் சில காலம் முன்புவரை இருந்துவந்தது. வெறும் அறிவியல் பயிற்சியாளனை உருவாக்குவதல்ல பல்கலைக் கழகத்தின் பணி. Bachelor, Master, Doctor of Philosophy ஆகியோரை உருவாக்குவதே அதன் நோக்கம். இவ்வாறு அறிவியலை நியாயப் படுத்துவதற்கு அறிவியலுக்கு அப்பாற்பட்ட நோக்கத்தை (எ.டு: நல்ல ஜெர்மானியத் தன்னிலையை உருவாக்குவது) தத்துவம் தனது பணியாகக் கொண்டிருந்தது குறிப்பிடத்தக்கது. இத்தகைய பெருங்குறிக்கோள்களை மையமாக வைத்தே நியாயப்பாட்டுக் கதையாடல்கள் செயல்படுகின்றன.

அறிவியலை மற்ற அறிவுகளோடு தொகுக்கும் தத்துவார்த்தப் பணியைப் பல்கலைக்கழகங்கள் மேற்கொண்டன என்றால் 'ஒட்டுமொத்தமான மக்களின் அரசியல் விடுதலை' என்கிற பெருங் குறிக்கோளுடன் சமூகத்துக்குரிய தன்னிலைகளை உருவாக்கும் பணியைத் தொடக்கக் கல்வி நிறுவனங்கள் மேற்கொண்டன.

இவ்வாறு இலக்காகச் சுட்டிக்காட்டப்படுகிற வெளியே உள்ள ஏதோ ஒரு நியாயப்பாட்டுக் கருத்தியலை அடிப்படையாகக் கொண்டே எல்லா நியாயப்பாட்டுக் கதையாடல்களும் செயல் படுகின்றன என்பது கவனிக்கத்தக்கது. அது ஜெர்மானியக் குடிமகனை உருவாக்குவதாக இருக்கலாம், பேருண்மையை நோக்கிய இயங்கியல் வளர்ச்சி (ஹெகல்) ஆக இருக்கலாம், கடவுள் அல்லது முக்தியாக இருக்கலாம், பாட்டாளி வர்க்கக் கட்சியின் தலைமையிலான ஒட்டுமொத்த விடுதலையாக இருக்கலாம். இந்தியன் அல்லது தமிழனை உருவாக்குவதாக இருக்கலாம். ஒவ்வொன்றிலும் இவையே இறுதி இலக்கு. இந்த இலக்கை எட்டினால் இட/கால/ இன/ சாதி/ மத வேறுபாடு களைக் கடந்த விடுதலை உறுதி. எனவே இதற்காக எத்தனை உயிர்களையும் பலியிடலாம், என்னென்ன தியாகங்களையும் மேற்கொள்ளலாம் என்கிற ரீதியில் பெருங் கதையாடல்களும் மொத்தத்துவக் கோட்பாடுகளும் (totalising theories) உருவாகின்றன. இத்தகைய பெருங்கதையாடல்களுக்கு எடுத்துக்காட்டுகளாக வேதம், இந்துத்துவம், இனவாதச் சொல்லாடல்கள், அறியப்பட்ட மார்க்சியங்கள்... எனப் பல எடுத்துக்காட்டுகளைச் சொல்லாம்.

இந்துத்துவம், இனவாதம் போன்றவற்றுடன் மார்க்சியத் தையும் சேர்க்கலாமா என்கிற கேள்வி நியாயமானது. அறிவுச் செயல்பாட்டை நாம் இரண்டாகப் பிரிக்கலாம்.

1. விமர்சன அறிவு (Critical Knowledge)
2. செயல்முறை அறிவு (Functional Knowledge)

மார்க்சியம் ஒரு விமர்சனக் கோட்பாடு (critical theory). அது சமூகத்தைப் பன்மைத் தன்மை மிக்கதாகப் பல வர்க்கங்கள் ஒன்றோடொன்று மோதும் களமாகப் பார்க்கிறது. அறிவு என்பதை ஒரு உரையாடலாகவே அது பார்க்கிறது. 'முரண்தர்க்கம்' என்பதை அது தனது தத்துவக் கண்ணோட்டமாகக் கொண்டது. டால்காட் பார்சன்ஸ் போன்ற முதலாளியக் கோட்பாட்டாளர்கள் சமூகத்தின் பன்மைத் தன்மையை மறுத்து ஒருமைத் தன்மையை வற்புறுத்தினர். பல்வேறுவிதமான மோதல்களும் முரண்களும் இருந்தபோதிலும் சமூகத்தைச் செயல்திறன்மிக்க முழுமையாகப் (functional whole) பார்ப்பதே சரி என அவர்கள் வாதிட்டனர். தன்னைத்தானே ஒழுங்குபடுத்திக் கொண்டு பெரும் உற்பத்தியை நோக்கிச் செயல்படும் முழுமை அது. எனவே உரையாடலையும் முரண்

தர்க்கத்தையும் வலியுறுத்தும் விமர்சன அணுகல்முறை அதற்குத் தோதாக இராது. மொத்தத்துவ அணுகல்முறையும் (totalising theory) செயல்முறை அறிவும் மட்டுமே இதற்குப் பொருத்த மானது. பன்மைத் தன்மையையும் உரையாடலையும் தத்தமக்குரிய அடையாளங்களையும் உரிமை களையும் நிலைநிறுத்திக்கொள்ளப் போராடுதலையும் மற்றவர்களை அங்கீகரித்தலையும் மறுக்கும் மொத்தத்துவ அணுகல்முறையின் வன்முறையை விளக்க வேண்டியதில்லை.

மார்க்சுக்குப் பிந்திய மார்க்சியம் உலகெங்கிலும் தனது விமர்சனத் தன்மையை இழந்தது. புரட்சிக்குப் பிந்திய சமுதாயங் களில் அதிகாரம் முழுமையையும் தன்னுள் குவித்துக்கொண்ட ஆளுங்கட்சிகளான பொதுவுடமைக் கட்சிகளால் பின்பற்றப்பட்ட மார்க்சிய நடைமுறை விமர்சனக் கூறுகளைக் காட்டிலும் மொத்தத்துவக் கூறுகளைக் கூடுதலாகக் கொண்டிருந்தது. போகப் போக முழுமையான மொத்தத்துவக் கோட்பாடாக மாறியது. தன்னை இனம் / மதம் / சாதி / நாடு / மொழி எல்லாவற்றையும் கடந்த விடுதலைக் கோட்பாடாக அறிவித்துக் கொண்டது. மாவோயிசமும் இதற்கு விதிவிலக்கல்ல. மீன் பிடிப்பதிலிருந்து அறுவை சிகிச்சை செய்வதுவரை எல்லாத் துறைகளுக்கும் தான் வழிகாட்டியாக இருக்க முடியும் எனப் பெருமை அடித்துக் கொண்டது. இந்த வகையில் அது தன்னை ஒரு பெருங்கதை யாடலாகவும், மொத்தத்துவக் கோட்பாடாகவும் உருமாற்றிக் கொண்டது. மேற்குறித்த புரிதலுடன் புரட்சிக்குப் பிந்திய சமூக உருவாக்கங்களை மேற்கொண்ட பொதுவுடைமைக் கட்சிகள் மொத்தத்துவ அரசுகளாக (totalitarian) மாறி, இறுகி இறுதியில் சிதைந்தன. மார்க்சியத்தின் விமர்சனப் பண்பைத் தக்கவைக்க முயன்ற சிறு முயற்சிகளாக பிராங்க்ஃபர்ட் மார்க்சியர்கள், புதிய இடது மார்க்சியர்கள் மட்டுமே விளங்கினர். மார்க்சியத்தில் கலந்து கிடந்த ஹெகலியக் கூறுகள் இவ்வாறு அறியப்பட்ட மார்க்சியம் மொத்தத்துவக் கோட்பாடாக மாறுவதற்குத் துணை புரிந்தது இங்கே குறிப்பிடத்தக்கது.

இது பின்நவீனத்துவ யுகம். பொதுத் தொகுப்பு இப்போது சாத்தியமில்லாமல் போய்க் கொண்டிருப்பதைச் சற்று யோசித்தால் விளங்கிக்கொள்வது கடினமல்ல. பல்கலைக்கழகங்கள் 'முழுமை யான மனிதனை' உருவாக்கும் பணியிலிருந்து விலகிக்கொள்ளத்

தொடங்கியுள்ளன. இப்போது Bachelor பட்டம் வாங்குவதற்கு இரண்டு ஷேக்ஸ்பியர் நாடகங்களைப் படிக்கத் தேவையில்லை. தமிழ் இலக்கியங்களின் அளவுகூடக் குறையத் தொடங்கி யுள்ளன. அதற்குப் பதில் பயன்முறைத் தமிழ், இதழியல் முதலியன. கலைத் துறைப் பாடங்கள் பயன்சாராத் துறை (non-utilitary courses) என அறிவிக்கப்பட்டுவிட்டன. தூய அறிவியல் பாடங்கள் குறைக்கப்பட்டு பயன்முறை அறிவியல்கள் (applied sciences) பெருகத் தொடங்கிவிட்டன. பல்கலைக் கழகங்கள் கொடுக்கும் பட்டங்களைக் காட்டிலும் APTECH, NICNET போன்ற நிறுவனங்கள் அளிக்கும் பயிற்சிப் பட்டங்கள் இன்று அதிக மதிப்புடையதாகி விட்டன. இவற்றின் நோக்கம் முழுமையான மனிதனைத் தயாரிப்பதல்ல; இவற்றில் திருக்குறள் சொல்லிக் கொடுக்கப்படும் என எதிர்பார்க்க முடியாது. எதிர்காலத்தில் பல்கலைக்கழகங்களே இல்லாமல் போனால் வியப்படைவதற் கில்லை. திருக்குறள்கள் இனிமேல் மியூசியங்களிலும், பெரு நூலகங்களிலும் நுண்படச் சுருள்களாகவும் சங்க இலக்கியங்கள் சந்தைகளில் கணிப்பொறித் தகடுகளாகவும் மட்டுமே இருக்க முடியும் என நாம் சொல்வதைக் கண்டு யாரும் கோபப்படத் தேவையில்லை. எதிர்காலத்தில் பாடங்களைச் (contents) சொல்லிக் கொடுக்கும் ஆசிரியர்கள் தேவையில்லை. பொத்தான்கள் (terminals) அமுக்கச் சொல்லிக் கொடுக்கும் பயிற்சியாளர்கள் போதும். கல்வி என்பது இனி பயிற்சி மூலம் உள்வாங்கிக் கொள்ளும் செயல்பாடு அல்ல. வாய்ப்பாடுகளை மனனம் செய்து 'உள்ளே' தேக்க வேண்டியதில்லை. கால்குலேட்டரை 'வெளியே' சட்டைப் பையில் வைத்துக் கொண்டால் போதுமானது. எல்லாத் துறைக்கும் இது பொருந்தும். கர்நாடக இசையை இனி போழக்குடி கணேச அய்யர்களிடம் போய்க் கற்க வேண்டியதில்லை. நமது வீரபாண்டியன் போன்ற நண்பர்கள் டிஸ்க்கள் தயார் செய்து கொண்டிருக்கிறார்கள். இந்தப் பின்னணியில் நல்ல ஆசிரியர், நல்ல மாணாக்கர் என்பவை குறித்த வரையறைகளை முன்வைத்த நாலடியாரின் பெருங் கதையாடல் நகைப்பிற்குரிய ஒன்றாகிவிட்டதை விளக்க வேண்டிய தில்லை.

பல்வேறு நுணுக்கத் துறைகளாக அறிவுப் புலங்கள் சிதறுவ தென்பதும் பொதுத் தொகுப்பைச் சாத்தியமில்லாமலாக்கு கின்றன (incommensurality). நவீன அறிவியல்/தொழில்நுட்பப் பெருக்கத்தின் விளைவுகளில் ஒன்றாக தேச எல்லைகள் (nation states) எல்லாம் ஆட்டம் காணத் தொடங்கியுள்ளன. துணைக்கோள்

தொடர்புகளுக்கும் விரிந்த உலகச் சந்தைக்கும் தேச எல்லைகள் இடையூறுகளாகிவிட்டன. விரிந்த உலகப் பார்வை, ஓருலகக் கலாச்சாரம், ஓருலக இலக்கியம் என்பதெல்லாம் ஏகாதிபத்திய நடவடிக்கைகளாகிவிட்டன. தேச எல்லைகள் ஆட்டம் காணுவதன் விளைவாக 'நல்ல ஜெர்மானியனை உருவாக்குவது' என்பது போன்ற பெருங்கதையாடல்கள் சிதறுவதைப் பார்க்கும்போதே 'ஒரே ஐரோப்பா, 'விரிந்த அமெரிக்கா, 'ஓருலகப் பார்வை' என்பன போன்ற பெருங்கதையாடல்களை ஏகாதிபத்தியங்கள் உருவாக்கு வதையும் நாம் காணத் தவற முடியாது. இந்தப் பார்வைகள் கருப்பர்கள், முஸ்லிம்கள், ஆசியர் போன்ற 'மற்றவர்களை' விலக்கி அவர்கள்மீது கடுமையான வன்முறையைப் பிரயோகிக் கின்றன. சுருங்கச் சொன்னால் ஒரு பக்கம் பெருங்கதையாடல் களின் தகர்வுகள்; இன்னொரு பக்கம் எஞ்சி நிற்கிற, உருவாக முயல்கிற பெருங்கதையாடல்களின் வன்முறை.

ஆக அறிவுத் துறைக்கு அப்பாற்பட்ட (ஜெர்மானிய தேசம் போன்ற) ஏதோ ஒரு பெருங்குறிக்கோளைச் சுட்டிக்காட்டி நியாயப்பாட்டை மேற்கொண்ட பெருங்கதையாடல்கள் அந்தப் பெருங் குறிக்கோள்களின் வீழ்ச்சியுடன் தகரத் தொடங்கிவிட்டன. அறிவுத்துறையின் நியாயப்பாடு என்பது இன்று செயல்திறன் (performance) என்கிற அடிப்படையிலாகிவிட்டது. உண்மை / பொய்; நீதி / அநீதி என்பதெல்லாம் தகர்ந்துபோய் செயல்திறனே ஒன்றின் இருப்பை நியாயப்படுத்தும் அளவு கோலாகிவிட்டது. 'இது உண்மையா?' என்ற கேள்வி இன்று பொருத்தம் அற்றதாகி விட்டது. (இந்தக் கேள்வியைப் பல மாதிரியாகக் கேட்டுப் பார்க்கலாம். எ-டு: பிரதமர் ஒரு கோடி ரூபாய் பெட்டியில் வாங்கியது உண்மைதானா?) 'எவ்வளவு காலம் இது நிலைத்து நிற்கும்?', 'இது போணியாகுமா?', இதன் பயன் என்ன?.' ஒரு நிறுவனத்தை நோக்கி இன்று முன்வைக்கப்படும் கேள்வி; 'உன்னால் ஒரு நல்ல ஜெர்மானியனை உருவாக்க இயலுமா?' என்பதல்ல. 'எத்தனை பயிற்சியாளர்களை ஓராண்டில் உன்னால் உற்பத்தி செய்ய முடியும்?' என்பதே. இன்றைய குறிக்கோள் 'நல்ல மனிதனை' உருவாக்குவதல்ல. 'மனித வளத்தை' உருவாக்குவதே. இத்தகைய மனிதவள உருவாக்கத்தில் தங்களை இணைத்துக்கொள்ள வாய்ப்பற்றுப் போனவர்கள் அழியக் கடவது.

இந்த நிலை வருந்தற்குரிய ஒன்றென்றோ வரவேற்கப்பட வேண்டிய ஒன்றென்றோ பின்நவீனத்துவம் வாதிடவில்லை. இந்தச் சூழலை நாம் சரியாகப் புரிந்துகொள்வதே இதனூடே வாழ்வதற்கும் இதன் ஆபத்தான கற்பிதங்களை உள்ளிருந்தே கவிழ்ப்பதற்கும் வழிவகுக்கும். மாறாகப் பெருங்கதையாடல்கள் எந்த முறையில் உருவானாலும் அவை வன்முறைக்கே இட்டுச் செல்லும் என்பதால் அவற்றிற்காக நாம் ஏங்கிக்கொண்டிருக்க முடியாது. அவற்றின் தகர்வை நாம் கொண்டாடவே முடியும்.

பெருங்கதையாடல்களின் தகர்வோடு வேறு சிலவற்றையும் பின்நவீனத்துவம் அறிவிக்கிறது. உண்மை, அறிவு முதலியவை எல்லாம் கட்டமைக்கப்படுபவைதான் என்பதைச் சொல்கிறது. எல்லாவற்றையும் கடந்த புறவய எதார்த்தம் என்பதைக் கேள்விக் குள்ளாக்கிறது. பல்வேறு விதமான அறிவுப் புலங்களையும் விவரணங்களையும் பொதுநிலையில் நின்று விமர்சிப்பதற்கான அடித்தளங்கள் மற்றும் பிரபஞ்ச விதிகள் (foundations and universal rules) ஆகியவற்றை மறுக்கிறது. இந்த வகையில் பின்நவீனத்துவம் ஒரு அடித்தள எதிர்ப்புவாதமாகவும் (anti foundationalism) விளங்குகிறது. தத்துவார்த்த நவீனத்துவம் முன் வைத்த சாராம்ச வாதத்தை மறுக்கிறது. அதாவது கடவுள், வரலாறு, சமூகம், மனிதச் சுயம் (self) போன்ற தத்துவார்த்த வகையினங் களுக்கு எந்த நோக்கிலிருந்து பார்த்தாலும் மாறாத உள்ளுறைப் பண்பு, சாரம் ஆகியவை உண்டு என்பதை மறுக்கிறது. அர்த்தம், சாரம் என்பதெல்லாம் மொழி சார்ந்த விசயங்களே, கட்டமைக்கப் படுபவையே எனப் பிரகடனப்படுத்தியது.

பிரபஞ்ச விதிகளையும் பெருங்கதையாடல்களையும் பேருலகப் பார்வைகளையும் முன்வைத்த செயல்பாடுகள் அனைத்தும் தனித்துவங்களையும் தல அளவிலான நடைமுறைகளையும் புறக்கணித்தன என்பதால் பன்மைத்தன்மையையும் தல அளவிலான செயல்பாடுகளையும் அது முன்வைக்கிறது. எல்லா வற்றையும் பிரதியாகப் பார்க்கிற, இறுதி அர்த்தம் என்பதை மறுக்கிற தெரிதாவின் சிந்தனைகளை ஏற்றுக்கொள்ளும் பின் நவீனத்துவம் நமது அர்த்தம் காணும் முயற்சியில் எப்போதுமே நம்மிடமிருந்து நழுவிவிடக்கூடிய அர்த்த சாத்தியங்களின் மீது கவனம் குவிக்கிறது. இப்படி நழுவிச் செல்லும் வாய்ப்புடைய 'மற்றதன்மைக்கு' (otherness) தனது அறிதல் வெளியில் இடம்

அளிக்கும் பின்நவீனத்துவம் வெள்ளை இனத்தின் அறிவுப் புலத்தைத் திறந்து 'மற்ற' பார்வைகளுக்கு இடமளித்தது. பொறுமை, சகிப்புத்தன்மை, மற்றவற்றிற்கு இடமளித்தல், வேறுபாடு களை அங்கீகரித்தல் ஆகியவற்றை முழங்கியது. லக்கான் போன்றவர்கள் வடமொழி வேதங்கள் முதலியவற்றைச் சுட்டிக் காட்டியதெல்லாம் இப்படித்தான். மற்ற பார்வைகளுக்கு குறிப்பாக வெள்ளை இனம் தவிர்த்த மற்றவர்களின் பார்வைகளுக்கு இடமளிக்கும் நோக்கில்தான்.

பெருங்கதையாடல்களின் தகர்வு என்பதில் எல்லா மக்களுக்கு மான விடுதலையை முன்வைக்கும் ஒற்றை அரசியல் திட்டம் சாத்தியமில்லை என்பதும் உள்ளடங்கி இருப்பதால் பல்வேறு வகைப்பட்ட திட்டங்களுடன் கூடிய பன்மை அரசியல் செயற் பாடுகளை பின்நவீனத்துவம் மொழிகிறது. ஒரு குறிப்பிட்ட திட்டத்தை முன்வைத்து இயங்கும் எந்த ஒரு குழுவும் தனது திட்டத்தை முழுமையாக நியாயப்படுத்திவிட முடியாது. நியாயப் படுத்த வேண்டிய அவசியமுமில்லை. எந்த ஒரு குழுவும் தனது மேலாண்மையை வற்புறுத்தாத, எல்லாக் குழுக்களும் தத்தம் நிறங்களையும், அடையாளங்களையும் பேணிக்கொள்ள வாய்ப்பு அளிக்கும் வகையில் மற்றவர்களுடன் இணைந்து நிற்கும் வானவில் கூட்டணிகளின் சாத்தியத்தை அது வரவேற்கிறது. அறுபது களுக்குப் பிந்திய வரலாறும் இதற்குச் சான்று வழங்குவது கவனிக்கத்தக்கது. முதலாளிய ஜனநாயகம், தேசிய விடுதலை, பாட்டாளி வர்க்கப் புரட்சி ஆகிய பெருங்கதையாடல்களின் அடிப்படையிலான இயக்கங்கள் 1950க்கு முன் உலகெங்கிலும் ஆட்சிகளைப் பிடித்தன. இவை பறைசாற்றிய விடுதலைகளை தாங்கள் அனுபவித்துவிட முடியும் என்கிற நம்பிக்கையோடு மக்கள் ஒரு இருபதாண்டு காலம் பொறுத்திருந்தனர். ஆனால் எல்லா இடங்களிலும் மக்கள் எதிர்கொண்டது விடுதலை அல்ல; கொடிய வன்முறையையே என்பதை விளக்க வேண்டியதில்லை. இதன் விளைவாக அறுபதுகளின் பிற்பகுதி தொடங்கி உலகெங்கிலும் கிளர்ந்த இயக்கங்கள் பெருங்கதையாடல்களை முன்வைக்காமல் போர் எதிர்ப்பு இயக்கங்கள், மாணவர் இயக்கங்கள், சூழல் பாதுகாப்பு இயக்கங்கள், மனித உரிமை இயக்கங்கள், ஜனநாயக இயக்கங்கள், பெண்ணிய இயக்கங்கள், வேலை இல்லாதோர் இயக்கங்கள், இன உரிமை இயக்கங்கள்... எனப் பல்வகைப் பட்டவையாக அமைந்தன. பாசிசம், இனவாதம், ஏகாதிபத்தியம்

ஆகியவற்றுக்கு எதிரான இத்தகைய இயக்கங்களின் ஜனநாயக இணைவையே நாம் இன்று முன்மொழிய முடியும்.

கருத்தொருமிப்பு (consensus) என்பது அதிகாரத்தின் குரலாக இருக்கிறது. பின்நவீனத்துவம் கருத்தொருமிப்பிற்கு பதிலாக கருத்து மாறுபாட்டை (dissension) உயர்த்திப் பிடிக்கிறது. விரிந்த கருத்தொருமிப்பு சாத்தியமில்லை. தல அளவிலான, குழு அளவிலான கருத்தொருமிப்பே சாத்தியம். விரிந்த நிலையில் கருத்து மாறுபாடுகளின் ஏற்பே வன்முறையின்மையின் அடையாளமாய் இருக்க முடியும். சுருக்கமாகச் சொல்வதானால் கருத்துவேறுபாடு களின் கருத்தொருமிப்பே ஜனநாயகமான ஒன்றிணைவாக இருக்க முடியும். இந்த ஒன்றிணைவு என்பது மிகவும் தற்காலிக மானதாக, காலம்/இடம் ஆகியவற்றில் குறுக்கப்பட்டதாகவே இருக்க முடியும்.

பெருங்கதையாடல்களுக்குப் பதிலாக சிறுகதையாடல்களே (little narratives) இனி சாத்தியம். பேரிலக்கியத் தேடல்களுக்குப் பதிலாக சிறிய திரள்களின் இலக்கியங்களையே இனி ஊக்குவிக்க முடியும். மொத்தத்துவத்திற்குப் பதிலாக சிதறுதல் (fragmentation) ஒருமித்த பார்வை/உணர்வு ஆகியவற்றிற்குப் பதிலாக பிளவுண்ட பார்வை/மனது ஆகியவற்றை முன்வைக்கும் சிந்தனைகளை இனி எள்ளி நகையாடிவிட முடியாது. 'இதுவா அதுவா' என்கிற கேள்விக்கு இனி 'இரண்டுமே' என்கிற பதிலின் சாத்தியத்தை நாம் புறக்கணித்துவிட முடியாது. தர்க்க வகைப்பட்ட அறிவு என்பதன் இடத்தில் அதர்க்க வகைப்பட்ட அறிவும் இனி சாத்தியம்தான். பகுத்தறிவின் வன்முறையிலிருந்து தப்புவதற்கு இனி நாம் வேறு வழிகளைச் சிந்திக்க வேண்டியதுதான்.

குறிப்புகள்

1. பின்நவீனத்துவம் குறித்து எழுதப்பட்டுள்ள சில கட்டுரைகளில் இது ஒன்று. மற்றவை கோடாங்கி-2இலும் 'அடையாளம்-1 இலும், 'நிறப்பிரிகை-8இலும் வந்துள்ளன. விரிவான ஆங்கில மொழிப் பயிற்சியற்ற நமது தோழர்களை மனங்கொண்டு எளிய முறையில் இவை எழுதப்பட்டுள்ளன. இவற்றில் சில கருத் தாக்கங்கள் புரியாவிடில் இதர கட்டுரைகளைப் புரட்டிப் பார்க்கலாம். எடுத்துக்காட்டாக 'பகுத்தறிவின் வன்முறை' என்பதை விளக்கிக்கொள்ள நிறப்பிரிகை-8 கட்டுரையைப்

பார்க்கலாம். இவற்றோடு *அமீபா*-2இல் வெளிவந்துள்ள பிரேதன்-ரமேஷ் ஆகியோரின் கட்டுரையும் படிக்கத் தக்கது. அமைப்பியல், மார்க்சிய அமைப்பியல் குறித்த தமிழவனின் நூலில் எனக்கு உடன்பாடு இருந்தபோதிலும் பின் அமைப்பியல், பின்நவீனத்துவம் குறித்த அவரது கருத்துக்கள் பலவற்றில் உடன்பாடு இல்லை.

2. பின்நவீனத்துவம் என்பது நவீன முதலாளியக் கால கட்டத்துச் சிந்தனைதானே அதனை நாம் எடுத்துக்கொள்ள முடியுமா என்கிற கேள்வியை நண்பர் எச்.ஜி. ரசூல் ஒருமுறை கேட்டார். இது ஒரு பின் முதலாளிய காலகட்டச் சிந்தனை என்கிற பிரெடரிக் ஜேம்சன் போன்றோரின் கருத்தாக்கத்தில் எனக்கு உடன்பாடு உண்டு. விரும்பியோ விரும்பாமலோ பின் முதலாளிய உலகின் ஒரு கண்ணியாக நாம் மாறிவிட்டோம். இந்த உலகைப் புரிந்துகொள்ள இன்னும் எழுபது மார்க்சுகள் வேண்டும் என்றார் லெனின். இன்றைய உலகைப் புரிய இன்னும் எழுநூறு மார்க்சுகள் போதாது. தெரிதா, பூக்கோ, லியோதார்த், டெல்யூஸ், கத்தாரி, விட்கென்ஸ் டெய்ன், அடர்னோ போன்றோரை ஆளும் வர்க்கங்களையும் ஏகாதி பத்தியங்களையும் நியாயப்படுத்திய சிந்தனையாளர்களாகக் கருத முடியாது. எனவே பின்நவீனத்துவச் சிந்தனையாளர்கள் முன்வைத்துள்ள பிரச்சினைப்பாடுகளை (problematiques) விவாதத்திற்கே எடுத்துக்கொள்ளாமல் உதாசீனப்படுத்துவதில் நியாயமில்லை.

3. மீண்டும் பெருங்கதையாடலை உருவாக்குவது நம்முடைய நோக்கம் அல்ல. நமது அறிதல் முறையில் கலந்துபோன இயங்காவியல் கூறுகளின் மீது நமது கவனத்தைத் திருப்பியது பின்நவீனத்துவம். புதிய பிரச்சினைப்பாடுகளை அது உருவாக்கியுள்ளது. பின்நவீனத்துவத்தையோ தலித்தியம், பெண்ணியம் உள்ளிட்ட நாம் முன்வைக்கும் இதரகருத்தாக்கங் களையோ இந்தக் கோணத்திலேயே புரிந்துகொள்ள வேண்டும். இவற்றை இன்னொரு வகை யான மொத்தத்துவக் கோட்பாடுகளாக ஆக்கிவிடக் கூடாது.

4. அறிவு என்பது ஒரு கட்டமைப்புத்தான், கற்பிதம்தான் என்பது கட்டுரையில் சுட்டப்பட்டுள்ளது. கதையாடல் வழிப்பட்ட அறிவுக்கு மட்டுமல்ல அறிவியல்வழிப்பட்ட அறிவுக்கும்

இது பொருந்தும். இதனை விரிவாக வேறொரு சந்தர்ப்பத்தில் பார்ப்போம்.

5. லியோதார்த்தின் Post Modern Condition பாட்ரிஷியா வா தொகுத்துள்ள Post Modernism: A Reader தொகுப்பிலுள்ள பல்வேறு பின்நவீனத்துவ ஆசிரியர்களின் கட்டுரைகள் ஆகியவற்றிலிருந்து பல கருத்தாக்கங்கள் இக்கட்டுரையில் ஆங்காங்கு கையாளப்பட்டுள்ளன.

6. Meta-narrative = பெருங்கதையாடல் என்பன போன்ற மொழியாக்கங்கள் கட்டுரையில் பயன்படுத்தப்பட்டுள்ளன. இவை நேரடியான மொழியாக்கங்களல்ல. வேறு நல்ல மொழியாக்கங்கள் கிடைத்தால் பயன்படுத்தலாம்.

களம் புதிது, ஏப்ரல் *1996*

1.3 அறிதலில் ஒழுங்கவிழ்ப்பு

ஒரு முன் குறிப்பு

anarchism - என்கிற சொல்லுக்கு 'அராஜகம்' என்பது ஒரு பொருத்தமான மொழியாக்கம். சாத்தியமான தமிழ்ச் சொற்களை நாம் உருவாக்க வேண்டிய அவசியம் இருப்பதாலும் 'அராஜகம்' என்கிற சொல் நமது சூழலில் ரொம்பவும் தவறான பொருளில் ஒரு 'கெட்ட' சொல்லாகப் பயன்படுத்தப்பட்டு விட்டதாலும் வேறு சில சொல்லாக்கங்கள் இக்கட்டுரையில் முயலப்படு கின்றன. anarchy என்கிற சொல் archy அரசு சார்ந்த என்கிற சொல்லுக்கு எதிராகப் பொருள்கொள்ள வேண்டியது. அந்த வகையில் அரசு மறுப்பு, அரசொழிப்பு போன்ற சொல்லாக்கங்களைப் பயன்படுத்தலாமா? வெறும் அரசு நிறுவனத்தை ஒழிக்கும் முயற்சியாகவும் இதனைப் பார்க்க முடியாது. எல்லா விதமான மேலிருந்து கீழான அதிகார ஒழுங்கமைப்பையும் (hierarchy) நாம் கருத்தில் கொள்ள வேண்டியிருக்கிறது. 'ஒழுங் கவிழ்ப்பு' எந்த அளவிற்குப் பொருத்தமாக இருக்கும்? anarchism என்பது libertarian என்கிற கருத்தாக்கத்துடன் இயையுடையதாகையால் 'அதி தாராளவாத', 'தளையவிழ்ப்பு' போன்ற சொற்கள் சரியாக இருக்குமா?

I

பின்நவீனத்துவம் மற்றும் விளிம்பியல் சிந்தனைகளுக்குக் கடுமையான எதிர்ப்பு தமிழ்ச்சூழலில் நிலவுவதை நாம் அறிவோம். பொதுவில் சிறுபத்திரிகை சார்ந்த முயற்சிகளையும் மொழியாக்கங் களையும் வெகுவாகச் சிலாகித்துப் பாராட்டக்கூடிய தமிழ் அறிவாளிகளும்கூடப் பின்நவீனத்துவத்தைக் கண்டு முகம் சுளிக்கின்றனர்.[1] ஏகாதிபத்திய மேலைச் சிந்தனைகளை இறக்குமதி செய்கிறார்கள், தெளிவான மாற்றுக்களை முன்வைக்க இயலாதவர் களாக இருக்கிறார்கள். அராஜகவாதிகள் என்பன இவர்கள் நம்மீது வைக்கும் குற்றச்சாட்டுகள். மேலை மண்ணில் பிறந்தவர்கள்

முன்மொழிந்ததாலேயே ஒரு சிந்தனை ஏகாதிபத்தியச் சிந்தனை ஆகிவிடும் என்றால் மார்க்சியம் போன்ற சிந்தனையும் தேசியம் போன்ற அரசியல் திட்டமும் (project) கூட நமது மண்ணுக்குப் பொருந்தாதவை ஆகிவிடுமே என்பது பற்றி இவர்கள் கவலைப் படுவதில்லை. 'தெளிவில்லை' என்கிற குற்றச் சாட்டில் 'தெளிவு' என்பது பற்றி விரிவாக இந்தக் கட்டுரையில் பார்ப்போம். அராஜகவாதிகள் என்பது பற்றியும்.

இன்னொரு அம்சமும் இதில் கவனிக்கத்தக்கது. பழசில் சுகங்காணும் போக்குத்தான் அது. புதுமையை இவர்களால் அச்சத்தோடுதான் பார்க்க முடிகிறது அல்லது ஏதோ ஒரு வகையில் பழசின் நீட்சியாக உள்ள புதுமையை மட்டுமே இவர்களால் சகித்துக்கொள்ள முடியும். ஏன்? பழசு குற்றம் குறைகள் அற்றதாய் உள்ளதாலா? எல்லாவற்றையும் விளக்கிவிடும் தெம்பும் திராணியும் பழசுக்கு உண்டு என்பதாலா? பழசு வெற்றிகரமாய் விளங்குவ தாலா? இவை யாவுமே சரியல்ல என்பதை நாம் அனைவரும் அறிவோம். ஏன், பழசைப் போற்றுகிறவர்களேகூட இந்த மூன்று விமர்சனங்களையும் பழசின் மேல் பல சந்தர்ப்பங்களிலும் வைத்தவர்கள்தான். நாம் முன்வைக்கும் 'புதுசு' அவர்களின் இருப்பில் ஒரு அதிர்வை ஏற்படுத்துகிறது. எல்லாவற்றுக்குள்ளும் பொதிந்து கிடக்கும் அதிகாரம் பற்றிய இதுவரை எழுப்பாத கேள்விகளை நாம் எழுப்புவது இவர்களின் அரசியல் மற்றும் அறிவுஜீவித இருப்பையே ஆட்டம்காண வைத்திருப்பதை இவர்கள் உணர் கிறார்கள். தவிரவும் புதியதைக் கற்று, அறிமுகம் செய்துகொண்டு, அதைப் பயன்படுத்துவது என்பதற்கெல்லாம் அடிப்படையாக உள்ள உழைப்பை, முன்முயற்சியை அவர்கள் வெறுக்கிறார்கள். எனவே பழையதில் சுகம். 'விடுதலை அச்சம்' (Fear of Freedom) என்கிற பாவ்லோ ஃப்ரெய்ரேயின் கருத்தாக்கம் இத்துடன் இணைத்து நோக்கத்தக்கது.[2]

நம்மை விமர்சிக்கும் மேற்குறித்த நண்பர்களை ஒரு கணம் மறப்போம். நம் எல்லோருக்குள்ளுமே இந்தப் பழசுச் சுகம், புதுமை அச்சம் பதிக்கப்பட்டிருப்பதைக் கொஞ்சம் நினைத்தும் பார்ப்போம். இது எப்படி? அறிதல் (cognition), அறிவு (Knowledge) ஆகியவற்றை நமக்குச் சாத்தியப்படுத்தும் குடும்பம், பள்ளி, கட்சி முதலாய அனைத்து நிறுவனங்களும் ஒரு குறிப்பிட்ட அறிதல் முறைக்கு (method) நம்மைப் பழக்கப்படுத்தியிருப்பதுதான். அறிதலில்

அப்படி எத்தனை முறைகள் உண்டு? அறிவியல் ஆய்வுகளைக் (scientific methods) களமாகக் கொண்டு விரிவான ஆய்வை மேற்கொண்ட பால் ஃபெய்ராபெண்ட் (Against Method, Verso. 1978) இருவகை அறிதல் முறைகளைச் சுட்டிக்காட்டுகிறார். அவை:

1. சட்ட ஒழுங்கு அறிதல்முறை (Law and Order Approach)
2. ஒழுங்கவிழ்ப்பு அறிதல் முறை (Anarchist Approach)

அறிதல்முறையில் சட்ட ஒழுங்கு அணுகல்முறையா? — இந்தக் கேள்விக்குப் பதில் தேடுமுன், ஃபெய்ரா பெண்ட்டின் ஒரு கூற்றை இங்கே சுட்டிக்காட்ட விரும்புகின்றேன். அது: 'அறிவியல் என்பது அடிப்படையில் ஒரு 'அனார்க்கிச' நடவடிக்கையே. சட்ட ஒழுங்கு அணுகல்முறையைக் காட்டிலும் ஒழுங்கவிழ்ப்பு அறிதல் முறை மானுடத்தை அதிகமாக நேசிப்பது; முன்னோக்கிய வளர்ச்சிக்கு வித்திடுவது.' ஆம். எல்லா முக்கியமான அறிவியல் கண்டு பிடிப்புகளும் சட்ட ஒழுங்குமுறையை மறுத்தே (violate உருவாகி யுள்ளன. நியூட்டன் முதல் ஈன்ஸ்டின்வரை தங்களது ஆய்வு முறையில் அனார்க்ஸ்டுகளாகவே இருந்தனர். அது அவர்களுக்குத் தெரிந்தும் இருக்கலாம் அல்லது தெரியாமலும் இருக்கலாம்.

ஆனால் இதில் ஒரு முரண்நகை என்ன தெரியுமா? அறிவியலாக (science) இன்று பாடநூற்கள் மூலமாகவும் கல்வி நிறுவனங்கள் வழியாகவும் சொல்லிக் கொடுக்கப்படுபவை எல்லாம் சட்ட ஒழுங்கு முறையே.

II

கண்டுபிடிப்புகளெல்லாம் நிலவும் விதிகளை அனுசரித்துச் செயல்பட்டதன் மூலம் உருவானவையா? இல்லை விதிகளை மீறி/மறுத்துச் செயல்பட்டதன் விளைவுகளா?

அறிவுத் தோற்றவியலுக்கான எல்லா விதிகளும், ஆம் அனைத்து விதிகளும் ஏதோ ஒரு சந்தர்ப்பத்தில் மீறப்பட்டவை தான். எல்லா அறிவியலாளர்களின் வாழ்க்கையையும் துருவிப் பார்த்தால் இத்தகைய மீறல்கள் கடைப்பிடிக்கப்பட்டிருக்கும். இவை எல்லாவற்றையும் தொகுத்துப் பார்த்தால் ஒன்று புலப்படும். அது: இந்த மீறல்கள் தற்செயலானவை அல்ல. மாறாகக் கண்டுபிடிப்பு களின் அவசிய நிபந்தனைகளாக மீறல்கள் அமைகின்றன. மறுக்க முடியாத தெளிந்த விதிகளை (obvious rules) மறுத்ததின் விளைவே

புதிய சிந்தனைகள். எல்லாச் சிந்தனை யாளர்களுமே அவர்களின் முக்கியமான கணங்களில் பகுத் தறிவுக்கு ஒவ்வாதவர்களாகவே (unreasonable) இருந்துள்ளனர்.

இதென்ன குதர்க்கம்? பகுத்தறிவின் விளைபொருள்தானே கண்டுபிடிப்புக்கள்?

இல்லை. பகுத்தறிவின் வெற்றி என்பது கட்டமைக்கப்பட்ட ஒன்று. பகுத்தறிவின் வெற்றியாகக் காட்டப்படுவதன் பின்னே அரசியல் இருக்கிறது, பிரச்சாரம் இருக்கிறது, குறிப்பிட்ட வர்க்கம் அல்லது குழுவின் நலன் இருக்கிறது. இதனை விளங்கிக்கொள்ளப் பகுத்தறிவின் வன்முறை தொடர்பான மேலும் சில பார்வைகள்:

பகுத்தறிவின் வன்முறையையும் அறிவொளிக் காலம் பற்றிய விமர்சனத்தையும் முதன்முதலில் முன்வைத்ததில் அடர்னோ மற்றும் ஹோகெய்மர் முதலான மார்க்சியர்களின் பங்கு முதன்மை யானது. அறிவொளியால் பிரகாசிக்கும் இந்த உலகு பேரழிவை வீசுவதேன் என்கிற கேள்வியை அவர்கள் எழுப்பினர். பகுத்தறிவு என்பது ஒரு குறிப்பிட்ட வகையான பகுத்தறிவாக மாற்றப் பட்டதை அவர்கள் சுட்டிக்காட்டினர். பன்மைத் தன்மைகள் ஒழிக்கப்பட்ட, ஒரு குறிப்பிட்ட மொழி விளையாட்டாக மாற்றப் பட்ட ஒரு கணித சூத்திரமாகப் பகுத்தறிவு ஆக்கப்பட்டது. இவ்வாறு மாற்றப்பட்ட பகுத்தறிவு, அயலாக (foreign) உள்ள எதார்த்தத்தைச் (reality) சந்திக்கும்போது அதனைத் தனது மொழிக்குள் பெயர்த்துக் கொண்டது. இந்த மொழிபெயர்ப்பின் போது பகுத்தறிவின் விதிகளுக்குப் பொருந்தாத எதார்த்தத்தின் பகுதிகள் பகுத்தறிவின் ஆய்வுப் புலத்திற்குள் வராமலேயே தூக்கி எறியப்பட்டன. ஆனால் பெரும்பான்மையும் அறிந்திராமலுள்ள இந்த மாபெரும் உலகை இத்தகைய விதிமுறைகளின் வாயிலாக அணுகிப் 'பொருந்திவராத' (inconsistent) அம்சங்களைத் தூக்கி எறிவது இழப்பல்லவா?

இதன் விளைவாக ஏற்படும் அபத்தம் என்னவெனில் அறிதல் (cognition) புரிதலாக (recognition) மாற்றப்படுவதே. அதாவது பகுத்தறிவை ஏற்றுக்கொண்ட ஒருவர் (தன்னிலை) தானறியாத உலகை அறிவதற்குப் பதிலாகத் தன்னுடைய பிம்பத்திற்குப் பொருந்திவரும் வகையில் அதனைப் பொருத்திப் 'புரிந்து' கொள்கிறார். மற்றதாக (other) /மாற்றாக (alterity) இருக்கும்

சுதந்திரத்தை மற்றதுக்கு (எதார்த்தம்) மறுக்கும் வன்முறை ஒருபக்கம். இன்னொரு பக்கம் இப்படித் தனக்குப் பரிச்சயப்பட்ட ஒன்றாகத் தன்னுடைய பிம்பமாகப் புரிந்துகொள்வதிலுள்ள சுகம். பகுத்தறிவின் வில்லங்கத்தைப் பாருங்கள். ஒன்றை ஒருவர் புரிந்துகொள்ளும்போது அதைப் பற்றிப் புதிதாக அவர் எதையும் தெரிந்துகொள்ளவில்லை என்பதுதான். இது எல்லாவற்றிற்குமே பொருந்தும். இலக்கியப் பிரதி உட்பட. 'தெளிவாக' இருப்பதன் பின்னுள்ள அரசியல் இது. இது மட்டுமல்ல. 'சிந்தனை' என்பது உண்மையான ஒரு அறிவுச் செயல்பாடாக இல்லாமல் வெறுமனே ஒரு சடங்காக மாற்றப்படுகிறது.

இவ்வாறு பகுத்தறிவு என்பது ஆய்பொருளை அதனுடைய மாற்றுத் தன்மைகளுடன் அங்கீகரிப்பதில்லை. மாறாக ஆய்வு செய்யும் தன்னிலையின் அடையாளம் மீண்டும் மறு உறுதி செய்யப்படுகிறது. ஆனால் ஒரு அரசியல் செயல்பாடு இப்படி இருக்க முடியாது என்பதே. தன்னிலையின் அடையாளத்தை அதிரடிப்பதே, கேள்விக்குள்ளாக்குவதே அரசியல் செயற்பாடு. அடிமை என்கிற அடையாளமானாலும் சரி, ஆண்டான் என்கிற அடையாளமானாலும் அது கேள்விக்குள்ளாக்கப்பட வேண்டும். பகுத்தறிவின் அறிதல் நடவடிக்கை இவ்வகையில் ஒரு சரியான அரசியல் நடவடிக்கையாக இல்லை என்பது சிந்திக்கத்தக்கது.

இன்னொன்றும் இங்கே கருத்தத்தக்கது. பகுத்தறிவின் ஆட்சியில் அறிவு (Knowledge) என்பது மற்றதை அறிதல் அல்ல; மாறாக பகுத்தறிவின் விதிகளை, அதாவது அதன் அறிதல் முறையைத் தெரிந்துகொண்டவனே அறிஞன். அதாவது அறிதல் அல்ல, அறிதல்முறையைத் (method) தெரிதலே அறிவு என்றாகிறது. அதனைத் தெரிந்துகொண்டவன் அதைத் தெரியாதவனைக் காட்டிலும் அதிகாரம் மிக்கவனாக மாறுகிறான். இவ்வாறு 'அறிவு', 'அறியாதவர்களின்' மீதான அதிகாரமாக மாறுகிறது.

இத்தகைய 'பகுத்தறிவுச்' செயல்பாட்டின் விளைவாக 'உண்மை' கண்டுபிடிக்கப்படுகிறது. அதாவது பகுத்தறிவின் விதிகளால் தீர்மானிக்கப்படுவதே உண்மை. இந்த உண்மையே அறம்/நீதி. எனவே அறம், நீதி என்பனவெல்லாம் பகுத்தறிவின் விளை பொருட்களாக மாற்றப்படுகின்றன. பகுத்தறிவு, தர்க்கம் ஆகியவற்றைக் கொண்டு அதற்குரிய உண்மை/அறம்/நீதி ஆகியவற்றை நிறுவ முடியும். இலட்சக்கணக்கில் ஹிட்லர் யூதர்களைக்

கொன்றதும், ஆறில் ஒரு பங்கு மக்கள் தீண்டாமைக்குள்ளாக்கப் படுவதும், குவைத்தை ஈராக் ஆக்ரமித்ததும், ஈராக்கின் மீது அமெரிக்கா ஏவுகணைகளை வீசியதும் எல்லாமே பகுத்தறிவின் துணையோடு நீதியாக்கப்படுவதும் அதற்குரிய பெருங்கதை யாடல்கள் (பாசிசம்/மனு தர்மம்/ 'பாத்' கட்சி அறிக்கை/உலக ஜனநாயகம் பற்றிய அமெரிக்கக் கரிசனம்) உருவாக்கப்படுவதும் குறிப்பிடத்தக்கன.

III

சட்ட ஒழுங்கு அணுகல்முறை ஒரு முக்கியமான முன் நிபந்தனையை முன்வைக்கிறது. அதனைப் 'பொருந்தி வருதல்' தொடர்பான முன்நிபந்தனை (consistency condition) எனலாம். அதாவது புதிதாக முன்வைக்கப்படும் எடுகோள் என்பது ஏற்றுக் கொள்ளப்பட்ட பழைய கோட்பாடுகளுடன் பொருந்தி வர வேண்டும். நியூட்டன் தனது எழுத்துக்களில் இந்தப் 'பொருந்தி வருதலு' க்கு அதிக முக்கியத்துவம் அளிக்கிறார். வேடிக்கை என்னவெனில் அவரது கண்டுபிடிப்பே இந்தப் பொருந்தி வருதல் கோட்பாட்டை மீறியதாக இருந்ததுதான். ஏற்கனவே நிலவிய கலிலியோவின் 'சுதந்திர வீழ்ச்சி' (free fall)க் கோட்பாட்டை மீறியதே நியூட்டன் விதி. அதாவது புவியை நோக்கி விழக்கூடிய பொருளின் முடுக்கம் மாறாது என்பது கலிலியோ கொள்கை. புவி மையத்திலிருந்து மேலே செல்லச் செல்ல முடுக்கம் குறையும் என்பது நியூட்டன் கண்டுபிடிப்பு. பழைய தர்க்கத்தை முற்றிலும் மறுத்துப் பார்த்ததன் விளைவே நியூட்டனின் பங்களிப்பு. இதுபோல வேறு பல எடுத்துக்காட்டுகளை இயற்பியலில் காட்ட முடியும். புள்ளிய வெப்ப இயக்கவியல் (statistical thermo dynamics) கோட்பாடுகள் பழைய வெப்ப இயக்கவியல் விதிகளை மறுக்கின்றன. ஒளியின் அலைக் கொள்கை பழைய வடிவவியல் தர்க்கங்களையும் அதன் மொழியையும் மறுக்கின்றது. இதன் பொருள் பழைய வடிவவியல் கொள்கை 'உண்மைகளை' விளக்க முடியாதது என்பதோ புதிய அலைக் கொள்கை எல்லா 'உண்மை களையும்' விளக்கக்கூடியது என்பதோ அல்ல. பழைய வடிவவியல் கொள்கையும் பல ஒளியியல் உண்மைகளை விளக்கின. (எ-டு: பிரதிபலிப்பு, ஒளிவிலகல்....). அலைக் கொள்கையாலும் விளக்க முடியாத ஒளியியல் உண்மைகள் உண்டு. (எ-டு: ஒளிமின் விளைவு —இதை விளக்க ஈன்ஸ்டின் அலைக் கொள்கையின் அணுகல்

முறைக்குப் பொருந்தி வராத குவாண்டம் கொள்கையைப் பயன்படுத்தினார்). அறிவியல் வரலாறு முழுமையும் இத்தகைய குழப்பங்கள் மலிந்த ஒன்றுதான்.

அப்படியானால் 'அறிவு வளர்ச்சி' என்பதென்ன? படிப்படியான உண்மையை நோக்கிய மேல்நோக்கிய நகர்ச்சி இல்லையா? இல்லை என்கின்றனர் ஒழுங்கவிழ்ப்பாளர்கள். மாறாக அறிவு முற்றிலும் ஒன்றுடன் ஒன்று பொருந்தாத எண்ணற்ற பல்வேறு மாற்றுச் சாத்தியக் கூறுகள் நிரம்பிய பெரும் சமுத்திரமாக இருக்கிறது. எந்தப் பிரச்சினையும் என்றென்றைக்குமாய்த் தீர்க்கப் படுவதில்லை. எனவே எந்தக் கருத்தையும் நாம் ஒவ்வாது எனத் தூக்கி எறிய முடியாது. துறைவல்லுநர்கள், மாபெரும் அறிஞர்கள் போன்றோரின் கருத்துக்கள் மட்டுமின்றி, சாதாரண மக்கள், முட்டாள்கள், பொய்யர்கள், ஏமாற்றுப் பேர்வழிகள், பைத்தியங்களின் உளறல்கள்....என எதையும் பயன்படாது, உண்மைக்குப் பொருந்தாது எனத் தூக்கி எறியும் உரிமை நமக்கு இல்லை.

இது ஜனநாயகம் குறித்த விரிவான கேள்விக்கும் இட்டுச் செல்கிறது. ஜனநாயகம் என்பது பெரும்பான்மையோரின் ஆட்சி, சிறுபான்மை பெரும்பான்மைக்குக் கட்டுப்படுதல் என்றே சொல்லப்படுகிறது. தாராளவாதக் கொள்கையை உலகுக்கு அளித்தவர் எனச் சொல்லப்படும் ஜான் ஸ்டுவர்ட் மில் (1806-1873) போன்றோராலேயே இக்கருத்தாக்கங்கள் நிர்மூலம் செய்யப் பட்டுள்ளன. பெரும்பான்மையின் கருத்துக்கு எதிராகச் சிறுபான்மை அல்லது ஒரு தனிமனிதர் தனது கருத்தை முன்வைப்பதற்கும் காப்பாற்றுவதற்கும் பிரச்சாரம் செய்வதற்குமான உரிமையே ஜனநாயகம். பெரும்பான்மையின் வன்முறை, கருத்தொருமிப்பின் (consensus) பயங்கரவாதம் ஆகியவை குறித்துத் தனியே விரிவாய்ப் பார்ப்போம்.

IV

எனவே அனார்க்கிச அணுகல்முறை பொருந்திவரல் நிபந் தனைக்குப் பதிலாக மாற்றுத் தர்க்க (Counter Inductive Approach) அணுகல்முறையைப் பரிந்துரை செய்கிறது. நிலவும் வலுவான கோட்பாடுகளுக்கு எதிரான எடுகோள்களை முன்வைக்க அது ஊக்குவிக்கிறது. பகுப்பாய்வைக் காட்டிலும் முரண் ஆய்வை

(contrast) அது முதன்மைப்படுத்துகிறது. (இலக்கியத்தில் இது எதார்த்தவாதத்திற்குப் பதிலான மாற்று உத்திகளை முன் வைப்பதன் நோக்கங்களைத் தனியே பார்ப்போம்.)

அனுபவங்களோடும் (empirical facts) சான்றுகளோடும் (evidences) தனது புதிய எடுகோள் பொருந்தி வருகிறதா எனப் பார்ப்பதைக் காட்டிலும் இதர கருத்துக்களுடன் பொருத்தி/முரண்படுத்தி முடிவெடுக்கச் சொல்கிறது. போட்டியில் தோற்றுப்போன கருத்துக்களைத் தூக்கி எறிவதைக் காட்டிலும் அதனைச் சரிப் படுத்தி வளர்த்தெடுக்கச் சொல்கிறது. அனுபவ உண்மைகளையும் சான்றுகளையும் புறக்கணிப்பது என்ன நியாயம் என நீங்கள் கேட்பது புரிகிறது. எந்த உண்மையும் கள்ளங்கபடற்ற உண்மை அல்ல. எந்தச் சான்றும் ஏற்கனவே உள்ள முறையின் விதிகளால் கறைபடாததல்ல. எந்த உண்மையும் சில குறிப்பிட்ட நிபந்தனைகள் மற்றும் கற்பிதங்களுக்குட்பட்டவையே. அந்த நிபந்தனைகள் பற்றிய பிரக்ஞை வேண்டுமானால் நமக்கு இல்லாதிருக்கலாம். இதோ நான் எழுதிக்கொண்டிருக்கும் இந்தப் பேனாவின் நிறம் பச்சை என நினைத்துக் கொண்டிருக்கிறேன். சூரிய ஒளியில் என்ற நிபந்தனையை மறந்துவிடுகிறேன். இரவில் குழல் விளக்கு வெளிச்சத்தில் இதன் வண்ணம் வேறாக இருக்கலாம். சான்றுகளும் இப்படித்தான். நமது அணுகல்முறைக்குத் தக சான்றுகளின் பயன்பாடு மாறும். நீதி நெறிச்சொல் லாடல்களில் (judicial discourse) இது தெளிவாக வெளிப்படும். மகளின் திருமணத்திற்கு முந்தி கருவைக் கலைக்க முயலும் தாயின் நடவடிக்கை தாய்மைக்குச் சான்றாகவும் அமையும், கொலைக் குற்றத்திற்குச் சான்றாகவும் அமையும். எத்தகைய பகுத்தறிவு/பகுப்பாய்வு விதிகள், எத்தகைய மொழிகள் பயன்படுத்தப்படுகின்றன என்கிற அடிப்படையில் ஒரே சான்று எதிரெதிர்ப் பொருளில் அமையும். எனவே அறிதல்முறையில் நாம் மனங்கொள்ள வேண்டிய கருத்தாக்கம் 'எதுவும் சாத்தியம்' என்பதே.

பொருந்தி வரல் நிபந்தனை சோம்பேறி மனத்திற்குச் சுகம் தரக்கூடியதாக இருக்கலாம். ஆனால் அது மற்றதின் உரிமையை மட்டுமல்ல இருப்பையே மறுப்பது. குறைந்தபட்ச சகிப்புத் தன்மையும் அற்ற கொடூரமானது. அனுபவம் என்கிற பெயரில் உண்மைகளைக் கும்பிடுகிறேன் எனச் சொல்லிக்கொண்டு ஒரு குறிப்பிட்டக் கோட்பாடு தன்னை எல்லாவிதமான விமர்சனங்

களுக்கும் கேள்விகளுக்கும் அப்பாற்பட்டதாக நிறுத்திக் கொள்ளும் போது அது வறட்டுத் தத்துவம் (dogma) ஆகிறது. ஒரு கொள்கைக்கு உண்மையாக இருத்தலை (commitment) எல்லாப் பெருங்கதை யாடல்களும் போற்றத்தக்க பண்பாகச் சுட்டிவந்துள்ளன. மாற்றுக்கள் மற்றும் விமர்சனங்களைச் சகிக்க முடியாத வன்முறையின் இன்னொரு பெயரே 'கொள்கைப் பற்று' எனச் சாடுகிறது ஒழுங்கவிழ்ப்புச் சிந்தனை.³

V

ஒன்றை வலியுறுத்துவது அவசியம். ஒழுங்கவிழ்ப்பு அணுகல் முறை என்பது நிலவுகிற அணுகல்முறைக்கு மாற்றாக இன்னொரு தெளிவான ஒற்றை மாற்றை முன்வைப்பதல்ல. மாறாக பன்மைக் கூறுகளுடன் கூடிய ஒரு அறிதல் முறையின் (Pluralist Methodology) அவசியத்தைச் சுட்டிக்காட்டுவதும் அதைவிட முக்கியமாக எல்லாவிதமான அணுகல்முறைகளுமே எல்லைக்குட்பட்டவை, கருத்தியல் சார்ந்தவை, குறிப்பிட்ட அணுகல்முறைக்குரியவை மட்டுமே என்பதைப் பதிய வைப்பதுமே நமது நோக்கம். கருத்தொருமிப்பு என்பது மதம் அல்லது மடம்சார்ந்த செயற்பாடு களுக்குப் பொருத்தமாக இருக்கலாம். பன்மைக் கருத்துக்கள் மற்றும் கருத்துவேறுபாடுகள் என்பனவே அறிதல் முறைக்குப் பயன்படக்கூடியன. வேறு வார்த்தைகளில் சொல்வதானால் அறிதல் என்பதைச் சரியான அரசியல் செயல்பாடாக அமைப்பதில் கருத்தொருமிப்பைக் காட்டிலும் கருத்துவேறுபாடே (dissension) முக்கியப் பங்குவகிக்க முடியும். இன்னும் வேறுவார்த்தை களில் சொல்வதானால் பன்மைக் கருத்தாக்கம், மாற்றுக்கான இடமளித்தல் ஆகியனவெல்லாம் வெறும் ஜனநாயக, மனிதாபி மானக் கோரிக்கைகள் மட்டுமல்ல, சரியான அறிதல்முறைக்கும் அவையே வழி.

பெரும்பான்மைக்கு எதிரான தனிநபரின் கருத்துரிமை என்கிற தாராளவாதக் கோட்பாடு மீண்டும் அழுத்தம் கொடுத்துப் பரிசீலிக்கப்பட வேண்டிய ஒன்று. சீர்மை (uniformity) என்பது அறிவுச்செயல்பாட்டை அழிக்கும். இதற்கு எதிராகத் தனித்துவத்தை (individuality) வளர்ப்பதை ஒழுங்கவிழ்ப்பு பரிந்துரை செய்கிறது. எல்லாவிதமான சட்ட ஒழுங்குகள், பிரபஞ்ச மதிப்பீடுகள், சர்வ வியாபக அளவுகோல்கள், விதிகள் ஆகியவற்றால் கட்டுப்

படுத்தப்படாத, பழுதுபடாத, தனித்துவ வளர்ச்சிக்கு நாம் அழுத்தம் கொடுப்பது அவசியமாகிறது. எல்லாவிதமான ஒழுங்கும் (order) வேறு ஏதொன்றையோ மறைப்பதற்கான முகமூடிதான் என்கிற லியோர்தார்த்தின் கருத்து ஆழமாய்ச் சிந்திக்கத்தக்கது.[4] சட்ட ஒழுங்கு அணுகல்முறையின் மாபெரும் வன்முறை இளைஞர்களின் மகத்தான ஆற்றலாகிய கற்பனைத் திறனைத் தீய்ப்பதே. மாட்டின் கொம்புகளைத் தீய்ப்பது போல, நாயின் வாலை அறுப்பது போல, விலங்கினங்களுக்குக் காயடிப்பது போல இளைஞர்களின் கற்பனைகள் தீய்க்கப்படுகின்றன.

இளைஞர்களே, கனவு காணுங்கள், கற்பனைகளில் மிதவுங்கள், இந்த உரிமைகளை எக்காரணத்திற்காகவும் பறிகொடுக்காதீர்கள்.

குறிப்புகள்

1. அவ்வப்போது போஸ்ட் மார்டனிசத்தைக் கிண்டலடிக்கும் சுஜாதா, மாலன், இந்திரா பார்த்தசாரதி போன்றோர் தவிர *காலச்சுவடு-14*இல் வந்துள்ள நுஃமானின் கட்டுரையும், அந்தக் கட்டுரையை விசிலடிக்காத குறையாகப் பாராட்டியுள்ள சிவசேகரத்தின் கடிதமும் (*காலச்சுவடு 15*) இந்த வகையில் கவனிக்கத்தக்கன. பாராட்டுக் கடிதங்களை அச்சிட்டுவைத்துக் கொண்டு எல்லாச் சிறு/பெரும் இதழ்களுக்கும் அனுப்பி வருபவர்கள் எனக் கிண்டலுக்கு ஆளாகியுள்ள நமது முதிய விமர்சன இரட்டையர்களாகிய தி.க. சிவசங்கரன், வல்லிக் கண்ணன் ஆகியவர்கள்கூடச் சமீப காலத்தில் கடுமையாகக் கண்டித்துவரும் ஒரே போக்கு போஸ்ட்மார்டனிசம்தான். இவர்கள் அனைவரும் தலித் அரசியலை நேரடியாகவும், தலித் இலக்கிய முயற்சிகளை மறைமுகமாகவும் காய்ந்து வருவதும் கவனிக்கத்தக்கது. இந்துத்துவப் பெருங்கதையாடலுக்கும் இந்தியப் பெருங்கதையாடலுக்கும் நாம் தொடர்ந்து எதிராக நின்றுவந்த போதிலும் இராசேந்திர சோழன் (முன்னாள் அஸ்வகோஷ்), வெங்கட்ராமன் போன்ற தமிழ்த் தேசிய வாதிகளும் (பார்க்க: 1996ஆம் ஆண்டு இடைப்பகுதியில் வெளிவந்துள்ள *கண்ணோட்டம்* இதழ்கள்) போன்றவர்களும்கூட பின்நவீனத்துவச் சிந்தனைகளை மூர்க்கமாய் எதிர்ப்பதையும் நக்சல்பாரித் தோழர்கள் சமீபத்தில் நடத்திய AILRC மாநாட்டில் (சென்னை செப்டம்பர் 1996) புதிய

சிந்தனைகளுக்கு எதிராக முழக்கங்கள் எழுப்பப்பட்டதையும் இத்துடன் இணைத்துப் பார்க்க வேண்டுகிறேன். பெருங் கதையாடல்களின் வன்முறை பற்றி நாம் தொடர்ந்து பேசி வருவதை மீண்டும் ஒரு பெருங்கதையாடலைக் கட்ட முயலும் இவர்களால் சகிக்க இயலாதது கவனிக்கத்தக்கது.

2. பார்க்க: மாற்றுகளைத் தேடி, நிறப்பிரிகைத் தொகுப்பு, விடியல், 1995

3. பழமை விரும்பிகள் புதிய சிந்தனைகளை எப்படி எதிர் கொள்வார்கள்? வில்லியம் ஜேம்ஸ் சொல்வார்: 'முதலில் உளறல் என்பார்கள். பிறகு இவை ஒன்றும் புதியதல்லவே என்பார்கள். கடைசியாக நாங்கள் இதை ஏற்கனவே சொல்லி விட்டோமே என்பார்கள்.' 'கண்ணோட்டம்' இதழில் இராசேந்திர சோழன் தலித் அரசியல் பற்றி எழுதியுள்ள கட்டுரைத் தொடரை வாசித்துப் பாருங்கள். ஜேம்ஸ் சொல்லி யுள்ளதற்குச் சரியான எடுத்துக்காட்டாக அக்கட்டுரை விளங்குவது தெரியும்.

4. எங்கோ படித்த ஒரு துணுக்குக் கதை: விடுமுறை நாளொன்றில் அப்பா ஒருவர் தனது மகளைப் பார்த்து, 'இந்தத் தோட்டத்தில் கண்டபடி வளர்ந்து கிடக்கும் புல்லை வெட்டி ஒழுங்கு படுத்தினால் பத்து டாலர் தருவேன்' என்கிறார். குழந்தை உற்சாகமாக வேலையை முடித்துவிட்டு வந்து காசு கேட்கிறது. தோட்டம் ஒழுங்காக்கப்பட்டிருந்தாலும் ஒரே ஒரு இடத்தில் ஒழுங்கில்லாமல் ஒரு திட்டுப் புல். அதையும் கொத்தி நீக்கினால்தான் காசு என்கிறார். முடியாது எனச் சொல்லிவிட்டு ஓடிவிடுகிறது குழந்தை. கிட்டே சென்று பார்க்கிறார் அப்பா. அந்த ஒழுங்கற்ற திட்டுக்குள் ஒரு தவளை. கதை இப்படி முடிகிறது: 'எங்கே ஒழுங்கின்மை இருக்கிறதோ அங்கு அன்பிருக்கிறது.' நாம் இப்படிச் சொல்லலாம். 'எங்கே ஒழுங்கிருக்கிறதோ அங்கு அன்பு இருக்காது.'

5. அறிதல்முறை பற்றிய விமர்சனம் போஸ்ட் மார்டனிசமும் அனார்க்கிசமும் சந்திக்கும் புள்ளிகளில் ஒன்று.

1.4 இலக்கியத்தில் பின்நவீனத்துவம்: வெவ்வேறு தலைப்புகளில் சில குறிப்புகள்

1. எதார்த்தத்தின் அரசியல்

பின்நவீனத்துவம் நவீனத்துவத்தின் தொடர்ச்சியாகவும் நவீனத்து வத்தை மறுத்தும் தோற்றம் கொண்டது. அறிவொளி யுகத்தின் வெளிப்பாடாகிய பகுத்தறிவின் வன்முறையைத் தோலுரித்து அது வெளிப்பட்டது. எதார்த்தத்தைத் தனது ஆய்வுப் பொருளாக எடுத்துக்கொள்ளும் பகுத்தறிவுத் தன்னிலை (subject of reason) தனக்கெனப் பொருத்தமுடைய சில விதிகளையும் அணுகல் முறைகளையும் உருவாக்கிக்கொண்டு எதார்த்தத்தை அணுகு கிறது. இந்த வகையில் எதார்த்தத்தை அது தனது பிம்பமாகக் கருதுகிறது/அணுகுகிறது. இத்தகைய அறிதல்முறையில் தன்னிலையின் அடையாளம்தான் உறுதி செய்யப்படுகிறதேயொழிய எதார்த்தத்தில் உள்ளுறைந்து நிற்கும் மற்றமை/மறுமை (alterity) புறக்கணித் தொதுக்கப்படுகிறது. இத்தகைய முன்தீர்ப்புடன் (apriori judgement) அணுகும் அறிதல்முறையைப் பகுப்பாய்வு (analytic) என ஒதுக்கிய கான்ட் இதற்கு மாற்றாக எதிரொளிப்புத் தீர்ப்பைப் (reflective judgement) பரிந்துரைத்தார். முன் தீர்ப்புடன் எதார்த்தத்தை அணுகிப் பகுத்துத் தன்னுடன் பொருந்தாததை ஒதுக்கித்தள்ளும் பகுப்பாய்வாக இல்லாமல் 'எந்த அளவுகோலும் இல்லாமல்' எதார்த்தத்தை வெறுங்கையுடன் எதிர்கொண்டு அதனைச் சிதைத்து ஒதுக்காமல் முழுமையாக ஏற்று இணைத்து அணுகும் இணைப்பாய்வு (synthetic) முறையை அவர் முன்வைத்தார்.

எதார்த்தத்தைப் பகுப்பாய்வு முறையில் அணுகும்போது நாம் அதைப் பற்றி அறிந்துகொள்வதற்குப் பதிலாக நம்மையே அதில் அடையாளம் கண்டு, நமது அடையாளத்தை மறு உறுதி

செய்துகொண்டு மகிழ்ந்து போகிறோம். எனவே தத்துவங்களை நாம் போட்டுடைக்க வேண்டியிருக்கிறது. 'உன்னையே அறிந்து கொள்' (know thyself) என்கிற முழக்கத்தைத் தூக்கி எறிந்துவிட்டு 'மற்றதை அறிந்துகொள்' என நாம் முழக்க வேண்டியிருக்கிறது.

மற்றதை அதாவது புதியதைத் தெரிந்துகொள்ளுதலே அறிதல் (cognition). தன்னையே அடையாளங்கண்டு சுகங்காணுதல் புரிதல் (recognition). புரிதலின் இன்னொரு பெயர் பிரதிநிதித்துவப் படுத்தல் (representation). அதாவது தன்னிலையின் பிரதிநிதியாக எதார்த்தத்தைப் பார்த்தல். ஒன்றின் பிரதிநிதியாக இன்னொன்று இருக்க முடியும் என நம்புவதே எதார்த்தவாதம். பகுத்தறிவை மறுக்கும் பின்நவீனத்துவம் எதார்த்தவாதத்தையும் மறுப்பது தவிர்க்க இயலாததாகிறது.

எதார்த்தவாதத்தை மறுத்தெழுந்த அவான் கார்டே (இந்த நூற்றாண்டின் தொடக்கத்தில் ஐரோப்பாவை அதிரடித்த 'புதிய அலை'), உலகை அதாவது எதார்த்தத்தைக் கலை இலக்கியம் பிரதிபலிக்கும் என்பதை மறுத்தது. எழுதப்படும் உலகம் வாசகனுக்குச் சுகங் கொடுப்பதற்குப் பதிலாக அவனை அதிரடிக்க வேண்டும். அவனது அடையாளத்தைக் கேள்விக்குள்ளாக்க வேண்டும். எதார்த்தம் என்பது மொழிவசம் கையகப்படக் கூடியதல்ல. இத்தகைய கையகப்பட முடியாத உலகை எழுதுதலே இலக்கியமாகிறது. எனவே அழகான வடிவங்களின் சுகமான ஆறுதலை அளிப்பது கலையின் செயல்பாடாக இருக்க முடியாது. காலம், இடம் பற்றிய மரபுவழிச் சிந்தனைகளையெல்லாம் இது கலைத்துப் போட்டது. காலத்தின் நேர்கோட்டுத் தன்மை (linearity), அதாவது படிப்படியான வளர்ச்சி என்பது தவிர்க்க இயலாமல் உலகை முன்னேறிய பகுதி (advance)/ பின் தங்கிய பகுதி (under developed) எனப் பகுப்பதற்கு இட்டுச் செல்லும். இதன் மூலம் முன்னேறிய உலகு பின்தங்கிய உலகைக் கட்டுப் படுத்துவது, சுரண்டுவது, ஆட்சிசெய்வது என்பதெல்லாம் நியாயப் படுத்தப்படும். எனவே கலை இலக்கியம் கால/இட ஒழுங்கை மறுப்பதாக இருப்பதோடு சம காலத்திற்கு ஒவ்வாததாகவும் இருக்கவேண்டியிருக்கிறது. அதாவது எப்போதும் புதிதாக இருப்பதன்மூலம் அது பழசை (status Quo) அதிர்ச்சிக்குள்ளாக்குகிறது.

தவிரவும் எதார்த்தவாதம் கருத்தொருமிப்பை (consensus) முன் தேவையாக்குகிறது. அதாவது பிரதிநிதியாக இருப்பது, அது

எதற்குப் பிரதிநிதியாக இருக்கிறதோ அத்துடன் கருத்தொருமிப்பு உள்ளதாகக் கருதப்படுகிறது. அதாவது நிலவும் கருத்தியலுக்குப் பொருந்திவருகிற அங்கீகரிக்கப்பட்ட உலகமே கலை இலக்கியத்தில் பிரதிபலிக்கப்பட வேண்டும். அரசியலில் 'ஜனநாயகம்' என்பது இத்தகைய பிரதிநிதித்துவ ஆட்சிமுறையாக, கருத்தொருமிப்பின் ஆட்சிமுறையாகச் செயல்படுவதை நாம் அறிவோம். புவியியல் அடிப்படையில் பிரித்தெடுக்கப்பட்ட ஒரு தொகுதி அல்லது இனம்/மொழி/வர்க்கம் என ஏதோ ஒரு அடிப்படையில் உருவாக்கப்பட்ட தொகுதியின் (constituency) பிரதிநிதியாகத் தேர்வு செய்யப்படுபவர் அந்தத் தொகுதியுடன் கருத்தொருமிப்பு உடையவராகக் கருதப்படுகிறார். ஆனால் உண்மையில் அந்தத் தொகுதியின் பிரதிநிதியாக இருப்பதற்குப் பதிலாக அந்தத் தொகுதியின் மீது அதிகாரம் செலுத்துபவராக அவர் மாறிப் போனதே உலக வரலாறாக இருந்திருக்கிறது. எனவே கருத்தொருமிப்பு என்பதைக் காட்டிலும் கருத்துவேறுபடும் (dissension) உரிமையே ஜனநாயகம் எனப் பின்நவீனத்துவம் வற்புறுத்துகிறது. இந்த வகையில் ஜான் ஸ்டுவர்ட் மில் போன்றோர் முன்மொழிந்த தாராளவாதக் கொள்கை (libertarianism), பகூனின், க்ரோபோட்கின் போன்றோரின் ஒழுங்கவிழ்ப்புச் சிந்தனை (anarchism) ஆகியவற்றுடன் நெருங்கி வருகிறது பின்நவீனத்துவம்.

பின்நவீனத்துவத்தை மறுக்கும் ஹேபர்மாஸ் கருத்தொருமிப்பை உருவாக்குவதே இன்றைய தேவை என்கிறார். பகுத்தறிவின் மீதான விமர்சனத்தை ஏற்றுக்கொள்ளும் அவர் பகுத்தறிவு தனதுவிளிப்பின் மூலம் தொடர்புகொள்பவர்களைப் (whom it communicates) பகுத்தறிவுக்குப் பொருந்தாதவர்களாகக் (unreasonable) கருதுவதைச் சுட்டிக் காட்டுகிறார். எனவே செய்தித் தொடர்பின் இருமுனைகளிலும் உள்ளவர்களிடையே கருத் தொருமிப்பை உருவாக்குவதன் தேவையை ஹேபர்மாஸ் வற்புறுத்துகிறார்.

பின்நவீனத்துவ நிலை குறித்த முக்கியமான நூலை எழுதிய லியோதார்த் கருத்தொருமிப்பு சாத்தியமில்லை என்பதோடு அது சிந்திக்கும் திறனுக்கு முற்றுப்புள்ளி வைத்துவிடும் என்கிறார். மேலும் இத்தகைய கருத்தொருமிப்பு ரொம்பவும் சடங்கு ரீதியானதாகவே அமையும். அநீதியையும் வன்முறையையும்

மறைக்கும் திரையாகவே இருக்கும் என்பது லியோதார்தின் வாதம். இன்றைய சமூக நிறுவனங்கள் அனைத்திலும் நிலவக் கூடிய 'கருத்தொருமிப்பு' லியோதார்தின் கூற்றுக்குச் சான்று பகர்வதை நம்மால் விளங்கிக்கொள்ள முடிகிறது. எனவே பன்முகமான மொழிவிளையாட்டுகளுக்கும் கருத்துவேறுபாட்டிற்கும் ஊக்கம் அளிப்பதே சரியாக இருக்க முடியும்.

எதார்த்தம் என்றும் இயக்கத்திலுள்ள ஒன்று. கருத்தொருமிப்பு, பிரதிபலிப்பு, பிரதிநிதியாக்கம் முதலியவை இந்த உயிர்ப்புமிக்க இயக்கத்தை உறைய வைக்கும் முயற்சி. நிகழ்வை விதியாகச் சுருக்கும் வன்முறை. என்றும் மாறிக்கொண்டே இருக்கிறது எதார்த்தம். எதார்த்தம் உருவாகிக்கொண்டே இருக்கிறதேயொழிய உருப்பெறுதல் நிறைவு பெறுவதில்லை. எதார்த்தத்தின் இந்த உருவாகும் (becoming) நிலையை மறுத்து அல்லது மறந்து உருப்பெற்றதின் தத்துவமாகத் (philosophy of being) தன்னைச் சுருக்கிக்கொள்ளும் எதார்த்தவாத முயற்சியைப் பின்நவீனத்துவம் ஏற்பதில்லை.

2. அவான் கார்டே, நவீனத்துவம், பின்நவீனத்துவம்

இந்த நூற்றாண்டின் மூன்று முக்கிய இலக்கியத் திசைமாற்றங்கள் என அவான்ட் கார்டே, நவீனத்துவம், பின்நவீனத்துவம் ஆகியவற்றை இஹாப் ஹாசன் குறிப்பிடுவார். 'அனார்க்கிச'க் கூறுகளை அதிகமாகக் கொண்டிருக்கும் அடிப்படையில் அவான் கார்டே முயற்சிகளும் பின்நவீனத்துவமும் கலையின் தனித் துவத்தையும் மேன்மையையும் வலியுறுத்திய நவீனத்துவத்திடமிருந்து விலகி நிற்கின்றன. தமிழ்ச் சூழலில் பின்நவீனத்துவத்தை மூர்க்கமாய்த் தாக்க முனைந்திருப்பவர்களில் பலர் இந்த மூன்றிற்கும் இடையேயான நுணுக்கமான வேறுபாடுகளையும் தொடர்ச்சிகளையும் கவனமாகப் பார்ப்பதில்லை. பின்நவீனத்துவவாதிகளாகச் சொல்லிக்கொண்டு, பின்நவீனத்துவ இலக்கிய முயற்சிகளை மேற்கொண்டு வருகிற சிலரும்கூடக் கலையின் தனித்துவத்தையும் உன்னதத்தையும் வற்புறுத்தும் வகையில் பின்நவீனத்துவம் எதை மறுத்துவந்ததோ அதை - நவீனத்துவத்தை - போற்றுபவர்களாகவே உள்ளனர். எனவே இதுகுறித்து ஆழமாகப் பார்த்துள்ள இஹாப் ஹாசன், ஆந்த்ரீஸ் ஹ்யூசன், பீட்டர் பர்கர், சார்லஸ் ஜென்க்ஸ் முதலியோரின் கருத்துக்களிலிருந்து சில குறிப்புகள்:

இந்த நூற்றாண்டின் தொடக்கத்தில் ஐரோப்பாவைக் களனாகக் கொண்டு, நிலவிய முதலாளியக் கலை மேன்மையைக் கேள்விக்கு உள்ளாக்கி ஒரு கலகமாக வெடித்தெழுந்த அவான் கார்டே முயற்சிகளில் குறிப்பிடத்தக்கன 'Pataphysics, Cubism, Futurism, Dadaism, Surrealism, Constructivism, Merzism முதலியன. இவற்றில் 'இத்தாலிய ஃப்யூச்சரிசம்' தவிர மற்ற அனைத்தும் அரசியல் ரீதியாக இடதுசாரிச் சார்பை உடையனவாய் இருந்தன. தங்களது கலை இலக்கிய முயற்சிகள், அறிக்கைகள், பிரகடனங்கள் ஆகியவற்றின் மூலம் முதலாளிய அமைப்பை இவர்கள் கடுமையாகத் தாக்கினர். concert hall, museum, art gallery... எனக் கலை நிறுவனமய மாக்கப்பட்டு வெகுமக்களிடமிருந்து பிரிக்கப்பட்டு மேட்டிமைத் தன்மையுடன் (உருவாக்கத்திலும்/நுகர்விலும்) கோலோச்சிக் கொண்டிருந்த ஒரு காலகட்டத்தில் அன்று உயர் கலையாக நிலவிய மரபுகளை எதிர்த்த கலகக் குரலாக அவான் கார்டே எழுந்தது. தங்களது எழுத்து/வெளிப்பாட்டு முறைகளில் அதிரடியாக மாற்றங்கள் விளைவிப்பதும் மக்களிடமிருந்து பிரிக்கப்பட்ட கலையை மீண்டும் அவர்களிடம் கொண்டு சேர்ப்பதும் கூட்டு உற்பத்தி/கூட்டு நுகர்வு ஆகியவற்றிற்கு அழுத்தம் கொடுப்பதும் அவர்களது செயல்பாடுகளில் முதன்மை பெற்றன.

ஆனால் அவர்களது இம்முயற்சிகள் கலையின் உள்ளடக்கத்தை மாற்றினால் போதும் என்பதாக இல்லை என்பது குறிப்பிடத்தக்கது. கலை வெளிப்பாட்டுமுறை, சமூகத்தில் அதன் ஊடாட்டம் ஆகிய வற்றையே அவர்கள் கருத்தில் கொண்டனர். கலையை அழிப்பது அவர்கள் நோக்கமாக இல்லை, மாறாகக் கலையை மீண்டும் வாழ்க்கையின் ஓர் அங்கமாக்குவது என்பதற்கு அழுத்தம் கொடுத்தனர்.

புராதனச் சமூகத்தில் கலை கூட்டு உற்பத்தியாக இருந்தது. அவான் கார்டே காலத்தில் அது சாத்தியமில்லை என்பதால் கூட்டாக உற்பத்தி செய்யப்பட்ட அன்றாட நுகர்பொருட்களில் கையொப்பம் பதித்துக் கலைப் பொருட்கூடங்களில் இதர கலைப் பொருட்களுக்கு மத்தியில் அவற்றையும் வைத்தனர். தெருவில் நின்று கூப்பாடு போட்டு மக்களை அழைத்தல், சச்சரவுகள் செய்து கவனத்தை ஈர்த்தல் என்கிற வடிவங்களில் மக்களை ஈர்த்துக் கூட்டு நுகர்வை முயன்றனர்.

தங்களது கலை இலக்கிய வெளிப்பாட்டு முயற்சிகளில் புதுமைத் தேடல்களுக்கு முதன்மை அளித்தனர். பின்னாளில் புதுமையைத்

தேடுவதே ஒரு மரபாகிவிட்ட ஒரு நிலைக்கு அது காரணமாகிறது. புதுமை என்கிற அடிப்படையில் (நிகழ்) காலத்திற்கு ஒவ்வாதவர் களாகத் தங்களை நிறுத்திக் கொள்வதையே தங்களின் இலக்கண மாக்கிக் கொண்டனர்.

நகர்மயமாதல், வெகுஜனமயமாதல், தொழில்நுட்பமயமாதல், நவீனமயமாதல் ஆகியவற்றால் கலை 'கறை'படுவதிலிருந்து கலையை மீட்டு அதன் மேன்மையையும் சுயேச்சைத் தன்மை யையும் நிலைநாட்டுவதைக் கோட்பாடாக அறிவித்துக்கொண்ட நவீனத்துவவாதிகளில் பலர் அரசியல்ரீதியாக வலது சார்புடைய வர்களாக இருந்தது.(எ-டு: எஸ்ரா பவுண்ட், கோட்ஃப்ரைடுபென், எர்ன்ஸ்ட் யுங்கர்) குறிப்பிடத்தக்கது. அவான் கார்டேயின் எதிர்மறைத் தன்மை, தற்காலிகத்தன்மை, உறுதியற்றதன்மை ஆகியவற்றை நவீனத்துவம் மறுத்தது. மீண்டும் கலையின் தனித்துவம், மேட்டிமைத்தன்மை முதலியவை வலியுறுத்தப் பட்டன. பின்னாளில் இலக்கிய வரலாற்றாசிரியர்களால் 'high modernism, high modernist art' என்றெல்லாம் குறிப்பிடப்படக் கூடியதாக அம்முயற்சிகள் விளங்கின. வாலரி, ப்ரவ்ஸ்ட், ழீடு, ஜாய்ஸ், யீட்ஸ், ரில்கே, எலியட், ஃபால்க்னர் முதலியோர் குறிப்பிடத்தக்க நவீனத்துவ எழுத்தாளர்கள்.

கலையின் இந்த சுயேச்சைத் தன்மையையும் மேட்டிமைப் போக்கையும் மீண்டும் பின்நவீனத்துவம் கேள்விக்குள்ளாக் கியது. மேலைச்சூழலில் இடது/வலது என்கிற எல்லைக்கோடுக ளெல்லாம் ரொம்பவும் கலகலத்துப்போய் எல்லாமே அதிகார மையங்களாகிப் போன நிலையில் விளிம்புகளை நோக்கிக் கரிசனங்கள் வெளிப்பட்டுக்கொண்டிருந்த நிலையில் தன்னை அடையாளம் காட்டியது பின்நவீனத்துவக் கலை இலக்கிய வெளிப்பாடுகள். (பார்க்க: எனது - *மார்க்சியமும் இலக்கியத்தில் நவீனத்துவமும்*, பக். 69-72). விளையாட்டுத்தனமும், கட்டவிழ்ப்பும், மரபு மறுப்பும், புனிதக் கவிழ்ப்பும், எதார்த்த வாதத்திலிருந்து விலகலும், மீண்டும் விளிம்பு மக்களின் வடிவங்களை நோக்கித் திரும்புதலும் பின்நவீனத்துவத்தின் முக்கியப் பண்புகளாயின. இந்த வகையில் பின்நவீனத்துவம் பல்வேறு அம்சங்களில் அவான் கார்டேயின் கூறுகளுடன் பொருந்துவதாக இருந்தது. 'புதிய அவான் கார்டே' (Neo Avant Garde) எனச் சில சந்தர்ப்பங்களில் பின்நவீனத்துவம் அழைக்கப்படுவது குறிப்பிடத்தக்கது.

அமெரிக்காவில் இந்த நூற்றாண்டின் தொடக்கத்தில் ஐரோப்பாவில் தோன்றியதைப் போல அவான் கார்டே முயற்சிகள் இல்லை. மாறாக 1960களில் நவீனத்துவ உயர்கலை முயற்சிகளுக்கு மாற்றாக பின்நவீனத்துவ வடிவங்கள் தோன்றின. உயர் கலைக்கும் வெகுஜனக் கலைக்கும் (pop culture) இடையிலான எல்லைக் கோடுகளைப் பின்நவீனத்துவம் அழித்தது. எனினும் இந்த நூற்றாண்டின் தொடக்கத்தில் உள்ள சூழல் கலை, உற்பத்தி, நுகர்வு, பார்வையாளர்கள் என எல்லா மட்டங்களிலும் மாறியுள்ளது இரண்டிற்குமிடையிலான வேறுபாட்டுக்கான காரணங்களில் ஒன்றாகவும் உள்ளது.

அவான் கார்டேக்கும் பின்நவீனத்துவத்திற்குமிடையேயான ஒற்றுமைகளைப் போலவே நவீனத்துவமும் பின்நவீனத்துவமும் வேறுபடுகிற புள்ளிகள் முக்கியமானவை. இஹாப் ஹாசன் சுட்டிக் காட்டும் பல்வேறு நுணுக்கமான வேறுபடும் புள்ளிகளில் ஒரு சில:

மூடிய - இணைந்த வடிவம், குறிக்கோள், படிநிலை ஒழுங்கு, மூளியற்ற முழுமையான உருவாக்கம், விலகி நிற்றல் ஆகியவை நவீனத்துவத்தின் பிரதான பண்புகளெனில் கலைந்த நிலை/ எதிர்வடிவம், விளையாட்டுத்தனம், ஒழுங்கவிழ்ப்பு, உருவாகிக் கொண்டு நிற்கும் தன்மை, பங்கேற்பு முதலியவை பின்நவீனத்துவத் தன்மைகளாக உள்ளன.

கட்டமைப்பு, தொகுப்பு, இருத்தல், மையம்கொள்ளுதல், இலக்கிய வகையின் (genre) இறுக்கமான வடிவம், ஆழத்திற்குச் செல்லுதல் முதலியன நவீனத்துவ அடையாளங்களெனில் கட்டுடைப்பு, சிதைவு, இன்மை, பரந்து விரிதல், பிரதியில் சக பிரதியின் ஊடாட்டம் (inter textuality), மேற்பரப்பில் திளைத்தல் முதலியன பின்நவீனத்துவக் கூறுகளாகின்றன.

உரைவிளக்கம்/வாசிப்பு, குறிப்பானுக்கு முதன்மை, வாசிப்பிற்கு உரிய பிரதி, பெருங்கதையாடல், அடையாளம், மூலாதாரம் முதலியன நவீனத்துவக் கூறுகளெனில் விளக்கத்தை மறுத்தல்/ எதிர் வாசிப்பு, குறிப்பீட்டிற்கு முதன்மை, எழுதற்குரிய பிரதி, சிறுகதையாடல், வேட்கை, வித்தியாசம் முதலியன பின்நவீனத்துவக் கூறுகளாகின்றன.

மூன்றாம் உலகில் நவீன காலம் என்பது பழசை மறுத்து, மதநீக்கம் செய்யப்பட்டு இயல்பாக மேலைச் சூழலில் தோன்றியது

போல உருப்பெறவில்லை. மாறாக, காலனிய/பின் காலனியச் சூழலில் நவீனத்துவம், பின்நவீனத்துவம் முதலியவை இங்கே அறிமுகமாயின. மேலைச் சூழல் போலவே இங்கும் மேட்டிமைச் (elites) சக்திகளே நவீனத்துவத்தை முன்மொழிந்தபோதும் இதே மேட்டிமைச் சக்திகளே காலனிய எதிர்ப்பாளர்களாகவும் இருந்தது குறிப்பிடத்தக்கது. எனவே இங்கு தோன்றிய நவீனத்துவம் இரு முகங்களுடைய வினோதப் பிராணியாக இருந்தது. ஒரு பக்கம் மலை நவீன வடிவங்கள், தொழில்நுட்பங்கள், இராணுவக் கட்டமைப்பு, அரசியல் (வாக்குப் பெட்டி/ஜனநாயகம்), நிறுவனங்கள் (பல்கலைக்கழகம்/பத்திரிகை - தொலைக்காட்சி/ மருத்துவமனைகள்), புதிய கலை இலக்கிய வடிவங்கள் (புதுக் கவிதை, நாவல், மாடர்ன் ஆர்ட்) ஆகியவற்றை வரவேற்றல்; இன்னொரு பக்கம் காலனியத்திற்கு எதிராக மதநீக்கத்திற்கு ஆட்படாத உள்நாட்டுப் பண்பாட்டை (non secularised indigenous culture) உயர்த்திப்பிடித்தல்—வேறுவார்த்தைகளில் சொல்வ தானால் இந்துத்துவக் கூறுகளுடன் நிற்றல். நமது தமிழ் நாவல்கள், புதுக்கவிதைகள் முதலியவற்றில் இன்றளவும் இந்தக் கூறுகள் இழையோடுவதை அடையாளம் காணலாம். புதிய இலக்கிய வடிவங்களையும்கூட அவர்கள் சம்ஸ்கிருத அழகியல் மயமாக்கியே உள்வாங்கினர்.

பின்நவீனத்துவம் இங்கே இன்னும் வேர்கொள்ளவில்லை. தொடக்கத்திலேயே கடும் எதிர்ப்புகளை அது சந்திக்க நேர்கிறது என்றால் அதனுள் பொதிந்து கிடக்கும் அனார்க்கிச/அவான் கார்டே கூறுகளே அதற்குக் காரணம் என்பதை யாரும் எளிதில் உணரலாம்.

3. பெருங்கதையாடலும் சிறுகதையாடலும்

நவீனத்துவம் என்பது கதையாடல்களின் யுகமாகவும் இருந்தது. அறிவுத்தோற்றம், விஞ்ஞானக் கண்டுபிடிப்புகள், முதலாளியச் சுரண்டல் ஆகிய எல்லாமே கதையாடல்கள் மூலமாகவே நியாயப் படுத்தப்பட்டன. எல்லாவற்றையும் நியாயப்படுத்தவும் அளந்து மதிப்பிடவும்கூடிய பெருங்கதையாடல்கள் (meta-narratives) எதேச்சதிகாரத்தையும் கொடுங்கோன்மையையும் மறைக்கவும் நியாயப்படுத்தவும் பயன்பட்டன. எடுத்துக்காட்டாக முதலாளித்துவக் கதையாடல் தனது வணிகக் கொள்ளை, போர்,

காலனியச் செயற்பாடுகள், இன அழிப்பு, சுற்றுச்சூழல் ஒழிப்பு முதலியவற்றை 'வளர்ச்சி, வணிகம் நவீனமயமாக்கல்' என்னும் பெயரில் நியாயப்படுத்தியது.

தேசங்கள் எல்லாமே கதையாடல்கள்தான் என நவீனச் சிந்தனையாளர்கள் குறிப்பிடுவதும் ஒப்புநோக்கத்தக்கது. தேசத்தின் புவியியல் எல்லை, தேசமொழி, தேசிய அடை யாளங்கள், மரபுகள், பண்பாடு முதலியன மட்டுமின்றி தேச ஒழுக்கம், தேசியப் பெண்மை முதலியனவும்கூடக் கதையாடல்கள் மூலமாகவே கட்டமைக்கப்படுகின்றன.

பெருங்கதையாடல்கள் கட்டமைக்கப்படும்போது அது தன்னை எல்லாருக்குமானதாக அறிவித்துக்கொள்வதோடு, தனது விளிப்பிற்குட்பட்ட எல்லோரையும் அது ஒற்றை அடையாளத் திற்குள் ஒடுக்குகின்றது. அந்த எல்லோரையும் இதன்மூலம் அது ஒருபடித்தானவர்களாக மாற்ற முயல்கிறது. அவர்களது பன்மைத் தன்மைகள் மறுக்கப்படுகின்றன. உள்ளடக்கப்பட்டவர்களின் பல்வேறு வரலாறுகள், பாரம்பரியங்கள் எல்லாம் பெருங்கதை யாடல்களின் சொல்லாடல்களுக்குள் மொழிபெயர்க்கப்படு கின்றன. இதன் மூலம் தலத்தன்மை (locality), தூல அடையாளம் (concreteness) எல்லாம் அழிக்கப்பட்டு அனைத்தும் ஒற்றைப் பேரடையாளத்திற்குள் சுருக்கப்படுகின்றன (abstraction). வேறு வார்த்தைகளில் சொல்வதானால் உள்ளடக்கப்பட்டவர்களின் சிறுகதையாடல்கள் (little narratives) எல்லாம் இரக்கமின்றி அழித் தொழிக்க முயற்சி செய்யப்படுகின்றது. எனவே வரலாறு முழுவதும் கதையாடல்களுக்கிடையேயான போராட்டமாகவே உள்ளது. மற்ற கதையாடல்களுக்கான இடத்தை மறுத்தல், மற்ற கதையாடல் களைத் தனக்குள் உள்ளடக்க முனைதல் என்கிற பெருங்கதை யாடல் முயற்சிகளுக்கும் தனக்கான இடத்திற்கான சிறுகதையாடல் களின் அழுத்தத்திற்கும் இடையிலான மோதலே அது.

இந்த வகையில் முதலாளியம் எண்ணற்ற சிறு சமூகங்களை (communities) இரக்கமேயின்றி அழித்தொழித்து ஒரு தேசிய அரசின் கீழ் ஒடுக்குவதற்குப் பெருங்கதையாடலையே தனது முக்கிய ஆயுதமாகப் பயன்படுத்துகிறது. சிறு சமூகங்களின் உறுப்பினனாக உள்ள ஒருவர் தனது அடையாளங்களை இழந்து பேரரசின் விசுவாசத்திற்குட்பட்ட குடிமகனாக (citizen) மாற்றப் படுகிறார். ஒரு மத்தியதர/நகர நாகரிக/ஆணாதிக்கச் சமூகத்திற்கு

உரிய அடையாளங்களுடன் இந்தக் 'குடிமகன்' கட்டமைக்கப் படுகிறார்.

பெருங்கதையாடல் இப்படிக் குறிப்பிட்ட சில அடையாளங் களை ஒழுங்கானதாகவும் இயல்பானதாகவும் (normal) வரையறுப்ப தோடு மற்ற சிறுகதையாடல்கள் முன்வைக்கும் அடையாளங் களைப் பிறழ்வுகளாகவும் (abnormal) திருத்தப்பட வேண்டியவை களாகவும் சுட்டிக்காட்டுகின்றன. இவ்வாறு பெருங்கதையாடல்கள் தமது ஒழுங்குபடுத்தும் ராஜ பார்வைக்கு (normalising gaze) மற்றவர்களை ஆட்படுத்துகின்றன.

ஒரு கதையாடுபவனாக (narrator) இருக்கும் உரிமையை மற்றவர்களுக்கு மறுக்கும் பெருங்கதையாடல் செயல்பாட்டைப் பேரழிவு என்கிறார் லியோதார்த். பெருங்கதையாடலுக்கு நீயும் உரியவன்தான் என்கிற போர்வையைப் போர்த்தி மற்றவனின் (other) மூச்சை அடக்குகிறது பெருங்கதையாடல். ஆனால் கதையாடும் உரிமை என்பது எந்த ஒரு தனிமனிதருக்கும்/சமூகப் பிரிவிற்கும் அடிப்படையான ஒன்று. மற்றதாக இருப்பதும் (right to alterity), திணிக்கப்படும் எந்தவிதமான ஒழுங்கிலிருந்தும் (norm) விலகி நிற்பதும் மனிதர்களின் மிக மிக அடிப்படையான உரிமை. இழக்கவே முடியாத உரிமை. கற்பனை செய்யும் உரிமையையும் ஒரு விளிப்பிற்கு ஆட்படாது நிற்கும் உரிமையையும் ஒரு விளிப்பு எதை இயல்பு எனக் கட்டமைக்கிறதோ அந்த இயல்பிலிருந்து விலகி நிற்கும் உரிமையையும் (right to deviate from norm) மறுப்பது அநீதிகளிலெல்லாம் பெரிய அநீதி. இந்த பேரநீதியின் களனாகப் பெருங்கதையாடல் விளங்குகிறது. பேரடையாளத்துடனான ஒருமிப்பை பெருங்கதையாடல் வலியுறுத்தும் போது சிறுகதையாடல் வித்தியாசத்தை முதன்மைப் படுத்துகிறது. மற்றதாக இருக்கும் உரிமை என்பது ஒரு தன்னிலை தன்னை வெளிப்படுத்திக்கொள்ளும் உரிமை அல்ல; மாறாக மற்றது மற்றதாக வெளிப்படுத்திக்கொள்ளும் உரிமை, நியதி யிலிருந்து விலகும் உரிமை.

சிறுகதையாடல்களுக்கு ஏதும் பொதுக்கோட்பாடு உண்டா? இல்லை என்கிறார் லியோதார்த். இதை விளங்கிக்கொள்ள பெருங்கதையாடல்கள் எவ்வாறு நியாயப்படுத்தப்படுகின்றன (legitimise) என்பதை அறிவது முக்கியம். பெருங்கதையாடல்கள் தமது வெளிப்பாட்டிற்கு அந்தப் பெருங்கதையாடலுக்கு வெளியே

உள்ள ஒரு கோட்பாட்டை நம்பியிருக்கின்றன. தனது உள்ளார்ந்த உறவுகள், இயக்கங்கள் ஆகியவற்றின் மூலம் அது நியாயப் படுத்தப்படுவதில்லை. இத்தகைய நியாயப்படுத்தும் நடை முறையை 'pragmatics' என்பார் லியோதார்த். இவ்வாறு பொதுவுடைமைக் கட்சிகளின் பெருங்கதையாடல்களின் நியாயப் படுத்தும் கோட்பாடு மார்க்சியமாகவும், உளப்பகுப் பாய்வுப் பெருங்கதையாடலை நியாயப்படுத்துவது ப்ராய்டிசமாகவும் உள்ளது. எனவே அறியப்பட்ட மார்க்சிய அளவுகோல்களை வைத்து முதலாளியப் பொருளாதார அசைவுகளை மட்டுமின்றி மீன்பிடித்தல், பெண்ணிய/கருப்பின உரிமைகள், சாதிப் பிரச்சினைகள் முதலிய அனைத்தையும் அளந்துவிட முடியுமெனப் பொதுவுடைமைப் பெருங்கதையாடல் உரிமை கொண்டாடுவதை நாம் அறிவோம். இதற்கு எந்தவிதத்திலும் சளைக்காமல் தமிழ்த் தேசியப் பெருங்கதையாடல்கள் முழங்குவதையும் நினைவு கூர்தல் அவசியம்.

சிறுகதையாடல்கள் தனக்குரிய நியாயப்பாடுகளுக்கு தனக்கு வெளியே எதையும் சார்ந்திருப்பதில்லை. தன்னை நியாயப் படுத்திக் கொள்ளும் பெருங்கோட்பாடு எதையும் அது துணைக்கு அழைப்பதில்லை. தனது சொந்த நடைமுறைகள் (pragmatics), தல அளவிலான வழமைகள், கதையாடுபவனுக்கும் கேட்பவனுக்கு மான நிரந்தரமற்ற சிக்கலான உறவுகள் ஆகியவற்றின் மூலமே ஒரு சிறுகதையாடல் தன்னை நியாயப்படுத்திக்கொள்கிறது. எனவே சிறுகதையாடலை அழித்தொழிக்க நினைக்கும் பெருங் கதையாடல் 'உனக்கென்ன தத்துவ நியாயம் உள்ளது?' என இறுமாப்புடன் வினவும்போது சிறுகதையாடல் அதற்குப் பதிலாக ஒரு இகழ்ச்சி நகையை உதட்டோரச் சுழிப்பில் வெளிக் காட்டுகிறது.

இங்குதான் நீதி/அறம்/உண்மை ஆகியன குறித்த பின் நவீனத்துவச் சிந்தனைகளை நாம் விளங்கிக்கொள்ள வேண்டும். உண்மை, நீதி, அறம் எதையும் பின்நவீனத்துவம் மறுக்கவில்லை. லெவினாஸ் சொல்வது போல இவற்றை எல்லாம் தீர்மானிப்பதற் கான அடிப்படையான பொது ஆதாரம் ஏதுமில்லை என்பதே பின்நவீனத்துவம் சொல்வது. பேருண்மை, பெருநீதி, பேரறம் என எதுவும் இருக்க முடியாது. எல்லாருக்கும் எல்லாக் காலங்களுக்கு மான ஒற்றை நீதி, ஒற்றை அறம், ஒற்றை உண்மை சாத்திய

மில்லை என்பது தன்னிலைக்கும் மற்றதுக்கும் (other) இடையேயான உண்மை/நீதி/அறம் ஆகியவற்றை மறுப்பதாகாது. அது தற்காலிகமானதாக, குறிப்பிட்ட இடம் சார்ந்ததாக, குறிப்பிட்ட சம்பவம் மற்றும் குழு சார்ந்ததாக இருக்கும். அந்த வகையில் அது ஒரு சிறு நீதியாக, சிறு உண்மையாக, சிறு அறமாக விளங்கும். சுருக்கமாகச் சொல்வதெனில் எதிர்கொள்ளும் மற்றதற்கு, மற்றதாக இருக்கும் உரிமையை அடிப்படையாகக் கொண்டு நீதி, உரிமை, உண்மை ஆகியவை தீர்மானிக்கப்படும். இதைத் தீர்மானிப்பதில் மூன்றாவதொன்றுக்கு இடமில்லை. மற்றதை நோக்கி நீதியாய் இருப்பதே நீதி. மற்றதுக்கு உண்மையாய் இருப்பதே உண்மை. மற்றதாக இருக்கும் உரிமையை ஏற்பதே அறம்.

4. தத்துவத்தினிடத்தில் அழகியல்

'நமது மதம், அறம், தத்துவம் என்பனவெல்லாம் மனித இழிவின் வடிவங்கள். (இவற்றிற்கான) எதிர் இயக்கம் கலைதான்' என்றார் நீட்ஷே. கோட்பாட்டினிடத்தில் கலையை வைக்க வேண்டும். உண்மையை வீழ்த்தக் கலையை ஒரு கருவியாக்க வேண்டும் என்றெல்லாம் வேறு பல இடங்களில் அவர் பேசுகிறார். பகுத்தறிவு/தர்க்கம் ஆகியவற்றைக் கடுமையான விமர்சனத்திற் குள்ளாக்கும் பின்நவீனத்துவம் நீட்ஷேயின் இக்கருத்துக்களை நேசமுடன் அணுகுகிறது. கலை என்பது அடிப்படையில் தர்க்கத்தை மறுப்பதாக இருப்பதால் (எ-டு: 'தீ இனிது') இது சாத்தியமாகிறது. தத்துவத்தைப் போல அறிவுக்குப் பொருந்துவதாக (reasonable), சாராம்சமாக ஒன்றை வலியுறுத்துவதாக, ஒரு குறிப்பிட்ட திசை நோக்கிச் செல்வதாகக் கலை இருப்பதில்லை என்பதாலேயே கலையை இப்படி முதன்மைப்படுத்த வேண்டியிருக்கிறது. பால் டி மான், லியோதார்த் போன்றோர் நீட்ஷேயின் இந்தக் கருத்தாக்கத்தை மேலும் ஆழமாகக் கொண்டு செல்கின்றனர்.

இதன் பொருள் தத்துவத்திற்குப் பதிலாகக் கலையைத் தொழுவதல்ல. அந்த நிலை கலைக்கு வருமானால், எந்த ஒடுக்குமுறை ஆற்றலுக்கு எதிராகக் கலையைப் பயன்படுத்த நினைத்தோமோ, அதே தாக்குதலுக்குரிய இலக்காகக் கலை மாறிவிடும். நீட்ஷே வரட்டுத் தத்துவவாதியை மட்டுமல்ல வரட்டு அழகியல்வாதியையும் ஒன்றேபோல வெறுக்கிறார். உண்மையான பிரச்சினை என்னவெனில் ஒன்றுக்கு மாற்றாக இன்னொன்றை

வைப்பதைக்காட்டிலும் எதுவுமே எல்லைக்குட்பட்டதுதான் முற்றுமுழுதானதல்ல எனச் சொல்வதே.

இந்த வகையில் தத்துவவாதியின் கனவையும் கனவு காண்பவனின் அறிவையும் நீட்ஷே ஒன்றுக்கு எதிராக இன்னொன்றாக வைப்பதைக் காண முடியும். தத்துவம், கலை இரண்டுக்குமான ஊடாட்டங்களில் இதுநாள்வரை தத்துவம் மேலானதாகவும் கலை கீழானதாகவும் இருந்த நிலையை முதன்முதலாக நீட்ஷே கேள்விக்குள்ளாக்குவதே இதில் கவனிக்க வேண்டிய அம்சம்.

கலைக்கு இந்த நிலை எவ்வாறு ஏற்படுகிறது? கலையின் கூறுகளாக உள்ள சொல்லணி (rheotoric), மறைபொருட்தன்மை (figurative) ஆகியனவே தர்க்கத்திற்கும் உண்மைக்கும் எதிராக நிற்கும் ஆற்றலை கலைக்கு வழங்குகிறது.

ஒரு குறிப்பிட்ட தத்துவம், வரலாறு, சமூக அரசியல் நிலை, பொருளியல் ஆகியவற்றின் வெளிப்பாடாகவே கலை இலக்கியம் வெளிப்பட்டாலும் கலையின் எல்லாக் கூறுகளையும் இவற்றினடியாக விளக்கிவிட முடியாது. இந்த அடிப்படையில் கலை இவை எல்லாவற்றிலிருந்தும் 'ஒரு குறிப்பிட்ட' அளவு வெளியே சுயேச்சையாக உள்ளது. கலையின் இந்த சுயேச்சைத் தன்மையின் 'அளவு' குறித்து நீண்ட நாட்களாக ஏராளமான விவாதங்கள் நடைபெற்றுள்ளன. அது இங்கே முக்கியமல்ல. சுயேச்சைத்தன்மை எத்துணை அளவுடையதாயினும் அது எவ்வாறு சாத்தியமாகிறது என்கிற கேள்வியை எழுப்பிக் கலையின் உருவநிலை/மறைபொருட்தன்மை மீது லியோதார்த் கவனத்தைக் குவிக்கிறார்.

கலையின் இந்த சுயேச்சை நிலையைச் சார்த்தர் உள்ளிட்ட மார்க்சியர்கள் மிகக் கடுமையாக எதிர்த்துவந்துள்ளனர். 'மார்க்சிய-பிரெஞ்சிய கலைக் காழ்ப்பு' என இதனைக் குறிப்பிடும் லியோதார்த், 'அழகியல் என்கிற சொல்லே கேவலமானதாக இவர்களால் கருதப்பட்டது. கலைஞன் என்பவன் ஒரு கோமாளி. கலை எழுப்பும் பிரச்சினைகள் கவைக்குதவாதவை என்று ஒதுக்கப்பட்டன' என்கிறார். ஆனால் இவர்களால் கண்டிக்கப் பட்ட 'கலைத் தூய்மை' வாதம் என்பது எத்தனை மோசமோ அத்தனை மோசம் இவர்களால் புகழப்பட்ட 'அரசியல் தூய்மை' மற்றும் 'கோட்பாட்டுத் தூய்மை' வாதங்களும். உண்மையில் பல கலைவடிவங்கள், நிலவுகிற இறுக்கமான சமூக வடிவங்கள் மற்றும் நடைமுறைகளுக்குப்

பொருந்தாதிருந்த வகையில் பல அரசியல் நடவடிக்கைகளைக் காட்டிலும் சிறந்த விமர்சன அரசியல் செயல்பாடாக உள்ளன. எல்லாவிதமான கட்டவிழ்ப்பு நடவடிக்கைகளும் அவான் கார்டே செயல்பாடுகளும் மட்டுமே சரியான நடவடிக்கைகளாக அமை கின்றன. எல்லா 'ஒழுங்கு' (order)களையும் அவை கட்டவிழ்க் கின்றன. ஏனெனில் எல்லா ஒழுங்குகளும் ஏதோ ஒரு அடக்கு முறையை மறைத்துக் கொண்டே அமைகின்றன என்கிறார் லியோதார்த்.

நீட்ஷே போலவே லியோதார்தும் (இந்த அடிப்படையில்) கலையை ஒரு போலி மதமாக்கிவிடக் கூடாது என்கிற எச்சரிக்கையை முன்வைக்கத் தவறவில்லை. 'ஏனெனில் ஒரு போலி மதத்தைக் கட்டமைக்கும் எல்லா முயற்சிகளையும் தோலுரிப்பதே கலையின் பணி.' சுயேச்சைப் பண்பு என்பது எல்லாக் கலைகளுக்கும் வாய்த்து விடுவதில்லை.மேலே சொன்ன கலையின் பணியை எது நிறைவேற்றுகிறதோ அது மட்டுமே சுயேச்சைத் தன்மை பெற்ற கலை. எதிலிருந்து சுயேச்சையாக விலகி நிற்கிறதோ அதையே விமர்சனம் செய்யக் கூடியதாகவும் — அதாவது ஒரு அரசியல் செயல்பாடாக — அதாவது ஒரு எதிர் கலையாக — இருக்கும் திறன் கலையின் வடிவத்தில் வேர் கொண்டுள்ளது. கலையின் உள்ளுறையைக் (signified) காட்டிலும் வடிவமே கலையின் அரசியல் செயல் பாட்டிற்கு அடிப்படையாகிறது.

கலையின் இரண்டு புலங்களை நாம் தனித்தனியே வேறுபடுத்திப் பார்க்க வேண்டியிருக்கிறது. முதலாவது மொழிசார்ந்த புலம். செய்தித் தொடர்பு, சொல்லாடல், தர்க்கம் ஆகியவற்றை இது உள்ளடக்கியுள்ளது. மற்றது வடிவம்சார்ந்த புலம். வடிவம், வண்ணம், காட்சி வடிவங்கள், மறைபொருட்தன்மை முதலிய வற்றை இது உள்ளடக்கியுள்ளது. இதில் மொழிப்புலம் என்பது பழசு; பலமுறை பயன்படுத்தப்பட்ட ஒன்று; நீண்ட வரலாற்றுத் தத்துவப் பாரம்பரியத்தால் கட்டுப்படுத்தப்பட்ட ஒன்று; எனவே பன்முக வாசிப்பைச் சாத்தியப்படுத்தாத ஒன்று. என்ன சொல்லப் படும் என்பது ஏற்கனவே தீர்மானிக்கப்பட்ட ஒன்றாகவும் மாற்றுகளுக்கும் திறப்புகளுக்கும் வாய்ப்பற்ற ஒன்றாகவும் இது அமைகிறது. ஆனால் வடிவப் புலமோ —அதாவது கலையின் உருவ நிலையோ தத்துவப் பாரம்பரியத்தால் கறைபடாத ஒன்றாக உள்ளது. எனவே ஒப்பீட்டுரீதியாகப் பல்முனை வாசிப்பு களுக்குச்

சாத்தியமானதாகவும் ஒற்றை அர்த்தத்திற்குள் சிறைப்படாத தாகவும் உள்ளது. அர்த்தங்களைப் பதிப்பதைக் காட்டிலும் அழுத்தங்களை உணர்த்துவதே உருவப் புலத்தின் பணியாக இருக்கிறது. ஒன்றை இங்கே குறிப்பிடுவது அவசியமாகிறது. இதன்பொருள் தர்க்கத்தின் வன்முறையிலிருந்து தப்ப விழையும் எல்லோரும் பேனாவைத் தூக்கி எறிந்துவிட்டுத் தூரிகையை எடுப்பதென்பதல்ல. பேனாவின் மூலமாகவே மொழியை அதன் உருவ நிலைக்கு உயர்த்துவது. மறைபொருட் தன்மையை ஓங்கச் செய்வது. வார்த்தைகளால் வண்ணங்களைத் தீட்டுவது. மற்றதற்கு வாய்ப்பே அளிக்காத கோட்பாட்டுச் சொல்லாடலைக் (theoretical discourse) குழி தோண்டிப் புதைப்பது. மற்றதைக் குறியீடு செய்வது.

மற்றதைக் குறியீடு செய்தல் என்பதையும் நாம் சற்று ஆழ மாகப் புரிந்துகொள்ள வேண்டும். குறியீடு செய்யப்பட்டவுடன் மற்றது அதன் மற்றதாக இருக்கும் தன்மையை இழந்துவிடுகிறது. எனவே குறியீடு செய்யும்போதே மற்றமை யைத் தக்கவைக்கக் கூடியதான ஒரு குறியீட்டு முறையை நாம் கண்டுபிடித்தாக வேண்டும். லியோதார்த் முன்வைக்கும் 'differand' என்கிற கருத்தாக்கம் இத்தகைய ஒரு குறியீட்டு முறையை விளக்குகிறது. தீர்வு சாத்தியமற்ற ஒரு நிலையைக் குறிக்கும் கருத்தாக்கம் குறித்து இன்னொரு சந்தர்ப்பத்தில் பார்ப்போம்.

எனவே கலையின் குறியீட்டுமுறை அர்த்தப்படுத்துதலை எதிர்த்து (resist meaning) நிற்க வேண்டும். உணரக்கூடியதாக இருக்க வேண்டிய (sensible) வடிவம், பொருள்கொள்ளக் கூடியதான வகையினமாக (category) மாறிவிடக் கூடாது. இந்த வகையில் ஒரு விமர்சனச் செயல்பாடு கவிதை அல்லது கனவின் வடிவத்தை எட்டவேண்டும். இதன் மூலமே தர்க்கத்திற்கு அப்பாற்பட்ட மற்றமையை (alterity) நாம் எழுத்தில் பதிவு செய்ய இயலும்.

ஒரு விமர்சனச் செயல்பாடாக கலை விளங்க வேண்டுமெனில் மொழிப் புலத்தைக் காட்டிலும் உருவப் புலத்தின் வீச்சு மிகுந் திருக்க வேண்டியதன் அவசியத்தைப் பார்த்தோம். பின்னாளில் லியோதார்த், காட்சிப் புலத்தின் பங்குகூட இவ்வகையில் முழுமையாக இருக்க முடியாது என வாதிட்டார். மொழிப் புலத்தின் மீதான விமர்சனம் மொழியால் கட்டப்பட்ட உருவப் புலத்திற்கும் மொழியின்தர்க்கத்திற்குட்பட்ட காட்சிப் புலத்திற்கும்

பொருந்தும். தர்க்கத்தின் வன்முறையைச் சிதைப்பதற்கு மொழியின் உருவநிலை என்பதைக் காட்டிலும் வேட்கை (desire) என்பதைச் சாத்திய மாக்குவதே சரியாக இருக்கும் என்றார்.

இதையும் வேறொரு சந்தர்ப்பத்தில் பார்ப்போம்.

உதவிய நூல்கள்

Lyotard, *Post Modern Condition.*
Nietzsche, *Nietzsche Reader.*
J. S. Mill, *On Liberty.*
Paul Feyaraband, *Against Method.*
David Carrol, *Para-aesthetics.*
Dennis Walder, *Literature in the Modern World.*
Maggie Humm, *Border Traffic.*
Thomas Docherty, *Post Modernism: A Reader.*

- *நிறப்பிரிகை,* **இலக்கிய இணைப்பு,** *நவம்பர், 1996*

1.5 பின்நவீனத்துவமும் அறிவியலும்: ஒரு சிறு குறிப்பு

அறிவொளி மரபு, பகுத்தறிவு, விஞ்ஞானப் பார்வை ஆகிய வற்றைப் பின்நவீனத்துவம் விமர்சனத்திற்குள்ளாக்குவதையும் எல்லா விதமான தொகுப்புப் பார்வைகளையும் (speculation) தத்துவங்களையும் கேலிக்குள்ளாக்குவதையும் நிறையப் பேசி விட்டோம். பின்நவீனத்துவத் தாக்கங்கள் இலக்கியம் முதல் அரசியல்வரை சகல துறைகளிலும் வெளிப்படுவதையும் பார்த்து விட்டோம். நவீன அறிவியலில் இந்தக் கூறுகள் எதையும் அடையாளம் காணமுடியுமா? விரிவாகப் பதில் சொல்லப்பட வேண்டிய இக்கேள்விக்குப் பதிலாக ஒரு சிறு குறிப்பை உங்களின் சிந்தனைக்கு வைக்க விரும்புகின்றேன். இந்த நூற்றாண்டில் இயற்பியலில் அறிமுகப்படுத்தப்பட்ட சில புதிய சிந்தனை களினடியாக இக்குறிப்பு இங்கே முன்வைக்கப்படுகிறது. நவீனத்துவ மரபில் முக்கியமான இயற்பியல் விஞ்ஞானிகளாக நம் நினைவுக்கு வருபவர்கள் கலீலியோ, கெப்ளர், நியூட்டன் முதலானோர். பிரபஞ்ச இயக்கம் முதல் பொருட்களின் இயக்கங்கள் வரை இயற்கை நிகழ்வுகள் எவையாயினும் அவற்றைத் துல்லிய மாகக் கணக்கிட்டுச் சொல்ல முடியும் என இவர்கள் வாதிட்டனர். இந்த அடிப்படையில் இவர்கள் தருவித்த உண்மைகள் மதவியலின் மிக அடிப்படையான ஆதாரங்களையே ஆட்டங்காணச் செய்த கதைகளை நாம் அறிவோம்.

அறிவொளி இயற்பியலின் உச்சிக் கொழுந்தாகிய சர் ஐசக் நியூட்டன் *(1642-1727)* தோற்றுவித்த 'நியூட்டனிய இயக்கவியல்' பார்வை இந்த நூற்றாண்டின் முற்பகுதிவரை எவ்வித ஐயத்துக்கும் இடமற்ற விஞ்ஞானப் பார்வையாகக் கோலோச்சியது. காலம், வெளி, நிறை என்னும் மூன்று அடிப்படை இயற்பியல் கருத்தாக்கங் களையும் முற்றுண்மை (absolute) எனவும், எதையும் சார்ந்திராவை எனவும், மாறாதவை (invariant) எனவும் நியூட்டனியப் பார்வை

வரையறுத்தது. தமக்குப் புறமாக உள்ள ஏதொன்றாலும் பாதிக்கப் படாத சர்வ வியாபகமான சுய இருப்பை இவை கொண்டுள்ளன என்பது இதன் பொருள். எடுத்துக்காட்டாக ஒரு பொருளின் நிறை என்பது அதன் வேகத்தைப் பொறுத்ததல்ல.

எந்த ஒரு இயற்பியல் அளவையும் துல்லியமாக அளந்து எந்த ஒரு ஐயத்துக்கும் பிழைக்கும் இடமில்லாமல் உறுதியாகச் (certain) சொல்ல முடியும் என்பது மட்டுமல்ல, இயற்கை நிகழ்வு களை நேரடியான உறவுகளுள்ள கணிதச் சமன்பாடுகளாகச் (Linear mathematized equations) சுருக்கிச் சொல்லிவிட முடியும் என்கிற கருத்தை ஆணித்தரமாக அறைந்து பதித்தது நியூட்டனிய அறிவியல். எனவே, எந்த ஒரு இயற்பியல் அமைப்பின் தொடக்க நிபந்தனைகள் (initial condition) நமக்குத் தெரியுமென்றால் எதிர்காலத்தில் அதன் நிலையை உறுதியாகச் சொல்லிவிட முடியும். எடுத்துக்காட்டாக இயக்கத்திலுள்ள ஒரு பொருளின் தொடக்கவேகமும் முடுக்கமும் தெரிந்தால் குறிப்பிட்ட நேரத்திற்குப் பின் அதன் இறுதி வேகத்தைச் சொல்லிவிட முடியும்.

$$v = u+at$$

எனும் கணிதச் சமன்பாடு இந்த இயற்பியல் நிகழ்வை வரையறுக் கிறது. இதுபோன்ற நேர் சமன்பாடுகள் (linear equations) மூலமாக இயற்கை நிகழ்வுகள் எல்லாவற்றையும் வரையறுத்துவிட முடியும்.

தவிரவும் பொருளின் பண்பு என்பது ஐயத்துக்கிடமற்ற ஒற்றைத் தன்மையானதாகவே (mono) இருக்கும். எடுத்துக் காட்டாகப் பொருளின் இயக்கம் துகள் தன்மையுடையதாக இருக்கும் அல்லது அலைத்தன்மை உடையதாக இருக்கும். இவை இரண்டில் ஒன்றாகத்தான் இருக்க முடியுமேயொழிய ஒரே சமயத்தில் இரண்டுமாக இருக்க முடியாது. இருமை, பன்மை (dual, poly) முதலான பண்புகளுக்கு நியூட்டனிய அறிவியலில் இடமில்லை.

இரண்டு முக்கிய முடிவுகளுக்கு இந்தப் பார்வை இட்டுச் செல்கின்றது. பிரபஞ்ச நிகழ்வுகள் அனைத்தும் ஒழுங்கானவை; கணித்துச் சொல்லிவிடக் கூடியவை (predictable); குழப்பமும் (chaos) சிக்கலும் (complexity) அற்றவை. உள்ளீடு (input) தெரிந்தால் வெளியீட்டைச் (output) சொல்லிவிடலாம். பிரபஞ்சம் என்பதைக்

குறிக்கும் 'cosmos' என்னும் ஆங்கிலச் சொல் இப்படித்தான் உருப்பெற்றது 'chaos' (குழப்பம்) என்னும் சொல்லுக்கு எதிர்ச் சொல்லாக 'cosmos' உருவாகியது என்பது குறிப்பிடத்தக்கது. இவ்வாறு இயற்கை நிகழ்வுகள் குறித்த 'தீர்மானப் பார்வை' (deterministic approch) உருவாகியது. அதாவது உள்ளீடு வெளி யீட்டைத் தீர்மானிக்கும். இந்த அடிப்படையில் 'பில்லியார்ட் பந்துப் பிரபஞ்சம்' என்கிற சொல்லாட்சி ஆங்கிலத்தில் தீர்மானப் பார்வையைச் சுட்டுவதற்குப் பயன்படுத்தப்பட்டது. அதாவது பில்லியார்ட் கோலால் எந்தப் பந்தை உந்தினால் எந்தப் பந்து துளையில் விழும் எனத் தீர்மானித்துச் சொல்லிவிடலாம்.

நவீனத்துவத்தின் ஓரங்கமாகத் தன்னை ஆக்கிக்கொண்ட (அறியப்பட்ட) மார்க்சியம் இயற்கை நிகழ்வுகளுக்கான நியூட்டனியத் தீர்மானப் பார்வையைச் சமூக நிகழ்வுகளுக்குப் பிரயோகித்தது. அடித்தளம் மேற்கட்டுமானத்தைத் தீர்மானிக்கும் என்பது போல மட்டுமின்றி நேர்ச் சமன்பாடுகளின் உதவியோடு இன்றைய சமூகப் பொருளாதார நிலைகளினடிப்படையில் எதிர் காலச் சமூக விளைவைச் (புரட்சி) சொல்லிவிடலாம் எனவும் நம்பியது.

ஆனால் இயற்கை நிகழ்வுகளாயினும் சரி, சமூக நிகழ்வு களாயினுஞ் சரி அவ்வளவு எளிமையாக நேர் சமன்பாடுகளுக்குள் அடக்கிவிடக்கூடியதாக இல்லை என்பதை நாம் இன்று விளங்கிக் கொள்கிறோம். பில்லியார்ட் பந்து விளையாட்டில்கூட கோலின் அசைவு மிக மிகச் சிறிய அளவில் தவறினாலுங்கூட விளைவு நாம் கணித்துச் சொல்லிவிட முடியாத அளவிற்குப் பெருங் குழப்பமாக முடிவதை அனுபவத்தில் அறிய முடியும்.

இயற்கை நிகழ்வுகள் குறித்த கணிதச் சமன்பாடுகளின் மூன்று அடிப்படையான பண்புகளாக பிரான்ஸ் தேசக் கணிதவியலாளர் மூாக் ஹடாமார்ட் பின்வருமாறு குறிப்பிடுவார்:

1. சமன்பாடுகள் தீர்வுகளைக் கொண்டிருக்கும். அதாவது தொடக்க நிபந்தனைகளினடிப்படையில் எதிர்காலத் தீர்வு களைச் சமன்பாடுகள் கொண்டிருக்கும்.
2. சமன்பாடுகள் ஒற்றைத் தீர்வுகளையே கொண்டிருக்கும். அதாவது ஒரு குறிப்பிட்ட தொடக்க நிபந்தனைகள் ஒன்றுக்கு மேற்பட்ட தீர்வுகளுக்கு இட்டுச்செல்லாது.

3. தீர்வுகள் உறுதியானவையாக இருக்கும். அதாவது தொடக்க நிபந்தனைகளில் ஏற்படும் சிறிய மாற்றம் எதிர்காலத் தீர்வு களிலும் கணித்துச் சொல்லிவிடக்கூடிய சிறிய மாற்றத்தையே கொண்டிருக்கும்.

பிரபஞ்சத்தை ஒழுங்கானதாகக் கட்டமைக்கும் முயற்சியில் அறிவொளிக் கால அறிவியலாளர்கள் இயற்கை நிகழ்வுகள் குறித்த இத்தகைய கற்பிதங்களைச் செய்ய வேண்டியதாயிற்று. ஆனால் நவீன இயற்பியல் விகசிப்புகள் பல இம்மூன்று பண்பு களையும் பொய்யாக்கி விட்டன.

முதலில் குவாண்டம் கொள்கையை எடுத்துக்கொள்வோம். காலத்திலும் வெளியிலும் அலைக் கோவை (wave function பரிணமிப்பதை விளக்கும் ஸ்க்ராடின்ஜர் சமன்பாடு மேற்குறித்த முதலிரண்டு பண்புகளையும் பெயரளவிற்கே பூர்த்தி செய்கிறது. நடைமுறை எதிராக உள்ளது. அலைக் கோவையைப் பார்க்க முடியாது. பொருளிய அலைகளின் இடப்பெயர்ச்சியைக் (wave disturbance) குறிக்கும் அலைக்கோவை என்பது உண்மையில் ஒரு குறிப்பிட்ட காலம் மற்றும் வெளியில் ஒரு துகளைக் காணும் சாத்தியக் கூறை மட்டுமே தருகிறது. சரியாகச் சொல்வதானால் குறிப்பிட்ட ஒரு புள்ளியில் துகளைக் காணும் சாத்தியக் கூறு என்பதைக் காட்டிலும் அந்தப் புள்ளிக்கு அருகாகத் துகள் இருக்கக்கூடிய சாத்தியக்கூறை மட்டுமே அலைக் கோவை தருகிறது. துகளின் நிலையை உறுதியாகச் சொல்வதில்லை. இது ஹெய்சன்பர்கின் 'உறுதியின்மைக் கொள்கை' (uncertainity principle)க்கு இட்டுச் செல்கிறது. இயற்பியல் அளவுகள் அனைத்தையும் துல்லியமாக அளந்து உறுதியாய்ச் சொல்லிவிட முடியும் என்கிற நியூட்டனியக் கருத்தாக்கம் இங்கே தகர்க்கப்படுகிறது. எவ்வளவு ஆற்றல் வாய்ந்த 'சூப்பர்' நுண்ணோக்கி நம் கைவசம் இருந்தாலும் அதைக் கொண்டு அணுவிலுள்ள எலக்ட்ரான்களின் வட்டப் பாதையை நீங்கள் பார்த்துவிடவோ படமெடுக்கவோ முடியாது. அதைப் பார்க்க நாம் முயற்சி எடுத்தோமானால் அந்த முயற்சியிலேயே அது உடைந்து நொறுங்கி விடும். பார்க்கவும் அளக்கவும் முடியாத வட்டப் பாதைக்கு இயற்பியல் ரீதியில் எந்தப் பொருளும் (physical meaning) இல்லை என்பது சிந்திக்கத்தக்கது. துகளின் வேகம் அல்லது நிலை என்கிற இரண்டு பண்புகளையும் ஒரே சமயத்தில் உறுதியாகச்சொல்ல முடியாது என்பதே 'உறுதியின்மைக் கொள்கை.'

எனவே குவாண்டம் கொள்கையின் கணித அடிப்படையாக விளங்கும் ஷ்க்ராடின்ஜர் சமன்பாடு அது சுட்டும் இயற்பியல் அளவுகளைப் புள்ளியியல் (statistical) ரீதியாகக் குறிக்கிறதே யொழிய தீர்மானமாகச் (deterministic) சொல்வதில்லை. ஒரு குவாண்டம் அமைப்பின்மீது மேற்கொள்ளப்படும் ஒரே மாதிரியான இரு சோதனைகள் இருவேறுவிதமான விளைவுகளைக் காட்சிப் படுத்தும் சாத்தியமுண்டு. இவ்வாறு ஹேடமார்டின் இரண்டாவது நிபந்தனையாகிய ஒற்றைத் தீர்வு என்பது குவாண்டம் கொள்கையில் அடிபட்டுப் போகிறது. ஐன்ஸ்டினின் பொதுச் சார்பியல் கொள்கையோ ஹேடமார்டின் முதல் நிபந்தனையைப் போட்டு உடைக்கிறது. பெரும் மொத்தத் திரள்களின் பண்புகளை விளக்கும் எதிர்காலத் தீர்வுகள் சாத்தியமில்லை எனப் பறைசாற்றுகிறது சார்பியல் கொள்கை.

இந்நிலையில் இயற்பியல் கூறுகள் (physical variables) அளவிலிகளாக மாறிவிடுவதோடு காலமும் வெளியும் கணித ரீதியில் அளவிட முடியாதவையாகிவிடுகின்றன. காலம், வெளி, நிறை முதலிய எதுவுமே முற்றுண்மையானவை அல்ல; சார்புடையவையே என்பதை ஐன்ஸ்டினின் கோட்பாடு நிறுவியது. எடுத்துக்காட்டாக, ஒரு பொருளின் நிறை என்பது முற்றுண்மையான ஒரு உண்மையல்ல. நிலையாக உள்ளபோது அதன் அளவும் இயங்கும்போது அதன் அளவும் ஒன்றல்ல. எனவே அணுத் துகள்களின் சார்புநிறை (relativistic mass) பற்றி நவீன இயற்பியல் கவலைகொள்ள வேண்டிய தாயிற்று.

ஹேடமார்டின் மூன்றாவது நிபந்தனையும் இன்று கேள்விக் குள்ளாக்கப்பட்டுவிட்டது. உள்ளீட்டுக்கும் வெளியீட்டிற்குமான உறவு நேரானதல்ல, எளிமையானதல்ல என்கிற அடிப்படையில் நேரற்ற இயக்கவியல் (Non Linear Dynamics) என்றொரு புதிய துறையே இயற்பியலில் உருவாகியுள்ளது என்றால் பார்த்துக் கொள்ளுங்கள். பாரதிதாசன் பல்கலைக்கழகத்தில் இதற்கான ஒரு தனி இருக்கையே (chair) உள்ளது. நேரற்ற எழுத்துக்கள் — Non Linear Writings — என்பது ஏதோ இலக்கியத்தில் மேற்கொள்ளப் படும் தறுதலைத்தனம் என எண்ணிக்கொண்டு இருப்பவர்கள் இது குறித்துச் சிந்திக்க வேண்டும். நியூட்டனிய நேர் இயக்க வியலின் (Linear dynamics) போதாமையின் விளைவாகவே இன்று நேரற்ற இயக்கவியல் உருவாக நேர்ந்துள்ளது.

இயற்கை நிகழ்வுகள் என்பன எளிமையானவையோ ஒழுங்கானவையோ அல்ல என்பதையும் நேரற்ற இயக்கவியல் சுட்டிக் காட்டுகிறது. எனவே அது தனது ஆய்வுப் பொருளில் ஒன்றாக 'குழப்பம்' (chaos) என்பதை எடுத்துக்கொள்கிறது. தொடக்க நிபந்தனைகளில் ஏற்படும் சிறிய வேறுபாடுகளில் இறுதித் தீர்வுகளில் கணித்துச் சொல்லிவிடக்கூடிய சிறிய மாற்றங்களை மட்டுமே ஏற்படுத்துவதில்லை. கணித்துச் சொல்லி விடவே முடியாத பெரும் சிக்கலான விளைவுகளும் ஏற்பட்டு விடுவதுண்டு. இதனைக் குழப்பநிலை என நவீன அறிவியல் வியக்கிறது. அதாவது உள்ளீட்டில் ஏற்படும் சிறிய மாற்றங்கள் கணித்துச் சொல்ல இயலாத அளவு வெளியீட்டு மாற்றங்களை விளைவிக்கும் நிலையைக் 'குழப்பநிலை' என்கின்றனர். இயற்பியல் உருவாக்கியுள்ள எந்தக் கொள்கையும் கோட்பாடும் முழுமையானதல்ல என்பதை நாம் நினைவில் கொள்ள வேண்டும். குறைபாடுகள் (imperfections) மற்றும் கற்பிதங்களோடுதான் (assumptions) கோட்பாடுகள் (theory) உருவாக்கப்படுகின்றன. நாம் புறக்கணித்துவிடக்கூடிய அல்லது இல்லை என்று கருதிக் கொண்டிருக்கக்கூடிய அமைதிக் குலைவுக் காரணிகள் (perturbing factors) குழப்ப நிகழ்வுகளில் பெரும்பங்கை வகித்துவிடும். எனவே இத்தகைய நிகழ்வுகளில் நேர் சமன் பாடுகளைத் தூக்கி எறிவது தவிர நமக்கு வேறு வழியில்லை.

இயற்கை நிகழ்வுகள் என்பன பெரும்பாலும் குழப்ப நிகழ்வுகள் தானே (chaotic phenomena) யொழிய எளிய நிகழ்வுகளோ ஒழுங்கு நிகழ்வுகளோ அல்ல என்பதையும் நாம் நினைவில் கொள்ள வேண்டும். எனவே நவீன இயற்பியல் பின்வரும் கேள்வியை எழுப்புகிறது:

'குழப்ப நிகழ்வை வரையறுப்பதற்கான ஒற்றை உண்மைச் சமன்பாட்டைத் தேடும் முயற்சியை விட்டுவிட்டு எல்லா சாத்தியமான சமன்பாடுகளின் பொதுக் குணங்களைக் கண்டுபிடிப்பதில் நாம் கவனம் செலுத்தினாலென்ன? இயற்பியலறிஞர்கள் சமீப காலத்தில் மேற்கொண்டுள்ள பெருமுயற்சி இதுவே. ஒரு இயற்பியல் சூழலை விளக்குவதற்கான முழுமையான கணித மாதிரியைத் தேடுவதை விட்டுவிட்டு ஆய்வுக்கு எடுத்துக்கொள்ளப் படும் குறிப்பிட்ட பிரச்சினையை வரைந்து காட்டுவதற்குப் போதுமான அகன்ற நிபந்தனைகளைத் திருப்தி செய்யக்கூடிய

எல்லாச் சாத்தியமான கணித மாதிரிகளின் பண்புகளைத் தேடுவதில் அவர்கள் கவனம் செலுத்தத் தொடங்கியுள்ளனர்.' (John Barrow. p. 279)

இந்த நூற்றாண்டின் முக்கியச் சிந்தனையாளர்களில் ஒருவரும் கணிதவியலாளருமான பெர்ட்ரண்ட் ரஸ்ஸல்,

இயற்பியல் என்பது கணிதத் தன்மையுடையதாக உள்ளதென்பது எதார்த்த உலகம் பற்றி நாம் நிறைய அறிந்திருப்பதாலல்ல; மாறாக உலகம் பற்றிய மிகக் குறைவான அறிவின் விளைவே அது.

என ரத்தினச் சுருக்கமாக இந்நிலையைச் சுட்டிக்காட்டியிருப்பது நமது ஆழ்ந்த சிந்தனைக்குரிய ஒன்று. எனவே நியுட்டனிய விஞ்ஞானம் முன்வைத்த உறுதி, ஒருமை, ஒழுங்கு, நேர் சமன்பாடு களின் அடிப்படையிலான தீர்மானப் பார்வை முதலியனவெல்லாம் இன்று நவீன இயற்பியலில் கேள்விக் குள்ளாக்கப்பட்டுள்ளது கவனத்திற்குரிய ஒன்று.

இயற்பியல் அறிஞர் ஃபெய்ன்மேன் சொன்னது போல குழப்ப மாக உள்ள இயற்கையை (chaotic) ஒழுங்கானதாகக் (cosmos) காட்டிக் கருவிகொண்டு அளந்து பிரச்சினைகளுக்குத் தீர்வு சொல்லிவிடும் அறிவொளி மரபை மருத்துவத்துறையில் புறந் தள்ளிய சிந்தனையாளராக ஹோமியோபதி மருத்துவமுறையை உலகிற்கு அளித்த டாக்டர் சாமுவேல் ஹானிமன் (1755-1843) அவர்களைக் குறிப்பிடலாம். அறிவொளி மரபின் மருத்துவ முறையாக உருவெடுத்த அல்லோபதி முறையைப் பல ஆண்டுகள் பயன்படுத்திவந்த அல்லோபதி மருத்துவரான ஹானிமன், அல்லோபதி மருத்துவம் மற்றும் நவீன அறிவியலின் அறிவியல் பார்வைக்கு (scientific gaze) முற்றிலும் பொருந்திவராத ஹோமியோபதி முறையை அறிமுகம் செய்து எழுதிய ஆய்வு நூலுக்கு முதற்பதிப்பின்போது (1810) அளித்த தலைப்பு: 'Organon of the Rational Medical Science.' திருத்தப்பட்ட இரண்டாம் பதிப்பிற்கு (1819) அவர் அளித்த தலைப்பு: 'Organon of the Healing Art.' முதற்பதிப்பின் தலைப்பிலிருந்து அவர் நீக்கிய இரண்டு சொற்களும் மிக முக்கியமானவை. அவை:

1. Rational - பகுத்தறிவு, 2. Science - அறிவியல்.

தனது கால அறிவியல் செயல்பாடுகளில் கொடிகட்டிப் பறந்த இவ்விரு சொற்களும் தனது 'நடைமுறை மருத்துவத்திற்குப் (Medical experience)' பொருந்திவராது என்பதை உணர்ந்து

வெறுத்ததன் விளைவாகவே அவற்றை அவர் தூக்கி எறிந்தார். தனது மருத்துவமுறையை மதிப்பிடுவதற்கு அறிவொளி மரபின் பகுத்தறிவுச் சட்டங்கள் பயனற்றவை என்பது அவரது கருத்தாக இருந்தது. ஹானிமனின் organon நூலை ஆய்வுக்குட்படுத்தும் மருத்துவர் ரிச்சர்ட் ஹ்யூஸ் குறிப்பிடுவது போல, 'நிலவும் கொள்கையுடன் பொருந்தி வருதல் (consistency) என்பதை அவர் கரிசனமாகக் கொள்ளவில்லை. (நோய்தீர்க்கும்) நடைமுறைக் கலையே அவரது குறிக்கோளாக இருந்தது. தொகுக்கும் பகுத்தறிவிற்கு (Speculative reason) எந்த அளவிற்குப் பொருந்திவருகிறது என்பதைக் காட்டிலும் அது உண்மையாக இருக்கவேண்டும் என்பதே அவரது கவலையாக இருந்தது.'

'உண்மை' எனச் சொல்லும்போது அறிவொளி மரபின் 'பேருண்மை'யை அவர் கருத்தில்கொள்ளவில்லை என்பது குறிப்பிடத்தக்கது. முற்பதிப்பின் முன்பக்கத்திலேயே கெல்லர்ட்டின் கவிதை வரிகளைக் குறிக்கோள் வாசகமாக அவர் வெளியிட்டு இருந்தார். அதனை மொழிபெயர்த்துச் சொல்வதைக் காட்டிலும் அதே பொருளில் அவர் குறிப்பிட்டுள்ள ஒரு வாசகத்தை இங்கே காண்போம்:

> துயருறும் மனித குலத்திற்கு மிகவும் முக்கியமான இந்தக் (நோய்தீர்க்கும்) கலை மர்மமான தொகுப்புப் பணியின் அளக்க இயலாத ஆழத்திற்குள் அமிழ்ந்துவிடக் கூடாது. ஊகத்தின் எல்லையற்ற வெறுமைக்குள் அது முயங்கிவிடவும் கூடாது. அது கையகப்படக்கூடியதாக இருக்க வேண்டும். எளிதில் கையகப்படக் கூடியதாக இருக்க வேண்டும். நமது புலன் திறன்களுக்கு எளிதில் கையகப்படக் கூடியதாக இருக்க வேண்டும்.

கெல்லர்ட்டின் கவிதை வரிகளும் இதைத்தான் சொல்கின்றன. உண்மை என்பது மேலோட்டமாக மறைந்திருப்பதுதானேயொழிய வரம் பெற்ற பேரறிவாளர்களுக்கு மட்டுமே கையகப்படக் கூடிய ஒன்றல்ல என்பதே நவீனத்துவ மருத்துவ அறிவியலைத் தோலுரித்த ஹானிமன் சொல்லும் செய்தி.

'Science - அறிவியல்' என்கிற சொல்லைத் தலைப்பிலிருந்து நீக்கி அதற்குப் பதிலாக அவர் வைத்த 'art - கலை' என்கிற சொல்லும் இங்கே கவனத்திற்குரிய ஒன்று. அறிதலில் அறிவியல்முறையைக் காட்டிலும் அழகியல் முறையே ஜனநாயகமானது, மற்றதற்கு

(other) அறிதல்முறையில் இடமளிப்பது என்பதை அவர் உணர்ந்ததன் விளைவே அது. நோய்தீர்க்கும் நடைமுறையில் அல்லோபதி மருத்துவம் நோயாளியைப் பங்கேற்க அனுமதிப்ப தில்லை. 'கிளினிக்கல்' கருவிகள், சோதனைகள் ஆகியவற்றின் முடிவுகளை மட்டுமே அல்லோபதி நம்புகிறது. நோயாளியின் கருத்துக்கள், பேச்சுகள் ஆகியவற்றிற்கு நோயைத் தீர்மானிப்ப திலோ இல்லை தீர்ப்பதிலோ இடமில்லை. ஆனால் ஹோமியோபதி மருத்துவமோ கிளினிகல் மற்றும் கருவிசார்ந்த அணுகல்முறை களைப் பொருட்படுத்துவதில்லை. மாறாக நோயாளியின் அனுபவங்களை அவரைப் பேசவிட்டுத் தெரிந்துகொள்வதன் மூலமாக வெளிப்படும் நோய்க்குறிகளின் (symptoms) அடிப்படை யிலேயே நோய்தீர்க்கும் கலை ஹோமியோபதியில் நிறைவேற்றப் படுகிறது.

ஒரு எடுத்துக்காட்டின் மூலம் இதனை நாம் விளக்க முடியும். தொடர்ச்சியான தும்மல், சளி என்கிற உபாதைகளுடன் வரும் ஒரு நோயாளி வெளியிலிருந்துவிட்டு வீட்டுக்குள் நுழைந்த பின்பு அல்லது படுக்கையில் படுத்த பின்பு தும்மல்கள் அல்லது இருமல் தொடங்குகிறது எனச் சொல்வாரானால் இந்தத் தகவலை ஹோமியோபதி மருத்துவர் முக்கியமான தரவாக எடுத்துக் கொள்வார். அல்லோபதி மருத்துவரைப் பொறுத்தமட்டில் இது ஒரு தேவையற்ற தரவு. நோயாளிகள் தமது உபாதைகளின் விளைவாக ஏதாவது உளறிக்கொண்டு இருப்பார்கள், அதை நாம் பொருட்படுத்த வேண்டியதில்லை என்பது அல்லோபதி மருத்துவரின் கருத்து. எனவே அவர் 'கிளினிகல்' சோதனைகளின் அடிப்படையில் கருவிசார்ந்த பகுத்தறிவின் துணையோடு (instrumental rationality) நோய்க்கு ஒரு பெயரைச் சூட்டிவிடுகிறார். பின் அந்த நோய்க்கான குறிப்பிட்ட சில மருந்துகளில் ஒன்றைத் தேர்வுசெய்கிறார்.

ஆனால் ஹோமியோபதி மருத்துவரோ நோயின் பெயரால் நோயாளிகளைப் பொதுமைப்படுத்துவது இல்லை. ஒரே மாதிரியான 'கெட்டுப்போன' தண்ணீரை இருவர் குடித்தாலுங்கூட இரண்டு பேருக்கும் அது ஒரே விளைவை ஏற்படுத்துவதில்லை. குறிப்பிட்ட நபரின் மரபியல் கூறு, வயது, வாழ்க்கை வசதி... எனப் பல காரணங்களின் அடிப்படையில் பாதிப்புகள் வேறுபடு கின்றன. எனவே நோயின் பெயரால் இருவரையும் பொதுமைப்

படுத்துவதைக் காட்டிலும் ஒவ்வொரு நோயாளியின் தனித்துவத் தையும் கண்டறிந்து அவருக்குரிய தனி மருந்தைத் தேர்வு செய்யும் வாய்ப்பு ஹோமியோபதி மருத்து வருக்குக் கிடைக்கிறது. தவிரவும் நோய் தீர்க்கும் பணி என்பது மருத்துவரை மையமாக வைத்த ஒன்றாக அமையாமல் நோயாளிக்கும் அதில் பங்களிக்கப் படுகிறது. ஹோமியோ பதியைப் பொறுத்தமட்டில் நோயாளி கூறும் எந்தத் தகவலும் உளறலல்ல. எதுவும் புறக்கணிக்கப்படக் கூடிய ஒன்றல்ல. நோய் மற்றும் தீர்வு தொடர்பான எளிய உண்மைகள் எளிதில் எவருக்கும் கையகப்படக்கூடியவையே. தவிரவும் இன்ன குறிக்கு இன்ன மருந்து என்பதாக இல்லாமல் குறிகளின் சிக்கலான பன்மை இருப்பிற்கு முக்கியம் அளித்துத் தீர்வு தேர்வு செய்யப்படுவதும் இங்கே கவனிக்க வேண்டிய ஒன்று.

எந்திர மாதிரியில் (flaxnarian model) மனித உடலைக் கருதி கருவிசார்ந்த பகுத்தறிவின் அடிப்படையில் செயல்படும் அல்லோபதி மருத்துவம் மனித உடல்களின் மீது மேற்கொள்ளும் வன்முறை பற்றியும் மருத்துவ அறிவு என்பதை அதிகாரம் செயல் படும் களமாக மாற்றியுள்ளது பற்றியும், நவீனத்துவ நடைமுறை களில் ஒன்றாகிய முதலாளியச் சுரண்டலுடன் அது இணைந் துள்ளது பற்றியும் நாம் பலமுறை பேசியுள்ளோம். விரிவஞ்சி இங்கே அவற்றைத் தவிர்ப்போம்.

குறிப்புகள்

1. 'அறிதலில் ஒழுங்கவிழ்ப்பு' மற்றும் 'மாற்றுகளைத் தேடி' என்னும் தலைப்பில் உள்ள ஹோமியோபதி தொடர்பான கட்டுரை ஆகியவற்றை இத்துடன் இணைத்துப் படிக்கலாம். நிறைய ஆங்கிலச் சொற்களை அடைப்புக்குறிக்குள் பயன் படுத்தி உள்ளதைத் தவிர்க்க இயலவில்லை.

2. தீர்மானிக்க இயலாதவை என எந்த நிகழ்வுகளும் அமைந்து விடக் கூடாது என்கிற விருப்பின் அடிப்படையில் கடந்த பத்து ஆண்டுகளாக மேலை நாடுகளில் chaos பற்றிய விரிவான ஆய்வுகள் மேற்கொள்ளப்படுகின்றன. எளிய அமைப்புகளில் chaos ஐயும் கூட எப்படியாவது நிர்வகித்துவிடும் விருப்புடன் 'தீர்மானிக்கத்தக்க குழப்பம்' (deterministic chaos) என்கிற கருத்தாக்கமும் முன்வைக்கப்படுகின்றது. இது குறித்துப் பிறிதொரு சந்தர்ப்பத்தில் பார்ப்போம்.

3. *Non Linear Dynamics* - இன்பால் எனது கவனத்தை ஈர்த்த பேராசிரியர் எஸ். எஸ். அகமது அவர்களுக்கு என் நன்றி.

எளிதில் புரிந்துகொள்வதற்கு உதவும் நூல்கள்:
D. Halliday & R. Resnick, *Physics* Vol I & II, Wiley Eastern Ltd.,1989.
John Barrow, *The World Within World*, OUP, New York, 1994.
Richard Hughes, *The Principles & Practice of Homeopathy*, Jain, New Delhi, 1991.

1.6 பின்நவீனநிலை நோக்கிலிருந்து தலித்தியம், மெய்யியல், விரிந்த உலகப் பார்வை

(இரட்டைமலை சீனிவாசனை முன்வைத்துச்சில குறிப்புகள்)

'தலித் அரசியல் என்கிற பெயரில் மெய்யியலைப் பின்னுக்குத் தள்ளுகிறார்கள். தலித்தியத்திற்கு மெய்யியல் இல்லை. உலகப் பார்வை இல்லை.தலித் இலக்கியம் உலகப் பொதுமையிலிருந்து விலகிக் கூறுபடுத்தப்பட்ட தனிமை இலக்கியமாக இருக்கிறது' — இவை எல்லாம் தமிழ்ச் சூழலில் முக்கிய விமர்சகர்களாக இதுகாறும் அறியப்பட்டுவந்த சிலர் தலித் இலக்கிய, அரசியல் முயற்சிகளின் மீது தொடுக்கும் தாக்குதல்கள்.[1] இந்தக் குற்றச் சாட்டுகளில் ஏதேனும் பொருளிருக்கிறதா, மெய்யியல், உலகப் பார்வை ஆகியவை குறித்த இவர்களது புரிதல்கள் அர்த்த முடையவையா என்கிற கேள்விகளை நாம் இப்போது எழுப்பிக் கொள்ள வேண்டியிருக்கிறது.

முதலில் மெய்யியல் (தத்துவம்) குறித்த இவர்களின் புரிதல்களை எடுத்துக் கொள்வோம். அரசியல் வேறு, மெய்யியல் (philosophy) வேறு என இவர்கள் கருதுகிறார்கள். அரசியல் வந்துவிட்டால் அந்த இடத்தில் அழகியல், மெய்யியல் முதலியன இருக்க முடியாது என நம்புகின்றார்கள். இவர்களது இதர எழுத்துக் களைக் கூர்ந்து கவனித்தால் இந்தியத் தத்துவப் பாரம்பரியத்தை மோகிப்பவர்களாகவும் இந்துமதத்தைச் சிலாகிப்பவர்களாகவும் இவற்றைக் கேள்விக்குள்ளாக்கிய பெரியார், தேவி பிரசாத் சட்டோபாத்யாயா ஆகியோர்மீது மரியாதையற்றவர்களாகவும் இருப்பது வெளிப்படை.[2] அரசியல் வேறு, தத்துவம் வேறு என்பது உண்மையா? நம் காலத்தின் மிகச் சிறந்த மார்க்சிய மெய்யிய லாளரான அல்துஸ்சர் இதனை மறுக்கிறார். அவர் சொல்கிறார்:

மார்க்சிய-லெனினிய அரசியலில் சிறந்த புரிதல் எனக்குக் கைவந்தபிறகு (மார்க்சிய) மெய்யியல் குறித்துப் பற்றுக்கொள்ள ஆரம்பித்தேன்... இறுதியில் மார்க்ஸ், லெனின், கிராம்சி ஆகியோரின் மாபெரும் கோட்பாட்டைப் புரிந்துகொள்ளத் தொடங்கினேன். அது: மெய்யியல் என்பது அடிப்படையில் அரசியலே.³

கோட்பாட்டுத் தளத்தில் (theory) உலகப் பார்வை என்பது மெய்யியலாக வெளிப்படுகிறது எனச் சொல்லும் அல்துஸ்சர், கோட்பாட்டுத் தளத்தில் நடைபெறும் வர்க்கப் போராட்டமே மெய்யியல் என்பார். 'அதனால்தான் மெய்யியல் என்பது ஒரு போராட்டமாக அதுவும் அடிப்படையில் ஒரு அரசியல் போராட்டமாக இருக்கிறது' என வலியுறுத்துவார். இந்த மரபில் மீமாம்சம், நியாய வைசேடிகம் போன்றவற்றிற்கும் இதர வைதீகக் கருத்து முதலியவற்றிற்கும் நடைபெற்ற போராட்டங்கள் அரசியல் போராட்டங்களே. வர்க்கப் போராட்டங்களே.

தத்துவப் போராட்டத்தை அரசியல் போராட்டம் எனச் சொல்வது சரிதான் என்று கொண்டாலும் அரசியல் கோட்பாட்டுப் போராட்டத்தைத் தத்துவப் போராட்டமாகக் கொள்ள முடியுமா? —என்கிற கேள்வி எழுவது இயல்பு. மார்க்சியத் தத்துவம் பரிணமித்த வரலாற்றை எழுதிய அல்துஸ்சரின் வாயிலாகவே இதற்கும் ஒரு பதிலை அடைய முனைவோம்.

தத்துவத்திற்கு ஒரு விதி உண்டு என்பார் அவர். அது: 'மெய்யியல் அறிவியலுடன் இணைந்துள்ளது.' மாபெரும் அறிவியல் கண்டுபிடிப்புகளினடியாகவே மெய்யியல் கட்டமைப்புகள் தோன்றுகின்றன. இந்த அடிப்படையில் மூன்று முக்கியமான கட்டங்களை உலக வரலாற்றில் சுட்ட முடியும்.

தேல்சின் கணித கண்டுபிடிப்புகளிலிருந்து பிளோட்டோவின் (கிரேக்க) மெய்யியல் உருவாகியது. கலிலியோவின் இயற்பியல் கண்டுபிடிப்புகளினடியாக டெஸ்கராட்சின் தத்துவப் பாரம்பரியம் தோன்றியது. வரலாறு பற்றிய அறிவியலைக் கார்ல் மார்க்ஸ் உருவாக்கிய பிறகு மார்க்சிய மெய்யியல் (இயங்கியல்) தோன்றியது.

எனவே எல்லாக் கட்டங்களிலும் தத்துவம் அறிவியல் நிகழ்வுக்குப் பிந்தியே உருவாக்கப்படுகிறது. இந்த அறிவியல் என்பது இயற்கை

அறிவியலாகவும் இருக்கலாம். சமூக அறிவியலாகவும் இருக்கலாம் என்பது அல்துஸ்சர் கருத்து.

சரி மார்க்சுக்கு வருவோம். தத்துவத்தை முதலில் கண்டு பிடித்து விட்டுப் பிறகு இதர பணிகளைத் தொடங்கலாம் என்று அவர் இருக்கவில்லை. ஃபாயர்பாக் பற்றிய மார்க்சின் புகழ்பெற்ற பதினோறாம் ஆய்வுக் குறிப்பு யாருக்கும் நினைவிருக்கும். 'இதுவரையிலுமான மெய்யியலாளர்கள் உலகை விளக்கி வந்தனர். நமது பணி உலகை மாற்றியமைப்பதே' என்கிற பிரகடனத்தோடு *(1845)* மார்க்ஸ் அதுவரையிலுமான மெய்யியல் களிலிருந்து (கான்ட், ஃபாயர்பாக், ஹெகல்) துண்டித்துக் கொண்டார். அதற்குப்பின் மெய்யியல் பற்றிய குறிப்புகள் எங்கல்சின் *டூரிங் எதிர்ப்பு* நூலில்தான் *(1877)* காணக்கிடக்கிறது. இந்த நூலின் சில அத்தியாயங்களில்தான் இயங்கியல் பற்றிய ஆய்வுரைகள் நமக்கு முதலில் கிடைக்கின்றன. இடைப்பட்ட முப்பதாண்டு காலம் மார்க்சிய வரலாற்றின் மிக முக்கியமான காலகட்டம். மார்க்சும் எங்கல்சும் ரத்தத்தை வேர்வையாக்கிக் கடுமையாக உழைத்து ஆய்வுகளையும் அரசியல் போராட்டங் களையும் நிகழ்த்திக் கொண்டிருந்த காலகட்டம். இந்தச் சுறுசுறுப்பு மிகுந்த நெடிய காலகட்டத்தில் இத்தகைய தத்துவ மௌனம் எவ்வாறு நிகழ்ந்தது? முப்பதாண்டுகளுக்குப் பின்பு திடீரென ஒருநாள் இரவில் தத்துவக் கண்டுபிடிப்புகளைக் கண்டறிந்தார்களா? இந்தக் கேள்விகளை எழுப்பி அல்துஸ்சர் பதிலையும் அளிக்கிறார்.

இந்த இடைப்பட்ட காலத்தில் உருவாக்கத்திற்குத் தேவையான அறிவியல் ஆக்கத்திற்கு அடிப்படையான பொருளியல் மற்றும் அரசியல் நடைமுறைகளைக் கோட்பாட்டுத் தளத்தில் அவர்கள் மேற்கொண்டனர் என்கிறார் அல்துஸ்சர். இடைப்பட்ட காலத்திய நூல்கள் அனைத்தும் குறிப்பாக அவர்களின் மகத்தான ஆக்கங் களாகிய மூலதனம், கோதா வேலைத்திட்டம் பற்றிய விமர்சனம்... இவை எல்லாம் மெய்யியலுக்கு அப்பாற்பட்ட பணியல்ல. இவற்றினூடாகவே மார்க்சிய மெய்யியல் உருவாகிறது. மெய்யியலை உருவாக்கிவிட்டு அரசியலைத் தொடங்குவோம் என அவர்கள் வாளாவிருக்கவில்லை. 'நிகழ்வுகளுக்குப் பிந்தியே தத்துவங்கள் உருவாகின்றன.' தத்துவத்திற்குப் பிறகு நிகழ்வுகள் உருவாகும் என எதிர்பார்ப்பது கருத்துமுதலியப் பார்வை.

இந்தியத் தத்துவத்தை வியக்கும் மூளைகள் இப்படித்தான் சிந்திக்க முடியும். ஏனெனில் இங்கே சமண, பௌத்த மற்றும் பொருள் முதலியத் தத்துவங்களின் வீழ்ச்சிக்குப் பிறகு, இந்திய மெய்யியல் என்பது மதத்துடனேயே தன்னை இணைத்துக் கொண்டது. இங்கே Philosophy-யும் Theology-யும் ஒன்றாகவே இருந்தது. மதவியலிலிருந்து துண்டித்துக்கொண்டு அறிவியலுடன் தன்னைப் பிணைத்துக்கொண்டதன் விளைவாகவே ஐரோப்பியத் தத்துவம் 16ஆம் நூற்றாண்டுக்குப்பின் டெஸ்காரட்ஸ், கான்ட், ஹெகல், மார்க்ஸ், நீட்ஷே, ஹஸ்சரல், ஃபூக்கோ, தெரிதா... என மாபெரும் வீச்சுக்களைச் சாதித்தது. இந்தியத் தத்துவமோ சங்கர வேதாந்தத்துடனும் சைவ சித்தாந்தத்துடனும் தேங்கியது.

இத்தகைய புரிதலோடுதான் இன்றைய தலித் அரசியல், பண்பாட்டுச் செயல்பாடுகளை நாம் அணுக வேண்டும். அழுகிப் போன இந்த இந்தியத் தத்துவ மரபு இங்கே மார்க்சியத்திலும் கூடப் புரையோடிப் போய்க் கிடப்பதற்கு நம்மூர் ஞானி முதல் நம்பூதிரிபாட், டாங்கே எனப் பலரையும் எடுத்துக்காட்ட முடியும். மார்க்ஸ் 1845இல் துண்டித்துக் கொண்டதுபோல இந்தத் தேங்கிய மரபிலிருந்து நாம் நமது செயல்பாடுகளைக் கத்திரித்துக்கொண்டு தொடங்க வேண்டியுள்ளது. மார்க்சிய இயங்கியல், பின்நவீனத்துவ வெளிச்சம் ஆகியவற்றினூடாகப் பணியைத் தொடங்கும் நாம் நமக்கான கோட்பாடுகளை இந்த வகையிலேயே கட்டமைக்க வேண்டியுள்ளது. அரசியல் கோட்பாட்டுப் பணியே இன்று அதற்குரிய மெய்யிலுக்கான பணியாகவும் உள்ளது.

தலித்தியம் முதலான ஒடுக்கப்பட்ட அடையாள அரசியல் மற்றும் பெண்ணியம் முதலான நுண் அரசியல் பேசுபவர்கள் மீது இவர்கள் தொடுக்கும் இரண்டாவது தாக்குதல் நமது பார்வை குறுகியதாக உள்ளது. விரிந்ததாக இல்லை. பெண்ணியம், தலித்தியம் எனப் பேசும்போது சமூகத்தின் ஒரு பிரிவின் நலனை மட்டுமே இவை கருத்தில் கொள்கின்றன. எனவே ஒட்டுமொத்த மான சமூகத்திற்குமான வழிகாட்டல்களாக இவை இருக்க முடியாது என்பது இவர்களின் வாதம். இந்தக் கருத்தையும் நாம் விவாதத்திற்கு எடுத்துக்கொள்ளலாம்.

எல்லாக் காலங்களுக்கும் எல்லா இடங்களுக்கும் எல்லா மக்களுக்குமான ஒற்றை விடுதலை சாத்தியம் என்கிற புரிதலின் விளைவாக இந்தக் கேள்வி நம்மை நோக்கி எழுப்பப்படுகிறது.

உட்பிரிவுகள், தனித்துவங்கள் எல்லாவற்றையும் தாண்டி ஒட்டு மொத்த முழுமைக்கான பொதுவிதிகள் உண்டு என்கிற கருத்து போஸ்ட்மாடர்னிச உலகில் தகர்த்துவிட்டது. உலக முழுமைக்கு மான பொதுவிதிகள், அடிப்படை உண்மைகள் உண்டு என்கிற கருத்தை நவீன சிந்தனைகள் மறுக்கின்றன. மொழி பற்றிய புதிய புரிதல்களின் அடிப்படையில் இந்தச் சிந்தனைகள் உருவாகின்றன. அவற்றை இப்படிச் சுருக்கித் தொகுக்கலாம்.

ஒரு பொருளைப் பற்றிய அறிவை மனிதன் மொழி மூலமே அடைகிறான். இந்த மொழி என்பது பொருளை அப்படியே எதிரொளிப்பதோ பிரதிநிதிப்படுத்துவதோ கிடையாது. 'மரம்' என்கிற ஒலி வடிவத்திற்கும் மரம் என்னும் பொருளுக்கும் இடையிலான உறவு இடுகுறித்தன்மையானது, எந்த தர்க்க பூர்வமான அடிப்படையிலோ சாராம்சமான தொடர்புகளின் விளைவாகவோ 'மரம்' என்கிற ஒலிக்குறி தேர்வு செய்யப் படவில்லை. ஆதிச் சமூகம் 'மரம்' என்பதற்குப் பதிலாக 'சிரம்' என்கிற சொல்லை மரத்திற்குப் பயன்படுத்தியிருந்தால் அதுவே நிலைத்திருக்கும். எனவே பொருளின் 'அர்த்தம்', 'சாராம்சம்', 'அடிப்படை' என்பதெல்லாம் மொழி ரூபமான கருத்தாக்கங்களே. ஆனால் 'புறவயமான எதார்த்தம்', 'உள்ளார்ந்த இயல்பு' போன்ற தத்துவார்த்தக் கருத்தினங்களை நாம் வேறுமாதிரியாகவே இதுவரை புரிந்துகொண்டு வந்திருக்கிறோம். இவற்றை மொழியைக் கடந்த விஷயங்களாகவும் இதனை உள்ளபடியே கண்டு பிடித்துச் சொல்லிவிட முடியும் எனவும், அந்த 'உண்மை' எல்லாக் காலத்திற்கும் எல்லா இடத்திற்கும் எல்லா மக்களுக்கும் ஒன்றாகவே இருக்க முடியும் என்றும் நம்பினோம்.

ஆனால் நமக்குக் கிடைத்துள்ள மொழி மூலம் புறவய எதார்த்தங்களை வெவ்வேறு முறையில் வாசிக்க முடியுமே ஒழிய அவற்றின் அடிப்படைகளையும் சாராம்சங்களையும் கண்டுபிடித்துச் சொல்லிவிட முடியாது. எனவே வாசிப்பவர்களைப் பொறுத்து எதார்த்தம் பற்றிய வெவ்வேறு கருத்தாக்கங்கள் உண்டேயொழிய ஒற்றைக் கருத்தாக்கம் இருக்க முடியாது. இது உலகம் மற்றும் சமூகம் குறித்த பன்மைப் பார்வைக்கு இட்டுச் செல்கின்றது. இதனால் முழுமை என்கிற கருத்தாக்கமும் மறுக்கப்படுகிறது. ஏனெனில் முழுமை என்கிறபோது ஒற்றை என்கிற பொருள் வந்துவிடுகின்றது. எனவே தொடர்ச்சி, முழுமை என்பதைக்

காட்டிலும் தொடர்ச்சியின்மை, சிதைவு ஆகியவை முதன்மை பெறுகின்றன. எனவே, மனிதன் என்பவனுங்கூட ஒற்றைத் தன்னிலையாக உருப்பெறுவதில்லை. வர்க்கம், சாதி, பால், இனம், மொழி, நாடு, பதவி... என்கிற அம்சங்களின் அடிப்படையில் ஒவ்வொரு மனிதனுக்குள்ளும் பல்வேறு தன்னிலைகள் இயங்குகின்றன.

எனவே, இந்த அடிப்படையில் சிந்திக்கும்போது விடுதலைக்கான ஒற்றைத் திட்டம் என்பது எல்லா மக்களுக்கும் பொதுவாகச் சாத்தியமில்லை என்பதோடு ஒவ்வொரு மனிதனுக்குமேகூட ஒற்றைத் திட்டம் சாத்தியமில்லை என்பது விளங்கும். வர்க்க ரீதியான விடுதலை பெற்றாலுங்கூட சாதிரீதியான விடுதலை இல்லாமலிருக்கலாம். இரண்டுமே கிடைத்தாலும் கூடப் பாலியல் விடுதலை கிடைக்காமல் இருக்கலாம். எனவே மொழியின் பெயராலோ, இனத்தின் பெயராலோ, வர்க்கத்தின் பெயராலோ, சாதியின் பெயராலோ கிடைக்கும் விடுதலை என்பது முழுமை யான விடுதலையாக இருக்க முடியாது. ஏனெனில் முழுமையான ஒற்றை விடுதலை என்ற ஒன்று இருக்க முடியாது. எனவே 'விடுதலைக்கான திட்டம்' என்பதைக் காட்டிலும் 'விடுதலை களுக்கான திட்டங்கள்' என்பதே பொருத்தமாக இருக்கும்.

விடுதலைக்கான எந்த ஒரு திட்டமும் தன்னுடையதே மொத்த மானுடத்திற்குமான விடுதலைத் திட்டம் என்று சொன்னால் அதைவிடப் பெரிய ஏமாற்று எதுவும் இருக்க முடியாது. இது மார்க்சியத்திற்கும் பொருந்தும். தேசிய இனவாதத்திற்கும் பொருந்தும். மார்க்சியம் என்பது பாட்டாளி வர்க்கத்தின் விடுதலைக்கான திட்டம். தொழிலாளி வர்க்கம் என்பதிலிருந்து விவசாய வர்க்கத்திற்கும் இதனை விரிவு செய்ய முயன்றார் மாவோ. இது தொழிலாளி வர்க்கத்தின் நலனைப் பின்னுக்குத் தள்ளியது என்கிற விமர்சனமும் மாவோமீது உண்டு. இவை எதுவுமே பெண்ணியம், சூழலியம் முதலியவற்றைக் கணக்கில் எடுத்துக் கொள்ளவில்லை என்கிற விமர்சனத்தையும் நாம் அறிவோம். எல்லாத் தத்துவங்களுக்கும் வழிகாட்டல்களுக்கும் இது பொருந்தும்.

எனவே நாம் செயல்படுத்துகிற அரசியல் குறித்த நமது விளக்கங்களெல்லாம் இது குறித்த எல்லாவிதமான ஐயங் களையும் கேள்விகளையும் தெளிவுபடுத்தும் முயற்சி அல்ல.

அப்படித் தெளிவுபடுத்திவிடவும் இயலாது. பல்வேறு வழி முறைகள் மத்தியில் நமது தேர்வைப் புரிய வைக்கும் முயற்சியே கொடுக்கும் விளக்கங்கள். எனவே நாம் ஒப்பீட்டுரீதியான நியாயத்தைத்தான் வழங்க முடியுமேயொழிய முழுமையான நியாயத்தைச் சொல்ல முடியாது. வேறுவார்த்தைகளில் சொல்வ தானால் ரிச்சர்ட் ரோர்டி கூறியதுபோல நமது அரசியல் தேர்வு களுக்காக நாம் மன்னிப்புக் கேட்க முடியுமேயொழிய அவற்றை நியாயப்படுத்த முடியாது.[4] யாரேனும் தனது தேர்வை, எல்லாருக்கு மான எல்லாவற்றிற்குமான தேர்வு என்று சொன்னால் அது பச்சை அயோக்கியத்தனமேயன்றி வேறல்ல. உலக வரலாறும் நமக்கு இதனை உணர்த்திவிட்டது.

இன்னொன்றையும் நாம் யோசிக்க வேண்டும். ஒருலகப் பார்வை என்பது முதலாளியக் கட்டத்தின் கருத்தாக்கம். முதலாளியம் மட்டுந்தான் தோன்றுகிற போதே உலகம் தழுவியதாகத் தோன்றுகிறது. இந்த நோக்கில் பார்த்தால் விரிந்த உலகப் பார்வை, ஒருலகப் பார்வை என்பனவெல்லாம் 'காட்', 'டங்கல்' யுகத்திற்குப் பொருத்தமான கருத்தாக்கங்கள். எட்டாவது உலகத் தமிழ் மாநாட்டில் பிரதமர் நரசிம்மராவ் பேசியது உங்களுக்கு நினைவிருக்கலாம். பண்டைத் தமிழர்களுக்கு விரிந்த உலகப் பார்வை இருந்தது. எனவே திறந்த பொருளாதாரம் விரிந்த சந்தை ஆகிய சூழல்களில் தமிழர்கள் எளிதில் பொருந்திப் போக முடியும் என்றார் அவர்.

இப்படி எல்லாம் சொல்வது விரக்திக்கும் செயலின்மைக்கும் இட்டுச்செல்வதாகிவிடாது. ஒருமையின்மை, இருமைத்தன்மை ஆகியவற்றையே சாதகமான அம்சங்களாகக் கொண்டு நமது அரசியல் செயல்பாடுகள் உருவாக்கப்பட வேண்டும். முழுமை என்கிற பெயரில் இங்கே ஒடுக்கப்பட்ட மக்களின் தனித்துவங்கள் இதுவரை மறைக்கப்பட்டு வந்தன. எனவே நமது அடையாளங் களை நாம் நிறுவிக்கொள்ள, நமது இடத்தை நாம் கோரிப் பெற இதுவே சரியான தருணம் என்கிற உணர்வு இன்று ஒடுக்கப்பட்ட மக்கள் மத்தியில் அரும்பியுள்ளது. ஒருமை என்பதற்குப் பதிலாகப் பன்மை, விரிந்த உலகம் என்பதற்குப் பதிலாக எண்ணற்ற தனி உலகங்களின் சமத்துவம், தூய்மை என்பதற்குப் பதிலாகக் கலப்பு, ஒற்றைத் திட்டம் என்பதற்குப் பதிலாக பெண்கள், கருப்பர்கள், தலித்துகள், சூழலியலாளர்கள், அகதிகள், ஒடுக்கப்பட்டவர்கள்,

வேலையற்றவர்கள், பாட்டாளிகள், விவசாயிகள்... எனப் பலதரப்பட்ட ஒடுக்கப்பட்ட மக்களுக்கான பன்மைத் திட்டங்கள் என்பதாக இன்றைய முழக்கங்கள் அமைகின்றன. இத்தகைய பன்மைத் தன்மையுடனான ஒடுக்கப்பட்ட மக்களின் இயக்கங்கள் அனைத்தும் தங்களின் தனித்துவமான அடையாளங்களை இழந்துவிடாமல் தக்கவைத்துக் கொண்டே ஏகாதிபத்தியம், இந்துத்துவம், பாசிசம், ஆணாதிக்கம் என்கிற பொது எதிரிகளை இணைந்து எதிர்க்க வேண்டியுள்ளது. இத்தகைய இணைவை ஒரு 'வானவில் கூட்டணி' (Rainbow Alliance) எனலாம். ஏழு வண்ணங்களும் தத்தம் அடையாளங்களை இழக்காமலேயே ஒன்றிணைந்து நிற்பது போல இந்த அரசியல் கூட்டணி அமைய வேண்டியுள்ளது.

பெண்கள் இயல்பிலேயே கட்டுடைப்பாளர்களாக (deconstructionists) உள்ளனர் என்பர். தலித்துகள் இயல்பிலேயே இத்தகைய புரிதலுடையவர்களாக இருக்கின்றனர் எனச் சொல்ல முடியும். சென்ற நூற்றாண்டின் இறுதியிலும் இந்த நூற்றாண்டின் தொடக்கத்திலும் அரும்பிய தலித் அரசியல் செயல்பாடுகளி ன டியாக இதை நாம் நிறுவ முடியும்.

தமிழ்நாட்டில் தலித் அரசியல் முன்னோடிகளில் ஒருவராக இரட்டைமலை சீனிவாசன் அவர்களைச் சொல்லலாம். வட்ட மேசை மாநாட்டில் அம்பேத்கர் அவர்களுடன் கலந்துகொண்டவர் அவர். சட்ட மேலவை உறுப்பினராக இருந்தபோது பொதுச் சாலை, கிணறு, அலுவலகம், குளம் போன்ற இடங்களில் தீண்டாமை கடைப்பிடிப்பது குற்றம் எனவும் அதற்கு நூறு ரூபாய் அபராதம் விதிக்கலாம் எனவும் முதன்முதலில் (1920) சட்டம் இயற்று வதற்குக் காரணமாயிருந்தவர் அவர். அவரது சுயசரிதை ஒன்று கிடைக்கிறது. நினைவுச் சிதறல்களாக அவரது வாழ்வும் அரசியல் செயல்பாடு களும் அதில் விவரிக்கப் பட்டுள்ளன.

> நான் செங்கல்பட்டு கிராமங்களிலொன்றில் 1860ஆம் ஆண்டு பிறந்தேன். கோயம்புத்தூர் சர்வகலா சாலையில் வாசித்த போது சுமார் 400 பிள்ளைகளில் 10 பேர் தவிர மற்றவர்கள் பிராமணர். சாதிக் கோட்பாடுகள் மிகக் கடினமாக கவனிக்கப்பட்டன. பிள்ளைகளிடம் சிநேகித்தால் சாதி, குடும்பம், இருப்பிடம் முதலானவைகளைத் தெரிந்துகொண்டால் அவர்கள் தாழ்வாக என்னை நடத்துவார்கள் என்று பயந்து, பள்ளிக்கு வெளியே

எங்கேனும் வாசித்துக்கொண்டிருந்து பள்ளி ஆரம்ப மணி அடித்த பிறகு வகுப்புக்குப் போவேன். வகுப்பு கலையும் போது என்னை மாணாக்கர்கள் எட்டாதபடி வீட்டுக்கு சடுகன விரைந்து செல்வேன். பிள்ளைகளோடு விளையாடக் கூடாமை யான கொடுமையை நினைத்து மனங்கலங்கி எண்ணி எண்ணி இந்த இறுக்கத்தை எப்படி மேற்கொள்ளுவ தென்று யோசிப்பேன்.[5]

சுமார் முப்பது வயதில் அவர் தலித் அரசியல் பணிகளைத் தொடங்கி விடுகின்றார். அப்போது உயர் அதிகாரிகளுக்கான ஐசிஎஸ் தேர்வு லண்டனில் மட்டும் நடைபெற்று வந்தது. இதனால் இந்தியர் அதில் பங்கு பெறுவது இயலாததாய் இருந்தது. எனவே லண்டனில் தேர்வு நடத்தும்போதே சென்னை, பம்பாய், கல்கத்தா போன்ற முக்கிய இந்திய நகரங்களிலும் தேர்வு நடத்தவேண்டும் என்பது அன்றைய இந்தியப் பெரும்பான்மை மக்களின் அரசியல் கோரிக்கையாக இருந்தது. காங்கிரசும் மற்றவர்களும் முன்வைத்த இக்கோரிக்கையை பிரிட்டிஷ் அரசும் ஏற்றுக்கொள்ளக் கூடியநிலை. இந்தச் சூழலில் இரட்டைமலை சீனிவாசன் அவர்கள் 1893 டிசம்பர் 23ஆம் தேதியன்று சென்னை வெசிலியன் மிஷன் கல்லூரியில் 'பறையர் மகா ஜன சபையின்' சார்பாக ஒரு கூட்டத்தைக் கூட்டி 3412 பேர் கையெழுத்திட்ட 112 அடி நீளமுள்ள ஒரு மனுவை ஆங்கில அரசுக்குச் சமர்ப்பித்தார். சிவில் சர்வீஸ் கமிஷன் தேர்வை லண்டனில் மட்டுமே நடத்தவேண்டும். இந்திய நகரங்களில் நடத்தத் தேவையில்லை என்பது அன்று தாழ்த்தப்பட்ட மக்களின் வேண்டுகோள்.

இது எப்படிச் சரியாக இருக்க முடியும்? காங்கிரசின் கோரிக்கை தானே நியாயமானது? எல்லா மக்களுக்குமான பொதுக் கோரிக்கையாகத்தானே அது இருக்கிறது? என்கிற கேள்விகள் நமக்கு எழுகின்றன.

பறையர் மகா சபையினர் என்ன காரணம் சொல்லி மனுவைக் கொடுத்தார்கள்? 'ஐ.சி.எஸ் தேர்வினை இந்தியாவில் நடத்தினால் பிராமணர்கள் மட்டுமே தேர்வுபெற்று உயர்பதவிகளைப் பிடிக்க நேரிடும்.' தன்னுடன் படித்த 400 மாணவர்களில் 390 பேர் பார்ப்பனர்கள் என்று சீனிவாசன் குறிப்பிட்டது நமது நினைவுக்கு வருகிறது. எனவே இந்திய நகரங்களில் தேர்வு நடத்தப்பட வேண்டும் என்பது அன்றைய சூழலில் உண்மையில் எல்லா

மக்களுக்குமான கோரிக்கை அல்ல. பார்ப்பனர்களின் கோரிக்கை பொதுக் கோரிக்கையாக அன்று மாற்றப்பட்டிருந்தது. தாழ்த்தப் பட்டவர்கள் அந்தக் கோரிக்கையின் பின் எப்படி அணி திரள முடியும்? பள்ளிக்கூடங்கள் எல்லாம் அக்கிரகாரங்களில் அமைந்திருந்ததாலும் ஆசிரியர்கள் எல்லாம் பார்ப்பனர்களாக இருந்ததாலும் தாழ்த்தப்பட்டவர்கள் அன்று பள்ளிகளில் படிக்க இயலவில்லை என அரசு அறிக்கைகள் அன்றைய சூழலைப் படம் பிடித்துக் காட்டியுள்ளன. அந்த நிலைமையில் பள்ளிகளை அக்கிரகாரங்களிலிருந்து பெயர்க்கவேண்டும், இடஒதுக்கீடு வேண்டும், உதவித்தொகை வேண்டும் என்பதுதான் அன்று தாழ்த்தப்பட்ட மக்களின் அரசியலாக இருக்க முடியும். ஒரு இருபது முப்பதாண்டுகள் கழித்து ஒருவேளை தாழ்த்தப்பட்டவர்களின் கோரிக்கை மாறலாம். மாறாக அன்றே பார்ப்பனர்கள் பின் தாழ்த்தப்பட்டவர்கள் அணிதிரண்டால் என்ன ஆகும்? காலங் காலமாக யார் அவர்களை ஒடுக்கினார்களோ அவர்கள் மீண்டும் அதிகாரத்தில் வர ஏதுவாகும். ஆங்கில ஆட்சியில் கிடைத்த கொஞ்ச நஞ்ச உரிமைகளும் பறிபோகும். இந்தியச் சாதியச் சூழலையும் தீண்டாமைக் கொடுமையையும் உணர்ந்து கொண்டால்தான் இப்படிப் பொது அரசியலிலிருந்து தலித் அரசியல் சமயங்களில் வேறுபட்டு நிற்க வேண்டிய அவசியம் புரியும்.

1929இல் இந்திய மக்களுக்கு என்னென்ன உரிமைகள் வழங்க வேண்டும் என ஆராய 'இந்திய மத்திய குழு' ஒன்றை பிரிட்டிஷ் அரசு நியமித்தது. அப்போது தலித் அரசியல் களத்தில் இருந்தவர் எம்.சி. ராஜா. தாழ்த்தப்பட்டவர்களின் சார்பாக அந்தக் குழுவிற்கு அவர் ஒரு மனுவை அளித்தார். தமிழில் மொழி பெயர்க்கப்பட்டு அது வெளியிடப்பட்டது. அதில் முன்வைக்கப் பட்ட முக்கியமான கோரிக்கை தாழ்த்தப்பட்டவர்கள் தனியாக சட்டமன்ற உறுப்பினர்களைத் தேர்வு செய்யும் உரிமை. அதாவது தனி வாக்காளர் தொகுதி. பொது அரசியல் களத்தில் இதற்குக் கடும் எதிர்ப்பு இருந்தது. காங்கிரஸ் கட்சியினரும் மற்றவர்களும் எதிர்த்தனர். இதுபற்றி அம்மனுவில் குறிப்பிடப்படுவது:

> சிலர் இதைப் பற்றி ஆட்சேபணை செய்வது சரியாய் இல்லை. இவ்வாறு ஏற்பாடு செய்யப்பட்டால் தாழ்ந்த வகுப்பார் ஒரு பிரிவினராகவும் மற்றவர்கள் வேறொரு பிரிவாகவும் இருப்பார்கள் என்றும், அதனால் இந்த இரண்டு பிரிவினர்களும்

ஒரு தேசத்தவராக ஏற்படுவதற்குத் தடங்கலாயிருக்கும் என்றும் சிலர் கூறுகிறார்கள். அவர்கள் கூறுவது சரியாகும். ஆனால் இவ்வாறு ஏற்பாடு செய்யப்பட்டால் தாழ்ந்த வகுப்பாருக்குப் பல அனுகூலங்கள் ஏற்படுமாதலால் இவ்வாறு ஏற்படுவது சரியாகும்.[6]

அதுவும் சரிதான் இதுவும் சரிதானா இது என்ன புதிர்?

புதிரொன்றுமில்லை. எல்லோருக்கும் 'சரியான' ஒன்று இருக்க முடியாது என்பதை தலித் அரசியல் விளங்கிக்கொண்டதன் வெளிப்பாடுதான் இது.

குறிப்புகள்

1. கோவை ஞானி தனது *நிகழ்* இதழில் எழுதியுள்ள கட்டுரை களிலும் 18.09.94இல் கோவையில் நடைபெற்ற 'தலித் அரசியல்' விமர்சன அரங்கிலும் இத்தகைய கருத்துக்களைக் குறிப்பிட்டுள்ளார். பேராசிரியரும் கவிஞருமான பாலா தனது *காந்தள் (முதல்)* இதழிலும் இப்படிச் சொல்லியுள்ளார்.
2. இந்து மதத்தின் மூலம் அதிகாரத்தை விமர்சிக்க முடியும் எனவும், இந்துத் தத்துவ மரபைக் கேள்விக்குள்ளாக்கிய சட்டோபாத்யாவை விமர்சித்தும் 'பெரியாருக்கு ஆத்திரம் இருந்த அளவுக்கு அறிவு இல்லை' எனவும் ஞானி குறிப் பிட்டுள்ளார்.
3. இந்தக் கட்டுரையில் மேற்கோள் காட்டப்படும் அல்துஸ்சரின் கருத்துக்கள் யாவும் அவருடைய *Lenin and Philosophy* மற்றும் *For Marx* ஆகிய நூல்களிலிருந்து எடுக்கப்பட்டவை.
4. Gurpreet Mahajan, *Reconsidering Post Modernism*. EPW, Jan. 28, 1995
5. இரட்டைமலை சீனிவாசன், 'திவான்பகதூர் இரட்டைமலை சீனிவாசன் ஜீவிய சரித்திர சுருக்கம்.' வெளியீடு: அம்பேத்கர் பிரியன். சென்னை 1987.
6. எம்.சி. ராஜா, 'தாழ்ந்த வகுப்பார் கேட்கும் அனுகூலங்கள்.'
7. அல்துஸ்சரை ஒரு பின்நவீனத்துவச் சிந்தனையாளர் எனச் சொல்ல இயலாது. அவரது கறாரான வாசிப்பு/இளம் மார்க்ஸ் — முது மார்க்ஸ் என்கிற கருத்தாக்கம் முதலியவற்றைப் பின்நவீனத்துவச் சிந்தனையாளர்கள் பலர் ஏற்பதில்லை.

தெரிதா போன்றவர்களைத் தத்துவாதிகள் என்பதைக் காட்டிலும் தத்துவங்களையே கேள்விக்குள்ளாக்கியவர்கள் என்பதே பொருந்தும். மார்க்சிய அடிப்படையில் நின்று பேசுவது போல தோரணை காட்டி தலித்தியப் பார்வைக்குத் தத்துவமில்லை எனக் குற்றம் சாட்டுபவர்கள் அல்துஸ்ஸரின் கருத்துக்களிலிருந்துதாம் பேசுவது மார்க்சியம் அல்ல என்பதைப் புரிந்துகொண்டால் சரி. 'தத்துவமாவது வெங்காயமாவது' என்று ஒற்றை வரியில் பதில் சொல்லிச் செல்ல வேண்டாம் என்பதற்காகவே இத்தனை விளக்கங்களும்.

(கோவை பாரதியார் பல்கலைக்கழகத் தமிழ்துறை மார்ச் 2, 95 அன்றுநடத்திய கருத்தரங்கில் பேசியது. கட்டுரை வடிவில் கோடாங்கி. ஏப்ரல்- ஜூன் 1995)

1.7 பின்நவீனநிலை நோக்கில் பெரியாரின் பொருத்தப்பாடு

போஸ்ட் மார்டனிசம் பேசுகிற உங்களால் பெரியாரை எப்படி ஆதரிக்க முடிகிறது என்றொரு நண்பர் வினவினார். அவரது ஐயம் இதுதான். அறிவொளிக் காலப் பகுத்தறிவு மரபைக் கடும் விமர்சனத்திற்குள்ளாக்குவது பின்நவீனத்துவம். பகுத்தறிவின் பயங்கரவாதம், அறிவின் வன்முறை என்றெல்லாம் அறிவொளி மரபை (enlightenment) அது சாடுகிறது. ஆனால் பெரியாரோ வாழ்நாளெல்லாம் பகுத்தறிவின் இன்றியமையாமையை வலியுறுத்தியவர். பகுத்தறிவாளர் கழகங்களை நிறுவியவர். எனவே பின்நவீனத்துவச் சிந்தனைகளோடு பெரியாரின் செயல்பாடுகள் எப்படிப் பொருந்த முடியும்?

நண்பரின் கேள்வி நியாயமானதுதான். மேலைச் சூழலுடன் ஒப்பிட்டுக்கொள்ளும்போது நாம் சில முக்கியமான அம்சங்களைக் கவனத்தில் கொள்ள வேண்டி இருக்கிறது. நமது இலக்கிய மரபு இரண்டாயிரமாண்டுகளுக்கு முந்தித் தொடங்குகிறது. ஆங்கில மொழியின் இலக்கிய மரபு ஐந்து நூற்றாண்டுகளுக்கு உட்பட்டது. அவர்களுக்கு ஆகப் பழைய இலக்கியங்கள் என்றால் ஷேக்ஸ்பியர், மில்ட்டன்... நமக்கோ சங்கம், சிலம்பு, தேவாரம், திருவாசகம்... இப்படி இதில் கவனிக்க வேண்டிய அம்சம் வெறுமனே ஆண்டுகளின் எண்ணிக்கை அல்ல. ஆங்கில இலக்கியம் புராதன காலத்தையும் (ancient period), மத்திய காலத்தையும் (medieval period) தாண்டி நவீன காலத்தில் (modern period - கி.பி. 1500-க்குப் பிறகு) தோற்றம் கொண்டது. ஆனால் நம்முடைய இலக்கிய மரபோ நவீனத்துவத்திற்கு முந்தியது.

நவீனத்துவத்திற்கு முந்தியவை பிந்தியவை எனச் சொல்வதன் முக்கியத்துவமென்ன? நவீனத்துவத்திற்கு (modernity) முந்திய காலகட்டத்தை இரண்டாகப் பிரிப்பது வழக்கம். அவை:

1. புராதன காலம் 2. மத்திய காலம். புராதன கட்டத்தில் உலோகாயத்திற்கும் கருத்து முதன்மைச் சிந்தனைகளுக்கும் இடையே நடந்த வளமான விவாதங்கள் எல்லாம் முடக்கப் பட்டுப் பரம்பொருள், மதம் மற்றும் மடாலயங்களின் மீதான கண்மூடித்தனமான விசுவாசத்தின் கீழ் மனிதனின் அறிதல் முறையிலிருந்து பண்பாட்டுச் செயல்பாடுகள்வரை ஒடுக்கிக் குறுக்கப்பட்ட காலகட்டமாக மத்திய காலத்தைக் குறிப்பிடுவர். தத்துவம் உள்ளிட்ட அனைத்தும் 'மதத்தின் எடுபிடி' யாக (handmaid of religion) இருந்ததென்பர். ஐரோப்பியச் சூழலை யொட்டிய இந்த வரையறை இந்தியத் துணைக் கண்டத்திற்கும் தமிழக வரலாற்றுக்கும் பொருந்தும்.

ஆனால் பதினைந்தாம் நூற்றாண்டிற்குப் பின்பு அங்கே நிலைமை மாறியது. சகல துறைகளும் மதத்தின் பிடியிலிருந்து விடுவிக்கப்பட்டன. மதநீக்கச் செயல்பாடுகள் (secularisation) எல்லாத் துறைகளிலும் மேற்கொள்ளப்பட்டன. விசுவாசத்தின் பிடியிலிருந்து அறிதல்முறை விடுவிக்கப்பட்டது. அறிவியல் தொழில்நுட்பங் களில் ஒரு பெரும் வெடிப்பு நிகழ்ந்தது. மொழி, அரசியல், இலக்கியம் எனப் பன்முகங்களிலும் இதன் விளைவுகள் தொடர்ந்தன. எடுத்துக்காட்டாக அரசியலில் ஜனநாயகம் என்கிற கருத்தும் நடைமுறையும் உருவானதைச் சொல்லலாம். இது போலவே முதலாளியம், தேசியம், பல்கலைக்கழகங்கள் என மேலும் பலவற்றைச் சுட்டலாம். மறுமலர்ச்சிக் காலம் (renaissance, அறிவொளிக் காலம் (enlightenment) என்றெல்லாம் அழைக்கப் பட்ட இக்கால கட்டத்தை — அதாவது மத்திய காலத்திற்குப் பிந்திய காலத்தை — ஒட்டுமொத்தமாக நவீன காலம்— நவீனத்துவம் (modernity) என்பார்கள். அறிவின் ஆட்சி முனைப்புடன் செயல்பட்ட காலமிது.

இங்கே நாம் இரண்டு விஷயங்களைப் பிரித்துணர்தல் அவசியம். முதலாவதாக இலக்கிய நவீனத்துவம் (modernism) என்பது modernityயின் ஓரங்கமெனினும் modernity-யை நாம் இன்னும் பரந்த விரிவான தளத்தில் சொல்கிறோம். அந்த வகையில் literary modernism தவிர எதார்த்தவாதம், புனைவியல் (romanticism) போன்றவையும் modernity-க்குள் அடங்கும். இதை இங்கே வலியுறுத்துவதின் அவசியம் என்னவெனில் பின்நவீனநிலைக் கருத்தாக்கங்களை மூர்க்கமாகத் தாக்கவரும் பலர் இந்த

வேறுபாடு களையறியாமல் குட்டை குழப்புவதை நாம் அடையாளம் கண்டுகொள்ள வேண்டுமென்பதற்காகவே. இங்கு நாம் கவனம் கொள்ளவேண்டிய இரண்டாவது விஷயம் இந்தியத் துணைக் கண்டத்தில் modernity-நவீனத்துவம் புகுந்தது குறித்து. இதனை விரிவாக இன்னொரு கட்டுரையில் விவாதத்திற்கு எடுத்துக்கொள்வோம். எனினும் சில குறிப்புகள்:

இங்கே நவீனத்துவம் இயல்பாய்த் தோன்றவில்லை. பார்ப்பனியச் சிந்தனை மரபும் சாதிய உற்பத்தி முறையும் இதற்கான காரணங்கள் எனலாம். குடியேற்ற ஆட்சிமுறை நவீனத்துவக் கூறுகள் பலவற்றை இங்கே வலிந்து புகுத்தியது. இந்தப் பின்னணியில் இங்கே நவீனத்துவத்தை முன்மொழிந்த உயர்சாதி மேட்டுக் குடியினர் அரசியல் களத்தில் ஆங்கில எதிர்ப்போடும் தத்துவ, பண்பாட்டுக் களங்களில் இந்துத்துவ உயிர்ப்போடும் இதைக் கட்டமைத்தனர். அதாவது, அறிவியல், தொழில்நுட்பம், இராணுவம், கல்வி முதலான அம்சங்களில் வலிமையான இந்தியா (இல்லை பாரதம்), பண்பாட்டுக் களத்தில் இந்துமத மரபைப் பேணுதல். இன்றளவும் பாரதிய ஜனதாவிடம் இந்தக் கூறுகளைக் காணமுடியும். 'வெளிநாட்டிலிருந்து எலக்ட்ரானிக் 'சிப்ஸ்' (Chips) வேண்டும். ஆனால் உருளைக் கிழங்கு சிப்ஸ் வேண்டாம்' என்னும் அவர்களின் முழக்கம் சிந்திக்கத்தக்கது. இது ஏதோ சிறுதொழில் பேணும் அடிப்படையின்பாற்பட்டதல்ல. உணவு, உடை, பண்பாடு போன்ற அம்சங்களில் கலப்புகூடாது என்பதே.

சுருங்கச் சொல்வதானால் modernity நவீனத்துவத்தின் முக்கிய பண்பாகிய மதநீக்கச் செயல்பாடு (secularisation) — இங்கே நடைபெறவேயில்லை. நமது தத்துவம், உலக நோக்கு, மொழி, இலக்கியம், இசை, அரசியல்... எதிலும் மதநீக்கம் நடைபெற வில்லை. மத நீக்கம் என்பதை ஐரோப்பிய அனுபவங்களின் அடிப்படையில் ஆழமாகப் புரிந்துகொள்வது அவசியம். மதநீக்கத் துடன் இணைந்த பல்துறை விகசிப்புகள் இங்கே ஏற்படவில்லை.

இதை நினைவில் வைத்துக்கொண்டு மேலைச் சிந்தனை வரலாற்றைத் தொடர்வோம். மதத்தின் பிடியிலிருந்து விடுபட்டது பன்முக வளர்ச்சிகளுக்குக் காரணமாக இருந்ததெனினும் இந்த வளர்ச்சிகள் எதுவும் மனிதனை அடிமைத்தனங்களிலிருந்து விடுவித்துவிடவில்லை. மேலும் நுணுக்கமாக மனிதன்மீது

அதிகார வலைகள் பின்னப்பட்டன. அதிகாரத்தின் இந்த வன்முறைகள் அனைத்தும் அறிவின் அடிப்படையில் தர்க்கத்தின் உதவியோடு நிறுவப்பட்டன. சிறைச்சாலை, கல்விக்கூடம், மருத்துவமனை, கண்காணிப்பு நிறுவனங்கள், அரசு நிர்வாகம் எனப் பல அதிகார நிறுவனங்கள் நுணுக்கமாகக் கட்டமைக்கப் பட்டன. அதிகாரம் பண்ணக்கூடிய 'தன்னிலையை மையமாகக் கொண்ட பகுத்தறிவு' (subject centered rationality) அறிவொளி மரபின் அடையாளப் பண்பாக விளங்கியது. பன்முகப் பார்வை களையும் சிந்தனை மரபுகளையும் அறிவுச் செயல்பாடுகளையும் பண்பாட்டு நடவடிக்கைகளையும் தனது மொத்தத்துவப் (university) பார்வைக்குள் இது ஒடுக்கியது. நவீனத்துவத்தை விமர்சித்து எழுந்த பின்நவீனத்துவம், நவீனத்துவத்தின் பண்பு களாகிய மொத்தத்துவப் பார்வை, பகுத்தறிவின் வன்முறை, அறிவொளி மரபு ஆகியவற்றைக் கடும் விமர்சனத்துக்கு உள்ளாக்கியது. அறிவொளிக் கால நிறுவனங்களையும் சிந்தனை களையும் பின்நவீனத்துவச் சிந்தனையாளர்கள் கட்டுடைக் கின்றனர். நவீனத்துவ மரபுக்குள்ளேயே அறிவின் தர்க்கத்தைக் கேள்விக்குள்ளாக்கிய காண்ட், ஹுஸ்ஸரல், ஹெய்டெகர், நீட்ஷே என்றொரு அதர்க்க மரபை இவர்கள் வரித்துக்கொள்கின்றனர்.

இங்கொன்றை நினைவிற்கொள்வது அவசியம். இப்படிப் பகுத்தறிவின் வன்முறையை விமர்சிப்பது மதநீக்கச் செயல் பாடுகளை விட்டொழித்துவிட்டு மீண்டும் மதத்தின் பிடிக்குள்ளும் விசுவாசத்தின் ஆணைக்குள்ளும் மனிதனை முடக்குவதற்காக அல்ல. எப்படி முதலாளிய வன்முறைகளை எதிர்ப்பது மீண்டும் பிரபுத்துவ அடிமைத்தனத்திற்குள் மனிதனை முடக்குவதற்காக இருக்கக்கூடாதோ அதுபோல.

இனி தமிழ்ச் சூழலுக்கு வருவோம். மேலைச் சூழலில் பின்நவீனத்துவச் சிந்தனையாளர்களுக்கிருந்த வாய்ப்பு நமது பெரியாருக்கு இல்லை. ஃபூக்கோவும் தெரிதாவும் லியோதார்தும் அங்கே மதநீக்கம் செய்யப்பட்ட சூழலில் இயங்கியவர்கள். பெரியாரோ சகல துறைகளிலும் மதக்கறை படிந்த ஒரு சூழலில் பணிசெய்ய நேர்ந்தவர். 'உலகிலுள்ள மற்ற சமுதாயங்களைப் போலத் தமிழ்ச் சமுதாயத்தையும் மானமும் அறிவும் உள்ள சமூகமாக மாற்றுகிற பணியைத் தலைமேற் போட்டுக்கொண்டவன் நான்' என்கிற அவரது புகழ்பெற்ற பிரகடனம் இங்கே நினைவு

கூரத்தக்கது. மற்ற சமூகங்கள் மதத்தின் பிடியிலிருந்து, விசுவாசத்தின் பிடியிலிருந்து விடுவித்துக்கொண்ட மானமுள்ள சமூகங்கள். கடவுளின் ஆட்சியை வீழ்த்தி அறிவின் ஆட்சியை நிர்மாணித்த சமூகங்கள். ஆனால் இங்கோ, மனிதன் சுய மரியாதையும் பகுத்தறிவுமற்ற முண்டமாக இருக்கிறான். இந்த நிலைமையை ஒழித்தாக வேண்டும். சுயமரியாதையும் பகுத்தறிவு முள்ள மனிதனாக மாறுவதற்கு முதற்படி அவனை மதத்தி லிருந்து விடுவிப்பதே. மொழிமுதலான மனிதனின் அடிப்படை ஆதாரங்களை 'மதத்திலிருந்து பிரித்தாக வேண்டும்' எனப் பெரியார் வலியுறுத்தியது இங்கே நினைவுகூறத்தக்கது.

சரி. இந்தியச் சூழலில் 'மதக்கறை படிந்துள்ளது' என்பதன் பொருளென்ன? இந்துத்துவமயமாகியுள்ளது, பார்ப்பனிய மயமாகி யுள்ளது, வைதீகமயமாகியுள்ளது என்பதே.எனவே மதநீக்கம் என்பது முதன்மையாக பார்ப்பனிய நீக்கம்/வைதீக நீக்கம் செய்வதே. மாறாக ஒடுக்கப்பட்ட மக்களின் சிறு தெய்வ வழிபாடு களுக்கு எதிராக நிற்பது முதன்மையான பணி அல்ல. பெரியார் பிள்ளையார் சிலையையும் இராமன் சிலையையும்தான் போட்டுடைத்தாரேயொழிய காடனையும் மாடனையுமல்ல.

கி.மு. ஆயிரம் வாக்கில் கங்கைச் சமவெளியில் தோற்றம் கொண்ட 'பின் வேத நாகரிகம்' படிப்படியாக இந்தியத் துணைக் கண்டம் முழுமையும் பரவிய கதையை நாம் அறிவோம். எண்ணற்ற இனக் குழுக்களின் உள்ளூர்ப் பண்பாடுகளை (local cultures) யெல்லாம் அழித்து, செரித்து, உள்வாங்கி முதலில் கிழக்கு நோக்கியும் பிறகு தெற்கு நோக்கியும் இந்த வைதீகமயமாக்கல் தொடர்ந்தது. வைதீகமயமாக்கலின் பிரதான அம்சங்களாகப் பின்வருவனவற்றைக் குறிப்பிடலாம்:

I. வேதங்களைப் பிரமாணமாக ஏற்றுக்கொள்ளுதல்

II. வேள்விச் சடங்குகளை ஏற்றுக்கொள்ளுதல்

III. வருண - சாதி 'தருமங்களை' ஏற்றுக்கொள்ளுதல்

V. விவசாயமயமாதல் (peasantisation)

ஆம். இந்தியச் சூழலில் விவசாயமயமாக்குவது வைதீகத் துடன் இணைந்த ஒரு செயல்பாடாக அமைந்தது. இனக்குழு மக்களிடையே 'பொது'வாக இருந்த 'செந்நிலங்களைக்' கைப்பற்றி அவற்றைப் 'பொதுநீக்கி' வேள்விச் சடங்குகள் நடத்திப்

பார்ப்பனர்களுக்குத் தாரைவார்த்துக் கொடுத்த கதையை 'வேள்விக் குடிச் செப்பேடுகளின்' வாயிலாக நாமறிந்திருக்கிறோம். அச்செப்பேட்டில் காணப்படும் 'பரவரைப் பாழ்படுத்தி' 'பொதுநீக்கி' 'செந்நிலங்களைக் கைப்பற்றி' போன்ற சொற்றொடர்கள் கவனத்திற்குரியவை. விளிம்புநிலை மக்களைப் பாழ்படுத்தி, பொது நிலங்களைக் கைப்பற்றி, பாசன ஏற்பாடுகளைச் செய்து, பார்ப்பன-வேளாள குடும்பக் கொத்துகளுக்கு மேல்வார, கீழ்வார உரிமைகள் அளித்து இந்தியச் சமவெளிகள் விவசாயமயமாக்கப் பட்டன. விளிம்புகளிலிருந்த இனக்குழு மக்களின் எண்ணற்ற மொழிகள், பண்பாடுகள், கடவுளர்கள், வழிபாட்டு முறைகள், உற்பத்திச் செயற்பாடுகள் என்பனவெல்லாம் வைதீகமயமாக்கலின் மூலம் அழித்தொழிக்கப் பட்டன.

வரலாறு முழுமையும் இந்தியச் சமூகங்களுக்குள் இந்த வைதீக மயமாக்கலுக்கு எதிரான எதிர்ப்புகளும் இருந்துவந்தன. தங்களின் நிலங்களையும் அடையாளங்களையும் இழந்த இனக்குழு/மேட்டு நில மக்கள் (tribal and upland people -B. Stein) எதிர்த்தனர். இத்தகைய வைதீக எதிர்ப்பின் அடையாளங்களாகப் பின்வருவனவற்றைச் சொல்லலாம்:

I. வேதங்களையும் வேள்விச் சடங்குகளையும் மறுத்தல்

II. வருண-சாதி முறையை மறுத்தல்

III. பொது-நீக்கலுக்கு எதிராகப் பொதுமைக் கோட்பாடுகளையும் (சங்கம்) நிறுவனங்களையும் முன்மொழிதல்

வைதீகமயமாக்கலுக்கு ஆதாரமாக வேத கால ஆரியர், புஷ்யமித்ர சுங்கன், மனு, பல்யாக சாலை முதுகுடுமிப் பெருவழுதி, ஆதி சங்கரன், இராசராச சோழன், காஞ்சி ஆச்சாரி, அத்வானி.... என்றொரு பாரம்பரியத்தைச் சொல்வோமேயானால் விராட்டியர் எனப்படும் ஓடுகாலி ஆரியர் (Renegade Aryans - A. L. Basham), மகாவீரர், புத்தர், களப்பிரர், சித்தர்கள், இராமலிங்கர், பூலே, அம்பேத்கர் பெரியார்.... என்றொரு பாரம்பரியத்தை வைதீக எதிர்ப்பிற்கு ஆதாரமாய்ச் சொல்லலாம். தமிழ்ச் சூழலில் வைதீகமயமாக்கலால் பெரும் பயனுற்றவர்கள் பார்ப்பன-வேளாளச் சாதியினர்.

வைதீகத்தின் இன்னொரு முக்கியப் பண்பும் இங்கே குறிப்பிடத் தக்கது. வைதீகம் பொதுக் கல்வியை மறுத்தது. கல்வி என்றால்

வேதக் கல்வியே, அதனைக் கற்கத் தகுதியுடையவர் பார்ப்பனரே என்பது அதன் கோட்பாடு. எனவே பொதுமக்கள் கல்வியிலிருந்து ஒதுக்கப்பட்டனர். இந்தியாவில் வைதீக வரலாறு முழுமையிலும் வேதக் கல்வியே சொல்லித் தரப்பட்டது. இராசேந்திரச் சோழனின் காலத்தில் 'எண்ணாயிரம்' என்ற இடத்திலிருந்த வேதக் கல்லூரியின் பாடத்திட்டம் கல்வெட்டில் பதியப்பட்டுள்ளது. முற்றுமுழுக்க வடமொழி வேதங்களே அதில் சொல்லிக் கொடுக்கப்பட்டன. இதற்கு மாறாக வைதீக எதிர்ப்பு மரபு பொதுக் கல்வியை வற்புறுத்தி வந்ததோடு நடைமுறைப்படுத்தியும் வந்துள்ளது.

எப்படி 'சங்கம்' என்னும் கோட்பாடும் சொல்லும் பவுத்தம் மூலமாகத் தமிழுக்கு வந்ததோ அது போலவே 'பள்ளி', 'கல்லூரி' முதலான சொற்களும் கோட்பாடுகளும் சமணத்தின் கொடையாகவே தமிழை வந்தடைந்தன. கல்வி, பசிப்பிணி அகற்றுதல், மருத்துவம் முதலியன வைதீக எதிர்ப்பு மரபுகளாகவே இருந்து வந்துள்ளன என்பதற்கு மணிமேகலை முதல் இராமலிங்கர் வரை சாட்சி. ஆனால் வைதீகத்தின் ஆட்சி எப்போதெல்லாம் நடைபெற்றதோ அப்போதெல்லாம் பள்ளிகள் மூடப்பட்டிருக் கின்றன. மிகச் சமீபத்திய எடுத்துக்காட்டாக இராஜாஜியின் ஆட்சிக் காலத்தில் பள்ளிகள் மூடப்பட்டதைச் சொல்லலாம். நிறைய பள்ளிக்கூடங்களைத் திறந்த காமராசரை வைதீக எதிர்ப்பாளர் எனச் சொல்ல இயலா விட்டாலும் அவர் வைதீகப் பட்டியலுக்குள் அடங்காதவர் என்பது குறிப்பிடத்தக்கது. பெண்களை அதிலும் குறிப்பாகக் கொடுமைகள் செய்த கணவனைக் கொன்றவர்கள், துறவை மேற்கொண்டவர்களை யெல்லாம் காப்பிய நாயகர்களாக ஏற்றுக் கொண்டதும் (*குண்டலகேசி, மணிமேகலை*) அவைதீக மரபில்தான் சாத்தியமாயிற்று.

இப்படி வைதீகமயமாக்கலுக்கும் வைதீக எதிர்ப்புக்கும் இடையேயான போராட்டமயமான இந்திய வரலாற்றில் வைதீக மயமாக்கலின் கை ஓங்கி இருந்ததால் நமது மொழி, பண்பாடு, இலக்கியம், அரசியல் என எல்லாமே வைதீகக்கறை படிந்த தாகவே நமக்குக் கையளிக்கப்பட்டுள்ளன. நமது மொழி சாதி காப்பாற்றும் மொழி, நமது இலக்கியம் சாதி காப்பாற்றும் இலக்கியம்.... என்றெல்லாம் பெரியார் பட்டியலிட்டது குறிப்பிடத் தக்கது. வைதீக எதிர்ப்பாகத் தோன்றிய சமண, புத்தமதங்களே

கூடப் பின்னாளில் வைதீக அடையாளங்களில் ஒன்றாகிய வருணத்தை மட்டும் ஏற்றுக்கொள்ளக்கூடிய நிலைக்குத் தள்ளப் பட்டது சிந்தனைக்குரியது.

நமக்கு மரபாகக் கையளிக்கப்பட்ட எல்லாவற்றையும் தூக்கி எறிய வேண்டும் என்கிற எதிர்க் கலாச்சார நிலையைப் பெரியார் மேற்கொண்டதை இந்தப் பின்னணியிலேயே நாம் விளங்கிக் கொள்ள வேண்டும். எல்லோரும் உண்டு என்பதை நான் இல்லை என்றும், எல்லோரும் இல்லை என்பதை நான் உண்டு என்றும் எல்லோரும் நல்லது என்பதை நான் கெட்டது என்றும் எல்லோரும் கெட்டது என்பதை நான் நல்லது என்றும் எல்லோரும் உயர்ந்தது என்பதைத் தாழ்ந்தது.... என்றும் சொல்ல நேர்ந்ததைப் பற்றிய பெரியாரின் தன்னிலை விளக்கம் இங்கே நினைவுகூரத் தக்கது.

இறுதியாக ஒன்றைச் சொல்லி முடித்துக்கொள்வோம். தன்மானத்தையும் பகுத்தறிவையும் பெரியார் தொடர்ந்து வற்புறுத்தி வந்தார். எனினும் பகுத்தறிவின் வன்முறையை உணராதவராக அவர் இருந்ததில்லை. மனிதன் மற்ற பிராணி களைக் காட்டிலும் எந்த விதத்திலும் உயர்ந்தவனில்லை என்றார். பகுத்தறிவை ஒரு வேறுபாடாகச் சொன்னீர்கள் என்றால் இந்தப் பகுத்தறிவை வைத்துக்கொண்டு அவன் என்ன சாதித்துக் கிழித்தான் என்று வினவினார். மற்ற பிராணிகளிடத்திலில்லாத மூடநம்பிக்கைகளும் வருண சாதிக் கொடுமைகளும் வர்க்கச் சுரண்டலும் பெண் அடிமைத்தனமும் இந்தப் பகுத்தறிவுள்ள மனிதனிடந்தானே மண்டிக்கிடக்கிறது! எனில் பகுத்தறிவால் என்ன பயன்? வெங்காயம் என்று நகைத்தார். பின்நவீனத்துவ யுகத்தில் பெரியாரின் பொருத்தப் பாட்டை நாம் இங்கேதான் அடையாளம் காணவேண்டும்.

மேலோட்டமாகப் பார்த்தால் இது முரணாகவும் கொச்சைப் பொருள் முதலியமாகவும் தோன்றலாம்.

யானையைப் பார்த்த குருடர்களின் கதை தெரியுந்தானே.

கேப்பியார், **நவம்பர் 1996.**

1.8 பண்பாட்டில் பன்மை

புதுவை, மதுரை, நெய்வேலி, சென்னை என ஊர்கள்தோறும் தலித் கலை விழாக்கள் நடத்தப்படுகின்றன. தலித்மக்கள் மத்தியில் ஏற்பட்டுள்ள இந்த எழுச்சி பார்ப்பனிய-வெள்ளாளர் களால் ஒடுக்கப்பட்ட இதர விளிம்புப் பிரிவினர் மத்தியிலும் தத்தம் அடையாளங்களையும் பண்பாடுகளையும் பதிய வேண்டும், அவற்றுக்குரிய இடங்களுக்காகப் போராட வேண்டும் என்கிற எண்ணத்தைத் தூண்டி இருப்பதையும் காண்கிறோம். *நிறப்பிரிகை*யின் மூன்றாம் இலக்கிய இணைப்பைத் தயாரித்துக் கொண்டிருக்கிறோம். இதற்குக் குமரி மாவட்டம் தக்கலைப் பகுதியிலிருந்து நண்பர் எச்.ஜி. ரசூல் ஒரு கட்டுரை அனுப்பி யிருக்கின்றார். தமிழ்க் (புதுக்) கவிதைகளில் பதிவாகியுள்ள முஸ்லிம் மக்களின் பண்பாட்டுக் கூறுகள் பற்றியது அந்தக் கட்டுரை. இடதுசாரி இலக்கிய அமைப்புகளில் ஆர்வத்துடன் செயல்பட்டு வரும் ரசூல்,

> தமிழகத்தில் பண்பாட்டுத்துறையில் தலித்தியக் குரல்களின் வீச்சான பிரவேசத்தைத் தொடர்ந்து சிறுபான்மையான மக்களின் பண்பாட்டுக் குரலும் தங்களது அடையாளங்களை நிலைநிறுத்தத் துவங்கியுள்ளன. இதில் குறிப்பாக இஸ்லாமி யர் களின் பண்பாட்டுப் பதிவுகள் வாழ்க்கையாக, கவிதையாக உருவாகியுள்ளதும் ஆங்காங்கே நடந்தேறியுள்ளது… தமிழ்ப் புதுக்கவிதைத் துறையில் மரபுரீதியாக ஒலித்துக்கொண்டிருந்த பிராமணிய மற்றும் மேலாதிக்க சாதியின் மொழிச் சிந்தனை, பண்பாட்டு விழுமியங்கள் இன்று தகர்க்கப்பட்டுள்ளன. உயர்சாதிக் குழுக்கான அறிவுத்துறை வட்டங்கள் உடை பட்டுப் போயுள்ளன… இந்நிலையில்தான் தமிழ்க் கவிதையில் இஸ்லாமியப் பண்பாட்டின் பதிவுகள் பற்றியும் யோசிக்க வேண்டி இருக்கிறது,

என்கிறார்.

இரண்டு நாட்களுக்கு முன்னர் குமரி மாவட்டத்திலிருந்து இன்னொரு நண்பர் செல்சேவிஸ் 'கொம்பியெ' என்றொரு கவிதைத் தொகுதியை அனுப்பியிருந்தார். இதனை வெளியிட்டது வேணாடு - மலைத்தமிழ் மொழி வெளியீட்டகம்.

தேகம் முழுசும் ஒரே வாடெ
எங்கே போனேன்.
விரல் பதிச்சு
சாணங்கி மொலுவினது
மொடச்சி ஓலெயிட்டு
கதெ அடிச்ச ஓர்மெ
இளகி மலந்து கிடக்கும்
சல்லி ரோட்டில்
வேதனெ எடுக்கும்
பளவிப் போவும்.

என்று அந்தக் கவிதைகள் போகின்றன. இத்தொகுதிக்கு ஒரு முன்னுரை. 'இத்தறெயும் கூடெ' என்பது அதன் தலைப்பு. அதில்,

> வேணாடு என்று அறியப்பட்ட தென்திருவிதாங்கூர் சமஸ் தானத்தின் தெற்குப் பகுதியில் தற்போது விளவங்கோடு, கல்குளம் தாலுக்காக்கள் என்று அறியப்படுவதுமான இவ் விடத்தில் பல்வேறு அரசியல் காரணங்களால், வந்து புகுந்த ஆதிக்கக் கூறுகளின் செவ்வியல் நெறிப்படுத்துதலில் சுக்குநூறாகிப்போன இம்மக்களின் பூர்வாங்க மொழியானது இன்று வேறுபடுத்தப்பட்டு, வெறும் தாமிரபரணி ஓடுவதிலிருந்து மேற்குப் பகுதிகளிலும் குழித்துறையைத் (விளவங்கோடு) தெற்கு எல்லையாகக் கொண்டும் மிகக் குறைந்த மக்களே பேசும் மொழி இது. கல்குளம், தவிரதான விளவங்கோடு பகுதிகளில் ஒரு சில படித்த பெரியவர்களிடமும் முதியவர் களிடமும் தங்கி இருக்கிறது. இம்மொழி சான்றோர்களிடம் 'மலைத்தமிழ்' என்று விளங்கப்படுகிறது. இந்த மொழியே மலையாள மொழியின் தோற்றத்திற்கு வித்திட்டது. இந்த மொழிக்கூறுகள் பல்வேறு ஆதிக்கங்களால் சிதைந்து கொண்டு வருகிறது. கடைசியாகத் தற்போது வழங்கப்படும் ஊர் களிலிருந்துகூட வெளியேற சாத்தியக் கூறுள்ளது.
>
> இத்தொகுப்பிலே வரும் கூறுகளு முழுக்கெ இந்தச் சுற்று வட்டார எடங்களிலெ பெருமாறுத நாட்டுகாருக்க பெறப்பு

மொளி அம்சங்களும், ஜீவித சைலிகளும் எல்லாமே அவியளுக்குள்ளது

என்றுள்ள பிரகடனம் ஆழ்ந்த பரிசீலனைக்குரியது. 'வந்துபுகுந்த ஆதிக்கக் கூறுகளின் செவ்வியல் நெறிப்படுத்துதலில் சுக்கு நூறாகிப்போன இம்மக்களின்' மலைத் தமிழைப் பதியும் முனைப்பு கவனிப்பிற்குரியது. ஏற்கனவே குமாரசெல்வாவின் 'கய்தமுள்' என்னும் கவிதைத் தொகுதியும் 'உக்கிலு' என்னும் சிறுகதைத் தொகுப்பும் இந்த மலைத் தமிழைச் சுமந்து வந்துள்ளன. நமது செந்தமிழ்ப் பற்றாளர்கள் இவற்றைத் தமிழே இல்லை என்றெல்லாம் சொல்லித் தப்பித்துக்கொள்ள முடியாது. தமிழுக்கு இலக்கணம் வகுத்த தொல்காப்பியனின் ஆசான் பிறந்த 'அதங்கோடு' இந்த மண்ணில்தான் உள்ளது. ஆம்! தொல்காப்பியனின் ஆசானின் வழித்தோன்றல்களின் மொழி இது.

இந்த மண்ணிலிருந்து சமீபத்தில் வெளிவந்துள்ள ஒரு இலக்கியப் பிரகடனத்திலிருந்து சற்று விரிவான மேற்கோளொன்று இதோ:

> நமது மண்ணையும் மக்களையும் இலக்கியத்தையும் நாஞ்சில் நாடு, நாஞ்சில் நாட்டவர், நாஞ்சில் இலக்கியம் என்று முத்திரை குத்தி வரும் ஒரு மோசடி வழக்கு நிலவி இருக்கிறது. இது வெள்ளாள மேற்சாதியினரின் கருத்துருவாக்கம் என்பதை முதலில் புரிந்துகொள்ள வேண்டும். அகஸ்தீசுவரம், தோவாளை தாலுகாவில் வாழும் ஒரு சில வெள்ளாளர்களின் குடும்பச் சொத்தல்ல தமிழும் தமிழ் இலக்கியமும். மூன்று பக்கம் கடல் சூழ்ந்த குமரி மண்ணை ஒருபுறத்தில் அதற்கு இணையாக மேற்குமலை மூநில எல்லையை வகுத்து நிற்கிறது. இதில் வாழும் மிகப்பெரிய உழைக்கும் வர்க்கமான மீனவர்களும் மலைப்பகுதி மக்களும்தான் நமது இலக்கியத்தை உருவாக்க முயலும் தளத்தைச் சேர்ந்த பெருங்குடி மக்களாக இருக்க வேண்டும். தவிரவும் 'நாஞ்சில் நாடு' என்ற குமரி மண்ணின் உட்பட்ட பகுதி விவசாயிகளின் வாழ்க்கையைக் கூறும் பறையர்களும் நாடார்களும்தான் வருவார்கள். இந்தியாவின் விவசாயிகள் என்றால் தேவிலாலும், மூப்பனாரும், அய்யாறு வாண்டையாரும் போல நாஞ்சில் நாட்டு இலக்கியம் என்பதும் வெள்ளாளக் கருத்துருவாக்கத்தில் விளைந்த உயர்சாதி மனோபாவமே. தவிர்த்து, விவசாயக் கூலிகளின் இலக்கியமாக

அது வெளிப்படுகிறதா? இல்லையே. இன்று 'நாஞ்சில் இலக்கியம்' என்ற பெயரில் நாம் வகைப்படுத்திப் பார்த்தாலும் 'ஊதுபத்தி' சிறுகதை மூலம் தனது சாதி வெறியை நிரூபித்த சிறுகதை எழுத்தாளரான நாஞ்சில் நாடனைத் தவிர்த்து, பெரிய அளவில் எழுதக்கூடிய எழுத்தாளர்கள் எவரும் இல்லையே. பிறகு எதற்கு குமரி மண்ணின் இலக்கியத்தை 'நாஞ்சில் இலக்கியமாக' தாய்த் தமிழகம் முழுக்க இக்கருத்து நாமகரணம் சூட்டி அவுத்துவிடப்பட்டிருக்கிறது? இல்லாமலாகிப் போன தனது பழைய ஆதிக்கத்தின் மல நாற்றத்தை மணம் பிடித்துப் பார்க்கலாம் என்றா? இரண்டாம் நிலைப் பிராமணர்களான இந்த வெள்ளாளக் கறை படிந்ததே நமது தமிழும் இலக்கியமும். குமரித் தமிழ் இலக்கியம் என்றாலே கவிமணி என்பதும், அவரோடு தங்கிவிடுவதும் இச்சாதி வெறியர்கள் விதைத்த பண்டிதத் தமிழின் வெளிப் பாடே... *(கேப்பியார், மே, ஜூன், 1996, பக். 8,9)*

மலைத் தமிழ் முழுங்கும் வேணாட்டைச் சேர்ந்த 'வானவில்' என்னும் இலக்கிய வட்டத்தின் 'நமது மண்ணை நமது குரலால் பாடுவோம்' என்கிற அறிக்கையின் ஒரு பகுதி இது. சுருக்கம் கருதி, இந்த அறிக்கையை என்னால் முழுசாக மேற்கோள் காட்ட முடியவில்லை. இந்த மண்ணின் பண்பாட்டின் மீதும் மொழியின் மீதும் ஆதிக்கம் செலுத்தும் மலையாள மொழிச் சாதிகளையும் நாயரிசக் கூறுகளையும் இந்த இளைஞர்கள் வெள்ளாளத்தைத் தாக்கும் அதே வேகத்துடன் எதிர்க்கின்றனர். சுந்தர ராமசாமி, ஜெயமோகன் போன்றோரை இந்தப் போக்கின் பிரதிநிதிகளாகச் சுட்டிக்காட்டுகின்றனர்.

தங்களின் அடையாளத்திற்காகப் போராடும் இந்த உணர்வு ஏதோ வேணாட்டு மலைத் தமிழ் இளைஞரிடம் மட்டுமே தோன்றியுள்ளதாக நாம் கருத வேண்டியதில்லை. பாமா, தோப்பில் முகமது மீரான் போன்ற பலரும் இந்த முயற்சியை பிரக்ஞை பூர்வமாகவும் பிரக்ஞையற்றும் கடந்த சில ஆண்டுகளாக முயன்று வருவதை நாம் அறிவோம்.

II

மொழி, பண்பாடு, இலக்கிய மரபு என்பனவெல்லாம் அவை தோன்றிய சமூகத்தின் இயற்கை வெளிப்பாடுகளல்ல. அவை

கற்பிதம் செய்யப்பட்டவை, கட்டமைக்கப்பட்டவை, அரசியல் பின்புலங் கொண்டவை. அச்சமூகத்தில் ஆதிக்கம் செலுத்தும் குழுவின் நலன் நோக்கிலானவை. தமிழகத்தைப் பொறுத்தமட்டில் கடந்த இருநூறு ஆண்டுகாலமாக இத்தகைய ஆதிக்க சக்தியினராக விளங்குபவர்கள் பார்ப்பனர்களும் வேளாளர்களுமே. பார்ப்பனர்களுக்கும் வேளாளர்களுக்குமிடையில் உள்ளார்ந்த ஆதிக்கப் போட்டிகள் இருந்து வந்தபோதிலும் தத்துவார்த்த தளத்தில் இருவருக்குமிடையே பெரிய வேறுபாடுகள் இருந்ததில்லை. இந்துத்துவத்தை ஏற்றுக்கொண்டதில், வேதங்களைப் பிரமாணமாகக் கொண்டதில் சமண பவுத்த அவைதீக மதங்களை அழித்தொழித்ததில், கொடுஞ் சாதியத்தைக் கட்டமைத்துக் காத்ததில், தீண்டாமைக்குக் காரணமானதில் பார்ப்பனியத்திற்கும் வேளாளத்திற்கும் என்ன வேறுபாடுகளைச் சுட்டிக்காட்டிவிட முடியும்?

தன்னை வடமொழியுடனும் அகில இந்தியத்துடனும் பிணைத்துக்கொண்ட பார்ப்பனியத்திற்குத் தமிழ்ச் சமூகத்தைக் கட்டமைப்பதில் பெரிய அக்கறை இருந்ததில்லை. வேளாளம் அந்தப் பணியை ஏற்றுக்கொண்டது. சைவ சித்தாந்தத்தை உருவாக்கியது. தமிழ் அடையாளம் ஒன்றைத் தனது மேலாண்மையின்கீழ்க் கட்டமைத்தது. மொழி, பண்பாடு, மதம், வழிபாடு, இலக்கியம் எனச்சகல துறைகளையும் தனது அடையாளம் துலங்கக் கட்டமைத்தது. வேளாளர் நாகரிகமே பழந்தமிழர் நாகரிகம் என்றார் மறைமலை அடிகளார். சைவமே தமிழர் மதம் என்றார் கா.சு. பிள்ளை. 'ஆரியங்கண்டாய் தமிழுங் கண்டாய்' என வேதக் கறையுடன் இந்த அடையாளங்கள் கட்டமைக்கப்பட்டன. இவ்வாறு தமிழ்மொழியையும் பண்பாட்டையும் இலக்கியத்தையும் செவ்வியல் நெறிப்படுத்தும் பணியைத் தனதாக்கிக் கொண்டது வெள்ளாளம். செந்தமிழும் செவ்விலக்கியப் பாரம்பரியமும் இவ்வாறே கட்டமைக்கப்பட்டன.

இத்தகைய செம்மைப்படுத்தும் நெறிமுறைகளின் பின்னாலுள்ள வன்முறையையும் அரசியலையும் நடைமுறை அனுபவங்களின் அடிப்படையில் வேணாட்டு மலைத் தமிழ் இளைஞர்கள் மிக அழகாகவும் துல்லியமாகவும் உணர்ந்து சொன்னவற்றை முன்பே தொகுத்துரைத்தோம். மீண்டும் நினைவுபடுத்திக் கொள்வோம். அவை:

1. நெறிப்படுத்தப்படும் எல்லைக்குட்பட்ட பல்வேறு மக்கள் குழுக்களின் மொழிகளும் பண்பாடுகளும் ஓரங்கட்டப்பட்டு, இழித்தொதுக்கப்பட்டு இறுதியில் அழிக்கப்படும். சுருங்கச் சொன்னால் மொழி, பண்பாடு ஆகியவற்றின் பன்மைத் தன்மைகள் அழித்தொழிக்கப்படும்.

2. ஆதிக்கம் செலுத்தும் குழு தனது அடையாளத்தை எல்லோருக்குமான அடையாளமாக, நெறிப்படுத்தப்பட்ட செவ்வியல் கூறுகளாகத் திணிக்கும். இதுவே இயற்கை எனவும் பிற அனைத்தும் விலகல்கள் எனவும் பிறழ்வுகள் எனவும் செவ்வியல் அளவுகோல்களுக்கு உட்படாதவை எனவும் வரையறுக்கும். இதன் மூலம் சமூகத்தின் சகல தளங்களிலும் தனது மேலாண்மையை நிரந்தரமாகக் கட்டமைத்துக் கொள்ளும். தமிழ்ச் சூழலில் இந்தப் பணியை மேற் கொண்டவர்கள் வேளாளர்கள். தலித்கள், முஸ்லிம் தமிழர்கள், மலைத் தமிழர்கள் முதலாய எண்ணற்ற விளிம்புநிலைச் சக்திகள் ஓரங்கட்டப்பட்டவர்கள்.

III

செவ்வியல் நெறிப்படுத்துதலின் பின்னுள்ள இந்த அரசியலைத் தனித் தமிழ் இயக்கத்தினரோ, தமிழ்த் தேசிய இயக்கத்தவர்களோ புரிந்துகொண்டதில்லை. புரிந்துகொண்டவர்கள் ஏற்றுக் கொண்டதில்லை. இந்த இயக்கங்களின் வேளாளத் தலைமை இதற்கொரு முக்கிய காரணமாக அமைந்தது. வேளாளர்களாக இல்லாதிருந்த போதிலும் மணியரசன் போன்ற பிற்படுத்தப் பட்டவர்களும் இன்குலாப் போன்ற சிறுபான்மையினரும் பெருஞ்சித்திரனார் போன்ற தாழ்த்தப்பட்டவர்களும் செவ்வியல் நெறிப்படுத்துதலை ஏற்றுக்கொண்ட வகையில் வேளாளக் கருத்தியலிலிருந்து விடுபடவில்லை. வேளாளத்தினூடாகத் தமிழுக்குள் புகுந்த வைதீகக் கருத்தாக்கங்களை முற்றிலுமாய் நீக்காமல் வெறுமனே வடமொழிச் சொற்களை நீக்கி எழுதுதல் மட்டுமே போதும் எனக் கருதிக்கொண்டு தமிழின் பன்மைத் தன்மைகளைப் புறக்கணிக்கும் யாரும் வேளாளர்களின் கோமணங் களாகவே விளங்க முடியும் என்பதை மறந்துவிடலாகாது.

எள்ளளவும் சமரசமே இல்லாமல் இந்த ஆபத்தை நாம் சுட்டிக்காட்டுவதன் விளைவாக நம்மை இவர்கள் பெரும்

எதிரிகளாகக் கருதுகின்றனர். சகல முனைகளிலிருந்தும் தாக்கு கின்றனர். நாம் பேசுகிற தலித்தியக் கோட்பாடுகளையும் பின் நவீனத்துவச்சிந்தனைகளையும் இணைத்துத் தாக்குகின்றனர். இந்த வகையில் இவர்கள் நம்மைத் தாக்குகிற பிற பார்ப்பனிய சக்தி களுடன் இணைந்து நிற்பதைக் கூர்ந்து கவனித்தால் விளங்கிக் கொள்ள முடியும். தமிழ்த் தேசப் பொதுவுடைமைக் கட்சியின் *கண்ணோட்டம்* மற்றும் வேளாளக் குரலை ஒலிக்கும் *கவிதாசரண்* போன்ற இதழ்கள் நம்மைத் தாக்குவதற்கும் சுந்தர ராமசாமி, ஜெயமோகன் போன்றோர் நம்மைத் தாக்குவதற்கும் அடிப்படை முற்றிலும் ஒன்றாக இருப்பதைத் தோழர்கள் கவனிக்க வேண்டும். *கவிதாசரண்*—சமீபத்திய இதழ்களைப் பாருங்கள். பார்ப்பனியத்தை எதிர்ப்பது போலவும் தலித் முயற்சிகளை ஆதரிப்பது போலவும் காட்டிக்கொண்டபோதிலும் அம்பேத்கரைச் சமரசம் செய்து கொண்டவர் எனச் சொல்லி, அவரது பவுத்த மதமாற்றத்தைக் கண்டிப்பதையும், பறையர்களின் இன்றைய பழக்கவழக்கங்கள் இழிந்தவைதான் அவர்களின் இறுதி இலக்கு மேற்சாதிப் பழக்கங் களை நோக்கி நகர்வதே என அடித்துச் சொல்வதையும், பின்நவீனத்துவச் சிந்தனைகளை அசட்டுத்தனமாகக் கேலி செய்வதையும் காணமுடியும். பவுத்த மரபை இடதுசாரியினரும், அயோத்திதாசர், அம்பேத்கர் முதலான ஒடுக்கப்பட்ட அறிஞர் களும் முற்போக்கானதாகக் கருதி வந்ததையும் தமிழ்ச் சைவம் அதனைத் தொடர்ந்து எதிர்த்து வந்ததையும் கவிதாசரணின் கருத்துக்களுடன் தோழர்கள் இணைத்துப் பார்க்க வேண்டும்.

நாங்கள் பேசுகிற பின்நவீனத்துவத்தை இவர்கள் ஏன் வரிந்து சுட்டிக்கொண்டு (அரைகுறையாய்ப்புரிந்து கொண்டு) எதிர்க் கிறார்கள்? பின்நவீனத்துவத்தின் அடிப்படைக் கூறுகளாக

1. பன்மைத் தன்மைக்கு (plurality) அழுத்தமளித்தல்.
2. எல்லாவிதமான அதிகார ஆதாரங்களையும் (authority) கேள்விக்குள்ளாக்குதல்.
3. எல்லாவிதமான மொத்தத்துவ முயற்சிகளையும் (totality) மறுத்தல்.

என்பனவற்றைச் சொல்ல முடியும். பன்மைத் தன்மைகளை அங்கீகரிக்க வேண்டியதன் அவசியத்தைச் சற்றுமுன் சுட்டிக் காட்டினோம். ஒட்டுமொத்தமான எல்லா மக்களுக்குமான மொத்த (total) விடுதலையைப் பெற்றுத்தரும் ஏசு விடுதலைத்

தத்துவங்கள் (meta-narratives) எல்லாம் எப்படி எதேச்சதிகாரத் திற்கும் பாசிசத்திற்கும் வழிவகுக்கும் என்பதை வரலாறு நமக்கு நிறுவியுள்ளது. திருக்குறளையோ 'தாஸ்கேபிடலை'யோ (மூலதனம்), பைபிளையோ இல்லை வேறெதையுமோ இனி முழுமுதல் மூலாதாரமாக, எல்லாக் கேள்விகளுக்கும் விடை யளிக்கும் ஆதார நூலாகக் கொண்டுவிட முடியாது. பன்மைத் தன்மையை ஏற்காத எந்தத் தத்துவமும் எல்லா மக்களுக்குமான விடுதலையைத் தந்துவிட முடியாது. அது தேசியமாயினும் சரி; மார்க்சிய மாயினும் சரி. பன்மைத் தன்மையே ஜனநாயகத்தின் அடிப்படை. மொத்தத்துவம் எதேச்சதிகாரத்திற்கும் (totalitarianism), ஏதேனும் ஒரு authority-யை வேதமாக்குதல் அதிகாரத்துவக் கொடுங் கோன்மைக்கும் (authoritarianism) இட்டுச்செல்லும். வேதங்களை மூலதாரமாகக் கொண்ட பார்ப்பனிய சக்திகளும் பன்மைத் தன்மையை மறுக்கிற தமிழ்த் தேசிய சக்திகளும் மார்க்சியத்தை வேதமாகப் பூசிக்கும் வரடர்களும் பின்நவீனத்துவத்தையும் நம்மையும் தாக்காமல் என்ன செய்வார்கள்?

ஒற்றுமையைச் சிதைக்கிறோம் என்கிறார்கள். ஃபூக்கோ, லியோதார்த், தெரிதா என ஏகாதிபத்தியச் சிந்தனையாளர்களை முன்மொழிகிறோம் என்கிறார்கள். இன்னும் வாய்க்கு வந்தபடி என்னென்னமோ பேசுகிறார்கள்; தூற்றுகிறார்கள். இன்று தமிழ்ச் சமூகம் ஒன்றுபட்டு இருப்பது போலவும் ஏதோ தலித்தியம் பேசுவதாலும் பன்மைத் தன்மைகளை வலியுறுத்துவதாலும்தான் ஒற்றுமை பங்கமாகிவிடுவதாகவும் இவர்கள் சொல்வது எத்தனை அபத்தம்! இவர்கள் சொல்லும் ஒற்றுமை என்பது படிநிலை ஏற்றத்தாழ்வுகளினூடான இயைபு. அடிநிலை மக்களின் அடையாளங் களை அழித்தொழிக்கும் ஒற்றுமை. மேற்சாதி மேலாண்மை யைத் திணிக்கும் ஒற்றுமை. மாறாக நாம் சொல்லும் இயைபு முற்றிலும் ஜனநாயகபூர்வமான இயைபு. எல்லோரது அடையாளங் களையும் ஏற்றுக்கொண்ட இயல்பையே நாம் வானவில் இணைவு என்கிறோம். மக்களை மந்தைகளாக நினைப்பவர்களால் இதை எப்படிச் செரித்துக்கொள்ள இயலும்? ஃபூக்கோவையும் தெரிதாவையும் ஏகாதிபத்திய நாடுகளில் பிறந்ததனாலேயே ஏகாதிபத்தியச் சிந்தனையாளர்கள் என்றால் மார்க்சும்கூட ஏகாதிபத்தியர்தான். பின்நவீனத்துவச் சிந்தனையாளர்கள் எவரும் மைய நீரோட்டங்களால் அங்கீகரிக்கப்பட்டதில்லை. இவர்கள் எவருக்கும் நோபல் பரிசுகள் வழங்கப்பட்டதில்லை. இங்கே

சாதிரீதியாய் ஒதுக்கப்பட்டவர்களைப் போலவே மேலை மரபில் பகுத்தறிவின் வன்முறையால் ஒதுக்கப்பட்ட விளிம்புநிலையினரின் பால் கரிசனம் கொண்டவர்கள் இவர்கள். இவர்களின் சிந்தனை களை வெறும் மேற்கோளாகக்கூட முழுமையாய்ப் படித்தறியாமல் இவர்கள் எடுத்தெறிந்து பேசுவது (எ-டு: ஃபூக்கோ பற்றி ராசேந்திரசோழன் எனப்படும் அஸ்வகோஷ் 'கண்ணோட்டம்' இதழ்களில் தூற்றியிருப்பது) இவர்களின் வாசகர்கள் எதையும் படிக்கமாட்டார்கள் என்கிற நம்பிக்கையின் அடிப்படையிலேயே!

பரந்து விரிந்த நமது தமிழகம் எண்ணற்ற பண்பாட்டுத் தொகுதிகளை உள்ளடக்கியது. 'முத்தமிழ்களை' நமது மரபு வியந்திருக்கிறது. இன்று தங்கள் தமிழ் 'மலைத்தமிழ்' என்கின்றனர் வேணாட்டார். மலேசியப் பெருந்தோட்டங்களில் வேலை செய்யும் தமிழர்களின் மொழியைப் புரிந்துகொள்ள 'கூலித் தமிழ்' என நூல் வெளியிட்டான் வெள்ளைக்காரன். 'செந்தமிழ்', 'கொடுந் தமிழ்' எனப் பிரித்தனர் தொல்காப்பிய மரபினர். எல்லாவற்றையும் நோக்கும்போது தமிழ், தமிழ்ப் பண்பாடு என்றெல்லாம் சொல் வதைக் காட்டிலும் தமிழ்கள், தமிழ்ப் பண்பாடுகள்— என்றல்லவா சொல்ல வேண்டும். ஆம், எத்தனை தமிழர்கள், எத்தனை தமிழ்ப் பண்பாடுகள்? தோழர்களே!

பன்மைத் தன்மைகளைப் போற்றுவோம்!
பார்ப்பனியம் - வெள்ளாளம் எதிர்ப்போம்!

குறிப்புகள்

1. வேணாட்டு மலைத் தமிழ்ப் பதிப்பகம் வெளியிட்டுள்ள 'கொம்பிய' நூலைப் பற்றிச் சொல்லியுள்ளேன். பேரடை யாளத்திற்குள் ஒடுக்க முனையும் பெருங்கதையாடலின் வன்முறைக்கு எதிரான சிறுபான்மையின் அடையாளத்திற்கான போராட்டம் என்கிற வகையில் இதை நாம் ஆதரிக்கிறோம். அதே நேரத்தில் மலையாளமயப்படுத்துதல் அல்லது சம்ஸ்கிருத மயப்படுத்துதல் என்பன போன்ற இன்னொரு பேரடையாள மயப்படுத்தும் முயற்சியிலிருந்து நாம் விலகி நிற்றல் மிக மிக அவசியம்.

2. கட்டுரைப் போக்கில் திருவாளர்கள் மணியரசன், பெருஞ் சித்திரனார், இன்குலாப் ஆகியோர் பற்றிக் குறிப்பிட்டுள்ளேன். கவிதாசரண் பற்றியும். இவர்கள் மீது எனக்கு நிரம்ப

மரியாதை உண்டு. முதல் மூவரையும் குறிப்பிட்டது ஒடுக்கப் பட்ட வகுப்புகளைச் சேர்ந்தவர்களாயினும் பன்மைத் தன்மைகளை ஏற்றுக்கொள்ளாத வகையில் பார்ப்பனிய-வேளாளத்திற்குப் பலியாகும் ஆபத்தை முன்னிட்டே. இன்குலாப் முதலானோரிடமிருந்து நான் பெற்ற உற்சாகங் களும் கற்றுக்கொண்டவைகளுமே அதிகம். மணியரசன், கவிதாசரண், இராசேந்திர சோழன் முதலானோரின் தமிழ்த் தேசியப் பெருங்கதையாடலில் தலித்துகளின் தூலமான கலாச்சார இருப்பு மறுக்கப்படுவது கவனிக்கத்தக்கது. இன்குலாப்பும் பெருஞ்சித்திரனாரும் சைவ அடையாளக் கூறுகள் பலவற்றை எதிர்த்துள்ளமையும் குறிப்பாக இன்குலாப் தலித்துகளின் கலாச்சார இருப்பை ஏற்றுக்கொள்வதையும் நான் எப்போதும் நன்றியுடன் நினைவுகூர்கிறேன். வழக்கமான சிறுபத்திரிகை மரபிலிருந்து விலகி பார்ப்பன எதிர்ப்பை முன்னிலைப்படுத்தும் வகையில் கவிதாசரணின் இடத்தையும் மரியாதையோடு நினைவுகூர்கிறேன்.

(சென்னையில் 20.07.96 அன்று நடைபெற்ற தலித் கலை விழாவில் பேசியது. கட்டுரையாக கோடாங்கி- 5 இதழில் வெளிவந்தது.)

1.9 பெருங்கதையாடலுக்கும் சிறுகதையாடலுக்குமான மோதல்: இரட்டை வாக்குரிமையை முன்வைத்து ஒரு குறிப்பு

சுமார் எழுபத்தைந்தாண்டுகளுக்குப் பிறகு மீண்டும் இன்று இரட்டை வாக்குரிமை, தனி வாக்காளர் தொகுதி—கோரிக்கைகள் தலித் அமைப்புகளால் முன்வைக்கப்படுகின்றன. இரட்டை வாக்குரிமைக் கோரிக்கையை அன்று முன்வைத்த டாக்டர் அம்பேத்கர் 'வயதுவந்தோர் அனைவருக்கும் வாக்குரிமை என்கிற நிலை வந்தால் இரட்டை வாக்குரிமை கேட்க மாட்டோம்' என வட்டமேசை மாநாட்டில் அறிவித்திருந்தபோதிலும் பின்னர் 1950களில் அவரே மீண்டும் அக்கோரிக்கையை முன்வைக்க நேர்ந்தது. எந்த அடிப்படையில் தனி வாக்காளர் தொகுதிக் கோரிக்கை முன்வைக்கப்பட்டதோ அந்தக் காரணங்கள் மாறாதிருந்ததன் விளைவாகவே அக்கோரிக்கையை அவர் புதுப்பிக்க நேர்ந்தது. இன்றும் அந்த நிலை மாறவில்லை என்பது சற்றே யோசித்துப் பார்த்தால் விளங்கும்.

வட்டமேசை மாநாட்டின்போது தனி வாக்காளர் தொகுதிக் கோரிக்கையை ஆதரித்தும் எதிர்த்தும் அம்பேத்கரும் காந்தியும் மோதிக்கொண்டனர். இருவரது உரைகளையும் இன்று ஒரு பிரதியியல் ஆய்வுக்கு உட்படுத்திப் பார்த்தோமேயானால் காந்தியின் பெருங்கதையாடலுக்கும் (meta-narratives) அம்பேத்கரின் சிறுகதையாடலுக்கும் (little narrative) இடையிலான மோதலாக அவை வெளிப்படுவது விளங்கும். வரலாறு முழுமையும் பெருங்கதையாடல்கள் அடித்தட்டு மக்கள் மற்றும் சிறுபான்மையினரின் கதையாடும் உரிமையைப் பறித்து வந்திருக்கின்றன. ஒடுக்கப்பட்ட மக்கள் தங்களின் கதையாடும் உரிமைக்காகப் போராடி வந்துள்ளனர். இதற்கு ஒரு சிறந்த எடுத்துக்காட்டாக வட்டமேசை மாநாட்டு உரைகளை நாம் காண முடியும்.

II

1920களின் இறுதிப் பகுதியில் உலகெங்கிலும் தன்னாட்சிக் கோரிக்கை வலுப்பெற்றிருந்தது. ஆஸ்திரேலியா, கனடா போன்ற நாடுகள் பிரிட்டிஷ் சார்பு நிலையிலிருந்து விடுபடத் தொடங்கி யிருந்த நேரம் அது. இந்தியத் துணைக் கண்டத்திலும் தன்னாட்சிக் கோரிக்கைப் போராட்டங்கள் வலுப்பெற்றிருந்த நிலையில் பிரிட்டிஷ் மேலாண்மையின் கீழ் ஒரு குறிப்பிட்ட அளவிற்குத் தன்னாட்சி அளிக்கும் நோக்குடன் வெள்ளை அரசு வட்டமேசை மாநாட்டைக் (1930-32) கூட்டியது. அதில் டாக்டர் அம்பேத்கரும் இரட்டைமலை சீனிவாசனும் தாழ்த்தப்பட்டவர்களின் பிரதிநிதி களாகக் கலந்துகொண்டனர். அந்த மாநாட்டில் அம்பேத்கர் பேசிய பேச்சில் கீழ்க்காணும் அம்சங்கள் முதன்மை பெற்றன. அவை:

1. இந்தியத் துணைக் கண்டத்தில் வழக்கத்திலுள்ள தீண்டாமைக் கொடுமையை ஒழிக்க வேண்டும்.அதற்குரிய சட்ட/நிர்வாக ரீதியான திருத்தங்கள் மேற்கொள்ளப்பட வேண்டும். தீண்டாமையின் பல்வேறு அம்சங்களை விளக்கியதோடு சட்டபூர்வமாக எத்தகைய பாதுகாப்புக்களை அளிக்க வேண்டும், தீண்டாமையை மேற்கொள்பவர்களுக்கு என்னென்ன தண்டனைகள் வழங்க வேண்டும் என விரிவான அறிக்கை ஒன்றையும் தயாரித்து வந்திருந்த பிரதிநிதிகளிடம் அவர் விநியோகித்தார்.

2. சட்ட, நிர்வாக ரீதியான சீர்திருத்தங்கள் மட்டும் தீண்டாமை யை ஒழிக்கப் போதாது. தாழ்த்தப்பட்டவர்களுக்கு அரசியல் அதிகாரம் வழங்கப்பட வேண்டும். அதாவது சட்டம் இயற்றும் அவைகளில் தாழ்த்தப்பட்டவர்களுக்கு உரிய பிரதிநிதித்துவம் வேண்டும்.

3. தாழ்த்தப்பட்டவர்களின் பிரதிநிதிகளைத் தாழ்த்தப்பட்ட வர்களே தேர்ந்தெடுக்க வேண்டும். நியமன முறையில் தேர்வு செய்யக்கூடாது. அரசு நியமனத்தை நாங்கள் ஏற்றுக் கொள்ளவில்லை.

4. வயதுவந்தோருக்கு வாக்குரிமை என்கிற நிலை இல்லாத சூழலில் எங்களுக்குத் தனி வாக்காளர் தொகுதிமுறை வேண்டும். இதனால் தாழ்த்தப்பட்டவர்களில் சிலருக்கு இரண்டு வாக்குகள் அளிக்கும் உரிமை கிடைக்கிறது என்பது உண்மைதான். அது தவிர்க்க இயலாது.

அம்பேத்கர் உரையின் ஒரு பகுதி இது. முக்கியமாக அவர் வலியுறுத்த விரும்பியது: 'தாழ்த்தப்பட்டவர்களின் பிரதிநிதிகளைத் தாழ்த்தப்பட்டவர்களே தேர்வுசெய்ய வேண்டும். வேறு யாரும் நியமித்தலை ஏற்க முடியாது' என்பதே. அம்பேத்கர் உரையைத் தோழர்கள் தயவுசெய்து படித்துப்பார்க்க வேண்டுமெனக் கோருகின்றேன். மற்ற அம்சங்களெல்லாம் அன்றைய நிலையில் தந்திரோபாய அடிப்படையில் முன்வைக்கப்பட்டவையே.

III

அம்பேத்கர் இத்தோடு முடிக்கவில்லை. மேலோட்டமாகப் பார்க்கும்போது தலித்களுக்கு மட்டும் இரட்டை வாக்குரிமை என்பது பொது நியாயத்திற்குப் புறம்பானது போலத் தோன்றும். தலித்களைப் பொது நீரோட்டத்திலிருந்து பிரிக்கும் 'சதி' வேலையாகத் தோன்றும். காந்தி அன்று வட்டமேசை மாநாட்டில் இந்தக் குற்றச்சாட்டைத்தான் அம்பேத்கர்மீது வைத்தார். 'இந்துக்களின் ஒற்றுமையைக்' குலைப்பதாகக் குற்றஞ்சாட்டினார். 'தமிழர்களின் ஒற்றுமையை' / 'இந்திய ஒருமை உணர்வை' குலைப்பதாக இன்று இரட்டை வாக்குரிமைக் கோரிக்கையை முன்வைக்கும் நம்மை நோக்கிக் குற்றம் சாட்டுகின்றனர். அம்பேத்கர் அன்று காந்திக்கு அளித்த பதிலே, இன்று நம்மீது குற்றம் சுமத்துபவர்களுக்கும் போதும் என்பதால் இது தொடர்பான அவரின் கருத்துக்களைச் சுருக்கமாகத் தொகுத்துக் கொள்வோம். அவை:

1. தாழ்த்தப்பட்டவர்கள் இந்துக்களுமல்ல, முஸ்லிம்களும் அல்ல. எங்களுடைய தனித்த இருப்பை மறுக்கக் கூடாது. நாங்கள் இந்துக்களிலிருந்து வேறுபட்டவர்கள். நாங்கள் ஜாதி இந்துக்கள் அல்லவே அல்ல. 'இந்து அல்லாதவர்' என்றே எங்களைக் குறிக்க வேண்டும். அரசியல் சட்டத்தில் எங்களைத் தனிப் பிரிவாக அங்கீகரிக்கப்படும் என்கிற உறுதி கொடுத்தாலொழிய நாங்கள் எந்தப் பேச்சுவார்த்தையிலும் பங்குபெற முடியாது.

2. தீண்டாமைக்குள்ளானவர்கள் என்கிற வகையில் நாங்கள் ஏற்கனவே பிரிந்திருக்கிறோம். நடைமுறையில் இவ்வாறு பிரித்தொதுக்கப்பட்ட ஒரு சிறுபான்மைச் சமூகத்திற்குப் பாதுகாப்பு அளிக்க விரும்பினால் சில சூழ்நிலைகளில்

அச்சமூகத்திற்கு முக்கியத்துவமும் சலுகையும் கொடுத்துத் தான் ஆக வேண்டும்.

3. தீண்டாமை ஒரு சமூகப் பிரச்சினை, அரசியல் பிரச்சினை அல்ல எனச் சிலர் கூறுவார்கள். (காந்தி பின்னர் அதே போலவே குறிப்பிட்டார் - அ.மா). நான் அதை ஏற்க முடியாது. எனவே அரசியலதிகாரத்தின் மூலமாகவே இதனை எதிர்க்க முடியும்.

அம்பேத்கரின் பேச்சு முழுவதையும் கவனித்தீர்களானால் 'இந்து' என்கிற பேரடையாளத்தின்கீழ் தாழ்த்தப்பட்ட மக்களின் தனித்துவங்களையும் அடையாளங்களையும் அழிக்க முயலும் பெருங்கதையாடலுக்கு (meta-narrative) எதிராகத் தனது அடையாளத் திற்காகப் போராடும் ஒரு தனிக் கூறின் (fragment) எதிர்க் கதையாடலாக (little narrative) அது வெளிப்படுவதை விளங்கிக் கொள்ளலாம். எல்லாப் பெருங்கதையாடல்களுமே வன்முறை யானவை என நவீனச் சிந்தனையாளர்கள் குறிப்பிடுவர். தீண்டாமை என்னும் கொடிய வன்முறையை மூடி மறைத்து முலாம் பூசும் பெருங்கதையாடலுக்கு எடுத்துக்காட்டாகக் காந்தியின் உரையும் அந்த வன்முறைக்கு எதிரான கலகக்குரலை ஒலிக்கும் சிறுகதை யாடலுக்கு எடுத்துக்காட்டாக அம்பேத்கரின் உரையும் அமைந் திருப்பது விளங்கும்.

பார்ப்பனியம் மற்றும் சாதி இந்துக்களின் குரலாகவே இங்கு இந்துத்துவம் மட்டுமின்றி தேசியமும் ஒலிக்கின்றது. இந்தப் பெருங்கதையாடலை நியாயப்படுத்தும் கோட்பாடாக (legitimising foundation) ஒற்றுமை/ஒருமைப்பாடு என்கிற சொல்லாடல்கள் விளங்குகின்றன. இதன் பொருள்: 'இங்கே தீண்டாமை உட்பட எல்லாமும் இருக்குந்தான். ஆனால் அதைப் பேசி நீ ஒற்றுமையைக் குலைக்கக்கூடாது' என்பதே. எனவே இந்த 'ஒற்றுமை' என்கிற வன்முறை தர்க்கத்திற்கு எதிராக 'வேற்றுமை' (difference), வேறுபடுத்தல் என்கிற குரல்களைச் சிறுகதையாடல்கள் ஒலிக்க வேண்டியிருக்கிறது. அம்பேத்கரின் உரை முழுக்க உணர்ச்சிப் பிழம்பான இந்த ஆதங்கத்தை நீங்கள் காணலாம்.

எதார்த்தத்தில் தாழ்த்தப்பட்டவன் தீண்டாமையின் மூலம் வேறுபடுத்தப்பட்டுத்தான் (discrimination) கிடக்கிறான். இது 'ஆதிக்க நோக்கிலான வேறுபடுத்தல்' (hierarchial discrimination). இதனை ஒழிக்கவேண்டுமானால் முதலில் இத்தகைய வேறுபடுத்தல் இருப்பதை ஏற்க வேண்டும். இரண்டாவது

கட்டமாக இந்த வேறுபடுத்தலை, வேறுபடுத்தலின் மூலமாக ஒழிக்க வேண்டியிருக்கிறது. ஆதிக்க நோக்கிலான இந்த வேறுபடுத்தலை ஒழிப்பதற்கான நடவடிக்கைகளில் 'பாதுகாக்கும் நோக்கிலான வேறுபடுத்தல்' (protective discrimanation) ஒன்றாகிறது. இதைத்தான் அம்பேத்கர் 'பாதுகாக்கும் நோக்கிலான சலுகைகள்' என்கிறார். இட ஒதுக்கீடு, இரட்டை வாக்குரிமை, தனி வாக்காளர் தொகுதி என்பதெல்லாம் இந்த நோக்கிலேயே ஒடுக்கப்பட்ட மக்களால் முன்வைக்கப்படுகின்றன.

பெருங்கதையாடல்களுக்கு அதற்கு வெளியே அதை நியாயப்படுத்தும் அடித்தளம் இருக்கும். காந்தியின் பெருங்கதையாடலுக்கு சுயராஜ்யம், சகிப்புத்தன்மை, ஒருமைப்பாடு என்கிற தத்துவம் / கோட்பாடு என்பவை நியாயப்பாட்டு அடித்தளமாக உள்ளன. அம்பேத்கர் தலித் மக்களின் தனித்துவத்தை வலியுறுத்தும் போது தம் மக்களின் நலன் என்பதைத்தான் முதன்மைப்படுத்துகிறாரே யொழிய அதற்கு நியாயம்காட்ட வெளியே இருந்து எந்தத் தத்துவத்தையும் துணைக்கு அழைக்கவில்லை. துணைக்கு அழைக்கவும் முடியாது. ஏனெனில் லியோதார்த் சொல்வது போலச் சிறு கதையாடல்கள் வெளியேயுள்ள எந்த நியாயப் பாட்டு அடித்தளத்தையும் சார்ந்திருப்பதில்லை.

IV

அம்பேத்கர் தொடர்ந்து பேசுகிறார்:

> தாழ்த்தப்பட்ட வகுப்பின் பிரதிநிதி என்கிற முறையில் அவ்வகுப்பின் சார்பில் என்ன கூற வேண்டுமோ அவற்றை யெல்லாம் கூறிவிட்டேன். இறுதியாக இந்தியன் என்கிற அடிப்படையில் இன்றைய பிரச்சினையை எப்படிச் சமாளிப்பது எனச் சிலவற்றை முன்வைக்க விரும்புகிறேன்.

இந்தக் கூற்று மிக மிக முக்கியமான ஒன்று. தாழ்த்தப்பட்ட மனிதனுக்கு ஒரு அடையாளமல்ல, இரண்டு அடையாளங்கள் உண்டு என்பதுதான் அது.

ஒவ்வொரு மனிதனுக்கும் எத்தனையோ அடையாளங்கள் உண்டு. ஒரு ஆணாக, ஒரு அகதிகாரியாக, ஒரு குறிப்பிட்ட சாதிக்காரராக, ஒரு குறிப்பிட்ட மதக்காரராக... என ஒவ்வொரு மனிதனுக்கும் எத்தனையோ அடையாளங்கள் இருக்கும் என்பதையும்கூட பெருங்கதையாடல்கள் ஏற்பதில்லை. தனது

விளிப்பிற்கு ஆட்பட்டவர்களை ஒற்றை அடையாளக்காரர்களாக மொண்ணைப்படுத்துவதே பெருங்கதையாடல்கள் செய்துவரும் வேலை. காந்தி பன்முக அடையாளங்களையும் ஏற்கக்கூடியவரான போதிலும் தீண்டாமை அடிப்படையில் தாழ்த்தப்பட்டவர்கள் தனி அடையாளத்திற்குரியவர்களாக ஏற்கப்படவேண்டும் என்பதை ஏற்கவில்லை. மாறாகத் தீண்டாமையை ஒழித்து விடமுடியும் எனக் கனவு கண்டார். எனவே 'இந்து' என்கிற பேரடையாளத்திற்குள் தாழ்த்தப்பட்டவர்களை உள்ளடக்க முயன்றார். 'இந்தியர்' என்கிற அடிப்படையில் இந்துக்கள், முஸ்லிம்கள், தாழ்த்தப்பட்டோர் எல்லோரும் ஒன்றிணைய முடியும் என வலியுறுத்தினார். ஆனால் ஒடுக்கப்பட்ட மக்களின் குரலோ,

இல்லை. நான் தாழ்த்தப்பட்டவனாகவும் இருப்பேன். இந்தியனாகவும் இருப்பேன். எனக்கு ஒற்றை அடையாளம் கிடையாது. ஒற்றை நிலைப்பாடு கிடையாது. ஒற்றை அரசியல் கிடையாது. ஒற்றை அரசியல் என்று சொன்னால் என்னுடைய அரசியலை/என்னுடைய கோரிக்கைகளை விட்டுவிட்டு உன்னுடைய அரசியலை/உன்னுடைய கோரிக்கைகளை மட்டும் பேசுவதென்பதுதான்

என்பதாக இருந்தது.

ஒரு தாழ்த்தப்பட்டவர் எதார்த்தத்தில் இரட்டை வாழ்க்கை வாழ நிர்ப்பந்திக்கப்படுகிறார். ஒரு மனிதர் என்கிற வகையில் எல்லா மனிதர்க்கும் பொதுவான இன்பங்கள், துன்பங்கள், மகிழ்ச்சிகள், வேதனைகள் எல்லாம் அவருக்குமுண்டு. ஆனால் எல்லா மனிதர்களையும்போல அவர் இவற்றை எதிர்கொள்ள முடியாது. அவருக்குத் தாகம் வந்தால் பொதுக் கிணற்றில் தண்ணீர் குடிக்க முடியாது. அவருக்குத் திருமணமானால் குதிரைமீது ஊர்வலம் போக முடியாது. அவருக்கு நோய் வந்தால் கிராமத்து மருத்துவர் அவரை நாடிபிடித்துப் பார்க்கமாட்டார். அவரது வாழ்க்கை இரட்டை வாழ்க்கை. அவரது அரசியல் இரட்டை அரசியல். ஒரு தமிழனாக இருப்பதில் எனக்கு மறுப்பில்லை. ஆனால் நான் தாழ்த்தப்பட்டவனாக இருக்கும் எதார்த்தத்தை நீ ஏன் மறுக்கிறாய் என்பது அவர் கேள்வி.

இரட்டை மனிதனாக, இரட்டை வாழ்க்கை வாழ்வதைக் கண்டு கொள்ளாத நீ, நான் இரட்டை வாக்குரிமை கேட்கும்போது மட்டும் குறுக்கே வந்து மறிப்பதேன்?

ஒடுக்கப்பட்ட விளிம்பு நிலை மக்களின் இரட்டை நிலைகள் (bi-political, bi-cultural) குறித்த நவீனச் சிந்தனைகள் கரிசனத்தோடு நோக்குவது இங்கே குறிப்பிடத்தக்கது.

V

காந்தி நாம் எதிர்பார்த்தது போலவே எதிர்வினையாற்றினார். தாழ்த்தப்பட்டவர்கள் இந்து மதத்தின் பகுதிதான், அவர்களுக்குத் தனித்த அடையாளமில்லை என்கிற கருத்தை வலியுறுத்துவதே அவரது நோக்கமாக இருந்தது. முஸ்லிம்கள், சீக்கியர்கள் கேட்பதை எல்லாம் என்னால் புரிந்துகொள்ள முடிகிறது. தாழ்த்தப்பட்டவர்கள் தனித் தொகுதி கேட்பதை என்னால் ஏற்க முடியவில்லை என்றார். அம்பேத்கரை அரசாங்கம்தான் தேர்ந்தெடுத்து அழைத்திருக்கிறதே யொழிய அவரொன்றும் தாழ்த்தப்பட்டவர்களால் தேர்வு செய்யப் பட்ட பிரதிநிதி இல்லை என்றார். தாழ்த்தப்பட்டவர்கள் மத்தியில் ஒரு வாக்கெடுப்பு நடத்தினால் தனக்குத்தான் அதிக வாக்குகள் கிடைக்கும் என்றார். தீண்டாமை ஒரு சமூகப் பிரச்சினை, இந்து சமய சமூகச் சீர்திருத்தவாதிகள் இதனை ஒழிக்க நடவடிக்கைகள் மேற்கொள்கின்றனர். அம்பேத்கர் தேவையில்லாமல் அச்சப் படுவதோடு தேவையில்லாமல் இதனை அரசியல் பிரச்சினை யாக்குகிறார். எனவே தாழ்த்தப்பட்டவர்களுக்குத் தனிவாக்காளர் தொகுதி என்கிற கோரிக்கையைத் தன்னால் ஏற்றுக்கொள்ளவே முடியாது என்று முத்தாய்ப்பு வைத்தார்.

காந்தியின் வாதம் இரண்டு அம்சங்களை அடிப்படையாகக் கொண்டிருந்தது. அவை:

1. தாழ்த்தப்பட்டவர்களுக்குத் தனி அடையாளமில்லை.
2. தீண்டாமை ஒரு சமூகப் பிரச்சினை, அரசியல் பிரச்சினை யல்ல, எனவே இதனை அரசியலாக்க வேண்டாம்.

சமூகப் பிரச்சினை x அரசியல் பிரச்சினை என்கிற இருமை எதிர்வு காந்தியின் சொல்லாடலில் கட்டமைக்கப்படுவது கவனிக்கத் தக்கது. சமூகப் பிரச்சினைக்கும் அரசியல் பிரச்சினைக்கும் இடையே தாண்ட முடியாத இரும்புத் திரை பிரித்துள்ளதென்பது போலவும் இவையிரண்டும் ஒன்றையொன்றை விலக்கியவை என்பது போலவும் காந்தி பேசியதை அம்பேத்கர் ஏற்கவில்லை. அதிகாரங்களை எதிர்த்துப் போராட முனைபவர்கள் இத்தகைய எல்லைக்கோடுகளை ஏற்க முடியாது. எல்லைக்கோடுகளை

மீறுவதே ஒடுக்கப்பட்டவர்களின் நடைமுறையாக இருக்க முடியும். மார்க்சியமும்கூட ஒவ்வொரு சொல்லுக்கும் செயலுக்கும் பின்னாலுள்ள அரசியலைச் சுட்டிக்காட்டுவது இங்கே நினைவு கூரத்தக்கது. ஒடுக்கப்பட்டவர்களின் நலன் நோக்கில் சிந்தித்த அம்பேத்கருக்கும் இந்தியா முழுமைக்குமான ஒட்டுமொத்த விடுதலை பற்றிய பெருங்கதையாடலை அவிழ்த்துவிட்ட காந்திக்குமிடையிலான வேறுபாடு இந்த அம்சத்திலும் கவனிக்கத் தக்கது. இன்றும்கூட தலித் அரசியலை மறுப்பவர்கள் இத்தகைய இருமை எதிர்வுகளைக் கட்டமைப்பதை அவர்களது சொல்லாடல்களைக் கூர்ந்து கவனிக்கும்போது விளங்கிக் கொள்ள முடியும். இதனை வேறொரு சந்தர்ப்பத்தில் பார்ப்போம்.

VI

தாழ்த்தப்பட்டவர்களின் நியாயத்தை ஏற்று பிரிட்டிஷ் அரசு தலித் மக்களுக்குத் தனி வாக்காளர் தொகுதி (16, ஆகஸ்டு 1932) அளித்ததையும், காந்தி அதனை எதிர்த்து உண்ணாவிரதமிருந்து பூனா ஒப்பந்தத்தின் (25, செப்டம்பர் 1932) மூலம் இரட்டை வாக்குரிமையை முறியடித்ததையும் நாம் அறிவோம். நான் இங்கே கவனத்தை ஈர்க்க விரும்பும் அம்சம் முக்கியமானது. இப்போது நடைமுறையிலிருக்கும் தொகுதி ஒதுக்கீட்டுமுறை reserved constituency) என்பதும் பூனா ஒப்பந்தமும் ஒன்றல்ல என்கிற உண்மையே அது. இரட்டை வாக்குரிமையை முறியடித்தே பூனா ஒப்பந்தம் நிறைவேற்றப்பட்டாலும், பூனா ஒப்பந்தத்திலுள்ள உரிமைகளும்கூடத் தாழ்த்தப்பட்டவர்களுக்கு இன்று இல்லை என்பதை நாம் கவனிக்கவேண்டும். கொஞ்சம் இதனை விளக்கமாகப் பார்ப்போம்.

இப்போதுள்ள முறையில் மொத்த பாராளுமன்ற/சட்டமன்றத் தொகுதிகளில் பதினெட்டு சதத் தொகுதிகள் தாழ்த்தப்பட்டவர் களுக்காக ஒதுக்கப்படுகின்றன. இதில் தாழ்த்தப்பட்டவர்கள் (SC/ST) மட்டுமே வேட்பாளர்களாக நிற்க முடியும். யார் வேண்டு மானாலும் நிற்க முடியும் என்றாலும் இன்றுள்ள வடிவத்தில் செல்வாக்குள்ள அரசியல் கட்சியைச் சேர்ந்த யாரேனும் ஒருவர் தான் 'டெபாசிட்' காலியாகாமல் போட்டியிட முடியும். எனவே அரசியல் கட்சிகளால் நியமிக்கப்படக்கூடிய ஒருவர்தான் போட்டியிட முடியும், வெற்றிபெற முடியும்.

எனவே இவ்வாறு நியமிக்கப்படக்கூடியவர்கள் அந்தந்த அரசியல் கட்சியின் தலைமைகளின் தேர்வாகத்தான் இருக்கிறார்களேயொழிய இவர்களைத் தேர்வுசெய்வதில் தாழ்த்தப்பட்டவர்களுக்கு எந்தப் பங்கும் இல்லை. எனவே தேர்வுசெய்யப்படுகிற தாழ்த்தப்பட்டவர்களும் இந்த அரசியல் கட்சித் தலைமைகளுக்குத் தான் பொறுப்பாக இருக்கிறார்களேயொழிய அந்தப் பகுதியிலுள்ள தாழ்த்தப்பட்டவர்களுக்குப் பதில் சொல்ல வேண்டியவர்களாக இல்லை. நமது அமைப்பிற்கு எத்தனை சாதுரியம் பாருங்கள். சட்டமன்றத் திற்குள் எண்ணிக்கை அடிப்படையில் பதினெட்டு சதம் தாழ்த்தப்பட்ட உறுப்பினர்கள் இருப்பார்கள். ஆனால் அந்தப் பதினெட்டு சதம் பேரும் கருணாநிதி அல்லது ஜெயலலிதா அல்லது கருப்பையா மூப்பனாருக்கு விசுவாசமாக இருப்பார்களே ஒழிய தாழ்த்தப்பட்ட மக்களுக்கு விசுவாசமாக இருக்க மாட்டார்கள். அம்பேத்கர் என்ன நோக்கத்திற்காக அரசியலதிகாரம் கேட்டாரோ அது எத்தனை கேவலமாக, எத்தனை தந்திரமாக, எத்தனை துரோகத் தனமாக முறியடிக்கப்பட்டிருக்கிறது!

பிரிட்டிஷ் அரசு அளித்த — அம்பேத்கர் போராடிப்பெற்ற — இரட்டை வாக்குரிமை என்ன சொல்கிறது? தாழ்த்தப்பட்ட சாதிகளைச் சேர்ந்த வாக்காளர்கள் மற்ற வாக்காளர்களுடன் இணைந்து பொதுத் தொகுதியில் ஒரு வாக்குப் போட்டு பொது உறுப்பினர் ஒருவரைத் தேர்வு செய்வார்கள். மற்ற வாக்காளர்களின் உரிமை இதோடு சரி. ஆனால் தாழ்த்தப்பட்ட வாக்காளர்கள் ஒதுக்கப்பட்ட தனித்தொகுதிகளில் அவர்கள் மட்டும் தனியாக வாக்களித்து ஒரு தாழ்த்தப்பட்ட உறுப்பினரைத் தேர்வு செய்வார்கள். இவ்வாறு தாழ்த்தப்பட்ட வாக்காளர்களுக்கு இரண்டு வாக்குரிமைகள் என்பதோடு தனித்தொகுதியிலிருந்து தேர்ந்தெடுக்கப்படும் உறுப்பினர்கள் தாழ்த்தப்பட்டவர்களின் வாக்குகளை மட்டுமே நம்பியிருப்பதால் தாழ்த்தப்பட்ட மக்களுக்கு அவர்கள் பொறுப்பாக இருக்க வேண்டியிருக்கிறது. வேறு யாருக்கும் அவர்கள் விசுவாசமாக இருக்க வேண்டிய அவசியமில்லை. இதுதான் அம்பேத்கர் பொருள்கொண்ட தாழ்த்தப்பட்டவர்களுக்கு அரசியலதிகாரம் கிடைக்கும் வழி. காந்தி இதனை முறியடித்து பூனா ஒப்பந்தம் உருவாயிற்று.

பூனா ஒப்பந்தம் சொல்வதென்ன? நிச்சயமாக தற்போது நடைமுறையிலிருப்பதல்ல. பூனா ஒப்பந்தத்தின்படி தாழ்த்தப்

பட்டவர்களின் எண்ணிக்கைக்குத் தகுந்தாற்போலத் தொகுதிகள் ஒதுக்கப்படும். இவ்வாறு ஒதுக்கப்பட்ட தொகுதிகளுக்கு மட்டும் இரண்டு கட்டமாகத் தேர்தல் நடக்கும். முதற்கட்டத்தில் அந்தத் தொகுதியிலுள்ள தாழ்த்தப்பட்டவர்கள் மட்டும் வாக்களித்து தாழ்த்தப்பட்ட போட்டியாளர்களில் நால்வரைத் தேர்வு செய்வர் . இந்த நால்வரும் அந்த ஒதுக்கப்பட்ட தொகுதியின் வேட்பாளர்களாகப் போட்டியிடுவார்கள். இரண்டாவது கட்டமாக நடைபெறும் பொதுத்தேர்தலில் அந்தத் தொகுதியைச் சேர்ந்த எல்லா வாக்காளர்களும் வாக்களித்து இந்நால்வரில் ஒருவரைத் தேர்வு செய்வார்கள். இவரே அந்த ஒதுக்கப்பட்ட தொகுதியின் தேர்ந்தெடுக்கப்பட்ட உறுப்பினர்.

இவ்வாறு பூனா ஒப்பந்தத்திலுங்கூட ஏதோ ஒரு வகையில் தாழ்த்தப்பட்டவர்களுக்கு இருமுறை வாக்களிக்கும் வாய்ப்புக் கிடைக்கிறது. ஒதுக்கப்பட்ட தொகுதியின் வேட்பாளர்கள் தாழ்த்தப்பட்டவர்களாக இருக்க வேண்டும் என்பதோடு தாழ்த்தப்பட்ட மக்களின் நம்பிக்கையைப் பெறுவது அவர்களுக்கு முன் நிபந்தனையாகிறது.

இந்த உரிமையுங்கூட குழிதோண்டிப் புதைக்கப்பட்ட நடைமுறையைத் தாழ்த்தப்பட்ட மக்கள் எப்படி ஏற்றுக்கொள்ள முடியும்? இரட்டை வாக்குரிமையை முறியடித்த காந்திக்கு இருந்த கருணைகூட இன்றைய முற்போக்கு/புரட்சிகர/ஜனநாயக அரசியல்வாதிகளிடமில்லை என்பதையும் நாம் நினைத்துப் பார்க்க வேண்டியிருக்கிறது.

காலங்காலமாக ஒடுக்கப்பட்ட மக்களுக்கு இவ்வாறு சிறப்புப் பாதுகாப்பு உரிமைகள் அளிப்பதை நம்மிடையே ரொம்பவும் முற்போக்காகக் காட்டிக்கொள்பவர்களாலும்கூடச் சகித்துக் கொள்ள இயலாத போக்கிருப்பதை நாம் அறிவோம். சில உண்மைகளை நாம் அவர்களுக்குச் சுட்டிக்காட்ட வேண்டியிருக்கிறது.

நிறவெறி தாண்டவமாடும் ஏகாதிபத்திய அமெரிக்காவிலிருந்து இரண்டு எடுத்துக்காட்டுகள். அமெரிக்க அரசியல் சட்டத்தின் பதினான்காவது திருத்தத்தின்படி கருப்பர் ஒருவர் குற்றமிழைத்ததாக நீதிமன்றத்திற்குக் கொண்டுவரப்பட்டால் அவரைக் கருப்பு நீதிபதி ஒருவரே விசாரிக்க வேண்டும். வெள்ளை நீதிபதியிடமிருந்து கருப்பருக்கு நீதி கிடைக்காது என்பது இதன்

உட்கிடை. இந்த அரசியல் சட்டத்திருத்தம் அமல்படுத்தப்பட வேண்டுமென அமெரிக்கக் கருப்பின மக்கள் போராடிக் கொண்டிருக்கிறார்கள். இரண்டாவது எடுத்துக்காட்டு: இது அமெரிக்க மாநிலம் ஒன்றில் நடைமுறையிலுள்ள ஒன்று. கருப்பினக் குழந்தைகள் அதிகமாகப் படிக்கும் பகுதியிலுள்ள பள்ளிகளில் கருப்பின ஆசிரியர்களே நியமிக்கப்பட வேண்டும். குறிப்பாகக் கருப்பின மாணவர்களை வாய்மொழித் தேர்வுசெய்யும் ஆசிரியர்கள் வெள்ளையர்களாக இருக்கக்கூடாது. மிகவும் புனிதமான தொழில்களாகக் கருதக்கூடிய ஆசிரியத் தொழில், நீதித் தொழில் போன்ற வற்றிலும் ஆதிக்க நோக்கிலான வேறுபடுத்தல் இருக்கும் என்பதை உணர்ந்ததால்தான் மேற்குறித்த பாதுகாப்பு நோக்கிலான வேறுபடுத்தல்கள் அமெரிக்க சமூகத்திலேயே அனுமதிக்கப் பட்டுள்ளன.

இரட்டை வாக்குரிமை கூடாது எனச் சொல்லும் நமது நண்பர்கள் இதற்கு என்ன சொல்வார்கள்? கருப்பினத்தை மையநீரோட்டத் திலிருந்து பிரிக்கும் சரி என்பார்களா? தாழ்த்தப்பட்டவர்களும் சிறுபான்மையினரும் அதிகமாக வசிக்கும் பகுதிகளிலுள்ள பள்ளிகளிலும் காவல் நிலையங்களிலும் தாழ்த்தப்பட்டவர்களும், சிறுபான்மையினருமே நியமிக்கப்பட வேண்டும் என்று சொன்னால் இவர்கள் என்ன சொல்லுவார்கள்.

தலித் அரசியலை எதிர்ப்பவர்கள் நம்மைக் குழப்பவாதிகள் முரண்நிலை கொண்டவர்கள் என்றெல்லாம் சொல்லுகிறார்கள். அவர்கள் ஒன்றைப் புரிந்துகொள்ளவேண்டும். முரணும் குழப்பமும் நமது சூழலில் நிறைந்திருப்பதை முதலில் கவனியுங்கள். கோவிலிலும் குளத்தடியிலும் தேநீர்க் கடைகளிலும் எங்களைத் தனியாக ஒதுக்காதீர்கள் எனக் கேட்கிறவர்கள்தான் இன்னொரு பக்கம் இட ஒதுக்கீடு, தனி வாக்காளர் தொகுதி என்பவற்றைத் தனியாக ஒதுக்கவும் சொல்கிறார்கள்.

சொல்லுங்கள் இது முரணா?

ஒரு பின்குறிப்பு

இரட்டை வாக்குரிமை ஒன்றே தாழ்த்தப்பட்டவர்கள் விடுதலை பெறுவதற்கான சர்வரோக நிவாரணி என்பதல்ல. தாழ்த்தப் பட்டவர்கள் தங்கள் விடுதலை நோக்கிப் போராடும் பல்வேறு போராட்டங்களில் இதுவும் ஒரு கண்ணி. இரட்டை வாக்குரிமை

மூலம் தேர்வு செய்யப்படுகிறவர்கள் எல்லா வகையிலும் சரியாக இருப்பார்கள் என்பதற்கு உத்தரவாதமில்லை. எனவே தேர்வு செய்யப்பட்டவர்களைத் திருப்பி அழைக்கும் அதிகாரமும் தாழ்த்தப்பட்ட வாக்காளர்களுக்கும் சரி, மற்ற வாக்காளர்களுக்கும் சரி இருக்க வேண்டும்.

(செப்டம்பர் 24, 1996இல் நெய்வேலியில் தலித் இயக்கங்கள் நடத்திய இரட்டை வாக்குரிமை ஆதரவு மாநாட்டில் பேசியது.)

சில முக்கிய நூல்களும் கட்டுரைகளும்

Althusser, L. *For Marx*, Verso, 1979,

——. *Essays on Ideology*, Verso. 1984.

Alan Megill, *Prophets of Extremity*, Berkely, 1985.

Ambedkar, B. R. *Speeches in The Round Table Conference*, in Collected works Vol II, Govt. of Maharastra 1982.

Andreas Huyssen, *The Search for Tradition.*

Antony Giddens, *Modernism and Post Modernism.*

Charles Jencks, *The Emergent Rules.*

David Carrol, *Paraesthetics*, Metheun, 1987.

Habermas, J. *Modernity - An Incomplete Project*

Irwing Howe, *Mass society and Post Modern Fiction.*

Halliday, D. & Resnick, R. *Physics Vol I & II,* Wiley Eastern Ltd.

Horkheimer, M. & Adorno, T. *Dialectic of Enlightenment,* Seabury, 1972.

Ihab Hassan, *The dismemberment of Orpheus,* OUP (NY), 1971

——.*Towards The Concept of Post Modernism,* in *Post Modernism: A Reader*

Jameson, F. *Post Modernism or Culture Logic of Late Capitalism,* NLR, 1986.

Jean Baudrillard, *Simulations.*

Jean Francois Lyotard, *The Postmodern Condition.* MUP. 1975.

——. 'Answering the Question What is Post Modernism?' in *Postmodernism: A Reader* (Patricia Waugh), 'The Sublime And the Avant-Garde' in *Postmodernism: A Reader,* Thomas Docherty (ed).

John Barrow, *The World Within World*, OUP, Newyork, 1994.

Leslie Fielder, 'Cross the Border-close the Gap' in *Post Modernism: A Reader.*

Mill, J. S. *On Liberty,* Forum Books, 1956.

Michael Focault, *The Focault Reader* (Paul Rabinow), Pantheon, 1984.

Nietzsch, F. *The Nietzsche Reader*, Penguin, 1977.

Paolo Portoghesi, 'Post Modern' in *Post Modernism: A Reader.*

Patricia Waugh (ED)., *Post Modernism: A Reader*, Edward Arnold 1992.

Paul Feyeraband, *Against Method*, Iverso, 1987.

Richard hughes, *The Principles & Practice of Homeopathy,* Jain. New Delhi, 1991.

Roy Boyne, Ali Rattansi, *Post Modernism & Society*, Macmillan, 1990.

Susan Sontag, *Against Interpretation.*

Thomas Docherty (ed), *Post Modernism: A Reader*, Harvester. 1993.

William Knight (Ed), *Philosophical Classics for English Readers* (15 Volumes) William Black Wood.

2 கலாச்சாரத்தின் வன்முறை

2.0 முன்னுரை

கலாச்சாரம், பண்பாடு இவற்றை உயர்த்திப் பிடிப்பவர்கள் ஒருபுறம் என்றால் அதற்கு இணையாகப் புதிய கலாச்சாரம், மாற்றுக் கலாச்சாரம், எதிர்க் கலாச்சாரம் என்று பேசுகிறவர்கள் இன்னொரு பக்கம் உள்ளனர்.

எல்லாக் காலங்களிலும் இந்த எதிரெதிர் நிலைகள் இருந்து வந்துள்ளன. வரலாற்றுப் பழமையிலும் இதை நாம் அடையாளம் காண முடியும். உயர் கலாச்சாரத்தைக் கட்டமைத்து, வரையறுத்துப் படரவிட்ட பணி நடைபெற்றுக் கொண்டிருக்கும் போதே அந்த முயற்சியிலிருந்து தப்பித்து ஓடியவர்களும் இருந்துள்ளனர்.

பண்பாட்டுப் பெருமை பேசுகிறவர்கள், பேசியவர்கள் அதன் மூலம் அரசியல்ரீதியிலும் பொருளியல்ரீதியிலும் பயன்பெறு கிறவர்கள்; அதன் வன்முறைக்கு ஆட்பட்டவர்கள் தப்பித்து ஓடுகின்றனர்; புதிய கலாச்சாரம், எதிர்க் கலாச்சாரம் என்றெல்லாம் பேசுகின்றனர்.

கலாச்சாரத்தின் இந்த வன்முறையை ஏதோ ஒரு வகையில் வெளிப்படுத்தக் கூடியவையாக, இத்தொகுப்பிலுள்ள கட்டுரைகள் அனைத்தும் அமைகின்றன. கடந்த சில ஆண்டுகளில் வெவ்வேறு சந்தர்ப்பங்களில் எழுதப்பட்ட கட்டுரைகளில் இத்தலைப்பிற்குப் பொருத்தமானவை மட்டும் இங்கு தொகுக்கப் படுகின்றன.

'பின்நவீனத்துவம், இலக்கியம், அரசியல்' என்கிற எனது நூல் 1997இல் வெளிவந்தது. பல விவாதங்களுக்கும் சர்ச்சைகளுக்கும் அது காரணமாகியது. அந்நூலின் தொடர்ச்சியாக இந்தத் தொகுப்பைக் காணலாம்.

கிட்டத்தட்ட எல்லாக் கட்டுரைகளும் பல்வேறு சந்தர்ப்பங் களில் கருத்தரங்குகளில் பேசப்பட்டவை. இத்தகைய வாய்ப்பை உருவாக்கித் தந்த தோழர்களுக்கும் வெளியிட்ட சிற்றிதழ் நண்பர் களுக்கும் என் நன்றிகள் உரித்தாகின்றன.

கொடும் பகை சூழ்ந்த தருணங்களில் துணைநின்று தெம்பளிக்கும் தோழர்கள் வளர்மதி, சாதிக், வேல்சாமி, பிரிட்டோ, கந்தசாமி ஆகியோருக்கு நன்றி சொல்லுகையில் நெஞ்சு நெகிழ்கிறது.

அ.மார்க்ஸ்

(இக்குறு முன்னுரை 47, ருக்மணி நகர், கும்பகோணம்-1 என்கிற முகவரியிலிருந்து 02.01.2001 அன்று எழுதப்பட்டது. 'உயிர்வாழ்வின் ஆதாரங்களில் ஒன்றாய் விளங்கும் கு. பழனிச்சாமியின் நட்புக்கு' இந்த நூல் சமர்ப்பிக்கப்பட்டது. 2001ஆம் ஆண்டில் அடையாளம் பதிப்பகம், புத்தாநத்தம் இந்நூலை வெளியிட்டுள்ளது.)

2.1 பின்நவீன அரசியல்: அடையாள அரசியலின் நெருக்கடியும் வித்தியாச அரசியலின் எழுச்சியும்

பின்நவீனத்துவ அரசியலைப் புரிந்துகொள்ள முயலும்முன் நாம் நன்கறிந்த நவீனத்துவ அரசியல் பற்றிக் கொஞ்சம் அசை போடுவோம். அரசியல் செயல்பாடுகள் என்பன மதத்தினூடாகவே சாத்தியம் அல்லது வேறு சொற்களில் சொல்வதானால் மதத்திலிருந்து அரசியலைப் பிரிக்க இயலாத நிலை என்பது முடிவுக்கு வந்து, மதம் சாராத அரசியல் தொடங்கிய புள்ளியை நவீனத்துவ அரசியலாக நாம் அடையாளம் காணமுடியும். மதம் சாராத அரசியலுக்கு (secular politics) ஒரு நல்ல உதாரணமாகப் பிரெஞ்சுப் புரட்சியைச் (1789) சொல்லலாம். 'சுதந்திரம், சமத்துவம், சகோதரத்துவம்' என்பதான ஜனநாயக முழக்கங்கள் முதன் முதலாக அப்போது மேலுக்கு வந்தன. ஜனநாயகம், சமூக நல அரசுகள் (welfare state), பாராளுமன்றம், பாட்டாளி வர்க்கப் புரட்சி, பாட்டாளி வர்க்கச் சர்வாதிகார அரசுகள், தேசிய விடுதலை, பாசிசம், அடிப்படைவாதம், சட்டத்திற்குட்பட்ட போராட்டங்கள், வன்முறையற்ற சட்டமீறல்கள், புரட்சிகர வன்முறை, பயங்கர வாதம் (terrorism), அகிம்சை என்பன போன்ற நவீனத்துவ அரசியல் சார்ந்த சொற்களும் கருத்தாக்கங்களும் நமக்குப் பரிச்சயமானவை.

நவீனத்துவ அரசியலின் சில முக்கிய எல்லைப் புள்ளிகளாக நாமறிந்திருப்பவை: 1789 (பிரெஞ்சுப் புரட்சி), 1848 (பொதுவுடைமை அறிக்கை), 1871 (பாரிஸ் கம்யூன்), 1917 (ரஷ்யப் புரட்சி), 1945-50 (காலனிய விடுதலைகள், சீனப் புரட்சி) முதலியன.

1968 எழுச்சிகள், 1989 (கிழக்கு அய்ரோப்பிய அரசியல் மாற்றங்கள்) இயக்கங்கள் முதலியவற்றில் நவீனத்துவக்

கூறுகளோடு பின்நவீனத்துவக் கூறுகள் சிலவற்றையும் காண முடிகிறது. இவற்றைச் சற்று விரிவாய்ப் பின்னர் காண்போம்.

நவீனத்துவ அரசியலோடு தொடர்புடைய சொற்கள் மற்றும் கருத்தாக்கங்களில் ஜனநாயகம், பாசிசம், தேசியம், பாட்டாளி வர்க்கச் சர்வாதிகாரம் என ஒன்றையொன்று கடுமையாக மறுக்கிற பல கோட்பாடுகள் மற்றும் இயக்கங்களை ஒருசேர வைத்தோம். இவற்றை ஒருசேர வைப்பதைச் சாத்தியமாக்குகிற கூறுகள் யாவை எனப் பிரித்தெடுத்தோமானால் அவற்றை நவீனத்துவ அரசியலின் பிரதான அம்சங்களாகச் சொல்லிவிடலாம். முன்பே குறிப்பிட்ட மதம்சாராத்தன்மை என்பது தவிர முக்கியமாகச் சுட்டிக்காட்டத்தக்க வேறு இரண்டு கூறுகள்:

1. அடித்தளவாதம்
2. அடையாள அரசியல்

இவற்றைச் சற்று விரிவாகப் பார்ப்போம்.

முதலாளியம், மார்க்சியம், தேசியம், பாசிசம் முதலான நவீனத்துவ அரசியல் அனைத்திலும் எதிர்கொள்ளப்படும் எதார்த்தங்கள், பிரச்சினைகள் தொடர்பான அவற்றின் அரசியல் தர்க்கம் (political argument) வெளியிலுள்ள அடித்தளம் (foundation) ஒன்றைச் சார்ந்திருக்கும். முதலாளிய அரசியலின் அடித்தளமாக தாராள முதலாளியக் கோட்பாடுகள், பொதுவுடைமைக் கட்சிகளின் அரசியலாக மார்க்சியங்கள், பாசிசக் கட்சிகளுக்கு இனமேன்மை/ தூய்மைக் கோட்பாடுகள் என்பதாக இந்த அடித்தளங்கள் (அஸ்திவாரம்) வரலாற்றில் செயல்பட்டுவந்ததை நாமறிவோம். இந்த அடித்தளங்கள் மீதே ஒவ்வொரு பிரச்சினைக்குமான அரசியல் தர்க்கங்களும் கட்டப்படும். இந்தத் தர்க்கங்களில் அடித்தளங் களுக்கும் மேலெழுப்பப்படும் விவாதப் பொருள்களுக்கும் (objects of argument/ knowledge) இடையே ஒரு தீர்மானகரமான உறவு (deterministic relationship) செயல்படும். அதாவது எல்லா வற்றையும் இறுதியாகத் தீர்மானிப்பது அடித்தளம்தான் என்கிற கதையாடல் கட்டமைக்கப்படும். மார்க்சியத்தில் பொருளாதாரத் திற்கு இந்த இறுதித் தீர்மானத் தகுதி வழங்கப்பட்டிருந்த கதையை நாமறிவோம். மார்க்சியம் — சற்று அப்பாவித்தனமாக— இதனை வெளிப்படையாகவே கோட்பாட்டு உருவாக்கம் செய்து அறிவித்துக்கொண்டது. பிற அரசியல்கள் அடித்தளத்தின் தீர்மானிக்கும் பண்பை இத்தனை வெளிப்படையாகக் கோட்பாட்டு

உருவாக்கம் செய்யாதபோதும் அதன் அடிப்படையிலேயே பிரச்சினைகளை அலசின; தீர்வுகளை அறிவித்தன. தமது தேசிய இனஅரசு உருவாகும்போது எல்லாப் பிரச்சினைகளும் தீர்ந்துவிடும் எனத் தேசிய அரசியலும், தாராளமயமும் சந்தையின் 'வளர்ச்சி' யுமே தீர்வாகும் என முதலாளியமும், இனக்கலப்பும் பிற இன இருப்புமே எல்லாப் பிரச்சினைகளுக்கும் காரணமென பாசிசமும் அறிவித்துச் செயல்பட்டதை நாமறிவோம்.

எல்லாப் பிரச்சினைகளையும் எல்லாக் காலங்களிலும் ஆராயத் தக்க அடித்தளமாக ஒன்றை அறிவிக்கும்போது அதன் மீது ஒரு மொத்தத்துவ முழுமைப்பண்பு (totality) ஏற்றப்படுவது கவனிக்கத் தக்கது. இத்தகைய மொத்தத்துவப் பண்புடன் காலங்கடந்த (transcendental) என்றென்றைக்குமான (external) உண்மை என்கிற உரிமையை நிலைநாட்டும்போது இந்தக் கதையாடல் ஒரு பெருங்கதையாடலாக (meta-narrative) வடிவெடுக்கிறது. அடித்தள நிலைப்பாட்டின் இன்னொரு பண்பு அரசியல் இலக்கு (political target) என்பதையும் அரசியல் வழிமுறை (political strategy) என்பதையும் ஒற்றைப் பரிமாணமுடையதாகக் (monolithic) காண்பது. பாசிசத்தின் அரசியல் இலக்காக யூதர்களும், மார்க்சியத்தின் அரசியல் இலக்காக முதலாளியமும் விளங்கியதை நாமறிவோம். இதன் விளைவாகப் பல்வேறு சாத்தியங்களுக்கு வாய்ப்பளிக்காத ஒற்றை வழிமுறைகள் முன்வைக்கப்பட்டன. பாராளுமன்றப் பாதையா, ஆயுத அரசியலா என்கிற விவாதங் களுக்காக இங்கே வீணான நேரங்களையும், செலவழிந்த காகிதங் களையும் நாமறிவோம். அறிவித்துக்கொண்ட அடித்தளங்களுக்குக் கையகப்படாத பிரச்சினைகள், இயக்கங்கள், வழிமுறைகள் என்பன புறக்கணிக்கத் தக்கனவாகவும் அருவருப்பானவை யாகவும், சிதைவுக்கு வழிகோலுபவையாகவும், வன்முறையாகத் துடைத் தெறியப்பட வேண்டியவையாகவும் கருதப்பட்டன.

இந்தப் பெருங்கதையாடல் மூலமாக விளிக்கப்பட்ட மக்கள் திரளை ஒற்றை அடையாளமுள்ள (identity) அரசியல் சமூகமாக நவீன அரசியல் கட்டமைத்துக்கொண்டது. இந்த மக்கள் திரளும், சுற்றுச்சூழலும் நவீன அரசியல் தன்னிலை (subject) களின் செயற்பாட்டுக்குரிய பொருட்களாகக் (object) கருதப்பட்டன(ர்). நவீனத்துவ அரசியல் சொல்லாடலில் பயன்படுத்தப்படும் 'திரட்டுதல்' 'வென்றெடுத்தல்' 'அரசியல்படுத்துதல்' முதலிய கருத்தாக்கங்கள்

கவனிக்கத்தக்கன. ஆளுமை செலுத்தும் இந்தத் தன்னிலைகள் அரசியல் முன்னோடிகளாகக் (vanguards) கருதப்பட்டன.

இவ்வாறு பெருங்கதையாடலின் விளிப்பிற்கு உட்பட்ட மக்கட் திரளினர் மாற்ற இயலாத ஒற்றை அடையாளம் உடையவர்களாகக் கருதப்பட்டனர். இந்த அடையாளம் தற்செயலானதல்ல (accidental). மாறாக இந்த அடையாளம் சாராம்சமானது, அவசியமானது (essential). கட்டமைக்கப்பட்டதல்ல, இயற்கையானது (natural) என்றும் விளக்கப்பட்டுவந்தது. வர்க்கம், இனம், மொழி அடிப்படையிலான இத்தகைய அடையாளங்களை நாமறிவோம். இவை தவிர உயிரியல் அடித்தளத்தில் (biological foundation) பெண், மரபினம் (race) முதலான அடையாளங்களும் கட்டமைக்கப்பட்டன. இந்த ஒற்றைப் பெரு அடையாளத்திற்குள் உள்வேறுபாடுகள் அலட்சியம் செய்யப்பட்டன. பெண் உறுப்புகளின் (vagina, uterus, breasts...) அடிப்படையில் பெண் எனும் அடையாளம் கட்டமைக்கப் பட்டால் போதும், பெண்களுக்குள் சாதிய வேறுபாடுகள், அதனடியிலான ஒதுக்கீடுகள் முதலியன கருதப்பட வேண்டிய தில்லை என்கிற சமகால அரசியல் தர்க்கத்தை நாமறிவோம். இதேபோல வர்க்கத்திற்குள் இன, மொழி வேறுபாடுகளும் தேசிய இனத்திற்குள் சாதிய வேறுபாடுகளும் புறக்கணிக்கத் தக்கனவாகவும் ஒற்றுமையைச் சிதைப்பதாகவும் கருதப் படுவதையும் நாமறிவோம். இவ்வாறு அடையாளங்கள் நிரந்தர மானவையாகவும் இறுக்கமாக வரையறுக்கக் கூடியவையாகவும், எளிதில் எல்லை வகுக்கப்படக்கூடியவையாகவும் கருதப்பட்டன. எல்லாவற்றிற்கும் மேலாக வெளிக்காரணிகளால் பாதிக்கப் படாதவையாகவும் மூடப்பட்ட (closed) வையாகவும் அடையாளங்கள் கருதப்பட்டன. திரும்பி அதே போல நிகழக்கூடியதாக (repeat ability) உள்ளமை என்பது அடையாளத்தின் இயல்புத்தன்மைக்கு ஆதாரமாகக் கூறப்பட்டது. எ.டு: 'அ' என்னும் வரிவடிவம், 'அ' என்னும் ஒலிக்குறிப்பின் அடையாளமாகக் கருதப்படுவது ஏனெனில் மீண்டும் 'அ' என்னும் வரிவடிவத்திலேயே அது குறிக்கப்படுவதால்.

அடையாள அரசியல் என்பது மற்றதன் (other) இருப்பையும், நியாயத்தையும் மறுத்தது. தனது விளிப்பிற்கு உட்பட்டவர்கள் வேறெந்த அடிப்படையிலும் தற்காலிகமாகவேனும் மற்றதாக இருக்கும் உரிமையைப் பறித்தது. இதன்மூலம் முன்னோடித்

தன்னிலைகளின் அடையாளங்களும் அதிகாரங்களும் உறுதி செய்யப்பட்டன. இவை அனைத்திற்கும் பின்புலமாக அறிவொளிக் காலத் தத்துவத்தின் அறிதல்முறை நின்றது.

2

இந்த நூற்றாண்டின் பிற்பகுதியில் உருவான 'பின் அமைப்பியல்' மற்றும் 'பின்நவீனநிலைச் சிந்தனைகள்' அறிவொளிச் சிந்தனை மரபை விமர்சனத்துக்கு உள்ளாக்கியதையும் பகுத்தறிவின் பயங்கரவாதத்தைச் சுட்டிக்காட்டியதையும் நாம் விரிவாகப் பேசியுள்ளோம். இந்தக் கட்டுடைப்பு நவீனத்துவ அரசியலில் பொதிந்து கிடக்கும் வன்முறையை எவ்வாறு வெளிப்படுத்துகிறது என்பதைச் சுருக்கமாகக் காண்போம்.

குறிப்பானுக்கும் குறிப்பீட்டிற்கும் இடையிலான இறுக்கமான பிணைப்பு அடையாளம் உருவாவதற்கு அவசியமாக இருக்கிறது. எ.டு: சிவப்பு விளக்கு என்பது நிறுத்துவதற்கான ஒரு அடையாளம் என உருப்பெறுவது, 'சிவப்பு விளக்கு' என்கிற குறிப்பான் 'நிறுத்துதல்' என்கிற குறிப்பீட்டுடன் இறுக்கமாக இணைவதன் அடிப்படையில்தான். குறிப்பானுக்கும் குறிப்பீட்டிற்குமான உறவு தன்னிச்சையானது என்பது அமைப்பியலின் தொடக்கக் கூற்று. தன்னிச்சையான உறவு என்றபோதிலும் அந்த உறவின்நிலைத் தன்மையை அமைப்பியல் கேள்விக்குள்ளாக்கவில்லை. பொருள் களும் நிகழ்வுகளும் முழுமையாகக் கையகப்படக்கூடியவை. தன்னிலையின் முழுமையான அறிதலுக்குட்பட்டவை என நவீனத்துவம் உரிமை கொண்டாடியது போலவே, குறியும் கூட உடனடியாகக் கையகப்படக்கூடியதாகக் (immediate) கருதப்பட்டது.

பின்அமைப்பியல் இதனைக் கேள்விக்குள்ளாக்கியது. குறிப்பாக தெரிதா, லக்கான் முதலானோரின் சிந்தனைகள் பொருள், நிகழ்வு, குறி ஆகியவை குறித்த 'கையகப்படும் மாயை'யைத் (illusion of immediacy) தோலுரித்தன. குறிப்பானுக்கும் குறிப்பீட்டிற்குமான தொடர்பு ஒற்றைத் தன்மையானதல்ல; குறிப்பிடப்படும் பொருள் (referent) குறிப்பீடு என்கிற இரண்டையும்கூட வேறுபடுத்திப் பார்த்தல் அவசியம். 'நதி' என்று குறிப்பிடப்படும் பொருள் ஒரு ஐரோப்பியனுக்கும் ஒரு தமிழனுக்கும் ஒரே பொருளைத் தரும் என எதிர்பார்க்க இயலாது. குறிப்பீடு என்பது இறுக்கமாக

வரையறுக்கப்பட்ட மூடப்பட்ட வகையினம் (category) அல்ல. குறிப்பான சூழலில் அதற்கு வேறு அர்த்தம் வந்துவிடுகிறது. எனவே நாம் சந்திக்கும் குறிப்பான் நமக்கு இறுதியான ஒற்றைப் பொருளைத் தந்துவிடுவதில்லை. குறிப்பானுக்கும் குறிப்பீடுக்குமான உறவு உறுதியானதாக, நிலையானதாக இருப்பதில்லை என்பதை வலியுறுத்தும் வகையில் மிதக்கும் குறிப்பான் (floating signifier) என்கிற கருத்தாக்கத்தையும் பின்அமைப்பியல் முன்வைத்தது. ஒரு குறிப்பான் பல குறிப்பீடுகளுடன் உறவுடையதாக இருக்கும் சாத்தியமும் அதன் முக்கியத்துவமும் உணரப்பட்டது.

குறிப்பானுக்கும் குறிப்பீட்டிற்குமான உறவு சார்புத்தன்மையுடையதாக உள்ளது. அடையாளமும் சார்புத்தன்மையுடையதே; முற்றுண்மையான (absolute identity) அடையாளம் சாத்தியமில்லை என்னும் கருத்திற்கு இட்டுச் சென்றது. குறிப்பானுக்கும் குறிப்பீட்டிற்கும் இடையே நிலையான உறவு சாத்தியம் இல்லை என்கிறபோது நிலையான அடையாளமும் சாத்தியமில்லை என்றாகிறது. இதன் மூலம் 'எல்லா அடையாளமும் சார்பானதே' என்கிற கருத்து வலுப்பெற்றது. சூழலைப் பொறுத்துப் பொருள் மாறுகிறது என்பது மட்டுமல்லாமல், சூழலையே நாம் முழுமையாகக் கையகப்படுத்தவோ வரையறுக்கவோ முடியாது என்பதும் கவனத்திற்குரியது. சூழலின் எல்லைகளை முற்றிலுமாகத் தீர்மானிக்க முடியாது. சூழல் ஒரு திறந்த பெருவெளியாக விரிந்து கிடக்கிறது. எனவே மூடப்பட்ட அடையாளங்களும் சாத்தியமற்றுப் போகின்றன. பல்வேறு மொழிவிளையாட்டுகளும் சொல்லாடல்களும் சந்திக்கிற, ஊடுபாய்கிற களமாகச் சூழலும் சமூகமும் விளங்குகின்றன. எனவே, ஒவ்வொரு தன்னிலையும் பல்வேறு அடையாளங்களும் சந்தித்துக் கொள்ளும் புள்ளியாக அமைவதன் முக்கியத்துவம் விளங்கியது. சாராம்சமான அடையாளம், இயல்பான அடையாளம் முதலியன பொருளற்றுப் போயின.

சமூகம் என்பது ஒரு அறிவியல் சோதனைச் சாலை அல்ல. ஒன்றையொன்று பாதிக்கும் இரண்டு காரணிகளுக்கு இடையேயான உறவை ஆராயும்போது அவற்றைப் பாதிக்கும் வேறு காரணிகளை மாறாமல் வைத்துக்கொள்வது ஆய்வுக்கூடத்தில் சாத்தியமாகலாம். திறந்த பெருவெளியில் அது சாத்தியமில்லை. பாதிக்கக்கூடிய எல்லாக் காரணிகளும் ஒரே சமயத்தில் நிகழ்வின்

மீது தாக்கத்தை ஏற்படுத்தவே செய்யும். எனவே நாம் சமூகக் களத்தில் ஆராயும் உறவுகள் அனைத்தும் சார்பானதே.

எனவே, தமிழனாக அடையாளம் காணும் ஒரு தன்னிலை அதே தருணத்தில் தன்னை ஒரு ஆணாகவும் தந்தையாகவும் அதிகாரியாகவும் அல்லது வேலைக்காரராகவும் வேளாளனாகவும் அல்லது ஒரு பறையராகவும் சக்கிலியராகவும்கூட அடையாளம் காண்கிறது. நீங்கள் எந்த ஒரு அடையாளத்தை 'மூடிய' ஒன்றாகக் கட்டமைக்க முயல்கிறீர்களோ, அந்த அடையாளம் உங்களால் கட்டுப்படுத்தவும் கையகப்படுத்தவும் முடியாத புறத்தால் (exterior) அச்சுறுத்தப்பட்டுக்கொண்டே இருக்கிறது. மூடப்பட்ட அமைப்புக்குள் மட்டுமே அடையாளங்கள் சாத்தியம் என்பதால் எல்லா அடையாளங்களும் பன்மைத் தன்மையுடையதாகவே அமைகின்றன. பொருள் தெளிவற்றதாக (ambiguous) அமைகிறது. எனவே, புறவயமாக விளங்கும் எதார்த்தத்தின் கவிழ்ப்பிற்கு இலக்கானதே நீங்கள் கட்டமைக்கும் எந்த ஓர் அடையாளமும் என முழங்கிற்று பின்நவீனத்துவம்.

அடையாளத்தின் மற்றொரு பண்பாக முன்வைக்கப்பட்ட 'திருப்பி நிகழ்த்தப்படக்கூடியது' (repeatable) என்கிற கருத் தாக்கத்தையும் பின்நவீனத்துவம் மறுத்தது. ஏனெனில், எதுவுமே முழுமையாக அப்படியே திருப்பி நிகழக்கூடியதல்ல. வித்தியாச மில்லாத மறுநிகழ்வு சாத்தியமே இல்லை. 'அ' என்னும் வரி வடிவம் 'அ' என்னும் ஒலிக்குறிப்பைச் சுட்டும் அடையாளமாக இருப்ப தென்பது 'இ', 'உ', 'எ' முதலான இதர வடிவங்களிலிருந்து அது கொள்ளும் வித்தியாசங்களின் அடிப்படையில் தானேயொழிய நான் எழுதும் 'அ' வடிவமும், நீங்கள் எழுதுவதும் ஒரே மாதிரி யானதல்ல. உங்களின் 'அ', எனது 'அ'வின் மறுநிகழ்வு அல்ல. எனவே வித்தியாசம்தான் இங்கே மீண்டும் முதன்மைப்படு கிறதேயொழிய மறு நிகழ்வு அல்ல.

எனவே அடையாளம் குறித்த இரண்டு பண்புகளுமே (சாராம்ச மானது, திருப்பி நிகழக்கூடியது) பொருளற்றுப் போகின்றன. இங்கொன்றை நினைவில் நிறுத்துவது அவசியம். பின் நவீனத்துவம் அடையாளம் என்பதையே மறுக்கவில்லை. மொத்தத்துவம் சாராம்சம் என்கிற புலங்களிலிருந்து அதனை நகர்த்திப் பன்முகம், பன்மைத் தன்மை என்கிற பரிமாணங் களுக்கு இட்டுச் சென்றதே பின்நவீனத்துவத்தின் பணி.

3

மேலைத் தத்துவப் பாரம்பரியத்தின் மீது தெரிதா முன்வைத்த முக்கியமான விமர்சனம் 'முன்நிற்றலின் இயங்காவியல்.' பேச்சு X எழுத்து என்கிற முரணைக் கட்டமைத்து 'எழுத்தை'க் காட்டிலும் 'பேச்சை' முதன்மைப்படுத்தி அதனை இயற்கையானதாக முன்வைத்ததை அவர் கட்டுடைத்தார். இவை குறித்து நாம் வெவ்வேறு சந்தர்ப்பங்களில் பேசியுள்ளோம். இங்கே, நவீன அரசியலில் பொதிந்துகிடக்கும் வன்முறையின் இன்னொரு பரிமாணத்தைப் புரிந்துகொள்வதற்கு இந்தக் கட்டுடைப்பு எவ்வாறு பயன்படுகிறது என்பதைப் பார்ப்போம்.

சசூரை, தெரிதா கட்டுடைத்த புள்ளியிலிருந்து தொடங்குவோம். குறிப்பானுக்கும் குறிப்பீட்டிற்குமுள்ள உறவு இயற்கையானதல்ல; அது கட்டமைக்கப்பட்டது; நிறுவப்பட்ட (instituted) ஒன்றுதான் என்கிற சிந்தனை சசூரின் மிக முக்கியமான பங்களிப்பு. ஆனால் 'முன்நிற்றலுக்கு' (presence) முதன்மையளிக்கும் மேலைப் பாரம்பரியத்தைக் கேள்வியின்றி ஏற்றுக்கொண்ட சசூர், 'எழுத்தை'க் காட்டிலும் 'பேச்சை' இயற்கையானது என்றார். ஏனெனில் பேசும்போது மொழியை உதிர்ப்பவர் நம்முன் நிற்கிறார்; எழுத்தில் அப்படியில்லை. இப்படிச் சொல்வதன் மூலம் பேச்சு மொழியை இயற்கையானது என சசூர் ஏற்றுக்கொள்கிறார். சற்றுமுன், மொழியில் நேர் உறவுக்கு இடமில்லை; மொழி என்பது எதிர்மறைகளால், வித்தியாசங்களால் மட்டுமே நிறுவப்பட்டது (instituted) என்று சொன்ன சசூர், இப்போது மொழி என்பதை இயற்கையானது என்று சொல்லும்போது நடப்பது வெறும் தடுமாற்றமல்ல. மாறாக, வன்முறையின் வெளிப்பாடாக இது அமைகிறது. நிறுவப்பட்டது என்கிற அடிப்படையில் மொழி என்பது ஒரு நிறுவனம் (institution) ஆகிறது. ஆனால் நிறுவப்பட்ட ஏதொன்றும் தன்னை இயற்கையானது என நம்பும்போது அல்லது முன்னிலைப்படுத்திக் கொள்ளும்போது அது வன்முறையாக அமைகிறது. இது எல்லா நிறுவனங்களுக்குமே பொருந்தும். மொழி, இனம், வர்க்கம், சாதி, பால், மரபினம் என எல்லாமே நிறுவப்பட்டவைகள் தான்; இவற்றில் எதுவும் இயற்கையானதல்ல. ஆனால் இவை தாம் நிறுவப்பட்டதை மறைத்துக்கொண்டு இயற்கையானவை

எனவும், சாராம்சப் பண்புகள் கொண்டவை எனவும் வலியுறுத்தி, இவற்றை அடித்தளங்களாகக் கொண்டு, அடையாளங்களைக் கட்டமைத்து, அரசியல் களத்தில் இறங்கி அதிகாரத்தைக் கோரும்போது அது வன்முறையாக வெளிப்படுகிறது. சுருக்கமாகச் சொல்வதானால் நிறுவப்பட்ட எதுவும் தன்னை இயற்கையானதாக அறிவிக்கும் போது நிகழ்வது வன்முறை. (இந்நூலிலுள்ள 'அமைப்பாக்கத்தின் வன்முறை', 'மாற்றுப்பால் நிலைகளைத் தேடி...' முதலான கட்டுரைகளைக் காண்க.)

இங்கு ஒன்றை நாம் கவனத்தில் நிறுத்திக்கொள்வது அவசியமாகிறது. அப்படியானால் பேச்சைக்காட்டிலும் எழுத்து முதன்மையானது எனச் சொல்வதுதான் தெரிதாவின் நோக்கமா? நிச்சயமாக இல்லை. கட்டவிழ்ப்பின் நோக்கம் அதுவல்ல. சில முரண் உருவாக்கங்களில் உள்ள அபத்தத்தைச் சுட்டிக்காட்டு வதும், சில தீராத முரண் புதிர்களுக்கு எளிமைப்படுத்திய தீர்வொன்றை நாடுவதிலுள்ள அபத்தத்தைச் சுட்டிக்காட்டுவதுமே கட்டவிழ்ப்பின் அரசியலாக இருக்க முடியும். எடுத்துக்காட்டாக, மேலைப் பாரம்பரியத்தில் 'தத்துவம் X இலக்கியம்' என்கிற முரண் கட்டமைக்கப்பட்டு 'தத்துவம்' முதன்மைப்படுத்தப்படுவதைக் கண்டிக்கும் பால் விரிலோ, தத்துவத்திற்குப் பதிலாக 'இலக்கியம்' என்கிற எளிமைப்படுத்தப்பட்ட தீர்வை முன்வைப்பதை நாம் ஏற்க முடியாது. இத்தகைய தீர்வை அடைதல் என்பது 'தத்துவம் X இலக்கியம்' என்கிற முரண் கட்டமைப்பிலுள்ள பிரச்சினை களையும் வெளிக்கொணராது.

இந்த வகையில் என்றென்றைக்குமானது (eternal) X குறிப்பிட்ட காலத்திற்கானது (temporal) என்கிற முரணும், காலங்கடந்தது X (கண்முன்னான) அனுபவம் சார்ந்தது (experienced) என்கிற முரணும் நமது ஆய்விற்குரியன. இத்தகைய முரண்களைக் கட்டமைத்து 'என்றென்றைக்குமானதையும்', 'காலங்கடந்ததையும்' முதன்மைப்படுத்தும் போக்கும் குறிப்பிட்ட காலச் சூழலுக்குரியதையும் அனுபவம் சார்ந்ததையும் கீழ்மைப்படுத்தும் போக்கும் தத்துவப் பாரம்பரியங்களில் கோலோச்சுவதை நாம் அறிவோம். இது ஒரு எளிய தீர்வு. இதனை நாம் ஏற்றுக்கொள்ள இயலா தென்பதல்ல. இங்கே முக்கியமான அம்சம் இத்தகைய முரண்களும் எளிய தீர்வுகளும் 'காலத்தைக் கணக்கில் கொள்ளாத' (disavowal of time) பிழைக்கும் காரணமாகின்றன. காலம் என்பது அத்தனை

எளிதாகச் சுருக்கிப் பார்க்கப்படக்கூடிய ஒன்றல்ல. காலத்தின் சுருக்க இயலாத்தன்மை (irreducibility of time) மிக முக்கியமாகக் கவனத்தில்கொள்ளவேண்டிய ஒரு அம்சம். என்றென்றைக்குமாய்க் காலங்கடந்தது எனச் சொல்வதோ எல்லாவற்றையுமே ஒரு குறிப்பிட்ட காலத்திற்கானது மட்டுமே எனச் சொல்வதோ, இரண்டுமே காலத்தைப் பொருட்படுத்தாத குற்றத்திற்கு இட்டுச் செல்லும். சுருக்கப்பட்ட ஏதேனும் ஒரு தீர்வுக்குள் சிக்கிக் கொள்வதைக் காட்டிலும் தீர்வற்றதான முரண்களின் (aporia) இழு விசையைத் தொடர்ந்து தக்க வைத்தலே சரியாய் இருக்க முடியும். தீர்வுகள் (decisions) வன்முறையோடு தொடர்புடையதாகவே உள்ளன.

தீர்வுகள் வன்முறையோடு தொடர்புடையதாக உள்ளன எனச் சொல்வதன் பொருள் தீர்வுகளே கூடாதென்பதோ தீர்வுகளே சாத்தியமில்லை என்பதோ அல்ல. ஏராளமான தீர்வுகள், தேவை யானால் மாற்றிக்கொள்ளத்தக்க தீர்வுகள் சாத்தியம் என்பதே. வன்முறை குறித்த லாப-நட்டக் கணக்கில் குறைந்த வன்முறை யுடைய தீர்வைத் தேர்வுசெய்வதும் செயல்படுத்துவதும் நமது கடமையாகிறது. அடித்தள அணுகல்முறைகள் இத்தகைய வாய்ப்பை நம்மிடமிருந்து பறித்துவிடுகின்றன.

தெரிதா, டெல்யூஸ், ஃபூக்கோ, லியோதார்த், லபார்தே நான்சி முதலான பிரெஞ்சுப் பின்நவீனநிலைச் சிந்தனையாளர்கள் அனைவரும் ஏற்றுக்கொள்ளும் ஒரு புள்ளி உண்டெனில் அது ‘கால’த்தையும் ‘வித்தியாச’த்தையும் மிகவும் கரிசனத்தோடு கவனத்தில் எடுத்துக்கொள்ளக்கூடிய அரசியல் சமூகம் குறித்து நாம் கவலைப்பட வேண்டும் என்பதுதான். மிச்சமில்லாமல் அர்த்தங்களைக் கையகப்படுத்தும் சாமர்த்தியம் மொழிக்கில்லை; அர்த்தம் என்பது தொடர்ந்து நழுவிக்கொண்டே போகின்றது. மொழி விளையாட்டுகளின் வலைப்பின்னலே சமூகம். எனவே அரசியல் ஒருங்கிணைப்பு முயற்சிகள் அனைத்திலும் ‘அரசியல் அமைப்’பிற்கும் (political organisation) மிச்சத்திற்கும் (remainder) இடையிலான வேறுபாட்டை நாம் மறந்துவிடலாகாது. அதாவது நீங்கள் வரையறுக்கிற அரசியல் சமூகத்திற்கும் உங்கள் வரையறுப்பிற்குக் கையகப்படாது தாண்டி நிற்கக்கூடிய அல்லது உங்களால் புறக்கணிக்கப்பட்ட மிச்சங்களுக்குமான வேறுபாடு முக்கியமானது.

இந்த 'மிச்சங்கள்' தமக்குரிய அரசியலைத் தேர்வு செய்து கொள்ளல் தவிர்க்க இயலாது. இந்த மிச்சங்களின் அரசியல் (politics of remainder) வெளிப்பாடு பெறும் காலம் பின்நவீன நிலைக் காலம்.

4

1789 முதல் 1950 வரையிலான காலகட்டத்தின் முக்கிய அரசியல் திருப்புமுனைகளை இக்கட்டுரையின் தொடக்கத்தில் குறிப் பிட்டோம். கிட்டத்தட்ட 1950 வாக்கில் உலகெங்கிலும் நீண்ட கால (நவீனத்துவ அரசியல் வழிமுறைகளினூடான) போராட்டங் களின் விளைவான அரசுகள் நடைமுறைக்கு வந்தன. பாசிசத்தை வீழ்த்தி ஜனநாயகம், சமூக நலம் (social welfare) ஆகியவற்றை முதன்மைப்படுத்திய தாராள முதலாளிய அரசுகள், சமூக ஜனநாயகக் கட்சிகளின் அரசுகள், பாட்டாளி வர்க்க சர்வாதிகார அரசுகள், காலனியத்திற்குப் பிந்திய தேசிய அரசுகள் என்பதாக இவை அமைந்தன. கிழக்கு ஐரோப்பாவில் உருவாக்கப்பட்ட பாட்டாளி வர்க்க சர்வாதிகார அரசுகள், சோவியத் யூனியனின் மேலாண்மை மற்றும் இராணுவ பலத்தின் கீழ் உருவாக்கப் பட்டவைதான் என்றாலும், பொதுவாக அன்று மார்க்சியத்திற்கும் சோஷலிசக் கட்டுமானத்திற்கும் இருந்த நியாயமான கவர்ச்சிகளின் அடிப்படையில் அடித்தள மக்களின் ஆர்வமிகுந்த பங்கேற்புடன் அவ்வரசுகள் அமைந்தன. காலனியத்திலிருந்து விடுதலை பெற்றிருந்த மூன்றாம் உலக அரசுகளிலும் தேச நிர்மாணம் என்கிற முனைப்போடு மக்கள் பங்கேற்பு இருந்தது. முதல் உலக நாடுகளில் சமூக நல அரசுகளோடு அடையாளம் காண்பதில் மக்கள் மகிழ்ச்சி அடைந்தனர்.

ஆனால் அடுத்த கால் நூற்றாண்டு காலம் அவர்களது எதிர்பார்ப்பு களையும் நம்பிக்கைகளையும் முற்றிலுமாய்ப் பொய்ப்பித்தது. சமூக நல அரசுகள் கொஞ்சங்கொஞ்சமாய்ச் சட்ட ஒழுங்கு அரசுகளாக மாறத் தொடங்கின. வேலை இல்லாத் திண்டாட்டம், சமூக ஏற்றத்தாழ்வுகள் மிகுந்தன. உலக மேலாதிக்க நோக்கிலான இராணுவச் செலவுகள் இவற்றை அதிகமாக்கின. சோவியத் யூனியனிலும் கிழக்கு ஐரோப்பிய நாடுகளிலும் மனித உரிமைகளும் அடிப்படை ஜனநாயகமும் மறுக்கப்பட்ட மொத் தத்துவ (எதேச் சதிகார - totalitarian) அரசுகள் உருவாயின. காலனிய விடுதலைக்குப்

பிந்திய அரசுகள் ஏகாதிபத்தியங்களின் சுரண்டல் களமாகவும், உள்ளூர் அடித்தட்டு மக்களுக்கும் தேசிய இனங்களுக்கும் சிறுபான்மையினருக்கும் அடிப்படை வசதிகளையும் ஜனநாயக உரிமைகளையும் மறுத்த, கடும் ஏழ்மைக்கும் வேலை இல்லாத் திண்டாட்டத்திற்கும் காரணமான அரசுகளாகவும் உருவாயின. இந்நிலை நவீனத்துவ அரசியல் தத்துவங்களையும், அமைப்பு களையும் அரசுகளையும் இயக்கங்களையும் மறுபரிசீலனை செய்யும் சிந்தனைப் போக்குகள் மற்றும் அரசியல் நடைமுறைகளை உலகெங்கிலும் உருவாக்கின.

சிந்தனைத் தளத்தில் அமைப்பியல், பின் அமைப்பியல், பிராங்பர்ட் வகை மார்க்சியம் முதலான போக்குகளுக்கு ஏற்பட்ட ஏற்றம் இதற்குச் சான்று கூறியது. நவீனத்துவத்தையும் அறிவொளி மரபுகளையும் கேள்விக்குள்ளாக்கிய சிந்தனையாளர்கள் மீள் கண்டுபிடிப்புகளுக்கு உள்ளாயினர். காண்ட், நீட்ஷே, விட்கென்ஸ் டெய்ன் போன்றோர் மறு வாசிப்பிற்குள்ளாயினர்.

அரசியல் தளத்தில் 1968-ஐ ஒரு திருப்புமுனையாகச் சொல்லலாம். பிரெஞ்சு மாணவர் இயக்கங்கள், வியட்நாம் போர் எதிர்ப்பு நடவடிக்கைகள், தேசிய இனங்களின் எழுச்சிகள், பசுமை இயக்கங்கள், அமெரிக்கக் கருப்பர்களின் சிவில் உரிமை இயக்கங்கள், வேலை இல்லாதோரின் இயக்கங்கள் என்பதாக வெளிப்பட்ட அரசியல் செயல்பாடுகளில் பின்நவீனத்துவத் திருப்பங்களுக்கான சில கூறுகள் தென்பட்டன. வழக்கமான அடையாளங்களை மறுத்துச் சில புதிய அடையாளங்களுடன் அல்லது அடையாளமின்மையுடன் அரசியல் செயல்பாடுகள் சாத்தியம் என்பதை இவை உலகுக்கு அறிவித்தன. அடையாள அரசியலின் நெருக்கடியை இவை பறைசாற்றின.

மார்க்சியத்திலும் இந்த நெருக்கடிகள் தொடக்கத்திலிருந்தே எதிரொலித்தன. இதன் விளைவாக இறுக்கமான வர்க்க அடையாளம் என்பதைச் சற்றே நெகிழ்த்தி வெகுசன இயக்கங்கள் கட்டுவதன் அவசியம் உணரப்பட்டது. மூடப்பட்ட வர்க்க அடையாளம் சாத்தியமில்லை; வர்க்கத்திற்கு அப்பாற்பட்ட புறக்காரணிகளின் கவிழ்க்கும் சாத்தியக் கூறுகள் பற்றி கிராம்சி, சோரல் முதலியோர் கவலை தெரிவித்தனர். முதலாளிய வளர்ச்சி என்பது மார்க்ஸ் எதிர்பார்த்தது போல அமையவில்லை. முதலாளிய ஜனநாயக நிறுவனங்களில் தொழிலாளி வர்க்கத்தின் பங்கேற்பு

என்பது அவர்களது இறுக்கமான வர்க்கத் தன்னிலையைக் கவிழ்க்கும் ஆபத்தை சோரல் சுட்டிக்காட்டினார். எனினும், உலகெங்கிலும் கோலோச்சிய போல்ஷ்விக் மாதிரியிலான பொதுவுடைமை இயக்கங்கள் அனைத்தும் இறுக்கமான வர்க்க அடையாளம் என்பதிலிருந்து அதிகம் பிறழவில்லை. பாராளு மன்றப் பங்கேற்பு என்பது பாராளுமன்ற உறுப்பினர்களாக டெல்லி செல்கிற வர்க்கப் பிரதிநிதிகளின் தன்னிலையில் ஏற்படுத்தக்கூடிய மாற்றங்கள் குறித்த தோழர் ஏ.கே. கோபாலன் முதலானோரின் எச்சரிக்கைகள் (பார்க்க: 'நான் என்றும் மக்கள் ஊழியனே') இங்கே காற்றில் பறக்கவிடப்பட்டன.

எனினும் மேலை நாடுகளில் உருப்பெற்ற சிவில் உரிமை இயக்கங்கள், கருப்பர் இயக்கங்கள், வேலை இல்லாதோர் இயக்கங்கள், பசுமை இயக்கங்கள், பெண்ணிய இயக்கங்கள், மாற்றுப்பால் தந்தைவழிச் சமூக (heterosexual patriarchy) எதிர்ப்பு இயக்கங்கள் முதலியன நவீனத்துவ (அடையாள) அரசியலின் நெருக்கடியை உணர்ந்துகொண்டு தெளிவான பின்நவீனத்துவத் திருப்பங்களோடு (postmodern turns) செயல்பட்டன. மையம் கொண்ட, ஒருங்கிணைந்த, தர்க்கபூர்வமான தன்னிலை என்கிற நவீனத்துவக் கருத்தாக்கத்திற்குப் பதிலாக உணர்வுபூர்வமற்ற, வேட்கைகளால் தூண்டப்பட்ட, பன்முகச் சுயங்களுடைய தன்னிலை என்கிற சிந்தனையை இவை உள்வாங்கிக்கொண்டன. இந்த அடிப்படையில் 'வித்தியாச அரசியல்' (politics of difference) என்கிற சிந்தனையை முன்மொழிந்தன.

தந்தைவழிச் சமூக, பாலாதிக்க அதிகாரங்களுக்கும் ஒழுங்கு படுத்துதல்களுக்கும் எதிரான பெண்ணிய இயக்கங்களும் 'லெஸ்பியன்' 'கே' இயக்கங்களும் வித்தியாச அரசியலை மேலும் நுணுக்கமான தளங்களுக்கு இட்டுச்சென்றன. எடுத்துக் காட்டாகப் பெண்ணிய இயக்கங்களில் நடைபெற்ற சில விவாதங்கள் இங்கே குறிப்பிடத்தக்கன. ஆண்களிடமிருந்து பெண்களின் தனித்துவத்தை வற்புறுத்தும் வகையில் வித்தியாசப் பெண்ணியம் (difference feminism) என்கிற சொல்லாடலைப் பெண்ணியர்கள் முன்வைத்து இயங்கினர். லிண்டா நிக்கல்சன் முதலானோர் இந்த 'வித்தியாசப் பெண்ணிய' அணுகல்முறை மீதே விமர்சனங்களை வைத்தனர். ஆண்களிடமிருந்து வித்தியாசப்படும் கூறுகளின் அடிப்படையில் இந்தக் கருத்தாக்கம் உருவான

போதிலும், பெண்களுக்கிடையேயான பொதுக் கூறுகளுக்கு அல்லது பொது அடையாளத்திற்கு அதிக முக்கியத்துவம் அளிக்கும் வகையில் பெண்களுக்கிடையே யான வித்தியாசங்கள் இதில் புறக்கணிக்கப்படுகின்றன என்கிற அடிப்படையில் இந்த விமர்சனங்கள் அமைந்தன. வெள்ளை இனப் பெண்களின் பிரச்சினைகளும், கருப்புப் பெண்களின் பிரச்சினைகளும், லெஸ்பியன்களின் பிரச்சினைகளும் ஒன்றல்ல என்பது இவர்களின் வாதம். எனவே 'வித்தியாசப் பெண்ணியம்' என்கிற கருத்தாக்கத் திற்குள்ளும் உள்ளார்ந்து செய்யப்படும் உடற்கூறு அடிப்படை யிலான உயிரியல் அடித்தளவாதத்திலிருந்து விடுபடுதல் அவசியம்.

அப்படியானால் முற்றிலுமாக நாம் அடையாளங்களையும் அடித்தளங்களையும் உதறிவிடுவதா? பின் நாம் எந்த அடிப்படை யில் இணைவது? உறுதியான எதிரிக்கு எதிரான நமது இணைப்பு பலவீனப்படாதா? அடையாளத்தையும் அடித்தளத்தையும் மறுப்பது இன்மைவாதத்திற்கு (nihilism) இட்டுச் செல்லாதா — என்ற கேள்விகள் மேலைச் சூழலிலும் எழுந்தன. ஸ்டான்லி ஆர்னோவிட்ஸ் என்கிற பின்நவீனநிலைச் சமூகவியலாளர், க்வாஜே அந்தனி அப்பையா என்கிற கருப்புச் சிந்தனையாளர், எர்னஸ்டோ லக்லாவ் என்கிற மார்க்சியர் ஆகியோரின் சிந்தனைகள் இது தொடர்பாக இங்கே கருதத்தக்கன.

அடித்தளத்தை உதறுதல் என்பது எவ்வாறு இன்மை வாதத்திற்கு இட்டுச்செல்லும் எனத் திருப்பிக் கேட்கும் லக்லாவ், 'எதிரி நம்மை எப்படித் தாக்கப்போகிறான் என்பது நமக்குத் தெரியாது என வைத்துக்கொள்வோம். அதனால் நாம் செயலற்று இருந்து விடுவோமா? மாறாக, எண்ணற்ற பல சாத்தியக்கூறுகளை யோசிக்கும், விவாதிக்கும் வாய்ப்பாக அல்லவா அது அமையும்? பல்வேறு வளமான சாத்தியங்களுக்கும் தயாரிப்புகளுக்குமல்லவா அது வழிவகுக்கும்' என்கிறார். மாறாக, அடித்தளம் ஒன்றை இறுகப் பற்றிக்கொண்டு யோசித்தோமானால் ஒரே ஒரு சாத்தியத்திற்கு மட்டுமே அது வழிவகுக்கும். எதிரி வேறொரு வழிமுறையைக் கையாளும்போது நாம் நிராயுதபாணியாகிவிடுவோம். இதுவரை 'கடவுள்' 'இயற்கை' 'வரலாறு' என ஏதோ ஒரு வெளி ஆற்றலுக்கே மனிதகுலம் தலைவணங்கி வந்துள்ளது. முதன்முதலாகப் பின்நவீனத்துவந்தான் தனக்கான ஒரு வரலாற்றைப் படைத்துக் கொள்ளும் வாய்ப்பை அளிக்கிறது. அடித்தளவாதம் என்பது

குறிப்பான பிரச்சினைக்கு அதற்கு வெளியேயுள்ள ஒரு எதார்த்தத்திலிருந்து விடை தேடுகிறது. பின்நவீன நோக்கோ குறிப்பான பிரச்சினைக்கு அதற்குரிய எதார்த்தத்தை உருவாக்கிக் கொள்கிறது. மூடிய அடித்தளம் என்பதற்குப் பதிலாக நாலா புறமும் திறந்த பெருவெளி (horizon) என்கிற சிந்தனையை முன்வைக்கிறார் லக்லாவ். ஒரு குறிப்பிட்ட அர்த்தத்திலிருந்து கழற்றிக்கொண்டு நீண்ட சங்கிலியாக உருவாகியுள்ள அர்த்தத் தொடரோடு இணைத்துக் கொள்ளும் 'மிதக்கும் குறிப்பான்' என்கிற சிந்தனையையொட்டி அடித்தளமற்ற நாலாபுறமும் திறந்த பெருவெளி என்பதை லக்லாவ் முன்மொழிகிறார். பெருவெளியில் தோற்றம் கொள்ளும் உருவாக்கங்கள் தனக்குள் ஒருங்கிணைந்தும் முழுமையாகவும் இருந்தபோதிலும், எந்நேரமும் புறமாக உள்ள வினைபாடுகளின் தாக்கங்களுக்கும் கவிழ்ப்பிற்கும் மாறுதல் களுக்கும் உட்பட்டதாகவே இருக்கும்.

அதேபோல அடையாளத்தைக் கட்டுடைப்பது என்பது அடையாளத்தையே முற்றாக அழித்துவிடுவதல்ல. 'ஆப்பிரிக்க அடையாளம் என்பது ஒரு சமூக உண்மை; குறிப்பான அரசியல் விளைவுகளுக்குரியது இது. இதனை நாம் விட்டுவிடக் கூடாது. ஆனால் அதற்காகச் சாராம்சமான பண்புகளுடன், மூடிய முழு அடையாளங்களைக் கட்டுவதன்மீதான நமது விமர்சனங்களையும் விட்டுவிடக் கூடாது' என்கிறார் அப்பையா. எனவே சாராம்சப் படுத்தப்பட்ட குழு அடையாளங்களையும் மூடிய முரண்எதிர்வு களையும் கட்டுடைப்பதே பின்நவீனத்துவத்தின் பணி. சாராம்சப் படுத்தப்பட்ட குழு அடையாளத்திற்குப் பதிலாகப் பன்முகத் தன்மையான, மாற்றிக்கொள்ளத்தக்க, புனைவுக் கூறுகளுடன் கூடிய அடையாளம் என்பதை வைப்பதன் மூலம் அடையாளத்தின் சுருக்கமுடியாத்தன்மை வற்புறுத்தப்படுகிறது. பாட்டாளி வர்க்கம், தமிழன், இந்தியன் என்றெல்லாம் அடையாளங்கள் இருக்க முடியாது என நாம் சொல்ல வரவில்லை. இவற்றுக்கான அரசியல் முக்கியத்துவங்களையும் நாம் மறுக்க வில்லை. ஆனால் தமிழனாக இருப்பவனுக்கு வேறு அடையாளங்களும் சாத்தியம். தமிழன் என்பதற்கு எந்த அளவு அரசியல் முக்கியத்துவம் இருக்கிறதோ, அந்த அளவிற்கு, சூழலைப் பொறுத்து, சில சந்தர்ப்பங்களில் கூடுதலாகவும்கூட, இந்தப் பிற அடையாளங் களுக்கும் அரசியல் முக்கியத்துவம் இருக்கக்கூடும்.

கடைசியாக ஒன்று. சந்தால் மொஃபே சொல்வது போல இத்தகைய தனித்தனியான அடையாளங்கள் (சாதி, வர்க்கம், பால், இனம், மொழி) என்பதை வற்புறுத்துவது அவற்றை என்றென் றைக்குமாகப் பிரித்துத் தனித்தனியாகவோ, எதிரெதிராகவோ நிறுத்துவதற்காக அல்ல. குறிப்பான நோக்கங்களுக்கான ஒன்றிணைப்புகள் எப்போதும் சாத்தியம் மட்டுமல்ல, அவசிய மும்கூட. ஆனால் இந்த ஒன்றிணைவு என்பது வரலாற்று ரீதியானது, மாறக்கூடியது, விரியவும் சுருங்கவும் வல்லது என்கிற புரிதலோடு அமையும்போது வன்முறையின் சாத்தியப்பாடுகள் குறைகின்றன. இதனைக் 'கூட்டு அரசியல்' (coalition politics) 'வானவில் கூட்டணி' போன்ற கருத்தாக்கங்களினூடாகப் பின்நவீனத்துவம் அணுகுகிறது.

பின்நவீனத்துவ அரசியலணுகல் முறையின் இன்னொரு வளமான சாத்தியப்பாடு எதிரி, இலக்கு ஆகியவற்றின் பன்மைத் தன்மையை ஏற்றுக்கொள்வதில் அடங்கியுள்ளது. சற்று யோசித்துப் பார்த்தால் நமது இலக்கின் பன்மைத் தன்மை விளங்கும். நமது சூழலில் நாம் பல எதிரிகளோடு சமகாலத்தில் பொருத வேண்டியவர்களாக இருக்கிறோம். இதில் ஒரு எதிரி குறிப்பான சந்தர்ப்பத்தில் கூடுதல் முக்கியத்துவம் வாய்ந்தவனாக இருப்பதும், விரைவில் அந்நிலை மாறக்கூடிய சாத்தியமும் நம்மை 'நகரும் இலக்கு' (moving target) என்கிற சிந்தனைக்கு இட்டுச்செல்லுகிறது. அதுபோலவே விடுதலை அரசியல் என்பது ஒற்றைப் பரிமாண முடையதாக இல்லாமல் பல்வேறு வழிமுறைகளுக்கும் (strategies) இடமளிக்கக்கூடியதாக உள்ளது.

5

அமெரிக்கச் சூழலில் செயல்பட்ட பின்நவீனத்துவச் சாய்வுடைய சில இயக்கங்களை ஆய்வுக்கு எடுத்துக்கொண்டு ஸ்டான்லி ஆர்னோவிட்ஸ் குறிப்பிடும் சில கருத்துக்கள் இங்கே கருதத் தக்கன. பெரும்பான்மையின் அறவியல் நியாயப்பாட்டைப் பின்நவீனத்துவம் ஏற்பதில்லை. தேர்தலில் வென்று ஆட்சியைப் பற்றியதாலேயே பெரும்பான்மையின் நடவடிக்கைகள் அனைத்தையும் நாம் ஏற்றுக்கொள்ள வேண்டியதில்லை. பெரும்பான்மையான மக்களின் நலன்களைக் கணக்கில் கொண்டு மட்டுமே அரசு செயல்படுவதுமில்லை. மிகச் சில வணிக

முதலாளிய நலன்களின் நோக்கிலேயே அரசின் நடவடிக்கைகள் அமைகின்றன. தவிரவும் சமூக நல அரசு என்பது சட்ட ஒழுங்கு அரசாக மாறும் நிலை இப்போது உச்சத்தை எட்டியுள்ளது. கல்வி, மருத்துவம் உள்ளிட்ட சமூக நலச் செயல்பாடுகள் எதுவும் இப்போது அரசின் பொறுப்பல்ல. சட்ட ஒழுங்கை நிலைநாட்டுவது, உள்நாட்டு/வெளிநாட்டு ஆபத்துகளிலிருந்து குடிமக்களைக் 'காப்பாற்றுவது' மட்டுமே அரசின் குறிக்கோளாக இன்று காட்டப் படுகிறது. காவல்துறை ஆணையரும், தேர்தல் ஆணையரும் நடுநாயகமான மனிதர்களாக இங்கே உலா வருகின்றனர். பெரும் பான்மையின் நியாயப்பாடு என்பது இங்கே கட்டமைக்கப்பட்ட ஒன்றாக இருக்கிறது. இதில் தொலைக்காட்சி, நவீன தொடர்புச் சாதனங்கள் முதலிய புதிய பொதுப்புலங்கள் (public spheres) முக்கிய இடம்பெறுகின்றன.

எனவே நாம், நமது நலன்களுக்காகத் தேர்தல் மூலமான சட்ட வடிவிலான அணுகல்முறைகளைத் தாண்டிச் செயல்படுதல் அவசியமாகிறது. புதிய சூழலில் எது விவாதத்துக்கான பொருள், எது பொதுமக்களின் இன்றைய கரிசனமாக இருக்க வேண்டும் என்பதெல்லாம் திட்டமிட்டுக் கட்டமைக்கப்படுகிறது. எனவே 'சொல்லாடல் உற்பத்தி' என்பதை நாம் நமது எதிரியின் மொத்தக் குத்தகையாக்கிவிடக் கூடாது. இவற்றில் நமது தலையீடு அவசியம். ஓட்டுப் பெட்டியைத் தாண்டிப் புதிய பொதுப் புலங்களுக்கு நமது போராட்டத்தை நாம் நகர்த்தியாக வேண்டும். சொல்லாடல் உற்பத்தியில் எதிரியின் முழுக் கட்டுப்பாட்டை நாம் தகர்த்தாக வேண்டும். மரியாதைக்குரிய, அங்கீகரிக்கப்பட்ட நடைமுறைகள், அரசியல் போராட்ட வடிவங்கள் என்பதிலிருந்து எதிரியைச் சங்கடத்துக்கு உள்ளாக்கும் பல்வேறு சாத்தியப் பாடுகளை நாம் யோசிக்க வேண்டும். தேசியக் கொடியை எரித்தல், ராமன் சிலையைச் செருப்பால் அடித்தல் முதலான பெரியாரின் போராட்ட வடிவங்களில் உள்ள சில கூறுகள் நாம் கணக்கில் எடுத்துக் கொள்ளத்தக்கன. பெரியாருக்குப் பிந்தி இருபதுக்கும் மேற்பட்ட ஆண்டுகளாகிவிட்டன. சூழலும், பொதுப் புலங்களின் தொழில் நுட்பங்களும் இன்று பெரிய அளவில் மாறிவிட்டன. எதிரியைச் சங்கடத்திற்குள்ளாக்கும், மரியாதைக் குரியனவாக அல்லாத வேறு பல வழிமுறைகளையும் நாம் இன்று யோசிக்க வேண்டும். இதன் பொருள் அரசை நெருக்கடிக்கு உள்ளாக்கும் வகையில் மக்கள் எழுச்சிகொள்ள வேண்டியதில்லை என்பதல்ல. மக்கள் எழுச்சி

கொள்வதற்கே இத்தகைய வழிமுறைகள் ஒரு வடிவமாக உள்ளன என்பதுதான்.

மையநீரோட்ட அரசியல் வடிவங்களுக்குள்ளேயே அழுத்தக் குழுவாகச் செயல்படுதல் இனி சாத்தியமல்ல. மையநீரோட்டம் வகுத்தளிக்கும் பல்வேறு வடிவிலான மரியாதைக்குரிய ஒழுங்கு களை ஏற்றுக்கொள்ளும் வகையில் நமது பங்கேற்பு அமைந்தால், அது நமது நோக்கம் நிறைவேறுவதற்குப் பதிலாக நம்மை மைய நீரோட்ட நலன்களுக்குத் தகவமைப்பதற்கே இட்டுச் செல்லும்.

நமது அமைப்பு வடிவங்களும் பின்நவீனத்துவச் சாய்வை வெளிப்படுத்த வேண்டும். வெளியிலிருந்து பாசிசத்திற்கு எதிராக நிற்பது போலவே நமக்குள் இருக்கும் பாசிசத்தையும் நாம் களைய வேண்டியிருக்கிறது. தலைமையில் மையம்கொண்ட மேலிருந்து கீழான அதிகாரத்துவ அமைப்பு என்பதற்குப் பதிலாக, 'வீட்டோ' அதிகாரமற்ற தனித்துவத்தோடு இயங்கும் சுயேச்சையான பல்வேறு குழுக்களின் தொகுப்பாக நமது அமைப்பு இயங்குதல் குறித்தும் நாம் சிந்தித்தாக வேண்டும்.

பின்நவீனத்துவச் சாய்வுள்ள இயக்கங்கள் நமது சூழலுக்கு எந்த அளவுக்குத் தேவை, எந்த அளவுக்குச் சாத்தியம் என்கிற கேள்விகள் முக்கியமானவைதான். ஆனால் சமீபகாலத்தில் நம்மீது திணிக்கப்படும் தொழில்நுட்பங்கள், மாற்றங்கள், உலக முதலாளியத்தோடு நாம் இணைக்கப்படும் வேகம் முதலியன புறக்கணிக்கக்கூடியதல்ல. நிறுவனங்களின் வன்முறை என்பது நமது சூழலுக்கும் பொருத்தமானது தான். நமது சாதியச் சமூகத்தில் ஒற்றைச் சாராம்ச அடையாளத்தின் பொருத்தமின்மையை வலியுறுத்தத் தேவையில்லை. அடித்தளவாதத்தின் வன்முறையை நாமும் அனுபவித்தவர்கள்தான். நாம் விரும்பினாலும் விரும்பா விட்டாலும் பின்நவீனத்துவச்சாய்வு தவிர்க்க இயலாத ஒன்று. மைய நீரோட்டம் சாராத பல்வேறு இயக்கங்கள் நமது சூழலிலும் அரும்பத் தொடங்கியுள்ளதை நாம் கவனிக்கவேண்டும். தலித் அரசியல் என்பது மரபுவழிப்பட்ட அடையாள அரசியலை நெருக்கடிக்கு உள்ளாக்கி இருப்பதையும் நாம் புறக்கணித்துவிட இயலாது. ஐரோப்பியச் சூழலில் உள்ளது போலவே இங்கும் இயக்கங்களைக் கட்டமைக்க வேண்டும் என்பதல்ல நமது வாதம். ஆனால் நமக்குரிய வகையில் நாம் மாற்று அரசியலைச் சிந்திக்கத்தக்க தருணம் வந்துவிட்டதை நாம் புரிந்துகொள்வது அவசியம்.

மேற்கோள் நூற்கள்

அப்பையா, ஆர்னோவிட்ஸ், சந்தால் மொஃபே, லிண்டா நிக்கல்சன் ஆகியோரின் கட்டுரைகளுக்குப் பார்க்க:

Linda Nicholson, Steven Seidman (ed), *Social Post Modernism: Beyond Identity Politics*, OUP, 1995.

எர்னஸ்டோ லக்லாவ் கட்டுரைக்குப் பார்க்க:

Thomas Docherty, *Post Modernism: A Reader*, Harvestar Wheatsheatf, 1993.

தெரிதாவின் கருத்துக்களுக்குப் பார்க்க:

Richard Bearsworth *Derrida and the Political*, Routledge, 1996.

J. Derrida, *Spectres of Marx*, Routledge, 1994

பின்நவீனத்துவச் சிந்தனைகளின் அறிமுகத்திற்குப் பார்க்க: அ.மார்க்ஸ், *பின்நவீனத்துவம் இலக்கியம் அரசியல்*, விடியல் பதிப்பகம், *1996*.

(திருநெல்வேலி மனோன்மணியம் சுந்தரனார் பல்கலைக்கழகம் நடத்திய 'பின்நவீனத்துவம்' தொடர்பான கருத்தரங்கில் மார்ச் 25, 1997 வாசிக்கப்பட்ட கட்டுரை. நிறப்பிரிகை, நவம்பர் 1997.)

2.2 தலித் பெண்ணியம்:
ஒரு விவாதத்திற்கான முன்வரைவு

பெண்ணியங்களில் பல வகை என்பது தவிர்க்க முடியாதது. இவற்றில் உண்மையான பெண்ணியத்தைத் தேடுவதென்பது கேலிக்குரியது.

– சந்தால் மொஃபே

மதத்திலிருந்து பிரிந்து சுயேச்சையாக அரசியல் செயல்படத் தொடங்கியது பிரெஞ்சுப் புரட்சிக்குப் பின்புதான். எனவே இதற்குப் பிந்திய அரசியலை நாம் நவீன அரசியல் எனலாம். மார்க்சியம், முதலாளியம், தேசியம், பாசிசம் முதலான எதிரெதிரான அரசியல் போக்குகளை எல்லாம் நவீன அரசியல் என்கிற ஒரே வகைப் பாட்டிற்குள் அடக்கிவிடலாம். அப்படி அடக்குவதற்குக் காரணமாய் இருக்கக்கூடிய நவீனத்துவ அரசியல் கூறுகளாவன:

1. எதார்த்தத்திலுள்ள அனைத்துப் பிரச்சினைகளையும் ஒரு குறிப்பான அடித்தளத்தை (foundation) ஆதாரமாகக்கொண்டு பகுப்பாய்வு செய்து அதனடிப்படையில் அவற்றை எதிர் கொள்ளுதல். எடுத்துக்காட்டாக உற்பத்தி முறை, வர்க்கப் பகுப்பாய்வு என்கிற அடிப்படைகளில் மார்க்சியம் எல்லாப் பிரச்சினைகளையும் அணுகும்.

2. சாராம்சமான ஒரு அடையாளத்தின் (essential identity) அடிப்படையில் தனக்குரிய மக்கள் திரளை இவ்வரசியல் கட்டமைக்கும். எடுத்துக்காட்டாக, நாசிசம் தனக்குரிய மக்கள் திரளை 'ஆரியன்' என்கிற சாராம்ச அடையாளத்துடன் கட்டமைத்தது; 'யூதன்' என்கிற சாராம்ச அடையாளத்துடன் தனது எதிரியையும் அது வரையறுத்தது. 'வர்க்கம்' 'ஆண்மை' 'பெண்மை' என்பன இதர சில சாராம்ச அடையாளங்கள். சாராம்ச அடையாளம் என்பது மாற்றிக்கொள்ளத்தக்கதல்ல. ஒருவரது எல்லாப் பண்புகளிலும் நடவடிக்கைகளிலும் அது வெளிப்படும்.

இன்று இந்த 'சாராம்ச அடையாளம்' என்கிற கருத்தாக்கம் நடைமுறையில் நெருக்கடிக்குள்ளாகியுள்ளது. பின் அமைப்பியல், பின்நவீனத்துவம் முதலிய சிந்தனைகள் 'சாராம்சம்' என்கிற தத்துவக் கருத்தாக்கத்தைக் கேள்விக்கு உள்ளாக்கியிருக்கின்றன. ஒற்றை ஒருமித்த அடையாளத்துடன் நாம் வாழ்வதில்லை. பல்வேறு அடையாளங்கள் ஒன்றோடொன்று ஊடுபாவும் வலைப் பின்னலாகவே நாம் அமைகிறோம். 'தமிழராக' இருக்கும் ஒருவரே ஒரு குறிப்பிட்ட சாதிக்காரராகவும் ஒரு குறிப்பிட்ட வர்க்கத்தவராகவும் (முதலாளி, தொழிலாளி, விவசாயி, அதிகாரி, எடுபிடி) ஒரு குறிப்பிட்ட பாலியல் அடையாளம் (திரு நங்கை, பெண், ஆண்) உடையவராகவும் இருக்கிறார். இவை அனைத்தும் ஒருவருக்குள்ளாகவே ஊடுபாவுகின்றன என்பதாலேயே ஒன்றோடொன்று ஒத்திசைந்துள்ளன எனச் சொல்ல முடியாது. பல சந்தர்ப்பங்களில் இவை ஒன்றையொன்று கவிழ்க்கக் கூடியதாகவும் உள்ளன. தொழிலாளியாக இருக்கும் ஒருவரே முதலாளியின் சாதிக்காரராகவும் இருக்கும்போது தொழிலாளியின் சாராம்ச முற்போக்குத் தன்மை ஆட்டம் காண்கிறது. இவ்வாறு வித்தியாசமான பல்வேறு தன்னிலைக் கூறுகளால் கட்டமைக்கப்பட்டவராகச் சமூக உறுப்பினர் உருவாகிறார்.

இந்தப் புரிதல் இன்று மரபுவழிப்பட்ட அடையாள அரசியலில் நெருக்கடியை ஏற்படுத்தியுள்ளது. சாராம்ச அடையாளங்களின் அடிப்படையில் வரையறுக்கப்பட்ட அரசியல் சமூகங்களின் பிடிக்குள் அகப்படாமல் துருத்திக்கொண்டு வெளியே நிற்கும் எச்ச சொச்சங்கள், மிச்சம் மீதிகள் (remainders) தங்கள் குரலை இன்று மேலெழுப்பத் தொடங்கியுள்ளனர். தங்களுக்கான அரசியலை இன்று உயர்த்திப்பிடிக்க ஆரம்பித்துள்ளனர். பெண்ணிய அரசியலில் இது எவ்வாறு வெளிப்படுகிறது என்பதை இனிப் பார்ப்போம்.

2

ஆண்களுக்கான சட்டபூர்வமான உரிமைகள் அனைத்தும் சமமாகப் பெண்களுக்கும் வழங்கப்பட வேண்டும் என எழுந்த முதலாளியப் பெண்ணியமாகட்டும், குடும்பம்/உற்பத்தி ஆகிய வற்றின் பின்னணியில் பெண்ணடிமைத்தனத்தின் தோற்றத்தைக் கண்டுணர்ந்த மார்க்சியப் பெண்ணியமாகட்டும், தந்தைவழிச் சமூக மதிப்பீடுகளுக்கு எதிராகப் பெண்மையின் தனித்துவத்தை

உயர்த்திப் பிடித்த தீவிரப் பெண்ணியமாகட்டும் (radical feminism) அவை அனைத்தும் 'பெண்' என்பதற்கு ஒரு சாராம்சமான அடையாளத்தை ஏற்றுக்கொண்டன. உடற்கூறை அடித்தளமாகக் (biological foundation) கொண்டு பெண்ணுறுப்புகளைக் கொண்ட அனைத்து மனித உயிரிகளையும் ஒன்றெனக் கொண்டன; பெண் எனக் கண்டன; ஒட்டுமொத்தமான பெண்களின் விடுதலையை இவை பேசின.

பெண்களனைவரையும் ஒன்றெனக் காணும் உடற்கூறு அடித்தளவாதத்திற்கு எதிரான பெண்ணியக் குரல்கள் இன்று இரு திசைகளிலிருந்து மேலெழும்புகின்றன. அவை:

1. வெள்ளை இனப் பெண்களிலிருந்து தங்களை வேறுபடுத்திக் கொண்டு முற்றிலும் புதிய நோக்குடன் ஆண் பெண் உறவுகளை அணுகிய கறுப்பினப் பெண்களின் எழுச்சி.
2. ஓரினப் பெண்ணுறவாளர்கள் (lesbians) மற்றும் பால் கடந்த மனித உயிரிகளின் (transexuals) இருப்பிற்கு இடமளிக்க வேண்டும் என எழுந்த குரல்கள்.

ஏங்கலா டேவிஸ், குளோரியா ஜோசப், லிண்டா நிக்கல்சன், சந்தால் மொஃபே முதலியோர் இப்படிக் குரலெழுப்புகிறவர்களில் சிலர்.

'பெண்' என்றால் யார்? 'பெண்' என்கிற சொல்லின் பொருள் என்ன? எந்த ஒரு சொல்லுக்கும் பொருள் என்பது ஒரு தனித்துவ மான பண்பைப் பிரித்து வரையறுத்துக் காட்டுவதல்ல. விட்கென் ஸ்டெய்ன் சொல்வது போல வித்தியாசமான பல்வேறு மொழி விளையாட்டுகளில் பங்கு பெறுவதனூடாகவே ஒரு சொல்லின் பொருளை நாம் உணர்ந்துகொள்கிறோம். 'சொல்' என்பது ஒரு தனித்துவமான பொருளுடன் தீர்மானகரமான உறவைக் கொண்டுள்ளது என்பதைக் காட்டிலும் சிக்கலான பல பண்புகளின் வலைப்பின்னலாக அது விரிவு பெறுகிறது என்பதே சரியாகும்.

'விளையாட்டு' என்கிற சொல்லை எடுத்துக்கொள்வார் விட்கென் ஸ்டெய்ன். பல விளையாட்டுகளை நாம் அறிவோம். சீட்டு விளையாட்டுகள், பலகை விளையாட்டுகள் (செஸ், கேரம்), பந்து விளையாட்டுகள். இப்படி இவை எல்லாவற்றுக் கிடையேயான பொதுமைகள் (commonalities) என்பதைக் காட்டிலும் ஒப்புமைகள் (similarities), உறவுகள், குறுக்கீடுகள் ஆகியவற்றின் மூலமாகவே 'விளையாட்டு' என்கிற சொல்லின் 'பொருள்' நம்மிடம்

உருவாகிறது. 'விட்கென்ஸ்டெய்ன் விளையாட்டு பற்றிச் சொன்னது பெண்ணுக்கும் பொருந்தும்' என்கிறார் லிண்டா நிக்கல்சன். பெண்ணை ஒரு குறிப்பான பண்புக்குரியவளாகச் சுட்டுவதைக் காட்டிலும் சிக்கலான பல பண்புகளின் வலைப்பின்னலாகப் பார்ப்பதே சரியாக இருக்கும். கர்ப்பப்பை அல்லது பெண்குறிதான் ஒரு பெண்ணின் சாராம்சம் என்றால் இவை இல்லாமலும் பெண்களாய் இருப்பவர்களை, உணர்பவர்களை என்ன சொல்வது என்கிற கேள்வியை எழுப்புகிறார் லிண்டா. உடற்கூறு அடித்தள வாதத்தின் அடிப்படையில் பெண் உறுப்புகள் உள்ளவர்களை யெல்லாம் ஒரே மாதிரியாகப் பெண்கள் எனப் பார்த்து அவர்கள் அனைவரின் அனுபவங்களையும் பொதுமைப்படுத்த முடியாது. ஒரு கருப்புப் பெண்ணின் அனுபவமும் வெள்ளைப் பெண்ணின் அனுபவமும் ஒன்றாய் இருக்க முடியுமா?

அப்படியானால் பொதுமைக் கூறுகளோடு வித்தியாசங்களும் உண்டு எனப் பார்க்கலாமா? அப்படிப் பார்ப்பது பின் ஏதோவொரு வடிவில் உடற்கூறு அடிப்படையிலான பொதுமைகளைப் பிரதானப் படுத்தி வித்தியாசங்களைப் புறக்கணிப்பதில்தான் முடியும் என்கிறார் லிண்டா.

பெண்ணின் மீதான ஒடுக்குமுறை + இன அடிப்படையிலான ஒடுக்குமுறை = கருப்புப் பெண்ணின் மீதான ஒடுக்குமுறை என்பது போன்ற ஆய்வுகளை 'கூட்டல் கழித்தல் பகுப்பாய்வு' எனக் கேலி செய்யும் எலிசபெத் ஸ்பெல்மான், 'ஒரே மாதிரியான பாலியல் ஒடுக்குமுறையானாலும் அது வெள்ளைப் பெண்ணுக்கும் கருப்புப் பெண்ணுக்கும் ஒரே மாதிரியாக இல்லாததை இத்தகைய பகுப்பாய்வுகள் கணக்கிலெடுத்துக் கொள்வதில்லை. எனவே கருப்புப் பெண்ணின் அனுபவங்கள் இத்தகைய கூட்டல் கழித்தல் பகுப்பாய்வுகள் மூலம் சரியாக வெளிக்கொணரப்படுவதில்லை' என்கிறார். கருப்புப் பெண்ணின் மீதான மொத்த ஒடுக்குமுறை — பெண் எனும் நிலையிலான ஒடுக்குமுறை = இன அடிப்படை யிலான ஒடுக்குமுறை என்றெல்லாம் கணக்குப் போடுவது அபத்தம். கருப்பு அடையாளமும் பெண் எனும் அடையாளமும் பின்னிப் பிணைந்து கிடக்கிறது; ஏதொன்றையும் தனியாகப் பார்க்க முடியாது. எனவே வெள்ளைப் பெண்ணுக்கும் கருப்புப் பெண்ணுக்குமான பொதுமைக் கூறுகளைக் காட்டிலும் வித்தி யாசங்களே முக்கியம். இதனைச் சற்று விரிவாகப் பார்ப்போம்.

3

கருப்புப் பெண்ணின் பிரச்சினைகள் தனித்துவமானவை என்கிற கருத்தை சோஜர்னர் ட்ரூத் முதலானவர்கள் சுமார் ஒன்றரை நூற்றாண்டுகளுக்கு முன்னதாகவே சுட்டிக் காட்டியுள்ளனர். 1851இல் செனகாவில் நடந்த 'பெண்ணுரிமை மாநாட்டில்' அவர் இதனை வலியுறுத்தினார். கருப்புப் பெண்கள் பொதுவான பெண்ணிய இயக்கங்களிலிருந்து சற்றே விலகி நிற்கும் போக்கு இந்த நூற்றாண்டில் உறுதியாகி, கருப்புப் பெண்ணியம் என்கிற தனித்துவமான சிந்தனைப் போக்கு உருவாவதற்குக் காரணமாகி உள்ளது.

கருப்புப் பெண்ணியத்தின் அவசியம் குறித்து அய்டா வெல்ஸ், ஆங்கெலா டேவிஸ், பாட் ஆர்மஸ்ரோங், குளோரியா ஜோசப் முதலானோர் முன்வைக்கும் கருத்துக்களை இந்தப் பகுதியில் தொகுத்துக்கொள்வோம். தோழர்கள் இப்பகுதியைப் படிக்கும் போது இந்தச் சிந்தனைகள் நமது சூழலுக்கு எந்த அளவுக்குப் பொருந்தும், எந்தெந்த அம்சங்களில் பொருந்தாது என்பதைக்கூடவே சிந்தித்துவருமாறு கேட்டுக்கொள்கிறேன்.

கருப்புப் பெண்ணியரின் நியாயங்கள்: மார்க்சியப் பெண்ணியம் பாலியலுக்குரிய முக்கியத்துவத்தை அளிப்பதில்லை (sex blind) எனத் தீவிரப் பெண்ணியர்கள் குற்றம் சாட்டுகின்றனர். ஆனால் இவர்கள் அனைவருமே இனப்பிரச்சினையில் குருட்டுத்தனமாய் (race blind) இருக்கிறார்கள். ஆணாதிக்கச் சமூகத்தில் பெண்கள் ஆற்றல் இழந்தவர்களாய் இருப்பது உண்மை. ஆனால் எல்லாப் பெண்களும் சம அளவில் ஆற்றல் இழந்தவர்களாக இல்லை. அடிமைமுறை என்பது கருப்பர்கள் மத்தியிலான ஆண்–பெண் உறவுகளில் பல வித்தியாசங்களுக்குக் காரணமாகியுள்ளது. கருப்பர்களுக்குள்ளான ஆண்–பெண் உறவுகளில் அது ஒரு முரணான பாத்திரத்தை வகிக்கிறது. கருப்பர்களுக்குள் ஒப்பீட்டளவில் ஆண்-பெண் சமத்துவத்திற்கு அடிமைமுறை காரணமாகியுள்ளது. வயல்களிலும் பண்ணை இல்லங்களிலும் கருப்பு ஆண்–பெண் இருபாலர் மீதும் மேற்கொள்ளப்படும் சமமான மனிதத்தன்மையற்ற கொடுங்கோன்மைகள் (பெண்கள்மீதான பாலியல் வன்முறை, ஆண்களைக் கொல்லுதல், ஆண்மை நீக்கம் செய்தல் முதலியன) இத்தகைய 'முரண் சமனி'யாகச் (ironic equaliser) செயல்படுகின்றன. ஒரே மாதிரியான கொடுங்கோன்மை என்பது

ஓரளவு கருப்புப் பெண்ணின் விடுதலைக்குக் காரணமாகியுள்ளது. மேலும் சில கருத்துக்களைப் பார்ப்போம்.

டபிள்யூ. ஈ.பி. தூபோய்ஸ்

கருப்புப் பெண்ணின் விடுதலை அவர்மீது கொடுங்கோன்மை யாய்த் திணிக்கப்படுகிறது.

ஆங்கெலா டேவிஸ்

அடிமையாய்ச் செயல்படுவதற்கு முதலில் அவரது பெண் என்னும் அடையாளம் அழிக்கப்படுகிறது.

எனவே, வெள்ளை இனத்தவர் மத்தியிலுள்ள ஆண்-பெண் உறவும் கருப்பர்கள் மத்தியிலுள்ள ஆண்-பெண் உறவும் ஒரே மாதிரியாக இல்லை என்பதால் கருப்பர்கள் மத்தியில் ஆண்-பெண் உறவைப் பகுப்பாய்வு செய்வதற்குத் தனித்துவமான பெண்ணியப் பகுப்பாய்வுகள் தேவையாகின்றன. கருப்புப் பெண்மீதான கருப்பு ஆணின் கொடுங்கோன்மை ஒப்பீட்டளவில் குறைவாக உள்ளது. வீட்டுக்குள் பெண்களே வீட்டு வேலைகளைச் செய்பவர் களாக உள்ளார்கள் என்பது கருப்புச் சமூகத் திற்கும் பொருந்தும் என்றாலும் இந்த அடிப்படையில் வெள்ளை இனக் குடும்ப உறவுகளும் கருப்பினக் குடும்ப உறவுகளும் ஒரே மாதிரியானவை எனச் சொல்ல முடியாது. கருப்புச் சமூகத்திற்குள் குடும்ப உறவுகள் நெகிழ்ச்சியாயுள்ளன. ஒப்பீட்டளவில் கருப்புப் பெண் குடும்ப உறவுகளிலும் விடுதலை பெற்றவராக உள்ளார்.

இதுபோலவே பாலியல் நோக்கில் பொதுப்புலம் (public sphere) X தனிப்புலம் (private sphere) என்கிற பிரிவினையும்கூட வெள்ளைச் சமூகத்திற்குப் பொருந்துகிற அளவுக்குக் கருப்புச் சமூகத்திற்குப் பொருந்துவதில்லை. கருப்புப் பொதுப் புலம் வெள்ளைப் பொதுப் புலத்தின் அளவு ஆண் தன்மையானதாக (masculine) இல்லை.

எனவே, ஒட்டுமொத்தமாக ஆண்களின் ஆதிக்கம் பெண் களின் அடிமைத்தனம் என்றெல்லாம் சொல்லமுடியாது. ஒட்டு மொத்தமாக ஆண்களின் ஆதிக்கம் இந்தச் சமூகத்திற்குள் இருப்ப தாகச் சொல்ல முடியாது. எந்தக் கருப்பு ஆணும் வெள்ளைப் பெண்ணை ஆதிக்கம் செய்வதில்லை. ஆனால் எல்லா வெள்ளை ஆண்களும் வெள்ளைப் பெண்கள்மீது மட்டுமல்லாது, கருப்புப் பெண்கள்மீதும் ஆதிக்கம் செலுத்துபவர்களாக உள்ளனர். கருப்புப்

பெண்கள்மீதும் அவர்கள் ஆதிக்கம் செலுத்துகின்றனர். எனவே, வெள்ளைப் பெண்கள் 'பெண்' என்னும் அடிப்படையில் ஒடுக்கப் படுபவராக உள்ள போதே 'இனம்' என்கிற அடிப்படையில் ஒடுக்குபவராகவும் உள்ளனர்.

எனவே, இச்சமூகத்தை வெறும் 'ஆணாதிக்கச் சமூகம்' எனச் சொல்வதைக் காட்டிலும் 'வெள்ளை ஆணாதிக்கச் சமூகம்' (white male patriarchy) எனச் சொல்வதே பொருத்தம்.

ஆணாதிக்கச் சமூகத்தின் அடிப்படையாக உள்ளது ஆண்களுக் கிடையேயான திண்ம ஒற்றுமை (solidarity). ஒரு கலப்பினச் சமூகத்தில் இதையும்கூட நாம் கட்டுடைத்துப் பார்க்க வேண்டி யுள்ளது. ஒட்டுமொத்தமாக ஆண்களுக்குள்ளே திண்ம ஒற்றுமை நிலவுவதாகச் சொல்ல முடியாது. ஒரு வெள்ளை ஆணுக்கும் கருப்பு ஆணுக்கும் இடையேயான திண்ம ஒற்றுமையைக் காட்டிலும் ஒரு வெள்ளை ஆணுக்கும் வெள்ளைப் பெண்ணுக்கு மிடையேயான ஒற்றுமை கூடுதலாக உள்ளது. அதுபோலவே ஒரு வெள்ளைப் பெண்ணுக்கும் கருப்புப் பெண்ணுக்குமான திண்ம ஒற்றுமையைக் காட்டிலும் இன அடிப்படையிலான ஒற்றுமையே இருபக்கமும் வன்மையாகச் செயல்படுகிறது.

கருப்புப் பெண்ணைப் பொறுத்தமட்டில் அவள் பெண்ணாக இருப்பதனால் படும் துன்பங்களைவிட அவள் கருப்புப் பெண்ணாக இருப்பதனால் படும் துயரங்களும் அனுபவிக்கும் கொடுமைகளுமே அதிகம். எனவே கருப்புப் பெண்ணைப் பொறுத்தமட்டில் 'பெண்' என்பது அவளது முழு அடையாளமாக இருக்க முடியாது.

வெள்ளைப் பெண்ணைப் பொறுத்தமட்டில் அவர் ஒடுக்கும் நிலையிலிருந்து இருபால் கருப்பரையும் ஒடுக்குபவராகவும் உள்ளதால் அவரது உடனடி ஆர்வம் இன ஆதிக்கத்தைத் தக்க வைப்பதாகவே உள்ளது. எனவே எப்படிப் பெண்கள் தங்கள் விடுதலைக்காக ஆண்களை நம்பியிருக்க முடியாதோ, அது போலவே கருப்புப் பெண்கள் தமது விடுதலைக்காக வெள்ளைப் பெண்களையும் நம்பியிருக்க முடியாது.

பாட் ஆம்ஸ்ரோங்

அமெரிக்காவிலுள்ள வெள்ளைப் பெண்கள் இனவெறியால் பயன்பெறுபவர்களாக உள்ளதால் அவர்களது வெள்ளைத் தன்மை

பெண் எனும் நிலையைக் கட்டுப்படுத்துகிறது. வெள்ளைப் பெண்ணியவாதிகள் தங்களின் வெள்ளைத் தன்மையின் இந்தக் கட்டுப்படுத்தும் நிலையை உணர்ந்து கொள்ள வேண்டும்.

குளோரியா ஜோசப்

எனவே வெள்ளைப் பெண்ணியர்கள் மீது, பின்வரும் கடப்பாடுகள் உள்ளன:

1. இனவெறி அமைப்பின் கருவிகளாகவும் பயன் பெறுபவர்களாகவும் தாங்கள் உள்ளதை அவர்கள் அறிந்தேற்க வேண்டும்.
2. உழைக்கும் மகளிரில் உள்ள கருப்புப் பெண்களின் தனித்துவமான பிரச்சினைகளுக்காகப் போராட வேண்டும்.
3. மூலதனத்திற்கும் ஆணாதிக்கச் சமூகத்திற்குமான கூட்டு உறவில் வெள்ளை ஆண்களின் பாத்திரத்திற்கும் கருப்பு ஆண்களின் பாத்திரத்திற்கும் இடையிலான வேறுபாட்டைப் பிரித்தறிதல் வேண்டும்.

கருப்புப் பெண்ணியர்களின் கருத்துக்கள் இங்கே அவர்களின் மொழியிலேயே தொகுக்கப்பட்டுள்ளன. இவை எந்த அளவிற்கு நமது சூழலுக்குப் பொருத்தமுடையனவாக உள்ளன என்பதை இனிப் பார்ப்போம்.

4

தலித் பெண்ணியத்தைக் கட்டமைக்கும் முயற்சியிலுள்ள நாம் உலக அளவில் இதற்குரிய முன்மாதிரிகளைத் தேடுவதும் பொருத்தமான அம்சங்களை நமது சூழலுக்குரிய முறையில் வளர்த்தெடுப்பதும் தவிர்க்க இயலாதது. ஏதோ ஒரு அடிப்படையில் ஒன்றோடொன்று நெருங்க இயலாத கூறுகளாகப் பிளவுண்ட ஒரு சமூகத்தில் பெண்ணியர்கள் மத்தியில் இப்பிரச்சினை எவ்வாறு எதிர்கொள்ளப்பட்டது எனத் தேடும்போது அமெரிக்க அடிமைச் சூழல் தென்னாப்பிரிக்க இன ஒதுக்கல் சூழல் ஆகியன நமது கவனத்தில் படுவது தவிர்க்க இயலாதது. அமெரிக்க அடிமைச் சூழலில் வெள்ளைப் பெண்களுக்கும் கருப்புப் பெண்களுக்கும் இடையேயான வித்தியாசம் என்பது இந்தியத் தீண்டாமைச் சூழலில் உயர்சாதிப் பெண்களுக்கும் தலித் பெண்களுக்கும் இடையிலான வித்தியாசத்தோடு பொருத்திப் பார்க்கத்தக்கதாக உள்ளது. ஒவ்வொன்றாய்ப் பார்ப்போம்.

இங்கும்கூட ஒட்டுமொத்தமாய் ஆண்கள் அனைவருக்கு மிடையே திண்ம ஒற்றுமை இருப்பதாகச் சொல்ல முடியாது. உயர்சாதி ஆண்களுக்கும் தலித் ஆண்களுக்குமிடையேயான ஒற்றுமையைக் காட்டிலும் உயர்சாதி ஆண்களுக்கும் உயர் சாதிப் பெண்களுக்குமிடையேயான ஒற்றுமையே அதிகம். தலித் பெண்களுக்கும் மற்ற பெண்களுக்குமிடையேயான ஒற்றுமையைக் காட்டிலும் தலித் பெண்களுக்கும் தலித் ஆண்களுக்கும் இடையே யான ஒற்றுமையே அதிகம். உயர்சாதிப் பெண் தீண்டாமையின் மூலம் தலித் பெண்கள்மீது மட்டுமல்ல தலித் ஆண்கள்மீதும் அதிகாரம் செலுத்தக்கூடியவளாகவும் அதன் மூலம் பயன் பெறுபவளாகவும் உள்ளாள். கிராமப்புறங்களில் இது வெளிப் படையாகவே தெரியும். எனவே தன்மீதான இழிவை ஒழிப்பதற்கு ஒரு தலித்பெண் பிற உயர்சாதிப் பெண்களை நம்பியிருக்க முடியாது.

ஒரு தலித் பெண்ணுக்குப் 'பெண்' என்கிற நிலையைக் காட்டிலும் 'தலித் பெண்' என்கிற நிலையிலேயே அடையாளம் கட்டமைக்கப் படுகிறது. ஒரு தலித் பெண்ணின் பிரச்சினைகள் அவள் பெண்ணாக இருப்பது என்பதைக் காட்டிலும் தலித் பெண்ணாக இருப்ப தாலேயே ஏற்படுகின்றன. பாமாவின் கதைப் பெண்கள் படும் பாடுகள் இதைத் தெளிவாக்கும்.

மேற்சாதிச் சமூகங்களுக்குள் நிலவும் ஆண்-பெண் உறவையும் தலித் சமூகங்களுக்குள் நிலவும் ஆண்-பெண் உறவையும் நாம் ஒரே பகுப்பாய்வின் மூலம் விளக்கிவிட முடியாது. குடும்பத்திற்குள் தலித் பெண் கூடுதலாக வேலை செய்கிறாள். எனினும், தலித் குடும்ப உறவுகளுக்கும் மேற்சாதி குடும்ப உறவுகளுக்கும் வேறுபாடுகள் உண்டு. ஒப்பீட்டளவில் தலித்பெண் கூடுதல் சுதந்திரம் உடையவளாக இருக்கின்றாள். விதவைநிலை (வைதவ்யம்) என்பது தலித் சமூகத்தில் இல்லை. கற்பு என்னும் கருத்தாக்கத் திலும்கூட இங்கே வித்தியாசமுள்ளது. கணவனே கண்கண்ட தெய்வம் என்பது தலித் சமூகத்தில் ஏற்புடையதல்ல. அறுத்துக் கட்டுதல் இங்கே சமூகத் தடைக்குரிய நடைமுறை அல்ல.

தலித் பொதுப்புலம் ஆண்சார்பற்றது எனச் சொல்ல முடியாது. எனினும் இதிலும் மேற்சாதிப் பொதுப்புலத்தின் அளவு ஆண் சார்புத்தன்மை இல்லை எனலாம்.

சுருக்கமாகச் சொல்வதெனில் தலித் பெண்களின் பிரச்சினைகள் பொதுவான பெண்களின் பிரச்சினைகளிலிருந்து வித்தியாசப் படுகின்றன; தனித்துவமுடையனவாய் உள்ளன. நம்முடையது ஒரு வெறும் ஆணாதிக்கச் சமூகம் அல்ல; இது ஒரு உயர்சாதி ஆண்களின் சமூகம். தலித்பெண்ணியம் சாதியத்தையும் பார்ப்பனியத்தையும் ஆணாதிக்கத்திற்கிணையான இலக்குகளாகக் கொள்வது தவிர்க்க இயலாது.

5

இந்தியச் சூழலில் பெண்ணியச் சிந்தனையில் இரு போக்குகளைச் சுட்டிக்காட்ட முடியும். உடன்கட்டை, குழந்தைத் திருமணம் ஆகியவற்றை ஒழித்தல், பெண் கல்விக்குரிய தடைகளை நீக்குதல் என்கிற அளவில் இங்கே பெண்ணியச் சிந்தனைகள் தலை யெடுத்தன. இவை அனைத்தும் அன்றைய முக்கியத் தேவை களாகவும் உடனடிச் செயல்பாடுகளாகவுமிருந்தன என்பதில் ஐயமில்லை. எனினும் இவற்றை முன்னிலைப்படுத்திப் போராடிய முதற்கட்ட முன்னோடிகள் யாரும் சாதி ஆதிக்கம், பார்ப்பனியம், இந்(து)திய மரபு ஆகியவற்றைக் கேள்விக்குள்ளாக்கியவர்கள் இல்லை. ஆங்கிலேயரது வருகையை ஒட்டி இந்தியச் சமூகங் களில் ஏற்பட்ட நவீன மாற்றங்களுக்கிணையாக இந்திய மரபைப் புதுப்பிக்க முயன்றவர்கள் இவர்கள்.

நகர்மயம், ஆங்கிலக் கல்வி, மத்தியதர வர்க்கம் முதலியவற்றின் வளர்ச்சியை ஒட்டி அதற்கு ஒத்திசையாத அம்சங்களை இந்து மரபிலிருந்து கிள்ளியெறிய முயன்றவர்கள் இவர்கள். குழந்தை களை நவீன உலகத்திற்குரிய முறையில் வளர்க்கத் தெரிந்த, வரும் நண்பர்களை உபசரிக்கக்கூடிய, பழமையை உதறிய, ஆனால் இந்திய மரபுக்கு உகந்த நவீன இந்திய மனைவியரை உருவாக்குவதே இவர்களின் நோக்கம். வேதம், இந்துமதம், இந்(து)திய மரபு முதலியனவற்றை இவர்கள் மேன்மையானதாகக் கண்டனர். கற்பு, குடும்பம் முதலிய நிறுவனங்கள் ஆணாதிக்கத்திற்குத் துணை போவது பற்றி இவர்கள் எந்தக் கேள்வியையும் எழுப்பத் தயாராக இல்லை. இவர்களது வழியில் வந்தவர்களிலேயே தீவிரமான சிந்தனைப் பொறிகளை எழுப்பியவராகிய பாரதிகூட, கற்பு என்பதை இருசாராருக்கும் பொதுவில் வைப்பது என்கிற அளவிற்குத் தான் வந்தாரேயொழிய கற்பு என்பதையே கேள்விக் குள்ளாக்கத் துணியவில்லை.

பெண்ணியச் சிந்தனைகளில் இன்னொரு போக்கிற்குக் காரணமாக இருந்தவர்கள் இந்திய மரபையும் இந்து மதத்தையும் வேதங்களையும் சாதியத்தையும் பார்ப்பனியத்தையும் கேள்விக் குள்ளாக்கியவர்கள். பெரியார் ஈ.வெ.ரா, ஜோதிபாபூலே முதலானோர் இந்தத் திசையில் முன்னணியில் இருப்பவர்கள். கற்பு, குடும்பம் முதலான கருத்தாக்கங்களை முதன்முதலாகக் கேள்விக் குள்ளாக்கும் வாய்ப்பு இவர்களுக்குத்தான் கிட்டியது. பெண்ணியம் குறித்த மிகவும் நவீனமான சிந்தனைகளையெல்லாம் பெரியார் முன்வைத்தார். பெண்கல்விக்கு முதன்மையளித்த பூலே, பால் சாராத மொழியில் எழுதுதல் முதலியனவற்றையெல்லாம் அன்றே முயன்றவர். பெண்ணியம் குறித்து அதிகம் எழுதாதவராயினும் டாக்டர் அம்பேத்கர் இந்துமதத்திற்கு மாற்றாக இங்கே உயர்த்திப் பிடித்த புத்தமதம் இந்து மதத்தைக் காட்டிலும் பெண்களுக்குச் சமவாய்ப்புகளை அளிப்பதாக இருந்தது குறிப்பிடத்தக்கது.

இந்திய மரபுக்குரிய பெண்ணியம் என்கிற கருத்தை இன்று இந்துத்துவத்தை உயர்த்திப்பிடிப்போர் முன்வைக்கின்றனர். பாரதீய ஜனதாக் கட்சியின் பெண்கள் பிரிவாகிய 'மகிள மோர்ச்சா'வைச் சேர்ந்த மிருதுளா சின்கா சொல்வது:

இந்தியப் பாரம்பரியம் முன்வைத்து ஏற்றுக்கொண்ட பாலியல் சமத்துவத்தை மீட்டுத் தருவதென பாரதீய ஜனதாக் கட்சி சபத மேற்கிறது. மேற்கில் வளர்ந்துவரும் பெண் விடுதலை இயக்கங்களிலிருந்து நாங்கள் கோட்பாட்டளவில் வேறுபடு கிறோம். சமூகத்திலும் பொருளாதாரத்திலும் ஒருவகை யான மறுசீரமைப்பை நாங்கள் கோருகிறோம். மதிப்பீடுகளில் அடிப்படை மாற்றங்கள் தேவையில்லை. வீட்டுக்குள்ளும் சமூகத்திலும் இந்தியப் பெண்களுக்கு எப்பொழுதும் ஒரு கவுரவமான இடம் இருந்து வந்திருக்கிறது. இதனை மறுவுறுதி செய்து நிறுவினால் போதுமானது.

நைரோபியில் நடைபெற்ற ஐ.நா. பெண்கள் மாநாடொன்றில் பெண்களின் வீட்டு வேலைக்கு ஊதியம் கணக்கிடப்பட வேண்டு மெனவும் 'லெஸ்பியனிசம்' எனப்படும் ஒருபாலுறவுக்குச் சட்ட ஏற்பு வழங்கப்பட வேண்டுமெனவும் வாதிடப்பட்டது. இது குறித்த 'மகிள மோர்ச்சா'வின் கருத்து:

இந்திய சமூக ஒழுங்கிற்கும் கலாச்சாரப் பாரம்பரியத்திற்கும் இவை எதிரானவை. வீட்டுப் பணிக்குக் கூலி நிர்ணயிப்பது

என்பது இந்தியத் தாய்மையை இழிவு செய்வது. 'லெஸ்பியனிசத் திற்கு' சட்ட ஏற்பு என்பது ஆபாசமான கோரிக்கை; இந்தியச் சூழலுக்கு ஒவ்வாதது.

இந்திய மரபுக்குரிய பெண்ணியம் என்கிற கருத்தை பாரதீய ஜனதா வெளிப்படையாக முன்வைக்கிறதென்றால் இன்னும் பலர் இதே சிந்தனையை மறைமுகமாக வைக்கின்றனர். சாதி ஆதிக்கம், பார்ப்பனியம், இந்துத்துவம் ஆகியவற்றைக் கேள்விக்குள்ளாக் காமல் பெண் விடுதலை பேச நினைக்கும் எல்லோரையும் இந்த வரிசையில் நிறுத்திவிட முடியும். இவர்களுக்குப் பெண் விடுதலை என்றால் அழகிப் போட்டியை எதிர்ப்பது, ஆபாசச் சுவரொட்டியைக் கிழிப்பது, வீட்டுப்பொருட்களின் விலை ஏற்றத்திற்கு எதிராக ஆர்ப்பாட்டம் செய்வது, சாதிவாரி ஒதுக்கீடு இல்லாமல் பெண்களுக்கு 33 சதம் இடஒதுக்கீட்டிற்காகப் போராடுவது என்பவைதான். இவர்கள் மேற்கொள்ளும் ஆக முற்போக்கான செயல்பாடு காவல் நிலைய பாலியல் வன்முறை களைக் கண்டித்து இயக்கம் நடத்துவதுதான். குடும்பம், கற்பு, சாதி, இந்(து)திய மரபு முதலானவற்றைக் கேள்விக்குள்ளாக்கு வதை இவர்களால் சகிக்க முடியாது. பெரியாரை அப்பழுக்கற்றவ ராகக் காட்ட முயலும் ஒரு சிலருங்கூட அவரது பெண்ணியச் சிந்தனைகளை உயர்த்திப் பிடிப்பதில்லை. அவரது எதிர் கலாச்சாரச் சிந்தனைகளை மனதார ஏற்றுக்கொள்வதில்லை. திருநங்கைகள், பால் கடந்த உயிரினர், ஒருபால் உறவினர் பற்றிப் பேசுவதை இவர்களால் சகித்துக் கொள்ளவே முடியாது.

தலித் பெண்ணியம் இத்தகைய இந்துத்துவப் பெண்ணியத்தி லிருந்து விலகி நிற்கும் என்பதைச் சொல்ல வேண்டியதில்லை. அயோத்திதாசரும் அம்பேத்கரும் முயன்றதைப் போல தலித் பெண்ணியமும் இந்திய மரபு என்பதை வைதீக வேர்களிலிருந்து அல்லாமல் பவுத்த, சமண அவைதீக மரபில் தேட முயலும் அம்பேத்கர், பெரியார், பூலே வழியில் நின்று சாதீயம், பார்ப்பனீயம், ஆணாதிக்கம் ஆகியவற்றை எதிர்க்கும். தலித் ஆணை அது தன் எதிரியாக நிறுத்தாமல், உயர்சாதி ஆணாதிக்கச் சமூகத்தை அது தனது இலக்காகக் கொள்ளும்.

6

இப்போது நம்முன் இரண்டு கேள்விகள் எழுகின்றன:

முதல் கேள்வி: ஒரு தலித் ஆண், தலித் பெண்ணைக் கொடுமைப் படுத்துவதே இல்லையா? ஆதிக்கம் செய்வதில்லையா? நீங்கள் சொல்லும் நிலைப்பாடு தலித் ஆண்களுக்கு, தலித் பெண் களுக்கு எதிரான பாதுகாப்பை வழங்குவதாகாதா?

தலித் சமூகம் ஒருபடித்தானது என நாம் சொல்லவில்லை. அதற்குள்ளும் பல்வேறு தனித்துவங்கள் இருக்கவே செய்கின்றன. தலித் பெண்களின் பிரச்சினைகளும் அனுபவங்களும் நிச்சயமாக தலித் ஆண்களின் பிரச்சினைகளிலிருந்தும் அனுபவங்களிலிருந்தும் வித்தியாசப்பட்டு உள்ளதால்தான் 'தலித் பெண்ணியம்' என்கிற கருத்தாக்கத்தை முன்வைக்கிறோம். இல்லையேல் 'தலித்தியம்' என்பதோடு நிறுத்திக்கொண்டிருப்போம். தலித் சமூகத்திற்குள் தலித் பெண்ணின் மீதான தலித் ஆணின் ஒடுக்குமுறையைத் தலித் பெண்ணியம் நிச்சயமாக எதிர்த்து நிற்கும். 'தலித்' என்னும் உரிமையைப் பயன்படுத்தி ஒரு தலித்ஆண், தலித் பெண்ணின் மீது ஆதிக்கம் செலுத்துவதை அது ஏற்றுக்கொள்ளாது. கருப்புப் பெண்ணிய அனுபவங்களிலிருந்து இங்கே ஒரு எடுத்துக்காட்டைச் சொல்ல முடியும். சில ஆண்டுகளுக்கு முன்பு (1991) கிளாரென்ஸ் தாமஸ் என்ற கருப்பர் அமெரிக்க உச்சநீதிமன்ற நீதிபதியாக நியமிக்கப்பட்ட போது அனிதாஹில் என்னும் கருப்புப் பெண் அவர்மீது பாலியல் வன்முறை தொடர்பான குற்றச்சாட்டை முன்வைத்தது உலகின் கவனத்தை ஈர்த்தது. ஒரு கட்டத்தில் தாமஸ், 'ஒரு கருப்பர் உச்சநீதிமன்ற நீதிபதியாவதைத் தடுக்க மேற்கொள்ளப்படும் சதி இது' என்றார். சட்டத்திற்கு அப்பாற்பட்ட முறையில் வெள்ளையர்கள் கருப்பர்களைக் கொல்வதற்குப் பயன்படுத்தப்படும் 'lynching' என்ற சொல்லைப் பயன்படுத்தினார். அனிதாவுக்கு ஆதரவாகப் போராடிய கருப்புப் பெண்ணியர்கள் இதனைக் கடுமையாக எதிர்த்தனர். lynching எனச் சொல்வதன் மூலம் அனிதா ஒரு கருப்புப் பெண் என்கிற உண்மை மறைக்கப் படுகிறது. அவருக்குக் கருப்பு அடையாளம் மறுக்கப்படுகிறது.

ஒரு கருப்புப் பெண்ணின் இருப்பு அழிக்கப்படுவதை ஏற்றுக் கொள்ள முடியாது என அவர்கள் முழங்கினர். 'இன ஒதுக்கல்' என்கிற சொல் லாடலைப் பயன்படுத்தி ஒரு கருப்பு ஆண் கருப்புப் பெண்ணுக்கு எதிரான சலுகையைக் கோர முடியாது. 'தீண்டாமை' என்கிற சொல்லாடலைப் பயன்படுத்தி ஒரு தலித் ஆண், தலித் பெண்ணுக்கு எதிரான சலுகையைக் கோர முடியாது. இனவெறி

எதிர்ப்பு அல்லது தீண்டாமை ஒழிப்பு நடவடிக்கை என்பன கருப்பு அல்லது தலித் பெண்ணுக்கு எதிராகச் செயல்பட முடியாது.

இனி இரண்டாவது கேள்வி: தலித் பெண்களை இப்படி இதர பெண்களிலிருந்து தனிமைப்படுத்தி ஒதுக்கி நிற்கவைத்தல் என்ன நியாயம்? 'பெண்' என்கிற சொல்லுக்கு அர்த்தமே இல்லையா? பொதுவான மாதிரிகள் (common patterns) நடைமுறையில் சாத்தியமே இல்லையா? பொதுவான செயற்பாடுகள் தேவையே இல்லையா?

இத்தகைய கேள்விகள் வழக்கமாக தலித்தியம், பின்நவீனத்துவம் முதலியவற்றிற்கு எதிராக வைக்கப்படக்கூடிய கேள்விகள்தான். இப்படியெல்லாம் முடிவுக்கு வருவதற்கு எந்த நியாயமும் இல்லை. லிண்டா நிக்கல்சன் சொல்வார்: 'பெண் என்பதற்குத் தெளிவான ஒற்றை அர்த்தம் கிடையாது எனச் சொல்வது பெண் என்பதற்கு அர்த்தமேயில்லை எனச் சொல்வதல்ல.' பொதுவான மாதிரிகள் சாத்தியமில்லை என்பதும் நம் கருத்தல்ல. பொதுவான மாதிரிகளைத் தேட வேண்டாம் எனவும் சொல்லவில்லை. ஆனால் பொதுவான மாதிரி என்பது ஒரு நிரந்தரமான விசயமல்ல. பொதுவான மாதிரிகள் கரைந்து மறையும் புள்ளிகளும் உண்டு. இந்தப் புள்ளிகள் ஒதுக்கப்பட வேண்டியவையல்ல, முக்கியமானவை. 'பெண்' என்பதன் பொருள் பல்வேறு வித்தியாசங்களும் ஒப்புமைகளும் சந்திக்கும் வரைபடமாக உள்ளது எனச் சொல்லும் போது பொதுமை என்கிற பெயரில் ஏதொன்றின் தனித்துவமும் அழித்தொழிக்கப்படுவது தவிர்க்கப்படுகிறது. ஜனநாயகப் பூர்வமான கூட்டிணைவு அரசியலுக்கு இப்போதுதான் சாத்தியமும் ஏற்படுகிறது. 'பெண்' குறித்த மரபுவழிப்பட்ட புரிதலுக்கு அப்பாற்பட்ட ஒரு புரிதல், அர்த்தம் பற்றிய திமிரான அணுகல் முறைக்கு மாற்றான ஒரு அணுகல்முறை ஆகியவையே இதன் மூலம் வைக்கப்படும் கோரிக்கைகள். பொதுவான கரிசனங்களின் அடிப்படையில் கூட்டிணைவு என்பதைக் கருப்புப் பெண்ணியமோ தலித் பெண்ணியமோ மறுக்கவில்லை. ஜனநாயகச் சமத்துவ நோக்கிலான 'நாம்' என்கிற கூட்டு அடையாளத்திற்கு நாம் என்றுமே எதிரிகளல்ல. கருப்புப் பெண்ணியர்கள் இதனைத் தெளிவுபடுத்தியுள்ளனர். தலித் பெண்ணியர்களுக்கும் இதில் மறுப்பதற்கு ஏதுமில்லை. சுருங்கச் சொல்வதெனில் சாராம்ச அடையாளம் சாத்தியமில்லை என்பது மட்டுமே தலித்பெண்ணியம்

சொல்ல வருவது; அடையாளமே சாத்தியமில்லை என்பது அதன் கருத்தல்ல. சந்தால் மொஃபே சொல்வார்:

> என்னைப் பொறுத்தமட்டில் பெண்ணியம் என்பது பெண்களின் சமத்துவத்திற்கான போராட்டமே. ஆனால் பொதுவான சாராம்சமும் அடையாளமும் கொண்ட வரையறுக்கத்தக்க ஒரு குழுவின் சமத்துவத்திற்கான போராட்டமாக இதைக் கருதக்கூடாது. மாறாக, ஒடுக்கப்படும் வகையினமாகப் பெண்ணைக் கட்டமைக்கும் பல்வேறு சாத்தியங்களுக்கும் எதிரான போராட்டமாக அதைக் கருத வேண்டும். எனவே, பெண்ணிய நோக்குகளைப் பல்வேறு வித்தியாசமான வழிகளில் கட்டமைக்கலாம் என்கிற உணர்வு நமக்குத் தேவை. எனவே வித்தியாசமான பல சொல்லாடல்கள் இது தொடர்பாகச் சாத்தியம். பல பெண்ணியங்கள் என்பது இவ்வாறு தவிர்க்க இயலாததாகிறது. இவற்றில் உண்மையான பெண்ணிய வடிவத்தைத் தேடுவது அபத்தமானது.

7

தலித் பெண்ணியம் குறித்த சில முன்வரைவுகளை நாம் இப்போது முன்வைக்க முடியும் எனத் தோன்றுகிறது.

தலித் பெண்களின் அனுபவங்கள் தனித்துவமானவை. உயர்சாதி ஆணாதிக்கச் சமூகத்தின் வன்கொடுமைக்குப் பலியான வரலாறு அவர்களுடையது. இந்திய வரலாற்றில் அடிமைகளாக விற்கப்பட்ட பெண்கள், தேர்க்கால்களில் பலியிடப்பட்ட பெண்கள், விபச்சாரிகளாக்கப்பட்ட பெண்கள் என்றெல்லாம் பார்த்தோமானால் இவர்களில் பெரும்பாலானவர்கள் தலித் பெண்கள் என்பது தெரியவரும். இன்றளவும் காவல் நிலையப் பாலியல் வன்முறைகளைக் கணக்கெடுத்துப் பார்த்தோமானால் அதிலும் தலித் பெண்களே அதிகமாய்ப் பாதிக்கப்பட்டவர்கள் என்பது புலப்படும்.

தீண்டாமை என்பது ஒரு முரண் சமனியாகவும் செயல்பட்டதன் விளைவாக தலித் பெண்கள் மத்தியில் ஒப்பீட்டளவில் இந்துத்துவ, ஆணாதிக்க மதிப்பீடுகள் குறைவாகவே வேரூன்றியுள்ளன. குடும்ப உறவுகள் நெகிழ்ச்சியாக உள்ளன. தலித் பெண்களின் சிறப்புமிக்க இந்தத் தனித்துவமான கூறுகளைத் தலித் பெண்ணியம் உரத்துக் கூவும்; உயர்த்திப் பிடிக்கும்.

தலித் பெண்ணியம் தனக்கு அணுக்கமாக வைதீக இந்(து)திய மரபை எடுத்துக்கொள்ளாது. பவுத்த, சமண, அவைதீக மதிப்பீடுகள், பூலே, பெரியார், அம்பேத்கர் என்றொரு பாரம்பரியத்தை வரித்துக் கொள்ளும். இந்த மரபில் நின்று இந்(து)தியச் சமூகத்தை வெறும் ஆணாதிக்கச் சமூகமாகக் காணாமல் உயர்சாதி ஆணாதிக்கச் சமூகமாகக் காணும். சாராம்ச அடையாளம், உயிரியல் அடித்தளம், மொத்தத்துவம் ஆகியவற்றை மறுக்கும் வகையில் பின்நவீனத்துவச் சாய்வுடையதாக தலித் பெண்ணியம் அமைவது தவிர்க்க இயலாது.

தலித் பெண்கள்மீதான வன்கொடுமைகளில் அரசின் பங்கு முக்கியமானதாக இருப்பதால், உயர்சாதி ஆணாதிக்க அரசைத் தனது இலக்குகளில் ஒன்றாக தலித் பெண்ணியம் கருதும்.

பொதுவான கரிசனங்களின் அடிப்படையில் இதர பெண் களுடன் கூட்டிணைவிற்குத் தலித் பெண்ணியம் எப்போதும் தயாராக இருக்கும். ஆணாதிக்கம் மட்டுமின்றிச் சாதி ஆதிக்கத்தை யும் எதிர்த்து நிற்கும் போதே இந்தக் கூட்டிணைவிற்கான சாத்தியங்கள் உருவாகும். சாதியச் சூழலில் பெண்ணடிமைத் தனத்தை உயர் சாதிப் பெண்கள் விளங்கிக்கொள்ள முனையும் போதே இந்தச் சாத்தியங்கள் நடைமுறையாக மாறும்.

குறிப்புகள்

1. மேற்கோள்களாகத் தொகுக்கப்பட்ட கருத்துக்கள் அனைத்தும் பெண்களின் எழுத்துக்களிலிருந்து மட்டுமே எடுக்கப்பட்டுள்ளன.

2. சில முக்கிய நூல்கள்:

    Linda Nicholson, Stevan Seidman (ED), *Social Post Modernism*, Cambridge 1995.

    Lydia Sargent, *The Unhappy marriage of Marxism and Feminism*, Pluto 1986.

    Angela Davis, *Women Race and Classs*, Women's Press, 1986.

    H Buttler, Joan Scott,'*Feminists Theorise the Political*, Routledge, 1992.

3. அமெரிக்காவின் அடிமை ஒழிப்பு இயக்கம், கருப்பர்களின் சிவில் உரிமை இயக்கம் ஆகியவற்றிற்கும் நமது தலித் இயக்கங்களுக்கும் சில வேறுபாடுகள் உண்டு. அடிமை ஒழிப்பு இயக்கத்தின் தொடக்கத்திலிருந்தும் கருப்புப் பெண்களின்

பங்கு குறிப்பிடத்தக்கதாக இருந்தது. இந்த வகையில் அடிமை ஒழிப்பு இயக்கத்தில் கருப்பினப் பெண்களின் பங்கு என்பது அமெரிக்கப் பெண்ணிய இயக்கத்திற்கே முன்னோடியாக அமைந்தது. இங்கே அத்தகைய நிலை இல்லை என்பதும் அதற்குரிய காரணங்களும் சிந்திக்கத்தக்கன.

4. வெள்ளைப் பெண்களின் அரசியலில் இருந்து கருப்புப் பெண்கள் விலகி நின்றதற்கு ஒரு எடுத்துக்காட்டு: வெள்ளைப் பெண்கள் 'வன்புணர்ச்சி எதிர்ப்பு இயக்கம்' (Anti-rape movement) நடத்தியபோது கருப்புப் பெண்கள், 'பெண்கள் கருப்பினப் படுகொலை எதிர்ப்பியக்கத்தை' முன்னெடுத்தனர். கருப்பர்கள் அனைவரும் வன்புணர்ச்சியாளர்கள் என்கிற புனைவு ஒன்றைக் கட்டமைப்பதற்கு 'வன்புணர்ச்சி எதிர்ப்பு இயக்கம்' துணைபோனது. இதன்மூலம் கருப்பர்கள் சட்டத்திற்கு அப்பாற்பட்ட முறையில் படுகொலை செய்யப்பட வேண்டியவர்கள் என்கிற கருத்துக்கும் இது வித்திட்டது. ஆனால் நடைமுறை என்பது அப்படியில்லை. காலங்காலமாகக் கருப்புப் பெண்கள் வன்புணர்ச்சிக்கு ஆளாக்கப்பட்டதே உண்மை. எனினும் வன்புணர்ச்சிக்காக அமெரிக்க நீதிமன்றங்களில் தண்டிக்கப்பட்ட ஆண்களில் பெரும்பான்மையோர் கருப்பர்கள். கூட்டு வன்முறை மூலம் கருப்பர்களைக் கொலை செய்வதற்கு (lynching) மறைமுகமாகத் துணைபோன வெள்ளைப் பெண்களின் அரசியலோடு கருப்புப் பெண்கள் இணையாமல் கருப்பினப் படுகொலை எதிர்ப்பு இயக்கத்தை உருவாக்கியது குறிப்பிடத்தக்கது.

5. இக்கட்டுரை முழுவதும் உயர்சாதி ஆணாதிக்கச் சமூகம் என்கிற கருத்தாக்கம் பயன்படுத்தப்பட்டுள்ளது. ஆனால் இங்கே உயர்சாதி என்பது ஒருபடித்தானதாக இல்லை. உயர்சாதியினரைப் பார்ப்பன, வேளாள மேல்சாதியினர் எனவும் இதர இடைநிலைச் சாதியினர் எனவும் இரு கூறுகளாகத் தொகுக்கலாம். குடும்ப உறவுகளில் நெகிழ்வு, அறுத்துக் கட்டுதல் முதலான சில அம்சங்களில் இடைநிலைச் சாதிப் பெண்கள் தலித்பெண்களோடு ஒப்புமை உடையவர்களாக உள்ளனர். எனினும் தீண்டாமை அவர்களை வித்தியாசப் படுத்துகிறது.

இருள்வெளி (பாரிஸ்) மே 15, 1998

2.3 அறிவியலின் வன்முறை: ஹோமியோபதியை முன்வைத்து ஒரு விளக்கம்

அல்லோபதி மருத்துவம் என்பது கிட்டத்தட்ட முழுமையாகவே ஒரு முதலாளியச் சுரண்டல் கருவியாகவும் பன்னாட்டு நிறுவனங்களின் லாபவேட்டைக் களமாகவும் மாறிவிட்ட ஒரு சூழலில் ஒரு எளிய மாற்று மருத்துவ இயக்கமாக ஹோமியோபதியை மக்களிடம் கொண்டுசெல்கிற நண்பர்கள் மிகுந்த பாராட்டுக்குரியவர்கள். இவர்களில் பலர் சில ஆண்டுகளுக்கு முன்புவரை பல தீவிரமான இடதுசாரி இயக்கங்களில் இருந்து செயல்பட்டவர்கள். பல்வேறு காரணங்களினால் தொடர்ந்து முழுமையாக அரசியல் பணிகளில் ஈடுபட இயலாமல் போய்விட்டாலும் ஓய்ந்துவிடாமல் ஹோமியோபதி மூலம் அவர்கள் மக்கள் சேவை ஆற்றிவருவது மகிழ்ச்சி அளிக்கிறது.

யோசித்துப் பார்க்கும்போது மார்க்சியத்தில் நம்பிக்கை கொண்டவர்கள் ஹோமியோபதியில் ஈடுபாடு காட்டுவதன் நியாயத்தை நம்மால் விளங்கிக்கொள்ள முடிகிறது. இரண்டுமே நிலவுகிற அமைப்பின் வன்முறையை விமர்சித்து எழுந்த எளிய மாற்று நடைமுறைகள். கார்ல்மார்க்ஸைப் போலவே சாமுவேல் ஹானிமனும் மானுட வரலாறு கண்ட மாபெரும் சிந்தனையாளர்களில் ஒருவர். 'மூலதனத்'தைப் போலவே 'ஆர்கனா'னும் உலகின் மிகச் சிறந்த நூல்களில் ஒன்று. எனினும் ஹோமியோபதியை ஒரு இயக்கமாக எடுத்துச் செயற்படும் மார்க்சியர்களும் இதர நண்பர்கள் சிலரும் முன்வைக்கும் சில கருத்துக்கள் எனக்குப் பிரச்சினையாக உள்ளன.

ஹோமியோபதியை ஒரு 'இயங்கியல் மருத்துவம்' என மார்க்சிய நண்பர்களில் சிலர் நிறுவ முயல்கிறார்கள்; மற்றவர்கள்

இதை ஒரு விஞ்ஞானம் என அழுத்திச் சொல்கின்றனர். இரண்டுமே அசாத்தியமான முயற்சிகளாகவே எனக்குப்படுகின்றன. சில மேனாட்டு அறிஞர் பெருமக்களும் இதற்கு விதிவிலக்கல்ல. போரிக் மொழிபெயர்த்துள்ள ஆர்கனானின் ஆறாம் பதிப்பிற்கு முன்னுரை எழுதியுள்ள டாக்டர் ஜேம்ஸ் க்ராஸ் மற்றும் டாக்டர் வித்தல் காஸ் முதலியோர் இவர்களில் சிலர். ஆனால் டாக்டர் ஹானிமன் இந்த விஷயத்தில் முற்றிலும் நேரெதிரான கருத்தைக் கொண்டிருந்தார் என்பதை நாம் புரிந்துகொள்வது அவசியம்.

விஞ்ஞானவாதம் (scientism) கொடி கட்டிப் பறந்துகொண்டிருந்த காலகட்டத்தில் வாழ்ந்தவர் ஹானிமன். அறிவொளிக் காலம், மறுமலர்ச்சி என்றெல்லாம் போற்றப்படுகிற மாற்றங்கள் ஐரோப்பாவில் அரங்கேறிய வரலாற்றை நாம் அறிவோம். அறிவியலின் ஆட்சி எல்லாத் துறைகளிலும் நிறுவப்பட்ட காலமாக இதைச் சொல்வார்கள். எல்லாவற்றையும் பகுத்தறிவு கொண்டும் பகுத்தறிவின் நீட்சியாகக் கருதப்படும் கருவிகள் கொண்டும் ஆராய்ந்து விஞ்ஞான ரீதியாக நிரூபணம் செய்வதும், அவ்வாறு கண்டுபிடிக்கப்பட்ட உண்மைகளைக் கோட்பாட்டுருவாக்கம் செய்தலும் (constructing theoretical systems) அறிவியல் செயல்பாடு களாகக் கருதப்பட்டன. எந்த ஒரு புதிய கண்டுபிடிப்பும் இந்த விஞ்ஞான நடைமுறைகளுக்குப் பொருந்திவர (consistent) வேண்டும். அப்போதுதான் அதற்கு 'அறிவியல்' என்கிற ஏற்பு வழங்கப்படும். அறிவியலாக இல்லாத எதுவும் புதிய கண்டு பிடிப்பாக ஏற்றுக்கொள்ளப்படமாட்டாது. இந்நிலையில் மார்க்ஸ் முதல் ஹானிமன்வரை தங்களின் புதிய சிந்தனைகளை அறிவியலாக அறிவித்துக்கொள்ள வேண்டிய அவசியம் ஏற்பட்டது. 'விஞ்ஞானக் கம்யூனிசம்' என ஏங்கல்ஸ் சொல்லிக்கொண்டது நமக்குத் தெரியும். ஹானிமனும் இதற்கு விதிவிலக்கல்ல. தான் உயிருடன் இருந்தவரை 'ஆர்கனா'னைத் திருத்திக்கொண்டும் புதுப்பித்துக்கொண்டும் இருந்த டாக்டர் ஹானிமன் முதல் பதிப்பிற்கு (1810) இட்ட தலைப்பு:

ORGANON OF THE RATIONAL MEDICAL SCIENCE

இவ்வாறு அவர் தனது கண்டுபிடிப்பைப் பகுத்தறிவிற்குப் (rational) பொருந்திய விஞ்ஞானம் (science) எனச் சொல்லிக் கொண்டாலும் மிக விரைவில் அவர் இந்தப் 'பெருமை'யைத் தூக்கி எறிந்தது மட்டுமின்றி விஞ்ஞான அணுகல்முறையின்

சகல அம்சங்களையும் மறுத்து நகையாடிய கதையை நாம் விளங்கிக் கொள்வது அவசியம்.

பழைய மருத்துவமுறைக்கு முற்றிலும் பொருந்திவராத இந்தப் புதிய முறையை அறிவியலுக்குப் பொருந்தியதல்ல என அன்றைய மருத்துவர்கள் கடுமையாக எதிர்த்தனர். ஹானிமன் இதனை எப்படி எதிர்கொண்டார்? விஞ்ஞானமுறையின் நிரூபணங்களுக்கும் சோதனைக்கூட ஆய்வுகளுக்கும் ஹோமியோபதி மருந்துகளை உட்படுத்தி நிரூபித்துக்காட்ட முடியுமா? அப்படி முயன்றிருந்தால் அவர் பெருந்தோல்வி அடைந்திருப்பார் என்பதில் ஐயமில்லை. எடுத்துக்காட்டாக, வீரியப்படுத்தப்பட்ட 'சல்பர்' அல்லது 'பேரியம் கார்பனேட்'டை (barita carb) எடுத்துக் கொள்வோம். பல இலட்சம் மடங்கு நீர்க்கப்பட்ட அம்மருந்தை வேதியியல் சோதனைகளின் மூலம் அடையாளம் காண முடியாது. எதிர்மறை முடிவுகள்தான் (negative result) கிடைக்கும். ஆனாலும், அவை வீரியப்படுத்தப்பட்ட பின்பும் அவற்றிற்குரிய பண்புகளுடன் செயல்படுவதை ஹோமியோபதி மருத்துவர்கள் அறிவர். வீரியப்படுத்தப்பட்ட பின்பும் சல்பருக்கும் பேரியம் கார்பனேட்டுக்கும் செயல்பாடுகளில் வித்தியாசம் இருப்பதை நாம் அறிவோம். ஆனால், அந்த வித்தியாசத்தையும் விஞ்ஞான அடிப்படையில் நிறுவ முடியாது.

ஹானிமன் என்ன செய்தார்? முதலில் தன்னுடைய கண்டு பிடிப்பிற்கு விஞ்ஞானப் பெருமை கோருவதை நிறுத்திக் கொண்டார். இரண்டாம் பதிப்பை வெளியிடும்போது (1819) 'ஆர்கனா'னுக்கு அவர் வேறு தலைப்பிட்டார் அது:

ORGANON OF THE HEALING ART

இந்தப் புதிய தலைப்பில் ஹானிமன் மேற்கொண்ட மாற்றங்கள் முக்கியமானவை. முந்தைய தலைப்பிலிருந்து 'பகுத்தறிவு' என்ற சொல்லை நீக்கினார். 'விஞ்ஞானம்' (science - ஜெர்மன் மொழியில் heilrunde) என்னும் சொல்லுக்குப் பதிலாக 'கலை' (art-heilkunst) என்னும் சொல்லையிட்டார். முதல்பதிப்பில் 'மருத்துவ விஞ்ஞானம்' ஆக இருந்தது அடுத்த பதிப்பில் 'நோய் தீர்க்கும் கலை' ஆகியது. நூல் முழுமையும் rational என்கிற சொல்லை நீக்கிவிட்டு true genuine என்கிற சொற்களைப் பயன்படுத்தியுள்ளதை டாக்டர் ரிச்சர்டு ஹ்யூக்ஸ் சுட்டிக்காட்டுவார். தன்னுடைய முறையை ஒரு 'கலை'யாக முன்வைப்பதையும் அவர் தொடர்ந்தார்.

வெறும் சொல் மாற்றங்களோடு ஹானிமன் நிறுத்திக்கொள்ள வில்லை. விஞ்ஞானமுறையின் எல்லாக் கூறுகளையுமே அவர் எள்ளி நகையாடினார். இதனைப் புரிந்துகொள்ள முதலில் விஞ்ஞான முறையின் அடிப்படைக் கூறுகளை நினைவுபடுத்திக்கொள்ள வேண்டும். தெகார்தேயின் வழியிலான 'கார்ட்டீசிய' அணுகல் முறையே விஞ்ஞானப் பார்வையின் அடிப்படை. இன்றைய நவீனச் சிந்தனையாளர்களால் 'பகுத்தறிவின் வன்முறை' எனக் கண்டிக்கப் படும் இந்த விஞ்ஞானமுறையின் அடிப்படைக் கூறுகளாவன:

1. ஆய்வாளனுக்குச் செயலூக்கமுள்ள (active) பங்கையும் ஆய்வு செய்யப்படும் பொருளுக்குச் செயலூக்கமற்ற (passive) பங்கையும் இது அளிக்கிறது. ஆய்வாளன் தனது பகுத்தறிவைக் கொண்டும், கருவிகளைக் கொண்டும் (instrumental Reasoning) ஆய்வுப் பொருளின் மீது செயல்பட்டு விஞ்ஞான ஆய்வுகளை மேற்கொள்கிறான்.

2. முந்தைய அறிவியல் நடைமுறைகளுக்குப் பொருந்திவரும் (consistent) வகையில் மேற்கொள்ளப்படும் இந்த ஆய்வின் மூலம் கண்டறியப்படும் நிரூபணங்களைத் தொகுக்கத்

ஆய்வாளன் (Subject)	ஆய்வுப்பொருள் (object)
பகுத்தறிவு	இயற்கை
விஞ்ஞானி	பிரபஞ்சம்
சமூகவியல் அறிஞன்	சமூகம்
தலைவன்	மக்கள்
மருத்துவன்	நோயாளி, மருந்து
செயலூக்கமுள்ள பங்கு	செயலூக்கமற்ற
வினைசெய்பொருள்	வினைபடுபொருள்

தக்கனவாக (commensurable) விஞ்ஞான முறை கருதுகிறது. தொகுக்கப்பட்ட முடிவுகள் (speculations) பின்னர் பொதுமைப் படுத்தப்படுகின்றன. (generalisation); விதிகள் உருவாக்கப் படுகின்றன. நிகழ்வுகளுக்கான காரணம், தோற்றம் (origin), பொருட்களின் சாராம்சப் பண்புகள் (essence) ஆகியவை கண்டறியப்படுகின்றன.

3. இவற்றின் அடிப்படையில் கோட்பாட்டுருவாக்கங்கள் (theoretical systems) மேற்கொள்ளப்படுகின்றன. பின்னர் இந்தக் கோட்பாடுகளை முன்முடிவுகளாகக் (apriori) கொண்டு பிற நிகழ்வுகள் மதிப்பீடு செய்யப்படுகின்றன; விளக்கம் அளிக்கப் படுகின்றன (explained).

எனவே, நவீன விஞ்ஞான அணுகல்முறை என்கிற அடிப்படை யில், நோய் எவ்வாறு தோன்றுகிறது (origin) என அல்லோபதி விளக்கம் அளிக்கவேண்டும். நோயின் சாராம்சமான பண்பைச் (essential nature) சொல்ல வேண்டும். நோயை ஏற்படுத்தக்கூடிய (morbific materials) ஒரு வெளிப்பொருள் (எ.டு: நோய்க்கிருமி, கொழுப்பு) உடலில் இருப்பதன் விளைவாகவே நோய் உருவாகிறது என்பது பழையமுறை (Old school - என்பது ஹானிமன் பயன் படுத்திய சொல்) அதாவது அல்லோபதி சொல்கிற விளக்கம். இதனைக் கருவிகள் கொண்டு (clinical tests) அது நிறுவுகிறது. இந்த அடிப்படையில் நோய்க்குக் காரணமான பொருளை நீக்குவது தான் (Material extraction) சிகிச்சை என்றாகிறது. இத்தகைய பொருள் சார்ந்த விளக்கம் ஒன்றை அல்லோபதி அளிப்பதற்காக நமது இயங்கியல் பொருள்முதல்வாதிகள் நன்றி சொல்ல வேண்டும். ஏனெனில் மார்க்சிய அணுகல்முறை உலக நிகழ்வுகள் அனைத்தை யுமே பொருள் சார்ந்தவை கருத்து சார்ந்தவை, (material X spiritual) என இரு முரண்களாகப் பிரித்து பொருளுக்கு முதன்மை அளிப்பதல்லவா?

ஆனால் விஞ்ஞானவாதிகளுக்கும் மார்க்ஸியவாதிகளுக்கும் அதிர்ச்சி அளிக்கத்தக்க விளக்கமொன்றை டாக்டர் ஹானிமன் அளிக்கிறார். விஞ்ஞானப் பொருள்முதல்வாத அணுகல் முறைக்கு முற்றிலும் பொருந்திவராத விளக்கம் அது. ஆர்கனானின் முதல் சில பத்திகளிலேயே விஞ்ஞான முறைமீதான கடுந்தாக்குதல்களை அவர் தொடங்கிவிடுகிறார். 'மருத்துவரின் ஒரே பணி விரைவாக வும் நளினமாகவும் நிரந்தரமாகவும் துயரை ஆற்றுவதே' எனத் தொடங்கும் ஹானிமன், மாறாக கோட்பாட்டுருவாக்கம் செய்வதோ, நிகழ்வை விளக்குவதோ அவனது பணி அல்ல என்று குறிப்புரைப்பது (not to construct theoretical systems, nor to attempt to explain the phenomena) விஞ்ஞானமுறை மீதான தாக்குதலன்றி வேறென்ன? ஆறாவது பத்தியில் நோயின் சாராம்சப் பண்பைக் கண்டறியும் பழைய முறையின் பயனற்ற முயற்சிகளைக் கேலி

கலாச்சாரத்தின் வன்முறை ♦ 177

செய்கிறார். (The school's futile attempts to discover the essential nature of the diseases). தொகுத்துக் கோட்பாடுகள் உருவாக்கு வதையும், 'empty speculations and hypothesis concerning internal essential nature of the vital processes and the mode in which diseases originate' என்று கடுஞ்சொற்களால் ('empty speculations') தாக்குவதை யும் நாம் கவனிக்கத் தவறக் கூடாது.

அல்லோபதியின் பொருள்சார்ந்த (Material), அணுகல்முறையை வெளிப்படையாகவே புறக்கணித்து அதற்குநேர் எதிரான (spiritual) கண்ணோட்டம் ஒன்றை ஹானிமன் முன்வைப்பதைச் சற்று விரிவாகக் காண்போம். அல்லோபதி, வாழ்வின் spiritual தன்மையைக் கண்டுகொள்ளாததைப் பற்றி,

> Allopathy failed to appreciate the spiritual nature of life and the spiritual dynamic power of the exciting causes of diseases

என்று கண்டிக்கும் ஹானிமன், 'False and materialistic views concerning the origin and essential nature of diseases எனச் சாடுகிறார். நோய் மற்றும் நோய்நீக்கம் தொடர்பான அவரது கருத்து வாழ்வின் spiritual தன்மைக்கு அழுத்தம் கொடுப்பதாக அமைந்தது. ஒரு spiritual ஆற்றல் செயல்படுவதன் விளைவாகவே மனித உயிர்கள் ஆரோக்கியமாக உள்ளன. இதனை உயிர் ஆற்றல் vital force/life principle என்பார் ஹானிமன். உடலை முடக்கும் விஷ ஆற்றல்கள் இந்த உயிர் ஆற்றலின் மீது spiritual தாக்கம் ஒன்றை ஏற்படுத்தும் போது நோய் ஏற்படுகிறது என்பதுதான் நோய் பற்றிய ஹோமியோபதிப் பார்வை. இதனை,

> During health a spiritual power (autocracy, vital force) animates the organism and keeps it in harmoneous order. It is only by the spiritual influences of the morbific noxae that our spirit like vital forces can become ill.

என்று அழுத்திச் சொல்வார் ஹானிமன்.

சரி, இனி spiritual என்பதன் மூலம் ஹானிமன் என்ன அர்த்தப்படுத்துகிறார் எனப் பார்ப்போம். மேலைப் பண்பாட்டில் குறிப்பாகக் கிறிஸ்தவ மதத்தில் spirit, spiritual என்பதற்கு மதம் சார்ந்த ஆன்மிகப் பொருள் (பரிசுத்த ஆவி - holy spirit) உண்டு என்பதை நாம் அறிவோம். ஹானிமன் அந்தப் பொருளிலா spiritual எனச் சொல்கிறார்?

நிச்சயமாக இல்லை. ஆர்கனானை முழுமையாகப் படிக்கும் போது இது விளங்கும். விஞ்ஞானப் பார்வையின் material என்கிற கருத்தாக்கத்தை மறுத்து அதற்கு மாற்றான கருத்தொன்றை முன்வைப்பது மட்டுமே ஹானிமனின் நோக்கம். அதனால்தான் ஒவ்வொரு முறையும் spiritual எனச் சொல்லும் போதெல்லாம் அடைப்புக் குறிக்குள் dynamic/vital force முதலான சொற்களைப் பயன்படுத்துகிறார். நோய் எவ்வாறு உருவாகிறது எனச் சொல்ல வரும்போதும், 'நோய் என்பது உடலை முடக்கும் பொருட்களின் இருப்பால் (material presence) ஏற்படுவதல்ல' என்று அல்லோபதியை மறுத்த கையோடு, 'மாறாக, நோய் என்பது உடல்நிலையில் ஏற்படும் பொருளல்லாத மாற்றங்களின் விளைவு தான்' என்கிறார். ஆங்கிலத்தில் அவர் பயன்படுத்தும் சொல் 'immaterial derangements' என்பது. ஹானிமன் பயன்படுத்தும் இந்த immaterial என்கிற கருத்தாக்கம் மிக மிக முக்கியமானது. அவர் மேலும் சொல்வார்:

The material organism receives all sensastion and performs all functions of life by means of the immaterial being - vital principle.

பொருண்மைத் தன்மையுடைய உயிரியை (organism) பொருண்மைத் தன்மையற்ற உயிராற்றல் இயக்குகிறது என்பது இதன் பொருள்.

'immaterial' என்பது மதவாதிகள் சொல்கிற ஆன்மா (spirit) அல்ல. மார்க்சியர்கள் சொல்வது போல பொருளின் நேர் எதிர் நிலையான கருத்தும் (idea) அல்ல. மாறாக அது ஒரு தொடர்நிலை. immaterial என்பது materialஇன் ஒரு continuum — தொடர்நிலை. ஒன்றின் பன்முக நிலைகள், பண்புமாற்றம் பெற்ற நிலைகள். ஆம். பொருளுக்கு 'பொருள் இருப்பும் உண்டு', 'பொருளற்ற இருப்பும் உண்டு' (material existence and immaterial existence of matter). உடலும் உடல் ஆற்றலும் ஒரு தொடர்நிலை. சாதாரண வேதிப் பொருளும் அதன் வீரியப்படுத்தப்பட்ட வடிவமும் இன்னொரு தொடர்நிலை. பகுத்தறிவும் அதன் நீட்சியான கருவிகளும் பொருள் நிலையான இருப்பை (material existence) மட்டுமே கண்டுபிடிக்கக் கூடியவை, நிரூபிக்கக்கூடியவை. பொருள்நிலையின் தொடர்ச்சி யான பொருண்மைத் தன்மையற்ற immaterial நிலையை அவை உணரவும் இயலாது, நிரூபிக்கவும் இயலாது. எனவேதான் வீரியப்படுத்தப்பட்ட சல்பரையோ, பேரியம் கார்பனேட்டையோ நவீன விஞ்ஞானத்தால் இனங் காண இயல்வதில்லை.

இத்தகைய பொருள்தன்மையற்ற ஆற்றலுக்குச் சமூக மட்டத்திலும் நாம் எடுத்துக்காட்டுகளைச் சொல்ல முடியும். 'சாதி' என்பது வெறும் உணர்வு, கருத்து, மேற்கட்டுமானம் — அதற்குப் பொருட்தன்மையே கிடையாது என எளிதில் தூக்கி எறிந்துவிட முடியுமா? பொருள் அல்லாததாகிய அதன் பொருளியல் இருப்பின் விபரீதங்களை இங்கே விளக்கிச் சொல்ல வேண்டுமா?

பொருளியல் இருப்பை மட்டுமே உணரக்கூடியதாக இருப்பதாலேயே விஞ்ஞானம் பொருட்களின் சாராம்சப் பண்புகளை வரையறுக்கிறது. எதிர்ப்படும் எல்லாவற்றையும் வகைப்படுத்தி, பெயர் சூட்டி, சாராம்சப் பண்புகளை அதற்குச் சூட்டுவது பகுத்தறிவின் வன்முறைகளில் ஒன்று. மனிதர்களைக்கூடச் சாதிகளாகவும் வருணங்களாகவும் பிரித்து ஒவ்வொரு பிரிவுக்கும் ஒரு சாராம்சமான பண்பு இருப்பதாக (சாதிப் புத்தி) நாம் நம்ப வைக்கப்பட்டுள்ளோம் அல்லவா? இது மூடநம்பிக்கையல்லவா, இதற்கு ஏன் பகுத்தறிவின்மேல் பழிபோடுகிறீர்கள் என்று நீங்கள் கேட்கலாம். விஞ்ஞானம் மட்டும் என்ன வாழ்ந்தது? எத்தனையோ எடுத்துக்காட்டுகளைச் சொல்ல முடியும். மனிதர்களைப் பாலியல் விருப்புகளின் அடிப்படையில் homo sexual x hetero sexual (ஒருபால் புணர்ச்சியாளர் x மாற்றுப்பால் புணர்ச்சியாளர்) என நவீன விஞ்ஞானம் (allopathy, psychiatry) வகை பிரிப்பதை இன்றைய சிந்தனையாளர்கள் ஏற்பதில்லை என்பதை நாம் யோசித்துப் பார்க்க வேண்டும். சாராம்சமாக யாரும் homosexual இல்லை; homo இல்லை hetero வா என்பது ஒரு தேர்வு. அந்தத் தேர்வில் பல காரணிகள் செயல்படுகின்றன. homosexuality என்பது ஒரு நோயும் அல்ல. வக்கிரமும் அல்ல. நமது ஹோமியோ மருத்துவ நண்பர்கள் சிலரும்கூட இத்தகைய பார்வைக்கு ஆட்பட்டிருப்பது வருந்தத் தக்கது. மனிதர்களின் பாலியல் நடவடிக்கைகள் குறித்த புகழ்பெற்ற கின்ஸி ஆய்வுகளின்படி மனிதர்களில் பாதிப்பேர் (50%) homosexual அனுபவத்தை ஏதோ ஒரு வகையில் பெற்று இருப்பவர்கள்தான் என்பதையெல்லாம் நாம் மறந்துவிடக் கூடாது. (இந்நூலில் உள்ள 'மாற்றுப் பால் நிலைகளைத் தேடி' கட்டுரையைக் காண்க).

சாராம்சமான பண்பு என்பதைக் காட்டிலும் சூழலுக்குத் தக்கவே பண்புகள் நிர்ணயமாகின்றன. ஹோமியோ அனுபவமும் நமக்கு இதைத்தான் காட்டுகிறது. ஓர் எடுத்துக்காட்டு: ஒரு சிறிய

பாட்டிலில் சல்பர் 200 வீரியத்தில் சர்க்கரை உருண்டைகளைத் தயாரிக்கிறீர்கள் என்போம். இருநூறு வீரியத்தில் ஹோமியோ முறையில் துயர்நீக்குதல் என்பது அந்த உருண்டைகளின் சாராம்சப் பண்பு எனச் சொல்ல முடியுமா? தயவுசெய்து இதற்கொரு பதிலை யோசியுங்கள். சாராம்சவாதிகளாகிய (essentialists) நாம் இதற்கு அநேகமாக 'ஆம்' என்கிற பதிலைத்தான் சொல்வோம். இப்போது கென்ட்டின் 'Homeopathic Philosophy'யில் பதினான்காம் அத்தியாயத்தைச் சற்றுப் புரட்டுங்கள்.

நோய்க் காரணி தாக்குகிற எல்லோருக்கும் நோய் வந்து விடுவதில்லை. சிலரை மட்டுமே நோய் பிடிக்கிறது. அத்தகை யோரின் உயிர் ஆற்றலில் ஏற்பட்டுள்ள ஒழுங்கு மாற்றங்களின் விளைபொருளாக இதை ஹோமியோபதி பார்க்கிறது. ஆர்கானின் 30, 31, 32 பத்திகளின் அடிப்படையில் இந்நிலையை நோய் ஏற்பு நிலை - susceptibility என்கிறார் கென்ட்.

இவ்வாறு நோய் ஏற்புநிலையில் இருப்பவர்களுக்கு மட்டுமே உங்கள் குப்பியிலுள்ள வீரியப்படுத்தப்பட்ட சர்க்கரை உருண்டைகள் ஹோமியோபதிப் (homepathic) பண்புடையவையாக உள்ளன. ஒருமுறை அம்மருந்து உட்கொள்ளப்பட்டவுடன் நோயாளியின் நோய் ஏற்பு நிலையில் மாற்றம் ஏற்படுகிறது.

இப்போது அந்த நோயாளியைப் பொறுத்தமட்டில் அந்தக் குப்பியிலுள்ள உருண்டைகள் ஹோமியோபதிப் பண்புடையன அல்ல. 'it ceases to be homoeopathic — அது ஹோமியோ பண்பு அற்றதாகிவிடுகிறது என்கிறார் கென்ட். நோய் ஏற்புநிலை இல்லாத ஒருவர் அந்த மருந்தைச் சாப்பிட்டால் என்ன ஆகும்?

இந்த மாற்றத்திற்குப் பிறகு கொடுக்கப்பட்டால் ஹோமியோபதி நிலையிலிருந்து வேறுபட்ட ஒரு தளத்தில் அது வேலை செய்கிறது. அப்படி வேலை செய்யும்போது அது துயர் நீக்கும் பண்புடன் செயல்படுவதில்லை. but depressively என்பது கென்ட்டின் பதில். இதுகூட நாம் சற்றுமுன் குறிப்பிட்ட அந்த நோயாளிக்குத்தான் பொருந்தும். நோய் ஏற்பு நிலையில் உள்ள நோயாளியைப் பொறுத்தமட்டில் அந்த உருண்டைகள் மறுபடியும் ஹோமியோ பதிப் பண்புடன் செயல்படுகின்றன. எனவே ஹோமியோபதிப் பண்பு என்பது வீரியப்படுத்தப்பட்ட அச்சர்க்கரை உருண்டைகளின் சாராம்சப் பண்பு அல்ல; அது

நோயாளியைப் பொறுத்து மாறுகிறது. இவ்வாறு ஒரு பொருளின் பண்பு சூழலைப் பொறுத்ததாகிறது (context specific).

இப்படிப் பல்வேறு அம்சங்களில் ஹோமியோபதி, நவீன விஞ்ஞான முறையுடன் பொருந்தி வருவதில்லை.

> நிலவும் கொள்கையுடன் பொருந்திவருதல் என்பதை (Consistency condition) ஹானிமன் கரிசனமாகக் கொள்ளவில்லை. நோய் தீர்க்கும் கலையே அவரது குறிக்கோளாக இருந்தது. தொகுக்கும் பகுத்தறிவிற்கு எந்த அளவிற்குப் பொருந்தி விடுகிறது என்பதைக் காட்டிலும் அது உண்மையாக இருக்க வேண்டும் என்பதே அவரது கரிசனமாக இருந்தது

என்று ஆர்கனானை ஆய்வு செய்த டாக்டர் ரிச்சர்ட் ஹ்யூக்ஸ் சொல்வது குறிப்பிடத்தக்க ஒன்று. ஹானிமனைப் பொறுத்த மட்டில் இங்கே உண்மை என்பது துயர் நீக்குதல்தான். உண்மை என்பது மகான்களுக்கு மட்டுமோ மாபெரும் தர்க்க வாதங்களின் ஊடாக மட்டுமோ அடையக்கூடிய பெரும்பேறல்ல. உண்மை என்பது எளிமையானது, எளிதில் கையகப்படக்கூடியது, நடை முறை சார்ந்தது. ஹானிமன் சொல்வார்:

> துயருறும் மனித குலத்துக்கு மிகவும் அவசியமான இந்த நோய் தீர்க்கும் கலை மர்மமான தொகுப்புப் பணியின் அளக்க இயலாத ஆழத்திற்குள் அமிழ்ந்துவிடக் கூடாது. எளிதில் கையகப் படக் கூடியதாக இருக்க வேண்டும். ...Thus Homoeopathy is perfectly a simple system of medicine always fixed in its principle as in its practice

ஒரு எளிய நடைமுறைக் கலையாக அதைக் கண்டுபிடித்த அறிஞரால் முன்வைக்கப்பட்ட ஒன்றை 'அறிவியல்' என நிறுவுவதற்காக நமது ஆற்றலைச் செலவழித்துக்கொண்டிருக்க வேண்டியதில்லை. ஹோமியோபதி என்பது மனித குலத்திற்கு அர்ப்பணிக்கப்பட்ட ஒரு எளிய நடைமுறை, எளிய கலை. இதனால்தான் ஹோமியோபதி மருத்துவர்கள் பலரும் கதைகளைச் சொல்லுகிறார்கள். நமது அனுபவங்களைக் கதைகளாகவே அளிக்கிறார்கள். ஆராய்ச்சிக் கட்டுரைகளாக அல்ல.

அறிவியல் ஏற்புப் பெறுவது பெருமைக்குரிய ஒன்றாக இருந்த காலம் மலை ஏறிவிட்டதை நாம் புரிந்துகொள்வோம். அறிவியலின் வன்முறை தோலுரித்துக் காட்டப்படுகிற காலம் இது. மருத்துவச் சோதனை என்கிற பெயரில் அல்லோபதி கொன்று

குவித்த மனித உயிர்களின் பட்டியலை நாம் அறிவோம். சோதனையில் மட்டுமல்ல சிகிச்சை முறையிலும் அது எத்தனை வன்முறையாக உள்ளது என்பதை மீண்டும் ஒருமுறை சொல்லத் தேவையில்லை.

நாம் ஹோமியோபதியர்களாகவே இருப்போம். விஞ்ஞானிகளாக வேண்டாம்.

குறிப்புகள்

கட்டுரையில் நிறைய ஆங்கிலச் சொற்களும் வாக்கியங்களும் அப்படியே பயன்படுத்தப்பட்டுள்ளமைக்கு வருந்துகிறேன். சிக்கலான பிரச்சினை என்பதால் துல்லியம் கருதி மூல வாக்கியங்கள் அப்படியே பயன்படுத்தப்பட்டுள்ளன. எனினும் ஆங்கிலம் அறியாதவர்கள் புரிந்துகொள்ளத் தடையில்லாத வகையில் எழுதப்பட்டுள்ளது. மேற்கோள்களில் அழுத்தங்கள் அனைத்தும் நம்முடையது.

மேற்கோள்கள் எடுக்கப்பட்ட நூற்கள்:

Organon of Medicine, Samuel Hahneman, VI Edition, Translated with Preface by William Boericke, Roy Publishing House, Calcutta 1980.

The Principles and Practice of Homeopathy, Richard Hughes, Jain publications New Delhi.

Homeopathic Philosophy, James Taylor Kent, Jain publications, New Delhi, 1994.

('மதுரை ஹோமியோபதி நண்பர்கள்' நடத்திய ஹானிமன் நினைவரங்கில். ஏப்ரல் 30, 2000 அன்று பேசிய உரை. ஹோமியோபதி ஜூலை 2000 இதழில் பின்னர் வெளியிடப்பட்டது.)

2.4 மாற்றுப் பால்நிலைகளைத் தேடி

நிலவும் சமூக அமைப்பில் நம்பிக்கையற்றவர்களும் அதில் ஒன்ற முடியாதவர்களும் மாற்றுகளைத் தேடுவதும் முன்மொழிவதும் வழக்கம். மாற்றுக் கல்வி, மாற்று மருத்துவம், மாற்று இலக்கியம், மாற்று அரசியல் என்பன போன்ற கருத்துக்களையும் விவாதங் களையும் நாம் கேட்டிருக்கின்றோம். 'மாற்றுப் பால்நிலை' (alternative sexualities) குறித்த விவாதங்கள் மேலைச் சமூகத்தில் நீண்ட நாட்களாகவே நடைபெற்றுக்கொண்டிருந்தபோதிலும் இந்தியச் சூழலில் சென்ற நூற்றாண்டின் இறுதிப் பத்தாண்டு களில் தான் மேலுக்கு வந்தன.

பல மட்டங்களில் இந்த விவாதங்களும் நடைமுறைகளும் வெளிப்பட்டுக்கொண்டிருந்தாலும் பெரிய அளவில் அனைவரின் கவனத்தையும் ஈர்த்தது தீபா மேத்தாவின் 'ஃபயர்' திரைப்படம் ஏற்படுத்திய சலசலப்பு, கிளர்ச்சிகள், ஆர்ப்பாட்டங்கள். அரசியல் வாதிகள், சிந்தனையாளர்கள், மனித உரிமை ஆர்வலர்கள் எனப் பலரும் இது குறித்துக் கருத்துக்களைச் சொல்ல வேண்டியவர் களாயினர். பாலியல் உறவு தொடர்பான பல கேள்விகள் அம்பலத்துக்கு வந்தன.

* இரு பெண்களுக்கிடையேயான உடல் மற்றும் உணர்வு ரீதியான உறவை இப்படி வெளிப்படையாகப் பேசலாமா?
* ஒரு ஆணுக்கும் பெண்ணுக்கும் இடையிலான உறவுதானே இயற்கையானது, ஒழுங்கானது. ஒரு பால் உறவு செயற்கை யானதுதானே?
* மனித இன மறு உற்பத்தி, அதாவது குழந்தைப் பேற்றை உருவாக்கும் தன்மையிலான உடலுறவுகள்தானே இயல் பானது. மற்ற எல்லா வகையிலான இன்ப விழைவுகளும் வக்கிரமானது தானே?
* இப்படி எல்லாம் அனுமதித்துக்கொண்டே போனால் குடும்பம் என்கிற நிறுவனம் என்னாவது?

- ‘எய்ட்ஸ் போன்ற பேராபத்துக்களை மனிதகுலம் எதிர் கொண்டுள்ள சூழலில் ஒருபால் உறவு பற்றியெல்லாம் பேசுவது அவசியமா?
- எத்தனையோ பிரச்சினைகளுக்குப் பதில் தேட வேண்டிய நிலையில் இதுதான் இன்றைய முக்கியப் பிரச்சினையா?

இந்தக் கேள்விகளின் நியாயங்களை ஆராயும் முன்பாக, கடந்த சில ஆண்டுகளில் மாற்றுப் பால்நிலைகள் குறித்து வெளிவந்துள்ள வேறு சில திரைப்படங்கள், நடத்தப்பட்ட கருத்தரங்குகள், உருவாகியுள்ள அமைப்புகள் பற்றிய செய்திகளை அறிந்து கொள்வது நல்லது. மாற்றுப் பால்நிலை என்பது ஓரினச் சேர்க்கையை மட்டும் குறிப்பதன்று. இரு பாலருடனும் உறவுகள் வைத்திருப்போர், அலிகள், ஒரே நேரத்தில் உடல்ரீதியாகவும் மனரீதியாகவும் இருபால் தன்மைகளையும் கொண்டிருப்போர், ஏதேனும் ஒரு பாலினராக வளர்க்கப்பட்டு மறுபால் அடையாளங் களைத் தரித்துக்கொள்ள விரும்புவோர் எனப் பல நிலைகளையும் அது குறிக்கும் என்பதை மறந்துவிடக் கூடாது.

‘ஃபயர்’ தவிர்த்த வேறு சில திரைப்படங்களை முதலில் காண்போம். 1997இல் வெளிவந்த மூன்று படங்கள் குறிப் பிடத்தக்கவை. அமோல் பலேக்கரின் ‘தார்யா’ மாற்றுப்பால் அடையாளங்களைத் தரித்துக் கொள்வதற்கான நாட்டம் பற்றிய பிரச்சினையைப் பேசியது. மகேஷ்பட்டின் ‘தமானா’ அலிகளின் ‘ஹிஜ்ரா’ பண்பாட்டைப் படம்பிடித்தது. கல்பனா லஜ்மியின் ‘தர்மியான்’ இருபால் அடையாளங்களுடன் பிறந்த ஒரு குழந்தை வாழ்வில் எதிர்கொள்ளும் பிரச்சினைகளை எடுத்துக்கொண்டது. லஜ்மி தனது பட யூனிட்டில் ஓரினச் சேர்க்கையாளராக அறிவித்துக் கொண்ட சில ஆண்களை (‘கே’) இணைத்திருந்தார்.

இந்தப் படங்கள் அனைத்திலும் பல பிரச்சினைகள் இருந்த போதிலும், மாற்றுப் பால்நிலை உடையவர்களின் நியாயங்களை இவை முழுமையாக ஏற்றுக்கொண்டவை அல்ல என்ற போதிலும், மாற்றுப் பால்நிலையினரின் பிரச்சினைகளைப் பேசிய வகையில் குறிப்பிடத்தக்கவையாக உள்ளன.

மாற்றுப் பால்நிலை உடையவர்களின் பிரச்சினைகளைத் தெளிவாகப் புரிந்துகொண்டு அவர்களின் அரசியலை வெளிப் படுத்திய படமாக ரியாத் வாடியாவின் ‘பாம்கே’ திரைப்படத்தைச்

சொல்லலாம். இது ஆறு குறும்படங்களின் தொகுப்பு. ராஜாராவ் எழுதிய ஆண் ஓரின உறவு குறித்த ஆறு கவிதைகளை, ஒவ்வொன்றும் பதினோரு நிமிடங்கள் ஓடக்கூடிய திரைப்படமாக்கியிருந்தார் வாடியா. இவை தவிர அஷிஷ் நாக்பால் தயாரித்த 'ஆதுரா', கேடன் மேத்தாவின் 'ஹோலி' ஆகியவையும் ஒருபால் உறவு குறித்துப் பேசின.

திரைப்படங்கள் தவிர, மாற்றுப் பால்நிலை உரிமைகள் தொடர்பாகப் பல கருத்தரங்குகள் நடத்தப்பட்டன. பல அமைப்பு களும் உருவாக்கப்பட்டன. பங்களூரில் 1997இல் 'இந்தியா யுனிவர்சிட்டி தேசியச் சட்டப் பள்ளி'யின் மாணவர் அமைப்பு அந்த வளாகத்திலேயே 'கே' உரிமைகளுக்கான கருத்தரங்கு ஒன்றை நடத்தியது. இதில் அசோக்ரோ கவி முதலான 'கே' உரிமைப் போராளிகள் தவிர, சேகர் சேஷாத்திரி முதலான உளவியல் நிபுணர்களும் ஆனந்த் குரோவர் போன்ற சட்ட வல்லுநர்களும் கலந்துகொண்டு ஆண்(கே) மற்றும் பெண் (லெஸ்பியன்) ஓரினப் பால்நிலை உடையோரின் நியாயங்களையும் கோரிக்கைகளையும் ஆதரித்துப் பேசினர். இதுகுறித்த ஒரு விரிவான செய்தித் தொகுப்பு *இந்து* நாளிதழில் (அக் 19, 1997) வெளியாகியது.

1999இல் நெருக்கடி நிலைப் பிரகடனம் செய்யப்பட்ட இருபத்தைந்தாம் ஆண்டு நினைவு நாளின்போது 'லெஸ்பியன்' உரிமைகளுக்கான பிரச்சாரக் குழு (CLR - Campaign for Lesbian Rights) அமைக்கப்பட்டது. லெஸ்பியன்கள் மீதான அறிவிக்கப்படாத நெருக்கடிநிலைப் பிரகடனத்தை இக்குழு எதிர்த்தது. நாடெங்கிலும் உள்ள பல்வேறு பல்கலைக்கழகங்களில் பயிற்சிப் பட்டறை களை நடத்தியது. துண்டுப் பிரசுரங்களை விநியோகித்தது. இது குறித்த செய்திக் கட்டுரை *இந்தியன் எக்ஸ்பிரஸ்* நாளிதழில் (ஆக. 11, 1999) வெளிவந்தது.

அசோக் கவியை ஆசிரியராகக் கொண்டு மும்பையிலிருந்து வெளிவரும் *பாம்பே தோஸ்த்* என்பது 'கே' மற்றும் 'லெஸ்பியன்' உரிமைகளுக்கான ஒரு பத்திரிகை. டெல்லியி லிருந்து 'சாங்கினி', 'சகி', 'தர்ஷி' முதலான அமைப்புகளும் மும்பையிலிருந்து 'ஸ்த்ரீ சங்கம்', 'பாம்பே தோஸ்த்' முதலிய அமைப்புகளும் கல்கத்தா விலிருந்து 'கவுன்சில் கிளப்', பங்களூரிலிருந்து 'குட் ஆஸ் யூ' ஆகிய அமைப்புகளும் 'கே' மற்றும் 'லெஸ்பியன்'களுக்காக வெளிப்படையாக இயங்குகின்றன. இவற்றின் முகவரிகள்,

தொலைபேசி எண்கள் முதலியன சண்டே இதழில் (மே 17-23, 1998) வெளிவந்துள்ளன.

இவர்கள் முன்வைக்கிற உடனடிக் கோரிக்கைகள் யாவை? இந்தியத் தண்டனைச் சட்டத்திலுள்ள 377 வது பிரிவை நீக்க வேண்டும். இச்சட்டத்தின்படி 'இயற்கை நியதிக்கு மாறாக'ப் பாலியல் உறவுகொள்ளும் யாரையும் கைது செய்யலாம். பத்தாண்டுகள்வரை சிறையிலடைக்கலாம். மாற்றுப் பால்நிலை உள்ள யாரையும் இச்சட்டத்தின்படி தண்டிக்க முடியும். அந்தரங்கங் களைப் பாதுகாத்துக் கொள்ளும் (Right to Privacy) அரசியல் சட்ட உரிமைக்கு (பிரிவு 14,21) இது எதிராக உள்ளது.

உலக அளவில் இத்தகைய சட்டங்கள் இப்போது எல்லா நாடுகளிலும் நீக்கப்படுகின்றன. இங்கிலாந்தில் பைபிளை மேற்கோள்காட்டி, ஓரின உறவு என்பது மரணதண்டனைக்குரிய ஒரு குற்றமாக 1553இல் பிரகடனப்படுத்தப்பட்டது. 1861இல் இது மரணதண்டனையிலிருந்து பத்தாண்டு சிறைத் தண்டனையாகக் குறைக்கப்பட்டது. 1967இல் முற்றிலுமாக இச்சட்டம் நீக்கப் பட்டது. 1980களில் நார்வே, ஸ்வீடன், டென்மார்க், நெதர்லாந்து, அயர்லாந்து ஆகிய நாடுகளில் ஓரினச் சேர்க்கையாளர்களை எவ்வகையிலும் சமூகரீதியாக ஒதுக்கிவைப்பது குற்றம் எனச் சட்டம் இயற்றப்பட்டது. நார்வே, ஹங்கேரி, அயர்லாந்து முதலான பல நாடுகளிலும் ஓரினத் திருமணம் சட்டப்பூர்வமாக அனுமதிக்கப் பட்டுள்ளது. இங்கிலாந்து நாட்டுச் சட்டத்தை முன்மாதிரியாகக் கொண்டு இயற்றப்பட்டநம் நாட்டுச் சட்டத்தில் மட்டும் இது இன்றும் குற்றத்துக்குரிய தண்டனையாக உள்ளது.

நமது மரபில் ஒருபால் உறவு அங்கீகரிக்கப்பட்டுள்ளதா இல்லையா என்கிற கேள்வி சிலருக்கு எழலாம். ஐந்தாம் நூற்றாண்டைச் சேர்ந்த ஆயுர்வேத மருத்துவர் வராகமிகிரரின் 'பிருகத் ஜாதக'த்தில் கிரக நிலைகள் எப்படி அமைந்திருந்தால் ஒரு பெண் 'லெஸ்பியன்' உணர்வுடையவளாக இருப்பாள் எனக் குறிப்பு உள்ளது. வாத்ஸ்யாயனரின் 'காமசூத்திர'த்தில் 'ஆபரிஸ்தகம்' என்கிற ஒரு அத்தியாயம் முழுமையும் ஒருபால் உறவைப் பற்றியே பேசுகிறது. அந்தப்புரத்தில் அடைத்து வைக்கப் பட்டுள்ள பெண்களுக்கிடையிலான லெஸ்பியன் உறவு பற்றியும் குறிப்பு உள்ளது. இராமாயணம், மகாபாரதம் இரண்டிலும் ஒருபால் உறவு பற்றிய குறிப்புகள் உள்ளன. இராவணனின்

அந்தப்புரத்திற்குள் சீதையைத் தேடி அனுமன் அலைந்த போது அங்குள்ள பெண்கள் ஒருவரோடு ஒருவர் தத்தம் காதலரைத் தழுவிக் கொண்டிருந்ததைப் போலத் தழுவியிருந்தனர் எனப் பாடுகிறார் வால்மீகி. புகழ்பெற்ற கஜுராஹோ சிற்பங்களிலும், முகலாயர் கால ஓவியங்களிலும் ஒருபால் உறவு சித்திரிக்கப் பட்டுள்ளது.

எனினும் மாற்றுப் பால் நிலைகள் இழிவானவை, தண்டிக்கப்பட வேண்டியவை என்னும் கருத்து சட்டரீதியாக மட்டுமின்றிச் சமூகப் பொதுக் கருத்தாகவும் இங்கே நிலவுகிறது. இதன் விளைவாக இத்தகைய பால்நிலை உடைய பலர் குற்ற உணர்ச்சி மேலிட்டு மனநோயாளியாகின்றனர்; பலர் தற்கொலை செய்து கொள்கின்றனர். 1988 பிப்ரவரியில் மத்தியப் பிரதேசச் சிறப்புக் காவல்படையைச் சேர்ந்த லீலா, ஊர்மிளா என்கிற இரண்டு பெண் காவலர்கள் திருமணம் செய்துகொண்டதாக அறிவித்த நிகழ்ச்சி பத்திரிகைகளில் பிரசுரமாயின. பொது ஊழியர் களுக்கான நன்னடத்தைக்குப் பொருத்தமற்றது எனக் குற்றஞ் சாட்டி அவர்கள் இருவரும் வேலையிலிருந்து நீக்கப்பட்டனர். 1989இல் முஜ்லிபாய் சாவ்தா என்பவர் குஜராத் உயர்நீதி மன்றத்தில் ஒரு வழக்குத் தொடர்ந்தார். தனது மகள் லீலாவின் 'கணவன்' உண்மையில் அவளது லெஸ்பியன் காதலன்தான் என்பதாகவும், எனவே அவர் 377ஆவது பிரிவின்படி தண்டிக்கப்பட வேண்டும் என்றும் தாக்கல் செய்யப்பட்ட அவரது மனு ஏற்றுக்கொள்ளப்பட்டது. இன்னும் பல எடுத்துக்காட்டுகளைச் சொல்ல முடியும்.

மாற்றுப் பால்நிலை கொண்டிருத்தல் என்பது இயற்கையானது அல்ல. அது ஒரு வக்கிர உறவு என்கிற கருத்தை உளவியலாளர் களும் பாலியல்துறை வல்லுநர்களும் மறுக்கின்றனர். உலக சுகாதார அமைப்பு (WHO) அறிவித்துள்ள உளவியல் பிறழ்வுப் பட்டியலில் ஒருபால் உறவு சேர்க்கப்படவில்லை.

மும்பையிலுள்ள கே.ஈ.எம். மருத்துவமனையின் பாலியல் மருத்துவத் துறையின் தலைமை மருத்துவர் பிரகாஷ் கோத்தாரி, ஒருபால் உறவு என்பது இயற்கையிலிருந்து விலகிய ஒன்றல்ல, பொதுவாக ஏற்றுக்கொள்ளப்பட்ட ஆண்-பெண் உறவிற்கு இது ஒரு மாற்று, அவ்வளவுதான் என்கிறார்.

புகழ்பெற்ற பெண்ணியச் சிந்தனையாளர் ஜெஃப்ரி வீக்ஸ் சொல்வது போல் ஆசைகளில் (desire) ஒருபால் ஆசை, மாற்றுப் பால் ஆசை என்றெல்லாம் தனித்தனியாகக் கிடையாது. மாற்று உடல் மீதான ஆசையாகத்தான் முதலில் அது உருப்பெறுகிறது. உருப்பெற்ற ஆசை ஒரு குறிப்பிட்ட தன்மையைப் பெறுவதை வாழ்கிற கலாச்சாரம்தான் தீர்மானிக்கிறது. மாற்றுப் பாலியல் ஆசைதான் இயற்கையானது என்கிற கருத்து பதியப்பட்டுள்ள நிலையில், பெரும்பாலானவர்கள் அத்தகைய நிலையை எடுக்க நேரிடுகிறது என்பதுதான் உண்மை.

பாலியல் உறவு குறித்த கின்ஸி அறிக்கை இன்று உலக அளவில் அனைவராலும் ஏற்றுக்கொள்ளப்பட்ட ஒன்று. மனிதர்களின் பாலியல் நடத்தை குறித்த விரிவான ஆய்வுகளின் முடிவாக 1950களில் வெளியிடப்பட்டது இது. கின்ஸி அறிக்கையின்படி மொத்த ஜனத்தொகையில் பாதிப்பேர், அதாவது 50 சதத்தினர் ஆண் - பெண் மாற்றுப் பாலியல் ஆசையுடையவர்களாக உள்ளனர். நான்கு சதத்தினர் முழுக்க முழுக்க ஒருபால் உறவு வைத்திருப்போர். மீதமுள்ள 46 சதத்தினர் இருபால் உறவுகள் கொண்டுள்ளனர். வேறு வார்த்தைகளில் சொல்வதானால் மனிதர்களில் பாதிப்பேர் ஏதேனும் ஒரு சந்தர்ப்பத்தில் அல்லது பல சந்தர்ப்பங்களில் ஒருபால் உறவு கொண்டவர்கள்தான்.

ஆம், நீங்கள் சந்திக்கும் ஒவ்வொரு அடுத்த நபரும் ஒருபால் உறவு அனுபவம் உடையவர்தான். அது உங்கள் ஆசிரியராக, நண்பராக, பக்கத்து வீட்டுக்காரராக, சகோதரனாக, ஏன் உங்கள் மகன் அல்லது மகளாகக்கூட இருக்கலாம். கின்ஸி அறிக்கை குறிப்பிடுவது போல், 'ஒருவரை ஒருபால் உறவுடையவர், மாற்றுப்பால் உறவுடையவர் என்றெல்லாம் இறுக்கமாக வகை பிரிக்க முடியாது. வகையினங்கள் எல்லாம் மனித மனத்தின் கண்டுபிடிப்புகள்தான்.'

மொத்த இந்திய சனத்தொகையில் 12.5 மில்லியன் பேர் அதாவது ஒன்றே கால் சதத்திற்கும் மேற்பட்டோர் ஒருபால் உறவுடையவர்களாக உள்ளனர் எனக் கணக்கிடப்பட்டுள்ளது. இது வக்கிரமான ஒன்றல்ல. குற்ற உணர்ச்சிகொள்ள வேண்டிய ஒன்றல்ல என்பது பரவலாக்கப்பட்டால் மேலும் பலர், கிட்டத் தட்ட ஐந்து கோடிப் பேர் தங்களின் ஒருபால் உறவு விருப்பத்தை வெளிப்படுத்துவார்கள் என்றும் கணக்கிடப்பட்டுள்ளது.

2.5 கலாச்சாரத்தின் வன்முறையும் கலாச்சாரத்தைக் கவிழ்க்கும் ஆயுதமாக விமர்சனமும்

கட்டுரைக்கு முன்பாக

இந்தக் கருத்தரங்கின் சின்னத் தலைப்பு ('நவீனத் தமிழ் எழுத்தின் தத்துவப் பார்வை') பல செய்திகளை உள்ளடக்கியதாக உள்ளது. முதலில் 'தமிழ் எழுத்துக்கள்' 'தத்துவப் பார்வைகள்' என்றில்லாமல் 'எழுத்து', 'தத்துவம்' என்கிற ஒருமைகளின் பால் நம் கவனம் செல்வது தவிர்க்க இயலாததாகிறது. தமிழின் இன்றைய இயக்கத்தை உற்று நோக்கினால் அதில் பலவகை எழுத்துக்களின் ஊடாட்டம் விளங்கும். எதார்த்தத்தை மீறியவை, விளிம்புநிலையினரின் எழுத்துக்கள் என ஒருவர் அதை வேறுபடுத்திக் காட்டலாம். இன்னொருவர் இதற்கு முற்றிலும் மாறாக வேறொரு வகையில் இன்றைய எழுத்துக்களை வகைப் படுத்தலாம். உயர்கலை, வெகுஜனக் கலை என்பது போல. ஆக பல எழுத்துக்கள் உள்ளன என்பதே உண்மை. ஆனால் இத்தலைப்பு நவீன எழுத்தின் இந்தப் பன்மைத் தன்மையை மறுக்கிறது; அல்லது இந்த எழுத்துக்களில் ஏதோ ஒன்றை மட்டுமே 'நவீன தமிழ் எழுத்து' என்று அங்கீகரிக்கிறது; அல்லது நவீன எழுத்துக்கள் பலவாக இருந்தபோதிலும் அவற்றுக் கிடையே உள்ள வித்தியாசங்களைக் காட்டிலும் பொதுமைப் பண்பு முக்கியம் எனக் கருதுகிறது. அந்தப் பொதுமைப் பண்பின் தத்துவப் பார்வை பற்றிக் கரிசனம் கொள்கிறது. ஒற்றைப் பொதுமைப் பண்பு அல்லது ஒற்றைத் தமிழ் எழுத்து எனக் கொண்டால் ஒற்றைத் தத்துவப் பார்வையும் சரிதானே. சமூகத்தில் பல்வேறு தத்துவப் பார்வைகள் செயல்பட்டுக் கொண்டிருந்தாலும் அவற்றுக்கு இடையேயான மோதல் களமாகச் சமூகம் விளங்கினாலும் இதில் ஏதோ ஒன்றுதான் நவீனத் தமிழ் எழுத்தின் தத்துவப் பார்வை என இந்தத் தலைப்பு வாதிடுகிறது.

அடுத்து, இலக்கியம் எனவந்துவிட்டால் அதற்கு ஒரு தத்துவப் பார்வை அவசியம் என இந்தத் தலைப்பு வற்புறுத்துகிறது. தத்துவம் இல்லாமல் இலக்கியம் இருக்க முடியாது, ஆனால் இலக்கியம் இல்லாமல் தத்துவம் இருக்கலாம். இந்த வகையில் இலக்கியத்தைக் காட்டிலும் தத்துவத்தின் முதன்மைத் தன்மையை இந்தத் தலைப்புச் சுட்டிக் காட்டிவிடுகிறது. நவீன அறிவொளி மரபில் தத்துவம், அறிவியல் ஆகியவற்றுக்கு அளிக்கப்பட்ட முதன்மையை இத்தலைப்பு அங்கீகரிக்கிறது.

'நவீனத் தமிழ் எழுத்தின் தத்துவப் பார்வை' என்கிற போது எழுத்து — எழுதப்பட்டது என்பதோடு தத்துவப் பார்வை இணைக்கப்படுவதும் கவனத்திற்குரியது. வாசிப்பிற்கு ஒரு தத்துவப் பார்வை இருக்க முடியுமா, அல்லது வாசிப்பு இல்லாமல் எழுத்து தனியாக இயங்க இயலுமா என்கிற கேள்விகளை இந்தத் தலைப்பு புறந்தள்ளுகிறது. இதன்மூலம் எழுத்துக்கும் அதனை எழுதியவருக்கும் 'ஆசிரியர்' என்கிற authority — அதிகாரத்தை இந்தத் தலைப்பு வழங்கிவிடுகிறது. இவ்வாறு தத்துவப் பார்வையைப் பிரதியோடு பிணைத்து, பிரதியை ஒரு நிகழ்வாகப் பார்க்காமல் அதனை ஒரு பொருளாகக் கட்டமைக்கிறது. இதன் மூலம் பிரதியின் வரலாற்றுச் சார்பை, உலகுசார்தன்மையை (worldliness) நொடியில் அழித்து விடுகிறது.

தமிழ்கூறு நல்லுலகம் பரந்து விரிந்த ஒன்று. தனக்குள் பல்வேறு தமிழ்களையும், பண்பாட்டுக் கூறுகளையும், ஒன்றோடொன்று இரத்தக் கலப்பில்லாத சாதியக் குழுமங் களையும் உள்ளடக்கிய உலகம் அது. ஈழத் தமிழர், மலேசியத் தமிழர், ஐரோப்பியத் தமிழர், தலித் தமிழர், கொங்குத் தமிழர், தஞ்சைத் தமிழர், முஸ்லிம் தமிழர் எனப் பல்வேறு புவியியல் பிரிவுகளையும் உள்ளடக்கிய உலகம் இது. இந்தப் பல்வேறு தமிழ்களையும் ஒன்றாக்கி, ஒற்றைத் தமிழ்க் கலாச்சாரம் ஒன்றை கட்டமைத்துவிட முயலும் கலாச்சாரப் பெருங்கதையாடல் ஒன்றையும் இந்தத் தலைப்பு பிரகடனப் படுத்துகிறது. கவிதை, விமர்சனம், நாடகம், புனைகதை என்கிற கூறுகளினூடாக (துணைத் தலைப்புகள்) இந்தப் பெருங் கதையாடல் உருவாக்கத்தில் நம்மைப் பங்குபெற அழைக்கிறது. இதில் நாம் பங்குபெறுதல் சாத்தியமா?

தத்துவம், பகுத்தறிவு ஆகியவற்றின் வன்முறை பற்றி நாம் ஏற்கனவே நிறையப் பேசிவிட்டோம். அறியும் தன்நிலை X அறிவுக்குரிய பொருள் என்கிற இருமையைக் கட்டமைப்பதன் மூலம் தன்னைத் தனித்து விலக்கி நிறுத்திக்கொள்ளும் தன்னிலை, தனது ஆய்வுப் பொருள்மீது அதிகாரத்தைச் செயற்படுத்துகிறது. இயற்கை மற்றும் சகமனிதர்கள் மீதான வன்முறைக்கு வழி வகுக்கிறது. எல்லாப் பிரச்சினைகளையும் எல்லாக் காலங்களிலும் எல்லா இடங்களிலும் ஆராயத்தக்க அடித்தளமாக ஒரு தத்துவம் அறிவிக்கப்படும்போது அதன்மீது ஒரு மொத்தத்துவப் பண்பு ஏற்றப்படுகிறது. இத்தகைய மொத்தத்துவப் பண்புடன் கால வரம்புகளைத் தாண்டிய என்றென்றைக்குமான உண்மை என்கிற உரிமை நிலைநாட்டப்படும்போது அதுவொரு பெருங்கதை யாடலாக வடிவெடுக்கிறது. இத்தகைய பெருங்கதையாடலின் விளிப்பிற்குள் வசப்படுவோர்கள் ஒற்றை அடையாளம் உள்ள அரசியல் சமூகமாகக் கட்டமைப்படுகின்றனர். இந்த அடையாளம் சாராம்சமானது, இயற்கையானது என்றெல்லாம் வலியுறுத்தப் படுகின்றது. இது இந்த அடையாளங்களில் இருந்து விலக்கப் பட்ட மற்றமைகளின் மீதான வன்முறைக்கு ஆதாரமாகின்றது.

இன்று இலக்கியத்தின் தத்துவப் பார்வையைத் தேடுகிற நாம் ஒன்றை மறந்துவிடலாகாது. தத்துவம் அது தோன்றிய காலத்தில் இருந்தே இலக்கியத்தைத் தனக்கு எதிராகவே கருதி வந்துள்ளது. தனது லட்சியக் குடியரசில் இருந்து கவிஞர்களை நாடுகடத்த வேண்டுமென பிளாட்டோ வலியுறுத்தியது நமது நினைவிற் குரியது. இலக்கியப் பிரதிகளின் மீதான தத்துவத்தின் வெறுப்பும் மறுப்பும் இரு அடிப்படைகளில் உருவாகிறது. முதலாவது, மறுப்பு அறிவுத்தோற்ற அடிப்படையிலானது. இலக்கிய ஆக்கங்கள் என்பன ஒருவகையில் பொய்யானவை; கற்பனை சார்ந்தவை; புனைவுகளாக உருவாக்கப்படுபவை; எனவே எதார்த்த உலகத்தைப் புரிந்துகொள்வதில் அவை எந்த வெளிச்சத்தையும் பாய்ச்சிவிட முடியாது. இரண்டாவது மறுப்பு அறிவியல் நோக்கில் உருவாகிறது. தத்துவார்த்த அறிவுக் கூர்மையால் கட்டுப்படுத்தாவிட்டால் கற்பித இலக்கியம் தீங்களிக்கக் கூடியதாகவும் அறிவியல் குழப்பங்களை உருவாக்கக் கூடியதாகவும் அமையும். எனினும் இன்று இலக்கியத்துக்குள் தத்துவப் பார்வை யைத் தேடுவதென்பது அறிவொளி மரபின் தத்துவ மேலாதிக்கத்தை ஏற்றுக்கொண்டதன் விளைவன்றி வேறென்ன?

ஏதேனும் ஒரு தத்துவப் பார்வையை ஒரு எழுத்தின் மீது சுமத்துவதன் மூலமாக அந்த எழுத்தை, அந்தத் தத்துவப் பார்வைக்கு உரியவர்கள் வசப்படுத்த முடிகிறது; அதாவது, அது புரிந்து கொள்ளப்படுகிறது. புரிந்துகொள்ளுதல் என்பது அறிவுச் செயற் பாட்டின் மூலமாக உள்வாங்குதல் அல்லது செரித்துக் கொள்ளுதல்; அதாவது, எதிர்கொள்ளும் மற்றமையை அதற்குரிய சட்டகங்களில் இருந்து விலக்கி உனக்குத் தெரிந்த ஒன்றாக அது மாற்றிவிடுகிறது. எனவே மற்றமை என்பது (உனது) அடையாளத்திற்குள் ஒடுக்கிக் கொள்ளப்படுகிறது. நீ மற்றதைப் புரிந்து கொள்ளும் போது (recognise) எதையும் புதிதாய்த் தெரிந்து (cognise) கொள்வதில்லை. இதைத்தான் புரிதலின் ஏகாதிபத்தியம் என்பார் தாமஸ் டோசெர்டி. இத்தகைய தெளிவான, வரையறுக்கப் பட்ட முன்முடிவுகளுடான அணுகல்முறையை முன்தீர்மான அணுகல்முறை அல்லது முன்முடிவுத் தீர்ப்பு (determining, analytic, apriori judgement) என்பார் காண்ட். இவ்வாறு மற்றமையின் அடையாளத்தை அழித்து, அதனை அறிந்துகொள்வது என்கிற பெயரில் தன்னைத்தானே உறுதிசெய்து கொண்டு ('know thyself') நிற்பதே தத்துவப் பெருங்கதையாடலின் செயல்பாடாக உள்ளது. இந்த வகையில் மற்றமை மீதான வன்முறையாகத் தத்துவப் பெருங்கதையாடல்களின் அடிப்படையிலான அணுகல்முறைகள் அமைகின்றன.

2

கலாச்சாரத்தைக் கவிழ்க்கிற நடைமுறையாக விமர்சனம்

கலாச்சாரம் இவ்வாறு மேலிருந்து கீழான ஒரு அழுத்தத்தைச் செலுத்தும் போது அதன் ஆளுகைக்குட்பட்ட எல்லா மக்களிடமும் அந்தக் கலாச்சாரத்துக்குரியவர்கள் என்கிற உணர்வு தோன்றுவதில்லை. இந்த அழுத்தத்தினூடாக, இந்த அழுத்தத்திற்கு எதிரான எதிர்ப்பும் கூடவே இருந்து வந்துள்ளது. மதம், அரசியல், இனம், மொழி... போன்று ஏதோவொரு காரணத்தின் வடிவில் அது வெளிப்படுகிறது. கலாச்சாரத்தினால் 'வெளியே' உள்ளவர்கள் என விலக்கி வைக்கப்பட்டவர்களிடமிருந்தோ, தனிநபர்களிட மிருந்தோ அந்த எதிர்ப்பு வெளிப்படுகிறது. கலாச்சாரத்தின் மேலாதிக்கச் செயல்பாட்டை விதந்து போற்றும் மாத்யூ ஆர்னால்டு கூட இத்தகைய 'கலாச்சார அந்நியர்களைப்' (aliens) பற்றிச்

யின் பெயர் அதன்மீது சுமத்தப்படுதலை நாம் எடுத்துக் கொள்ளலாம். இதன் மூலம் பிரதிமீது ஒரு இறுதியான அர்த்தம் ஏற்றப்படுகிறது. அது படைப்பாளியின் விருப்பு, நோக்கம் ஆகியவற்றின் அடிப்படையிலானது.

இந்த இடத்தில் பிரதியின் உருவாக்கம் குறித்து ஒரு சொல். ஒரு சமூகக் குழுவில் 'எழுத்தாளர்' எப்படி அடையாளம் பெறுகிறார் என்பது பற்றி. ஒரு கலாச்சாரம் 'படைப்பு'க்கென சில விதிகளை உருவாக்குகிறது. இலக்கியத்திற்கான தரப்படுத்தப்பட்ட மொழி, வடிவம், இலக்கிய வகை, கதை சொல்லும்முறை.. பற்றிய சில ஏற்றுக்கொள்ளப்பட்ட நடைமுறைகள் என்கிற வடிவங்களில் இவ்விதிகள் முன் வைக்கப்படுகின்றன. புதிய 'படைப்பு' என்பது இந்த விதிகளை ஏதோ ஒருவகையில் மீறுவதன், கடப்பதன் (transgress) மூலம் உருப்பெறுகிறது. இல்லாவிட்டால் அது புதிய படைப்பாக முடியாது. கலாச்சாரத்தின் ஒழுங்குகளை மீறுதல் என்பதை நாம் விமர்சனப் பிரக்ஞையின் வெளிப்பாடு என்கிறோம். எனவே எல்லாப் 'படைப்பு'களையுமே விமர்சனச் செயல்பாடு என்று சொல்லிவிட முடியுமா என்கிற கேள்வி எழுகிறது.

இந்த இடத்தில் நாம் மீறல் என்னும் செயற்பாட்டை, நிகழ்வைச் சற்று நெருங்கி உற்றுக் கவனிக்க வேண்டும். மீறுதல் இரண்டு வகைகளில் நிகழ முடியும். கலாச்சாரத்தை முற்றாக மறுக்கிற மீறல்களும் உண்டு; கலாச்சாரத்தின் ஒரு சில கூறுகளை மட்டும் மீறி, மொத்தத்தில் கலாச்சாரத்தின் அடிப்படைகளைக் காக்கும் 'மீறல்'களும் உண்டு. இத்தகைய வேளைகளில் மீறுதல் மூலமாகவே விதிகள் உறுதி செய்யப்படுகின்றன. 'விதிவிலக்குகள் என்பன விதி இருப்பதற்கான நிரூபணங்கள்தான்' என்கிற ஆங்கிலப் பழமொழியை நாம் அறிவோம். விதியிலிருந்து விலகுவதன் மூலமாகவே கலாச்சாரத்தை உறுதி செய்கிற நடைமுறையாக இது அமையும். பிரதியின் இதர செயற்பாடுகள், கதையாடல் ஒழுங்கு, கதைசொல்லி (narrator) யார், சொல்லப்படுபவர் (narrattee) யார், கதையாடல் எத்தகைய சாய்வுடன் ஒழுங்கமைக்கப் படுகிறது, வெளிப்படையான உள்ளடக்கக் கூறுகள் (referential aspects) என்கிற பல்வேறு கூறுகளையும் நுண்மையாகப் பகுப்பாய்வு செய்யும்போது இந்த மீறுதலின் 'இலட்சணம்' வெட்ட வெளிச்சமாகிவிடும். எனவே இந்த மீறுதலைக் கலாச்சாரமும் அங்கீகரித்து ஏற்றுக்கொள்ளும்; பரிசளித்து மகிழும்; பீடத்தில்

ஏற்றிப் பெருமைப்படுத்தும்; கடையில் வைத்து விற்பனைசெய்யும். எனவே ஏதோ ஒரு வகையில் கலாச்சாரத்தை மீறுவதாலேயே (எ-டு: எதார்த்த வாதத்தை மீறுதல் அல்லது non-linear ஆக எழுதுதல்) ஒரு எழுத்தைக் கலாச்சாரத்தின் மீதான விமர்சனச் செயல்பாடு எனக் கொள்ள முடியாது.

இன்னொரு வகையான மீறல் எல்லா விதமான இலக்கியப் புனித உருவாக்கங்களையும் போட்டுடைக்கும். எந்தவகையிலும் அது கலாச்சாரத்தை உறுதி செய்யாது. இத்தகைய மீறலையே நாம் விமர்சன மீறல் என்கிறோம். இத்தகைய எழுத்தைக் கலாச்சாரம் ஒரு 'படைப்பாக' எள்ளளவும் ஏற்றுக்கொள்ளாது; அல்லது கண்டு கொள்ளாமல் புறக்கணிக்கும். சில சந்தர்ப்பங்களில் கலாச்சாரத்தின் ஒரு சில விதிகளை ஏற்றுக்கொண்ட எழுத்துக்களும்கூட ஒட்டு மொத்தத்தில் கலாச்சாரத்தை மறுக்கக்கூடிய பிரதியாக அமையலாம் (எ-டு: எதார்த்தவாதத்தில் எழுதப்பட்ட ஒரு எழுத்து இன்னொரு வகையில் கலாச்சாரத்தை மறுக்கலாம்). எனவே எந்த அம்சம் தூக்குதலாய், முனைப்பாய் வெளிப்படுகிறது என்பதன் அடிப்படையில் கலாச்சாரம் அந்தப் பிரதியை ஏற்கிறது அல்லது விலக்குகிறது. இன்னும் சில சந்தர்ப்பங்களில் இவ்வாறு விலக்கப்படுகிற ஒரு பிரதியே தன்னைக் கலாச்சாரத்திற்குள் இணைத்துக்கொள்ள அதனுடைய அங்கீகாரத்தைப் பெறவும் முயற்சிக்கலாம். கலாச்சாரமும் அதனை இணைத்துக்கொண்டு (co-opt) தனக்குள் உள்ளடக்க முனையலாம். முழுக்க முழுக்க கலாச்சாரத்தை மறுப்பதாக உள்ள பிரதிகள் தனது இருப்பிற்கு இதர கலாச்சார எதிர்ப்புக் குரல்களையும் குழுமங்களையுமே நம்பி இருக்கும்.

இறுதியாக: பிரதியைக் கலாச்சாரத்தின் வெளிப்பாடாக, அதிகாரத்தின் நடைமுறையாக வாசகர் முன் நிறுத்துகிற செயல் பாடுகள் பற்றிச் சொல்ல வந்து, பிரதியின் மீது படைப்பாளியின் அதிகாரத்தைச் சுமத்தி அதை வரலாற்று நீக்கம் செய்து ஒரு பொருளாக உறைய வைப்பது பற்றியே சொல்லிக்கொண்டு இருக்கிறோம். பிரதியுடன் கையளிக்கப்படக்கூடிய சக பிரதிகள் (co-texts—முன்னுரை, பாராட்டுரை, பரிசுரை, விளக்கவுரை முதலானவை), வாசிக்கப்படும் சூழலை நிறுவனங்கள் மூலமாகக் கட்டுப்படுத்துதல் இவற்றின் மூலம் வாசகரது சுய அடையாளம் ஒடுக்கப்பட்டு அவரைப் பிரதிக்கு முன் நிறுத்துதல் முதலியவற்றை

யாக முன்தீர்மானமான விதிகள் எதையும் கொண்டிருப்பது இல்லை. முன்தீர்மானத் தீர்ப்பு ஒன்றின் மூலம் அவற்றை மதிப்பிட முடியாது. பரிச்சயமான அளவுகோல்களின் மூலம் அவற்றை அணுக இயலாது. அந்த விதிகளையும் அளவுகோல்களையும் தான் அந்தக் கலையாக்கம் தேடிக் கொண்டிருக்கிறது. கலைஞன் அல்லது எழுத்தாளன் விதிகள் எதுவுமின்றிப் பணியைத் தொடங்குகிறான். என்ன நடந்திருக்க முடியும் என்பதற்கான விதிகளை உருவாக்குவதே அவன் நோக்கம். எனவே கலையாக்கம் அல்லது பிரதி என்பது ஒரு நிகழ்வின் (event) பண்பைக் கொண்டுள்ளது

என்பார்.

பின்நவீனத்துவப் பிரதிகள் பற்றி லியோதார்த் சொன்னவை விமர்சனத்திற்கும் பொருந்தும். எனவே நமது விமர்சனங்கள் திசையற்றதாக, திட்டமில்லாததாக, எந்தவிதமான அடையாளம் சுட்டக்கூடிய அதிகாரத் தன்மையும் இல்லாததாகப் பிரதியை அணுகும். ஏற்கனவே வரலாறு நீக்கப்பட்டு, பொருளுருவாக்கம் செய்யப்பட்ட (refined object) பிரதிக்குள் வரலாற்றைத் திணிக்கும்; மீண்டும் பிரதி ஒரு நிகழ்வாக்கப்படும். அறியும் தன்னிலை, அறியப்படும் பொருளில் தன்னை அடையாளம் காண்பது தடுக்கப்படும். இரண்டிற்கும் இடையே இடப்பெயர்ச்சி ஒன்றைச் செய்ய வேண்டியிருக்கிறது. இந்த இடப்பெயர்ச்சியையே நாம் விமர்சனச் செயற்பாடு என்கிறோம். பிரதி, வாசகர், எழுத்தாளர் எல்லோரும் இங்கே இடப்பெயர்ச்சி செய்யப்படுகின்றனர். குறிப்பான பெயருள்ள படைப்பாளி என்பதிலிருந்து சமூக அரசியல் உருவாக்கம், வரலாற்று நிகழ்வு என்கிற நிலைக்கு இந்த இடப்பெயர்ச்சி முதலில் ஏற்படுகிறது. அடுத்த நிலையில் குறிப்பான அந்தப் பிரதி, குறிப்பான சூழலில் நிறுத்தி வாசிக்கப்படுகிறது. ஆசிரியரின் முதன்மையான இடம் இடப்பெயர்ச்சி செய்யப்பட்டு, வாசகருக்கும் வாசிப்பிற்கும் சம இடம் அளிக்கப்படுகிறது. வாசிப்பின் மீது ஆளுமை கொள்ளும் காரணிகள்மீது கவனம் ஈர்க்கப்படுகிறது. பிரதியும் வாசிப்பு உலகியலானவை, சூழலோடு இணைந்தவை என்கிற நோக்குடன் விமர்சனம் அதனைச் சூழலில் வைத்துப் பார்க்கிறது. தனது இன்மைகளையும் தோல்விகளையும் சாத்தியமின்மைகளையும் ஏற்றுக்கொண்டே அது களத்தில் இறங்குகிறது. அதே சமயத்தில் அது பிரதியின்

உற்பத்தி, வாசிப்பு, பெருக்கம் ஆகியவற்றில் ஊடாடும் அரசியல், சமூக மற்றும் மனிதாய மதிப்பீடுகள்மீது கூர்மையான கவனிப்பைச் செலுத்துகிறது. இந்த வகையில் பிரதி அதன் இறுதி உற்பத்தியை எட்டாத தன்மையை இந்த விமர்சனம் வெளிப்படுத்துகிறது. ஒரு குறிப்பான காலத்திற்குரிய (punctual) பொருளாக அன்றி வரலாற்றில் என்றென்றும் நிகழக்கூடிய (eventual) நிகழ்வாக எடுத்துரைக்கிறது.

முன் தீர்மானிக்கும் இலக்கியக் கோட்பாடு இல்லாமல் தீர்ப்பு வழங்குதல் என்பதில், தீர்ப்பின் இடத்தில் தீர்ப்பளிக்கும் நடைமுறை முன்வைக்கப்படுகிறது. இது மூன்றாவது இடப் பெயர்ச்சி. தீர்ப்பின் வடிவத்தை வைப்பதற்குப் பதிலாகத் தீர்ப்பளிக்கும் நிகழ்வு அரங்கேற்றப்படுகிறது. பிரதியின் சாரமான உண்மையை அல்லது அதன் தர மதிப்பீட்டைக் கண்டுபிடித்துச் சொல்வதற்குப் பதிலாகத் தீர்ப்பளிக்கும் நிகழ்வின் அல்லது நமது விமர்சனச் செயல்பாட்டின் கதையை நாம் சொல்லத் தொடங்கு கிறோம். நமது பிரக்ஞையில் எந்தவிதமான தாக்கம் ஏற்படுகிறது என்கிற கதையாடலை நாம் விமர்சனமாக விரிக்கிறோம். மொத்தத்தில் 'பிரதி'யிலிருந்து 'நிகழ்வை' நோக்கி நகர்தலே நமது விமர்சனமுறை. எனவே குறிப்பான பிரதியின் தனித்துவத்தை முதலில் இந்த விமர்சன நிகழ்வு அங்கீகரிக்கிறது. எந்தவித முன் தீர்மானங்களும் இன்றிக் குறிப்பான பிரதிக்கான குறிப்பான அணுகல்முறை அந்தக் குறிப்பான விமர்சனத்தின் மூலம் உருவாக்கப்படுகிறது.

இந்த இடத்தில் நாம் ஒன்றை நினைவில் வைத்துக்கொள்ள வேண்டும். எல்லா இலக்கியக் கோட்பாடுகளும் இலக்கிய அணுகல்முறைகளும் குறிப்பான பிரதிகளுக்காக உருவாக்கப் பட்டவைதான். ஸ்டான்லி ஃபிஷ் interpretive community (வாசிப்புக் குழு) எனக் குறிப்பிடும் கருத்தாக்கம் இங்கே சிந்திக்க த்தக்கது. எல்லா அணுகல்முறைகளும் குறிப்பான பிரதிகளுக்கு மட்டுமல்ல, குறிப்பான ஒரு வாசக, ரசனைக் குழுவுக்காகவே உருவாக்கப் படுகின்றன. ஆனால் அவற்றை எல்லாப் பிரதிகளுக்கு மான, எல்லா வாசகக் குழுமங்களுக்குமான பொது அணுகல் முறையாக முன்வைப்பதே கலாச்சாரத்தின் தந்திரம். தமது அதிகாரத்தை நிலைநிறுத்திக்கொள்ள அவர்கள் செய்யும் சதி. இத்தகைய எல்லா விதமான மொத்தத்துவச் சதிகளுக்கும் ஆதிக்கத்திற்கும்

ஒதுக்கலுக்கும் எதிராக நின்று ஆதிக்கமற்ற அறிவுச் செயற்பாடாக பின்நவீனத்துவ விமர்சன நிகழ்வு அமையும்.

(1998 ஆகஸ்ட் 15இல் வெளி இதழும் விஜயா பதிப்பகமும் இணைந்து கோயமுத்தூரில் நடத்திய நவீன தமிழ் எழுத்தில் தத்துவப் பார்வை கருத்தரங்கில் விமர்சனம் என்கிற துணைத் தலைப்பில் வாசிக்கப்பட்டது. எக்ஸில் மே- ஜூலை 1999 இதழில் வெளிவந்தது.)

2.6 ஆப்ரோ-அமெரிக்க இலக்கிய விமர்சனம்: பொது விமர்சனமுறை சாத்தியமா?

அச்சு உலகிற்குள் கருப்பர்கள் முட்டிமோதி இடம்பெற முயன்றது 1760-1789 காலகட்டத்தில்தான் சாத்தியமாயிற்று. தன் வரலாறு களாக மிளிரும் அடிமைக் கதையாடல்களில் ஐந்து இக்கால கட்டத்தில் வெளியாயின. ஆங்கிலத்தில் வெளிவந்த முதல் ஆப்ரிக்கக் கவிதைத் தொகுப்பு லண்டனில் 1773ஆம் ஆண்டு வெளியாகியது. பாஸ்டன் நகரைச் சேர்ந்த பிலிஸ் வீட்லி என்கிற அடிமைப்பெண் எழுதிய கவிதைகள் இவை. அடுத்த ஏழு ஆண்டு களுக்குள் ஐந்து பதிப்புகளை இத்தொகுப்பு கண்டது. இதுபற்றி 1808இல் ஹென்றி கிரிகோரி என்பவர் இப்படி எழுதினார்:

> ஐந்து தொகுப்புகள் வந்துள்ளன என்பது இதன் கவித்துவத் தரத்திற்குக் கிடைத்த ஏற்பு என்பதைக் காட்டிலும் ஒரு ஆப்ரிக்கக் கவிஞரின் நம்பத் தகுந்த வெளிப்பாடு என்பதற்குக் கிடைத்த ஏற்புதான்.

பாஸ்டன் நகரைச் சேர்ந்த 'திருவாளர் வீட்லியின் நீக்ரோ அடிமை யாகிய பிலிஸ்' இந்த அங்கீகாரத்தைப் பெறுவதற்காக ஒவ்வொரு பதிப்பிலும் வெள்ளைப் பெரியவர்களிடமிருந்து கீழ்க்காணுமாறு ஒரு சான்றிதழை வெளியிட வேண்டியிருந்தது; சான்றிதழ் வாசகங்கள் வருமாறு:

> கீழ்க்கண்ட பக்கங்களில் குறிப்பிடப்பட்டுள்ள 'கவிதைகள்' யாவும் பிலிஸ் என்கிற இளம் நீக்ரோ பெண்ணால் எழுதப் பட்டவை என (நாங்கள் மனதார நம்புகிறபடி) உலகின் முன் உறுதியளிக்கிறோம். இவள், சில ஆண்டுகளுக்கு முன்பு ஆப்பிரிக்காவிலிருந்து நாகரிகமற்ற காட்டுமிராண்டியாகக்

கொண்டுவரப்பட்டாள். அன்றிலிருந்து இன்றுவரை நகரிலுள்ள ஒரு குடும்பத்தில் அடிமையாகப் பணியாற்றுகிற பாதகமான நிலைக்குள்ளாக்கப்பட்டவள். சிறந்த நீதிபதிகள் சிலரால் ஆய்வு செய்யப்பட்டு இவற்றை எழுதுவதற்கான தகுதி அவளுக்கு உள்ளதென்பது ஏற்றுக்கொள்ளப்பட்டது.

ஆசிரியத்துவம் குறித்த இந்தச் சான்றிதழின்கீழ்ப் பதினெட்டு வெள்ளையர்கள் கையொப்பமிட்டிருந்தனர். மாசாச்சுசெட்ஸ் ஆளுநர் தாமஸ் அட்கின்சன் அவர்களில் ஒருவர். பிலிஸ் வீட்லி தான் இதன் ஆசிரியர் என்பதில் சந்தேகமில்லை என அவர் குறிப்பிட்டிருந்தார்.

வால்டேர், ஜார்ஜ் வாஷிங்க்டன், பெஞ்சமின் ரஷ், பெஞ்சமின் பிராங்க்ளின் எனப் புகழ்பெற்ற அறிஞர்கள், திறனாய்வாளர்கள் மற்றும் தலைவர்கள் பிலிஸின் கவிதைகள் பற்றி எழுதினர். ஆனால் யாரும் இவற்றைக் கவிதைகளாக ஏற்றுக்கொண்டு விமர்சிக்கவில்லை. கருப்பு எழுத்துக்களின் தகவல் கூறுகள் (documentary status) மட்டுமே கணக்கில் எடுத்துக்கொள்ளப் பட்டன. அதற்கு மேல் சொல்வதற்கு அவற்றில் என்ன இருக்கிறது? பிலிஸ் வீட்லியின் கவிதைகள் பற்றிய கருத்துரைப்பில் தாமஸ் ஜெஃபர்சன்:

> (அழகியல் பரிமாணங்கள் அற்று) நேரடியாகச் சொல்வதற்கு மேலான தளங்களில் கருப்புகள் எதையும் பேசி நான் இதுவரை கண்டதில்லை. ஓவியம், சிற்பம் இவற்றிற்கான அடிப்படைக் கூறுகளைக்கூட அவற்றிடம் பார்த்ததில்லை. மனித மூளையின் வெளிப்பாடு என்கிற வகையில் 'கவிதைகள்' என்கிற தலைப்பின் கீழ் வீட்லியின் கவிதைகள் விவாதத்திற் குரியவை அல்ல. (கிறிஸ்துவ) மதம் பிலிஸ் வீட்லியை உருவாக்கியுள்ளது. ஆனால் ஒரு கவிஞரை உருவாக்கவில்லை. அவளது பெயரில் வெளியாகியுள்ள இந்தத் தொகுப்பு விமர்சனத் தகுதிக்குக் கீழானது

என்று குறிப்பிட்டார். எழுதவந்த கருப்பர்களின் எண்ணமும் இதிலிருந்து பெரிதும் வேறுபட்டிருக்கக்கூடிய சூழல் அன்றில்லை. 'இத்தனை குறைபாடுகளோடும் இந்தக் கவிதைகளைப் பொது மக்களின் மேலான பார்வைக்குப் பணிந்து சமர்ப்பிக்கின்றேன்' என பிலிஸ் அந்தத் தொகுப்பில் முன்னுரைத்திருந்தார். முதல் அடிமைக் கதையாடல் ஆசிரியர்களில் ஒருவரான குஸ்தவா வஸ்ஸா,

'தாராளச் சிந்தனைகள், கிறிஸ்தவ மதம் ஆகியவற்றுடனான எனது தொடர்பு எமது மனிதப் பண்பை உயர்த்தியிருக்கிறது' எனச் சொல்லிக் கொண்டார் (1789). சார்ல்ஸ்பாலின் தொகுப்பு வெளிவந்த போது 'பாலுக்குச் சகிக்கத்தக்க அளவிற்கு அறிவுத் திறன் இயற்கையாகவே வாய்த்திருக்கிறது' என அதன் தொகுப் பாளர்கள் குறிப்பிட்டு இருந்தனர். பிரெடரிக் டக்ளஸின் தற்சரிதை வெளிவந்தபோது (1845) அதன் முன்னுரையில் டக்ளசின் ஆப்ரிக்கப் பாரம்பரியம், முந்தைய மிருகத்தனம், தற்போதைய அறிவுத் திறன்கள் முதலியவை வலியுறுத்தப்பட்டிருந்தன. கருப்பு எழுத்துக்களின் தனித்துவத்தை முதன்முதலில் சுட்டிக்காட்டியவரும் கருப்பு எழுத்துக்களின் புனிதத் தொகுப்பொன்றை (canon) உருவாக்குதல் பற்றி முன்மொழிந்தவருமான தியோடர் பார்க்கர் கூடக் (1846) கருப்பு எழுத்துக்களின் முக்கியத்துவத்தைச் சொல்லிவிட்டு இறுதியில், 'உயர்ந்த கலாச்சாரம் இல்லாதவர் களின் வெளிப்பாடுகளாக இவை இருப்பதனால் அறிஞர்களின் தேவைகளை இவற்றால் முழுமையாகப் பூர்த்தி செய்ய இயல வில்லை' என்று முடித்திருந்தார்.

மனிதக் குரங்கிற்கும் மனிதனுக்கும் இடையிலான பரிமாணச் சங்கிலியின் விடுபட்டுப் போன கண்ணியாகக் கருப்பர்கள் கருதப்பட்டு வந்த கால கட்டத்தில், தாங்கள் முதலில் மனிதர்கள் தான் என நிறுவ வேண்டிய தேவை அவர்களுக்கிருந்தது. தாங்களும் மற்றவர்களைப் போலச் சிந்திக்கக்கூடியவர்கள் தான் என நிறுவுவதற்கான வழிமுறைகளில் ஒன்றாக எழுத்தை அவர்கள் கருதினர். 'நீக்ரோ எழுத்துக்களுக்கான ஒருவகை மாதிரியை' எழுதியவரும் மார்க்சிஸ்டுமான ரிச்சர்டு ரைட் இதனைத் தெளிவாகச் சுட்டிக் காட்டியிருந்தார்.

> கருப்பு எழுத்தாளர்கள், அடிமைத் தனத்தின் அடையாளமாகிய முழங்கால் சட்டையுடன் அமெரிக்கப் பொதுக் கருத்துலகில் நுழைந்தார்கள். தாங்கள் தாழ்ந்தவர்களல்ல, தாங்களும் மனிதர்கள்தாம், மற்றவர்களோடு ஒப்பிடக்கூடிய வாழ்க்கையை உடையவர்கள்தாம் என்பதை மண்டியிட்டு அறிவித்தார்கள். வித்தைகள் செய்யும் பிரெஞ்ச் சடை நாய்களைப் பார்ப்பதைப் போல இந்தக் கலாச்சாரத் தூதுவர்களை (வெள்ளையர்கள்) வரவேற்றனர்

எனத் தொடங்குகிறது இந்த வரைவு அறிக்கை.

2

அமெரிக்க அடிமைச் சூழலில் மட்டுந்தான் இந்த நிலை என்பதல்ல. பொதுவாக வெள்ளை இனம் கருப்பர்களை, அதிலும் குறிப்பாக ஆப்ரிக்கக் கருப்பர்களை மனிதர்களாகவே கருதியதில்லை. வெள்ளை இனத்தின் மிகப்பெரிய மேதைகளும் சிந்தனையாளர் களும் அறிவொளிப் பாரம்பரியத் தத்துவஞானிகளும்கூட இதற்கு விதிவிலக்கல்ல. சர் பிரான்சிஸ் பேகன் தனது *The Novo Organan*இல் *(1620)* 'ஐரோப்பாவின் மிகவும் நாகரிகமான பகுதிகளைச் சேர்ந்த மனிதருக்கும் 'புதிய இந்தியா'வின் நாகரிகமற்ற காட்டுமிராண்டிகளுக்கும்' இடையிலான வித்தியாசம் பற்றிப் பேசினார். பேகனின் கருத்தாக்கத்தைப் பயன்படுத்திய பீட்டர் ஹேலின் *(1631)*, 'மனிதர்களுக்கே உரித்தான பகுத்தறியும் பண்பு (reason) ஆப்ரிக்கக் கருப்பர்களுக்குக் கிடையாது' என எழுதி, கருப்பர்களை மனிதர்களுக்கும் கீழானவர்களாகக் காட்டினார். தேசியப் பண்புகள் பற்றிய கட்டுரை ஒன்றில் டேவிட் ஹ்யூம், 'வெள்ளையர்களைத் தவிர்த்த எல்லா மனித இனங்களும், அதிலும் குறிப்பாக நீக்ரோக்கள், இயற்கையிலேயே வெள்ளை இனத்திற்குக் கீழானவர்களாக இருப்பார்கள் என நான் ஐயுறுகின்றேன்' என்றார் *(1753)*.

மிகவும் நவீனமான பின்நவீனத்துவச் சிந்தனைகளுக்கெல்லாம் ஊற்றுக் கண்ணாக இருக்கிற இம்மானுவல் கான்ட், 'கருப்பு மற்றும் வெள்ளை இனங்களுக்கிடையேயான வேறுபாடு இயற்கை யானது' என்றார். அவருடைய வாசகமொன்று:

> ஃபாதர் லபாட் சொன்ன செய்தி இது: நீக்ரோ தச்சர் ஒருவர் தனது மனைவியரைக் கொடுமைப்படுத்துவதை லபாட் கண்டித்த போது அந்த நீக்ரோ சொன்னானாம், 'வெள்ளையர்கள் முட்டாள்கள். முதலில் பெண்டாட்டிகளை இஷ்டத்திற்கு விட்டுவிட்டுப் பின்னால் அடங்கவில்லையே எனப் புகார் செய்வீர்கள்.' ஒருவேளை நாம் யோசித்துப் பார்ப்பதற்கு இந்த வாசகங்களில் சிறிதளவு உண்மை இருக்கலாம். ஆனால் இந்தப் பயல் தலை முதல் கால்வரை முழுக்க முழுக்கக் கருப்பு; அவன் சொன்னது முட்டாள் கூற்று என்பதற்கு இதைவிட வேறென்ன நிரூபணம் வேண்டும்?

ஆக, தோலின் நிறம் கருப்பாக இருப்பது முட்டாள்தனத்தின் அறிகுறி என்பது காண்ட்டின் கருத்து. சில ஆண்டுகளுக்குப் பின்பு ஹெகல் கருப்பர்களுக்கு வரலாறு கிடையாதென்றார். நமது எல்லாக் கருத்துக்களுக்குமான பிரபஞ்ச வியாபகத்தன்மை என்பதைக் கருப்பர்களைப் பொறுத்தமட்டில் விட்டுவிட வேண்டியதுதான் என்றார். உலகின் வரலாற்றுப் பகுதியாக ஆப்ரிக்காவைக் காண முடியாது என்று முத்தாய்ப்பு வைத்தார். தனது முழுமை, மொத்தத்துவம் என்கிற கோட்பாட்டையே கருப்பர்கள் விஷயத்தில் ஹெகல் தளர்த்த முயன்றது கவனிக்கத்தக்கது.

தத்துவச் சிந்தனையாளர்கள் தவிரப் புகழ்பெற்ற இலக்கியவாதிகளும் இதே போன்ற கருத்துடையவர்களாகவே இருந்தனர். ராபர்ட் பென் வாரனின் Pondy Woods-இல் ஒரு வசனம் வரும்: 'நீக்ரோவே, உன் இனம் தத்துவமில்லாததடா.' 1920இல் க்ளாட் மெக்கேயின் கவிதைகளைப் பற்றி எழுத வரும்போது ஐ.ஏ. ரிச்சர்ட்ஸ், 'இந்த ஆசிரியர் ஒரு சுத்தமான நீக்ரோ இரத்தம் பாய்கிறவர்' எனவும், 'கருப்பர்கள் கவிதையில் வெற்றி அடைந்ததற்கான முதல் எடுத்துக்காட்டாக இது விளங்குகிறது' எனவும் குறிப்பிட்டிருந்தார். மெக்கேயின் மற்றொரு நூலைப் பற்றி எழுதவந்த அமெரிக்க மார்க்சிஸ்டான மார்க்ஸ் ஈஸ்ட்மான் அவர்களும் 'நீக்ரோ இரத்தம் பாய்கிறவர்' என மெக்கே பற்றி எழுதியது இங்கே குறிப்பிடத் தக்கது. கருப்புக் கவிதைகள் பற்றிய லூயிஸ் சிம்சனின் கருத்துக்கள், கருப்பர் கதையாடல்கள் பற்றிய இர்விங் ஹோவின் சிந்தனைகள், கருப்பர் இசையான 'ஜாஸ்' பற்றிச் சமூக உளவியல் விமர்சனம் என்கிற பெயரில் நமக்கு முந்திய தலைமுறையின் மிக முக்கியச் சிந்தனையாளர்களில் ஒருவரான தியோடர் அடர்னோவின் பொருளற்ற விமர்சனங்கள் என இனவாத அடிப்படையில் வழுக்கி விழுந்த சிந்தனையாளர்களின் பட்டியலொன்றை நாம் நீட்டிக் கொண்டே போகலாம்.

3

அறிவுலகில் கோலோச்சிய இந்த இனவெறித்தன்மை கருப்பர்களிடம் இருவிதமான எதிர்வினைகளை உருவாக்கியது. அறிவுலகில் நன்கு தெரிந்த மேற்படிக் கோட்பாட்டாளர்கள் அனைவருமே இப்படி இனவெறி நோக்கில் தங்கள் ஆக்கங்களை அணுகியது கருப்பு எழுத்தாளர்கள் மத்தியில் கோட்பாட்டு

உருவாக்கத்தின் மீதே ஒரு வெறுப்பை ஏற்படுத்தியது. இதன் விளைவாக ஆப்ரோ-அமெரிக்கப் பாரம்பரியத்தில் ஒருவகையான கோட்பாட்டு எதிர்ப்புத்தன்மை உருவாகியது. கோட்பாடுகள் அனைத்துமே அடிமைத்தனத்தை நியாயப்படுத்தவும் கருப்பர்கள் மீதான அதிகாரத்தை உறுதிப்படுத்தவும் பயன்பட்டதன் விளைவு இது.

எனினும் கருப்புச் சிந்தனையாளர்கள் இத்தகைய அறிவுலகின் இனவெறிக்கு அவ்வப்போது பதிலடி கொடுத்தனர். ஏராளமான மாற்று விமர்சனங்களை அவர்கள் முன்வைத்தனர். கருப்பு விமர்சனம் என்பதை இனவெறிக்கு எதிரான போரின் ஓர் அங்கமாக ஆக்குவது முதற்கட்ட கருப்பு விமர்சகர்களின் நோக்கமாக இருந்தது. பத்தொன்பதாம் நூற்றாண்டில் வந்த பல விமர்சனங்களை இதற்குச் சான்றாகச் சுட்டிக்காட்டலாம். உருவம், உள்ளடக்கம் என்கிற கருத்தாக்கத்தை ஏற்றுக்கொண்ட கருப்பு விமர்சகர்கள் உருவத்தைக் காட்டிலும் உள்ளடக்கம் முக்கியமானது என்று கருதினர். பிரதிகள் அனைத்தும் உள்ளடக்கத்தின் அடிப்படையிலேயே அலசி ஆராயப்பட்டன. இலக்கிய வடிவம் என்பது முக்கியமானதல்ல. கருப்பு அனுபவத்தால் அவை நிரப்பப்பட்டிருந்தால் போதும் என்கிற சிந்தனை மிகுந்திருந்தது. உள்ளதை உள்ளபடிப் பிரதிபலிப்பதே கருப்பு அனுபவம் எனவும் நம்பப்பட்டது. ரிச்சர்ட் ரைட் போன்ற மார்க்சிஸ்டுகள் இத்தகைய சிந்தனைக்கு அதிக அழுத்தம் கொடுத்தனர்.

எனினும் கருப்பு அனுபவம் என்பது மறைபொருள் மற்றும் உருவக நோக்கில் சொல்லப்படும்போதே இலக்கியமாகிறது என்கிற நோக்கை ரால்ப் எல்லிசன் போன்ற நவீனத்துவ எழுத்தாளர்கள் முன்வைத்து இயங்கினர். கருப்பு இசை குறித்து இங்கே கொஞ்சம் சொல்லியாக வேண்டும். உருவம் X உள்ளடக்கம் என்கிற முரண் கருப்பு இசைஞர்களிடம் பொருளற்றுப் போனது. இத்தருணத்தில் வெளிவந்த ஸ்டீபன் ஹென்டர்சன்னின் *புதிய கருப்புக் கவிதையைப் புரிந்து கொள்ளுதல்* என்னும் நூல்தான் முதன்முதலில் உள்ளடக்க ஆய்விலிருந்து விலகி ஓரளவு கவிதையின் உருவகத் தன்மையைக் கணக்கில் எடுத்துக்கொண்டு விமர்சனம் செய்யப் புகுந்த முதல் நூல் எனலாம். இந்த வகையில் இந்நூல் முதன்முதலாகக் கருப்புக் கவிதை வெளி ஒன்றைக் கட்டமைக்க முற்பட்டது. கருப்புக் கவிதைகளின் தனித்துவமான அமைப்பையும்

ஹென்டர்சன் சுட்டிக்காட்டினார். இந்தத் தனித்துவத்தைப் புரிந்துகொள்ளாத விமர்சகர்கள், குறிப்பாக வெள்ளை விமர்சகர்கள் கருப்பு இலக்கியங்களைத் தவறாக அணுகியுள்ளனர் என்கிற குற்றச் சாட்டையும் அவர் முன்வைத்தார். கருப்புப் பேச்சு, கருப்பு இசை ஆகியவற்றிலிருந்து கருப்பு இலக்கியம் அமைப்பு வடிவம் பெறுகிறது என்று சொன்ன ஹென்டர்சன், மொழியின் லயம், உருவகம், சொல்லமைப்பு ஆகியவற்றின்பால் கவனத்தை ஈர்த்தார். எனினும் 'பேச்சு' பற்றின ஹென்டர்சனின் புரிதல் மொழியியலின் அடிப்படையில் அமையவில்லை. பேச்சு சுட்டுகிற பொருளின் குறியீட்டுத் தன்மையிலான உறவை அவர் நுணுகிச் சொல்லவில்லை. எனினும் கருப்பு இலக்கியத்தின் தனித்துவத்தின்பாலும் மொழியின் உருவகத் தன்மையின்பாலும் கவனத்தை ஈர்த்த வகையில் ஹென்டர்சனின் பங்களிப்பு குறிப்பிடத்தக்கதாக உள்ளது.

குறிப்பிட்டுச் சொல்லத்தக்க இன்னும் இரு முக்கியக் கருப்பு இலக்கிய விமர்சகர்கள் ஹௌஸ்டன் ஏ. பேக்கர் மற்றும் அடிசன் கேல். மேற்கத்திய வெள்ளை மதிப்பீடுகள், பண்பாடுகள், இலக்கியம் ஆகிய அனைத்தையும் மறுக்கும் அடையாளமாகவும் அளவுகோலாகவும் கருப்பு இலக்கியத்தை பேக்கர் வரையறுக்கிறார். எந்த அளவிற்கு ஒரு பிரதி வெள்ளை மதிப்பீடுகளை மறுதலிக்கிறதோ, அந்த அளவிற்கு அது கருப்பாக விளங்குகிறது என்றார் பேக்கர். கருப்பு அமெரிக்க நாட்டுப்புற வழக்கிலும் இதைக் காண முடியும் என்றார். கருப்பு அமெரிக்க இலக்கியம் வெள்ளை இலக்கியத்திலிருந்து வேறுபடும் புள்ளிகளாக மூன்றை அவர் சுட்டிக்காட்டினார். முதலில் கருப்பு இலக்கியம் அதன் வாய்மொழித் தன்மையாலும் இசைத் தன்மையாலும் தனித்துவமானதாக அமைகிறது. அடுத்து கருப்பு இலக்கியத்தின் கூட்டுத்துவத் தன்மை அதன் தனிப் பண்பாக விளங்குகிறது. இறுதியாக கருப்பு அமெரிக்க இலக்கியத்தின் சிறப்புப் பண்பு அதன் மறுதலிக்கும் தன்மை என்றார் பேக்கர்.

பேக்கர் குறிப்பிடும் மறுப்பு வெறுமனே இலக்கியக் கருவின் (theme) அடிப்படையிலானதாக மட்டுமே உள்ளது என்கிற விமர்சனம் அவர்மீது வைக்கப்படுகிறது. இலக்கியம் சுட்டும் பொருள் என்கிற அடிப்படையில்தான் பேக்கரின் கருத்தாக்கம் இயங்குகிறதேயொழிய குறிப்பான் (signifier) என்கிற மட்டத்திற்கு

மறுதலிப்பை அவர் கொண்டுசெல்லவில்லை. இத்தகைய விமர்சனங்கள் மொழியையும் இலக்கியத்தையும் வெறுமனே 'கருப்புத் தன்மை' (blackness) யின் எதிரொளிப் பாய்ப் பார்க்கிறது. 'கருப்பு' என்பதை ஒரு குறியீடாக, உருவகமாகப் பார்க்காமல் அதை ஒரு பொருளாகப் பார்க்கிறது. மீண்டும் இது வடிவத்தைக் காட்டிலும் உள்ளுறைக்கு முக்கியத்துவம் அளிக்கும் தவறுக்கு இட்டுச்செல்கிறது. 'கருப்பு' என்பதை ஒரு பொருளாக, நிகழ்வாக, முழுமையாக, சாராம்சமாகப் பார்க்காமல் அதை ஒரு தனித்துவ மான அழகியலை உருவாக்கும் உறவுகளின் வலைப்பின்னலாக, குறிகளின் அமைப்பாகப் பார்க்க வேண்டி உள்ளது.

இலக்கியப் பிரதி மொழியாலான ஒரு நிகழ்வு. நுணுக்கமான பிரதியியல் ஆய்வுகள் மூலமே அதனை நாம் அணுகவேண்டும். கருப்பர்கள்மீதான கொடுமைகளை விவரிப்பதன் மூலமாகவோ, கருப்பர்களின் எதிர்ப்பைச் சித்திரிப்பதனால் மட்டுமோ ஒரு பிரதியைக் கருப்பு இலக்கியமாகக் கருத முடியாது. நாம் உடனடி யாகக் கருப்பு மொழியின் உருவகத் தன்மையின்பாலும், கருப்புக் கதையாடல் வடிவங்களின் தன்மையின் மீதும், ஆப்ரோ-அமெரிக்க இலக்கிய விமர்சனக் கோட்பாட்டின் வரலாற்றின்பாலும், உருவம் - உள்ளடக்கம் என்கிற உறவின் மீதும், 'குறி'க்கும் அது சுட்டும் பொருளுக்குமான உறவின் தன்னிச்சைத் தன்மையின் பாலும் நம் கவனத்தைத் திருப்பவேண்டும் என்கிற கருத்தை முன்வைக்கிறார் இன்றைய உலகின் முக்கிய இலக்கிய விமர்சகர் களில் ஒருவரான ஹென்றி லூயிஸ் கேட்ஸ்.

4

கருப்பு இலக்கியத்திற்கான ஒரு தனி இலக்கியப் புனிதத் தொகுதி ஒன்றை உருவாக்க வேண்டும் என வாதிட்டு மிகச் சிறந்த முறையில் அதனை ஆக்கியும் உள்ளவர் *Norton Anthology* ஹென்றி லூயிஸ் கேட்ஸ். வெள்ளை இலக்கியங்களுக்கான கோட்பாடு கருப்பு இலக்கியங்களை விளக்க முடியாது. கருப்புப் பிரதிகளுக்கென தனி இலக்கியக் கோட்பாட்டை உருவாக்க வேண்டுமென்பது அவரது இன்னொரு முன்வைப்பு.

சமகால இலக்கியக் கோட்பாட்டிற்கும் ஆப்ரோ-அமெரிக்க இலக்கிய வளர்ச்சிக்குமிடையேயான உறவில் நான்கு முக்கிய கணங்களை கேட்ஸ் சுட்டிக்காட்டுகிறார். அவை:

1. திருப்பிச் சொல்லுதல் / பாவனை செய்தல் (repetition and imitation)
2. கருப்பு அழகியல் (black aesthetics)
3. திருப்பிச் செய்தலும் வித்தியாசமும் (repetition and difference)
4. தொகுப்பிணைவு (synthesis)

'திருப்பிச் சொல்லுதல் மற்றும் பாவனை செய்தல்' என்பது ஐரோப்பிய அமெரிக்க இலக்கிய விமர்சகர்கள் முன்வைக்கிற கோட்பாடுகளையும் அணுகல்முறைகளையும் அப்படியே ஏற்றுக் கொள்ளுதல். ஆனால் நடைமுறையில் தனித்துவமிக்க கருப்பு இலக்கியங்களை இவற்றைக்கொண்டு அணுகுவது எளிதாய் இருப்பதில்லை. எல்லா இலக்கியக் கோட்பாடுகளும் அணுகல் முறைகளும் குறிப்பான இலக்கியப் பிரதிகளுக்காக உருவாக்கப் பட்டவைதான் என்கிற உண்மையை நாம் முதலில் மனங்கொள்ள வேண்டும். குறிப்பான ஒரு இலக்கியப் பிரதிக்காக உருவாக்கப் பட்ட ஒரு குறிப்பான இலக்கியக் கோட்பாட்டை முற்றிலும் அந்தச் சூழலிலிருந்து வேறுபட்ட இன்னொரு இலக்கியப் பிரதிக்குப் பயன்படுத்தும்போது நிச்சயம் அது அந்த விமர்சகரைப் பிரச்சினைக் குள்ளாக்கும். சாமுவேல் ஜான்சன் ஒருமுறை சொன்னது போல நமக்குச் சம்பந்தமில்லாத ஒன்றைக் காப்பியடிக்க முயலும் போதுதான் நாம் கேலிக்குரியவர்களாக மாறுகிறோம். எனவே கருப்பு இலக்கியத்தின் தனித்துவத்தை மனங்கொண்டு அதனை அணுகுவதற்கான அணுகல்முறையை, விமர்சனக் கோட்பாட்டை நாம் உருவாக்க வேண்டியிருக்கிறது.

'கருப்பு அழகியல்' என்பது இதற்கு, அதாவது வெள்ளை இலக்கியத்தைப் பாவனை செய்தலுக்கு நேரெதிரானது. கருப்பு அரசியல் இயக்கத்தின் ஓரங்கமாக 1960 களின் பிற்பகுதியில் இது உருவாகியது. பேக்கர், கேல், ஹென்டர்சன் முதலியோர் கருப்பு அழகியல் நோக்கில் முன்வைத்த சிந்தனைகளையும் அவற்றின் மீதான விமர்சனங்களையும் ஏற்கனவே பார்த்தோம்.

'திருப்பிச் செய்தலும் வித்தியாசமும்' என்பது சமகால விமர்சன முறையைக் கருப்புப் பிரதிகளின் மீது பயன்படுத்தும் போதே இந்த விமர்சன முறைகளின் போதாமையைச் சுட்டிக்காட்டி அவற்றை விமர்சிப்பதுதான் என்கிறார் கேட்ஸ். பின்அமைப்பியல் உள்ளிட்ட கோட்பாடுகளை இப்படி அணுகமுடியும் என்பது அவரது கருத்து.

இறுதியாக, கேட்ஸ் சுட்டிக்காட்டும் 'தொகுப்பிணைவு' (synthesis) என்பது பல்வேறு சமகாலக் கோட்பாடுகளையும் கருப்புப் பிரதிகளின் மீது பாவித்து, குறிப்பான கருப்புப் பிரதிகளின் தனித்துவங்களின் அடிப்படையில் சமகாலக் கோட்பாடுகளைக் கருப்புப் பிரதிகளுக்குத் தகவமைப்பது ஆகும். வோலே சோயிங்கா இதனை ஆக்க இலக்கியத்துறையில் நிகழ்த்திக் காட்டினார். ஆப்ரிக்க மற்றும் ஐரோப்பிய துன்பியல் வடிவங்களைத் தொகுத்து இணைத்து முற்றிலும் புதிய துன்பியல் கருத்தாக்கம் ஒன்றை அவர் வரையறுத்தார். கருப்பு இசைகளான புளூஸ், ஜாஸ்... வடிவங்கள் முற்றிலும் புதிதாய், தனித்துவ மிக்கதாய் உருவாக்கப்படுகின்றன. புகழ்பெற்ற 'புளூஸ்' இசைஞர் ஸ்கிப் ஜேம்ஸ் ஒருமுறை சொன்னார்:

நான் மற்ற 'கிடார்' இசைஞர்களிடமிருந்து சில அம்சங்களை எடுத்துக்கொள்கிறேன். ஆனால் நான் அவர்களைக் காப்பி அடிப்பதில்லை. என்னிடம் வரும்போது அவை ஸ்கிப் ஜேம்சின் இசையாகப் புதிய உருவம் எடுக்கின்றன. நான் மற்றவர்களின் பாடலைப் பாடுவதில்லை. நான் மற்றவர்களின் குரலை ஒலிப்பதில்லை; என்னால் அது முடியாது.

நாம் பயன்படுத்தும் விமர்சன மொழியும் கருப்பு இலக்கியத்தின் தனித்துவமும் ஒன்றை ஒன்று வலுவூட்ட வேண்டும். மாறாக, மேற்கத்திய விமர்சன மரபை விமர்சனமின்றி அப்படியே ஏற்றுக் கொள்வது புதிய காலனியத்திற்கே இட்டுச் செல்லும் என முடிக்கிறார் கேட்ஸ்.

5

கருப்பு இலக்கியத்தின் தனித்துவங்கள் சிலவற்றை இங்கே சுட்டிக்காட்டுதல் பொருத்தமாக இருக்கும். சோரா நீல் ஹர்ஸ்டன் தனது முக்கியப் பிரகடனமாகிய 'நீக்ரோ வெளிப்பாட்டின் பண்புகள்' என்னும் கட்டுரையில் பல தனித்துவங்களைச் சுட்டிக் காட்டுகிறார். முதலில், கருப்பர்களின் சொற்கள் ஒவ்வொன்றும் செயலூக்கச் சொற்கள் (action words) என்கிறார் சோரா. தங்களுக்குக் கையளிக்கப்பட்ட ஆங்கில மொழியை அவர்கள் காட்சி ரூபமாக உள்வாங்குகின்றனர். எனவே அவர்களின் மொழி மிகவும் உருவகத் தன்மைமிக்கதாகவும் அலங்காரப்படுத்தப்பட்டதாகவும் அமைகிறது. மாறாக, வெள்ளை ஆங்கிலம் கருத்துருவமாக்கப் பட்டதாக (abstract) உள்ளது.

ஒரு சொல் செயலின் மூலமாக விளக்கப்படும்போது அது செயலூக்கச் சொல்லாக மாறுகிறது. ‘உட்காரும் நாற்காலி’ ‘வெட்டும் கத்தி’ ‘சமைக்கும் பானை’ என்றுதான் அவர்கள் சொல்வார்களே ஒழிய ‘நாற்காலி’ ‘கத்தி’ ‘பானை’ என்பதோடு நிறுத்திக் கொள்வ தில்லை. மிகவும் உருவக வகைப்பட்டதாக அவர்களின் மொழி அமைந்துள்ளதற்கு எடுத்துக்காட்டாக ‘விம்மும் இதயத்தாள்’ ‘நான் உன்னை வெங்காயம் நாறுவது மாதிரி அடிப்பேன்’ என்கிற ஆக்கங் களைச் சொல்லலாம்.

high-tall, low-down, hot-boiling, kill-dead முதலியன அவர்கள் பயன்படுத்தும் இரட்டை விவரண அலங்காரச் சொற்கள். இது தவிர பெயர்ச்சொற்களை வினைச்சொற்களாகப் பயன்படுத்துதல் (funeralise, uglying), வினைகளைப் பெயர்களாகப் பயன்படுத்துதல் (she won't take a listen) முதலியன அவர்களின் சொல் அலங்கார விருப்பிற்கு எடுத்துக்காட்டுகள்.

எதனையும் நேரடியாகச் சொல்லாமல் சாய்த்துச் சொல்லுதல் — சுவரில் படங்களைக்கூடச் சாய்த்துத்தான் மாட்டுவார்கள்— சமச்சீரற்ற (asymmetry) முறையில் முன்வைத்தல் என்பன அவர்களின் எழுத்துக்களின் பண்புகளாக அமைவதையும் சோரா சுட்டிக் காட்டுவார். பயங்கரமான முகமூடிகளுடன், அழுத்தந் திருத்தமான உடல் நெளிவுகளுடன் அமைகிறது அவர்களின் நடனம். ஒரு வெள்ளை நடனமாடி முழுமையாகப் பாவனைகளை வெளிப்படுத்துகிறான். கருப்பரோ அப்படி முழுமையாக வெளிப் படுத்துவதில்லை. ஆனால் அதே சமயத்தில் அவரது அசைவில் பார்வையாளர் ஈர்க்கப்பட்டு எஞ்சியுள்ள வெளிப் பாட்டைப் பூர்த்தி செய்வதற்கு வாய்ப்பளிக்கிறார். நீக்ரோ நாட்டுப்புறக் கதைகள் என்பன எப்போதோ நிகழ்ந்த ஒன்றல்ல. அது இப்போதும் நிகழ்ந்துகொண்டிருப்பது. கடவுளும் சாத்தானும் ராக்பெல்லரும் ஃபோர்டும் அதில் பாத்திரங்களாக உலவுவார்கள். போலச் செய்தல் (mimicry) என்பது அவர்களது கலை இலக்கிய வெளிப் பாடுகளில் ஒரு பிரிக்க இயலாத அம்சம். தாழ்வு மனப்பான்மையின் விளைவாக அதனை இவர்கள் செய்வதில்லை. மாறாக அதனை அவர்கள் ஒரு கலையாக, போலச் செய்வதிலுள்ள மகிழ்ச்சிக் காகவே செய்கின்றனர். மனிதர்களைப் போல் மட்டுமல்ல, மிருகங்களைப் போலவும் போலச்செய்வது அவர்களின் வழக்கமாக இருப்பதை சோரா சுட்டிக்காட்டுவார்.

முகமூடிகளை அணிவது நீக்ரோ கலைகளில் பிரிக்க இயலாத அம்சமாக இருப்பதன்பால் கவனத்தை ஈர்க்கிறார் கேட்ஸ். நிகழ்த்துபவர்கள், பார்வையாளர்கள் அனைவரும் இணைந்த சமூகத்தின் உளவியல் ஒருமையை முகமூடி உருவாக்குகிறது. தனித்தனியான மக்கள் துகள்கள் ஒரு திரளாக ஒரே 'கோரஸ்' குழுவாக இணைவதற்கு முகமூடி பயன்படுகிறது. புறத்திலிருந்து திணிக்கப்பட்ட ஒழுங்குகள், விதிகளுக்கு அப்பாற்பட்ட உள் ஒருமையை அது படைக்கிறது. முகமூடியை அணிந்தவுடன் முகத்தின் அசைவு நிற்கிறது. அதே சமயத்தில் உடலின் அசைவோடு முகமூடியே சேர்ந்து அசைகிறது. ஒரே சமயத்தில் இயக்கம் X இயக்கமின்மை, ஒழுங்கு X குழப்பம் ஆகியவற்றுக்கிடையேயான இயங்கியல் ஒருமையை முகமூடி வெளிப் படுத்துகிறது.

கருப்பர்களின் உருவக வகைப்பட்ட மொழியே ஒரு வகையான முகமூடி அணிதல்தான் என்கிறார் கேட்ஸ். கருப்பு ஆங்கிலம், வெள்ளை ஆங்கிலத்திலிருந்து வேறுபட்டதாக உள்ளது. சொல்லுக்கும் பொருளுக்கும் இடையில் கருப்பு ஆங்கிலத்தின் உருவகம் முகமூடியாய் அமைந்துவிடுகிறது. உருவகங்களின் மூலமாகவே இங்கே கருத்துப் பரிமாற்றம் நிகழ்கிறது. மொழி என்பதே ஒரு சிறு குழுவிற்கான அந்தரங்கமான பரிமாற்றுச் சாதனமாகத்தான் இருக்கிறது. நாம் எல்லோரும் தமிழ் பேசினாலும் பல்வேறு குழுக்களுக்கு இடையில் சங்கேதத்தன்மைமிக்க பல்வேறு தமிழ்கள் பேசப்படுகின்றன. அதனால்தான் *குமுதம்*' வாசிக்கும் ஒருவருக்கு *நிறப்பிரிகை* புரியாமல் போகிறது. கட்சி நூல்களைப் படித்துப் பழக்கமில்லாத ஒருவருக்கு லெனின் நூல்கள் அந்நியமாகப்படுகின்றன. எனவே மொழி வெளிப் படுத்துவதைக் காட்டிலும் மறைப்பது அதிகம்.

எனவே சங்கேத மொழி (அல்லது வட்டார வழக்கு) அந்தக் குறிப்பான குழுவிற்குள் ஒருமையை உருவாக்குகிறது. வட்டார வழக்கு எனும் முகமூடியை அணிந்துகொண்டவுடன் வட்டார உறுப்பினர்களுக்குள் ஓர் ஒருமை ஏற்படுகிறது.

இந்தப் பின்னணியில் கருப்பர்களின் தனித்துவமிக்க மொழி, முகமூடி அணிதல் உட்பட்டக் கலை இலக்கிய வெளிப்பாடுகளை நாம் அணுக வேண்டும்.

கருப்பு மொழியின் குறியீட்டுத் தன்மை வெள்ளை மொழியின் குறியீட்டுத் தன்மையிலிருந்து வேறுபட்டு இருக்கிறது. ஒன்றைச்

சொல்லும் போதே வேறொன்றை அர்த்தப்படுத்துவதாக (trope) அம்மொழி அமைகிறது. மேலோட்டமாகப் பார்க்கும்போது பணிந்து ஏற்பதாக அமையும் மொழி இன்னொரு தளத்தில் இருக்கும் நிலையைத் தலைகீழாகக் கவிழ்ப்பதாக அமைகிறது. ஒரு மறைபொருளான சொல்லாடல் அந்தப் பேச்சுமொழியின் கீழ்த் தளத்தில் இயங்குகிறது. ஒரு வெள்ளை மனத்திற்கு அருவருப் பாகப் படக்கூடிய ஒன்று கருப்பு மனத்திற்கு நகைச் சுவையாகத் தொனிக்கலாம். ஏனெனில் இரண்டின் குறியீட்டு விதிகளும் வேறுவேறாய் அமைகின்றன.

கருப்பு மொழியின் இத்தகைய தனித்துவத்தை முதலில் அடையாளம் காணவேண்டும். அதற்குரிய சமிக்ஞை-நீக்க முறைகளை உருவாக்க வேண்டும். பிற மொழிக்கான சமிக்ஞை - நீக்கக் (de-coding) கருவிகள் இங்கே பயன்படாது என்பதைப் புரிந்துகொள்ள வேண்டும்.

எல்லா இலக்கியக் கோட்பாடுகளும், அழகியல் அணுகல் முறைகளும் குறிப்பான பிரதிகளுக்காக உருவாக்கப்பட்டவை தான். ஆனால் அவற்றை எல்லாப் பிரதிகளுக்குமான பொது அணுகல்முறையாக முன்வைப்பது அவர்களின் தந்திரம்; தமது அதிகாரத்தை நிலைநிறுத்திக்கொள்ள அவர்கள் செய்யும் சதி. இதைப் புரிந்துகொண்டு கருப்புப் பிரதிகளுக்கான தனித்துவமான அணுகல்முறைகளை உருவாக்க வேண்டும்.

இந்த அடிப்படையில் கருப்பு இலக்கியக் கோட்பாடு முதலிய வற்றை உருவாக்க வேண்டும் என்று முனைகிறது ஆப்ரோ-அமெரிக்கக் கருப்புச் சமூகம்.

நமது சூழலை ஒட்டிச் சில குறிப்புகள்

அ. கருப்பர்களின் முதல் இலக்கிய முயற்சிகள் சந்தித்த அவமானங்கள் நம் உள்ளத்தை நெருடுகின்றன. வெள்ளையர் களிடம் சான்றிதழ் வாங்கி வெளியிட வேண்டிய அவலம் நெஞ்சை உறுத்துகிறது. எனினும் வேறு சில கேள்விகள் இதனை ஒட்டி எழுகின்றன. இருநூறு ஆண்டுகளாகக் கருப்பு இலக்கியங்கள் வெளிவந்துகொண்டு இருக்கின்றன. கருப்பர்கள் அடிமைகளாகி நானூறு ஆண்டுகள் ஆயிற்றெனில் அமெரிக்கா வந்த இருநூறு ஆண்டுகளில் அவர்களால் எழுத முடிந்திருக்கிறது; நூல் வெளியிட முடிந்திருக்கிறது. இங்கே

இரண்டாயிரமாண்டு காலமாக தலித்கள் எழுத முடியாமல் போனதற்கும் இன்றுவரை நூல் வெளியீட்டில் சிரமப் படுவதற்கும் என்ன காரணம்? பிலிஸ் வீட்லி அடிமைதான்; இருந்தும் வெள்ளை எசமானின் வீட்டில் அடிமை உடையோடு மேசையில் அமர்ந்து எழுதுவது போன்ற படம் ஒன்று கிடைக் கிறதே; இது இங்கே சாத்தியமா? பிலிஸின் கவிதைகளை அவர்கள் இலக்கியமாகக் காணாவிட்டாலும் அடுத்த ஏழு ஆண்டுகளில் ஐந்து பதிப்புகள் வந்துள்ளனவே? வாசித்தவர் களில் பெரும்பான்மையானவர்கள் வெள்ளையரல்லவா, இங்கு இவை சாத்தியமா? ஒரு சாதகமான அரசியல் சூழலில் சில ஆண்டுகளுக்கு முன்பு இங்கே தலித் இலக்கியம் வந்த போதே எத்தனை சலசலப்புகள். இந்த வேறுபாட்டை என்னென்பது? ஒருவேளை இந்த அடிப்படைகளில்தான் மேற்கத்திய ஜனநாயகத்தை அம்பேத்கர் வரவேற்றாரா?

ஆ. அங்கே இருநூறு ஆண்டுகளுக்கு முன்பு கேட்கப்பட்ட கேள்விகள் இங்கே இன்னும்கூடக் கேட்கப்படுவது கவனிக்கத் தக்கது. எடுத்துக்காட்டு:

1. நீக்ரோவே உன் இனம் தத்துவமில்லாததடா.
2. வெறும் செய்திகளைத்தான் நீங்கள் சொல்கிறீர்கள் அவை கவிதையாவது இல்லை.
3. தலித் இலக்கியம் என்ற பெயரில் தரமற்றவற்றை இவர்கள் ஊக்குவிக்கின்றனர்.

இ. இம்மானுவேல் கான்ட்டின் கூற்று பலருக்கு அதிர்ச்சியளிக்கும். 'போஸ்ட்மார்டனிஸ்டுகளின் குருவை அடையாளம் காண்பீர்' என ஒரு சிலர் இதைக் கட்டச் செய்தியாகக்கூட வெளியிடலாம். மிகவும் அதிசயிக்கத்தக்க சிந்தனையை ஒரு தளத்தில் வெளிப்படுத்திய கான்ட் இன்னொரு தளத்தில இன வெறியராகவும் உள்ளார் என்பதுதான் இதில் கவனிக்கப்பட வேண்டிய அம்சம். முழுமையாக யாரும் எல்லா அம்சங் களிலும் ஏற்றுக் கொள்ளத்தக்கவராக இருக்க வேண்டும் என்பதில்லை. இதை உணர வழிபாட்டுணர்வை நாம் விட்டொழிப்பது அவசியம்.

ஈ. கருப்பு மொழியின் தனித்துவம், அதன் தனித்துவமிக்க குறியீட்டுத் தன்மை, முகமூடிகள் பற்றிய செய்தி முதலியன

புரியவில்லை என நினைக்க வேண்டாம். புழக்கத்திலுள்ள, நமக்கருகிலுள்ள மொழிக்கூற்றுகளைக் கவனித்து அசை போடுங்கள், இது எளிதாய் விளங்கும். பாமாவின் சங்கதியில் 'பீ ரூமுக்'குப் போகாமல் வெளியே மலங்கழித்த சிறுமி அடி வாங்கிய கதையை அவளே சொல்லும் பகுதியை ஒருமுறை வாசித்துப் பாருங்கள். அந்தப் பெண் சொல்லி முடிக்கும் போது சுற்றி இருக்கும் எல்லோரும் சிரிக்கிறார்களே, உங்களால் சிரிக்க முடிகிறதா? இல்லை அருவருப்பு அடைகிறீர்களா? இந்தக் கேள்வியின் பதில் நீங்கள் தலித்தா இல்லையா என்பதைப் பொறுத்ததல்லவா? கிராமங்களில் தலித்களுக்கும் உயர்சாதியினருக்கும் இடையேயான உரையாடல்களைக் கவனியுங்கள், தலித் மொழி நிறைய trope களுடன் (ஒன்றைச் சொல்லும்போது வேறொன்றை அர்த்தப்படுத்தும் மொழி) இருப்பதை விளங்கிக் கொள்ளலாம்.

உ. அமெரிக்கக் கருப்பு இலக்கிய வரலாற்று அனுபவங்களை நாம் இங்கே அப்படியே பொருத்திப்பார்க்க முடியாது. ஒரு இருநூறு ஆண்டுகால வளமான எழுத்துத் தொகுப்பு ஒன்று அவர்களிடம் உள்ளது. அந்த அடிப்படையில் தனித்துவ மிக்க இலக்கியக் கோட்பாடுகளை அவர்கள் அங்கே உருவாக்க முடியும். இங்கே விரல்விட்டு எண்ணக்கூடிய அளவிற்குக்கூட தலித் ஆக்கங்கள் இல்லை. 'பொதுவான கோட்பாடே தலித் இலக்கியத்திற்கும் பொருந்தும்' என்கிற கூற்றிலுள்ள பொய்மையை நாம் முதலில் விட்டொழிப்பதற்கு ஆப்ரிக்க அமெரிக்க அனுபவங்கள் நமக்குப் பயன்படலாம்.

ஊ. பெண்ணிய நோக்கில் கேட்ஸ் முதலானோரின் கருத்துக்கள் விமர்சிக்கப்படுகின்றன. அவற்றையும் நாம் கணக்கிலெடுப்பது அவசியம். கருப்பு X வெள்ளை எனப் பிரிப்பதில் அமையக் கூடிய சாராம்சவாதம், கருப்பு இலக்கியப் புனிதத் தொகுப்பு உருவாக்கும் முயற்சியில் விளையக்கூடிய அதிகாரச் செயல் பாடு முதலிய எச்சரிக்கைகள் நமக்குத் தேவை.

குறிப்புகள்

இந்தக் கட்டுரைக்கான பல ஆதாரங்கள் கீழ்க்காணும் நூல் களிலிருந்து எடுக்கப்பட்டன.

Henry Louis Gates. Jr, *Figures in Black*, OUP, 1989

Houston A. Baker & Patricia Redmond, *Afro American Literary Study in the 1990's*, University of Chicago, 1989

H. A. Baker, *The Journey Back*, University of Chicago, 1980

H. L. Gates, *The Signifying Monkey*, OUP, 1989.

H. A. Baker, *Blues, Ideology & Afro - American Literature*, University of Chicago, 1984

H. A. Baker, *Modernism & Harem Renaissance*, University of Chicago, 1989.

Ralph Cochen, *The Future of Literary theory*, Routledge, 1989.

H. L. Gates & Nellie Y. Mckay, *The Norton Anthology of African American Literature*, W. W. Norton & Company, 1997.

நிறப்பிரிகை, இலக்கிய இணைப்பு 3
(கருப்பு இலக்கியச் சிறப்பிதழ்)

2.7 ‘விஷ்ணுபுரம்’: வாசகரின் பன்முக அடையாளங்களை அழிக்கும் கவச வண்டியாக ஓர் இலக்கியப் பிரதி

‘விஷ்ணுபுரம்’ நாவலில் பாராட்டத்தக்க கூறுகள் எனவும் விமர்சன மாகச் சொல்லப்பட வேண்டியவை எனவும் தான் கருதியதைப் பாராட்டியும் சுட்டிக்காட்டியும் மிகவும் பொறுப்போடு எழுதப் பட்ட ரஞ்சகுமாரின் விமர்சனத்தில் (*சரிநிகர் 147, 148*) ஜெயமோகன் அவரது வழக்கமான பாணியில் எதிர்வினை புரிந்துள்ளார். வழக்கம்போல பேராசிரியர் கைலாசபதி அவர்களது பெயரையும் தேவையில்லாமல் இழுத்துக் காய்ந்துள்ளார்.

கைலாசபதி அவர்களது ஆய்வுகளிலும் அவர் ஏற்றுக்கொண்ட ஆய்வு முறையிலும் நிறைகுறைகள் இருக்கலாம். ஒரு இலக்கிய ஆக்கத்தை அணுகுகிற பல்வேறு நெறிமுறைகளில் ஒன்றாக வர்க்கப் பார்வையும் வரலாற்றுப் பொருளியல் அணுகல்முறையும் உள்ளது என்பதையும் அடித்தள மக்கள் நோக்கில் அவை ஆற்றத்தக்க பங்களிப்பையும் புறக்கணித்துவிட இயலாது. இது ஒன்றே எல்லாச் சூழலுக்கும் எல்லாக் காலங்களுக்குமான ஒரே ஆய்வுமுறை எனக் கருதிக்கொண்டதே மார்க்சியர்கள் மேற்கொண்ட பெரும்பிழை.

இந்நாவலின் முதற்காண்டத்தின் ‘ஞானாதிபதி’யாகிய சூரியதத் தரின் கூற்று ஒன்றின்படி அவரது காலத்தைக் கி.பி 700 எனவும் அஜிதனுக்கும் பவதத்தனுக்கும் நடைபெற்ற ‘மாபெரும் விவாதத்தின்’ காலத்தைச் சுமார் கி.பி. முதலாம் நூற்றாண்டு எனவும் கணிக்கலாம். அக்னிதத்தன் இந்த ஆலயத்தை நிறுவியது அதற்கும் முன்பு. விஷ்ணு புரண்டு படுத்து பிரளயம் நிகழ்வது சுமார் கி.பி. 13ஆம் நூற்றாண்டு. ஆக ஒரு ஆயிரத்து முந்நூறு ஆண்டு வரலாற்றுப் பின்னணியில் ஒரு வைணவக் கோயிலை மையமாகக் கொண்டு எழுதப்பட்ட வரலாற்று நாவல் இது. இந்த நாவலில் காணப்படும் பல வரலாற்றுப் பொருத்தமின்மைகளைப் புனைவு என்னும் அடிப்படையில் பெரிதுபடுத்தாமல் விட்டு விடுவோம். ஆனால் இவ்வளவு பெரிய கோவிலையும் அதைச்

சார்ந்துள்ள சடங்கு மற்றும் அதிகார வர்க்கங்களையும் படை மற்றும் ஊழியர்களையும் தாங்குகிற உபரி என்பது எவ்வாறு உருவாகியது, அதை உருவாக்கிய உழைக்கும் மக்களின் வாழ்க்கை, அதுசார்ந்த கேள்விகள் என்பன ஏன் இந்நாவலில் ஒரு பொருட்டாகக் கருதப்படவில்லை என்கிற ரஞ்சகுமாரின் எளிய ஒரு கேள்வியைக் கண்டு ஜெயமோகன் ஏன் இவ்வளவு கோபம் கொள்ள வேண்டும்?

இலக்கியப் பிரதி குறித்த நவீனமான சில சிந்தனைகளைத் தனக்குத் தோதாகத் திரித்து 'இலக்கியம், படைப்பு' போன்ற கருத்தாக்கங்களின் புனிதத் தன்மையை மீண்டும் உயர்த்திப் பிடிக்க முயல்கிறார் ஜெயமோகன். 'படைப்பாளி இல்லை' என்னும் கருத்தாக்கம், வாசகனுக்கு இதுகாறும் கொடுக்கப்படாத முக்கியத்துவத்தைச் சுட்டும் நோக்கில் புரிந்துகொள்ளப்பட வேண்டும். பிரதியின் இறுதி அர்த்தம் என்பதற்குப் பதிலாக வாசிப்பின் அரசியலின்பால் கவனத்தை ஈர்க்கும் மிகவும் ஆழமான சிந்தனை இது. பிரதி, சகபிரதிகள் மூலமாக வாசிப்பில் எத்தகைய கட்டுத்திட்டங்கள் (constraints) திணிக்கப்படுகின்றன, இந்த அதிகாரத் திணிப்புகளுக்கு எதிராக வாசகத் தன்னிலை நடத்துகிற ஒரு போராட்ட நிகழ்வாக வாசிப்பு எவ்வாறு அமைகிறது என்பன போன்ற சிந்தனைகளை உசுப்புகிற கருத்தாக்கமே 'படைப்பாளி இல்லை' என்பது. இந்த அதிகாரப் போராட்டத்தில் வாசகத் தன்னிலை தனது அடையாளத்தைக் கைவிடாது நிற்கும் நிலையை 'அகங்கார தரிசனம்' என ஒதுக்கும் ஜெயமோகன் 'படைப்பாளி இல்லை' என்பதை வாசிப்பின் அரசியல் என்னும் தளத்திலிருந்து 'படைப்பாக்கம்' என்னும் தளத்திற்கு மாற்றி,

> படைப்பாளி ஒரு ஊடகமே, ஒரு சமூகத்தின், அதற்கும் அப்பால் மானுட குலத்தின் ஒட்டுமொத்தமான ஆழ்மனத்தின் (sub concious) ஒரு வெளிப்பாடுதான் அவனுடைய படைப்பு

என விளக்கம் தருவது கவனிக்கத்தக்கது. சாதாரண எழுத்துக்கள் போத மனத்துடன் (concious) உரையாடுகின்றன எனவும், இலக்கியப் படைப்பு அபோத மனத்துடன் (unconcious) உரையாடுவதாகவும் அவர் மேலும் விளக்குகிறார். உடனடி அரசியல் நிகழ்வுகளுக்கு அப்பாற்பட்டதாக இந்த அபோத மனத்தின் உரையாடலைக் குறிப்பிடுகிறார். எனவே ஆழ்மனது, அபோத மனது முதலியவை அன்றாட சமூக இருப்பிற்கு (social being) அப்பாற்பட்டது என்றாகிறது. படைப்பாளி இவற்றுக்கெல்லாம் அப்பாற்பட்ட

ஒட்டுமொத்த மனத்தின் பிரதிநிதியாக இனங்காட்டப்படுகிறார். நவீன உளவியல்கூட இதனை ஏற்றுக்கொள்ளாது. சமூக இருப்பு மனதை நேரடியாகவும் ஆழ்மனதை மறைமுகமாகவும் பாதிக்கிறது என்பதே நடைமுறை. எனவே 'போத மனது' மட்டுமே இனம், மதம், சாதி, வர்க்கம் ஆகியவற்றின் அடிப்படையில் மாறும் என்பதும் 'அபோத மனது' இவற்றுக்கெல்லாம் அப்பாற்பட்டது என்பதும் ஏற்றுக்கொள்ள இயலாத ஒன்று. ஒரு சமூகத்தின் ஒட்டு மொத்தமான ஆழ்மனத்தின் பிரதிநிதியாக ஒரு 'படைப்பாளி' உரிமை கொண்டாடுவது மிகப்பெரிய வன்முறை. இனங்களாகவும் சாதிகளாகவும் வர்க்கங்களாகவும் பிளவுபட்டிருக்கும் ஒரு சமூகத்திற்கு ஒட்டுமொத்தமான பிரக்ஞை சாத்தியமில்லை. டாக்டர் அம்பேத்கர் அவர்கள் (இவரும் இந்தியச் சிந்தனையாளர்தான், எனினும் ஜெயமோகன் போன்றவர்கள் இதனை ஏற்பதில்லை) குறிப்பிட்டது போல இந்தியச்சமூகம் ஒரு சமூகமே இல்லை, அது ஒரு எதிர்ச் சமூகம் என்கிறபோது மூன்றாம், நான்காம் வருணத்தவர்கள், அதற்கும் அப்பால் நிறுத்தப்பட்டுள்ள பஞ்சமர்கள், இனக்குழுவினர் உள்ளிட்ட எல்லோருடைய ஆழ்மனத்தின் பிரதிநிதியாக நான் உள்ளேன் என ஒருவர் கூறுவதன் பொருளென்ன?

'பல்வேறு விதமான முடிவற்ற வாசிப்புக்கு இடமளிப்பதே சிறந்த இலக்கியப் படைப்பு' என ஜெயமோகன் சொல்வதில் நமக்குக் கருத்து மாறுபாடு இல்லை. ஆனால் முடிவற்ற வாசிப்பு என்பதை எல்லையற்ற முறையில் நீட்டிக்கொண்டே போவதில் பிரச்சினைகள் உள்ளன. பிரதியின் வாசகங்கள் துண்டுக் காகிதங்களில் எழுதப்பட்டு, 'லேபில்' இல்லாத பாட்டிலில் போடப்பட்டு வாசகனிடம் வழங்கப்படுவதில்லை. பிரதியை (text) குறிப்பான சூழலில் (context), சக பிரதிகள் (intertexts) கூட்டுப் பிரதிகள் (co-texts) ஆகியவற்றோடு பொதிந்துதான் வழங்குகிறோம். எனவே முன்னுரைகள், அட்டைக் குறிப்புகள், விமர்சனங்கள், நிறுவனச் செயல்பாடுகள் என்பனவெல்லாம் பிரதியின் மீது செறபடும் நிர்ணயங்களாகின்றன.

தவிரவும் ஆசிரியனின் நோக்கம் (intention of the author), வாசகனின் நோக்கம் (intention of the Reader) என்பவற்றிற்கு அப்பால் பிரதியின் நோக்கம் (intention of the text) என ஒன்று உள்ளது என்கிற உம்பர்டோ ஈகோவின் கருத்து மிகவும் முக்கியமான ஒன்று.

கதையாடல் மற்றும் பிரதியியல் செயல் தந்திரங்களின் (narrative and textual strategies) மூலமாகப் பிரதியின் நோக்கம் ஒன்று உருவாகிறது. பிரதியின் இந்த அதிகாரத்தோடு வாசகத் தன்னிலை எதிர்வினை புரிவது தவிர்க்க இயலாததாகிறது. ஜெயமோகனின் வாசகங்களிலிருந்தே இதை நிறுவ முடியும்.

> விஷ்ணுபுரம் என்ற சொற்களுக்குள் பல்வேறு வகையான படிமங்கள் உள்ளன. வழமையான படிமங்கள் மாற்றியமைக்கப் பட்ட பழம் படிமங்கள், புதுப் படிமங்கள் இவை ஒவ்வொன்றும் ஒன்றோடொன்று ஊடுருவித் தொடர்ந்து மாறுகின்றன

என்று ரஞ்சகுமாருக்குப் பதில் சொல்லும் ஜெயமோகன் நூன்முகத்தில் சொல்வதென்ன?

> 1982 மார்ச் 22ஆம் தேதி இந்நாவலின் மையப் படிமம் என்னை வந்தடைந்தது. துறவியாக ஆகும் பொருட்டு அன்று காலை தான் வீட்டை விட்டுக் கிளம்பியிருந்தேன்

என்கிற கூற்றின் மூலம் விஷ்ணுபுரம் என்கிற சொற்களனுக்குள் காட்டப்படும் பல்வேறு வகையான படிமங்களையும் மீறி ஒரு மையப் படிமம் இயங்குவதை ஜெயமோகன் ஏற்றுக்கொள்கிறார். அந்த மையப் படிமம் 'விஷ்ணு' தான் என்பதைப் பிரதிக்குள் புகுந்து நாம் மிக எளிதில் நிறுவிவிட முடியும். உன்னை நோக்கி நாவலைச்சுருக்கிக்கொள்ளாமல் (உனது அடையாளத்தை அழித்துக் கொண்டு) நாவலின் மூலம் விரிவடை என நூன்முகத்தில் ஜெயமோகன் மன்றாடுவதன் பொருள் இதுதான்:

> 'மையப் படிமத்தைத் தவறவிட்டுவிடாதே',
>
> 'நமது வாசிப்பைக் காவியத்தின் மீது ஏற்றலாகாது. இடத்தையும் மனத்தையும் மாற்றியபடி மீண்டும் மீண்டும் காவியத்தைப் பார்க்க வேண்டும். ஒரு வாழ்நாள் முழுக்க அது நம்முன் வீழ்த்தும் பிம்பங்களின் ஒட்டுமொத்தம்தான் காவிய தரிசனம் என்பது',

என நூலுக்குள் பாத்திரக் கூற்றாக வரும் வாசகங்களையும் நாம் இத்தோடு இணைத்துப் பார்க்க வேண்டும். எதார்த்த ஆசிரியன் (empirical author) மனதில் கொண்டிருந்த மையப் படிமத்தை அடையாளங்கண்டு, பிரதியின் நோக்கை உள்வாங்கிக்கொண்ட பணிவுமிக்க மாதிரி வாசகனாக (model reader) இரு, என்பதே மன்றாட்டு என்கிற பெயரில் ஜெயமோகன் வாசகனுக்கு அளிக்கும் அறிவுரை. இதைத்தான் நாம் ஆசிரியரின் அதிகாரம் அல்லது

வன்முறை என்கிறோம். இவ்வளவும் சொல்லிவிட்டு 'பல்வேறு படிமங்கள்', 'முடிவற்ற வாசிப்பு' என்றெல்லாம் முழக்குவதன் பொருளென்ன?

விஷ்ணுபுரம் பலகுரல் (polyphony) பிரதி போலக் காட்டிக் கொள்ளும் ஒருகுரல் பிரதியாக (homophony) விளங்குவதுதான் உண்மை. அந்தக் குரல், வைதீக மதத்திற்கு மாற்றாகவும் எதிர்ப் பாகவும் தோன்றிய புத்தமதத்தையும் பார்ப்பனியத்தால் வீழ்த்தப் பட்ட இனக்குழு மக்களையும் அவர்களது வழிபாடுகளையும் இந்துத்துவத்திற்குள் நிறுத்தும் குரல். ஆத்மாவையும் இறைவனை யும் மறுத்த புத்தனையே விஷ்ணுவின் அவதாரமாக்கும் குரல். பறையருக்கு ஒரு நீதி, தண்டச் சோறுண்ணும் பார்ப்பனனுக்கு வேறொரு நீதி என அரசு அமைந்தபோதிலும் பறையரும், மறவரும், பார்ப்பனரும் ஒன்றாக அமர்ந்து சாப்பிட்டுக் கொண்டு, 'நீர் பறையரா?' எனச் சர்வ சாதாரணமாக மக்கள் வாழ்ந்த (!) பாரத வர்ஷத்தைப் படம் காட்டும் குரல். பல்வேறு அடக்கு முறைகளும் ஊழல்களும் நிறைந்த ஊராக விஷ்ணுபுரத்தைச் சித்திரிக்கும் ஜெயமோகன் ஒரு புலர் காலைப் பொழுதின் சுகமான வேளையில் நடந்து சென்றுகொண்டிருந்த ஒரு தருணத்தில் விஷ்ணுபுரத்தின் வீதி ஒன்றில் நடப்பது போன்ற பரவசம் ஏற்பட்டது பற்றி (நூன்முகம்) குறிப்பிடுவதை நாம் மறந்துவிட முடியாது. விஷ்ணுபுரம் ஒரு பரவசம் நிறைந்த நகரமாக அவர் ஆழ்மனதில் படிந்து இருப்பதையே இது காட்டுகிறது. விஷ்ணுபுரம் ஒரு மகாதர்மம். மகா காலத்தில் நாமும் (அக்கிரமமாய் கண்கள் பறிக்கப்பட்ட) தச்சனும், வெறும் துளிகள் என்பன போன்ற பாத்திரக் கூற்றுகளும் கவனிக்கத்தக்கன. மகா காலப் பிரவாகத்தில் இந்தச் சிறு அநீதிகளெல்லாம் புறக் கணிக்கத்தக்க சிறு துளிகள்?

இறுதியாக

ஒரு ஆயிரத்து முந்நூறு ஆண்டு கால 'பாரத வர்ஷத்தை' திரைச் சீலையாகக் கொண்டு ஏற்கனவே எழுதப்பட்ட வரலாறுகள் மீது முற்றிலும் புனைவான பாத்திரங்களையும் சம்பவங்களையும் ஒருவகை மாய எதார்த்தத்தில் உலவவிடும் polimpset history ஆக விஷ்ணுபுரத்தைச் சொல்ல முடியுமா? இந்த வகை எழுத்திற்குப் பலரும் அறிந்த இரு எடுத்துக்காட்டுகள்: சல்மான் ருஷ்டியின் *Satanic Verses* மற்றும் உம்பர்டோ ஈகோவின் *The Name of the Rose.*

முன்னது முஸ்லிம் அடிப்படைவாதிகள் அதன் ஆசிரியருக்கு மரணதண்டனை வழங்கக் காரணமாக அமைந்தது. ஈகோவின் எழுத்து கிறிஸ்தவ மடாலயங்களை அதிரடித்த ஒன்று. இவை முன்னிறுத்திய வரலாறு மத அடிப்படை வாதங்களுக்கு எதிரான ஒரு வன்மையான மாற்று வரலாறாக அமைந்ததன் விளைவாகவே இத்தகைய எதிர்ப்புகளைச் சந்திக்க வேண்டியவையாயின. ஜெயமோகன் எழுதியுள்ள வரலாறோ இந்துத்துவ சக்திகள் உயர்த்திப் பிடிக்கிற, கடைவிரித்து விற்கிற வரலாறு. இது மாற்று வரலாறல்ல; ஏற்கனவே எழுதப்பட்ட, இந்து அடிப்படை வாதிகளுக்கு உகந்த ஒரு வரலாறே இன்று விஷ்ணுபுரமாக மீண்டும் வழங்கப்படுகிறது.

எந்த ஒரு ஆய்வாக இருந்தாலும்—அது வரலாற்றாய்வாக இருந்த போதிலும், குற்றவியல் ஆய்வாக இருந்தபோதிலும்—ஆய்வு என்பது வித்தியாசங்களையும் அடையாளங்களையும் கையாள்வதே. குற்றம் செய்தவர்கள், செய்யாதவர்கள், உடந்தை யாயிருந்தவர்கள், கண்ணால் பார்த்தவர்கள். இப்படியாகக் குற்றமாக முன்கூட்டி வரையறுத்துக்கொண்ட வரையறையின்படி இந்த வித்தியாசங்களும் அடையாளங்களும் குற்றவியல் ஆய்வில் கையாளப்படுகின்றன. வரலாறு என்னும் பேரடையாளத்தை நிலைநிறுத்தும் நோக்குடன் வரலாற்றாசிரியன் வித்தியாசங்களைக் கையாள்கிறான். எனவே எத்தகைய கூறுகளை, பொருட்களை, சம்பவங்களை முன்னிறுத்துவது, ஒரு பொருளை வித்தியாசமான தாகக் காட்டும்போது எத்தகைய அடையாளங்களை வித்தியாசத் திற்கு உரியனவாகக் காட்டுவது, வித்தியாசமான பொருட்களின் எத்தகைய பொருத்தமான கூறுகளை ஒற்றுமையாக முன்னிறுத்துவது என்பனவற்றில் வரலாறு எழுதுகிறவனின் தேர்வுகள் முக்கியம் பெறுகின்றன. புத்தமதத்தை வேத மதத்திற்கு எதிரான புரட்சி யாகவும் மீண்டும் பார்ப்பனியம் வெற்றிபெற்றதை (கி.பி. 150) எதிர்ப்புரட்சியாகவும் வாசிக்கிறார் அம்பேத்கர். அத்தகைய முரணான மதங்களிரண்டையும் ஒரே விஷ்ணு ஆலயத்தைப் பெரிய மாற்றங்கள் இல்லாமல் வணங்கி நிர்வகிக்கக்கூடியன வாகச்சித்திரிப்பதும், வென்று புறம் ஒட்டிய பழங்குடிக்கடவுளரை வைதீக ஞானாதிபதிகள் வணங்கி ஏற்பதாகக் காட்டுவதும் கவனிக்கத் தக்கன. முழுமை (totality) என்பது வித்தியாசங் களற்றதல்ல. வித்தியாசங்களைக் கீழ்நிலைப்படுத்தி (subordinate) உள்ளடக்குவதே முழுமை. எனவே இதில் பல வித்தியாசங்கள்

காட்டப்படுகின்றனவே எனப் பெருமை கொள்வதற்கில்லை. வேற்றுமைக்குள் ஒருமை (unity in diversity) என்பதுதான் முழுமையின் பெயரால் ஆதிக்கம் செலுத்தும் சக்திகளின் குரலாக இதுவரை இருந்து வந்துள்ளது என்பதையும் தங்களின் உரிமை களுக்காகப் போராடுகிறவர்கள் ஒருமைக்குள் உள்ளடக்கப் பட்டுள்ள வித்தியாசங்களை முதன்மைப்படுத்துவதையும் நாம் மறந்துவிடலாகாது. விஷ்ணுபுரம் ஒருமைக்குள் வேற்றுமைகளை வலியுறுத்துகிறதா, வேற்றுமைகளுக்குள் ஒருமையை அழுத்திச் சொல்கிறதா என்பதைச் சிந்தித்தல் அவசியம்.

விஷ்ணுபுரத்தை அழிக்க முயலும் அவ்வளவு பேரும் இறுதியில் தோல்விகளையே தழுவுகின்றனர். கால முடிவு ஏற்கனவே விதிக்கப்பட்ட நியமத்தின்படி ஏற்படும் போதுதான் விஷ்ணு புரண்டுபடுக்கிறார். பிரளய தேவியின் கண்கள் திறக்கின்றன; பேரழிவு அதனை உட்கொள்கிறது. ஞானாதிபதி வேத தத்தன் மட்டும் தாமரை இதழ்களில் பொதிந்து காக்கப்படுகிறான். எத்தனை கூர்ந்த மதிபடைத்தவனானாலும் பவுத்த அஜிதன் பார்ப்பனச் சித்தனின் (பவதத்தனின் மகன்) பார்வையில் வீழ்கிறான். மகா அஜிதனின் கால தரிசனத்தால் ஆட்கொள்ளப்பட்டு வருகிறவர்கள் பிரம்ம வாகனமாகிய காலபைரவனின் கண்விழிப் பார்வையில் உண்மையான கால தரிசனம் பெற்று, அஜித தரிசனத்தை மாயை என ஒதுக்கி ஒடுகின்றனர்.

பார்ப்பனியத்தை வென்று ஞானாதிகாரத்தைக் கைப்பற்றிய (திராவிட உடற்கூறு களுடன்கூடிய) சந்திர கீர்த்தி விஷ்ணுபுரத்தை ஏழைகளுக்குத் திறந்துவிட்ட போதிலும், அவனது ஆட்சியும் இன்னும் மோசமான அதிகாரத்துவ ஆட்சியாகவே அமைகிறது. பிரதியில் ஆட்சிபுரியும் மையப் படிமம் வாசகனை இப்படித்தான் வழிநடத்துகிறது.

ரஞ்சகுமார் சரியாகவே சுட்டிக்காட்டியிருப்பது போல விஷ்ணுபுரம், அடித்தள மக்கள் தவிர்த்த ஏனைய மேட்டிமைச் சக்திகளின் மத்தியில் ஞானம் பற்றியும் வாழ்க்கை பற்றியும் சில கேள்விகளைப் பல்வேறு கோணங்களில் எழுப்பியுள்ள நாவலாக மட்டுமே அமைகிறது. அதுவுங்கூட வாசிக்கும் மேட்டிமைச் சக்திகளுக்குத் தங்களின் மேட்டிமை அடையாளங்களைப் பிரதியின் வெளிச் சத்தில் சுயபரிசோதனை செய்துகொள்ளும் சாத்தியங் களை உள்ளடக்கியதாக இல்லை.

ரஞ்சகுமார் சொல்லியிருப்பது போல பெரியாருக்குப் பிந்திய மேட்டிமைச் சக்திகளின் புதிய அரசியல் தந்திரங்களின் இலக்கிய வடிவமாக விஷ்ணுபுரத்தை நாம் காண முடியும். பாரத வர்ஷ மரபை உயர்த்திப் பிடிக்கும் இன்றைய வரலாறு எம்.வி. வெங்கட்ராம் அல்லது கல்கி எழுதியவை போல அத்தனை அப்பாவித்தனமான பிரதியியற் தந்திரங்களைக் கொண்டதாக இருக்க முடியாது. புதிய பொன்னியின் செல்வர்கள் ஆசன வாயில் கட்டி இருக்கிறது என்று சொல்லிக் குதிரை ஏற்றத்தைத் தவிர்ப்பவர்களாகச் சித்திரிக்கப்பட்ட போதும், புதிய ஆழ்வார்கள் நடைபிணங்களாகக் காட்டப்பட்டபோதும், பாரத வர்ஷத்தின் மேன்மை இவற்றுக்கெல்லாம் அப்பாற்பட்டது என்பதே விஷ்ணு புரம் காட்டும் காவிய தரிசனம்.

(கொழும்பிலிருந்து வெளிவந்து கொண்டிருந்த *சரிநிகர்* என்னும் இதழில் ரஞ்சகுமார் எழுதிய விமர்சனத்திற்கு ஜெய மோகன் ஒரு மறுப்புரை எழுதியிருந்தார், 1999. இதற்கு எதிர்வினையாக எழுதப்பட்டது. *சரிநிகர்* இதழில் வெளிவந்தது.)

2.8 இன்குலாப்-மங்கையின் ஔவை: பாட்டும் கூத்துமாய் மேடை ஏறிய பாடினி ஔவை

'மௌனக் குரல்' இன் புதிய மேடை ஏற்றமாகிய 'ஔவை'யின் மூலம் தமிழ்மனத்தில் படிந்துள்ள 'ஔவையார்' படிமத்தை உடைத்து நொறுக்க முயன்றுள்ளதோடு சங்ககால வீரம், பழந் தமிழ்ப் பண்பாடு, தமிழ் மரபின் ஆணாதிக்க நிலை ஆகியவற்றைப் பிரச்சினைப்படுத்தியுள்ள வகையில் இன் குலாப்பும் மங்கையும் வெற்றியடைந்துள்ளனர். இன்குலாப்பை ஒரு புதுக்கவிஞராக மட்டுமே கண்டுவந்த நமக்கு, பழந்தமிழ் இலக்கியங்களில் புலமை பெற்ற ஒரு தமிழ்ப் பேராசிரியர் என்கிற அவரது இன்னொரு பரிமாணத்தையும் நினைவூட்டுகிறது இந்நாடகப் பிரதி.

'பண்பாடு, சமயம், கவிதை யாவற்றிலும் சிறந்ததைக் குறிக்கும் மரபாகத் தமிழ்நாட்டில் ஔவை விளங்குகிறது' என்பார் தெ.பொ. மீனாட்சி சுந்தரனார். குறைந்தபட்சம் மூன்று ஔவைகள் - அதியமானிடம் நட்புக்கொண்ட சங்கத்து ஔவை, திண்ணைப் பள்ளி மரபில் சமீப காலம்வரை முதன்மையான மனன நூற்களாக அமைந்திருந்த ஆத்திசூடி, கொன்றைவேந்தன், மூதுரை, நல்வழி ஆகியவற்றைப் பாடிய ஔவையார், விநாயகரகவல், ஞானக் கோவை முதலானவற்றை யாத்த சைவத் தமிழ் ஔவையார் - உண்டு எனத் தமிழறிஞர்கள் சொல்வார்கள். இருந்தபோதிலும் நமக்கு ஔவை என்றால் நெற்றியில் பட்டையும், கையில் தடியும் ஊன்றித் திரிந்தவள்தான்; மூதுரை சொன்னவள்தான்; முருகனிடம் சுட்ட பழம் கேட்டுத் தோற்றவள்தான். இந்தப் பிம்பத்தைப் பதித்ததில் எஸ்.எஸ். வாசன், ஏ.பி. நாகராசன் போன்றோரின் பங்கு கணிசமானது.

இன்குலாப்பின் ஔவை இதிலிருந்து முற்றிலும் மாறுபட்டவள். ஒவ்வொரு அசைவிலும் சொல்லிலும் இளமை தெறிக்கும் சங்கத்து ஔவை இவள். இனிய நண்பன் அதியமானுடன் குடித்துக்

களித்துத் தன் இளமையைக் கொண்டாடியவள். ஆணாதிக்கம் உறுதிப்பட்ட நிலவுடைமைச் சமூகத்திற்குரிய அறநெறிகளைப் பாடிய பிந்திய ஔவையாரிடமிருந்து இவள் வேறுபட்டவள் என்பதை அழுத்தந் திருத்தமாகச் சொல்கிறார் இன்குலாப். பிரதி யினூடாக மட்டுமல்ல, முன்னுரையிலும். உண்மையில் சங்கத்து ஔவைதான் பெண் குரலை, பெண்ணுணர்வை ஒலித்த முதல் (அங்கீகரிக்கப்பட்ட) பெண் கவிஞர். தமிழ்மரபில் ஏற்றுக் கொள்ளப்பட்ட பெண்குரல்கள் சொற்பம். அவர்களுக்குள்ளும் பெண்ணுணர்வை — விதிக்கப்பட்ட இலக்கணங்களை மீறி — வெளிப்படுத்தியவர்கள் வெகு சொற்பம்: ஔவை, ஆண்டாள் போல.

இன்குலாப் சுட்டிக்காட்டியுள்ள இந்த வேறுபாடுகளுக்கு மத்தியில் ஔவைகளுக்கிடையேயான சில ஒப்புமைகளும் நினைவுக்கு வருகின்றன. அதியன், பொருட்டெழினி, நாஞ்சில் வள்ளுவன் போன்ற பழங்குடித் தலைவர்களையே பெரிதும் சார்ந்திருந்தவள் சங்கத்து ஔவை. மூவேந்தரைப் பாடித் திரிவதில் முனைப்புக் காட்டாதவள். பிற்காலத்து ஔவைகள் பற்றிய கதைகளிலுங்கூட இவர்கள் பேரரசர்களைக் காட்டிலும் சாதாரண மக்களைச் சார்ந்தவர்களாகவே சித்திரிக்கப்படுகின்றனர். சோற்றுக் கும், கூழுக்கும், உப்புக்கும், புளிக்கும்கூடப் பாடியவர்களாகக் கதைகள். கணிகையைப் பாடியதாகவும் குறவர்களுக்கும் மாட்டுக்காரர்களுக்கும் பாடியதாகவும் இந்த ஔவைகளை நமது மரபு பதிவு செய்துள்ளது. நிலவுடைமைச் சமூகத்துக்குரிய பல்வேறு சிந்தனைகளை ஏற்றுக்கொண்டவளெனினும் 'சாதி இரண்டொழிய வேறில்லை' என்பது போன்ற குரல்களையும் ஒலித்தவள். இதனால்தானோ என்னவோ இவரின் நூற்கள் சிலவற்றைக் காப்பாற்றி வைக்கவும் நமது மரபு சிரத்தை காட்ட வில்லை. ஔவையாரைத் தாழ்ந்த சாதியினராகவும் வள்ளுவரின் சகோதரியாகவும் சொல்லப்படும் கதைகளும் சிந்திக்கத்தக்கன. கண்ணாலம், கைக்கூலி, காலறுவான் போன்ற வழக்குகளை ஔவையார் கையாண்டுள்ளதும் இங்கே குறிப்பிடத்தக்கது.

இன்குலாப்பின் நாடகப் பிரதி ஏற்படுத்திய சிந்தனை உசுப்பல் களின் விளைவாக ஔவையாரின் 'நீதிநெறி' நூற்கள் நான்கையும் புரட்டிய போது, அவற்றின் இன்னொரு பரிமாணம் தட்டுப்பட்டது. அவற்றை அறநெறி நூற்கள் எனச் சொல்வதைக் காட்டிலும் சுயமுன்னேற்ற (self improvement) நூற்கள் என வகைப்படுத்துவது

பொருத்தமாக இருக்கும் எனப்பட்டது. வாழும் சமூக அமைப்புக்கு எந்தக் குந்தகமும் நேராமல் அதன் விதிமுறைகளை அறிந்து, ஆளுமையை வளர்த்துக்கொண்டு முன்னேறும் வழியைச் சொல்பவையே சுயமுன்னேற்ற நூற்கள். போட்டி நிறைந்த முதலாளியச் சமூகத்துக்கு உரியனவாக இன்றைய சுயமுன்னேற்ற நூற்கள் அமைகின்றனவெனில், ஒரு நிலவுடைமை வணிகச் சமூகத்துக்குரிய வாழும் நெறிகளைச் சொன்னவை இவை. தோற்பன தொடரேல், ஊருடன் ஒத்துவாழ், நொய்ய உரையேல், போர்த்தொழில் புரியேல், வெட்டெனப் பேசேல், தக்கோன் எனத் திரி என்பனவற்றையெல்லாம் வெறும் அறநெறிகள் எனக் கருதிவிட முடியுமா? அன்றைய திண்ணைப் பள்ளிகளில் வாசிக்க வாய்ப்புப் பெற்றவர்களை நோக்கி வெற்றிக்குரிய வாழ்நெறி களைச் சொன்னவை இவை. தையல் சொற்கேளேல் என்பன போன்ற ஆணாதிக்கச் சிந்தனைகளுங்கூட அந்தச் சமூகத்தின் ஓரங்கமாக அமைந்தவைதான். பாரதியும், பாரதிதாசனும் ஆக்கிய (புதிய) ஆத்திசூடிகள் இதிலிருந்து வேறுபட்டவை; இருக்கிற அமைப்பில் மாற்றங்களைக் கோருபவை; ஒரு வகையில் சுயமுன்னேற்றத்திற்கு எதிரானவை.

சங்கத்து ஔவையை வெறும் பெண்பாற்கவிஞர் என்று சொன்னால் போதாது. சங்கப் பாடலுக்குரியவர்களை நாம் இரண்டாகப் பிரித்தணுக வேண்டியிருக்கிறது. கபிலர், பரணர் போன்றோர் புலவர்கள். ஔவையோ பாணர் மரபில் வந்த பாடினி. இந்த வேறுபாட்டை மிக நுணுக்கமாகச் சித்திரிக்கிறார் இன்குலாப். பாட்டும் கூத்தும் இசையும் யாழுமாய் நாடோடி களாய்த் திரிந்த இவர்கள், சமூகம் பின்னாளில் சாதிகளாய்த் திரண்டபோது ஆகக் கீழாகத் தள்ளப்பட்டவர்கள்; பெரும்பாலும் பழங்குடி மக்களைப் பாடி, அண்டி வாழ்ந்தவர்கள்; கூட்டமாய்த் திரிந்து கள்ளையும் புலாலையும் களித்துப் புசித்தவர்கள். பழங்குடிச் சமூகம் அழிக்கப் பட்டு மூவேந்தர்கள், ஆட்சி அறங்கள், பார்ப்பனச் சடங்குகள், எழுத்துருவாக்கம், இறுக்கமான ஆணாதிக்கம் ஆகியவை தோன்றிய தோடு பாணர் மரபின் வீழ்ச்சியையும் புதிய சமூகத்தின் 'அறிவுஜீவி'களாகப் புலவர் மரபு உருப் பெற்றதையும் பார்க்க வேண்டியுள்ளது.

இந்த மாற்றம் நிகழ்ந்துகொண்டிருந்த காலகட்டத்துக்குரியவள் ஔவை. பெரும்பாலும் பழங்குடித் தலைவர்களைப் பாடியவள்.

கபிலரும் பரணரும் குறிஞ்சியையும் மருதத்தையும் பாடின ரெனின், அவள் பாலையைப் பாடியவள்.

'நம்மனத்து அன்ன மென்மை இன்மையின் நம்முடைய உலகம் உள்ளார் கொல்லோ?' என ஆண் மனத்தையும் ஆணுலகையும் பெண்ணுலகிலிருந்து பிரித்துக் கருதியவள்; பழங்குடிகளின் வீழ்ச்சியைக் கண்டு வருந்தியவள்; வேந்துரு வாக்கம், உற்பத்திப் பெருக்கம் ஆகியவற்றின் மறுபக்கமான காடுகளின் அழிவு, பாலை உருவாக்கம் ஆகியவற்றைக் கண்டு கலங்கியவள்; பொதிபொதி யாய்ப் பொருள் கொண்டுவருகிற வணிகர்களைப் பாலை நில எயினர்கள் கொள்ளையடிக்க நேர்ந்ததைப் பரிவோடு நோக்கியவள். 'முட்டுவேன் கொல், தாக்குவேன் கொல், ஆஓ எனக் கூவுவேன் கொல்' எனப் பெண்ணுணர்வை வெளிப்படுத்தத் தயங்காதவள். புதிய மதுவா இன்று மூழ்கிவிட வேண்டியதுதான் எனத் 'தேட்கடுப்பன்ன நாட்படு தேறல்' மீதான தன் காதலை வெளிப் படுத்தியவள். இத்தனை பரிமாணங்களையும் ஔவைமீது ஏற்றி நிறுத்துகிறார் இன்குலாப். அதியனுக்கும் ஔவைக்குமான உறவு ஒரு புரவலனுக்கும் பாணருக்குமான உறவுக்கும் அப்பாற்பட்ட பரிமாணத்தைக் கொண்டிருக்கக்கூடிய சாத்தியத்தையும் இன்குலாப் இந்நாடகத்தில் ஒரு பேச்சுப் பொருளாக்கியுள்ளது குறிப்பிடத்தக்கது.

சுமார் மூன்று மணி நேரம் நிகழத்தக்க இந்நாடகத்தை அதன் முழுமை கெடாமல் சுருக்கி எழுபது நிமிட அரங்க நிகழ்வாக்கி யிருக்கிறார் மங்கை. ம.சா.சுவாமிநாதன் ஆராய்ச்சி மையம், சங்கீத நாடக அகாடமி ஆகியவற்றின் உதவியோடு 'மௌனக்குரல்' அமைப்பின் தயாரிப்பாக அமைந்த இந்நாடகத்தின் முதல் நிகழ்ச்சியைக் கரந்தைத் தமிழ்ச் சங்கத்தில் (தஞ்சை) காணும் வாய்ப்புக் கிடைத்தது. பெரும்பாலும் இளைஞர்கள், மாணவர்கள் நிறைந்த இக்குழுவில் அர்ச்சனா என்னும் நாட்டியம் பயின்ற இளம்பெண் ஔவையின் பாத்திரமேற்றுள்ளார். அந்தப் பாண் குழுவிற்குள் நிலவும் தோழமை, சமத்துவம், இளமைத் துடிப்பு முதலியனசிறப்பாக வெளிப்படுத்தப்பட்டுள்ளன. ஒப்பனை, உடை முதலியவை சிரத்தை எடுத்து அமைக்கப்பட்டுள்ளன. தொன்மைத் தமிழ்ப் பண்கள் எனச் சொல்ல இயலாவிட்டாலும் தெருக் கூத்துக்குரிய இசை, அடவு முதலியவை சிறப்பாகப் பயன் படுத்தப்பட்டுள்ளன. முதல் நிகழ்வே பாராட்டத்தக்கதாக அமைந்த போதிலும் அடுத்தடுத்த நிகழ்வுகளில் இன்னும் மெருகேறும்

என நம்ப இடமுண்டு. பிரதி உருவாக்கத்திலேயே மங்கையின் பங்கிருந்ததைக் குறிப்பிட்டுச் சொல்கிறார் இன்குலாப். பிரதியைக் காட்சிப்படுத்தியதிலும் மங்கை வெற்றி பெற்றுள்ளார். எனினும் காட்சிப்படுத்தியதில் இரு முக்கிய பிரச்சினைகள் உள்ளதைச் சுட்டிக்காட்டுதல் அவசியம்.

இளமையையும் பெண்ணியச் சிந்தனைகளையும் முதன்மைப் படுத்தும் இந்த அரங்க நிகழ்வை மேலும் கொஞ்சம் குதூகலப் படுத்தி (carnivalise) இருக்கலாம். ஔவை ஒரு சிறிய கள்ளுக் கலயத்தைச் சுமந்து, சுவைத்துத் திரிவதே தமிழ்ச் சூழலில் பெரிய விஷயம்தானெனினும், ஒரு கள்ளுப் பானையை நடுவில் வைத்து அதியனும் ஔவையும் இதர பாணரும் பாண் மகளிரும் கூடிக் குடித்துக் களிக்கும் காட்சி ஒன்று இல்லாதது பெருங்குறை. அப்படி ஒன்று அமைந்திருந்தால் அது சங்க கால வாழ்முறைக்கு மேலும் பொருத்தமுடையதாகவே இருந்திருக்கும். சங்கப் பாடல்கள் நெடுகவும் பல இடங்களில் இத்தகைய காட்சிகள் அமைந்துள்ளதை விளக்கத் தேவையில்லை. இன்றுங்கூட அரசுத் தடைகளையும் காவல் துறைக் கெடுபிடிகளையும் மீறிச் சாவு வீடானாலும் திருமண நிகழ்ச்சியானாலும் விருந்தினர் வருகையானாலும் கள்ளருந்திக் களித்தல் என்பது பெரும்பான்மைத் தமிழ் மக்களின் பண்பாடாக உள்ளது. தமிழ்ப் பண்பாடு என்றால் அது கண்ணகி, கனகவிசயர் தலையில் கல் ஏற்றியது என்பதுதான் எனக் கட்டமைக்கப்படும் சூழலில் நாம் இதனைச் செய்ய வேண்டியிருக்கிறது. ஔவையின் சிறிய கள், பெரிய கள் என்கிற சொல்லாக்கங்களுக்குக் கொஞ்சம் தேன், நிரம்பத் தேன் எனத் தமிழ்ப் புலவர்கள் பொருள் எழுதிக் கொண்டிருந்த சூழலில், கலயம் சுமந்த இளம் பெண்ணை அரங்கேற்றியதற்குரிய பின்புலமாகக் கடந்த பத்தாண்டுகளில் தமிழ்ச் சூழலில் நடைபெற்ற விவாதங்கள் அமைந்துள்ளதையும் இங்கே சுட்டிக்காட்டத் தோன்றுகிறது. கலை இலக்கிய ஆக்கங்களில் களி, கொண்டாட்டம் முதலியவற்றின் முக்கியத் துவத்தை பாக்தின் போன்றோர் சுட்டிக்காட்டுகின்றனர். ஆனால், உடல் சார்ந்த மகிழ்ச்சிகள், கொண்டாட்டங்கள், குதூகலிப்புகள் ஆகிய வற்றைக் கலாச்சார மேட்டிமைச் சக்திகள் ஆபத்தானதாகவே கண்டித்துவந்துள்ளன. இடதுசாரி மரபும் இதற்கு விதிவிலக்கல்ல. கொண்டாட்டமும் குதூகலிப்பும் இல்லாத போராளி ஒரு பாசிஸ்டாக உருப்பெறுவதற்கான சாத்தியங்களே அதிகம். (அப்படி ஒரு கொண்டாட்டக் காட்சி அமைக்கப்பட்டிருந்ததாகவும்

ஒத்திகையின் போதே கடும் விமர்சனங்கள் எழுந்ததால் நீக்கப்பட்ட தாகவும் மங்கை கூறினார்).

காட்சிப்படுத்தலில் கண்ட இன்னொரு குறை ஔவைக்குரிய ஒப்பனை, உடை மற்றும் உடலியக்கங்கள் தொடர்பானது. ஒரு நாடக நிகழ்வில் gestures (பிரெக்ட் இதனை Gest என்பார்) ரொம்ப முக்கியம். பல காட்சிகள், பலநூறு வசனங்கள் மூலம் சொல்ல முடியாதவற்றை ஒரு 'Gest' மூலம் வெளிப்படுத்திவிட முடியும். மங்கையின் நெறியாள்கையிலேயேகூட அதியனுக்கும் தொண்டைமானுக்கும் உரிய பண்பு வேறுபாடுகளை அத்தகைய 'தோரணை'களின் மூலம் வெளிப்படுத்துவது குறிக்கத்தக்கது. ஆனால் ஔவைக்குச் செய்யப்பட்ட ஒப்பனையாகட்டும், உடையாகட்டும், உட்காரும் ஒயிலாகட்டும் ஒரு மரபுவழித் தமிழ் மேற்குடிப் பெண்ணின் சாயல்களோடு அமைந்துள்ளமை இன்குலாப்பின் ஔவைக்குப் பொருத்தமுடையதாகத் தோன்ற வில்லை. அவளின் திமிறிப் பிதுங்கும், அடங்க மறுக்கும் பண்புக்குரிய Gestகளும், உடையும், ஒப்பனையும் முக்கியம்.

முழுக்க முழுக்க சங்கப் பாடல்களைப் பின்புலமாகக் கொண்டு தயாரிக்கப்பட்டுள்ள இந்நாடகப் பிரதியில் ரொம்பவும் கடின மானவை எனக் கருதப்படுகிற சங்கப் பாடல்களை அவற்றின் கவித்திறன், இசைப்பண்பு, பொருளடக்கம் எவையும் கெடாமல் இன்றைய தமிழில் பெயர்த்துள்ளதைச் சுட்டிக்காட்டல் அவசியம். ஔவை பற்றின சிந்தனைகளினூடாக சங்க கால வாழ்வு, தமிழ்ப் பண்பாடு ஆகியன பற்றிய பல கேள்விகளை எழுப்பியுள்ள வகையில் இன்குலாப்பும் மங்கையும் பாராட்டுக்குரியவர்கள்.

(இன்குலாப் எழுதி அ. மங்கை இயக்கிய 'ஔவை' நாடகத்தின் முதல் நிகழ்வைப் பார்த்து எழுதிய விமர்சனக் கட்டுரை. *சரிநிகர்* இதழில் வெளியானது.)

2.9 மு. பொவின் 'நோயில் இருத்தல்': பற்றறுத்தல் என்பதென்ன? ஒரு பெரியாரிய விளக்கம்

தத்துவக் கேள்விகள் மீண்டும் உயிர்ப்புப் பெறுகிற ஒரு கால கட்டத்தில் வாழ்ந்துகொண்டிருக்கின்றோம். தத்துவங்களைக் கொள்கைகளாக்கி (இசங்கள்) அவற்றைப் பற்றித் தொங்குவதைக் காட்டிலும், தத்துவத்தின் ஆதிப் பணியாகிய தத்துவப்படுத்துதல் (philosophising) அதாவது நிலவும் அறிவு நிலையைக் கேள்வி கேட்டல்—என்பதற்கு நாம் முக்கியத்துவம் அளிப்பதன் அவசியம் இன்று உணரப்படுகிறது. பதில்களில் திருப்தியடைந்து நின்று விடாமல் கேள்விகளில திளைக்க வேண்டியிருக்கிறது. இந்த 'பதில்' என்னும் தமிழ்ச்சொல் கவனிக்கப்பட வேண்டிய ஒன்று. இரு பொருள்களைக் குறிக்கும் ஒற்றைச்சொல் அது. ஒன்றுக்குப் பதிலாக இன்னொன்றை வைத்து—அதாவது ஏற்கனவே உள்ள பதிலுக்குப் பதிலாக இன்னொரு பதிலை வைத்து—இறுக்க மூட்டுகிற வேலையல்ல தத்துவம். அது ஒரு திறந்தநிலை. எல்லா விதமான புதிய உள்ளீடுகளையும் ஏற்றுக்கொண்டு இருக்கும் அறிவு நிலையைப் பிரச்சினைப்படுத்துவ தற்குத் தயாரான நிலை.

இயங்கியல் பொருள்முதல்வாதம் என்பதைத் தத்துவக் கோட்பாடாக ஏற்றுச் செயல்பட்டுக்கொண்டிருந்த நாம், இன்று இதையும்கூடப் பல்வேறு கோணங்களில் கேள்விக்குள்ளாக்க வேண்டியிருக்கிறது. இரண்டு கேள்விகள் எனக்கு இப்போது முக்கியமாகப்படுகின்றன. முதலாவது இயங்கியல் பற்றியது. கோட்பாடு X எதிர்க்கோட்பாடு (thesis X anti-thesis) என்கிற வகையில், மற்றமையை, வித்தியாசத்தைத் தத்துவச் சொல்லாடலுக்குள் ஏற்றுக்கொண்ட வகையில், ஹெகலின் பங்களிப்பு தத்துவ வரலாற்றில் குறிப்பிடத்தக்க ஒன்று. எனினும், மீண்டும் synthesis என்று, அதாவது தொகுப்பு/தீர்வு என்கிற வகையில்

தத்துவத்தை ஒரு மூடுண்ட அமைப்பாக்கியது இயங்கியல். எனக்கு ஏற்படுகிற இரண்டாவது ஐயம், பொருள்முதல்வாதம் தொடர்பானது. பொருள் X கருத்து (material X spiritual) என்று கட்டமைக்கபடும் முரண் எதிர்வு இவ்விரண்டிற்கும் இடையில் ஏதும் சாத்தியமில்லை எனக் கருதுகிறது. இதுகுறித்து நாம் இன்று ஐயம்கொள்ள வேண்டியிருக்கிறது. material இல்லாத எல்லா வற்றையும் spiritual என்று சொல்லிவிட முடியுமா? இரண்டையும் நாம் ஒன்றையொன்று விலக்கியதாக நிறுத்திவிட முடியுமா?

கருத்துக்கள் மக்களைப் பற்றும்போது அதுவே ஒரு பௌதிக சக்தியாக (material force) மாறிவிடும் என மார்க்ஸே சொல்ல வில்லையா? எனினும் மார்க்சியத்தில் கலந்துபோன விஞ்ஞான வாதம் (scientism) இத்தகைய முரண் எதிர்வைக் கட்டமைத்து, material-ஐ முதன்மையாக்கியது; spiritual-ஐ இரண்டாம் நிலைக்குத் தள்ளியது. இரண்டிற்குமிடையில் எந்நிலையையும் ஏற்க மறுத்தது. spirit என்ற ஆங்கிலச் சொல்லின் மதம்/ஆன்மிகம் சார்ந்த பொருள் இதனை எளிதாக்கியது.

எனினும், விஞ்ஞானவாதத்திலிருந்து விலகி நின்றவர்கள் இந்த முரண் எதிர்வை அப்படியே ஏற்றுக்கொண்டதில்லை. ஒரு சிறந்த எடுத்துக்காட்டாக டாக்டர் சாமுவேல் ஹானிமனை இங்கே குறிப்பிட முடியும். ஹோமியோபதி என்கிற மருத்துவ நடைமுறையை உலகிற்கு அளித்தவர் ஹானிமன். விஞ்ஞான வாதம் கொடிகட்டிப் பறந்துகொண்டிருந்த ஒரு காலச் சூழலில் விஞ்ஞானம் நிர்ணயித்துள்ள நிரூபண அளவுகோல்கள் எதற்கும் பொருந்திவராத மருத்துவமுறையாக ஹோமியோபதி இருந்தது. எடுத்துக்காட்டாக, ஒன்றே ஒன்றை மட்டும் இங்கே சொல்லலாம். வேதிப் பொருட்கள் பல ஹோமியோபதியிலும் மருந்துகளாகப் பயன்படுகின்றன. சல்பர், பேரியம் கார்பனேட்டைப் போல. ஆனால் நேரடியாக அல்ல; வீரியப்படுத்தப்பட்டு. எனவே, வீரியப் படுத்தப்பட் பேரியம் கார்பனேட்டை நீங்கள் வேதியியல் சோதனைகள் மூலமோ, அல்லது நுண்கருவிகள் மூலமோ அடையாளம் காணமுடியாது. ஆனால் அதன் தனித்தன்மைகள் வீரியப்படுத்தப்பட்ட பின்னரும் அதில் நிறைந்துள்ளது. அது குணமாக்குகிறது. வீரியப்படுத்தப்பட்ட சல்பருக்கும், வீரியப் படுத்தப்பட்ட பேரியம் கார்பனேட்டுக்கும் வித்தியாசம் இருக்கிறது. எனினும் இவற்றை விஞ்ஞான ரீதியில் நிரூபிக்க முடியாது.

இந்த நிலையை எப்படி எதிர்கொண்டார் ஹானிமன்? முதலில் இதுவும் ஒரு விஞ்ஞானம்தான் என்று தொடங்கிய அவர், விரைவில் தனது கண்டுபிடிப்பிற்கு விஞ்ஞான அந்தஸ்து கோருவதை நிறுத்திக்கொண்டார். உலகின் மிகச்சிறந்த நூல்களில் ஒன்றாகிய அவரது ஆர்கனான் நூலுக்கு முதற்பதிப்பில் (1810) அவர் இட்ட பெயராகிய 'Organon of the Rational Medical Science' என்பதை இரண்டாம் பதிப்பு வரும்போது (1819) 'Organon of the Healing Art' என்று மாற்றிக்கொண்டது பற்றி முன்பே ஒருமுறை குறிப்பிட்டுள்ளேன். இங்கே வேறொரு செய்தியை எடுத்துக்கொள்வோம்.

பழைய முறை (old school - அல்லோபதி)க்கும் தனது புதிய முறைக்கும் இடையிலான வேறுபாடுகளைப் பல சந்தர்ப்பங்களில் ஹானிமன் சுட்டிக்காட்டுவார். அவற்றில் ஒன்று, ஒரு ஆரோக்கிய மான மனிதருக்கு நோய் எவ்வாறு ஏற்படுகிறது என்பது குறித்த இருவேறு அணுகல்முறைகள். நோய் ஏற்படுத்தக்கூடிய வெளிப் பொருள் (material) ஒன்றின் இருப்பின் விளைவாகவே நோய் ஏற்படுகிறது என்கிறது அல்லோபதி. எனவே நோய் நீக்கம் என்பது அப்பொருளை நீக்கம் செய்வதே (material extraction). மாறாகத் தனது புதிய முறையில் (ஹோமியோபதி) நோய் என்பது உயிர் ஆற்றலில் spirit like power/dynamic) ஏற்படும் ஒழுங்கு மாற்றத்தின் (derangements) விளைவு எனச் சொல்வார் ஹானிமன். உயிர் ஆற்றலை (vital force) மீண்டும் பழைய நிலைக்குக் கொண்டு வருதலே மருத்துவரின் பணி. வீரியப்படுத்தப்பட்ட மருந்து இதைச் செய்கிறது. வீரியப்படுத்தப் படும்போது மருந்து அதன் பொருள் தன்மையை இழந்து ஆற்றல் மயமாகிறது என்பார் ஹானிமன்.

அல்லோபதியின் இத்தகைய பொருள் முதன்மைப் பார்வையின் விளைவே (நோயின்) தோற்றம், சாராம்சப் பண்பு (origin/essential nature) ஆகியவற்றைத் தேடும் பணிக்கு அதனை இட்டுச்சென்றது எனக் குறிப்பிடும் ஹானிமன், origin, essence, apriori அணுகல்முறை, theoretical system-களை உருவாக்குதல் முதலான பகுத்தறிவுசார் விஞ்ஞான அணுகல் முறைகளை எள்ளி நகையாடுவது பற்றி இன்னொரு சந்தர்ப்பத்தில் பார்ப்போம். இங்கே நாம் கவனிக்க வேண்டியது spiritual/spirit எனச் சொல்லிவந்த அவர், திடீரென அதற்குப் பதிலாக immaterial என்கிற கருத்தாக்கத்தைப் பயன்படுத்தத் தொடங்கியதைத்தான். நோய் என்பது நோய்

ஏற்படுத்தும் பொருட்களின் பொருளியல் இருப்பால் ஏற்படுவதல்ல. மாறாக உடல்நல நிலையில் ஏற்படுகிற பொருள் தன்மையற்ற மாற்றங்களின் விளைவே நோய் 'Disease is not the material presence of moribific matters but the IMMATERIAL derangements of our state of health' என்பது ஹானிமனின் கூற்று. பிறிதோரிடத்தில்,

'The material organism receives all sensations and performa all the functions of life by means of the IMMATERIAL being— vital principle' (அழுத்தங்கள் நம்முடையன) என்று சொல்வார். 'immaterial' என்பது மதம்சார்ந்த கருத்தாக்கமாகிய ஆன்மா (spirit) அல்ல. பொருளின் நேர் எதிர் முரணான 'கருத்தும்' (idea) அல்ல. மாறாக immaterial என்பது material இன் continuam, ஒரு தொடர்நிலை; ஒன்றின் பன்முக நிலைகள்; பண்புமாற்றம் கொண்ட நிலைகள். உயிரும் உடல் ஆற்றலும் ஒரு தொடர்நிலை என்றால் சாதாரண வேதிப் பொருளும் அதன் வீரியப்படுத்தப்பட்ட வடிவமும் இன்னொரு தொடர்நிலை.

சமூகத் தளத்தில் இது மேலும் தெளிவாக விளங்கும். சாதி என்பது வெறும் உணர்வு, கருத்து. மேற்கட்டுமானம். அதற்குப் பொருளியற் தன்மையே கிடையாது என எளிதில் வரையறுத்துவிட முடியுமா? 'பொருள்' அல்லாததாகிய அதன் பொருளியல் வெளிப் பாட்டின் விபரீதங்களை இங்கே விளக்கிச்சொல்வது அவசியமா?

2

மிகவும் திறந்த மனத்தோடு நாம் எல்லாவற்றையும் எதிர் கொள்வது அவசியமாகிறது. கறாரான மார்க்சியப் பார்வையின் வாயிலாகவே நமக்குள் பதிக்கப்பட்டிருந்த மு.த., மு.பொ., முதலானோரைத் திறந்த மனத்துடன் அணுக வேண்டியதன் அவசியத்தைக் காலம் நமக்கு உணர்த்தியாயிற்று. வாழ்க்கைக்கும் எழுத்துக்குமான இடைவெளியைக் கூடியவரை அழித்து, வாழ்ந்து மடிந்த தளைய சிங்கத்தின் வரலாற்றை அறியும்போது இது மேலும் நமக்கு உறைக்கிறது. இத்தகைய பொறுப்புணர்வோடும் திறந்த மனத் தோடுந்தான் மு.பொவின் சமீபத்திய நாவலாகிய 'நோயில் இருத்தலுக்குள்' நுழைந்தேன்.

முதல் பக்கத்திலேயே அடைப்புக் குறிக்குள் நாவல் என்று போடவேண்டிய அளவிற்குப் புனைவுத் தன்மை அற்றுப் போன இந்நூலின் வாயிலாக மு.பொ. முன்வைக்கும் தத்துவ விசாரிப்பு களை மட்டும் இங்கே கணக்கில் எடுத்துக்கொள்வோம்.

புறநிகழ்வாய் நாட்டின் நோய், இனவாதம். அகநிகழ்வாய் கதைநாயகனின் நோய். நாடும் மனமும் பாழ்பட்டுக் கிடக்கிறது. சிகிச்சைக்கு மருத்துவமனையில் சேர்க்கப்பட்ட நாயகன் இவை குறித்தெல்லாம் தீர யோசிக்கிறான். இந்த யோசனைகளின் விளைவாய்ப் பொன்னம்பலம் முன்வைக்கும் பல கருத்துக்களில் நம்மை மிகவும் ஈர்ப்பது விடுதலை குறித்த அவரது சிந்தனை. உண்மையான சுதந்திரத்தை அனுபவித்தல் என்றால் என்ன என்று கேட்கும் பொன்னம்பலம் தனி மனிதனாய் (individuality — அவர் பயன்படுத்தும் சொல்) இருப்பதுதான் என்கிறார். தனி மனிதனாய் இல்லாததுதான் ஒருவரது நோய். பிறபொருட்களில் வெளிப் பொருட்களில் தங்கி நிற்காதிருத்தலே தனிமனிதனாய் இருத்தல். இன்னும் பற்றையில் சிக்கிய முள்ளிகளாய் வெளிப் பற்றுகளில் சிக்கியவர்கள் நோயாளிகள். அடிமைகள். பிற பொருட்களில் தங்கி நிற்றலே மனித அடிமைத்தனத்தின் ஆதிக் காரணம். மனம் எதிலும் நங்கூரம் பாய்ச்சாமல், பற்றி நிற்காமல் எல்லாவற்றி லிருந்தும் உள்ளிழுத்துக் கொள்ளும் தயார் நிலையே புரட்சி. பற்றின்மைதான் புரட்சி என்றால் புரட்சிக்குப் பின்பு ஏற்படும் பற்றுகள்? அதுவே திரிபுவாதத்திற்கும் வேறு பல தீங்குகளுக்கும் காரணம்.

தனிமனிதனாய் ஆவதெப்படி? உன்னை நீ அறிய வேண்டும். அதற்கு நீ உள்நோக்கித் திரும்ப வேண்டும். பிற்போக்கு X முற்போக்கு என்கிற வழக்கமான முரணுக்குப் பதிலாகப் பொன்னம்பலம் உள்நோக்கு X வெளிநோக்கு என்கிற முரணை வைக்கிறார். வெளியிலிருந்து நீ ஒதுங்கி உள்நோக்க வேண்டும். ஆழத்துக்குப் போக வேண்டும். மூலத்தை அறியவேண்டும் வெளியிலிருந்து ஒதுங்குதலே வீடுபேறெய்தல்.

பொன்னம்பலத்தின் இத்தகைய விசாரங்களை அறியும்போது எல்லாவிதமான வெளிப் பிரமாணங்களிலிருந்தும், விட்டு விலகி, சுயத்தை உறுதி செய்துகொள்ளும் self-authenticity என்கிற நீட்ஷேயியச் சிந்தனையை அவர் மிக நெருங்குவது போல் நமக்கு பிரமிப்பு ஏற்படுகிறது. 'God is Great' என நீட்ஷே பிரகடனப் படுத்தியது இத்தகைய வெளிப்பிரமாணங்கள் அனைத்திற்குமான மரண அறிவிப்புதானே.

ஆனால் நம் பொன்னம்பலம் அத்தோடு நிறுத்தவில்லை. விடுதலை குறித்து அவர் மேலும் சிந்திக்கிறார். நீட்ஷே போலக்

கடவுளையும் மறுத்தவரல்ல இவர். உள் நுழைந்து தேடுதல் என்பதே பரம்பொருளைக் கண்டடைவதற்குத்தான். இந்த மன வீட்டைத் துப்புரவாக்கி அந்தப் பெரியவருக்காகக் காத்திருக்க வேண்டும். அப்போதுதான் அவர் வந்து உன்னுள் குடிபுகுவார்.

விடுதலை என்பது ஆத்மார்த்தமானது. ஆத்மார்த்த அர்ப்பணிப் பிலேயே விடுதலை விகசிக்கிறது. இத்தகைய அர்ப்பணிப்பிற்குச் சரியான ஒரு குருவிடம் பெறுகிற ஆத்மிகத் தீட்சை பயன்படும் என்றெல்லாம் அவர் சொல்லும்போது நமக்குச் சில கேள்விகள் எழுகின்றன. ஆத்மிகத் தீட்சை, குருவின் வழிகாட்டல்கள் என்பன வெல்லாம் வெளிப் பொருட்களில் தங்கிநிற்றல் இல்லையா? இது சுய உறுதிசெய்தல், தனிமனிதனாக மாறுதல் என்பதற்கு முரணில்லையா?

3

இந்த இடத்தில் நமது உள்ளூர்ச் சிந்தனையாளர் ஒருவர் நம் நினைவுக்கு வருகிறார். அவர் நிறையப் படித்த பேரறிஞர் அல்ல. ஒரு சமூகப் போராளியாகவும் கடவுள் மறுப்பாளராகவும் மட்டுமே எல்லோராலும் அறியப்பட்டவர். இன்றளவும் அவரைக் கொச்சைப் பொருள் முதல்வாதி எனவும், தத்துவம் அறியாதவர் எனவும் தூற்றுபவர் பலர். அவரும் தனக்கு இதெல்லாம் தெரியும் என எந்தக் காலத்திலும் அறிவித்துக்கொண்டதில்லை. யார் அவர்? அவர்தாம் பெரியார். பெரியார் ஈ.வெ.ராமசாமி. பற்று, துறவு, விடுதலைபெற்ற மனிதன் (சுதந்திர மனிதன்), பற்றுகளை விடுதல் பற்றியெல்லாம் நமது தத்துவவாதிகள் அளவிற்குப் பெருங் கதையாடல்களைப் பெரியார் விரிக்கவில்லையாயினும் இந்தச் சொற்களை எல்லாம் அவர் தம் சொல்லாடல்களில் ஆங்காங்கு உதிர்த்துள்ளார்.

தான் ஒரு 'துறவி' என்று சொல்லிக்கொண்டே பெரியார், திராவிட சமுதாயத்தைச் சுயாபிமானம் (சுயபற்று, சுயமரியாதை அபிமானம்) உள்ள சமுதாயமாக ஆக்குவது தவிர 'வேறு பற்றுகள் ஒன்றும் இல்லாதவன்' என்கிறார். எனவே, மற்றெல்லாப் பற்றுகளையும் துறந்த துறவி என அவர் தன்னைச் சொல்லிக் கொள்கிறார். துறக்க வேண்டிய பற்றுகள் என அவர் எதைக் கருதுகிறார் என்பது முக்கியம்.

பற்றுகள் எனச்சொன்னவுடன் நமக்குத் தோன்றுவது உடைமைப் பற்று, அப்புறம் அதிகாரப் பற்று; அடுத்த நிலையில் குடும்பப் பற்று, உறவுப் பற்று, பந்தம், பாசம், கடைசியாக காமம். இவற்றைத் துறத்தலே உண்மையான துறவு என்பதே நம் கருத்து, நம் மரபு. இந்தப் பற்றுகளைத் துறத்தலே விடுதலை.

மேலோட்டமாகப் பார்க்கும்போது பெரியார் சமூக விடுதலை பற்றிக் குறிப்பாக, சூத்திரர், தாழ்த்தப்பட்டவர், பெண்கள் ஆகிய ஒடுக்கப்பட்ட பிரிவினரின் சமூக விடுதலை பற்றி மட்டும் சிந்தித்தவர் என்றுதான் நமக்குத் தோன்றும். ஆனால், அவரது எல்லா எழுத்துக்களையும் செயற்பாடுகளையும் கூர்ந்து கவனிக் கையில் அவர் சமூக விடுதலைக்கும் அப்பால் தனிமனித விடுதலை யையும் சிந்தித்தவர் என்பது விளங்கும். சொல்லப் போனால் தனிமனித விடுதலையே சமூக விடுதலைக்கும் கட்டியங்கூறும் என்ற கருத்தையும் பெரியார் கொண்டிருந்தது புரியும். சுயமரியாதை என்கிற அவரது கருத்தாக்கத்தின் பொருளே இதுதான்.

தனிமனித விடுதலை அடைந்த சுதந்திர மனிதன் என்பது குறித்த அவரது விளக்கமென்ன?

நான் ஒரு சுதந்திர மனிதன். எனக்கு சுதந்திர நினைப்பு, சுதந்திர அனுபவம், சுதந்திர உணர்ச்சி உண்டு. அதை உங்கள்முன் சமர்ப்பிக்கிறேன். நீங்கள் என்னைப் போலவே உங்களது சுதந்திர நினைப்பு, அனுபவம், உணர்ச்சி ஆகியவைகளால் பரிசீலனை செய்து, ஒப்பக்கூடியவைகளை ஒப்பி, தள்ளக் கூடியவைகளைத் தள்ளிவிடுங்கள் என்கின்ற நிபந்தனையின் பேரிலேதான் எதையும் தெரிவிக்கின்றேன்

என்பது அவர் கூற்று. வெளியிலிருந்து வருகிற எந்தவிதமான வழிகாட்டல்கள், முன்முடிவுகள்(apriori), பெருங்கதையாடல்கள், பிரமாணங்கள் (authority) ஆகியவற்றின் துணையின்றித் தனது சுதந்திர நினைப்பு, அனுபவம், உணர்ச்சி ஆகியவற்றின் மூலம் முடிவுகளை மேற்கொள்ளுதல் என்பதே சுதந்திர மனிதனின் அடையாளம். எனவே, சுயமரியாதையின் மீதான பற்று தவிர வேறு எவ்விதமான வெளிப்பற்றுகளும் இல்லாதிருத்தலே விடுதலை. இந்த வெளிப் பற்றுகளில் எல்லாம், வெளிக் கட்டளை களிலெல்லாம், ('கட்டளை' பெரியார் பயன்படுத்தும் சொல்) பெரியது மதப் பற்றுதான்,

‘மதக்கட்டளையையும் கடவுள் நம்பிக்கையையும் கொண்ட அடிமை ஒருநாளும் விடுதலை அடையவோ முன்னேற்றம் அடையவோ முடியாது’ என மதக் கட்டளையை, மதப்பற்றை முதன்மைப்படுத்தி எதிர்த்துவந்தவர் பெரியார்.

எனவே, விட்டொழிக்கப்பட வேண்டிய பற்றுகள் பற்றிய பெரியாரின் பார்வை நமது மரபுவழிப்பட்ட பார்வைகளைத் தாண்டுவது விளங்குகிறது. வெறும் உடைமைப்பற்று, உறவுப் பற்று என்பதைத் தாண்டி மதப்பற்று என்பதோடு நிறுத்திக் கொள்கிறாரா பெரியார்? இல்லை விட்டொழிக்கப்பட வேண்டிய பற்றுகள் பற்றிய அவரது பார்வை மேலும் விரிவானது, விசால மானது. ஆக ஒடுக்கப்பட்ட மக்கள் விடுதலை அடைய வேண்டு மானால் அவர்கள் விட்டொழிக்க வேண்டிய அபிமானங்கள், பற்றுகளை அவர் பட்டியலிடுவதை நாம் கவனிக்க வேண்டும். அவை:

> பாஷாபிமானம்,
> தேசாபிமானம்,
> மதாபிமானம்,
> குலாபிமானம்

மதப்பற்றும் சாதிப்பற்றும் கூடாதெனச் சொல்வதற்குப் பலர் உள்ளனர். ஆனால் நாட்டுப் பற்றும், மொழிப் பற்றும் வேண்டாமெனச் சொல்வதற்குப் பெரியாரைத் தவிர யார் இருக்கிறார்கள்? சரி, அப்படியாயின் வேறு என்ன அபிமானந்தான் ஒருவருக்கு வேண்டும்?

> தேசாபிமானம் என்கிற யோக்கியமற்ற சூழ்ச்சிக்கு நீங்கள் ஆளாகக் கூடாது. அது சோம்பேறிகள், காலிகள் ஆகியவர் களின் பிழைப்புக்கு ஏற்படுத்தப்பட்ட மோட்சம், நரகம் என்பது போன்ற மூட நம்பிக்கையாகும். உங்களுக்கு இன்று *சுயமரியாதை அபிமானம்*தான் உண்மையாய் வேண்டும்.

என்று சொல்லும் பெரியார், பிறிதோரிடத்தில்,

> தமிழ் மக்களின் *தன்மதிப்பு* என்பதல்லாமல் வெறும் பாஷையைப் பற்றியே நான் எவ்விதப் பிடிவாதமும் கொண்டவனும் அல்லன் (அழுத்தங்கள் நம்முடையவை)

என்கிறார். ஆக நாட்டுப் பற்று, மொழிப்பற்று உட்பட எல்லா விதமான பற்றுகளும் இலட்சியங்களும், வழிகாட்டல்களும் தேவையில்லை என்றால் அறம், நீதி என்பதெற்கெல்லாம்

பொருளே இல்லையா? அறமும் நீதியுமற்ற ஒரு குழப்பபடிதான் நமது நோக்கமா?

ஒழுக்கம், அறம் என்பதெல்லாம் 'சுயநலத்தையே பிரதானமாகக் கருதிக் கற்பித்துக்கொண்டவை ' என ஒழுக்கத்தை ஒரு கற்பித மாகவும், கற்பித்தவனின் சுயநல நோக்கிலிருந்து கட்டமைக்கப் பட்டது எனவும் கண்டிக்கும் பெரியார்,

> ஒருவன், மற்றவன் தன்னிடம் எப்படி நடந்துகொள்ள வேண்டும் என்று விரும்புகிறானே அதைப் போன்றே அவனும் மற்றவ னிடம் நடந்துகொள்வதுதான் ஒழுக்கமாகும்.

எனச் சொல்வது மிக முக்கியமான ஒன்று. பேரறங்களைத்தான் பெரியார் 'கற்பிக்கப்பட்ட வை' (imagined) என ஒதுக்குகிறாரே யொழிய, தனக்கும் மற்றவருக்குமான (other) குறிப்பான ஒழுக்கத்தை (concrete, local ethics) அவர் மறுக்கவில்லை. சரியாகச் சொல்வதானால் மற்றமையை அங்கீகரிப்பதுதான் நீதி, ஒழுக்கம். மாறாக வெளியிலிருந்து ஏற்றுக்கொள்ளப்பட்ட கட்டளை, அறம், வழிகாட்டல் மூலம் வழங்கப்படுவது நீதி அல்ல. தண்டனையைத் தான் இப்படி வழங்க முடியுமே ஒழிய நீதியை அல்ல. வெளிக் கட்டளை, வெளிப்பற்று ஒன்றின் அடிப்படையில் தீர்ப்பு வழங்கப்படும்போது அங்கே நீதி செத்துவிடுகிறது. எனவேதான் நாம் தீர்ப்புகளை ஒத்தி வைக்க வேண்டும் என்கிறோம்.

4

பொன்னம்பலம் சொல்கிற பற்றுகளை விட்டொழித்தல் என்பது இத்தனை பரந்து விரிந்த பொருளைக் கொண்டுள்ளதா? நிச்சயமாக இல்லை. தான் போற்றுகிற, தான் பற்றி நிற்கிற கீழை ஆன்மிக மரபின் எல்லைகளைத் தாண்ட மனமும் தைரியமும் இல்லாதவர் தான் மு.பொ. நூலின் இரண்டாம் பாகத்தில் தனக்கும் தனது அண்ணாவுக்கும் ஆத்மிகத் தீட்சை வழங்கிய ஒரு மாமனிதர் பற்றி — தனது குரு பற்றி— பரவசம் பொங்கச் சொல்லிச் செல்கிறார் பொன்னம்பலம். ஆத்மிகவழி பற்றி அந்தக் குரு சொன்ன அறிவுரை இங்கே குறிப்பிடத்தக்கது. குரு சொல்வார்:

> தான் கொண்ட லட்சியத்தில் மாறாத பற்றும் அதற்காக உடல், பொருள், ஆவி அனைத்தையும் எக்கணத்திலும் அர்ப்பணிக்கக் கூடியவனாக எவன் இருக்கிறானோ அவனே உண்மையான ஆத்மிகவாதி.

ஆக லட்சியம் என்கிற வெளிப் பற்றில் நங்கூரம் பாய்ச்சுவதைப் பொன்னம்பலம் ஏற்கிறார். எனவே, எல்லாப் பற்றுகளையும் விட்டொழித்தல் அவர் நோக்கமல்ல. சாதாரண மனிதர்கள் பற்றியிருப்பவற்றிற்குப் பதிலாக இவர் வேறொன்றைப் பற்றச் சொல்கிறார். ஆக, விடுதலை என்பது பற்றற்றநிலை அல்ல. விடுதலைக்கென ஒரு பற்று உள்ளது. அதுவே இலட்சியப் பற்று. அதனைத் தேடிப் பற்றவேண்டும். அதற்குச் சில எடுத்துக் காட்டுக்களையும் அவர் சொல்லுகிறார்.

> அப்போது சயனைட் குப்பியைக் கடித்து இறந்துபோன எண்ணிறந்த வீரம்மிக்க போராளிகளின் நினைவு அவனுக்கு வந்தது. இராணுவத்தின் கையில் சிக்கக்கூடாதென்ற வீர சங்கல்பத்தின் விளைவு அது. பீதியால் உந்தப்பட்ட தற்கொலை அல்ல. அது ஓர் உன்னத விடுதலைச் சிருஷ்டி. அவர்கள் தாம் கொண்ட லட்சியத்திலிருந்து இம்மியும் விலகாத வீர்யத்தை நினைத்தபோது அவன் விறைத்திருந்த கால் விரல்களிலும் உணர்வு துளிர்த்தோடுவது தெரிந்தது

என்று சொன்னதோடு மு.பொ. நிற்கவில்லை. இத்தகைய விடுதலை பெற்ற ஆத்மாக்கள், சொல்லப்போனால் இதனிலும் மேலான விடுதலை பெற்ற ஆத்மாக்கள் சிலவற்றை நமது மரபிலிருந்து அவர் சுட்டிக்காட்டுகிறார். அவர்கள்:

> தன் பிள்ளையையே வெட்டிக் கறிசமைக்க ஆத்ம வைராக்கியம் கொண்ட சிறுத்தொண்டர், தன் கண்ணையே பிடுங்கி சிவலிங்கத்துக்கு அப்பிய கண்ணப்ப நாயனார், தன் மனைவி யையே சிவனடியாருக்கு இன்பம் விளைவிக்க ஏவிய அந்த ஆத்ம ஞானி. சயனைட் குப்பியைக் கடிப்பதையும்விட இவை கடினமான நிலைகள்.

கொண்ட இலட்சியங்களுக்காகத் தன்னையே அழித்துக் கொள்ளுதல்; மகன், மனைவி உட்பட யாரையும் அழித்தல் என்பதுதான் உன்னதமான ஆத்மார்ப்பணம் என்றால் இத்தகைய ஆத்மார்ப் பணம் கொண்ட பாசிஸ்டுகளின் பட்டியல் ஒன்றை நம்மால் சுட்டிக்காட்ட முடியாதா? எண்ணற்ற வன்முறைகளுக்கு இத்தகைய ஆத்மார்ப் பணங்கள் வரலாற்றில் வழிவகுத்ததில்லையா? இத்தகைய இலட்சியப் பற்று கொண்ட பின்பு உள்தேடுதல், உள்நோக்குதல் என்பனவற்றின் பொருளென்ன? இதுவே வெளியிலிருந்து உள் ஒதுங்குதல்?

இத்தகைய புறப்பற்றின் மூலம் நீதியும் அறமும் சாத்தியமா? உனது ஒழுங்குகளையும் தீர்ப்புகளையும் அறங்களையும் செயல்களையும் நீ கொண்ட, ஏற்ற இலட்சியங்கள் தீர்மானிக்கும் போது நீ எப்படி விடுதலை பெற்ற மனிதனாவாய்? உனக்குச் சுயமரியாதை ஏது? தன்மதிப்பு ஏது? ஒவ்வொருவரும் ஏதோ ஒரு பற்றுக்கு அடிமை. நான் சொத்துக்கு அடிமை. அவன் பாசத்துக்கு அடிமை. நீ தேசம், மொழி அல்லது பரம்பொருளுக்கு அடிமை. 'God is dead' என உரத்துக் கூறத் தைரியமற்ற அடிமை. அடிமைகளுக்குள், அடிமைத்தனங்களுள் உயர்வென்ன? தாழ்வென்ன? இழிவென்ன? பெருமை என்ன? ஒவ்வொருவருக்கும் ஒரு கடவுள். மற்றவர்களுக்கெல்லாம் ஒரு கடவுள் என்றால் உனக்கு வேறொரு கடவுள். எனில் உன்னை அறிதல், உள்நோக்கிச் செல்லுதல் என்பதுதான் என்ன? உன்மீது சுமத்தப் பட்டிருக்கும் பற்றுகளை ஒவ்வொன்றாய்த் தூக்கி எறிதல்தான் அது. இந்தப் பற்றுகளின் விளைவாக உன்மீது ஏற்றப்பட்டுள்ள அடையாளங்களை ஒவ்வொன்றாய்க் களைதல். பாம்பு தன் சட்டையை உரிப்பது போல. ஒவ்வொன்றாய் உரித்துக்கொண்டே போனால் கடைசியில் எஞ்சுவதுதான் என்ன? அடையாளங்களே அற்ற நிலையை அடைவதன்றி வேறென்ன அது?

அந்நிலையில்தான் நீ உன்னெதிரே நிற்கும் மற்றமையை முழுமையாக ஏற்கிறாய். உனக்கும் மற்றமைக்குமிடையில், குறிப்பான நிகழ்வுக்கான (event) தீர்ப்பை நீ வழங்குகிறாய். நீ விடுதலை பெற்ற மனிதனாவது மட்டுமல்ல, நீதியும் அறமும்கூட அப்போதுதான் சாத்தியமாகிறது. தீர்ப்பு என்பது தண்டனை யாகவன்றி நீதியாக வெளிப்படுகிறது.

பின் குறிப்பாக

பொன்னம்பலத்தின் நாவலாக்கம் பற்றி ஒரு சொல். நாவலில் தத்துவ விசாரம் செய்யக் கூடாதென்பதில்லை. ஆனால், அது முதலில் நாவலாக இருக்க வேண்டும். கதை சொல்ல வேண்டும். பிரதியின் சுகம், அதனூடாக வாசகனில் ஏற்படுத்தும் அதிர்வு என்பவை இப்பிரதியில் முற்றிலுமாய் இல்லை.

தன்னையும் தன் அண்ணாவையும் (மு.த) மிக உன்னதமான ஆத்ம விசாரிகளாகக் கட்டமைக்கும் இந்நூல் எதிர்கொள்ளும் பிற 'சாதாரண' மனிதர்கள் அனைவரையும் ஏற்க மறுக்கிறது. இழிவாகக்

கருதுகிறது. குறிப்பாக மருத்துவமனை ஊழியர்கள், சக நோயாளிகள் இவர்களின் சித்திரிப்பு நமக்கு அதிர்ச்சியை அளிக்கிறது.

மு.பொவின் ஆத்ம விசாரம் தேங்கிப்போன கீழைமரபு முன் வைத்த பழைய பதில்கள் எதையும் பெரிதாய்த் தாண்டவில்லை. இதன் விளைவுகளில் ஒன்றுதான் இரண்டாம் உலகப் போரில் தொடர்ந்து வெற்றிபெற்றுவந்த ஹிட்லர் திடீரென வீழ்ந்த தென்பது, பாண்டிச்சேரியிலிருந்து அரவிந்தர் மேற்கொண்ட psychic bombardment-இன் விளைவுதான் என அவரை நம்பவைக்கிறது.

(சென்னையில் கங்கு அமைப்புமே 2000இல் நடத்திய மு. பொன்னம்பலத்தின் *நோயில் இருத்தல்* நாவல் விமர்சனக் கூட்டத்தில் பேசியது. கட்டுரை வடிவில் *கணையாழி*, ஆகஸ்ட் 2000 இதழில் பிரசுரமானது.)

2.10 தேசமும் குடிமகனும்: திராவிடப் பாரம்பரியத்தில் பெரியாரும் அண்ணாவும் ஒன்றுபடும் புள்ளிகளும் வேறுபடும் புள்ளிகளும்

தேசம் ஒரு கற்பிதம். கற்பிதம் செய்யப்பட்ட சமூகம், குடும்பம், தனிச்சொத்து, அரசு இவை போலவே தேசமும் இயற்கையான தல்ல. வரலாற்றுரீதியானதே. தேசிய அரசியல்தான் தேசத்தை உருவாக்குகிறது. தேசிய அரசியலுக்கு அப்பாற்பட்ட புறநிலை எதார்த்தமாகத் தேசத்தைப் பார்க்க வேண்டியதில்லை. நூறாண்டு கட்கும் முன்பாக எர்னஸ்ட்ரெனான் குறிப்பிட்டது போல, நவீன தேசங்களுக்கிடையே பொதுக் காரணி எதுவும் கிடையாது. ஒவ்வொரு தேசமும் வெவ்வேறு கூறுகள் சிலவற்றின் தொகு புள்ளியாக வரலாற்றுப்போக்கில் உருவாக்கப்பட்டதே.

தேசத்தின் ஆதிமூலம் எது? நதிமூலம், ரிஷிமூலம் போலவே தேசத்தின் மூலத்தையும் சொல்ல முடியாது. தேசத்தின் மூலத்தைத் தேடிப் புறப்பட்டீர்களானால் இறுதியில் ஒரு கதைதான் உங்களுக்குப் பரிசாகக் கிடைக்கும். இமயத்தில் கொடி பொறித்த கதை, கனக விசயர் தலையில் கல்லேற்றிய கதை, பர்மாவை வென்ற கதை, கலிங்கத்தை வீழ்த்திப் பரணி பாடிய கதை, அனுராத புரத்தையும் பொலனருவையையும் தீக்கிரையாக்கிய கதை.

கதையாடல்களின்றித் தேசம் எது?

தேசம் என்பது எதார்த்தத்தின் கட்டமைப்பு இல்லை. கட்டமைக் கப்பட்ட எதார்த்தம். கதைகளால், வார்த்தைகளால் கட்டமைக்கப் பட்ட எதார்த்தம். வார்த்தைகள் பொருட்களைக் குறியீடு மட்டுமே செய்கின்றன; பொருளை இறுக்கிப்பிடித்து நிறுத்தும் வல்லமை வார்த்தைக்கு இல்லை. எனவே வார்த்தைகளால் ஆன, கதைகளால் கட்டமைக்கப்பட்ட தேசத்தின்வரையறையிலும் இந்த நெகிழ்ச்சியும் இருமையும் (ambiguity) தவிர்க்க இயலாதவையாகிவிடுகின்றன.

தேசத்தின் எல்லைகள், குடிமக்கள், அந்நியர்கள்... இவை குறித்தான வரையறைகள் ஆளுக்கு ஆள், அரசியலுக்கு அரசியல், காலத்திற்குக் காலம் வேறுபடுகின்றன. ஒரு குறிப்பான அரசியலுக் குள்ளுங்கூட இந்த வரையறைகள் சூழலுக்குத் தக்க மாறுபடுவ தற்குத் திராவிட அரசியலைக் காட்டிலும் மிகச்சிறந்த எடுத்துக் காட்டு ஏதுமில்லை.

குடிமக்களின் அடையாளம் என்பதும் மற்ற அடையாளங்களைப் போலவே வித்தியாசங்களின் மூலமாகத்தான் வரையறுக்கப் படுகிறது. அந்நியரை, எதிரிகளைக் கட்டமைக்காமல் நீங்கள் குடிமக்களை வரையறுக்க முடியாது. கட்டமைப்பிற்குரிய நெகிழ்ச்சியையும் இறுக்கமற்ற தன்மையின் சாத்தியத்தையும் ஏற்கும்போது அங்கே வன்முறை தவிர்க்கப்படுகிறது. இயற்கை யான வரையறை எனச் சொல்லி அங்கே ஒரு இறுக்கமான வரையறையைத் திணிக்கும்போது வன்முறைக்கு வித்திடப் படுகிறது.

தேச எல்லைகளும் இப்படித்தான். எல்லைகள், கதவுகள் என்பனவெல்லாம் மூடுவதற்காக மட்டுமல்ல. திறப்பதற்காகத்தான் உள்ளன. வெளி இல்லாமல் உள் இல்லை, விளிம்பில்லாமல் மையமில்லை. கடக்க முடியாத, கடக்கக் கூடாத எல்லைகள் ஏது?

தேசம், தேச அரசு என்பன நவீன கண்டுபிடிப்புகள். தேச அரசின் நியாயப்பாட்டிற்கான கருத்தியலாகத் தேசியம் கற்பிக்கப் படுகிறது. இந்தக் கட்டமைப்பில் கதைகளின் பங்கைச் சொன்னோம். கதைகள், பழங்கதைகள், பழமையும் நிகழும் சந்திக்கும் புள்ளியாகத் தேசம். பழமை என்றால் எந்த அளவுக்குப் பழமை? அதற்கும் எல்லை இல்லை. வரையறுக்கும் அரசியலின் நலனுக்கு ஏற்பப் பழமையின் எல்லையும் நீளும், குறையும். 'வெள்ளையரை' அந்நியராய் வரையறுத்தவர்கள் கட்டபொம்ம னோடு நிற்பர். 'முஸ்லிம்களை' அந்நியராய்ச் சொல்பவர்கள் கஜினி முகமது வரை செல்வர். 'வடவரை' அந்நியராய்ச் சொன்னவர்கள் செங்குட்டுவன் கதையை விவரிப்பர்.

தேச அரசுகள் நிர்மாணிக்கப்படும்போது தேசப் பழமை, தேச மரபு, தேச வீரர்கள் கண்டுபிடிக்கப்படுவது ஒருபுறம். தேசியக் கொடி, தேசிய கீதம், தேச வரைபடம், தேசச் சட்டம் முதலான குறியீடுகளும் கண்டுபிடிக்கப்படுகின்றன. இவற்றின் மீதான நிபந்தனையற்ற விசுவாசம் குடிமக்களின் கடமையாக்கப்படுகிறது.

2

தேசம் குறித்தான இக்கருத்துக்களைத் தொண்ணூறுகளின் தொடக்கத்தில் முன்வைத்தபோது இங்கே ஏராளமான எதிர்ப்புகள், கண்டனங்கள், இவர்கள் எந்த வரையறைகளையும் ஏற்றுக் கொள்ளாத அராஜகவாதிகள் எனக் குற்றச்சாட்டுகள். நூறாண்டு களுக்கு முன்பே ரெனானும் எண்பதுகளில் பெனடிக் ஆண்டர்சன் அப்புறம் டொனால்டு ஹார்னே, எரிக் ஹாப்ஸ்பாம் போன்றவர் களும் சொன்ன கருத்துக்கள் தமிழ்ச் சூழலுக்கு வரும்போது தான் இத்தனை எதிர்ப்புகள். ஆனால் தேசம் ஒரு கற்பிதம் என்ற கருத்தை ஆண்டர்சன் போன்ற ஐரோப்பிய, அமெரிக்க ஆய்வாளர்கள் மட்டுமல்ல, இதுகுறித்து ஆழமாய்ச் சிந்தித்த பல உள்ளூர்ச் சிந்தனையாளர்களும் சொல்லியுள்ளதை, கோபப்படுகிற நண்பர்களுக்குச் சுட்டிக்காட்ட வேண்டியிருக்கிறது. டாக்டர் அம்பேத்கர், பெரியார் ஈ.வெ.ரா., அண்ணா. திராவிட அரசியலின் முன்னவர்கள் இருவரின் கருத்துக்களை இங்கே காண்போம்.

தேசம், மொழி, தேசப் பற்று, மொழிப் பற்று இவை அனைத்துமே இயற்கையானவையல்ல, கட்டமைக்கப்பட்டவை தான் என்பதைப் பெரியார் தெளிவாகச் சொல்லியுள்ளார் 'இலங்கைப் பேருரை' எனக் குறிப்பிடப்படும் இலங்கைச் சொற்பொழிவில் (1932),

கடவுள், மதம், ஜாதீயம், தேசியம், தேசாபிமானம் என்பவைகள் எல்லாம் மக்களுக்கு *இயற்கையாக, தானாக ஏற்பட்ட உணர்ச்சிகள் அல்ல (அழுத்தம் நம்முடையது)*

என்று சொன்னதோடு நிறுத்திக்கொள்ளாமல் இவற்றிற்குப் பின்னணியாக இவற்றைக் கட்டமைப்போரின் அரசியல், பொருளாதார நலன்கள் உள்ளதையும் அவர் சுட்டிக்காட்டினார்.

சகல துறைகளிலும் மேற்படியில் உள்ளவர்கள் தங்கள் நிலை நிரந்தரமாக இருக்க ஏற்படுத்திக்கொண்டிருக்கும் கட்டுப்பாடான ஸ்தாபனங்களின் மூலம் (இந்த உணர்ச்சிகளைப்) பாமர மக்களுக்குள் புகுத்த வேண்டிய அவசியமும் காரணமும் என்னவென்று பார்த்தால் அவை முற்றிலும் பொருளாதார உள் எண்ணத்தையும் அந்நியர் உழைப்பாலேயே வாழ வேண்டும் என்கிற உள் எண்ணத்தையும் கொண்ட பேராசையும் சோம்பேறி வாழ்க்கைப் பிரியமுமேயாகும்.

மொழி பற்றிச் சொல்லவரும்போது, அதுவும் கலாச்சாரத்தால் கட்டமைக்கப்பட்டதுதானே ஒழிய 'இயற்கையானதல்ல' என்றார் (ஆனைமுத்து தொகுப்பு பக். 986, 1000). மொழிகள் தனித் தனியாகப் பிரிவதும் மொழிக்குள்ளேயே வழக்கு வேறுபாடுகள் ஏற்படுவதும் தட்பவெப்பச் சூழல், போக்குவரத்தின்மை, பிற மொழிக் கலப்பு ஆகியவற்றின் விளைவுதான் எனவும் (ஆ.தொ. பக். 965, 966, 981, 983) அவர் குறிப்பிட்டார்.

அண்ணாவும் இதை அறிந்துதான் இருந்தார். திமுகவிலிருந்து ஈ.வே.கி. சம்பத் பிரிந்து 'தமிழ்த் தேசியம்' என்கிற கருத்தை முன்வைத்த போது 1961 ஜூன் 4ஆம் தேதியன்று, சென்னைக் கொத்தவால் சாவடி பொதுக் கூட்டத்தில் அண்ணா பேசியவை இதை வெளிப்படுத்துகின்றன:

தேசம், தேசியம் என்பது இப்போது பழக்கப்படுத்துவதால் அதைப் பற்றிச் சிறிது விளக்க விரும்புகின்றேன். 'அழகு, அழகு' என்கிறோமே எது உண்மையான அழகு? இதுதான் அழகு என்று இதுவரை இலக்கணம் வரையறுக்கப்பட்டதில்லை. 'வீரம்' என்றால் இதுதான் வீரம் என்று அறுதியிட்டு உறுதிப் படுத்தி இலக்கணம் சொல்ல முடியாது.

'தேசியம்' என்று காங்கிரஸ்காரர்கள் சொல்கிறார்கள். 'திராவிடத் தேசியம்' என்கிறோம் நாம். 'இல்லை இல்லை தமிழ்த் தேசியம்தான் இருக்கிறது' என்கிறார்கள் ஒருசாரார். 'இந்தியத் தேசியம்' என்று வடநாட்டில் இருப்பவர்களும், இந்தியாவுக்கு வெளியே இருப்பவர்கள் 'ஆசிய தேசியம்' என்றும், ஆசியாவுக்கு வெளியே இருப்பவர்கள் தேசியம் என்பதே இல்லை, எல்லாம் 'சர்வதேசியம்' என்றும் சொல்கிறார்கள். இன்னும் வான வெளிக்குச் சென்றுவந்தால் அண்ட சராசரங்கள் அனைத்தும் ஒரே தேசியம் என்பார்கள்.

இப்படி எது தேசியம் என்று இன்னமும் வரையறுத்துச் சொல்ல முடியவில்லை.

இந்தக் கூட்டத்திலே உங்களைப் பார்த்துப் பாட்டுப் பாடத் தெரிந்தவர்கள் எல்லாம் ஒருபக்கம் வாருங்கள்; பாடத் தெரியாதவர்கள் எல்லாம் மற்றொரு பக்கம் இருங்கள் என்று நான் கேட்டுக்கொண்டு அதன்படி நீங்கள் வந்தால் பாட்டுப் பாடத் தெரிந்தவர்களில் சிலர் உயரமாக இருக்கலாம், சிலர்

குட்டையாக இருக்கலாம். பலர் கருப்பாக இருக்கலாம், சிலர் சிவப்பாக இருக்கலாம். அவர்களில் இந்துக்களும் இருக்கலாம், முஸ்லிம்களும் இருக்கக்கூடும். கிறிஸ்தவர்களும் இருப்பர், வைணவர்களும் இருப்பர். பொதுவாக பாட்டுப் பாடத் தெரிந்தவர்—தெரியாதவர் என்கிற அடிப்படையில்தான் இங்கு பிரிக்கப்படும். அந்த இரு பிரிவுகளையும் பாட்டுப் பாடத் தெரிந்த தேசியம், பாட்டுப் பாடத் தெரியாத தேசியம் என்று சொல்லலாம்.

இன்னொருவர் வந்து இந்தக் கூட்டத்திலுள்ள உயரமானவர்கள் எல்லாம் ஒரு பக்கமும் குட்டையானவர்கள் மற்றொரு பக்கமும் வாருங்கள் என்று சொன்னால் பாடத் தெரிந்த பிரிவினரும் பாடத் தெரியாத பிரிவினரும் கலைவார்கள். பாடத் தெரிந்தவர்களில் இருந்த உயரமானவர்களும் பாடத் தெரியாதவர்களில் இருந்த உயரமானவர்களும் ஒன்று சேர்வார்கள். அப்போது முஸ்லிம், இந்து, கிறிஸ்தவர் என்ற வித்தியாசம் இருக்காது. உயரத்தின் அளவில்தான் பிரிக்கப்படுவர்.'

தேசியத்திற்கு இயற்கையாக வரையறையோ இலக்கணமோ இல்லை என்றதோடு எப்படி வேண்டுமானாலும் தேசியத்தைக் கட்டமைக்க முடியும் என்றும் அண்ணா குறிப்பிட்டுள்ளது கவனிக்கத்தக்கது. ஒரு குறிப்பான வித்தியாசத்தை முன்னிலைப் படுத்தி தேசியத்தை வரையறுக்கும்போது பிற வித்தியாசங்கள் அதற்குள் ஒடுக்கப்படுவதைப் பற்றிய புரிதலும் அவருக்கிருந்தது.

3

அகண்ட பாரதம் எனப்படும் அகில இந்தியத் தேசியம் என்பது ஒரு ஒற்றைக் கலாச்சார, அரசியல் அலகு என்பதைக் கேள்விக்கு உள்ளாக்கியவர்கள் என்று,

1. வடநாட்டு முஸ்லிம்களின் முஸ்லிம் லீக்
2. தெற்கில் திராவிட இயக்கத்தினர்
3. கலாச்சார மட்டத்தில் தலித்துகள்

ஆகியோரைக் குறிப்பிடலாம். அகில இந்தியத் தேசியத்தைக் கற்பித்தவர்களுள் காந்தி வழியிலான காங்கிரசையும், இந்துத்துவ சக்திகளையும் வேறுபடுத்திப் பார்ப்பது அவசியம். இருசாராரும் இந்துக் கலாச்சாரத்தையும், இந்தி மொழியையும் பொது

அடையாளங்களாக முன்வைத்தனர். காஷ்மீர் முதல் கன்னியா குமரி வரையிலான பொது எல்லையை வரையறுத்தனர்.

எனினும் 'எதிரியை'க் கட்டமைப்பதில் இரு சாராருக்கும் இடையே நுண்ணிய வேறுபாடு இருந்தது. இருசாராரும் அந்நிய ஆட்சியாளர்களை எதிரிகளாகச் சொன்னார்களெனினும் காங்கிரஸ் காரர்களின் தேசியம் பிரிட்டிஷ்காரர்களையே முதன்மை எதிரி களாக, அந்நியர்களாகக் கட்டமைத்தது. இந்துத்துவ சக்திகள் இன்னும் ஒரு எழுநூறு, எண்ணூறு ஆண்டுகாலம் வரலாற்றில் பின்னோக்கிப் பயணித்து முஸ்லிம்களை முதன்மை எதிரிகளாகவும் அந்நியர்களாகவும் நிறுத்தினர். பிரிட்டிஷ் எதிர்ப்பை அவர்கள் மேற்கொள்ளவில்லை. காந்தியைப் பொறுத்தமட்டில் அவரது தேசிய வரையறை குறிப்பிட்டுச்சொல்லத்தக்க அளவிற்கு முஸ்லிம் களை உள்ளடக்கியதாக (inclusive) இருந்தது. அதனால்தான் இந்து சுயராஜ்யத்தையும் ராமராஜ்யத்தையும் முன்மொழிந்தவ ராயினும் காந்தியை இந்துத்துவவாதிகள் சுட்டுச் சாய்த்தனர்.

முஸ்லிம்களைத் தேச வரையறைக்கு உள்ளடக்குவதில் திராவிடர் கழகமும் பின்னாளில் அதிலிருந்து பிரிந்து தனித்து வளர்ந்த திராவிட முன்னேற்றக் கழகமும் இந்துத்துவத் தேசியத்தி லிருந்து முழுமையாக விலகி நின்றதை இங்கே குறிப்பிட வேண்டும். நேற்றுவரை முஸ்லிம்கள் திராவிட இயக்கங்களை நேசமுடன் பார்த்ததற்கும் இதுவே காரணம். முஸ்லிம்கள் உள்ளடக்குவதில் திராவிடத் தேசியம் மிகத் தெளிவாக இருந்தது. 'இழிவு நீங்க இஸ்லாமாகுங்கள்' எனத் தாழ்த்தப்பட்டவர்களை நோக்கிச் சமயம் வாய்த்தபோதெல்லாம் பெரியார் சொல்லி வந்ததை நாம் அறிவோம். தம்மை இஸ்லாமை அனுசரிப்பவர் என்றும், திராவிட சமயமும் இஸ்லாமும் ஒன்று என்றும் அவர் சொல்லியுள்ளார். சேலம் மாநாட்டில் (1944), 'பாகிஸ்தானுக்கு உட் பட்டு வாழ்ந்தாலும் வாழலாமேயொழிய ஆரியருடன் வாழக் கூடாது' என்று பெரியார் கூறியது குறிப்பிடத்தக்கது. அண்ணா இதனை இன்னும் தெளிவாகவும் விளக்கமாகவும் முன்வைத்தார்.

ஒரு சிறு கூட்டம் நம்மை இங்ஙனம் கொடுமைப்படுத்தும் காரணம் என்ன என்ற உண்மை விளங்கிற்று. இது இனப் போராட்டம் என்பது தெரிந்தது. அவர்கள் ஆரியர், நாம் திராவிடர். அதே ஆராய்ச்சியே முஸ்லிம்கள் திராவிட இனம், இஸ்லாமிய மார்க்கம் என்ற உண்மையை உரைத்தது. ஆகவே

திராவிட - இஸ்லாமியக் கூட்டுப்படை கிளம்பிற்று. சாஸ்திரியார் கூறுவது போல திராவிட நாட்டிலிருந்து ஆரியரை ஓட்ட அல்ல, ஆரிய பயத்தை ஓட்ட! அதற்கு முஸ்லிம்களுடன் ஒத்துழைப்பதா என்கிறார் சாஸ்திரியார். ஆம்! அமெரிக்காவுடன் ஒத்துழைக்கிறீர் நீர். அதை மறக்க வேண்டாமென்று சாஸ்திரியாருக்குக் கூறுகிறோம். ஆங்கிலேயரும் ஆரியரும் ஒரே இனம். இனத் தோடு இனம் சேருகிறது. திராவிடமும் இஸ்லாமியரும் ஒரே இனம்; இனத்தோடு இனம் சேருகிறது. (அழுத்தம் நம்முடையது - ஆரிய மாயை, பக். 39.)

என்று இஸ்லாமியர் தனி இனமல்ல, அவரும் திராவிடரே என அழுத்தம் திருத்தமாகச் சொன்னார் அண்ணா. திருச்சி மாநாட்டில் (1946) திராவிட நாட்டிற்கு விளக்கம் அளிக்கையில்,

இந்தியாவில் தனித்தனி இனங்கள் பல உண்டு. இவற்றை மூன்று பிரிவுகளாகச் சொல்லலாம். திராவிடர், முஸ்லிம், ஆரியர் என்ற இந்த மூன்று இனங்களில் திராவிடரும் முஸ்லிமும் இன இயல்புகளால் அதிகமாக வித்தியாசம் இல்லாதவர்கள். ஆரிய இன இயல்புகளுக்கும் மற்ற இரு இன இயல்புகளுக்கும் துளியும் பொருத்தம் கிடையாது. பகைமை பெரிதும் உண்டு. இந்தத் தனித்தனி இயல்புகள் இருப்பதால் இனவாரியாக இந்தியா பிரிக்கப்பட்டால்தான் அந்தந்த இனத்துக்கான இடமும் ஆட்சியும் கிடைக்கும்

என்று அண்ணா குறிப்பிடும்போது இந்த விளக்கம் சற்றே வேறுபட்டிருந்தபோதிலும் 'ஆரியரை' விலக்குவது, முஸ்லிம் களை உள்ளடக்குவது என்கிற அம்சத்தில் பெரியாரும் அவரது 'தளபதி' அண்ணாவும் ஒத்த கருத்துடையவர்களாகவும் அதே கருத்தைத் தொடர்ச்சியாகப் பேணியவர்களாகவும் இருந்தது குறிப்பிடத்தக்கது. திமுக உருவான பின்பும் இக்கருத்து தொடர்ந்து பேணப்பட்டது.

முஸ்லிம்களை உள்ளடக்கிய வகையில் திராவிட இயக்கம் அகில இந்தியத் தேசியத்திலிருந்து மட்டுமல்ல, தொடக்க காலச் சைவத் தமிழ்த் தேசியத்திலிருந்தும் வேறுபட்டு நின்றது. பெரியாருக்கு முந்திய பார்ப்பன எதிர்ப்பாளர்கள் முஸ்லிம்களைத் திராவிட இனத்தவராக ஏற்றுக்கொண்டதில்லை. மனோன்மணியம் சுந்தரம் பிள்ளையின் மாணாக்கர் வெள்ளக்கால் சுப்பிரமணிய முதலியார் 'வெகுஜன வழக்குச் சொற்றொடரில்' அமைந்துள்ள

தமிழ் X துலுக்காள் என்கிற வித்தியாசத்தை ஏற்றுக்கொண்டது இங்கே கருதத்தக்கது (பார்க்க: திராவிட இயக்கப் பாரம்பரியத்தில் தமிழர்கள், அமார்க்ஸ், நிறப்பிரிகை-6).

4

திராவிட இயக்கத்தைப் பொறுத்தமட்டில் அவர்களின் தேசிய வரையறை மற்றும் தனிநாட்டுக் கோரிக்கையின் வரலாற்றுப் போக்கில் பின்வரும் காலப் பிரிவுகளைச் சுட்டிக்காட்ட இயலும்.

முதல் கட்டம் 1856-1915

கால்டுவெல், போப், பெர்சிவல், எல்லிஸ் முதலிய வெளிநாட்டு அறிஞர்கள் திராவிட மொழிகளின் பொதுமையையும் அதனடியாகத் திராவிடக் கலாச்சாரத்தின் தனித் தன்மையையும் பத்தொன்பதாம் நூற்றாண்டின் நடுப்பகுதியிலிருந்து முன்வைக்கத் தொடங்கினர். இதனை அடியொற்றியும் இதற்கு இணையாகவும் சி.வை. தாமோதரம் பிள்ளை, ஆறுமுக நாவலர் (யாழ்ப்பாணக் குழாம் — ஏ.வி. சுப்பிரமணிய அய்யர்), சுந்தரம்பிள்ளை, சபாபதி நாவலர், கனகசபைப் பிள்ளை, ஜே.எம். நல்லசாமிப் பிள்ளை முதலானோர் சைவத்துடன் தமிழை அடையாளப்படுத்தித் திராவிடக் கருத்தாக்கத்தையும் தமிழ் மீட்பு வாதத்தையும் உயர்த்திப் பிடித்தனர். 'யாழ்ப்பாண சைவ பரிபாலன சபை', 'சித்தாந்த சமாஜம்', 'சித்தாந்த தீபிகை' (சஞ்சிகை) முதலான வடிவங்களில் சைவ சித்தாந்தம் என்பது தமிழ் மீட்புவாதத்தின் பிரிக்க இயலாத அங்கமாக்கப்பட்டது. சைவ சித்தாந்தத்தின் அடிப்படையில் இவர்கள் வேதப் பிரமாணங்களை ஏற்றுக்கொண்டுதான் வடமொழி எதிர்ப்பையும் பார்ப்பன ஆதிக்க எதிர்ப்பையும் உயர்த்திப் பிடித்தனர். தமிழ்வேதங்கள், தமிழின் தெய்வீக மாட்சி என்றெல்லாம் இவர்கள் பேசியது ரிக் முதலான வடமொழி வேதங்களையும் ஆகமங்களையும் மறுத்ததனடியாக அன்று என்பது சிந்திக்கத்தக்கது. 1916இல் 'தென்னிந்திய நல உரிமைச் சங்கம்' தோற்றுவிக்கப்பட்டபோது அதுவும் சைவ மீட்பைப் புறக்கணிக்கவில்லை. சங்கத்தைத் தோற்றுவித்தவர்களில் ஒருவரான சி. நடேச முதலியார்,

திராவிடர்களின் வரலாற்றுக்கு முந்திய சமயமாகிய சைவம் ஆயிரம் ஆண்டுகட்கு முன்பு இருந்தது போலவே இன்று

தனித்துவமாகத் திகழ்கிறது என்றார். திராவிடம், திராவிடக் கலாச்சாரம், திராவிட சமயம் பற்றியெல்லாம் பேசப்பட்ட போதிலும் தனித் திராவிட அரசு என்கிற கருத்தாக்கம் இன்னும் உருப்பெறவில்லை.

இரண்டாம் கட்டம்: 1916-1937

திராவிட இனம் என்பதை ஒரு அரசியல் சமூகமாகக் கட்டமைக்கும் முயற்சிகள் உருவாகிய இக்காலக் கட்டத்தை நாம் இரு கட்டங்களாகப் பிரித்தணுக முடியும். 1925 வரை ஒரு கட்டம். இதன்போது நீதிக் கட்சியினர் பார்ப்பனர்களின் மதச்சார்பற்ற மேலாண்மையை (secular hegemony) மட்டுமே எதிர்த்தனர். அதாவது அரசியல் அதிகாரங்கள், அரசுப் பதவிகள் ஆகியவற்றில் பார்ப்பனர் ஆதிக்கத்தை மட்டுமே கேள்விக்குள்ளாக்கினர். மற்றபடி பார்ப்பனர்களின் சடங்கு மேலாண்மையை (ritual hegemony) அவர்கள் ஏற்றுக்கொண்டனர். 1925இல் காங்கிரசை விட்டு விலகிய பெரியார், குடியரசு இதழையும் சுயமரியாதை இயக்கத்தையும் தொடங்கித் தீவிரப் பிரச்சாரங்களையும் மேற்கொள்கிறார். பார்ப்பனர்களின் சடங்கு மேலாண்மையையும் அதனை நியாயப்படுத்துகிற இந்துமதத்தையும் இறைநம்பிக்கையையும் பெரியார் கடுமையாக எதிர்க்கத் தொடங்குகிறார். சைவத்தையும் திராவிடத்தையும் சைவத்தையும் தமிழுணர்வையும் பிரித்தாக வேண்டியதன் அவசியத்தைத் தீவிரமாக வலியுறுத்திய வகையில் பார்ப்பனர் அல்லாதோர் இயக்கத்தில் இன்னொரு பரிமாணத்தை — கடும் எதிர்ப்புகளுக்கு மத்தியில் — சேர்க்கும் முயற்சியைத் தொடங்குகிறார். 1935 தொடங்கி நீதிக்கட்சியோடு அரசியல்ரீதியில் நெருக்கமாகிறார். இந்தி எதிர்ப்பு அரசியலோடு இந்திய அரசுக்குட்பட்ட தனிமாநில அரசு என்கிற கோரிக்கை உருப்பெறுகிறது. 1937இல் 'தமிழ்நாடு தமிழருக்கே' என்கிற கோரிக்கையைப் பெரியார் முன்வைக்கிறார்.

மூன்றாம் கட்டம்: 1938-1962

1938இல் உச்சமடைந்த இந்தி எதிர்ப்புக் கிளர்ச்சியினூடாகத் தனிநாடு கோரிக்கை வலுப்பெறுகிறது. 1939இல் சிறையிலிருந்து விடுதலையான பெரியார், நீதிக் கட்சியில் இணைந்து அதன் மூலமாகத் தனிநாடு கோரிக்கையை முன்வைக்கிறார். 1940

தொடங்கி இது. தெளிவாகத் 'தனித் திராவிட நாடு' கோரிக்கையாக வெளிப்பட்டது. அதாவது இந்திய அரசிலிருந்து பிரிந்த தனிநாடு. எனினும் பாகிஸ்தான் உருவாக்கப்பட்டது போல திராவிட நாடு உருப்பெறாததால் சுதந்திர நாளைப் (1947, ஆக 15) பெரியார் துக்க தினமாக அறிவிக்கிறார். கட்சிக்குள் பெரியாரின் 'தளபதி'யாக விளங்கிய அண்ணா இதனை எதிர்க்கிறார். 1949இல் பிரிந்து திமுகவை உருவாக்கிய பின்பும் 'திராவிட நாடு' கோரிக்கையை அண்ணா முன்வைக்கிறார். பெரியார் திராவிட நாடு கோரிக்கைக்கு அழுத்தம் கொடுக்காமல் சுயமரியாதை நோக்கில் இந்திய அரசு எதிர்ப்புக் கிளர்ச்சிகளை மேற்கொள்கிறார். எனினும் அதற்காகத் தீவிரமான கிளர்ச்சிகளையோ போராட்டங்களையோ நடத்த வில்லை. இந்திய அரசு பிரிவினைத் தடைச் சட்டத்தை (1962) நிறைவேற்றியதை ஒட்டி திமுக திராவிட நாடு கோரிக்கையைக் கைவிடுகிறது.

5

பெரியார் இத்தகைய நிலை எடுத்தது குறித்துச் சிந்திப்பதற்கு முன்பாக திராவிட இயக்கச் சொல்லாடல்களில் வெளிப்படும் திராவிட, தமிழ்க் குழப்பம் பற்றிச் சிறிது சொல்வது அவசியம். 1939க்குப் பின்னர் பெரியார், தனிநாடு கோரிக்கைக்கு ஆதரவு திரட்ட ஜின்னா முதலானோரைச் சந்திக்கிறார். 'தமிழ்நாடு' என்பது 'திராவிட நாடு' என்பதாக முன்வைக்கப்படுவதும் அதற்குப் பின்பே. அப்படியானால் 1937 முதல் 1940 வரை 'தமிழ்நாடு' என்பதன் மூலம் என்ன பொருள் கொள்ளப்பட்டது? இதற்குத் தெளிவான எந்த ஒரு பதிலையும் நாம் இன்று சொல்லிவிட முடியாது. ஒரு தெளிவின்மையோடும் குழப்பத்தோடுமே பெரியாரும் மற்றவர் களும் 'தமிழ்நாடு' என்கிற கருத்தைப் பயன்படுத்தினர்.

1937இல் சென்னை மாகாணத்திலிருந்து ஆந்திர மாநிலத்தைத் தனியே பிரிப்பதென அன்றைய பிரிட்டிஷ் அரசு முடிவெடுத்த போது அது போலத் தமிழ்நாட்டையும் தனி மாநிலமாகப் பிரிக்க வேண்டும் என்கிற கோரிக்கை எழுந்தது. சோமசுந்தர பாரதியார் போன்ற தமிழறிஞர்களும் தமிழகத்தைச் சேர்ந்த நீதிக் கட்சியினரும் இதில் முன்நின்றனர். அதாவது 'திராவிட நாட்டிலிருந்து' தமிழகத்தைத் தனி மாநிலமாகப் பிரிப்பதுதான் முதலில் கோரிக்கையாக இருந்தது. எனினும் முழுமையான தனிநாடு

கோரிக்கையாக அது உருப்பெற்றபோது தமிழ்நாடு என்பது திராவிட நாடாக மாறியது. இது குறித்துப் பெரியார் சொல்வதைக் கேட்போம்:

> தமிழ்நாடு தமிழருக்கே என இப்போது நடைபெற்றுவரும் பிரச்சாரத்தைப் பற்றித் தமிழ்நாட்டில் எங்கும் பேசப்பட்டு வருகிறது. 'தமிழ்நாடு தமிழருக்கே' என்கிற அபிப்பிராயம் சென்ற வருடம் டிசம்பரில் சென்னையில் நடந்த தென்னிந்திய நல உரிமைச் சங்க மாநாட்டிலே வாசிக்கப்பட்ட பிரச்சாரத் திலேயே குறிப்புக் காட்டப்பட்டிருக்கிறது. இதில் மத வெறுப்போ வகுப்புத் துவேஷமோ கிடையாது. தமிழ்நாடு என்பதற்குத் திராவிட நாடு என்ற பொருளே அல்லாமல் தமிழ் மொழிப் பிரிவினையை உடைய கருத்தில் அல்ல என்பதை முதலில் தெரிவித்துக்கொள்கிறோம். ஏனெனில் தமிழ்நாடு என்றால் திராவிடநாடு என்றும், திராவிடநாடு என்றால் தமிழ்நாடு என்றும் நாம் எடுத்துக்காட்ட அவசியம் சிறிதும் இல்லாமல் எத்தனையோ ஆதாரங்கள் இருக்கின்றன. அன்றியும் 'திராவிடமே தமிழ்' என்று மாறிற்று என்றும் 'தமிழே திராவிடம்' என்றும் சரித்திரத்திற்குரியவர்கள் முடிவு கண்டதாகக் குறிக்கப் பட்ட ஆதாரங்கள் ஏராளமாக இருக்கின்றன. (விடுதலை, 11-09-1938)

இங்கு தமிழும் திராவிடமும் ஒன்று எனச் சொன்ன பெரியார் 1956இல் மொழிவாரி மாநிலங்கள் அமைக்கப்பட்ட பின்னர் திராவிட நாடு கோரிக்கையை மீண்டும் தமிழ்நாடு கோரிக்கையாக மாற்றும் போது,

> திராவிட நாடு எது? இதற்குமுன் (1956க்கு முன்) இருந்த சென்னை மாகாணத்தை நான் 'திராவிட நாடு' என்று சொன்னேன். அப்பொழுது மலையாளம், கன்னடம், ஆந்திரம் பிரிந்திருக்க வில்லை. வெள்ளையன் இந்த நாட்டைவிட்டுப் போய்விட்ட பிறகு வடநாட்டானும், இந்த நாட்டுப் பார்ப்பானும் சேர்ந்து கொண்டு இனிமேல் நமக்கு ஆபத்து என்று கருதி நான்கு பிரிவுகளாக வெட்டிவிட்டார்கள். இப்பொழுது நம்முடன் மலையாள, கன்னட நாடுகளின் சம்பந்தமில்லாமல் தனித் தமிழ் நாடாக ஆகிவிட்டோம். ஆகவே இதை இப்போது 'தமிழ்நாடு' என்று சொல்லலாம்' (விடுதலை, 29.08.56)

என்று குறிப்பிடுகிறார். ஆக, அன்றைய அரசியல் நிலைமைகளுக்குத்

தகுந்தாற்போல பெரியாரின் தேசப் புவியியல் எல்லைகளும் மாறிக்கொண்டே இருந்தன.

'இட்லர் சொல்லுகிறபடி, நாட்டு எல்லை கடவுளால் சிருஷ்டிக்கப்பட்டதல்ல. மக்களால் சிருஷ்டிக்கப்படுவது' எனப் (11. 01. 1942 - திருவள்ளூர் பேச்சு) பெரியார் இதை வெளிப்படையாகவே சொன்னார்.

பிரிவினைத் தடைச் சட்டம் இயற்றப்பட்டுத் தனிநாடு கோரிக்கையை முழுதுமாகக் கைகழுவும்வரை ('தமிழ்நாடு' என மாற்றிக்கொள்ளாமல்) 'திராவிட நாடு' என்பதிலேயே நின்ற அண்ணா அவருக்கே உரித்தான முறையில் தனது தெளிவற்ற தன்மையைத் தெளிவாக்கினார். 'திராவிடம்' என்கிற கருத்தாக்கத்தை எதிர்த்து திமுகவிலிருந்து அண்ணல் தங்கோ பிரிந்தபோது,

> திராவிட வீரன், திராவிட அறிஞன் என்று நாங்கள் குறிப்பிடுவதில்லை. தமிழ் வீரன், தமிழ் அறிஞன் என்றுதான் நாங்கள் குறிப்பிடுகிறோம். மாம்பழச் சாறுக்கும், கரும்புச்சாறுக்கும் எவ்வளவு வித்தியாசமோ அவ்வளவு வித்தியாசம்தான் தமிழுக்கும் திராவிடத்துக்கும் உள்ளது. மாம்பழத்தின் சாறுக்கும், கரும்பின் சாறுக்கும் நாங்கள் வித்தியாசம் காண்பதில்லை. 'திராவிடம்' என்ற சொல்லும் 'தமிழ்' என்ற சொல்லும் இரண்டறக் கலந்து இருக்கின்றது. 'திராவிடம்' என்ற ஒரு சொல் வித்தியாசத்துக்காக நண்பர் அண்ணல் தங்கோ நம்மைவிட்டுப் பிரிந்திருக்கத் தேவையில்லை. (தோழமையா? விரோதமா?, அண்ணாவின் சொற்பொழிவுகள் தொகுப்பாளர்: அன்புப்பழம் நீ, பாரி நிலையம், 1988, பக். 54).

6

பெரியாரைப் பொறுத்தமட்டில் அவர் ஓரம்சத்தில் தெளிவாகவும் உறுதியாகவும் இருந்தார். தன்னுடைய தேச வரையறையில் பார்ப்பனரை விலக்கி நிறுத்துவதுதான் அது. தனது தேசத்தின் அந்நியர்களாக அவர் ஆரியர், வடநாட்டார், பார்ப்பனர் முதலிய அடையாளங்களை இடத்திற்குத் தக்காற் போலக் கையாண்ட போதிலும் 'திராவிடர்' என்கிற வரையறையின் மூலம் அவர் பார்ப்பனரை— அது தமிழ்ப் பார்ப்பனராக இருந்தாலும் சரி, இதர திராவிடர் அல்லது வடநாட்டுப் பார்ப்பனராக இருந்தாலும் சரி— விலக்கி நிறுத்துவதில் உறுதியாக இருந்தார். 'தமிழன்' என்று

சொன்னால் பார்ப்பனனும் வந்து சேர்ந்துகொள்வானே என்பதால் தான் 'திராவிடர்' என்று சொல்வதாக அவர் அடிக்கடிக் கூறியுள்ளது இங்கே குறிப்பிடத்தக்கது.

தனிநாடு கோரிக்கையை அவர் முன்வைத்தது என்பதுகூடப் பார்ப்பன எதிர்ப்பு நோக்கில் மட்டுந்தானே ஒழிய தனியாக தேச அரசு ஒன்றைக் கட்டுவதிலோ, அதற்கு விசுவாசமான குடிமக்களை உருவாக்குவதிலோ அவர் என்றுமே ஆர்வம் காட்டியதில்லை. பார்ப்பன ஆதிக்கத்தைத் தகர்ப்பதற்கு இந்தியா ஒன்றாக இருப்பதைக் காட்டிலும் அது உடைவது மேல் என்பதற்கு மேலாக அவருக்குத் தனித் தேசப்பற்று எதுவும் கிடையாது. தேசப்பற்று என்றால் அகில இந்தியத் தேசப்பற்று மட்டுமல்ல. திராவிடத் தேசப் பற்றோ, தமிழ்த் தேசப்பற்றோ எதுவுமே அற்ற பற்றற்ற துறவி அவர். தேசப் பற்றும் மொழிப் பற்றும் ஏன் சுயத்திற்கு அப்பாற்பட்ட எல்லாப் பற்றுகளும் சுயமரியாதைக்கு இழுக்கானது என்பது—பெரியாரின் முக்கியமான ஒரு பங்களிப்பு. தாழ்த்தப் பட்டவர்களின் விடுதலையைப் பற்றிச் சொல்ல வரும்போது, 'பாஷாபிமானம், தேசாபிமானம், மதாபிமானம், குலாபிமானம்' ஆகிய எல்லாவிதமான அபிமானங்களிலிருந்தும் விடுபடவேண்டும் என அவர் கூறியுள்ளது (ஆ.தொ.பக் 75) இங்கே குறிப்பிடத் தக்கது. அதுமட்டுமல்ல 'உங்களுக்கு இன்று சுயமரியாதை அபிமானம்தான் உண்மையாய் வேண்டும்' என்று அவர் கூறுவதும் (ஆ.தொ.பக். 68) இங்கே கவனிக்கத்தக்கது. தவிரவும்,

> தேசாபிமானம் என்ற யோக்கியமற்ற சூழ்ச்சிக்கு நீங்கள் ஆளாகக் கூடாது. அது சோம்பேறிகள், காலிகள் ஆகியவர்கள் பிழைப்புக்கு ஏற்படுத்தப்பட்ட மோட்சம் நரகம் என்பது போன்ற மூடநம்பிக்கையாகும். (ஆ.தொ.பக் 68)

என்று அவர் கூறியுள்ளதை தேசம், மொழி முதலானவை 'இயற்கை யானதல்ல' கட்டமைக்கப்பட்டதுதான் என்கிற அவரது கூற்றுடன் இணைத்துப் பார்க்கும்போதுதான், அவர் ஒரு தேசியவாதியல்ல என்பது விளங்கும். கீழவெண்மணியில் நாற்பத்திரண்டு தாழ்த்தப் பட்டவர்கள் உயிருடன் கொளுத்தப்பட்டதைப் பற்றி எழுதவரும் போதும்கூட 'தேசபக்தி என்பது அயோக்கியரின் கடைசிப் புகலிடம்' (விடுதலை, 29-12-1968), என்று ஜான்சன் சொல்லி யுள்ளதாகக் கூறி அவர் கட்டுரையை முடிப்பதும் இங்கே கருதத் தக்கது.

தனிநாடு பற்றி அவர் பேசியபோதும் அதற்காக எந்தவிதமான தீவிரக் கிளர்ச்சிகளையும் மேற்கொள்ளாததை நாம் இந்தப் பின்னணியிலிருந்துதான் விளங்கிக்கொள்ள வேண்டும். கடவுள், மதம், சாதி, தேசம், மொழி முதலான எந்த ஆணைகளுக்கும் தன்னைஇழக்காத சுய உறுதிப்பாடு, சுயமரியாதை என்பதொன்றே அவரது குறிக்கோள்.

தேசக் கதையாடல்கள் எல்லாவற்றிற்கும் அவர் எதிராகவே இருந்தார். தேசத்திற்கான பண்டைய மீள்கண்டுபிடிப்புகள், பண்பாடு, இலக்கிய மரபுகள் ஆகிய அனைத்தையும் அவர் கடுமையாகத் தாக்கினார்; கட்டுடைத்தார். அகில இந்திய மரபுகளை மட்டுமல்ல, தமிழ் மரபுகளையும் (காட்டுமிராண்டி மொழி, சாதி காப்பாற்றும் இலக்கியம்) அவர் கண்டித்தார். மீள்கண்டுபிடிப்புகளை மட்டுமல்ல தேசத்திற்கான புதிய சின்னங்களையும் அடையாளங்களையும் புனிதக் குறியீடு களையும் அவரளவிற்கு இழிவு செய்தவர்கள் யாருமில்லை. சொல்லப் போனால் சுதந்திரத் திற்குப் (1947) பிந்திய அவரது போராட்ட வடிவங்கள் யாவும் தேசச் சின்னங்களையும் புனித மரபுகளையும் போட்டுடைப்பதாகவே இருந்தன. சில போராட்ட வடிவங்களைப் பாருங்கள்:

1947, ஆகஸ்டு 15: சுதந்திர தினம் துக்க தினம்.

1950, சனவரி 26: குடியரசு நாள், தென்னாட்டை அடிமைப் படுத்தும் துக்க நாள்.

1953: விநாயகர் சிலைகள் நாடெங்கும் உடைப்பு.

1955: இந்தித் திணிப்பிற்கு எதிராக தேசியக் கொடி கொளுத்தும் போராட்ட அறிவிப்பு.

1956: நாடெங்கிலும் ஆயிரக்கணக்கில் இராமன் படங்கள் எரிப்பு.

3-11-1957: தஞ்சை மாநாட்டில் இலட்சக்கணக்கானோர் முன் சாதியைப் பாதுகாக்கும் இந்திய அரசியல் சட்டத்தைக் கொளுத்தத் தீர்மானம்.

26-11-1957: நாடெங்கிலும் அரசியல் சட்டம் கொளுத்தப்படுதல், நாலாயிரத்திற்கும் மேற்பட்டோருக்கு மூன்றாண்டுகள்வரை சிறை.

1960: தமிழ்நாட்டுப் பிரிவினையை வலியுறுத்தித் தமிழ்நாடு நீங்கிய இந்திய தேசப் படத்தை நாடெங்கும் எரித்தல்.

19-05-1962, வாழப்பாடியில் பேச்சு: நமது நாட்டைப் பிடித்த மூன்று பேய்கள்: 1. கடவுள் 2. சாதி மதம் 3. ஜனநாயகம்; ஐந்து நோய்கள்: 1. பார்ப்பான் 2. பத்திரிகை 3. அரசியல் கட்சி 4. தேர்தல் 5. சினிமா.

19-04-1964: நில உச்சவரம்புச் சட்டம் செல்லாது என அறிவித்ததைக் கண்டித்து உச்சநீதிமன்றக் கண்டன நாள்.

10-04-1965: கம்பராமாயணத்துக்குத் தீ.

14-11-1966: 'தமிழர்களே கத்தி வைத்துக்கொள்ளுங்கள், சீக்கியரைப் போல்'

21-10-1969: மன்னார்குடியில் 'கருவறை நுழைவுக் கிளர்ச்சி' அறிவிப்பு.

24-01-1971: சேலம் மூடநம்பிக்கை ஒழிப்பு ஊர்வலம். இராமனுக்குச் செருப்படி. 'ஒருவன் மனைவி மற்றவனை விரும்புவதைக் குற்றமாக்கக் கூடாது' எனத் தீர்மானம்.

7

1962 வரை 'டெல்லி ஏகாதிபத்தியத்தை' எதிர்த்துத் திராவிட நாட்டுக் கோரிக்கையை வற்புறுத்திவந்த 'பிரிவினைவாதி'யாக இருந்த போதிலும் தேசியச் சின்னங்களை மதிப்பது என்ற வகையில் அண்ணாவின் செயற்பாடுகள் பெரியாரது வழியிலிருந்து முற்றிலும் விலகி இருந்தன. அரசுக்குப் பயந்த, தேச விசுவாசமிக்க, தேசக் கடமையை நிறைவேற்றும் கண்ணியமும் கட்டுப்பாடும் மிக்க குடிமக்களாக அவர் தனது தம்பியரைத் தயாரித்தார்.

1947 ஆகஸ்டு 15ஐ துக்க நாளாகப் பெரியார் தலைமையிலான திராவிடர் கழகம் அறிவித்தபோது கட்சிக் கட்டுப்பாட்டையும் மீறி அண்ணா அதனை எதிர்த்தார். 'சுதந்திரம் அறுபதாண்டு காலப் பயிர்' என்றார். சுதந்திரப் போராட்டத் 'தியாகிகளுக்கு வீர வணக்கம்' செலுத்த வேண்டும் என்றார். 'ஆகஸ்டு 15 இரு நூற்றாண்டுப் பழியை நீக்கும் நாள்' என்றார். 'இது திராவிடத் திருநாள்; துக்கநாள் ஆகாது' என்றார்.

உலகம் முழுவதும் கூர்ந்து கவனிக்கும் ஒரு மகத்தான சம்பவத்தை, நமது கொள்கையை மட்டுமே அளவுகோலாகக் கொண்டு அளந்து பார்ப்பதோ உதாசீனம் செய்வதோ சரியாகாது. என்று முத்தாய்ப்பு வைத்தார். அண்ணாவின் சொல்லாடல்களில்

பயன்படுத்தப்படும் சொற்கள் ஒவ்வொன்றும் கவனிப்பிற்கு உரியவை. 1948 அக்டோபர் 23, 24 தேதிகளில் ஈரோட்டில் நடைபெற்ற திராவிடர் கழக மாநாட்டில் இந்தி எதிர்ப்புப் போராட்டம் பற்றிப் பேசும்போது 'இந்தியை எதிர்த்து *அறப்போர்*' (அழுத்தம் நம்முடையது) என்றார். திமுக தொடங்கப்பட்ட போது வெளியிட்ட (1949 செப்டம்பர் 17) அறிக்கையிலும் 'அறப்போர்' என்ற சொல்லாடலை அண்ணா பயன்படுத்தினார்.

'பாசிசமும் பழமையும் நாட்டை நாசமாக்கவிடக்கூடாது' என்றார். 'நாம் யார்' எனத் தம்பிகளுக்குத் தெளிவுபடுத்தும் போது (1951),

நாம் அடிமை ஆட்சி அழிந்துபோய்க் குடியரசு ஆட்சி நடக்கும் உன்னத சகாப்தத்தில் வாழ்கிறோம். அதாவது இந்திய உப கண்டத்திலிருந்து வெள்ளைக்காரர்கள் விரட்டப்பட்டு 'யூனியன் ஜாக்' பறந்த இடத்தில் நமது கொடி பறக்கிறது. நமது நாட்டுத் தூதுவர்கள் உலகத்தின் பல பாகங்களில் உலவுகிறார்கள். பாரிசில் நமது தூதுவர்கள் உண்டு. அமெரிக்காவில் நியூயார்க்கிலே நமது தூதுவர்கள் வலம்வருகிறார்கள். ஜெர்மனியில் இருக் கிறார்கள். இத்தாலியிலே காண்கிறோம். மாஸ்கோவிலே பார்க்கிறோம். சீனாவிலே, இந்தோனேஷியாவிலே உலாவு கிறார்கள். இது மிக உயர்ந்த நிலை. நாம் ஒரு நாட்டு மக்கள் இருக்க வேண்டிய பொற்காலத்தில் இருக்கிறோம் என்று பொருள் (நாம், சி.என். அண்ணாதுரை, திராவிடப் பண்ணை, 1974, மூன்றாம் பதிப்பு, பக். 9)

என்று நாட்டுப் பெருமையையும் கொடிப் பெருமையையும் பேசினார்.

தேசியக் கொடி கொளுத்தும் போராட்டத்தைப் பெரியார் அறிவித்தபோது அதுகுறித்து அண்ணா கூறியது:

கிளர்ச்சி எப்படி இருக்க வேண்டும் என்றால் இந்தி எதிர்ப்பு விசயத்தில் அனுதாபம்கொண்ட காங்கிரசுக்காரர்களையும் நமது பக்கம் சேர்க்கும்படியானதாக இருக்க வேண்டும். எனவே வேறு முறையைக் கொள்வோம். (தம்பிக்கு, 24.07.1955)

தாங்கள் காங்கிரஸ்காரர்களையும்விட 'அறப்போரில்' நம்பிக்கை உடையவர்கள் எனச் சொல்லவும் அவர் தயங்கவில்லை. தம்பிக்கு எழுதினார்:

தம்பி, காங்கிரஸ்காரர்கள் தண்டவாளப் பெயர்ப்பு, தபாலாபீஸ் கொளுத்துதல் போன்ற முறையில் ஆகஸ்டுப் போராட்டம் நடத்தினர். 1942இல் நாம் கலந்துகொள்ளவில்லை. நாம் என்றால் தம்பி, நானும் நீயும் மட்டுமல்ல; திக, திமுக என்றுள்ள இரண்டும் ஒன்றாக இருந்ததே அந்தக் குடும்பம் பூராவும். நாம் பயங்கொள்ளிகள், அடக்கு முறைக்குப் பயந்து ஓடிவிட்டோம் என்றா பொருள்? அந்த முறைகள் சரியல்ல என்று மனதார நம்பினோம். வீணான கலவரம், கலகம், குழப்பம், பொருட் சேதம் இவைதான் மிச்சமென்று எண்ணினோம். எனவே ஒதுங்கி நின்றோம். (தம்பிக்கு 14-08-1955)

ஆட்சிக்கு வந்த பிறகு அண்ணா இன்னும் ஒருபடி மேலே போனார். 1967 நவம்பர் 19இல் அண்ணாமலைப் பல்கலைக்கழக மாணவர்கள் மத்தியில் பேசும்போது, 'பகுத்தறிவே வாழ்வின் அடிப்படை' என்று குறிப்பிட்டு, 'நாம் இப்போது ஒரு உயர்ந்த நாட்டை உருவாக்கிக் கொண்டிருக்கிறோம்' என்றார். அதே மாதம் 24ஆம் தேதி சென்னை மாநிலக் கல்லூரி மாணவர்கள் மத்தியில், 'ஜனநாயகம் பாதுகாக்கப்பட வேண்டும். நாம் இந்த நாட்டின் ஜனநாயக அமைப்பை குறைபாடற்றதாய் முழுநிறைவை உடைய தாய் ஆக்கிவிட முயன்று வருகிறோம்' என்று பேசினார். இதே நேரத்தில் பெரியார், 'இந்த நாட்டில் ஜனநாயகம் ஒழிக்கப்பட வேண்டும்' (விடுதலை, 29.12.68) எனச் சொல்லிக் கொண்டிருந்தது குறிப்பிடத்தக்கது.

நாத்திகப் பாதையிலிருந்து விலகி 'ஒன்றே குலம் ஒருவனே தேவன்' என்கிற முழக்கத்தைச் சுவீகரித்துக்கொண்டதும், தேர்தல் பாதையைத் தெரிவுசெய்ததும்தான் பெரியாரிடமிருந்து அண்ணா விலகிய முக்கியப் புள்ளிகளாக நினைத்திருக்கிறோம். இவற்றோடு 'கடமை, கண்ணியம், கட்டுப்பாடு' என அண்ணா உருவாக்கிய முழக்கத்தையும் சேர்ப்பது அவசியம். ஒரு குடிமகனை அல்லது குடிமகளை நோக்கிய விளிப்பாகத்தான் அண்ணாவின் 'கடமை, கண்ணியம், கட்டுப்பாடு' என்ற சொல்லாடல் கட்டமைக்கப் பட்டது.

8

தேர்தல் பாதையைத் தேர்வுசெய்த திராவிட இயக்கம் படிப்படி யாகப் பார்ப்பன எதிர்ப்பைக் கைவிட்ட கதை விரிவானது.

இதுகுறித்து வேறொரு சந்தர்ப்பத்தில் பார்ப்போம். 'திராவிட உள்ளுணர்வுள்ள அனைவரும் அம்மண்ணுக்கு நன்றியுள்ள யாரும்' என திராவிடர்கள் யார் என்பதற்கான வரையறையின் எல்லைகளை எல்லையில்லாமல் விரித்தார் அண்ணா.

9

பெரியார் ஒரு தேசியவாதியல்ல என்று சொன்னோம். அவர் தேசியவாதி இல்லாததனால் அவரிடம் கதையாடலும் இல்லை. கதையாடல்களைக் கட்டவிழ்ப்பதை மட்டுமே பெரியாரிடத்தில் காண இயலும். எனினும் பெரியாருக்கு முந்தியும் பிந்தியுமான திராவிட, தமிழ்த் தேசியவாதிகள் சைவப் பெருங்கதையாடல், சங்கப் பெருங்கதையாடல், தமிழர் வீரர், தமிழ்ப் பெண்டிரின் கற்பு என்றெல்லாம் கட்டிய கதைகள் எத்தனை, எத்தனை.

ஆரியரையும் வடவரையும் அந்நியர்களாய்க் கட்டமைத்த இவர்கள் ஆரியருக்கு முந்திய தமிழ்ப் பெருமைகளை இன்றைய சிறுமைகளிலிருந்து வேறுபடுத்திக்காட்டும் நோக்கில் இரண்டாயிரம் ஆண்டுகள் பின்னோக்கிச் சென்றனர். சைவப் பெருங்கதை யாடியவர்கள் ஆயிரமாண்டுகள் பின்னே சென்றதோடு நிறுத்திக் கொண்டனர். இவர்கள் எல்லோரும் சற்றைக்கு முந்திய வரலாறு களைப் புறக்கணித்தனர். இவர்கள் கண்ணில் செங்குட்டுவனும் கரிகாலனும் இராஜராஜனும் அப்பரும் சம்பந்தரும் தென்னாடுடைய சிவனுந்தான் தேசிய வீரர்களாகவும் சமயத் தலைவர்களாகவும் தேசியக் கடவுளராகவும் தென்பட்டனர். கட்டபொம்மனும் பூலித் தேவனும் சுந்தரலிங்கமும் காடனும் மாடனும் இவர்கள் கண்ணிற்படவில்லை. இவர்கள் எழுதிய, பேசிய அடுக்கு மொழிகளும் சங்கத் தமிழ்களும் எண்ணற்ற தமிழ்க் குழுமங் களின் வட்டாரத்தமிழ்களை ஓரங்கட்டின.

தமிழ்த் தேசப் பெருங்கதையாடல்களின் ஆரம்ப கர்த்தர்களில் ஒருவரான மறைமலை அடிகள் தமிழ்ச் சிறு தெய்வ வழிபாடு பற்றிக் கூறியுள்ளது இங்கே குறிப்பிடத்தக்கது. ஸ்ரீலஸ்ரீ சுவாமி வேதாசலம், 1923இல் எழுதுகிறார்:

பிடாரி, குரங்குணி, எசக்கி, மதுரைவீரன் முதலானவை யாவை? தாம் உயிரோடிருந்த காலங்களில் பல வகையான கொடுஞ் செயல்களைச் செய்து அவற்றுக்காக அரசாலும் பிறராலும் ஒதுக்கப்பட்டுக் காலம் முதிரா முன்னரே இறந்தொழிந்த

மக்களின் பேய் வடிவங்களேயாகும். ஆவிகளை வணங்குதல் குற்றம். கல்வியறிவும் நல்லோர் சேர்க்கையும் இறுக்கமான நெஞ்சமும் இல்லாமையால் நிரம்பவும் தாழ்ந்த நிலைமை யிலுள்ள மாந்தர்கள், தாம் தமது குலதெய்வமாகக் கும்பிட்டு வரும் காளி, பிடாரி, குரங்குணி, எசக்கி, கருப்பண்ணன், மதுரை வீரன் முதலிய சிறு தெய்வங்களுக்கு அளவிறந்த ஆடு, கோழி, எருமை முதலான குற்றமற்ற உயிர்களை வெட்டிப் பலியிடு கிறார்கள். தாழ்ந்த நிலையிலுள்ள மக்கள் பலரும் இங்ஙனம் செய்துவிடுதலைப் பார்த்துப் 'பன்றியோடுகூடிய கன்றும்' செயல் மாறுபட்டபான்மை போற் சைவ வேளாளர் சிலரும் பார்ப்பனர் சிலரும் இச்சிறு தெய்வங்களை வணங்கப் புகுந்து இவர்களும் மேற்சொன்ன ஏழை உயிர்களின் கழுத்தை அறுத்து அவற்றைப் பலியூட்டுகிறார்கள். உயிர்க் கொலையாகிய புலைத் தொழிலைச் செய்யும் தாழ்ந்த வகுப்பாரைப் போலவே உயர்ந்த வகுப்பாரும் செய்யத் தலைப்பட்டால் உயர்ந்தோர் இவர், தாழ்ந்தோர் இவர் என எங்ஙனம் பகுத்துக்கொள்ளக் கூடும்?

என்று சொன்னதோடு அடிகள் ஓயவில்லை 'பெரும் தெய்வங்களை விடுத்துச் சிறு தெய்வங்களை வணங்குவதென்பது அரசனை விட்டுவிட்டுக் குற்றவாளிகளை வணங்குவது போல' என்றும் குறிப்பிடுகிறார்.

தமிழ்ப் பண்பாட்டையே சைவப் பண்பாடாக அடையாளங் காட்டிய அடிகள், பின்னாளிலும்கூடத் தமது கருத்தை மாற்றிக் கொண்டதற்கான சான்றுகளில்லை. பிள்ளைக் கறி சமைத்த கதையையும், பெண்டாட்டியை அவளது விருப்பைப் பற்றிக் கிஞ்சித்தும் கவலைப்படாமல் யாரோ ஒரு அடியாருடன் கூட்டி விட்ட கதையையும் பெருமையாய்ச் சொல்லித் திரிந்த இவர்கள் நாட்டுப்புற மக்களின் சிறுதெய்வ வழிபாடுகளைக் காய்வ தென்பது திராவிட, தமிழ்ப் பாரம்பரியத்தில் மறைமலை அடிகளோடு நின்றுவிடவில்லை. திராவிடக் கதையாடல்களின் பிரிக்க இயலாத கூறாகவே இதைக் காண வேண்டும். அண்ணா வும், கலைஞரும் எழுதிய திரைப்படங்கள் அனைத்திலும் ஊழல் செய்யும் இறைத் தொண்டர்கள் எல்லாம் சிறு தெய்வக் கடவுளின் பூசாரிகள்தாம். புரட்சிக் கவிஞர் பாரதிதாசனோ அவரது 'பொன்முடி'யில் சைவத் தமிழனின் பெருமையைச் சிலாகித்தவர். அவ்வளவு ஏன்? அங்காள பரமேசுவரியை வணங்குவதற்கும் மஞ்சள்துண்டு அணிவதற்கும்

வெட்கப்படாத கலைஞர் தமது அமைச்சரவையிலுள்ள தாழ்த்தப் பட்ட வகுப்பைச் சேர்ந்த அமைச்சர் ஒருவர் தீ மிதித்ததைக் காட்டுமிராண்டித்தனம் என்று கண்டிக்கவில்லையா?

நாட்டுப்புறத் தலைவர்களையும் நாட்டுப்புறக் கடவுளரையும் மட்டுமல்ல, நாட்டுப்புற இலக்கியங்களையும் தேசியப் பெருங் கதையாடல்கள் புறக்கணித்தன. தேசக் கதையாடல்களில் இடமற்றுப்போன நாட்டுப்புறத் தலைவர்கள் இன்று கட்டப்படும் சாதியக் கதையாடல்களில் சாதியத் தலைவர்களாக உயிர்ப்புறுவது வேறு கதை.

10

திராவிட இயக்கப் பாரம்பரியத்தில், குறிப்பாகத் திமுகவால் கட்டமைக்கப்பட்ட தமிழ்த் தேச வரையறைகளிலும் கதையாடல் களிலும் தென்படுகிற சில பிரச்சினைப்பாடுகளின்மீது கவனத்தைக் குவித்திருந்தோம். பார்ப்பனரல்லாதோரின் நலன்களுக்காக உருவான ஒரு இயக்கம், தேசம் என்கிற ஒரு நவீன கருவியைத் தனது நோக்கில் பயன்படுத்த முனைந்தது பற்றிய இவ்வரலாறு நுண்மை யான திருப்பங்கள் பல நிறைந்தது. பார்ப்பனர்களின் சடங்கு மேலாண்மை பற்றி அதிகம் கவலைப்படாமல் சைவத் தமிழுணர்வின் அடிப்படையில் கட்டப்பட்டுக் கொண்டிருந்த தேசியத்தைத் திசை மாற்றியவர் பெரியார். பார்ப்பன மேலாண்மை யை ஒழிப்பதற்கு அதன் சடங்கு மேலாண்மையையும் சேர்த்தே வீழ்த்தியாக வேண்டும் என்று கண்ட பெரியார் இதன் முதல் நடவடிக்கையாக திராவிடத் தேசியத்தின் அடிப்படையை சைவத் தமிழ் உணர்விலிருந்து மீட்க முனைந்தார். திராவிட இனம் என்கிற அடிப்படைக்கு அழுத்தம் கொடுத்தார் எனினும் புற அரசியல் சூழல்கள் இன அடிப்படையிலான இந்தக் கட்டமைப்பிற்கு ஏற்புடையதாக இல்லை. எனவே, அவரது சொல்லாடல்களில் திராவிடம், தமிழ் என்ற எல்லைக்கோடுகள் குழம்பியே நின்றன. அடிப்படையில் தேசியவாதத்திற்கே எதிரானவரான பெரியார், கதையாடல்கள் எதையும் கட்டமைக்கவும் தயாராக இல்லை. கதையாடல்களை அவ்வப்போது கவிழ்ப்பதும் கட்டவிழ்ப்பதுமே அவருக்கு முக்கியப் பணியாக இருந்தது.

பெரியாரிடமிருந்து பிரிந்த அண்ணாவின் திமுக, பல அம்சங் களில் பெரியாருக்கு முந்திய நிலைக்குச் சென்றது. பார்ப்பனரின்

சடங்கு மேலாண்மைக்கான எதிர்ப்பு நிறுத்தப் பட்டது. மீண்டும் தமிழுணர்வும் தமிழ்ப் பெருங்கதையாடல்களும் தேசிய உணர்வின் அடிப்படைகளாயின. திமுகவின் தேசியத்திற்குள் பார்ப்பனர்கள் சுகமாக உணரும் நிலை படிப்படியாக அதிகரித்தது. 'கடமை, கண்ணியம், கட்டுப்பாடு' என்கிற விளிப்பின் மூலமாக தேசியச் சின்னங்களைப் பணிகிற/தேசத்திற்கு விசுவாசமான குடிமக்களை உருவாக்கும் பணியைச் சிரமேற்கொண்டதன் மூலம் பெரியாரியக் கட்டவிழ்ப்பிற்கு முற்றிலும் எதிர்நிலையில் நின்றது திமுக.

எனினும் தேசிய வரையறையின் கற்பிதத் தன்மை, இருமைத் தன்மை ஆகியவற்றின் நெகிழ்ச்சியான சாத்தியப்பாடுகளுக்கு விரிவாக வாய்ப்பளித்ததன் மூலம் தேசியம் பாசிசத்தை நோக்கிச் செல்வதற்குத் தடையமைத்த வகையில் நாம் திராவிட இயக்கங்களுக்கு நன்றி சொல்லியே ஆகவேண்டும். திராவிட இயக்கத்தவரிடையே தேசிய வரையறையிலிருந்த தெளிவின்மை, குழப்பம், உறுதியின்மை ஆகியவற்றின் சாதகமான கூறு இது. யோசித்துப் பார்க்கையில் தெளிவு, உறுதி, உண்மை ஆகியன, இறுக்க அடித்து நிறுத்தும் ஆணிகளன்றி வேறென்ன? சர்வாதிகாரத்திற்கும் பாசிசத்திற்குமே ஆணிகள் அதிகம் பயன்படும். 'சக்கிலியர்கள்' தெலுங்குமொழி பேசுகின்றவர்கள், அவர்களுக்கு இங்கு இடமில்லை, இட ஒதுக்கீடுமில்லை என்று இன்று சொல்லத் துணிகிறவர்கள் திராவிட இயக்கங்களின் மீது மண்வாரித் தூற்றுவதற்கு நியாயம் இருக்கத்தான் செய்கிறது.

தொகுத்துக்கொள்வோம்

1. திராவிடநாடு, தனித்தமிழ்நாடு முதலான கோரிக்கைகளைப் பெரியார் அவ்வப்போது வைத்தபோதும் அடிப்படையில் அவர் தேசியக் கட்டமைப்புக்கு எதிராகவே இருந்தார். சுய மரியாதை என்பதற்கு சாதி, மத, தேச, மொழி உணர்வுகள் எதிரானதாகவே இருக்கும் எனக்கருதினார். பார்ப்பனியத்திற்குப் பக்கபலமாக அகில இந்தியத் தேசியம் இருந்ததாலேயே அதிலிருந்து உடைத்துவரும் நோக்கில் திராவிடநாடு, தனித் தமிழ்நாடு என எந்தப் பெயரில் அவர் இயங்கிய போதும் பார்ப்பனரை விலக்குவதாகவும் பிறமொழி மற்றும் மதச் சிறுபான்மையினரை உள்ளடக்குவதாகவும் அவரது இயக்கம் அமைந்தது.

2. பெரியார் சாதி, மத, தேச, மொழி உணர்வுகளை மட்டுமல்ல இவற்றைக் கட்டமைக்கவே பயன்படுகிற வரலாறு, சின்னங்கள் icons ஆகியவற்றையும் எதிர்த்தார். தேசபக்தி என்பதை மட்டுமின்றி விசுவாசமிக்க குடிமகன்/ குடிமகள், என்கிற கருத்தாக்கத்தையும் அவர் ஏற்கவில்லை. இந்த வகையில் பெரியாரது அரசியலில் பின்நவீனக் கூறுகளைக் காண இயலும்.

3. அண்ணா முழுக்க முழுக்க நவீனத்துவ அரசியல் வடிவங்களையும், செயற்பாடுகளையும் நம்பியவர், ஏற்றுக் கொண்டவர். கடவுள் மறுப்பு, பார்ப்பன எதிர்ப்பு என்கிற அம்சங்களைக் காட்டிலும் அண்ணாவும் திமுகவும் பெரியாரிடமிருந்து வேறுபட்டு விலகிய புள்ளி இதுவே. தேசம், விசுவாசமிக்க குடிமகன்/ குடிமகள், வரலாறு மற்றம் தேசியச் சின்னங்களை வழிபடுதல் ஆகியவற்றை அண்ணா ஏற்றுக் கொண்டார்.

4. அண்ணாவின் தேசியம் புவியியல் அடிப்படையிலானதாகவும் மத, மொழிச் சிறுபான்மையினர் எல்லோரையும் உள்ளடக்குவதாகவும் அமைந்தது. மத, மொழிச் சிறுபான்மையினரை உள்ளடக்குதல் என்கிற வகையில் அண்ணா பெரியாரின் அரசியலை ஏற்றுக்கொண்டார். இன்றளவிலும் மொழி மற்றும் மத அடிப்படையிலான ஒரு பாசிச அரசியல் வடமாநிலங்களில் உருவானது போல இங்கு உருவாகமற்போனதன் அடிப்படை இதுவே.

5. திராவிடக் கருத்தாக்க உருவாக்கத்தை ஒட்டியும், முன்னதாகவும் இங்கு உருவாகியிருந்த சைவத் தமிழ்த் தேசியத்தை மத நீக்கம் செய்ததில் (திமுகவையும் உள்ளடக்கிய) திராவிட இயக்கத்தின் பங்கு முக்கியமானது. தமிழ்த் தேசியத்தின் சைவக் கனவுகளைத் துடைத்தெறிவதில் திராவிட இயக்கம் முக்கிய பங்காற்றியது.

6. திமுக முன்வைத்த தமிழ்த் தேசியம் மத, மொழிச்சிறுபான்மையினரை உள்ளடக்குவதாக இருந்தபோதும் இவர்களின் தமிழ்த் தேசியப் பெரும்கதையாடலுக்குள் நாட்டுப்புற வழக்காறுகள், இலக்கியங்கள், வழிபாடுகள் ஆகியன ஒடுக்கப் பட்டன. இந்த வகையில் திமுகவின் தமிழ்த் தேசியம் சைவத் தமிழ்த் தேசியத்திடமிருந்து பெரிதும் வேறுபட்டிருக்கவில்லை.

('மதுரை ஆய்வுவட்டம்' நடத்திய திராவிட இயக்கம்குறித்த கருத்தரங்கில் பேசியது. நிறப்பிரிகை, செப்டம்பர் 2000, இதழில் வெளியானது.)

2.11 திராவிட இயக்கத்தினரின் திரைப்படங்கள்: கலாச்சார மேட்டிமைச் சக்திகளின் எதிர்ப்பும் ஏற்பும்

வெகுஜனப் புனைவுகளைப் பற்றி எழுதுவது என்பது வரலாற்றை எழுதுவதுதான்

- பீட்டர்ஹம்

வெகுஜனப் புனைவுகள் (popular fictions) பற்றி பீட்டர் ஹம் சொன்னது வெஜனத் திரைப்படங்களுக்கு, குறிப்பாகத் தமிழ்த் திரைப்படங்களுக்கு, அதிலும் குறிப்பாகத் திராவிட இயக்கத்தினர் பங்கு பெற்ற தமிழ்த் திரைப்படங்களுக்கு வெகுவாகப் பொருந்தும். புனித இலக்கியத் தொகுதி X வெகுஜனத் தொகுப்பு என்கிற இருமை உருவாக்கப்பட்டு வெகுஜனத் தொகுப்புகள் எல்லாம் கலாச்சார மேட்டிமைச் சக்திகளால் இழிவெனத் தூற்றப்படும் சூழலில் பெருத்த மக்கள் ஆதரவுடன், குறிப்பாக அடித்தட்டு மக்களின் பேராதரவுடன் வெகுஜனக் கலாச்சார வெளிப்பாடுகள் வரவேற்கப்படுவதற்கான காரணங்களில் நாம் வரலாற்றைப் புறக்கணித்துவிட முடியாது. எனவே அக்குறிப்பிட்ட ஊடகம், கலாச்சார வடிவம், இலக்கிய வகை ஆகியவற்றிற்கான பிரத்தியேகமான விமர்சன மொழி, மதிப்பீடுகள் முதலியன மட்டும் வெகுஜன வடிவங்களை விளக்குவதற்கும் மதிப்பிடுவதற்கும் போதுமானதாக இருப்பதில்லை. இத்தகைய வெகுஜன ஆக்கங்களில் 'அர்த்தம்' (meaning) என்பது வேறு அளவீடுகளைக் கொண்டு நிர்ணயிக்கப்படுகிறது. இதன் பொருள் உயர் இலக்கிய விமர்சனத் திறன்கள் இங்கே முற்றிலும் பயனற்றுப் போகின்றன என்பதல்ல. இத்தகைய ஆக்கங்களை எவ்வாறு 'வாசிப்பது' என்கிற கேள்வி, அந்தப் பிரதி, அது வெளிப்பட்ட சமூகம், அங்கே செயற்பட்ட சொல்லாடல்கள் ஆகியவை குறித்த மிக விரிவான தரவுகளுடன் தொடர்புடைய ஒன்றாகிவிடுகிறது. வெகுஜன

ஆக்கங்களில் அர்த்தங்களை வாசிப்பதென்பது அவற்றை மூடிமறைத்துக் கிடக்கிற, பின்னிப்பிணைந்து நிற்கிற கருத்தியல், சமூகவியல், அரசியல் ஆகிய வலைப்பின்னல் பற்றிய ஆய்வாக மாறிவிடுகிறது. இதன் பொருள் வரலாறு முன்னே வருகிறது; பிரதி அந்த வரலாற்றின் நடைமுறை வெளிப்பாடாகப் பின்னே வருகிறது என்பதல்ல; மாறாகப் பிரதியே வரலாற்றின் ஓரங்கமாக இருக்கிறது என்பது தான். இந்த நோக்கில் திராவிட இயக்கத்தவரின் திரைப்படங்களைப் பற்றிப் பேசும்போது நாம் இரண்டு அம்சங் களைக் கருத்தில் கொள்ள வேண்டியிருக்கிறது.

அ. திராவிட இயக்கத்தவரின் திரைப்படங்களைப் பற்றிப் பேசுதல் தமிழகத்தின் ஒரு குறிப்பிட்ட காலகட்ட வரலாற்றை எழுதுதல் ஆகும். குறிப்பிட்ட காலகட்டத்தின் வரலாற்றிலிருந்து திராவிட இயக்கத் திரைப்பட வரலாற்றை இழை பிரிப்பதாக இதனைப் பொருள்கொள்ளக்கூடாது. மாறாக குறிப்பிட்ட காலகட்டத்தின் வரலாற்றின் ஓரங்கமாக திராவிட இயக்கத்தவர் பங்குபெற்ற திரைப்படங்கள் அமைகின்றன.

ஆ. திராவிட இயக்கத்தவரின் திரைப்படங்களை மறுவாசிப்பிற்கு உள்ளாக்குவது மரபுவழிப்பட்ட திரைப்பட விமர்சன மொழி, விமர்சனத் தொழில்நுட்பம் ஆகியவற்றின் மூலம் சாத்திய மாகாது. 'திரைப்படம் காட்சிப்புலம் சார்ந்த ஊடகம், இதில் உரையாடலின் பங்கு முதன்மையானதல்ல' என்பன போன்ற விமர்சன அளவுகோல்களை நாம் இங்கே சற்று ஒதுக்கி வைத்துவிட வேண்டியதுதான்.

2

இந்தப் பட்டறைக்காகத் தொகுத்தளிக்கப்பட்டுள்ள கையேட்டைப் பரிசீலிக்கும்போது திராவிட இயக்கத்தவரின் திரைப்படங்கள் அவற்றின் சம காலத்திய கலாச்சார மேட்டிமைச் சக்திகளாலும் அரசியல் சக்திகளாலும் கடுமையாகத் தாக்குதலுக்கு உள்ளாக்கப் பட்டுள்ளன என்பது தெளிவாகின்றது. 'பராசக்தி' திரைப்படத்தைத் தடைசெய்வதற்குப் பல முயற்சிகள் மேற்கொள்ளப்பட்டதும் தெரியவருகின்றது (பார்க்க: இந்தக் கருத்தரங்கத்திற்காகத் தயாரிக்கப்பட்ட *dossier*. வெளியீடு: MIDS. ஆகஸ்ட் 1997, மற்றும். எம்.எஸ்.எஸ். பாண்டியன் எழுதிய, *Life and Times of a DMK Film, EPW*, March 1991)

இளைஞர்களையும் மாணவர்களையும் கெடுக்கக்கூடியன வென்றும் சமூக ஒழுங்கைக் குலைப்பனவென்றும் இத்திரைப் படங்கள் கண்டிக்கப்பட்டன. எனினும் இம்முயற்சியில் வெற்றி பெற இயலாத இச்சக்திகள் பின்னாளில் வேறு சொற்களில், வேறு மொழியில் கண்டிக்கத் தொடங்கின. எதார்த்தத்திற்குப் பொருந்தாத அடுக்குமொழி வசனங்கள் நிரம்பியதென இப்போது குற்றஞ் சாட்டினர்.

கலாச்சார மேட்டிமைச் சக்திகளின் தாக்குதல் எப்படி இருந்த போதிலும் இத்திரைப்படங்கள் பெரிய அளவில் வரவேற்புக் குள்ளாயின. பல திரைப்படங்கள் நூறு நாட்களைத் தாண்டி ஓடின. இனி இத்திரைப்படங்களுக்குத்தான் சந்தை என்பதை உணர்ந்த பெருந்தயாரிப்பாளர்கள், திராவிட இயக்கத்தவரின் கதை வசனங் களுக்காகக் காத்துக்கிடந்தனர். அடித்தட்டு மக்களின் பேராதரவோடு தமிழ்த் திரைப்பட உலகில் கால் நூற்றாண்டு காலத்திற்குத் திராவிட இயக்கத்தினர் முக்கிய சக்திகளாக விளங்கினர். கலாச்சார மேட்டிமைச் சக்திகளுக்கும் வெகுசன ரசனைக்கும் இடையிலான இந்தப் பெரும்பிளவை நாம் வரலாற்றைக் கொண்டுதான் இட்டு நிரப்ப முடியும்.

இரண்டாயிரமாண்டு காலத் தமிழக வரலாற்றை ஆரியமயப் பாட்டிற்கும், அதற்கான எதிர்ப்பிற்குமிடையிலான போராட்ட வரலாறாக வாசிப்பதற்கு இடமுண்டு. ஆரியமயமாக்கலுக்கான எதிர்ப்புகள் என்பன இரு மட்டங்களில் செயல்பட்டன.

அ. பண்பாட்டுத் தளத்தில் ஆரிய மயமாக்கலிலிருந்து முற்றிலுமாய் விலகிநின்ற ஆகக் கீழான அடித்தட்டு மக்கள், இவர்களின் அன்றாட வாழ்க்கை, சிந்தனை முறையே ஆரிய மயப்பாட்டி லிருந்து பெரிதும் விலகி இருந்தன. ஏற்கனவே உள்ளூர்க் கலாச்சார மையங்களிலிருந்து விலகி இருந்த இவர்கள், ஆரிய மயமாக்கல் எட்டாத தொலைவிலிருந்தனர்.

ஆ. ஆரியமயமாக்கலின் விளைவுகளின் பயன்களுக்காகவும், சமூக மேலாண்மைக்காகவும் பார்ப்பனர்களுடன் போட்டி யிட்ட பார்ப்பனரல்லாத மேட்டிமைச் சக்திகள். இவர்களின் வாழ்க்கை, சிந்தனைமுறை முதலியன பெரிதும் ஆரியமயப் பட்டு இருந்தன. பன்மைத்துவத்தை இவர்கள் அங்கீகரிப்ப தில்லை. இறுக்கமான சமூக ஒழுங்கிற்கு ஆதரவாக இருந்த இவர்களின் பார்ப்பன எதிர்ப்பு அரசதிகாரப் போட்டி என்கிற

மட்டத்திலேயே விளங்கியது. பார்ப்பனர்களின் சடங்கு மேலாண்மையைப் பற்றிக்கூட இவர்கள் கவலைப்படவில்லை. பத்தொன்பதாம் நூற்றாண்டில், தனித் தமிழ் வகைப்பட்ட சைவ வேளாளத்துவச் சக்திகளால் மேற்கொள்ளப்பட்ட பார்ப்பன எதிர்ப்பு இதற்கொரு சிறந்த எடுத்துக்காட்டு. சைவத்தை இவர்கள் முழுமையாக ஏற்றுக்கொண்டனர். பெரியாரின் பார்ப்பன எதிர்ப்பு இதிலிருந்து பெரிய அளவில் வேறுபட்டது. பார்ப்பனர்களின் சடங்கு மேலாண்மையையும் தமிழ்ப் பண்பாட்டில் கலந்துபோயுள்ள சைவக் கூறுகளையும் அவர் கண்டித்தார்.

திராவிட முன்னேற்றக் கழகத்தை நாம் இந்த இரண்டிற்கும் இடையில்தான் நிறுத்திப் பார்க்க முடியும். பெரியாரின் தொண்டர்களாகத் தொடங்கிய இவர்கள் பெரியாரிடமிருந்து விலகிய புள்ளிகள் முக்கியமானவை; பார்ப்பனியத்தின் பல்வேறு கூறுகளுடன் சமரசம் செய்துகொள்ளக் கூடியவை.

கடந்த ஒரு நூற்றாண்டு காலத் தமிழகத்தின் தேர்தல் சார்ந்த அரசியல் வரலாற்றைக் கூர்ந்து கவனித்தோமானால் அகில இந்தியத் தேசியம் பேசுகிறவர்களின் ஆட்சிக் காலத்தைக் காட்டிலும் அதனை மறுத்துத் தொடங்கியவர்களின் ஆட்சிக் காலங்களே அதிகமாக உள்ளன. சுதந்திரத்தை (1947) ஒட்டி, புதிய தேசத்தை நிர்மாணிக்கும் விருப்புறுதியுடன் தோற்றமெடுத்த காங்கிரஸ் ஆட்சி மிக விரைவில் தனது கவர்ச்சியை இழந்தது. அடித்தட்டு மக்களிடமிருந்து பல்வேறு அம்சங்களில் விலகியிருந்த காங்கிரஸ் ஆட்சி வேகமாக அவர்களின் ஆதரவை இழக்கத் தொடங்கியது. பார்ப்பன எதிர்ப்பு, தமிழ்த் தேசிய உணர்வு, டில்லி எதிர்ப்பு ஆகிய சொல்லாடல்களை முன்வைத்த திமுக ஆட்சிக் கட்டிலை நோக்கிய சீரான முன்னோக்கிய வளர்ச்சியைச் சாத்தியமாக்கிக் கொண்டது. அடித்தட்டு மக்களை ஆதாரமாகக் கொண்டு இயங்கிய திமுக அடித்தட்டு மக்களுக்கான சக்திவாய்ந்த வெகுஜன ஊடகமாகத் தோற்றமெடுத்த திரைப்படத்தை வெற்றிகரமாகத் தனது அரசியல் செயற்பாடுகளின் ஓரங்கமாக ஆக்கியது.

3

திராவிட இயக்கத்தவர்களாகிய அண்ணா, கலைஞர், எம்.ஜி.ஆர், எம்.ஆர். ராதா, தங்கராசு, சிற்றரசு, பாரதிதாசன் முதலானோரின்

திரைப்படப் பிரவேசம் என்பது கிட்டத்தட்ட திமுகவின் உதயத்தோடு இணைத்துப் பார்க்க வேண்டிய ஒன்று (1949 *வேலைக்காரி*, 1951 *பராசக்தி*). அன்று தொடங்கி 1967இல் ஆட்சியைப் பிடிக்கும் வரை திமுகவின் அரசியல் வளர்ச்சி ஏறுமுகமாகவே இருந்தது. நிலவிய அரசியலமைப்பின் மீது அவர்களுக்கு எந்தவிதமான விமர்சனமும் இல்லை என்பதோடு அதன் மீது நம்பிக்கையும் இருந்தது. சுதந்திர நாளை (1947) துக்க நாளாக அனுசரிக்க முடிவுசெய்த பெரியாரிடம் கருத்து மாறுபட்டு நின்றார் அண்ணா என்பது நாம் அறிந்த செய்தி. அன்று தொடங்கி பின்னாளில் தேசியச்சின்னங்களை அவமதிக்கும் வடிவில் (எ.டு: தேசியக் கொடி எரிப்பு, தேசப் படம் எரிப்பு, அரசியல் சட்டத்தைக் கொளுத்துதல், நீதிமன்றக் கண்டனம்) பெரியார் மேற்கொண்ட எல்லாப் போராட்டங்களையும் கண்டித்து விலகி நின்றவர் அண்ணா. கடமை, கண்ணியம், கட்டுப்பாடுமிக்க தேச விசுவாசிகளை உருவாக்கும் நோக்கமுடைய அமைப்பாக திமுக அதன் தொடக்க முதலாகவே திகழ்ந்துவந்தது. நிலவுகிற அமைப்பின் மீதான அவர்களின் ஒரே விமர்சனம் அதிகாரப் பதவிகளில் 'டில்லி ஏகாதிபத்தியம்' மற்றும் அதன் முகவர்களுக்குப் பதிலாகத் தாம் உட்கார வேண்டும் என்பதே. கலாச்சார மேட்டிமைச் சக்திகளின் எதிர்ப்புகள் ஒருபுறம் இருந்தபோதிலும் திரைப்படப் பெருமுதலாளிகளின் ஆதரவு அவர்களுக்கு இருந்தது. அவர்களது திரைப்பட முயற்சிகள் வெற்றிகரமாக விளங்கின. எனவே பெரிய அளவில் திரைப்படத்தை ஒரு கலக ஆயுதமாக, அத்துமீறல் நுட்பமாகப் பயன்படுத்த அவர்கள் தயாராக இல்லை என்பது மீண்டும் நினைத்துப் பார்க்கத்தக்கது.

எனவே, திராவிட இயக்கத்தவரின் திரைப்படக் குறுக்கீடுகள் என்பன அவற்றிற்கு முந்திய முயற்சிகளிலிருந்து வேறுபட்ட புள்ளிகளாகக் கீழ்க்கண்டவற்றைக் குறிப்பிடலாம்:

அ. ஆரியமயமாதல், மூடநம்பிக்கை, டில்லி ஆதிக்கம் ஆகியவற்றிற்கு எதிரான வெளிப்படையான சமூக, அரசியல் விமர்சனங்கள். பகுத்தறிவு, தமிழர் வீரம், கற்பு ஆகிய சொல்லாடல்களின் மூலமாகத் தமிழக வரலாற்றை மீண்டும் எழுதுதல், தமிழ்த் தேசியத்தைக் கட்டமைத்தல்.

ஆ. ஏராளமான நீண்ட பாட்டுக்களையும் பார்ப்பனியமயப்பட்ட 'சம்பாஷணை'களையும் நீண்ட (ஓரளவு) தனித்தமிழ்

வசனங்கள், அடுக்குமொழி உரையாடல்கள் ஆகியவற்றால் மாற்றீடு செய்தல்.

இ. காங்கிரஸ் ஆட்சியை வீழ்த்தி அதனிடத்தில் தமிழ், திராவிடத் தேசிய உணர்வுடைய ஆட்சி ஒன்றை அமைக்கும் நோக்கில் வரலாற்றுருவாக்கத்தின் ஓரங்கமாகச் செயல்படல்.

எனவே, அவர்கள் எந்த ஒழுங்கையும் பெரிய அளவில் கேள்விக் குள்ளாக்கிவிடவில்லை. கேள்விக்குள்ளாக்கும் முயற்சிகளை அவர்களே அவ்வப்போது கவிழ்த்துக்கொண்டனர். எங்கள் எதிர்ப்புகள் என்பன 'கோவில்களே கூடாது என்பதற்காக அல்ல, கோவில்கள் கொடியவர்களின் கூடாரங்கள் ஆகக்கூடாது என்பதற்காகத்தான்' என்பதை அடிக்கடி வலியுறுத்தினார்கள். தாங்கள் நாத்திகரல்ல என்பதைத் திரும்பத் திரும்பப் பிரகடனப் படுத்திக் கொண்டார்கள். 'ஒன்றே குலம் ஒருவனே தேவன்' என்கிற முழக்கத்தோடு அண்ணாவின் திரைப்படம் ஒன்று முடிவுபெற்றது.

'கடமை, கண்ணியம், கட்டுப்பாடு' என்னும் குடிமகனுக்குரிய (citizen) பண்புகள் திராவிட இயக்கத்தவரின் திரைப்படங்களின் மூலமாகத் திரும்பத் திரும்ப வலியுறுத்தப்பட்டன. சிறு சிறு பிறழ் வுகளும் தீமைகளும் நீக்கப்பட்ட அரசு அமைப்புகள் (நீதிமன்றம், காவல் துறை) மீது விசுவாசமும் நம்பிக்கையும் ஊட்டப்பட்டன.

4

பார்ப்பனியத்தின் மீதான விமர்சனமும் மிகவும் நெளிவு சுளிவாகவே மேற்கொள்ளப்பட்டது. இந்து மதத்தின் அடிப்படை யான வருணாசிரமத்தை அவர்கள் கேள்விக்குள்ளாக்கியதில்லை. பார்ப்பனரல்லாத சிறு தெய்வக் கோயில்களின் பூசாரிகள் அல்லது அரவிந்தர் போன்றோர் கேலிசெய்யப்பட்ட அளவிற்கு சங்கராச்சாரி யாரை அவர்கள் விமர்சிக்கத் துணிந்ததில்லை. திராவிட இயக்கத்த வர்களின் திரைப்படங்களில் தீண்டாமை ஒரு பிரச்சினையாக எடுத்துக்கொள்ளப்படதில்லை. கலைவாணரின் 'நல்லதம்பி' மட்டும் ஒரு சிறு விதிவிலக்கு. காங்கிரஸ் இயக்கத்தினர் இந்தத் துறையில் காட்டிய கரிசனம் அளவிற்குக்கூட திமுகவினர் தமது திரைப்பட முயற்சிகளில் இது குறித்துப் பேசியதில்லை. தாழ்த்தப் பட்டவர்கள் இவர்களது திரைப்படங்களிலும் முக்கியப் பாத்திரங்களாக அனுமதிக்கப்பட்டதில்லை.

சாதிப் பிரச்சினையைப் பேசியதற்காகவும் இறுதியில் கலப்புத் திருமணத்துடன் முடிவதற்காகவும் பெரிதும் புகழப்படுகிற அண்ணாவின் *வேலைக்காரி* திரைப்படத்தில் உயர்சாதிக் கதாநாயகனைக் காதலித்து மணக்கும் வேலைக்காரப் பெண் ஒரு தொடக்கூடிய சாதியைச் சேர்ந்தவள்தான் எனக் குறைந்தபட்சம் இருமுறை அப்படத்தில் வற்புறுத்தப்படுவது குறிப்பிடத்தக்கது. பார்ப்பனரல்லாதாரின் கலாச்சார அடையாளங்கள் வற்புறுத்தப்பட்டது ஒரு பெரிய கலகக் குறியீடு என நாம் மகிழும் அதே நேரத்தில் தமிழின் கலாச்சாரப் பன்மைத்துவம், ஆகக் கீழான தாழ்த்தப்பட்ட மக்களின் பண்பாடுகள், பிரச்சினைகள் முதலியன திராவிட இயக்கத்தவரின் திரைப்படங்களில் முன்னிலைப் படுத்தப்பட்டது இல்லை என்பதை மறந்துவிட இயலாது.

இதர திரைப்படங்களில் இருந்தது போலவே இவற்றிலும் தாழ்த்தப்பட்டோரின் பிரச்சினைகள் ஓரங்கட்டப்பட்டன. அதே போல நாட்டுப்புற மக்களின் மொழி, நம்பிக்கைகள், அவர்களின் நாயகர்கள் ஆகியோரும் திராவிட இயக்கத்தவரின் திரைப்படங்களில் உரிய இடம் பெற்றதில்லை (பின்னாளைய 'மதுரை வீரன்' ஒரு விதிவிலக்கு). பார்ப்பனிய, சம்ஸ்கிருதமயப்படுத்தப்பட்ட அன்றைய திரைப்பட மொழியில் இவர்கள் முன்வைத்த, கூடியவரை வடமொழி கலவாத அடுக்குத் தமிழ் ஒரு மிக முக்கியமான கலகக் குறுக்கீட்டைச் செய்ததெனினும் அந்த மொழி அடித்தள மக்களின் மொழியிலிருந்து மிகவும் விலகியே இருந்தது.

'புரட்சிக் கவிஞர்' பாரதிதாசன் அவர்களால் கதை வசனம் எழுதப்பட்ட 'பொன்முடி' திரைப்படக் கதாநாயகன் மிகத் தெளிவான உயர்சாதிச் சைவ அடையாளங்களுடன் சித்திரிக்கப் பட்டுள்ளது இங்கே குறிப்பிடத்தக்கது. 'செந்தமிழ் நாட்டினைச் சிந்தையில் வாழ்த்தியே செல்லுவோம், டில்லி செல்லுவோம்' என முழங்கிச் செல்லும் நாயகன், 'கொலைவெறி கொண்டு அலையும் கபாலிகருக்குச் **சைவத் தமிழன்** செப்புச் சல்லிக் காசுகூடக் கொடுக்க மாட்டான்' என்று வசனம் பேசுகிறான் (அழுத்தம் நம்முடையது). 'மாடர்ன் தியேட்டர்'சின் இப்படத்தின் பாட்டுப் புத்தகத்தில் எழுதப்பட்டுள்ள கதைச் சுருக்கத்தில் 'சைவத்தின் உயர்வுக்காகப் போராடிய வீரன் கயிற்றால் கட்டப்பட்டு சாவுமுனையில் நிறுத்தப்படுகிறான்' என்று குறிப்பிடப்படுகிறது. காசியில் சைவ மடம் ஒன்றை நிறுவிய குமரகுருபரர் அத்திரைப் படத்தில் ஒரு

முக்கியப் பாத்திரமாக இடம்பெறுவதும் தமிழ்ப் பண்பாட்டையும் சைவத்தையும் இணைத்து ஒரு நீண்ட உரை நிகழ்த்துவதும் இங்கே சுட்டிக்காட்டத்தக்கன.

அண்ணாவின் 'ஓரிரவு' திரைப்படத்தில் 'சங்கம் வச்சு மொழி வளர்த்த தமிழ்நாடு, இப்போது தாய்மொழியைக் கதம்பம் பண்ணும் சண்டாள நாடு' (அழுத்தம் நம்முடையது) என இடம் பெறுவதும் கூடக் கவனிக்கத்தக்கது.

5

சுருக்கமாகச் சொல்வதெனில் நிலவும் ஒழுங்கில் பெரிய சிதைவு எதையும் மேற்கொள்ளும் நோக்கம் திராவிட இயக்கத்தவருக்கு (அரசியலில் இல்லாதது போலவே) திரைப்படத் துறையிலும் இல்லாதிருந்தது. பெண்ணிய நோக்கில் திராவிட இயக்கத்தவரின் திரைப்படப் பிரதிகளை மறுவாசிப்புச் செய்தோமானால் அவை தந்தை வழிச் சமூகம் கற்பிக்கும் இறுக்கமான ஒழுங்குகளுடன் இணைந்து நிற்பது புலப்படும். வேசிகள், தாசிகள், தொழு நோயாளிகள் முதலான விளிம்புநிலையினரை இதர திரைப்படங் களைப் போலவே திராவிட இயக்கத்தவரின் திரைப்படங்களும் ஆணாதிக்க நோக்குடனேயே அணுகின. திருவாரூர் தங்கராசு எழுதி எம்.ஆர். ராதா நடித்த புகழ்பெற்ற திரைப்படமாகிய 'ரத்தக் கண்ணீர்' இந்தப் போக்கின் உச்சமாகவும் முற்றிலும் கண்டனத்துக்கு உரியதாகவும் திகழ்கிறது. விதவைத் திருமணம் என்கிற ஒன்றைத் தவிர அதில் பெண்ணிய நோக்கில் ஒன்றும் இல்லை. பெண்ணிய நோக்கில் வாசிக்கும்போது தேறக்கூடிய பிரதிகளாக எதுவும் தோன்றவில்லை.

அண்ணாவின் 'ரங்கோன் ராதா' போன்ற நாடகப் பிரதிகள் திரைப்படங்களாக மாற்றப்பட்டபோது செய்யப்பட்ட திருத்தங்கள் கவனத்திற்குரியவை. நாடகத்தில் இயல்பாகச் சித்திரிக்கப்பட்ட நாயகி திரைப்படத்தில் இடம்பெற்றபோது அவளது 'கற்பிற்கு' எந்தக் 'களங்கமும்' கற்பிக்க இயலாத 'புனிதவதி'யாகத் திருத்தப் பட்டாள். நாவல்கள் திரைப்படமாக ஆக்கப்படும்போது நாவல் களின் வாசகத்தளத்திற்கும் திரைப்படங்களின் பார்வையாளர் தளத்திற்கும் வேறுபாடுகள் உள்ளதனால் திரைப்படப் பிரதி மாற்றத்திற்குள்ளாவது தவிர்க்க இயலாது எனச் சொல்லப்படுவது வழக்கம். அத்தகைய ஒரு சமாதானத்தைத் திராவிட இயக்க

நாடகப் பிரதிகளைத் திருத்தும் போது சொல்லிவிட இயலாது. ஏனெனில் திராவிட இயக்கத்தவரின் நாடகங்களின் பார்வையாளர்களும் திரைப்படப் பார்வையாளர்களும் பெரும்பாலும் ஒரே தளத்தைச் சேர்ந்தவர்களே. திராவிட இயக்கத்தவரின் திரைப்படங்கள் பெரும்பாலும் நாடகமாக நடிக்கப்பட்டவை. அவை திரைப்படமாக உருப் பெற்றபோது 'கற்பு' முதலான சமூக மதிப்பீடுகளுக்கு முக்கியத்துவம் தரும் நோக்கில் திருத்தப்பட்டது அரசியல் தளத்தில் அவர்களின் மேல் நோக்கிய பயணத்துடன் இணைத்துப் பார்க்கப்பட வேண்டிய ஒன்று.

எனவேதான் தொடக்க காலத்தில் கடுமையாக எதிர்த்த கலாச்சார ஆதிக்க சக்திகள் மிக விரைவில் திராவிட இயக்கத்தவரின் திரைப்படங்களையும் அவற்றின் படைப்பாளிகளையும் ஏற்றுக்கொண்டன. கல்கி போன்றோரின் புத்திசாலித்தனமான மூளைகள் திராவிட இயக்கத்தவரின் திரைப்பட முயற்சிகள் தவிர்க்க இயலாதவை மட்டுமல்ல ஆபத்தற்றவையுங்கூட எனச் சம காலத்திலேயே கண்டுகொண்டு வரவேற்கவும் செய்தன. அண்ணாவைக் கல்கி 'தென்னாட்டு பெர்னாட்ஷா' எனப் பாராட்டியது நமக்குத் தெரியும். அன்று கடுமையாகத் தாக்கிய பிறரும்கூடப் பெரும்பாலும் இன்று ஏற்றுக் கொள்பவர்களாகவே உள்ளனர்.

எஞ்சியுள்ள சிலருங்கூட எதிர்காலத்தில் இவற்றை அங்கீகரிப்பவர்களாகவே இருப்பர். ஏனெனில் இதனினும் கலகத்தன்மை மிக்க தலித்திய, பெண்ணியப் பார்வைகளுடன் ஒப்பிடும்போது திராவிட இயக்கத்தவரின் அணுகல்முறைகள் அவர்களுக்கு மிகவும் ஏற்புடையதாகவே இருக்கும். கால் நூற்றாண்டு காலமாக மார்க்சியத்தைக் காய்ந்துகொண்டிருந்த பலர் இன்று திடீரென்று மார்க்சிய அனுதாபிகளாக மாறவில்லையா.

செனகல் நாட்டு இயக்குநர் உஸ்மான் செம்பேனிடம் ஒருமுறை கருப்பு சினிமாக்களின் புரட்சிகரத் தன்மை எதில் அடங்கியுள்ளது எனக் கேட்டபோது 'கருப்பர்கள் சினிமா எடுப்பதென்பதே புரட்சிகரமானதுதானே' என்கிற ரீதியில் அவர் பதில் சொன்னது நினைவுக்கு வருகிறது. இதே அடிப்படையில் அன்றைய பார்ப்பன ஆதிக்கச் சூழலில் திராவிட இயக்கத்தவர் திரைப்படம் எடுத்ததே புரட்சிகரமானதுதான் என நாமும் ஒரு பதிலளிக்க முடியுந்தான். எனினும் இன்று அவற்றைத் திரும்பிப் பார்க்கும்போது கலாச்சார சக்திகள் அவற்றை அன்று எதிர்த்ததை மட்டும் பார்த்து வியந்து

கொண்டிருக்க இயலாது; மிக விரைவில் இந்த மேட்டிமைச் சக்திகள் இவற்றை ஆபத்தற்றவையாக ஏற்றுக்கொண்டதன் பின்னணி என்ன என்பது குறித்து, நாம் யோசித்து ஆகவேண்டும். இன்று அடித்தளப் பார்வை என்பது பார்ப்பன எதிர்ப்பையெல்லாம் தாண்டி ஒழுங்கவிழ்ப்புப் பார்வையாக மாறியுள்ளதை நாம் காணத் தவறக் கூடாது.

(சென்னை MIDS நிறுவனம் ஆக.15-19, 1997இல் நடத்திய 'தமிழ்த் திரைப்படம்: வரலாறு, பண்பாடு, கோட்பாடு' பட்டறையில், முன்வைக்கப்பட்ட விவாதக் குறிப்பு.)

2.12 அமைப்பாக்கத்தின் வன்முறை: பின்நவீனநிலை குறித்து சில அய்யங்களும் விளக்கங்களும்

நீங்கள் மட்டும் பின்நவீனத்துவம் பேசாமல் இருந்திருப்பீர்களே யானால் இப்படி எல்லோராலும் தாக்கப்படுகிற நிலை உங்களுக்கு ஏற்பட்டிருக்காது.

எல்லோரும் எங்களைத் தாக்குகிறார்கள் என்று நீங்கள் சொல்வதை நாங்கள் ஏற்றுக்கொள்ள முடியாது. நிறுவனமாய் இயங்கும் சில கட்சிகள், தொழில்ரீதியாய்ப் பொறாமையுள்ள சில தனிநபர்கள் எங்களை நேரடியாகவும் மறைமுகமாகவும் தாக்குகிற அதே நேரத்தில் ஏராளமான இளைஞர்கள் எங்கள் கருத்துக்களை வரவேற்கிறார்கள். இவர்கள் நிறுவனமயப்பட்டு இல்லாததன் விளைவாக இவர்களது கருத்துக்கள் பெரிய அளவில் வெளித் தெரியவில்லை; அவ்வளவுதான். இந்த ஆண்டுத் தொடக்கத்தில் வெளிவந்த நூற்களில் அதிகம் விற்பனையாகிறவற்றில் எங்களது நூற்கள் சிறப்பிடம் வகிக்கின்றன. குறிப்பாக 'பின்நவீனத்துவம், இலக்கியம், அரசியல்' என்னும் நூல். நூல் விற்பனையின் அடிப்படையில் மட்டும் இதைச் சொல்கிறேன் என நினைக் காதீர்கள். எங்களுக்கு வரக்கூடிய கடிதங்கள், தமிழக அளவில் பின்நவீனத்துவம் தொடர்பாக நடத்தப்படும் கருத்தரங்குகள், மேற்கொள்ளப்படும் விவாதங்கள் என நிறையச் சொல்லலாம்.

ம.க.இ.க. போன்ற அமைப்புகள் எங்கள்மீது விழுந்து குதறுவதன் காரணமும்கூட இதுவேதான். அவர்களின் அமைப் புக்கு இளைஞர்களின் வரத்துக் குறைந்துவிட்டது. ஏற்கனவே வந்தவர்களும்கூட வழக்கம்போல மந்தைகளாக மேய்ந்துவரத் தயாராயில்லை. ஆங்காங்கு கேள்விகள் எழுப்புகின்றனர். சமீபத்தில் திருச்சியைச் சேர்ந்த சுமார் பத்துக்கும் மேற்பட்ட ம.க.இ.க. இளைஞர்கள் 'பெண்ணியம்' தொடர்பான சில

கேள்விகளை அமைப்புக்குள் எழுப்பியுள்ளனர். நேர்மையான விவாதத்திற்கு அமைப்பு தயாராக இல்லாத நிலையை ஒட்டி அவர்கள் அமைப்பைவிட்டு வெளியேறியும் உள்ளனர். சோசலிசக் கட்டுமானம் குறித்து நாங்கள் கடந்த பத்தாண்டுகளில் எழுப்பி யுள்ள ஆழமான விவாதங்களுக்கு எந்த அமைப்பிலிருந்தும் இதுவரை நேர்மையான பதிலேதும் வந்ததில்லை. இப்போதுகூட அவதூறு பேசுவது தனிநபர் தாக்குதல் என்கிற ரீதியில்தான் உள்ளனவேயொழிய, எவரொருவரும் எங்களது கருத்துக்களை நேர்மையாக மறுத்த தில்லை என்கிற உண்மைமீது உங்கள் கவனத்தை ஈர்க்க விரும்புகிறேன்.

தமிழ்த் தேசிய அமைப்புகள் சில எங்கள்மீது காழ்ப்பைக் கக்குவதன் பின்னணியும் இதே போன்றதுதான். தமிழ்த் தேசியம் என்கிற பெயரில் பார்ப்பன வேளாளச் சிந்தனைகளையும் பண்பாட்டையும் அரசியலையும் எங்கள் மீது சுமத்துகிறீர்களே என தலித் இளைஞர்கள் கேட்கத் தொடங்கியதையொட்டி அவர்களுக்கும் எங்கள் மீது ஆத்திரம் வந்திருக்கிறது. இத்தகைய அமைப்புகளின் அதிகாரிகளும் அவர்கள் வசமுள்ள பத்திரிகை களும் எங்களைத் தாக்கிய போதும்கூட பெரும்பாலான இளைஞர் களின் ஆதரவு எங்களுக்கிருக்கிறது என்பதுதான் உண்மை.

பின்நவீனத்துவம் பேசுவதால்தான் எங்கள்மீது தாக்குதல்கள் குவிகின்றன என்பதையும் நான் மறுக்கிறேன். நாங்கள் பின்நவீனத்துவம் மட்டுமே பேசிக்கொண்டிருக்கவில்லை. நாங்கள் பேசுகிற விஷயங்களில் சுமார் பத்து சத அளவே பின்நவீனத்துவம் குறித்தவையாக இருக்கலாம். மற்றபடி நாங்கள் மிகப்பெரிய அளவில் தலித்தியம் பேசுகிறோம். தலித் அரசியல் குறித்து முதன்முதலில் ஒரு ஆவணம் வெளியிட்டது நாங்கள் தான். தலித் அரசியல், பண்பாடு ஆகியன குறித்த தமிழில் மிக முக்கியமான பல விவாதங்களுக்கு நாங்களே அடித்தளமாக இருந்திருக்கிறோம். நிறப்பிரிகையின் சார்பாக தலித் இலக்கிய மலரை வெளியிட்டோம். வரலாற்றெழுதியலில் அடித்தள மக்கள் ஆய்வு குறித்து விரிவான விவாதங்களுக்கும் நாங்கள் காரணமாக இருக்கின்றோம்.

பெண்ணியம் குறித்தும் புலம்பெயர்ந்த தமிழர்கள் பற்றியும் நாங்கள் பேசுகிறோம். நாங்கள் நடத்திய 'புலம்பெயர்ந்த தமிழர் மாநாடு' புலம்பெயர்ந்த ஈழத் தமிழர்களின் பிரச்சினையைத் தமிழக

மக்கள் மத்தியில் கொண்டு சென்றதில் முக்கிய பங்கு வகித்தது. இப்படி நிறையச் சொல்லலாம். எங்கள் மீதான எதிர்ப்பு என்பது இப்படி எங்களது ஒட்டுமொத்தமான செயல்பாடுகள் மீதான எதிர்ப்பு என்றுதான் பார்க்க வேண்டுமே ஒழிய, பின்நவீனத்துவம் பேசியதால்தான் இந்த எதிர்ப்பு என்பது எளிமைப்படுத்திப் புரிந்துகொள்வதாகும். ஒன்றை நான் இங்கு அடிக்கோடிட்டுச் சொல்ல விரும்புகிறேன். பின்நவீனத்துவத்தை எதிர்ப்பவர்கள் எல்லோரும் நேரடியாகவோ மறைமுகமாகவோ தலித்தியத்தை எதிர்ப்பவர்களாகவே உள்ளனர். பின்நவீனத்துவத்தை எதிர்த்து 'தமிழ்த் தேசப் பொதுவுடைமைக் கட்சி' ஒரு சிறு நூல் வெளி யிட்டுள்ளதே, அந்த நூல் வெளியிடப்பட்ட அதே நிகழ்ச்சியில் இன்னொரு நூலும் வெளியிடப்பட்டது. அது தலித் அரசியலை மறுத்து அக்கட்சியின் மூத்த தலைவர்களில் ஒருவரான ராஜேந்திரச் சோழன் எழுதிய நூல். இன்று தலித் அரசியலையும் பண்பாட்டையும் மறுப்பதில் முனைப்புடன் நிற்பவர்கள் அவர்கள்தான் என்பதை நான் விளக்க வேண்டியதில்லை. ஒன்றை நீங்கள் கவனிக்க வேண்டும். தலித்துகள் இன்று தங்கள் தனித்துவத்தை வற்புறுத்து கின்றனர். தாங்கள் தனியாகத் திரள்வதை வலியுறுத்துகின்றனர். பெருங்கதையாடலாய் உருவெடுத்துள்ள மரபுவழிப்பட்ட மார்க்சியம் அல்லது தமிழ்த் தேசியம் இதனை ஏற்றுக்கொள்ளாது. பெருங்கதையாடல்களை மறுக்கும் பின்நவீனத்துவம் மட்டுமே தலித்துகளின் தனித்துவத் தைப் பரிவுடன் ஏற்றுக்கொள்ளும். எனவேதான் பின்நவீனத்துவம் மீதும் எங்கள் மீதும் இவர்களின் ஆத்திரம்.

தமிழ்த் தேசியப் பொதுவுடைமைக் கட்சி மறறும் மக்கள் கலை இலக்கியக் கழகம் மட்டுமா உங்களை எதிர்க்கின்றன? சில பொது வானவர்களும் கூடத்தான் எதிர்க்கின்றனர்.

யார் அந்தப் பொதுவானவர்கள்? பெயர்களைச் சொல்லுங்கள். அவர்கள் பொதுவானவர்களா என்று பார்த்துவிடலாம். நானே சில பெயர்களைச் சொல்லுகிறேன். நீங்கள் மற்ற பெயர்களை இத்துடன் இணைத்துப் பொருத்திப் பார்த்துக்கொள்ளுங்கள். அவ்வப்போது பின்நவீனத்துவத்தைக் கிண்டல் அடிப்பவர்களில் ஒருவர் 'பிரபல' எழுத்தாளர் சுஜாதா. இவரும் இவரைப் போன்று பின்நவீனத்துவத்தைக் கடுமையாக எதிர்ப்பவர்களும் பார்ப்பனர் களாகவும் பார்ப்பனக் கருத்தியலை உயர்த்திப் பிடிப்பவர்

களாகவும் இருப்பது கண்கூடு. இயக்கங்களில் உள்ளவர்களிலும் இவர்கள்தான் பின்நவீனத்துவத்தை எதிர்ப்பதில் கூடுதல் ஆர்வமுடையவர்களாக இருக்கின்றனர் என்பதையும் நீங்கள் கவனிக்க வேண்டும்.

பின்நவீனத்துவத்தை எதிர்ப்பவர்கள் எல்லோரும் பார்ப்பனர்கள் என்றா சொல்கிறீர்கள்?

அப்படி நான் சொல்லவில்லை. பார்ப்பனர்கள் இதில் முன்னணியில் இருப்பதன் பொருத்தப்பாட்டின் மீது உங்கள் கவனத்தை ஈர்த்தேன். பொதுவாக அதிகாரத்திலுள்ள பலரும் பார்ப்பன மனப் பாங்கு உடையவர்களாக மாறிவிடுகின்றனர். பார்ப்பன மனப்பாங்கு என்றால் என்ன என்பது குறித்து நாம் சிறிது கவனமாய் இருக்க வேண்டும். சுருக்கமாய்ச் சொன்னால் ஒதுங்குவதும் ஒதுக்குவதும் பார்ப்பன மனப்பாங்கு எனலாம். எல்லாவற்றையும் தரம் 'பிரித்து' ஒதுக்கி அவற்றுக்கிடையே கலப்பு இல்லாமல் பார்த்துக்கொள்கிறது பார்ப்பனியம். தூய்மை, தரம் என்பது அதன் தாரக மந்திரம். ஏற்றத்தாழ்வுகளுடன் கூடிய ஒருமை என்பதை அது வலியுறுத்தும்.

பன்மைத்துவத்தை அதனால் சகித்துக்கொள்ள முடியாது. ஏக பாரதம், அகில இந்தியம், ஒற்றைத் தமிழ்க் கலாச்சாரம் என்றெல்லாம் அது முழங்கும். பன்மைத்துவத்தைப் போலவே பன்மைத் தன்மைக்கு அடிப்படையாக உள்ள பல்வேறு தனித்துவங்களை அதனால் எள்ளளவும் ஏற்றுக்கொள்ள முடியாது. தமது தனித்துவங்களை வலியுறுத்துபவர்கள் தமக்கு வெளியே யுள்ள ஏதொன்றின் வரையறை செய்யும் அதிகாரத்தையும் ஏற்றுக்கொள்ளமாட்டார்கள். ஆனால் பார்ப்பனியமோ எல்லா வற்றிற்கும் அளவுகோலாக, படித்தரமாக, ஆதாரமாக (authority & origin) வேதத்தை முன்வைக்கும். வேதம், இந்திய மரபு, இந்து மதம் என அதற்குப் பல பெயர்களைச் சொல்லும். வேதத்தை 'தாட்பூட்' என வாய்ச்சவடால் அடித்து எதிர்க்கும் பலர், வேதத்திற்குப் பதிலாக ஏதொன்றையாவது அதனிடத்தில் வைத்து அதனை 'அதாரிடி'யாக, எல்லாவற்றையும் அளக்கும் படித்தரமாக வைத்து வணங்குவதையும் நாம் பார்ப்பன மனப்பாங்கு என்கிறோம். இத்தகைய பெருங்கதையாடல்கள் மற்றும் ஆதாரங்களின் வன்முறைக்குச் சாவுமணி அடிக்கிறது பின்நவீனத்துவம்.

இதனை எப்படிப் பார்ப்பன மனப்பாங்கால் சகித்துக்கொள்ள முடியும்? சுருக்கமாகச் சொல்வதானால் பின்நவீனத்துவம் என்பது பார்ப்பன மனப்பாங்கால் — மேலைச் சூழலில் பாசிச மனப்பாங்கால் — சகித்துக்கொள்ள முடியாத ஒன்று. பார்ப்பன மனப்பாங்கு இங்கே பின்நவீனத்துவத்தைக் கரித்துக் கொட்டுகிறது.

பின்நவீனத்துவம் ஏகாதிபத்தியச் சரக்கு என்றல்லவா சொல்லப் படுகிறது?

இது இன்னும் பெரிய வேடிக்கை. ஐரோப்பாவில் தோன்றிய அனைத்தும் ஏகாதிபத்தியச் சரக்குதான் என்றால் எதுவும் அதிலிருந்து தப்ப முடியாது, மார்க்சியம், தேசியம் உட்பட. பின்நவீனத்துவச் சிந்தனையாளர்கள் ஐரோப்பாவில் பிறந்தவர்கள் என்பதால் மட்டுமே அது ஏகாதிபத்தியத்தின் ஒட்டுமொத்தமான தத்துவம் என்று சொல்லிவிட இயலாது. அங்கும் அது ஓர் எதிர்த் தத்துவமாக, கலகக் குரலாகத்தான் ஒலித்துவருகிறது. சார்த்தருக்குக்கூட நோபல் பரிசு வழங்கப்பட்டது. ஆனால் பின்நவீனத்துவச் சிந்தனையாளர்கள் எவருக்கும் இதுவரை நோபல் பரிசோ, அரசாங்க விருதுகளோ வழங்கப்பட்டதில்லை. அதிகபட்சமாக அவர்கள் அனுபவித்துவரும் சொகுசு பல்கலைக் கழகப் பேராசிரியர் பதவிகள் மட்டுமே. பின்நவீனத்துவச் சிந்தனையாளர்கள் பலரும் ஒடுக்கப்பட்ட மக்களுக்கு, அகதிகள், கருப்பர்கள், பெண்களுக்கு ஆதரவாகக் குரல் எழுப்புபவர்கள். ஃபூக்கோ, லியோதார்த் உள்ளிட்ட பலரும் இடதுசாரிப் பாரம்பரியம் உடையவர்கள். இன்றைய உலகின் மிகப்பெரிய சிந்தனையாள ராகக் கருதப்படும் தெரிதா உள்ளிட்ட யாரும் மார்க்சியத்தின் பங்களிப்பை மறுத்தவர்களில்லை. மற்றதன் இருப்பைக் கூவிப் பறைசாற்றுவது என்பதே இவர்களின் பரந்த மனிதநேயச் சிந்தனைக்கு ஓர் எடுத்துக்காட்டு. மற்றதை ஏற்றுக்கொள்ளாத, தனக்குக் கீழானதாகவே உள்வாங்கிப் பழக்கப்பட்ட பார்ப்பனிய மனப்பாங்கால் இதனை எப்படி ஏற்றுக்கொள்ள முடியும்?

இன்னொரு வேடிக்கை பாருங்கள். இன்று பின்நவீனத் துவத்தை வெளிநாட்டுச் சரக்கு என்கிற பலரும் ஒரு காலத்தில் பிராய்டிசம், எக்சிஸ்டென்சியலிசம், சர்ரியலிசம் என்றெல்லாம் புத்தகங்கள் எழுதிக்கொண்டிருந்தவர்கள்தான். அன்று இவர் களைப் பார்த்துக் கட்சி அதிகாரிகள் ஏகாதிபத்தியவாதிகள் என்றார்கள். இன்று அதையெல்லாம் மறந்துவிட்டு இவர்கள்

நம்மைப் பார்த்து அதே குற்றச்சாட்டைச் சொல்லுகிறார்கள். இதில் இன்னும் பெரிய வேடிக்கை என்னவென்றால் ஏகாதிபத்திய நிறுவனங்களுடன் தொடர்புகள் வைத்துக் கொண்டு, பெருமளவில் நிதி உதவி வாங்கிக்கொண்டு, தங்கள் நிதிவரத்துகள் பற்றிய எந்தச் செய்திகளையும் வெளியே தெரிவிக்காமல் 'இயக்கம்' நடத்திக் கொண்டிருக்கிற சில அறிவுஜீவிகளும் இத்தகைய குற்றச்சாட்டுகளை எங்கள் மீது அள்ளி வீசுவது என்பதுதான்.

பின்நவீனத்துவமும் மார்க்சியமும் ஒன்று என்கிறீர்களா?

அப்படி எல்லாம் நான் சொல்லவில்லை. நவீனத்துவத்தின் உலக அமைப்பாகத் (World System of Modernism) தோன்றிய முதலாளியத்தை விமர்சித்து எழுந்த மார்க்சியம் தன்னை நவீனத்துவச் சட்டகங்களுக்குள்ளேயே முடக்கிக் கொண்டது. தொழிற்சாலை என்பதைத் தொழிலாளிகளைச் சுரண்டுகிற நிறுவனமாக மட்டுமே கண்டது. பள்ளிக்கூடம், சிறைச்சாலை, மருத்துவமனை, காவல் நிலையம் என்கிற நவீனத்துவ நிறுவனங்களுள் ஒன்றாக இருந்து அதன் எல்லைக்குள் அகப்பட்டவர்களை ஒழுங்குசெய்யும் நிறுவனமாக (Normalising Institution) அது எவ்வாறு செயல்படுகிறது என்பதைக் காண மறந்தது. மார்க்சுக்கு முந்திய பொருளியல் 'மதிப்பு விதியை' முதன்மைப் படுத்தியது எனில் மார்க்சியப் பொருளியல், 'மதிப்பின் பண்ட விதியை' முதன்மைப்படுத்தியது. அதாவது மதிப்பின் பண்டத் தன்மையை வலியுறுத்துவதோடு நின்றது. மதிப்பு விதியின் தன்னிச்சைத் தன்மையை அல்லது 'மதிப்பின் அமைப்பியல் விதி' (Structural law of Value)யைக் காணத் தவறியது. உற்பத்தியை மையமாக வைத்து மார்க்சியம் முதலாளியத்தை விமர்சித்தது. ஆனால், முதலாளியம் என்பது உற்பத்தியை மையமாக வைத்துச் செயல்படுவதைக் காட்டிலும் மறு உற்பத்தியே முதலாளியத்தின் அடையாளமாக இருக்கிறது என்கிறது பின்நவீனத்துவம். உற்பத்தியின் குறிக்கோள், நோக்கம் ஆக்கப்பட்டு, உற்பத்திக் காகவே உற்பத்திசெய்யும் ஒரு காலகட்டமாக முதலாளியம் உள்ளதை மார்க்சியம் கண்டு கொள்ளவில்லை. இது, 'போலச்' செய்தலின் (simulation) காலம்; 'குறி' என்பதிலிருந்து 'சமிக்ஞை' (code) என்கிற நிலையை எட்டியாகிவிட்டது. 'குறி' என்பதில் 'குறி'க்கும், அது சுட்டும் பொருளுக்கும் (reference) இடையில் ஒரு தீர்மானகரமான உறவு செயல்படுகிறது. ஆனால் 'சமிக்ஞை'

என்னும்போது ஒரு குறிக்கும் இன்னொரு குறிக்கும் இடையிலான தன்னிச்சையான உறவுதான் முக்கியம் பெறுகிறதேயொழிய சுட்டும் பொருள் என்பது இங்கே அழிகிறது. பயன்மதிப்பு X பரிமாற்ற மதிப்பு; உழைப்புச் சக்தி X மூலதனம்; குறிப்பான் X குறியீடு; நல்லது X கெட்டது; பயனுள்ளது X பயனற்றது; இடது X வலது; இயற்கை X கலாச்சாரம் என்கிற இயங்கியல் முரண்களெல்லாம் காலாவதியாகிப் போனதை எல்லாம் மார்க்சியம் கண்டுகொள்ளத் திராணியற்றுப் போனது என்பதைப் பின் நவீனத்துவம் இன்று கோடிட்டுக் காட்டுகிறது.

நமது சூழலில் அதாவது ஒரு மூன்றாம் உலகச் சூழலில் இதெல்லாம் எந்த அளவுக்குப் பொருத்தம்?

முதல் உலகம், மூன்றாம் உலகம், தரகு முதலாளி, தேசிய முதலாளி என்கிற முரண் எதிர்வுகளெல்லாம் தகர்ந்துபோய் உலக முதலாளிய அமைப்பு கொடிகட்டிப் பறக்கும் காலத்தில் வாழ்ந்து கொண்டிருக்கிறோம் நாம். உலக வர்த்தக அமைப்பிற்குள் இன்று நாமெல்லாம் ஒருங்கிணைக்கப்பட்டுள்ளோம். இந்தியா விலுள்ள நாற்பது மில்லியன் வீடுகளுக்குள் இன்று எம்டிவி நுழைந்துள்ளது. சீனத்தில் 17 மில்லியன் வீடுகளில் எம்டிவி பார்க்கிறார்களாம். பண்பாடு, தொழில்நுட்பம், நிதி, மூலதனம், கல்விமுறை என எல்லா அம்சங்களிலும் எல்லாவற்றையும் ஊடுருவ விட்டுவிட்டு, இவற்றை எல்லாம் எதிர்கொள்ளக்கூடிய சிந்தனை முறையை மட்டும் கைக்கொள்ள மாட்டோம் என ஒதுங்கிக் கொண்டால் யாருக்கு இழப்பு? நான் இங்கே மீண்டும் ஒரு விசயத்தை வலியுறுத்த விரும்புகிறேன். நமக்கு வளமான தத்துவ மரபு, மத்திய காலத்திற்குப் பிறகு கிடையாது. நல்லதோ கெட்டதோ, சரியோ தவறோ, நாம் நவீனத்துவத்திற்கும், பின்நவீனத்துவத்திற்கும் ஆட்படுத்தப்பட்டுவிட்டோம். நவீனத் தத்துவங்களை மட்டும் புறக்கணித்தால் எப்படி? காலமெல்லாம் பெரியார் வேண்டிக்கொண்டது போல உங்களிடம் வேண்டிக் கொள்கிறேன்: தயவுசெய்து சிந்தியுங்கள்; திறந்த மனத்தோடு சிந்தியுங்கள்.

என்ன இருந்தாலும் எல்லாவிதமான அமைப்பாக்கத்தையும் நீங்கள் எதிர்க்கிறீர்களே?

இது ஒரு அபத்தமான குற்றச்சாட்டு. இதற்கு எத்தனையோ முறை

கலாச்சாரத்தின் வன்முறை ✦ 287

பதில் சொல்லியாகிவிட்டது. இருந்த போதிலும் மீண்டும் சொல்கின்றேன். நாங்கள் எந்த அமைப்பாக்க முயற்சிக்கும் எதிரிகள் அல்ல. தலித்துக்கள், பெண்கள், மனித உரிமை அமைப்புகள் முதலான அமைப்பாக்க முயற்சிகளோடு நாங்கள் எங்களை ஈடுபடுத்திக் கொண்டிருப்பது நீங்கள் அறியாததல்ல. ஈழத் தமிழர் பிரச்சினையிலோ, புலம்பெயர்ந்தவர்களின் பிரச்சினையிலோ நாங்கள் கூட்டமைப்புகளிலும் பங்கு பெறுகிறோம். நாங்கள் முன்பு சில நக்ஸல்பாரி அமைப்பு களிலிருந்து செயல்பட்டோம். இப்போது அவற்றிலிருந்து விலகி நிற்கிறோம் என்பதற்காக, நாங்கள் அமைப்பாக்கத்திற்கு எதிரானவர்கள் என்றால் இங்கே தமிழ்ச் சூழலில் யாரொருவரும் தேறமாட்டார்கள் என்பதை நீங்கள் யோசிக்க வேண்டும். இங்கே எங்களைத் திட்டித் தீர்க்கிற எல்லோரும் ஏதோ ஒரு அமைப்பை உடைத்து வெளியே வந்தவர்கள்தாம். கடந்த பத்தாண்டுகளில் இங்கே அமைப்பு களின் எண்ணிக்கை பெருகித்தான் இருக்கிறதே யொழிய குறையவில்லை. இருந்த போதிலும் உங்களை மட்டும் ஏன் அமைப்பாக்கத்தின் எதிரி என்கிறார்கள் என நீங்கள் கேட்கலாம். ஏனெனில் நாங்கள் மட்டுமே எல்லா விதமான அமைப்பாக்கங்களிலும் பொதிந்து கிடக்கும் வன்முறை பற்றிப் பேசுகிறோம். வன்முறையும் அதிகாரமுமற்ற அமைப்பாக்கம் பற்றிச் சிந்திக்க வேண்டும் என்கிறோம்.

அமைப்பாக்கத்தின் வன்முறை என்று எதைச் சொல்கிறீர்கள்?

ரொம்பவும் ஆழமான சிந்தனைப் பின்னணியில் தெரிதா, இதுகுறித்துப் பேசுகிறார். சுருக்கிச் சொல்லுதலில் மிகை எளிமைப்படுத்தலுக்கு இட்டுச்சென்றுவிடும் ஆபத்து தவிர்க்க இயலாது. அறிவுச் சோம்பேறித்தனம் மிகுந்த தமிழ்ச் சூழலில் நாம் அப்படிச் சொல்லியும் ஆக வேண்டியிருக்கிறது. தெரிதா முன்வைக்கும் முன்னிற்றல் அல்லது நிகழின் இயங்காவியல், பிரதி, தடம் (trace), நிறுவப்பட்ட தடம் (instituted trace), Aporia, Arch-Writing முதலான கருத்தாக்கங்களை விளங்கிக்கொள்வதற்கு நம் தோழர்கள் முயல வேண்டும். மிகக் கொடூரமான வன்முறை மக்கள்மீது சகல தரப்புகளிலிருந்தும் பிரயோகிக்கப்படுவதை நாள்தோறும் நாம் பார்த்துக்கொண்டிருக்கிறோம். இத்தகைய வன்முறைகளிலிருந்து நாம் விடுதலை பெறுவதுதான் நோக்க மெனில் சிரமம் பாராது இவற்றைப் புரிந்துகொள்ள நாம்

முயன்றுதான் ஆகவேண்டும். எதையும் படிக்கமாட்டேன், அது புரியவில்லை, இது ஏகாதிபத்தியத் தத்துவம் என்று நொள்ளை சொல்வது மட்டும்தான் என் வேலை என இருந்தால் நம் தலையில் நாமே மண்ணை வாரிப் போட்டுக்கொள்ள வேண்டியதுதான்.

மொழியின், குறியின் (sign) தன்னிச்சைத் தன்மையை சசூர் உலகத்துக்கு அறிவித்தார். சொல்லுக்கும் (signifier) அது சுட்டும் பொருளுக்குமான (signified) உறவு இயற்கையான உறவல்ல. அது நிறுவப்பட்ட உறவு (instituted). நிறுவனம் (institution) என்கிற கருத்தாக்கத்திலிருந்து நாம் நேரடியாகப் புரிந்துகொள்வது என்னவெனில் எந்த நிறுவனமும் நிறுவப்பட்டதுதானேயொழிய அது இயற்கையானது அல்ல என்பதுதான்.

சசூரை, தெரிதா விமர்சிக்கும் புள்ளி முக்கியமானது. தனது மொழியியல் கோட்பாட்டை ஒரு 'விஞ்ஞானமாக' நிறுவும் நோக்கில் தனது மொழியியல் 'விஞ்ஞானத்தின்' ஆய்வுப் பொருளாக சசூர் 'சொல்'லை (word) எடுத்துக்கொள்கிறார். 'சொல்'லை ஆய்வுப் பொருளாக எடுத்துக்கொள்வதை நம்மால் புரிந்துகொள்ள முடிகிறது. ஆனால் அந்த ஆய்வுப் பொருளை இயற்கையான ஒன்றாகக் கருதும்போதுதான் பிரச்சினை ஏற்படுகிறது. நிறுவப்பட்ட ஒன்றை இயற்கை என நம்புவதில் தான் நிறுவனங்களின் வன்முறை அடங்கியுள்ளது.

இதனை இன்னும் கொஞ்சம் விளக்குவோம். மேலைச் சிந்தனைப் பாரம்பரியத்தில் எழுத்தைக் காட்டிலும் பேச்சுக்கு முதன்மை அளிக்கும் பண்பு பிளாட்டோ தொடங்கி சசூர்வரை, ஏன் இன்றுவரை நம் மத்தியில் நிலவிவருவதை தெரிதா கட்டுடைத்துள்ள பாங்கை நாம் பலமுறை சுட்டிக்காட்டியுள்ளோம். எழுத்து இரண்டாம்பட்சமானது, பேச்சு முதன்மையானது; ஏனெனில் பேச்சொலி என்பது நம்முன் நிகழ்கிறது. இவ்வாறு சொல்லிக்கொண்டே போகும்போது எழுத்து கட்டமைக்கப் பட்டது. பேச்சு இயற்கையானது என்கிற பொருள் வந்துவிடு கிறதல்லவா? சசூர் எதைக் கட்டமைக்கப்பட்டதுதான், இயற்கையானது அல்ல எனச் சொல்லவந்தாரோ அதையே அதாவது, 'குறி'யையே (பேச்சொலியும் அது சுட்டும் பொருளும் இணைந்தது) கட்டமைக்கப்பட்டது அல்ல இயற்கையானதுதான் எனச் சொல்ல நேர்ந்த அபத்தத்தை தெரிதா அட்டகாசமாய்க் கட்டுடைக்கிறார்.

நிறுவனங்களின் வன்முறைக்கும் இதற்கும் என்ன தொடர்பு என்கிறீர்களா? சொல்கிறேன். சசூர் குறித்த தெரிதாவின் கட்டுடைப்பில் மூன்று அம்சங்கள் கவனிக்கத்தக்கன.

1. நிறுவனங்கள் என்பவை நிறுவப்பட்டவை, கட்டமைக்கப் பட்டவை, இயற்கையானவை அல்ல. இது குறி, சாதி தேசியம், மூலதனம், வர்க்கம், கட்சி ஆகிய எல்லா நிறுவனங்களுக்கும் பொருந்தும்.

2. பேச்சொலி (phoneme), நிகழ்/முன்நிற்றல் (presence) என்பதற்கு முன்னுரிமை அளிப்பதன் மூலம் காலம் (time) நிகழாக உறைய வைக்கப்படுகிறது. இது காலத்தின் இயங்கு தன்மையை மறுதலிக்கிறது. காலம் என்பதே இயக்கம்தான். காலத்தின் இயக்கத்தை மறுப்பது என்பது காலத்தையே மறுப்பதுதான் (disavowal of time). இது என்றென்றைக்குமான (external) X தற்காலிகமான temporal), காலம் கடந்த (transcendental) X அனுபவம் சார்ந்த (empirical) என்கிற முரண்களை உருவாக்கி 'என்றென்றைக்குமான', 'காலம்கடந்த' கருத்தாக்கங்களை முன்வைப்பதில் முடிகிறது.

3. 'குறி' என்கிற சசூரியக் கருத்தாக்கத்தின் இன்னொரு முக்கிய அம்சம், சொல் அது சுட்டும் பொருளை முழுமையாகக் கையகப்படுத்த முடியாது என்பதுதான். அதாவது மிச்சம் (remainder) இல்லாது எதையும் கைப்பற்றி வரையறுப்பது என்பது சாத்தியமில்லை.

மேற்கண்ட சிந்தனைகளிலிருந்து நாம் இப்போது நிறுவனங் களின் வன்முறைக்கு வருவோம். எந்த நிறுவனமும் தான் நிறுவப்பட்ட ஒன்று எனப் பிரக்ஞை கொண்டிருப்பதில்லை. நிறுவப்பட்ட ஒன்று தன்னை இயற்கையானது என நம்புவதில் தான் நிறுவனங்களின் வன்முறை அமைந்துள்ளது. அகில இந்தியம், இந்துத்துவம் என்பவை எல்லாம் நிறுவப்பட்டவை, இயற்கையானவையல்ல என்பதை நாம் ஏற்றுக்கொள்வோம். ஆனால் பாஜகா அதை ஏற்காது. பாரதீய ஜனதாவின் வன்முறை என்பது இந்துத்துவத்தை இயற்கையானது எனச் சொல்வதில், நம்புவதில் அடங்கியுள்ளது. 'இந்து' என்ற வரையறைக்குள் அது முஸ்லிம், கிறிஸ்தவரைத் தவிர மற்ற எல்லோரையும் மிச்சமின்றி உள்ளடக்குவதாக (remainderless grasp) உரிமை கொண்டாடுகிறது. 'இந்து' மதத்தை மறுத்துவந்த சமணம், புத்தம்

தவிர இந்துமதத்தால் தீண்டத் தகாதவர்களாகக் கருதப்பட்ட தலித்துகளையும் அது தனது வரையறைக்குள் உள்ளடக்குவதாக உரிமை கொண்டாடியது; கொண்டாடுகிறது. ஆனால், அம்பேத்கரும் இன்றைய தலித் இயக்கத்தினரும் நாங்கள் இந்துக்களில்லை, நாங்கள் மிச்சங்கள் என்கின்றனர். மிச்சமில்லாமல் இந்து என்பதும் வரையறுக்கப் படும்போது அது தலித்துகள் மீதான வன்முறையாக அமைந்து விடுகிறது. மிச்சமில்லாமல்தான் உள்ளடக்குவதாக ஏதொன்றும் உரிமை கொண்டாடும்போது அது மொத்தத்துவக் கதையாடலாக மாறுகிறது.

'வர்க்கம்' என்கிற கருத்தாக்கத்திற்குள் தலித்துகள், பெண்கள், இனங்கள் எல்லோரும் உள்ளடக்கம். வர்க்க விடுதலை என்பது தலித், பெண், இன விடுதலைகளை எல்லாம் உள்ளடக்கும் எனச் சொல்லி இடதுசாரி அமைப்புகள் மிச்சங்களின் குரல்களை அடக்குகின்றன. காலத்தை மறுத்தல் என்பது சூழல்-காலம் எல்லாவற்றிற்கும் அப்பாற்பட்ட எல்லாக் காலத்திற்குமான, எல்லாச் சூழலுக்குமான பெருங்கதையாடலாகத் தன்னை முன்னிலைப்படுத்திக்கொள்ள உதவுகிறது. இந்துத்துவம், வர்க்கம் என்கிற எடுத்துக்காட்டுகளின் அடிப்படையில் இங்கே பேசியவற்றைத் தமிழ்த் தேசியம் என்பதில் பொருத்தும் போது நமது தமிழ்த் தேசிய நண்பர்கள் கோபிக்கிறார்கள். இது சரிதானா?

அப்படியானால் நீங்கள் பேசுகிற தலித்தியத்திற்கும் இது பொருந்தும் தானே?

நிச்சயமாக. நான் மறுக்கவில்லை. இந்தப் பிரச்சினை ஏற்கனவே பல தளங்களில் விவாதிக்கப்பட்டிருக்கிறது. நடைமுறையிலும் இது வெளிப்படத்தான் செய்கிறது. மேலைச் சூழலில் பெண்ணிய இயக்கங்கள் இப்பிரச்சினையைச் சந்தித்துள்ளன. 'பெண்' என்னும் வரையறைகூட, நிறுவப்பட்ட ஒன்றுதான். இதற்குள் எல்லாப் பெண்களும் சம நிலையில் உள்ளடக்கப் படுவதில்லை. வெள்ளைப் பெண்களின் பிரச்சினைகளும் கருப்புப் பெண்களின் பிரச்சினைகளும் முஸ்லிம் பெண்களின் பிரச்சினைகளும் லெஸ்பியன் பெண்களின் பிரச்சினைகளும் ஒன்றல்ல. நமது சூழலில் பார்ப்பனப் பெண்களின் பிரச்சினைகளும் தலித் பெண்களின் பிரச்சினைகளும் ஒன்றல்ல. 'பெண்கள்' என்கிற

கருத்தாக்கத்தில் எல்லாப் பெண்களையும் மிச்சமின்றி அடக்கிவிட முடியும். எனவே சாதி வாரி இடஒதுக்கீடு இல்லாமல் பெண்களுக்கு 33 சத ஒதுக்கீடு கொடுத்தால் போதும் என இங்கே பாரதீய ஜனதா, இடது கம்யூனிஸ்டு போன்றவை முழங்கவில்லையா? சாதிவாரி இடஒதுக்கீடு இல்லாமல் பெண்களுக்கு முப்பது சதம் ஒதுக்கீடு என்றால் அது தலித் மற்றும் பிற்படுத்தப்பட்ட பெண்களின் மீதான வன்முறை இல்லையா?

தலித் இயக்கங்களுக்கும் இது பொருந்தும். தலித்துகளுக் குள்ளும் எங்களது நிலை இன்னும் மோசமானது என்கின்றனர் அருந்ததியர். தேவேந்திரர்கள் தங்களைப் பிற தலித்துகளிட மிருந்து சில அம்சங்களில் வேறுபடுத்திக் காட்டிக்கொள் கிறார்கள். இருளர்கள் முதலான பழங்குடியினர் எந்த அமைப்பு பலமும் இல்லாமல் மிக மிக மோசமாகச் சமூகத்தாலும் போலீசாலும் அரசாலும் தாக்கப்படுகின்றனர். எனவே தலித் இயக்கம் ஒன்று போதும், பழங்குடி இருளர்கள் தனியாகத் திரள வேண்டாம், அருந்ததியர்களுக்குத் தனி இட ஒதுக்கீடு வேண்டாம் என்றெல்லாம் சொல்வது அவர்கள்மீதான வன்முறை யாகத்தான் இருக்க முடியும்.

இதன் பொருள் தலித் என்னும் அடையாளம் தேவையில்லை என்பதல்ல. நிச்சயமாகத் தேவை. பெண்கள் என்கிற அளவில் பெண்களுக்குப் பொதுப் பிரச்சினைகள் உள்ளன. இந்த ஆணாதிக்க சமுதாயத்திற்கு எதிராகப் 'பெண்கள்' என்கிற உயிரியல் அடையாளத்தின்கீழ் பெண்கள் எல்லோரும் திரளுவதும் அவசியம்தான். ஆனால், அதே சமயத்தில் தலித் பெண்கள் தனியாகத் திரள வேண்டியதில்லை எனச் சொல்வதை ஏற்க முடியாது. இந்தச் சாதி ஆதிக்கச் சமூகத்தில் சாதியத்திற்கும் தீண்டாமைக்கும் எதிராக தலித்துகள் அனைவரும் ஒன்றாக இணைய வேண்டியதுதான். ஆனால் தலித் என்னும் அடையாளமே போதும், பழங்குடி இருளர் அல்லது அருந்ததியர் என்கிற அடையாளம் வேண்டாம் என்பது வன்முறையான ஒரு குரலாகவே இருக்கும்.

இந்தியன், இந்து, தமிழன், பெண், தலித், வர்க்கம் என்கிற எந்த அடையாளமும் இறுக்கமானதல்ல. மிச்சமில்லாமல் வரையறுக்கக்கூடியதல்ல. அடையாளம் என்பதென்ன? அடையாளம் எவ்வாறு உறுதிசெய்யப்படுகிறது? மீண்டும்

மீண்டும் நிகழ்த்துதல். ஆனால், இரண்டாம்முறை நிகழும் போது அது முதல் நிகழ்வின் அப்பட்டமான 'காப்பி'யாக இருப்பதில்லை. வித்தியாசம் வந்துவிடுகிறது. நான் முதலில் எழுதின 'அ'வும் இப்போது எழுதுகிற 'அ'வும் ஒன்றல்ல. அச்சில் எழுதும் போதும் அப்படித்தான். முதல் 'அ'வும் அடுத்த 'அ'வும் ஒரேமாதிரியானதல்ல. மை வேறுபாடு, தேய்மானம், காகிதத்தின் தன்மை என எத்தனை வேறுபாடுகள். எனவே முழுமையான 'அடையாளம்' எப்படிச் சாத்தியம்?

அடையாள அரசியலின் வன்முறையை இன்று உலகம் அனுபவித்துவிட்டது. இது வேறுபாடுகளின் காலம். இதை நாம் உணர்வது அவசியம்.

(பின்நவீனத்துவச் சிந்தனைகளை அறிமுகப்படுத்தி வருவதை முன்னிட்டு பல முனைகளிலிருந்தும் தொகுக்கப்படும் தாக்குதல்கள், எழுப்பப்படும் ஐயங்கள் ஆகியவற்றைத் தொகுத்து, கேள்வி-பதில் வடிவில் எழுதப்பட்ட கட்டுரை. *கவிதாசரண்*, அக்-நவ. 1997 இதழில் வெளிவந்தது.)

2.13 ஏன் நமக்கு நீட்ஷே?

இன்று தங்களின் தத்துவக் கோட்பாடு பற்றி எத்தகைய விளக்கம் கொண்டுள்ளீர்கள்?

தத்துவத்தைப் பிற எல்லாத் துறைகளிலிருந்தும் பிரித்து உயர்த்தி வைத்து அணுகும்முறை, கடந்த மூவாயிரம் ஆண்டுகளாக நடைமுறையில் இருந்து வந்துள்ளது. தத்துவப் பார்வை இதர எல்லாப் பார்வைகளுக்குமான தாய்ப்பார்வை - master discourse - என்பதாகக் கருதப்பட்டு வந்தது. குறிப்பாகப் பிளாட்டோவின் காலத்திலிருந்து இத்தகைய கருத்து ஆழமாக வேரூன்றி இருந்திருக்கிறது. அறிவியல், அரசியல், அழகியல் முதலான பிற துறைகள் அனைத்தையும் கண்காணித்து வழிநடத்தும் பொறுப்பும் வல்லமையும் மிக்கதாகத் தத்துவம் கருதப்பட்டது. இந்த அடிப்படையில்தான் மார்க்சியத்தின் தத்துவப் பார்வை இயங்கியல் பொருள்முதல்வாதம், இதன் அடிப்படையிலேயே உலக நிகழ்வுகள் எதனையும் நாம் மதிப்பிட வேண்டும் என்பது போன்ற கருத்துகளும் 'தலித்தியத்திற்குத் தத்துவப் பார்வை கிடையாது' என்பது போன்ற பிரகடனங்களும் முன்மொழியப்பட்டு வந்தன. இந்தக் கேள்வியும்கூட இந்த அடிப்படையிலிருந்துதான் கேட்கப்பட்டுள்ளது என்று நினைக்கிறேன். ஆனால், மூவாயிரம் ஆண்டுகளாகக் கோலோச்சி வந்த இந்தக் கருத்து சென்ற நூற்றாண்டின் பிற்பகுதியில் உடைந்து நொறுங்கியுள்ளதை நாம் மறந்துவிடக் கூடாது. தத்துவம் என்பது இதர சிந்தனைகளைப் போல, அரசியல், பொருளாதாரம், அழகியல் என்றெல்லாம் சொல்கிறோம் அல்லவா, அதுபோல ஒரு சிந்தனை. இவற்றுக் கிடையே சம அளவிலான உறவுகளே உண்டு. மேலிருந்து கீழான உயர்வு, தாழ்வு என்கிற ஏற்றத்தாழ்வான உறவுகளில்லை. மனித சமூகத்திற்குள் நிலவுகிற பல்வேறு உரையாடல்களில் தத்துவ உரையாடலும் ஒன்று என்கிற அளவில்தான் நான் தத்துவத்தை ஏற்கிறேன்.

அப்படியானால் தத்துவத்தின் பணி என்பது எதுவென்று நீங்கள் கருதுகிறீர்கள்?

எந்தக் கேள்விக்கும் ஒன்றுக்கு மேற்பட்ட பதில்கள் இருப்பதைப் போலவே இதற்கும் குறைந்தபட்சம் இரு பதில்களைச் சொல்லலாம். ஒன்று நான் சற்று முன்பு குறிப்பிட்டது. மூவாயிரம் ஆண்டு காலமாகக் கோலோச்சிய கருத்து. அதன்படி தத்துவத்தின் பணி எல்லாவற்றையும் வழிகாட்டி நெறிப்படுத்தும் உலகப் பார்வையாக இருப்பது. இந்த அணுகல் றையில் தத்துவம் என்பது இறுக்கமாக வரையறுக்கப்பட்ட, சீராக ஒருங்கு குவிக்கப்பட்ட (coherant), மூடுண்ட ஒரு சிந்தனை அமைப்பு (closed system). இந்த அடிப்படையில்தான் மார்க்சியம், ஹெகலியம் என்றெல்லாம் தத்துவங்களும் மார்க்சியவாதிகள், ஹெகலியவாதிகள் என அந்தத் தத்துவங்களைப் பிரச்சாரம் செய்பவர்களும் கடைப் பிடிப்பவர்களும் உருவானார்கள்.

என்னைப் பொறுத்தமட்டில் தத்துவத்தின் பணி என்பது, இருக்கும் அறிவுநிலையைக் கேள்வி கேட்பது, பிரச்சினைப் படுத்துவது என்பதுதான். பதில்கள் முக்கியமல்ல. அப்படிச் சொல்லப்பட்ட பதில்களும் அடுத்த நிலையில் கேள்விக் குள்ளாக்கப்படும். தத்துவத்தின் முதல் கோட்பாடே அடுத்த கேள்வியைக் கேட்பதுதான். முதல் தத்துவவாதிகள் யாரும் தத்துவப் பிரச்சாரகர்களாக இருந்ததில்லை என்பது கவனிக்கத்தக்கது. எனவே தத்துவவாதிகள் என்ன சொன்னார்கள் என்பதைக் காட்டிலும் என்ன செய்தார்கள் என்பதே முக்கியம். தத்துவத்தில் அல்ல, தத்துவப் படுத்துதலில்தான் நாம் கவனம் செலுத்தவேண்டும். முதலாவதாகச் சொன்னேன் அல்லவா, தத்துவத்தை ஒரு மூடுண்ட அமைப்பாகப் பார்ப்பதென்று! இதனைச் சென்ற நூற்றாண்டின் மிக முக்கியமான சிந்தனையாளர்களில் ஒருவரான டெல்யூஸ் 'அரசு தத்துவம்' (state philosophy) என்று குறிப்பிடுவார். தனது தத்துவத்தின் மூலம் ஒரு அதிகாரத்தை நிலைநிறுத்திக் கொள்கிறதோடு சமூக அதிகாரத்தையும் (social power) அது தக்கவைக்க உதவும். இரண்டாவதாகக் குறிப்பிட்ட திறந்த அணுகல்முறையை அவர் anti-state philosophy என்று குறிப்பிடுவார். எல்லாவிதமான அதிகாரங்களையும், பிரமாணங்களையும் (authority) அது மறுக்கும். வாழ்வையும் மகிழ்ச்சியையும் அது உறுதி (affirm) செய்யும்.

சரி, கேள்வியைக் கொஞ்சம் மாற்றிக்கொள்வோம். இந்த நீண்ட தத்துவப் பாரம்பரியத்தில் உங்களைக் கவர்ந்த தத்துவவாதிகளைப் பற்றிச் சொல்ல முடியுமா?

தத்துவம், தர்க்கம், அறிவின் ஆட்சி (enlightenment) ஆகியவை உயர்ந்து நிற்கும் ஒவ்வொரு கால கட்டத்திலும் எல்லாவற்றின் மீதும் அய்யத்தை வெளிப்படுத்தும் அய்யவாதிகள் இருந்துள்ளனர். கிரேக்கத் தத்துவம் செழித்து நின்ற காலத்தில் தோன்றிய அய்யவாதி களான டயோஜீன்ஸ், பிர்ரோ முதலியவர்களைப் பற்றி நீங்கள் அறிந்திருக்கலாம். Cynism, Sceptism என்று அவர்களின் சிந்தனை களைக் குறிப்பிடுவார்கள். அறிவொளி காலத்தில் அதாவது 16ஆம் நூற்றாண்டில் வாழ்ந்த மான்டேன்-ஐயும் இந்த வரிசையில் குறிப்பிடலாம். 'எல்லாவற்றிலும் உறுதியானது என்று ஒன்று உண்டென்றால் அது, எதுவுமே உறுதியில்லை என்பதுதான்' என்றும் 'நான் தீர்ப்புகளை ஒத்திவைக்கிறேன்' என்றும் அவர்தம் படிப்பறையில் எழுதி வைத்திருப்பாராம். இதே போல் காண்ட், ஹுஸ்ஸரல், ஹெய்டெகர், நீட்ஷே முதலானோர் பல்வேறு நிலைகளில் அறிவொளி மரபின் தர்க்கத்தை மறுத்தவர்கள். சென்ற நூற்றாண்டின் குறிப்பிடத்தக்க சிந்தனையாளர்களான தெரிதா, பூக்கோ, தெல்யூஸ் கத்தாரி, விட்கென்ஸ்டெய்ன், பாத்ரிலா, லியோதார்த் ஆகியோர் பகுத்தறிவின் வன்முறையைச் சாடியவர்கள். மேலைச் சிந்தனை மரபுகளின் வன்முறையை இவர்கள் தோலுரித்துள்ளனர். இவர்களின் சிந்தனைகளும், இவர்கள் எழுப்புகிற கேள்விகளும் என்னை மிகவும் ஈர்க்கின்றன. மேலும் இவர்களை ஆழமாகப் பயில முயல்கிறேன். குறிப்பாக நீட்ஷேயை இப்போது ஆர்வத்துடன் படித்துக்கொண்டிருக்கிறேன்.

நீங்கள் கடைசியாகக் குறிப்பிட்டவர்கள் போஸ்ட் மார்டனிச – பின் நவீனத்துவச் சிந்தனையாளர்கள்தானே?

அப்படி ஒரு வகைப்படுத்தலை இவர்களில் எத்தனை பேர் ஏற்றுக் கொள்வார்கள் எனச் சொல்லமுடியாது. இவர்களில் பலர் இப்போது உயிரோடு இல்லை என்பது வேறு விசயம். பல்வேறு அம்சங்களில் தங்களுக்குள் வேறுபட்டு நிற்கக்கூடிய இவர் களைப் 'பின்நவீனத்துவ வாதிகள்' என்கிற வகைப்பாட்டிற்குள் மற்றவர்கள் அடைப்பது உண்மைதான்.

நீங்கள் குறிப்பிட்டுள்ள தத்துவவாதிகள் வரிசையில் இந்தியத் தத்துவ ஞானிகள் யாரும் இடம்பெறவில்லையே?

ஆமாம். இந்தியத் தத்துவத்தைப் பொறுத்தமட்டில் அது முழுக்க முழுக்க ஒரு மூடுண்ட தத்துவ அமைப்பு. புராதன லோகாயதம் மட்டுமே இதில் விதிவிலக்கு. அதோடு மேலை மரபில் பதினாறாம் நூற்றாண்டில் ஏற்பட்ட மதநீக்கம் (secularisation) மற்றும் பகுத்தறிவாக்கம் (rationalisation) இந்தியத் தத்துவ மரபில் ஏற்படவே இல்லை. எனவே அறிவொளி மரபும் அதற்குப் பிந்தைய அதர்க்க மரபும் இங்கே உருக்கொள்ளவே இல்லை. மத்தியகால வேதாந்த, சித்தாந்த மரபுகளோடு நமது தத்துவம் தேங்கி நாறிப் போய்விட்டது. அதிலிருந்து எடுத்துக்கொள்வதற்கு ஏதும் இருப்பதாக எனக்குத் தெரியவில்லை .

நீட்ஷே பற்றிக் குறிப்பிட்டீர்கள். அவர் 'பாசிஸ்ட்' என்றும் 'நிகிலிஸ்ட்' என்றும் 'அதி மனிதன்' என்கிற தத்துவத்தைச் சொன்னவர் என்றும் அனைத்துத் தரப்பினராலும் கடுமையாகச் சாடப்படுபவர். எந்த வகையில் நீங்கள் அவரிடம் ஈடுபாடு கொண்டீர்கள்?

தத்துவப் பாரம்பரியத்தில் மிகவும் மோசமாகப் புரிந்துகொள்ளப் பட்ட, மிகவும் தவறாக விளக்கம் சொல்லப்பட்ட ஒரு சிந்தனையாளன் உண்டென்றால் அது நீட்ஷேதான். பாசிஸ்ட்கள் நீட்ஷேயை எடுத்துக்கொண்டார்கள் என்பது உண்மைதான். ஆனால் அதை வைத்துக்கொண்டு நீங்கள் நீட்ஷேயை மதிப்பிட்டுவிட முடியாது. மார்க்சின் பெயரால், பொதுவுடமையின் பெயரால்தான் ஸ்டாலின் எல்லாவற்றையும் செய்தார். ஸ்டாலினை வைத்துக் கொண்டு நீங்கள்மார்க்சியத்தை மதிப்பிட்டுவிட முடியுமா? நீட்ஷேயைப் பாசிஸ்ட்டுகள் தவறாக வாசித்துவிட்டார்கள், உண்மையிலே நீட்ஷே அப்படியில்லை என்று நான் சொல்ல வரவில்லை. எல்லாவற்றையும் பிரதியாகப் பார்க்கும்போது எழுதியவனின் உள்நோக்கம் என்ன என்று ஆராய்ச்சி செய்வதில் அர்த்தமில்லை. அதோடு பிரதியை ஒரு பொருளாகக் கருதி அதற்கொரு சாரம் (essence) இருப்பதாகப் பார்க்கிற அணுகல் முறையும் இப்போது காலாவதியாகிவிட்டது. நீட்ஷேயின் பிரதியில் அமைந்துள்ள வித்தியாசங்களைப் பாசிஸ்ட்டுகள் எவ்வாறு கையாண்டார்கள், பொருள் கொண்டார்கள், நாம் அவற்றை எவ்வாறு கையாளப் போகிறோம் என்கிற ரீதியில் சிந்திப்பதுதான் நமக்குப் பயனுடைய தாய் இருக்கும்.

நீட்ஷேயை மட்டுமல்ல, எல்லாப் பிரதிகளையுமே நாம் இப்படித்தான் அணுக வேண்டும். அவ்வாறின்றி முன்கூட்டியே தீர்மானிக்கப்பட்ட ஒரு வாசிப்பு முறையுடன் நீங்கள் பிரதியை அணுகும் போது பிரதியின் பல்வேறு அர்த்த சாத்தியங்கள் நசுக்கப்படுகின்றன, ஒடுக்கப்படுகின்றன. பிரதியின் மீதான வன்முறையாக அது அமைந்துவிடுகிறது. ஏன், வாசிப்புச் சுதந்திரத்தை மறுப்பதன் மூலமாக வாசிப்பவனின் மீதேயான வன்முறையாகவும் அமைந்து விடுகிறது.

என்னை நீட்ஷே ஈர்க்கிற அம்சங்களை நான் இப்போது சொல்கிறேன். மேலைச்சிந்தனையின் எல்லா அடிப்படைகளையும் இரக்கமே இல்லாமல் போட்டு நொறுக்கியவர் அவர். கடவுள், மதம், இறை நீதி, இறை அறம், கருணை என எல்லாவற்றையும் முற்றாக மறுத்தவர்.

'கடவுள் செத்துப் போனான்' என்கிற அவரது புகழ்பெற்ற பிரகடனத்தின் மூலம் வெளியிலிருந்து மனிதனுக்குக் கையளிக்கப் பட்ட எல்லாவிதமான பிரமாணங்களையும் அதிகார ஆதாரங் களையும் (authority) தூக்கி எறிந்தார். முதன்முதலாக மனிதன் தனது சுயத்திற்குத் (selfhood) தானே அதிகாரியானான். நவீனத்துவத் திற்கு முந்தைய காலத்தில் (pre modernity) கடவுள், மதம், வேதங்கள் என்பனவே சமூகத்தின் ஆதார மையங்களாகவும் நடுநாயகமாகவும் அமைந்தன. தனி மனித, சமூக அறங்களையும் மதிப்பீடுகளையும் இவைதான் உருவாக்கின. மதத்தின் பிடி வீழ்ந்து நவீனத்துவம் உருவானபோது மனிதன் விடுதலையடைந்துவிடவில்லை. மதத்தின் இடத்திலும், கடவுளின் இடத்திலும் பகுத்தறிவு அமர்ந்து கொண்டது.

பகுத்தறிவு, தர்க்கங்களின் அடிப்படையில் உருவான கொள்கைகள், கோட்பாடுகள், நிறுவனங்கள் என்பன மனித மதிப்பீடுகளை நிர்ணயம் செய்கிற பிரமாணங்களாயின. ஆக, மனிதன் சுய ஆதாரமுடையவனாக மாறவில்லை. மீண்டும் வெளியிலிருந்தே அவனுக்கு விழுமியங்களும், அறங்களும் வழங்கப்பட்டன. சுய ஆதாரம் (authenticity) அவனுக்கு மறுக்கப்பட்டது.

கடவுள் செத்துப் போனான் என்றதன் மூலம் எல்லாவிதமான பிரமாணங் களுக்கும் விழுமியங்களுக்கும் மனிதன் பொறுப்பில்லை என உலகதிர முழக்கமிட்டார் நீட்ஷே. இதன் மூலம் தனக்கான

மதிப்பீடுகளும், அறங்களும் தனக்குள்ளிருந்தே, தனது வாழ்க்கையிலிருந்தே உருவாக்கப்படவேண்டும் என்றாகிறது.

'எல்லா மதிப்பீடுகளையும் மறுமதிப்பீடு செய்' என்பது நீட்ஷேயின் இன்னொரு முழக்கம். எந்த அடிப்படையில் மறு மதிப்பீடு செய்வது? எந்த அடிப்படையும் கிடையாது. உனது வாழ்க்கைக்கான மதிப்பீடுகளை நீதான் உருவாக்க வேண்டும். நீ, நீயாக இரு. எல்லாவற்றிலும் உச்சியில் நில். உனது வாழ்வை அதன் எல்லைவரை இட்டுச்செல். வாழ்வை முழுமையாக வாழ். சாகசம் நிறைந்ததாக உன் வாழ்க்கை அமையட்டும். போர்ச் சூழலைத் தக்க வை. உன்னுடைய முதல் எதிரி உனக்குள்ளிருக்கும் கோழைத் தனங்களே, உன் பலவீனங்களே, சாகசங்களுக்கு அஞ்சும் அச்சமே. இவ்வாறு உன்னை உறுதி செய்துகொள்ளும்போது மற்றவற்றின் மீது நீ ஆக்கிரமிப்புத் தன்மையோடு (aggressive) இருக்க வேண்டுவ தில்லை. நீ உன்னை உறுதிசெய்து கொள்வதுதான் அதிகாரத்திற்கான விருப்புறுதி (Will to power). இத்தகைய விருப் புறுதியின் மூலம் அடையக்கூடிய அனைத்தையும் அடைந்தவனே அதிமனிதன் (Superman) என்றெல்லாம் நீங்கள் நீட்ஷேயை வாசிக்க முடியும்.

எல்லாவிதமான அறங்களையும், குறிப்பாக அடிமை அறங்களை (slave morality) எள்ளி நகையாடினார் நீட்ஷே . நீட்ஷேயை அவ்வளவு எளிதாக 'நிகிலிஸ்ட்' என்று சொல்லிவிட முடியாது. எல்லாத் தீமைகளுக்கும் (evil), துயரங்களுக்கும் விருப்புறுதி (will) தான் காரணம் என்பது ஷோபன்ஹேரின் கருத்து. ஆனால் மனித வல்லமையின் ஆதாரமாக இதனை நீட்ஷே முன்வைத்தார்.

வாழ்க்கையை முழுமையாக உறுதி செய்தல் என்பதே நீட்ஷேயின் சிந்தனை. வெளியிலிருந்து பிரமாணங்கள், வழிகாட்டுதல்கள், விதிமுறைகள், ஆதாரங்கள், அதிகாரங்கள் ஆகியவற்றை நம்பி யிராமல் தீர்வுகளுக்கான வழிமுறைகளைப் பிரச்சினைகளிலிருந்தே தேடுதல், முன்தீர்மானங்கள் இன்றிப் பிரச்சினைகளை அணுகுதல், எதனையும் இறுதித் தீர்மானமாகச் சொல்லாமல் எப்போதும் திறந்து நிற்றல் போன்ற பல்வேறு அம்சங்களில் கான்ட், நீட்ஷே மற்றும் பின்நவீனச் (Post Moderm) சிந்தனையாளர்களிடம் ஓர் ஒப்புமையைக் (resemblance) காண முடியும்.

சாரம் (Essence), தோற்றம் (Origin), அடிப்படை (Foundation) முதலான தத்துவார்த்த வகையினங்கள் இதில் அடிபட்டுப்

போகின்றன. மொத்தத்துவப் பெருங்கதையாடல்கள் வீழ்ந்து படுகின்றன. வித்தியாசங்கள் முதன்மை பெறுகின்றன.

மொத்தத்துவத்தை மறுத்தல், வித்தியாசங்களை முதன்மைப் படுத்தல், போர்ச்சூழலைத் தக்கவைத்தல், தீர்ப்பை ஒத்திவைத்தல் என்றெல்லாம் அடிக்கடி சொல்கிறீர்கள். இவையெல்லாம் ஒரு வகையான அரசியல் செயலின்மைக்கு இட்டுச் செல்லாதா?

செல்லாது. மாறாக நமக்குள்ளும், வெளியிலும் இருக்கிற பாசிசத்தை வெற்றிகொள்ள இவை உதவும். இன்றைய சூழலின் மிகப்பிரதானமான பிரச்சினை பாசிசத்தை எதிர்கொள்வதுதானே! பாசிசத்தை வெறுமனே இனப்படுகொலை, சனநாயக மறுப்பு என்பதாகப் பார்க்காமல், மனித விருப்புகளை (desires) அரசியல் ரீதியில் கட்டுப்படுத்தும் நடவடிக்கையாக நாம் பார்க்க வேண்டும்.

உலகப் பொதுவான அறங்களை உருவாக்குதல், அவற்றைச் சமூகத்தின் மீது திணித்தல், வித்தியாசங்கள் மற்றும் மற்றமைகளின் (alterity) இருப்பை மறுத்தல், சாராம்சமான பண்புகளை வரையறுத்தல், தோற்றத்தின் (origin) அடிப்படையில் இருப்பை நியாயப்படுத்துதல், செயல்பாடுகளுக்கான விதிமுறைகளை வெளியிலிருந்து ஏற்றுக்கொள்ளுதல் (rule immitating) என்பன மூடுண்ட அமைப்பாக நிற்றலுக்கும் பாசிசத்திற்கும் அடையாளங் களாக உள்ளன. கொஞ்சம் யோசித்துப் பார்த்தால் நம் ஒவ்வொருவருக் குள்ளும் எவ்வளவு பாசிசப் பண்புகள் உறைந்து போயுள்ளன என்பது விளங்கும்.

வித்தியாசங்களை மறுத்தல் என்பது பாசிசத்தன்மையாகும் போது, வித்தியாசங்களை வற்புறுத்துவது பாசிச எதிர்ப்பு நடவடிக்கைகளில் ஒன்றாகிறது. வித்தியாசங்களின் இருப்பை ஏற்றுக்கொள்வது என்பதன் இன்னொரு வடிவம்தான் போர்ச் சூழலைத் தக்கவை என்பது; தீர்ப்பை ஒத்திவை என்பது; எங்கே அமைதி நிலவுகிறதோ அங்கே நீதி செத்துவிடுகிறது. அடிமை நிலையை ஏற்றுக்கொள்ளுதல் என்பதுதான் அரசியல் செயலின்மை யின் அடையாளம். போர்ச் சூழலை உருவாக்குவதுதான் அடிமை களாய் இருப்பவர்களுக்கான சரியான அரசியல் செயல்பாடு.

புரிகிற மாதிரி ஒரு எடுத்துக்காட்டு. ஒரு கிராமத்தில் பொதுச் சுடுகாட்டை தலித்துகள் பயன்படுத்தக்கூடாது என்று ஒரு விதி நடைமுறையில் உள்ளது என்போம். அந்தக் கிராமத்தில் அமைதி

நிலவுகிறது என்றால் தலித்துகள் அந்த அடிமை அறத்தை (slave morality), சமூக விதியை ஏற்றுக்கொண்டார்கள் என்பதுதான். தலித்துகளின் அரசியல் செயல்பாடு இங்கே ஒரு போர்ச்சூழலை உருவாக்குவதுதான். போலீஸ்காரன்கூட இதைத்தான் சொல்வான். 'இந்த தலித் கட்சி இங்கே வர்ற வரைக்கும் இந்தக் கிராமம் அமைதியா இருந்துச்சு'. தீர்ப்பை ஒத்திவை என்பதையும் நாம் இப்படித்தான் விளங்கிக் கொள்ள வேண்டும்.

வெளியிலிருந்து விதிக்கப்படும் விதிகளின், அறங்களின் penal codeகளின் அடிப்படையில் நீதி சாத்தியம் இல்லை. அத்தகைய நீதி பாசிசமாகவும் வன்முறையாகவும்தான் விளங்கும். ஒரு பிரச்சினையின் தீர்வுக்கான விதிமுறைகளை அந்தப் பிரச்சினைக்குள்ளிருந்தே நாம் உருவாக்க வேண்டியுள்ளது. நமது நடவடிக்கை என்பது விதிகளைக் காப்பியடிப்பதாக அல்ல, விதிகளை உருவாக்குவதாக இருக்க வேண்டும். சொல்லப்போனால் தீர்வுக்கான விதிகளை உருவாக்குவதுதான் தீர்வுக்கான செயல்பாடாக இருக்கிறது.

பல உறுதிப்பாடுகள் (certitudes) நம் கண்முன் தகர்ந்து போயுள்ளன. உறுதியான அடையாளங்கள் இன்று உடைந்து நொறுங்கியுள்ளன. இழப்பதற்கு ஒன்றுமில்லாத தொழிலாளி புரட்சிகரமானவனாக இருப்பான் என நம்பினோம். ஆனால், இழப்பதற்கு அவன் மதிப்புமிக்க வேலையை மட்டுமல்ல, இழக்கவே முடியாத சாதியையும் கையில் வைத்திருக்கிறான்.

அய்ரோப்பிய நாடுகளில் வேலை இழந்த தொழிலாளிக்குக் கடைசியாக வாங்கிய ஊதியத்தில் எண்பது சதம்வரை அவர் சும்மா இருக்கும்போது ஊதியமாக வழங்கப்படுகிறது. அவரை எப்படி வகைப்படுத்துவீர்கள்; தொழிலாளி? வேலை இழந்தவர்? எந்த உறுதிப்பாட்டின் அடிப்படையில் நீங்கள் அரசியலை அமைப்பீர்கள்?

கோவை மில் ஒன்றில் வேலை செய்யும் ஒரு தொழிலாளியைப் பிறரிடமிருந்து வேறுபடுத்தும் அம்சம் எது? அவர் தொழிலாளி என்பதா, கவுண்டர் என்பதா, இந்து என்பதா, தமிழர் என்பதா? வெவ்வேறு இடங்களில் அவர் வெவ்வேறு அடையாளங்களைத் தரித்துக்கொள்கிறார். இந்த அடையாளங்களில் ஏதேனும் ஒன்றை உறுதிப்படுத்தி, அதன் அடிப்படையில் அரசியலை அமைத்தீர்களானால், அது பிற அடையாளங்களின் மீதான வன்முறையாக மாறிவிடுகிறது. ஏதோனுமொரு அடையாளத்தை ஏதொன்றின்

அடிப்படையிலும் உறுதிப்படுத்த முடியாது. எந்த அடையாளம் எப்போது தலைதூக்கும் என்பதை அவ்வளவு எளிதாகச் சொல்லிவிட முடியாது.

உலக வரலாற்றில் எண்ணற்ற உயிர்கள் பறிக்கப்பட்டதற்கு இத்தகைய உறுதிப்பாடுகளின் மீதான அரசியல் காரணமாக இருந்ததை நீங்கள் மறுக்க முடியுமா? இன்றைய உறுதியற்ற நிலைகளுக்கான அரசியலை நாம் கண்டறிய வேண்டாமா? இந்த அடிப்படையில் இன்று முதன்மைப்பட்டுள்ள பிரச்சினைகளாக எதைக் காண்கிறீர்கள்?

பாசிசத்தின் செயல்பாடே உங்களின் பன்முக அடையாளங்களில் ஏதேனும் ஒன்றை மட்டும் உறுதிப்படுத்துவதுதான். உங்களை ஆரியனாகவும் அவனை யூதனாகவும் மட்டுமே உணர வைப்பதுதான். நான் முன்பே சொன்னபடி பாசிசத்தை எதிர் கொள்வதுதான் இன்றைய உடனடிப் பிரச்சினையாக இருக்கிறது. இந்தியாவில் பாசிசம் இந்துத்துவத்தின் வடிவில் வெளிப் படுகிறது. இந்துத்துவத்தின் பாசிசத் தன்மையை நாம் பல்வேறு கோணங்களிலிருந்து நிறுவலாம்.

ஒன்றை மட்டும் இங்கே கோடிட்டுக் காட்டுகிறேன். Moral Police — ஒழுக்கப் போலீசாக இந்துத்துவம் தன்னை வடிவமைத்துக் கொள்வதைப் பாருங்கள். கல்லூரி மாணவியர் ஜீன்ஸ் போடக் கூடாது, காதலர் தினங்களைக் கொண்டாடக் கூடாது, பான்பராக் சாப்பிடக் கூடாது, தேன்நிலவு போகக் கூடாது என்றெல்லாம் அறவிதிகளை உருவாக்குவதும், அவற்றை மீறுபவர்கள்மீது கல்லால் அடிப்பது உட்பட வன்முறைகளைப் பிரயோகிப்பதும் இச்சைகளை அரசியல் ரீதியாகக் கட்டுப்படுத்துதல் (political control of desire) என்கிற பாசிசச் செயல்பாடல்லவா? வரலாறு எழுதுதல், திரைப்படங்கள் எடுத்தல், ஓவியங்கள் வரைதல், இலக்கியப் புனிதங்களைக் கட்டமைத்தல் என்பதாகப் பாசிசச் செயல்கள் விரிவடைகின்றன. எல்லாக் களங்களிலிருந்தும் நாம் இவற்றை எதிர்கொள்ள வேண்டும்.

இதுவரை அடையாளங்கள் மறுக்கப்பட்ட பல்வேறு சிதறல்கள் (fragments) இன்று தங்களின் அரசியல் இருப்பை உறுதி செய்கின்றன. தலித் அரசியல் மேலெழுந்து வருகிறது. சுற்றுச் சூழல் உள்ளிட்ட வேறு பல கோரிக்கைகளும் இதுவரை கேலி செய்யப்பட்ட வேறு

பல அடையாளங்களும் சென்ற பத்தாண்டுகளில் தங்களை வெளிப்படுத்தியுள்ளன. இவற்றின் அரசியல் முக்கியத்துவத்தை நாம் உணர வேண்டும். உலகமயமாதல் என்கிற போக்கு உள்ளூர் ஆதிக்க சக்திகளுடன் கைகோர்த்துக் கொள்வதையும் மீண்டும் பழைய மதிப்பீடு களைப் புனர் நிர்மாணம் செய்கிற முயற்சி களிலுள்ள ஆபத்துக் களையும் நாம் எதிர்கொள்ளவேண்டும்.

இதைக் கொஞ்சம் விளக்க முடியுமா? உலகமயமாக்கலுக்கும் உள்ளூர்க் கலாச்சார மதிப்பீடுகளுக்குமான உறவு என்பதை விளக்க முடியுமா?

சென்ற பிப்ரவரி 5 முதல் 8ஆம் தேதி வரை உத்திரப்பிரதேசத்தில் பரேலி என்னுமிடத்தில் ஒரு பன்னாட்டுக் கருத்தரங்கம் நடை பெற்றது. உலக அளவில் அதில் பலர் பங்கேற்றனர். பரேலியிலுள்ள Heritage Trust, பரேலி பல்கலைக்கழகத்தின் வரலாற்றுத் துறை, இந்திய வரலாற்றுக் கழகம், இந்தியத் தத்துவக் கழகம் எல்லாம் இணைந்து இதனை நடத்தின. சரஸ்வதி சிலை, வேத முழக்கம், வந்தே மாதரம் பாடல் ஆகியவற்றுடன் தொடங்கப் பட்ட இந்தக் கருத்தரங்கின் தலைப்பு: 'புத்தாயிரத்தில் தொன்மைச் செவ்வியல் இலக்கியங்கள்'. செவ்வியல் இலக்கியங்கள் என்பதில் ராமாயணம், மகாபாரதத்தோடு நிற்காமல் சௌந்தர்யலகரி, அர்த்த சாஸ்திரம் வரை அவர்கள் உள்ளடக்கியுள்ளனர். அர்த்த சாஸ்திரத்தின் பொருத்தப்பாடு, புருஷ சூக்தத்தின் பொருத்தப்பாடு, வர்ணா சிரமத்தின் பொருத்தப்பாடு என்றெல்லாம் கட்டுரைகள் வாசிக்கப் பட்டுள்ளன. பன்னாட்டு அறிஞர்கள் இதில் பங்கு பெற்றுள்ளனர்.

இரண்டாண்டுகளுக்கு முன்பு கல்கத்தாவில் அமெரிக்கப் பல்கலைக்கழகம் ஒன்றின் ஆதரவோடு இது போன்ற ஒரு கருத்தரங்கம் நடைபெற்றது. இலக்கியங்களைச் செவ்வியல் என வகைப்படுத்துவது, மற்ற துறைகளிலிருந்து பிரித்துத் தன்னளவில் முழுமையான ஒன்றாகக் கட்டமைப்பது, புனிதத் தொகுதி (Canon) ஒன்றை வடிவமைத்து நிலை நிறுத்துவது அல்லது ஏற்கனவே நிலைநிறுத்தப்பட்ட ஒன்றை எவ்விதக் கேள்விகளுக்கும் உட்படுத்தாமல் ஏற்றுக்கொள்வது என்பதெல்லாம் இலக்கியக் களத்தில் மேற்கொள்ளப்படுகிற ஒரு பாசிசச் செயல்பாடுதான்.

இலக்கியம் என்பதே நிலவுகிற மரபுக்கெதிரான கலகம்தான். ஏதோ ஒரு வகையில் மரபை மீறித்தான் இலக்கியம் பிறக்கிறது.

இத்தகைய உடைவுகளையும் புத்தாக்கக் கூறுகளையும் (innovations) கண்டுகொள்ளாமல் ஒரு மரபுத் தொடர்ச்சியைக் கட்டுவது என்பது சமூக அளவில் மேற்கொள்ளப்படுகிற ஒழுங்குபடுத்தும் முயற்சி களோடு இணைந்த ஒரு செயல்பாடு. அரசியல், சமூகவியல், பொருளியல், வரலாறு முதலான இதர துறைகளின் பாதிப்புகளுக்கு அகப்படாத, தன்னளவில் முழுமையுடைய, ஒருங்கிணைக்கப்பட்ட முயற்சியாக இலக்கியத்தையும், மொழியையும் அணுகுகிற பாசிசச் செயல்பாட்டுடன் உலகமயமாகும் அரசியல் பொருளாதார முயற்சிகள் கைகோர்த்துக் கொள்வதை நாம் கவனிக்க வேண்டும். பெருநிதி உதவிகள், பெரு நிறுவனங்கள் ஆதரவுடன் மேற் கொள்ளப்படும் இத்தகைய மெகா முயற்சிகள் சிறிய அளவிலான இலக்கியத் தேட்டங்களை ஓரங்கட்டுகின்றன. சென்ற பத்தாண்டு களில் இலக்கியத்தின் புனிதத்துவத்தையும், ஒழுங்கையும், பண்பையும் கேள்விகேட்டு எழுந்த பலவிதமான எல்லை தாண்டும் முயற்சிகளை ஒரு நொடியில் போட்டுடைக்கும் நடைமுறை களாகவும் திட்டமிட்ட செயல்பாடுகளாகவுமே நாம் இவற்றைக் காண வேண்டியிருக்கிறது.

'ஆசிரியன் செத்துப் போனான்' அல்லது, 'இலக்கியத்தைப் பிரதியாகக் காணுதல்' என்பன போன்ற கலகக் குரல்களை ஒடுக்கும் வன்முறையாகவும் இதை நாம் காண வேண்டும். தலித் இலக்கியம் முதலான விளிம்புநிலை இலக்கிய முயற்சிகளை உள்வாங்கும் செயல்பாடாகவும் இவை அமைகின்றன. இவற்றிற்கு இடம் கொடுப்பது போல காட்டிக்கொண்டு இந்த இலக்கியப் பெருமரபின் ஒரு சிறு திவலையாக, இவற்றின் தனித்தன்மையை மறுத்து, உள்வாங்கும் இச்செயல்பாடுகளை நாம் எச்சரிக்கையோடு அணுகவேண்டியிருக்கிறது. உலகமயமாதலுடன் வருணா சிரமத்தை இணைக்கும் முயற்சிகளின் உடனடிப் பேராபத்தை நாம் விளங்கிக்கொள்ளுதல் அவசியம்.

காலச்சுவடு மற்றும் புலம்பெயர்ந்த தமிழர்கள் இணைந்து நடத்தக்கூடிய 'தமிழ் இனி 2000' என்கிற முயற்சியையும் நீங்கள் இப்படித்தான் பார்க்கிறீர்களா?

இது பற்றிய முழு விவரம் எனக்குத் தெரியவில்லை. கிட்டத்தட்ட இருபது லட்சம் ரூபாய் வரையில் செலவிட்டு நடத்தப் போகிற 'மெகா' முயற்சி என்று மட்டும் கேள்விப்பட்டேன். இதற்கான நிதிப்

பின்புலங்கள் பற்றி விவரமாகத் தெரியவில்லை. உலக அளவிலான அமைப்புகள், இந்திய இந்துத்துவ அரசு சார்பான அமைப்புகள் இதில் பங்களிக்கப் போகின்றனவா என்று தெரியவில்லை. காலச் சுவடுடன் சேர்ந்து புலம்பெயர்ந்த தமிழர்கள் நடத்துகிறார்கள் எனப் பொதுவாகச் சொல்லிவிட முடியாது. சேரனுடைய முயற்சியின் அடிப்படையில் ஒரு சில புலம்பெயர் தமிழர்களும் *காலச் சுவடும்* சேர்ந்து நடத்துவதாகத்தான் இதைப் பார்க்க வேண்டும்.

சேரனும் சுந்தர ராமசாமியும் இணைவது என்பது ஒரு தற்செயல் நிகழ்வு அல்ல. ஒரு அரசியல் ரீதியான ஒருங்கிணைவு என்றுதான் சொல்ல வேண்டும். இருவருமே இலக்கியப் புனிதங்களை நம்புகிறவர்கள். அந்த அதிகாரத்தின் மூலம் பலன் பெறுகிறவர்கள். 'ஆசிரியன் செத்துப் போனான்' என்பது போன்ற புதிய சிந்தனை களை இவர்கள் ஏற்றுக்கொள்ளக் கூடியவர்களும் அல்ல. தமிழ்ப் பாரம்பரியத்தின் இன்றைய வாரிசுகளாகத் தங்களை முன்னிறுத்திக் கொள்ளும் பெரும் முயற்சிதான் இது.

சேரன் போன்றவர்கள் புலம்பெயர் சூழலிலிருந்து இந்தியா விற்குப் புலம்பெயர வேண்டிய நிர்ப்பந்தம் என்ன என்பது பற்றி கூட நாம் யோசித்தாக வேண்டும். நமது இலக்கியப் பாரம்பரியம், மரபு சாதி, ஈழச்சூழலில் யாழ்ப்பாண வேளாள ஆதிக்கம், புலம்பெயர் மரபில் சைவ மரபுகளின் தொடர்ச்சி, தலித்தியம், இந்துத்துவம் இவை பற்றி எல்லாம் சேரன், வ.ஐ.ச ஜெயபாலன் முதலியோர் வாய் திறந்து பேச வேண்டும்.

புலம்பெயர் சூழலிலிருந்து இவர்கள் இடம் பெயர்வதற்கான காரணங்களாக நீங்கள் எவற்றைக் கருதுகிறீர்கள்?

தமிழ்க் கவிதைக்குச் சேரனும் ஜெயபாலனும் அளித்துள்ள பங்களிப்புகள் பற்றி நான் குறைத்துச் சொல்லவில்லை. ஆனால், அவர்கள் தோற்றுவித்த மொழியும் வடிவமும் இன்று ஒரு தேக்கத்தை எட்டிவிட்டன. புலம்பெயர் சூழலில் இலக்கிய முயற்சிகள் மேற்கொள்ளப்பட்ட போது அதில் முதற்கட்டப் பங்களிப்பைச் செய்தவர்கள் இவர்கள். இவர்களும் இவர்களோடு சில பேராசிரியர்களும், மொழிபெயர்ப்பாளர்களும் புலம்பெயர் வதற்கு முந்தைய ஈழச் சூழலிலேயே ஓரளவுக்குப் பிரபலமாக இருந்தவர்கள். அதன் தொடர்ச்சியாகத்தான் புலம்பெயர் இலக்கியம் உருவாகிறது.

இன்று புலம்பெயர் இலக்கியம் இரண்டாவது கட்டத்தை எட்டி விட்டது. இதன் முன்னோடியாக நாம் கலாமோகனைச் சொல்லலாம். புலம்பெயர் சூழலில் எவ்வித அதிகாரங்களும் அற்று முழுமையான விளிம்பு நிலை மனிதர்களாக வாழ்கிறவர்கள் இந்த இரண்டாம் கட்டத்தினர். கலாமோகனும் சரி, புதிதாக எழுதுகிற இந்த இளைஞர்களும் சரி உணவுவிடுதிகளில் கோப்பை கழுவு கிறவர்கள்; எளிய பணிகளைச் செய்கிறவர்கள். *அம்மா, எக்ஸில், உயிர்நிழல்* முதலான இதழ்களைச் சேர்ந்தவர்களும், கனடா முதலான நாடுகளில் இலக்கிய முயற்சிகளில் ஈடுபட்டுள்ள சில தோழர்களும் இத்தகையோர்தாம். அகதி மனநிலையை வெளிப் படுத்துவதாக இவர்களின் எழுத்துக்கள் அமைகின்றன. நாடோடித் தன்மைமிக்க விளிம்புநிலை எழுத்துக்கள் இவை. போஸ்ட் மார்டனிசம், தலித்தியம் என்றெல்லாம் இவர்கள் பேசுவது பழைய பீடங்களைக் கொஞ்சம் அதிர வைத்திருக்கிறது. இன்று புலம்பெயர் இலக்கியம் இவர்களின் கைக்கு வந்துவிட்டது என்றுதான் சொல்ல வேண்டும். எனவே பழைய பீடங்கள் ‘தாய்த்’ தமிழகத்தின் பழைய பீடங்களைத் தேடுகின்றன. தலித்தியம், போஸ்ட் மார்டனிசம் முதலான கலகச் சிந்தனைகள் இவர்களுக்கு உவப்பளிக்கக்கூடியவையாக இல்லை.

தமிழ்ப் பண்பாடு, தமிழ்மரபு ஆகியவை பற்றி எதிர்மறையான கருத்துக்களையே இதுவரை சொல்லிவந்துள்ளீர்கள். தற்போது தங்களின் கருத்துக்களில் ஏதும் மாற்றம் ஏற்பட்டுள்ளதா?

எந்த மாற்றமும் இல்லை. சாதி அடிப்படையிலான ஒரு ஏற்றத் தாழ்வான சமூக அமைப்பைக் கட்டமைத்தவர்கள்தாம் தமிழ்ப் பண்பாட்டையும், தமிழ் மரபையும் வரையறுத்தவர்கள். சென்ற நூற்றாண்டில் தமிழ் இலக்கிய வரலாற்றை எழுதியவர்களும் இவர்கள்தாம். இவர்கள் ஆதிக்கம் செலுத்திய சமூக ஒழுங்கிற்கு (Social order) இணையாகத்தான் இந்த இலக்கியப் பண்பாட்டு ஒழுங்குகளையும் இவர்கள் கற்பித்தனர். இந்த அடிப்படை யிலேயே இங்கே தமிழ்த் தேசியமும் கட்டமைக்கப்பட்டுள்ளது. இவ்வாறு கட்டமைக்கப்பட்ட ‘தமிழ்’ என்கிற பேரடையாளம் வழக்கம் போல தலித்துகள் உள்ளிட்ட பல்வேறு விளிம்புநிலை மக்களுக்கும் சிறுபான்மையினருக்கும் எதிரான வன்முறையாகத் தான் இருந்தது. இதனைச் சரியாக இனங்கண்டவர் பெரியார் ஈ.வெ.ராதான். நமது அரசு, மதம், சட்டம் முதலியவை மட்டும்

சாதியைக் காப்பாற்றுபவை அல்ல, நமது இலக்கியமும் மொழியும் கூட சாதியைக் காப்பாற்றுபவைதான் என்கிற அவரது கூற்று மிகவும் பொருள் செறிந்த ஒன்று.

தமிழ்ப் பண்பாட்டு உருவாக்கத்தில் சிறுபத்திரிகைகளின் பங்களிப்பு பற்றி உங்கள் மதிப்பீடு என்ன?

சற்றுமுன் நான் குறிப்பிட்ட இந்தப் பண்பாட்டு வன்முறை பற்றி தமிழ்ச் சிறு பத்திரிகைகள் எத்தகைய காத்திரமான கேள்விகளையும் எழுப்பியதில்லை. காரணம் வெளிப்படையானது.

தமிழ்ப் பண்பாட்டைக் கட்டமைத்த சமூகப் பிரிவினரே தமிழ்ச் சிறு பத்திரிகைத் துறையையும் சமீப காலம் வரை கைகளில் வைத்திருந்தவர்கள். காலனிய ஆட்சிக் காலத்தில் இந்திய சமூகத்தைச் 'சீர்திருத்த' வந்தவர்கள் எப்படி நமது 'இந்தியத் தன்மைக்கு' எந்தப் பாதிப்பும் வராமல் புதிய சூழலுக்குத் தகுந்த மாதிரி இந்தியச் சமூகத்தைப் புதுப்பிக்க வந்தார்களோ அப்படியே தமிழ்ச் சிறு பத்திரிகையினரும் தமிழ் இலக்கிய வடிவங்களை நவீனப்படுத்த முயன்றதோடு சரி. அங்கீகரிக்கப்பட்ட இலக்கிய மரபையோ, அவற்றின் புனிதத் தன்மையையோ இவர்கள் கேள்வி கேட்டதில்லை. தமிழுக்குப் புதிய தத்துவங்களை அறிமுகம் செய்கிற பணியைக்கூட இவர்கள் செய்ததில்லை. நாட்டுப்புற இலக்கியங்களையும் இவர்கள் கண்டுகொண்டதில்லை. இவற்றையெல்லாம் இடதுசாரி மரபில் வந்தவர்கள்தான் செய்திருக்கின்றனர். தவிரவும் இலக்கியத்தை, அரசியல் மற்றும் சமூகப் பிரச்சினைகளிலிருந்து துண்டித்து அணுகிய வகையில் இலக்கிய பாசிஸ்டுகளாகவும் இவர்கள் விளங்கியுள்ளனர். இல்லாவிட்டால் தமிழ்ச் சிறு பத்திரிகைகளில் முன்னோடி என்று சொல்லப்படும் மணிக்கொடி இதழ் பெரியாரின் சுயமரியாதை இயக்கத்தை அப்படிக் கொடூரமான வார்த்தைகளில் தாக்கியிருக்குமா? சென்ற நூற்றாண்டின் இறுதிப் பத்தாண்டுகளில்தான் சிறு பத்திரிகைத் துறையில் சில வரவேற்கத் தக்க மாற்றங்கள் ஏற்பட்டன.

இந்த நூற்றாண்டின் தொடக்கத்தில் நின்று பார்க்கும் போது சென்ற நூற்றாண்டின் முக்கியமான திருப்பங்கள், தவிர்க்க இயலாத பங்களிப்புச் செய்தவர்கள் என எவற்றையெல்லாம், யாரை எல்லாம் சொல்ல முடியும்?

ரொம்பவும் விரிவாகப் பேசப்பட வேண்டிய இதனை ஒரு கேள்விக் கான பதில் என்கிற வகையில் சுருக்கும்போது பலவிடுபடல்கள் நேரிடும் ஆபத்து இருக்கிறது. இருந்தபோதிலும் சில போக்குகளைச் சுட்டிக் காட்ட முயலலாம்.

காலனியம், அது அறிமுகப்படுத்திய நிறுவனங்கள் ஆகியவற்றி னூடாகப் பல மாற்றங்களும் திருப்பங்களும் உண்டான ஒரு நூற்றாண்டு இது. இந்திய தேசியம், தமிழ்த் தேசியம் என்கிற இரு பேரடையாளங்களும் அதனடியிலான பண்பாட்டு, அரசியல் செயல்பாடுகளும் ஒரு புறம் என்றால் தலித்துகள், பார்ப்பன ரல்லாதவர், மிகவும் பிற்படுத்தப்பட்டோர், தொழிலாளிகள், சிறுபான்மையினர் எனப் பல சிறு அடையாளங்களும் தம்மை நிறுவிக்கொண்ட ஒரு கால கட்டம் இது.

சுதந்திரப் போராட்டம், இந்தியத் தேசியத்திற்கு எதிரான திராவிட மற்றும் தமிழ்த் தேசிய இயக்கச் செயற்பாடுகள், போராட்டம் முதலியன இந்த நூற்றாண்டின் முக்கிய அரசியல் நிகழ்வுகளாகக் குறிப்பிடப்பட வேண்டியவை. உலகப் போர்கள் இந்திய மண்ணிற்குள் ஏற்படுத்திய தாக்கத்தைக் காட்டிலும் ஈழப் போராட்டம் தமிழ்நாட்டில் ஏற்படுத்திய தாக்கம் குறிப்பிடத் தக்கது.

உலக அளவில் 1940களின் இறுதியில் பெரும்பாலான மூன்றாம் உலக நாடுகள் காலனியப்பிடியிலிருந்து விடுதலை அடைகின்றன. எனினும் ‘வளர்ச்சி’ (development) என்கிற கோட்பாட்டின் அடிப்படையில் உலக முதலாளிய அமைப்பின் கட்டுக்குள் தங்களைப் பிணைத்துக்கொள்ள வேண்டிய நிலைமை. கிட்டத்தட்ட இதே காலகட்டத்தில் ரஷ்யா, கிழக்கு அய்ரோப்பிய நாடுகள் சோசலிசக் கட்டுமான முயற்சிகளுக்கு ஆளாகின்றன. அடுத்த ஒரு கால் நூற்றாண்டு, தேசிய மற்றும் சோசலிச நிர்மாணக் கனவுகளின் காலம். இவை பொய்த்துப் போனபோது 1968 வாக்கில் உலகெங்கிலும் அரசியல் எழுச்சிகள் ஏற்படுகின்றன. இங்கே அது நக்சல்பாரி இயக்கமாகவும், மொழி, சாதி, இன அடிப்படையிலான இயக்கங் களாகவும் வெளிப்பட்டது.

மார்க்சியப் பெருங்கதையாடலின் வீழ்ச்சியோடு நக்சல்பாரி இயக்கங்களும் பலவீனப்பட்டன. இடது, வலது பொதுவுடைமைக் கட்சிகளோ உலகெங்கிலும் உள்ள இதர பொதுவுடைமைக் கட்சி களைப் போல மார்க்சியச் சொல்லாடல்கள் பலவற்றை நழுவ

விட்டுத் தமது அரசியல் தொகுதிகளைத் தக்க வைத்துக்கொண்டன. இப்படி அகில இந்தியத் திராவிட, மார்க்சியப் பெருங்கதை யாடல்கள் எல்லாம் தகர்ந்து போன நிலையை நாம் சென்ற நூற்றாண்டின் இறுதியில் சந்தித்தோம்.

ஈழப் போராட்டத்தின் தயவில் தன்னை உயிர்ப்பித்துக்கொள்ள முயலும் தமிழ்த் தேசியப் பெருங்கதையாடல், 'பெருங்கதையாடல் களின் சிதைவை' பறைசாற்றிய புதிய சிந்தனைகளையும், தலித்தியம் போன்ற அரசியல் செயல்பாடுகளையும் பெரும் எதிரிகளாய்ப் பார்க்கிற சூழல் இன்றுள்ளது. இதுகாறும் வரலாற்றில் ஓரங்கட்டப்பட்டிருந்த பாலியல் தொழிலாளர், அலிகள், ஓரினப் புணர்ச்சியர் முதலிய சிறு அடையாளங் களையும், சுற்றுச்சூழல், மனித உரிமைகள் ஆகியவற்றை முன்வைத்த அரசியல் முயற்சி களையும் மிகச் சிறிய அளவிலேனும் சென்ற நூற்றாண்டின் இறுதியில் நாம் சந்திக்க நேரிட்டது.

19ஆம் நூற்றாண்டின் இறுதியிலிருந்தே தலித் அரசியல் என்பது தனது தனித்துவத்தை நிலைநிறுத்தி வந்துள்ளது. அயோத்திதாசப் பண்டிதர், இரட்டைமலை சீனிவாசன் என்கிற இரு தலித் முன்னோடிகளின் பணி தனித்துவமானது. தமிழ்த் தேசியப் பெருங்கதையாடல் கட்டமைத்த சைவ மரபிற்கு எதிராகப் பவுத்த மரபு ஒன்றைக் கட்டமைத்த பண்டிதரின் பணி குறிப்பிடத் தக்க ஒன்று. இந்தப் பணியைத் தொடர்ந்தவர் மயிலை சீனி வேங்கடசாமி. பவுத்தமும் சமணமும் இன்றித் தமிழ் இல்லை என நிறுவியதோடன்றி பார்ப்பன-சைவத் தமிழறிஞர்களால் இருண்ட காலமாகக் கட்டமைக்கப்பட்ட களப்பிரர் காலம் குறித்து மாற்றுக் கருத்துக்களை முன்வைத்த வகையில் ஒரு அழுத்தமான மாற்று வரலாற்றுக்கு அடித்தளம் அமைத்தவர் இவர்.

சைவத் தமிழ் மரபொன்றைச் சென்ற நூற்றாண்டின் தொடக்க கால அறிவுஜீவிகள் இறுக்கமாக உருவாக்கியிருந்த ஒரு சூழலில் ஓரளவிற்கு ஒரு secular ஆன இலக்கிய ஆய்வுகளைத் தந்தவர்களாக என் நினைவில் நிற்பவர்கள் வையாபுரிப்பிள்ளை, மீனாட்சி சுந்தரனார், கமில் சுவலபில் முதலானோர்தான். அங்கீகரிக்கப்பட்ட இலக்கிய மரபை ஏற்றுக்கொண்டபோதிலும் இலக்கியங்களை அவற்றின் வரலாற்றுச் சூழலில் வைத்துப் பார்த்த வகையில் இலக்கியத்தின் புனிதத்தை அசைத்துப் பார்த்த மார்க்சியத் திறனாய்வாளர்களில் கைலாசபதி, கா. சிவத்தம்பி, வானமாமலை,

கேசவன் ஆகியோர் பணியைக் குறிப்பிட்டாக வேண்டும். தமிழ் நாட்டுப்புறக் கதைப் பாடல்களைத் தேடிப் பதிப்பித்த வகையில் வானமாமலை மற்றும் நெல்லை ஆய்வு வட்டத்தின் பணி முக்கியமானது. தமிழக வரலாறு குறித்து வெளி நாட்டார் செய்துள்ள ஆய்வுகளில் பர்ட்டன்ஸ்டெய்ன், கத்லீன்கவ், நொபோரு கராஷிமா ஆகியோரைக் குறிப்பிட்டாக வேண்டும். தமிழுக்குப் பல புதிய மேலைச் சிந்தனைகளை அறிமுகம் செய்தவர்கள் என்கிற வகையில் எஸ்.வி ராசதுரை, தமிழவன் முதலானோரைச் சொல்லலாம். சென்ற நூற்றாண்டின் இறுதியில் மேலெழுந்த தலித்தியம் என்கிற பார்வையினடியாக தமிழ்ப் பண்பாட்டைப் பார்க்க முயன்றவர் என்கிற வகையில் ராஜ் கவுதமனையும் சொல்லியாக வேண்டும். அதே போல் வெ.சாமிநாத சர்மாவின் மொழியாக்கங்களையும் சாமிநாத அய்யர், வையாபுரிப் பிள்ளை ஆகியோரின் பதிப்பு முயற்சிகளையும் குறிப்பிடத் தோன்றுகிறது. இங்கே, இப்போது நான் குறிப்பிட்டுக் கொண்டிருக்கக்கூடிய பலரும் அவர்களின் சில குறிப்பான பணிகளுக்காகவே நினைவு கூரப்படுகின்றனர். மற்றபடி, அவர்களின் அனைத்துப் பணிகளும் ஏற்கப்படக்கூடிய ஒன்று என்று கருத வேண்டியதில்லை. முற்றிலுமாகத் தூக்கி எறியப்படக்கூடிய பல நூல்களை இவர்களில் பலர் எழுதியுள்ளனர்.

நாடகம், பத்திரிகை, மொழிபெயர்ப்பு, கவிதை, நாவல், சிறுகதை, சினிமா என்றெல்லாம் தனித்தனியாகப் பார்த்துத் திருப்பங்களை ஏற்படுத்தியவர்களைப் பட்டியலிடுவதற்கு முன்பு மீண்டும் ஒருமுறை நாம் எல்லாவற்றையும் படிக்கவேண்டி இருக்கிறது. இதுவரை இங்கே திருப்பித் திருப்பிச் சொல்லப்பட்டு வந்த பட்டியல்களை மனசிலிருந்து அழித்துவிட்டு இந்த முயற்சியை நாம் மேற்கொள்ள வேண்டும். டால்ஸ்டாய், மார்க்யூஸ், தாஸ்தாயெவ்ஸ்கி போன்ற எழுத்தாளர்கள் தமிழில் இல்லை என்பதை மட்டும் சொல்லியாக வேண்டும். இங்கே எழுதிய எல்லோரும் தன்னைத்தானே மீண்டும் மீண்டும் தமது படைப்பு களில் துருத்திக்கொண்டு நிற்க வைத்திருக்கிறார்களே ஒழிய யாரும் 'மற்றதை' (other) எழுதியதில்லை. மற்றதின் பார்வையில் கதை சொன்னதில்லை; சொல்ல முயன்றதுமில்லை. மாதவையா போன்ற விரல்விட்டு எண்ணக்கூடிய சிலரே மற்றமையை எழுத முனைந்தனர்.

இன்னொன்றையும் இங்கே அழுத்திச் சொல்லியாக வேண்டும். சென்ற நூற்றாண்டின் இறுதியில் ஏற்பட்ட சில வரவேற்கத்தக்க மாற்றங்கள் குறிப்பிடத்தக்கவை. புதிய எழுத்து முறை ஒன்றைத் தமிழுக்கு அறிமுகப்படுத்தும் முகமாய் மேற்கொள்ளப்பட்ட முயற்சிகள் ஒன்று; மற்றது, ஈழப் போராட்டத்தின் விளைவாகப் புலம்பெயர்ந்த தமிழர்கள் உருவாக்கிய புலம்பெயர் இலக்கியங்கள்; மூன்றாவதாக, சென்ற நூற்றாண்டின் இறுதிப் பத்தாண்டுகளில் இலக்கியத்தின் புனிதத்துவம் பற்றி எழுப்பப்பட்ட பின்நவீனத்துவக் கேள்விகள் ஏற்படுத்திய தாக்கம் மிக முக்கியமானது.

இலக்கியம், பிரதி, ஆசிரியன், இலக்கிய மரபு ஆகியவை குறித்து இவ்வாறு எழுப்பப்பட்ட கேள்விகள் தமிழ்ச் சூழலில் ஏற்படுத்திய அதிர்ச்சி இன்னும் ஓயவில்லை. சென்ற நூற்றாண்டின் இறுதியில் எழுதத் தொடங்கியுள்ள சில இளைஞர்கள் நம்பிக்கையூட்டக் கூடியவர்களாக உள்ளதையும் பதிவு செய்தல் அவசியம். சென்ற நூற்றாண்டின் மிக முக்கியமான அரசியல் சிந்தனையாளர் என தமிழில் ஒருவரைக் குறிப்பிட வேண்டுமானால் அவர் பெரியார் ஈ.வெ.ராவாகத்தான் இருக்கமுடியும்.

1970இல் எக்சிஸ்டென்சியலிசம், 1982இல் ஸ்ட்ரக்சுரலிசம் வந்தது. புதிய சிந்தனைகளின் தொடர்ச்சி இல்லாமல் போனதேன்? தொடர்ச்சியாக உரையாடும் மரபு இல்லாமல் போனதேன்?

ஏன் இல்லை? 1990களில் அறிமுகப்படுத்தப்பட்டு பெருந் தாக்கத்தை விளைவித்த போஸ்ட் மார்டனிசத்தை இந்த வரிசையில் தான் வைத்துப் பார்க்க வேண்டும். ஆனால் இத்தகைய அறிமுகங்களில் பல பிரச்சினைகள் உள்ளன. இவற்றில் பல இரண்டாம்நிலை, மூன்றாம்நிலைப் புத்தகங்களைப் படித்துவிட்டு எழுதப்பட்டவை. அல்தூஸரைப் பற்றிய ராசதுரையின் புத்தகமெல்லாம் தேறாது. எல்லாவற்றையும் 'இசம்' ஆக்கி, சாராம்சத் தத்துவங்களாகப் பார்க்கிற ஒரு தவறு நம்மிடம் உள்ளது. சார்த்தர் போன்றவர்களே இந்தத் தவறைச் செய்துள்ளனர். Being and Time என்கிற ஹெய்டெக்கரின் நூலைப் படித்துவிட்டு சார்த்தர் எழுதிய Being and Existence என்கிற நூலைக் 'குப்பை , மலம்' என ஹெய்டெக்கர் வெறுப்புடன் இகழ்ந்த நிகழ்ச்சியை ட்ரெய்ஃபஸ் நினைவுகூர்கிறார்.

'போஸ்ட்மார்டனிசம்' என 'இசப்'படுத்துவதுகூட அது எழுப்பும் கேள்விகளுக்கே முரணானது. லியோதார்த் இதனைப்

‘பின்நவீனத்துவநிலை’ Postmodern condition என்றுதான் குறிப் பிடுகிறார். ஒரு கருத்து முன்வைக்கப்படும் போது விவாதங்கள் வந்தால், மாற்றுக் கருத்துக்கள் சொல்லப்பட்டால் அவற்றை விவாதிப்பதன் மூலம் அடுத்த கட்டத்திற்குச் செல்லும் மரபு நம்மிடம் இல்லை.

மாற்றுக் கருத்துக்களை விவாதிப்பதைக் காட்டிலும் அதைப் பகையாகக் கருதுவது, நான்தான் முன்னால் சொன்னேன் என அசட்டுத்தனமாய் உரிமை கொண்டாடுவது இதற்குத்தான் இங்கே நமது அறிவுஜீவிகளுக்கு நேரம் இருக்கிறது.

நம்முடைய தத்துவ மரபு மத்திய காலத்தோடு தேங்கிவிட்டது. மேலைச் சூழலில்தான் தொடர்ந்து தத்துவச் சிந்தனைகளும் கேள்விகளும் எழுப்பப்பட்டு வந்தன. இவற்றை விரிவாக நாம் தமிழுக்கும் கொண்டு வந்திருக்க வேண்டும். மேலைத் தத்துவச் சூழலில் இவ்வாறு எழுப்பப்பட்ட கேள்விகளை எல்லாம் விட்டு விட்டு சில ‘பதில்’களை மட்டும் நாம் ‘இசங்’களாக்கி வணங்கி வந்தோம். அவற்றிற்காகச் சண்டை போட்டு வந்தோம். இன்று எல்லாப் பதில்களும் நகைப்பிற்கிடமாகிப் போன பிறகு மீண்டும் தத்துவக் கேள்விகளின்பால் ஒரு ஈர்ப்பு ஏற்பட்டுள்ளதைக் காணலாம்.

புத்தகக் கடைகளில் நிறைய தத்துவம் தொடர்பான மூல நூல்கள் மட்டுமின்றி எளிய சனரஞ்சக நூல்களும் வெளியிடப்படுகின்றன. ஹெய்டெகர், நீட்ஷே ஆகியோரின் மூல நூல்கள் பல பதிப்புகள் வெளிவருகின்றன; விற்றுப்போகின்றன. பதில்களின் காலம் கடந்து போய் இன்று மீண்டும் கேள்விகளின் காலம் மேலெழுந்துள்ளது எனச் சொல்லலாமா? மேலைச் சூழலில் எழுப்பப்பட்ட இந்தக் கேள்விகளைத் தமிழுக்குக் காத்திரமான வடிவில் கொண்டு வராதது நாம் விட்ட பெரிய பிழை. இது இன்று திருத்தப்பட வேண்டும்.

அண்மையில் இந்துத்துவம் பற்றி ஒரு நூல் வெளியிட்டுள்ளீர்கள். மதச்சார்பின்மை, அடிப்படை வாதம் பற்றி உங்கள் கருத்தைச் சொல்ல முடியுமா?

Secularism என்கிற ஆங்கிலச் சொல்லுக்கு மதச்சார்பின்மை என மொழிபெயர்ப்பது தவறு. இந்தியச் சூழலில்தான் இத்தகைய பொருள் கொள்ளப்படுகிறது. மேலைச் சூழலில் பதினாறாம் நூற்றாண்டில் ஏற்பட்ட மாற்றங்களை நவீனநிலை - Modernity

என்று சொல்வார்கள். இந்த நவீன நிலையின் மிக முக்கியமான செயல்பாடு அரசு, சமூகம் தனிமனித மதிப்பீடுகள் ஆகியவற்றை மதத்தின் பிடியிலிருந்து விடுவித்ததுதான். Secularisation என்கிற சொல் முதலில் இந்தப் பொருளில்தான் பயன்படுத்தப்பட்டது. அதாவது மதத்தின் பிடியை நீக்குதல். எனவே secularism என்பதற்கு மத நீக்கம் எனப் பொருள் கொள்வதே சரியாக இருக்கும்.

இந்தியாவில் நவீனநிலை என்பது காலனிய ஆட்சி வழியாக வந்தது என்பது நமக்குத் தெரியும். காலனிய ஆட்சிக்கு எதிராக இந்திய தேசியத்தையும் விடுதலைப் போராட்டத்தையும் கட்டமைத்த இந்து உயர்சாதியினர் நவீனநிலையை அய்யத்தோடும் அச்சத் தோடும் எதிர்கொண்டனர்.

புதிய உலகச் சூழலுக்கு ஏற்ற நவீனமான அறிவு, தொழில்நுட்பம் எல்லாம் வேண்டும். ஆனால் நமது இந்தியத் தன்மைக்கு எந்தப் பாதிப்பும் வந்துவிடக்கூடாது என்பது அவர்களின் கவலையாக இருந்தது. எனவே இந்தியப் பண்பாட்டைத் தக்கவைத்துக் கொண்டே, அதாவது இந்துப் பண்பாட்டைச் சேதப்படுத்தாமல் நவீனத்துவத்தை மட்டும் உள்வாங்கிக்கொள்ளுதல் என்பதுதான் இன்றுவரை அவர்களின் அணுகல்முறையாக உள்ளது.

உலகமயமாகும் சூழலில் வருணாசிரமத்தின் பொருத்தப் பாட்டைப் பற்றி அவர்கள் பேசுவதையெல்லாம் இந்தப் பின்னணி யில்தான் நாம் பார்க்க வேண்டும். எனவே, மேலை நாடுகளில் Modernity வந்தபோது மத நீக்கம் ஏற்பட்டது போல இங்கே மத நீக்கம் ஏற்படவில்லை. மத நிறுவனங்கள் பலவீனப்படுவதற்குப் பதிலாகப் புதிய தொழில்நுட்பங்களைப் பயன்படுத்திக்கொண்டு அவை பலமடைந்தன. ஆர்எஸ்எஸ் மற்றும் அதன் எண்ணற்ற கிளை அமைப்புகள் தொடங்கப்பட்டன.

இவர்கள் Secularism என்பதற்கு 'மதநீக்கம்' என்று சொல்லாமல் மதச்சார்பின்மை, மதப்பொறை — Religious tolerance முதலான சொற்களைப் பயன்படுத்தினர். இந்துத்துவ சக்திகள் இதனை 'சர்வமத சம்பவம்' என்று குறிக்கின்றன. மதப்பொறை— tolerance என்கிற கருத்தாக்கமே வன்முறையான ஒன்று. இஸ்லாமியனாக இருந்தாலும் உன்னைப் பொறுத்துக் கொள் கிறேன் என்று சொல்லும் போது அது சகிப்புத் தன்மையைக் காட்டிலும் சகிப்பின்மையையே வெளிப் படுத்துகிறது. எனவே

Secularism என்கிற சொல் 'மதநீக்கம்' என்கிற பொருளில் கையாளப் படுவதே அவசியம்.

மத அடிப்படை வாதத்தைப் பொறுத்தமட்டில் நேருவின் கருத்து தான் இன்றும் பொருத்தமுடையதாக உள்ளது. இந்தியச் சூழலில் பெரும்பான்மை மத — அதாவது இந்துமத — அடிப்படை வாதத்தையும் சிறுபான்மை மத அடிப்படை வாதத்தையும் ஒன்றாகப் பார்க்க முடியாது. சிறுபான்மை அடிப்படைவாதம் ஓர் எதிர்வினை யாகத்தான் தோன்றுகிறது. பெரும்பான்மை அடிப்படைவாதம் அதாவது இந்துத்துவமே இங்கு பாசிசமாக உருக்கொள்ள முடியும்.

தலித்தியச் சிந்தனை முனைப்புக் காண்பதற்குக் காரணமானவர் களில் நீங்கள் குறிப்பிடத்தக்கவர். இன்று தலித் சிந்தனை மற்றும் அதன் செயல்பாடு பற்றிய உங்கள் மதிப்பீடு என்ன?

சென்ற ஒன்றரை நூற்றாண்டு வரலாற்றைக் கூர்ந்து கவனித்துப் பார்த்தோமானால் தலித் அரசியல் செயல்பாடு என்பது இரு தளங்களில் மேற்கொள்ளப்பட்டுள்ளது. அம்பேத்கரின் வாழ்வையும் பணியையும் உற்று நோக்கினாலும் இதை விளங்கிக்கொள்ள முடியும். ஒரு பக்கம் தீண்டாமைக் கொடுமைகளுக்கு எதிராகவும் தலித் உரிமைகளுக்காகவும் அரசையும் ஆதிக்க சக்திகளையும் எதிர்கொள்வது. இன்னொரு பக்கம் சாதீயத்திற்கும் தீண்டாமைக்கும் காரணமான பார்ப்பனியத்தையும் இந்து மதத்தையும் எதிர்த்துக் கருத்தியல் தளத்தில் கடுமையாகப் போராடுவது.

இன்றைய தலித் அரசியலில் உரிமைகளுக்காகப் போராடுதல் என்பது முனைப்புக் கொண்டுள்ள அளவிற்குக் கருத்தியல் தளத்திலான போராட்டம் வலுப்பெறவில்லை என்பதைக் காண முடிகிறது. அம்பேத்கர், அயோத்திதாசப் பண்டிதர் முதலானோர் இதற்கு அளித்த முக்கியத்துவத்தை நாம் கவனிக்க வேண்டும். அம்பேத்கர் நூற்றாண்டை ஒட்டி ஏற்பட்ட விழிப்புணர்வு என்பது இத்தகைய கருத்தியல் போராட்டங்களில் முக்கிய கவனம் செலுத்தியது உண்மைதான். அம்பேத்கரின் நூல்கள் மொழி பெயர்க்கப்பட்டன. தலித்தியம், தலித் பண்பாடு, தலித் இலக்கியம் என்பதெல்லாம் அழுத்தமாக முன்வைக்கப்பட்டன.

இன்று அந்த அழுத்தம் குறைந்துள்ளது சற்று கவலைக்குரிய ஒன்று. தலித் சிந்தனையாளர்கள் இது குறித்துக் கரிசனம் கொள்ளுதல் அவசியம்.

இன்றைய தேர்தல் முறையில் திருமாவளவன், டாக்டர் கிருஷ்ணசாமி ஆகியோர் பங்கு பெறுவது பற்றி உங்கள் கருத்து என்ன?

அது தவிர்க்க இயலாதது என்பதுதான் எனது கருத்து. இன்றைய நிலையில் பாராளுமன்றத்தில் பங்குபெறுவது அல்லது புறக் கணிப்பது என்றெல்லாம் நிரந்தரமான ஒரு அணுகல்முறையை நாம் மேற்கொள்ள முடியாது.

'பகுஜன் சமாஜ்' கட்சித் தலைவர் கன்ஷிராம் ஒருமுறை குறிப்பிட்டது போல பலமான (stable) ஒரு பாராளுமன்றத்தைவிட பலவீனமான (unstable) பாராளுமன்றம் இருப்பதுதான் தலித்துகள் போன்ற சிறிய குழுவினர்களுக்கு (fragments) வாய்ப்பு. கூட்டணி என்று வருகிறபோது சூழ்நிலைகளுக்குத் தகுந்தாற்போல கூட்டணி களில் பங்கு பெறுவதும் கூட தவிர்க்க இயலாததுதான். கூட்டணிக் காகக் கொள்கைகளை விட்டுவிட்டார்கள் என யாரும் யாரையும் குற்றஞ்சாட்டுவதற்கான நியாயப்பாடுகள் இல்லை. தலித்துகளின் நலன்கள், உரிமைகள் என்பனவற்றில் சமரசத்திற்கு இடங்கொடா விட்டால் சரி.

எனினும், பாராளுமன்ற அரசியலுக்குள் நுழையும்போது முழுக்க முழுக்க அதனுடைய தேவைகளுக்கேற்ப தலித் அரசியலும் தன்னைத் தகவமைத்துக்கொள்ள நேர்ந்தால் அது மிகவும் வருந்தத் தக்கதாக அமைந்துவிடும். குறிப்பாக, ஒரு தலைவரை நடுநாயகமாக ஆக்குதல், மேலிருந்து கீழான சனநாயகத் தன்மையற்ற இயக்க வடிவங்கள், கருத்தியல் தளத்திலான போராட்டங்களை மட்டும் இன்றி விவாதங்களையும் முற்றாகப் புறக்கணித்தல், பிரம்மாண்ட மான போஸ்டர்கள், தலைவருக்கு மட்டும் பெரிய நாற்காலி, தலைவர் வந்தால் அவரோடு குறைந்தபட்சம் நூறு கார்கள் என்பன போன்ற நடைமுறைகள் தலித் அரசியலுக்குள்ளும் ஊடுருவுவது நல்லதல்ல.

தலித் விடுதலை என்பது உண்மையில் தலித் மக்கள் தங்களைச் சுய உறுதி செய்துகொள்வதுதான். எதன் பெயராலும், தலித் அமைப்புகளின் பெயராலும், தலித் தலைவர்களின் பெயராலும் கூட அடித்தள தலித்மக்கள் இந்த வாய்ப்புகளை இழந்துவிடக் கூடாது. தலைவரை வரவேற்க நூறு கார்கள் என்பது போன்ற ஆடம்பரங்கள் அடித்தள தலித் போராளிகள் வசதியின்மையின் காரணமாக தலித் அரசியலிலிருந்து ஒதுங்குவதற்கு இட்டுச் செல்லும். மற்ற அரசியல்

கட்சிகளுக்குப் பெரிய நிறுவனங்கள், தொழிலதிபர்கள் நிதி அளிப்பது போல தலித் அமைப்புகளுக்குக் கொடுப்பார்கள் என்று எதிர்பார்க்க முடியாது. இந்தப் பலவீனத்தைத் தன்னார்வ அமைப்புகள் இன்று பயன்படுத்த எத்தனிக்கும் நிலை உள்ளது. இந்த வகையிலும் தலித் அமைப்புகள் எச்சரிக்கையாக இருப்பது அவசியம்.

போராட்டங்களுக்கு மட்டுமின்றி நிதி ஆதாரங்களுக்காகவும் தலித் மக்களையும் இதர சனநாயக சக்திகளையும் மட்டுமே தலித் இயக்கங்கள் சார்ந்திருப்பதே சரியாக இருக்கும். அணிகளை அறிவு ஜீவிகளாக்குதல் என்கிற கிராம்சியச் சிந்தனையை நாம் மறந்துவிடக்கூடாது. பொதுவுடைமைக் கட்சிகள் சொல்வது போல 'அணிகளை அரசியல்படுத்துவது' என்கிற பொருளில் இதை நான் சொல்லவில்லை. சுய சிந்தனைகளுக்கும், விவாதங் களுக்கும், சுய முனைப்புகளுக்கும் வாய்ப்பளிக்கக்கூடியதாக அமைப்புகள் கட்டப்பட வேண்டும். படிப்பு என்பதற்கு அம்பேத்கர் கொடுத்த முக்கியத்துவத்தை தலித் அரசியல் மறந்துவிடலாகாது.

தொடர்ந்து தலித்துகள் மீதான வன்முறை அதிகமாகும்போது, அரசே சாதியத் தன்மை கொண்டதாக மாறும்போது, அதற்குள் போய் என்ன சாதித்துவிட முடியும்?

அதுதான் சொன்னேனே, இந்த விசயங்களில் அரசில் பங்கு பெறுவது அல்லது புறக்கணிப்பது என்றெல்லாம் நிரந்தரமான கொள்கைகள், அணுகல்முறைகள் எதையும் நாம் கைக்கொள்ள முடியாது. அரசை நேரடியாக ஒரு குறிப்பான வர்க்கம் அல்லது சாதியின் பிரதிநிதியாக, கருவியாகப் பார்க்கிற அபத்தத்தை நாம் மேற்கொள்ள இயலாது என்றாலும் அரசின் வர்க்கத்தன்மை, சாதீயத்தன்மை, வன்முறைத்தன்மை குறித்த மார்க்சிய, பெரியாரியப் புரிதல்கள் இன்றும் தேவையாகவே உள்ளன.

அரசில் பங்கு பெறுவதன் மூலம் சிலவற்றைச் சாதிக்கக்கூடிய தன்மைகள் உள்ளபோது அதைச் செய்துகொள்ள வேண்டியது தான். என்னைப் பொறுத்தமட்டில் சாதிய வன்முறைகளி லிருந்து தலித்துகள் தப்புவதற்கான ஒரேவழி வன்முறைக்கு எதிராக தலித்துகள் விடாது போராடுவதுதான். அம்பேத்கர் சொன்னதைப் போல் ஆடுகளைத்தான் பலியிடுவார்கள், சிங்கங்களை அல்ல.

எதிர்காலத்தில் இந்திய - தமிழக அளவில் அரசியல் போக்குகள் எப்படியாக இருக்கும்?

ரொம்பவும் தொலைநோக்காக எதையும் சொல்வதற்கில்லை. ஒரு பக்கம் இஸ்லாமிய எதிர்ப்பு என்கிற பெயரில் உலக ஆதிக்க சக்திகளும் இந்துத்துவமும் கைகோர்த்துக்கொள்ளும் நிலை இருந்த போதிலும் இன்னொரு பக்கம் ஒப்பீட்டளவில் சிறிய அடையாளங்கள், அதாவது மாநில அளவிலான கட்சிகள், தலித்துகள், மிகவும் பிற்படுத்தப்பட்டோர், மலையினத்தவர் போன்ற பிரிவினர் தம்மை உறுதி செய்துகொள்ளும் போக்குகள் இருக்கும்.

வரலாற்றில் இதுவரை ஓரங்கட்டப்பட்ட பலசிறிய அடையாளங்கள் தம்மைச் சுய உறுதி செய்துகொள்வது என்பது வரவேற்கத் தக்க ஒன்றுதான். பேரடையாளங்கள், பெருங்கதையாடல்களின் அடிப்படையில் மக்களைத் திரட்டுவது இனி சற்றுச் சிரமந்தான்.

அப்படியானால் சனநாயக, முற்போக்கு, புரட்சிகர சிந்தனை உள்ளவர்களுடைய செயல்பாடுகள், கடமைகள் என்னவாக இருக்கும்?

'முற்போக்கு' 'புரட்சிகரம்' என்பன போன்ற வரையறைகளிலும் வகைப்பாடுகளிலும் எனக்கு நம்பிக்கை இல்லை. ஒருபக்கம் தீவிர இடதுசாரிகளாக இருக்கக்கூடியவர்கள் இன்னொருபக்கம் இனவாதிகளாகவும், பாசிஸ்டுகளாகவும், சாதிய உணர்வு உள்ளவர் களாகவும் இருக்க முடியும் என்கிற உண்மையை நாம் உணர்ந்து கொள்ளுதல் அவசியம்.

எனவே இன்றைய சூழலில் நம்முடைய கடமைகள் என்ன என்பதாகக் கேள்வியை அமைத்துக்கொள்வதுதான் நல்லது. நமக்குள்ளும், வெளியிலும் இருக்கக்கூடிய பாசிசத்தை எதிர்ப்பது, பாசிசத்திற்கு எதிரான சனநாயகப் போராட்டங்களில் முன்னிற்பது, சிறிய அடையாளங்கள் தம்மை உறுதி செய்துகொள்வதற்கான போராட்டங்களில் துணை நிற்பது என்பதுதான் எனது உடனடிக் கடமைகளாக இருக்க முடியும் என நான் நம்புகிறேன். இன்னொரு பக்கம் உலகளாவிய முதலாளிய எதிர்ப்பு, உலகமயச் செயல்பாடு களுக்கும் கார்ப்பொரேட்மயமாதலையும் எதிர்ப்பது என்பது முதன்மைப் படுத்தப்படல் அவசியம்.

அறிவுத்துறையில் உழைப்பவன் என்கிற வகையில் பாசிசத்தை, இலக்கியம், மொழி, பண்பாடு உள்ளிட்ட சகல களங்களிலும்

எதிர்த்து நிற்பது நமது முக்கிய கடமையாகிறது. இலக்கியம், மொழி, பண்பாடு ஆகியவற்றின் மூலமான பாசிசம், அது விளைவிக்கும் ஆபத்தில், அரசியல், மத பாசிசங்களுக்கு எள்ளளவும் குறைந்ததல்ல.

(ஆறாம் திணை இணைய இதழுக்காக தெ. மதுசூதனன் கண்ட நேர்காணல். கேப்பியர் பத்தாவது ஆண்டுச் சிறப்பிதழில் (2000) மீண்டும் வெளிவந்தது.)

3 ஒழுங்கவிழ்ப்பின் தேவைகள் சாத்தியங்கள்

3.0 முன்னுரை

தேசியக் கற்பிதமும் மாற்றுகளும்: நிறப்பிரிகை முன்வைத்த கேள்விகள்

நிறப்பிரிகை இதழ் வாயிலாக சில முக்கிய அரசியல், சமூக, தத்துவப் பிரச்சினைகள் விவாதக் களத்திற்குக் கொண்டுவரப்பட்டன. தேசியக் கற்பிதம், பெண்ணியம், மாற்றுக் கல்வி, மாற்றுக் கலாச்சாரம், பின்நவீனநிலைச் சிந்தனைகள், தலித் இலக்கியம் என்பன அவற்றில் சில. இவற்றில் சில தலைப்புகளில் கூட்டு விவாதங்களையும் மேற்கொண்டோம். தேசியம் ஒரு கற்பிதம், 'பெண்ணியம், மாற்றுகளைத் தேடி' என்கிற தலைப்புகளில் நிறப்பிரிகை கட்டுரைகளின் தொகுப்புகளையும் விடியல் பதிப்பகம் வெளியிட்டது. பின்நவீனநிலைச் சிந்தனை குறித்த எனது கட்டுரைத் தொகுப்பு தனி நூலாக வந்தது.

இன்று அந்நூல்கள் எதுவும் சந்தையில் இல்லை. எனினும் அவற்றின் தேவை இன்றும் உணரப்படுகிறது. குறிப்பாக பாவ்லோ ஃப்ரெய்ரேயின் சிந்தனைத் தொகுப்பும், 'தேசியம் ஒரு கற்பிதம்' கட்டுரையும். தேசியம் தொடர்பாகவும் மாற்றுகள் தொடர்பாகவும் நான் எழுதிய கட்டுரைகள் இங்கே தொகுக்கப்படுகின்றன.

தேசியம் குறித்த கட்டுரை தமிழ்ச் சூழலில் மிகப் பெரிய விவாதங்கள் பலவற்றிற்கும் காரணமான ஒன்று. இன்றவும் தமிழ்த் தேசியவாதிகளின் எரிச்சலுக்குக் காரணமாக அது உள்ளது. இத்தனைக்கும் தேசிய இனப் பிரச்சினையின் முக்கியத்துவத்தை அது மறுப்பதில்லை. 'தேசியம் ஒரு கற்பிதம்' என்கிற பென் ஆன்டர்சனின் கருத்தை மட்டுமே அறிமுகம் செய்கிற கட்டுரை யுமன்று அது. தேசிய இனப் பிரச்சினை குறித்த மார்க்சியச் சிந்தனை மரபு என்பது ஒற்றைப் பரிமாணமுடையது அல்ல; பல வளமான சாத்தியங்களையும் வேறுபட்ட போக்குகளையும் உள்ளடக்கிய

பன்முகத்தன்மை கொண்ட மரபு அது என்கிற செய்திகளையே அக்கட்டுரையின் பெரும்பகுதி சொல்லிச் செல்கிறது. இறுதிப் பகுதியிலேயே நவீன சிந்தனைகள் அறிமுகம் செய்யப்படுகின்றன. அக்கட்டுரை வலியுறுத்திய முக்கிய கூறுகள்:

1. தேசம் என்பது இயற்கை அல்ல. தேசியப் போராட்டம்தான் தேசத்தை உருவாக்குகிறதே ஒழிய ஏற்கனவே 'இயற்கையாக' உருப்பெற்றிருந்த தேசம், தேசப்போராட்டத்தை உருவாக்குவதில்லை. வேறு வார்த்தைகளில் சொல்வதானால் தேசிய அரசியலுக்கு அப்பால் வெளியே உள்ள புறநிலை எதார்த்தமாக தேசத்தைப் பார்க்க முடியாது. எல்லா எதார்த்தங்களுமே கட்டமைக்கப்பட்டதே. இதை ஏற்கும்போதுதான் இத்தகைய கட்டமைப்பில் செயல்படும் அரசியல், வர்க்க, சாதிய, ஆணாதிக்க நலன்களை நாம் கணக்கிலெடுக்க முடியும். தேசம் மட்டுமின்றி தேசிய மரபு, மொழி, பண்பாடு, வரலாறு, இலக்கியப் பாரம்பரியம் எதுவும் இயற்கையல்ல; எல்லாம் 'கண்டுபிடிக்கப்பட்டவையே.' எல்லா எதார்த்தங்களுமே நம்மால் படைக்கப்படுபவைதானேயொழிய இயற்கையன்று. இதனை 'எதார்த்தப் படைப்பாக்கம்' என நவீன சிந்தனைகள் குறிப்பிடுகின்றன.
2. தேசம், தேசிய இனம் குறித்த இறுக்கமான வரையறைகள் பாசிசத்திற்கே வழிவகுக்கும். பொதுவான மொழி, தேச எல்லை, பொருளாதரா வாழ்வு, உளவியல் உருவாக்கம் ஆகிய நான்கையும் தேசத்திற்கான இறுக்கமான நிபந்தனைகளாக முன்வைக்கும் ஸ்டாலினிய வரையறையை ஏற்பதில் பல சிக்கல்கள் உள்ளன. இன ஒடுக்குமுறையும் அதற்கெதிரான போராட்டங்களும் இவற்றில் ஏதேனும் ஒன்றையோ இல்லை இவற்றிற்கு அப்பாற்பாட்ட ஒன்றையோ (எ.டு: மதம்) குவிமையமாகக் கொள்ளலாம். இந்த வரையறை அன்றைய போல்ஷ்விக் கட்சியின் அரசியலுக்கு ஏற்ப உருவாக்கப்பட்டது. ஆட்டோ பாயரைத் தவிர மார்க்ஸ், லெனின் உள்ளிட்ட மார்க்சியர் யாரும் இத்தகைய வரையறை முயற்சியில் இறங்கியதில்லை. இறுக்கமான வரையறையை ஏற்றுக் கொண்டால் தமக்கெனப் பொதுமொழி ஒன்று இல்லாத நாகர்கள் போன்ற மக்கள் சமூகங்களை தேசிய இனமாக ஏற்க இயலாத தவறைச் செய்வோம்.

3. தேசியத்தைத் தொடக்ககால முதலாளியம், பொதுச்சந்தை ஆகியவற்றுடன் இணைத்துப் பேசுகிற செவ்வியல் மார்க்சிய அணுகல்முறையையும் அப்படியே ஏற்க இயலாது. மார்க்சியத்தின் கலந்து போயுள்ள ஹெகலியத் தாக்கம், பொருளாதார வாதம் ஆகியவற்றின் வெளிப்பாடே இது. இத்தகைய பார்வைகள் லத்தீன் அமெரிக்கத் தேசங்கள் பலவற்றை அங்கீகரிக்காத நிலைக்கும் சோஷலிசக் கட்டுமானத்தில் தேசிய இன உணர்வுகளை மறுக்கும் தன்மைக்கும் இட்டுச் சொல்லும். தேசியம், ஜனநாயகம் போன்ற கருத்தியற் கூறுகளைக் கையிலெடுக்கும் இயக்கங்கள் அவற்றை எந்த ஒரு வர்க்க/சாதியச் சொல்லாடல்களுடன் இணைக்கின்றன என்பது முக்கியம்.

4. தமிழ்த் தேசியத்தை இதுவரை கட்டமைத்து வந்துள்ள அனைவரும் அதனை ஆதிக்க சாதி வர்க்கங்களுடனும் அவற்றின் பண்பாட்டுக் கூறுகளுடனுமேயே இணைத்து வந்துள்ளனர். இந்து-சைவ அடையாளங்களுடன்தான் அது வெளிப்பட்டு வந்திருக்கிறது. சிறுபான்மையினர், தலித்கள் முதலியோர் இதன் மூலம் ஒதுக்கப்படும் நிலை உள்ளது. ராஜராஜன், பெரிய கோவில், சைவ இலக்கியம் ஆகியவற்றினூடாகவே இதுவரை இங்கே தமிழ்த் தேசியம் வரையறுக்கப் பட்டுள்ளது. சாதி ஒழிப்பு என்கிற அடிப்படையில் தனிநாடு கோரிக்கையை முன்வைத்த பெரியாரின் இதுகுறித்த எச்சரிக்கைகளைத் தமிழ்த் தேசியர்கள் புறப்பணிப்பது குறிப்பிடத்தக்கது.

இக்கட்டுரை மூலம் முன்வைக்கப்பட்ட இத்தகைய பொறுப்பான கேள்விகட்கு இன்றுவரை யாரும் காத்திரமான பதில்களை முன்வைத்ததில்லை. அவதூறும், ஆத்திரமும் மட்டுமே எதிர் வினைகளாக அமைந்தன.

இக்கட்டுரை எழுதப்பட்ட காலத்தில் இங்கே தேசியம் குறித்துப் பல விவாதங்கள் நடைபெற்றுவந்தன. இதற்குப் பின்னணியாக அமைந்தது ஈழப் போராட்டம். அதை ஒட்டித் தமிழ்த் தேசிய உணர்வு சற்றே கூர்மைப்பட்டிருந்த நிலை அப்போதிருந்தது. இந்த விவாதங்கள் அனைத்தும் லெனின், ஸ்டாலின் ஆகியோரின் சில மேற்கொள்களைச் சுற்றிச் சுற்றியே அலுப்பை ஏற்படுத்திக் கொண்டிருந்த சூழலில், முற்றிலும் மாறுபட்ட ஒரு கோணத்தில்

தேசியம் குறித்த விவாதத்தை நகர்த்திச் சென்றது இது. தேசிய உணர்வை அடித்தள மக்கள் நோக்கில் பார்ப்பது குறித்த கரிசனத்தை இது வெளிப்படுத்தியது. இன்று நிலைமை சற்றே மாறுபட்டுள்ளது. தேசிய இன உணர்வின் கூர்மை பெரிதும் தேய்ந்துள்ளது. தமிழ்த் தேசிய இயக்கங்களின் வீச்சும் குறைந்துள்ளது. இப்படியானதில் இந்துத்துவ எழுச்சிக்கு ஒரு முக்கிய பங்குள்ளது. உலகமயச் சூழல் ஏற்படுத்தியுள்ள ஓர் அரசியலற்ற பரபரப்புச் சூழலையும் ஒரு துணைக் காரணமாகச் சொல்ல முடியும். இந்துமத அடையாளங்களுடன் தமிழ்த் தேசியத்தை வரையறுக்க முயல்வது இந்துத்துவ வாதிகளுக்குத்தான் சாதகமாக முடியும் என்பதைத் தமிழ்த் தேசியர்கள் உணர வேண்டும். இந்துத்துவத்திற்கு எதிராகத் தமிழ் தேசியமே இருக்கும் என வாய்ச்சவடால் அடித்துக்கொண்டு இருப்பதில் பயனில்லை. சிறுபான்மையினரைப் பார்த்து, 'தமிழர்கள்' என்று சொல்லுங்கள். அப்போதுதான் உங்களுக்குப் பாதுகாப்பு' என்று மிரட்டி அவர்களின் தனித்துவங்களை அழித்துக் கொள்ள வற்புறுத்துவதும் நியாயமன்று. அப்படியான ஒரு போக்கு இன்று தமிழ்த் தேசியர்களிடையே இருப்பதால் இதைச் சொல்ல வேண்டியுள்ளது. நீங்கள் இந்து-சைவ அடையாளங்களை விட்டு விட்டு உறுதியான இந்துத்துவ எதிர்ப்பை முன்வைத்தீர்களானால் அவர்கள் தாமாகவே உங்கள் பக்கம் வருவர். எல்லாவற்றிற்கும் அடிப்படையாக உள்ள கேள்வி இதுதான். சைவத்தை ஒதுக்கிய தமிழ்த் தேசியம் சாத்தியமா?

இன்றைய சூழலில் தேசியம் குறித்த இன்னொரு அம்சத்தையும் நாம் கவனத்தில் கொள்வது அவசியம். நமது சுதந்திரப் போராட்டம் மூலம் கட்டமைக்கப்பட்ட (அகில இந்திய) தேசியம் குறித்த இருவேறு அணுகல்முறைகளே அவை. 1. காந்தி, நேரு ஆகியோர் முன்வைத்த தேசியம், 2. இந்துத்துவவாதிகளின் தேசியம் என அவற்றைக் குறிக்கலாம். காந்தியர், இந்துத்துவ வாதிகள் இருசாரருமே அகில இந்தியத் தேசியத்தை ஏற்றுக் கொண்டவர்கள்தான். காந்தி இந்துமதத்தை ஏற்றுக் கொண்டவர். வருணா சிரமத்தையும் அவர் மறுக்கவில்லை. எனினும் இந்துத்துவ வாதிகள் அவரை எதிரியாகக் கருதினர், கொன்று தீர்த்தனர். இன்றும் பகைமை பாராட்டுகின்றனர். அதற்கு இரு காரணங்கள்:

1. காந்தி முன்வைத்த தேசியம் புவியியல் சார்ந்தது (Territorial Nationalism). இந்தியா என்கிற புவியியல் எல்லைக்குள்

பிறந்த யாரும் இந்தியர்கள். இந்த வகையில் முஸ்லிம் களையும் கிறிஸ்தவர்களையும் இதர சிறுபான்மையினரையும் உள்ளடக்கும் தேசியமாக (inclusive) அது அமைந்தது. இந்துத்துவவாதிகள் தமது தேசியத்தைக் 'கலாச்சார தேசியம்' (Cultural Nationalism) என்றனர். அதாவது இந்துக் கலாச் சாரத்தை ஏற்றுக்கொண்டவர்களே இந்தியர்கள். யாரொருவன் இந்தியாவையே தனது 'பித்ரு பூமி'யாகவும் 'புண்ய பூமி' யாகவும் கருதுகிறானோ அவனே இந்தியன். இதன்படி முஸ்லிம்கள், கிறிஸ்தவர்கள் இந்தியர்கள் அல்லர். எனவே ஒரு 'விலக்கும் தேசியம்' (exclusive) ஆக உள்ளது.

2. காந்தி 'மதச்சார்பற்ற அரசு' பற்றி வலியுறுத்தினர். அரசையும் மதத்தையும் பிரித்துவிட வேண்டும் என்றார். 'இந்து ராஷ்டிரம்' பேசியவர்கள் இதற்காகவே காந்தியை இன்றுவரை மன்னிக்கத் தயாராக இல்லை.

தேசிய வரையறை நெகிழ்ச்சிமிக்கதாகவும் உள்ளடக்கக் கூடியதாகவும் அமையும்போதே அது பாசிசமாக உருப்பெறாது. அந்த வகையில் திராவிட இயக்கத்தவரின் தேசியம் இத்தகைய உள்ளடக்கும் பண்புகளை மிகுதியாகக் கொண்டுள்ளது வரவேற்கத் தக்க ஒன்று. இதற்காகவே குணா முதலான தமிழ்த் தேசியர்கள் திராவிட இயக்கத்தைக் காண்கின்றனர் என்பதும் குறிப்பிடத்தக்கது. பெரியார் முஸ்லிம்களைத் 'திராவிடர்' என அணைத்துக் கொண்டதும் திராவிட இயக்கங்கள் அனைத்தும் பெயரிலேயே மொழிச் சிறுபான்மையினரை உள்ளடக்கியுள்ளதும் குறிப்பிடத்தக்கது.

பெருங்களங்களில் மட்டுமன்றி நுண்களங்களிலும் அதிகாரங் களைத் தகர்க்கும் நோக்கில் மாற்றுகளைப் பற்றிய சிந்தனைகளை 'நிறப்பிரிகை' தொடர்ந்து முன்வைத்து வந்தது. குடும்பம், கல்வி, மருத்துவம், பண்பாடு முதலிய களங்களில் மாற்றங்களைக் கொண்டு வராமல் அரசியலதிகாரத்தை மட்டும் கைப்பற்றுவதன் மூலம் அடித்தள மக்களுக்கு அதிகாரம் கிடைத்துவிடாது என்பதற்கு சோவியத் யூனியனும் கிழக்கு அய்ரோப்பிய நாடுகளும் சாட்சிகளாயின.

அரசு என்பது அமைச்சரவை, நிர்வாக எந்திரம், போலிஸ், இராணுவம் என்கிற அளவோடு சுருங்கிவிடுவதில்லை. கல்வி, கலாச்சாரம், நீதி, மருத்துவம், குடும்பம், சாதி என அதன் அங்கங்கள் விரிவடைந்துகொண்டே போகின்றன. இந்த வடிவங்களை

எல்லாம் அப்படியே வைத்துக்கொண்டு ஆளும்வர்க்கம் என்கிற உள்ளடக்கத்தை மட்டுமே மாற்றுவதன் மூலம் அதிகாரச் சிதைவை ஏற்படுத்திவிட முடியாது. உள்ளடக்கத்திற்கு மட்டுமின்றி வடிவத் திற்கும் ஒரு கருத்தியல் உண்டு. இந்த 'வடிவத்தின் கருத்தியலை' யாரும் யோசிப்பதில்லை. ஃபூக்கோ முதலிய நவீன சிந்தனையாளர் களே இதன்மீது கவனத்தை ஈர்த்தனர். சமூகத்திற்கு மட்டுமின்றி கலை இலக்கியங்களுக்கும் இது பொருந்தும். எதார்த்தவாதம் என்கிற வடிவத்தின் அரசியலை நாம் மறந்துவிட இயலாது. எதார்த்தத்தை மீறிய வடிவங்கள் கலகத்தன்மையின் இரகசியமும் இதுவே.

மாற்றுகள் என்பன பழைய வடிவங்களைச் சிதைப்பதில் கூடுதல் அக்கறை செலுத்துகின்றன. மாற்று என்பது இணை அதிகாரம் அல்ல. அது ஓர் எதிர் அதிகாரம். மாற்றுக் கல்வி, மாற்றுக் கலாச்சாரம், மாற்று நீதி என்பனவெல்லாம் உண்மையில் எதிர்க் கல்வி, எதிர்க் கலாச்சாரம், எதிர் நீதி என்பனவையாகவே உள்ளன. எனவேதான் எல்லாவிதமான வடிவங்களையும் ஒழுங்குகளையும் நாம் கேள்விக்குள்ளாக்க வேண்டியிருக்கிறது. ஆனால் இந்த அதிகாரங்களுக்கும், ஒழுங்குகளுக்கும் பழக்கப்பட்ட பொது உளவியல் 'ஒழுங்கே பாதுகாப்பு' என்கிற உணர்வை ஏற்படுத்து கிறது. உலகிலுள்ள எல்லா மதங்களும் இத்தகைய 'ஒழுங்கின்மை பற்றிய அச்சத்தை' ஊட்டுவது சிந்திக்கத்தக்கது.

கல்வி, கலாச்சாரம், நீதி, மருத்துவம், அரங்கம் (theatre) எனப் பல களங்களிலும் நாம் இவ்வாறு முன்வைக்கும் மாற்றுகளுக் கிடையே பொதுவான கூறுகள் எனச் சிலவற்றைச் சொல்ல முடியும். ஆதியில் ஆசிரியர் X மாணவர்; மருத்துவர் X சாதாரண மக்கள்; நடிகர் X பார்வையாளர் என வேலைப்பிரிவினைகள் கிடையாது. சாதி மற்றும் வர்க்க அடிப்படையிலான ஏற்றத்தாழ்வான அதிகாரத்துவச் சமூகங்களிலேயே இவை உருவாயின. மாற்றங் களைப் பேசுகிறவர்கள் இந்த வேலைப்பிரிவினையைத் தகர்க் கின்றனர். ஆசிரியர் X மாணவர் என்கிற பேதத்தைத் தகர்த்து 'ஆசிரிய மாணவர்'/'மாணவ ஆசிரியர்' என்கிற நிலையை உருவாக்குவது குறித்துப் ஃப்ரெய்ரே சொல்லியுள்ளதைக் கட்டுரையில் காண்க. வகுப்பறைகளும், முன் தீர்மானிக்கப்பட்ட பாட நூல்களும் இந்தப் பிளவை உருவாக்குவதால் அவற்றை ஒழியுங்கள் என்றும் அவர் சொன்னார். பார்வையாளனையும்

நடிகனையும் பிரிக்கும் மேடையை மட்டுமல்ல நாடகப் பிரதியையும் தகர்த்தெறியுங்கள் என்றார் அகஸ்தோ போல். 'வெறுங்கால் வைத்தியர்கள்' என்கிற உருவாக்கத்தின் மூலம் மருத்துவர் X தொழிலாளி, மருத்துவர் X விவசாயி முதலிய பிரிவினைகளையும் அதன் மூலம் மருத்துவ அதிகாரி என்கிற கருத் தாக்கத்தையும் நொறுக்கித்தள்ளினார் மாவோ. ஆக மாற்றுகள் என்பன வேலைப் பிரிவினைகள் ஒழிந்த ஒருவகை ஆதிநிலைக்குத் திரும்புதலாக உள்ளதையும் நாம் நோக்க வேண்டும்.

மாற்றம் விரும்பாதவர்கள் செய்யும் எதிர்வினை வழக்கமாக இப்படித்தான் இருக்கும்: 'இன்றைய சூழலில் இதெல்லாம் சாத்தியமா?.' 'இன்றைய சூழல்' என்பதே அபத்தமாகவும், கொடூரமானதாகவும் இருக்கிறது என்பதுதான் பிரச்சினையே. பழைய ஆய்வுச் சட்டங்களுக்குள் நின்று நாம் விவாதம் புரிந்து கொண்டிருக்க இயலாது. ஆய்வுச் சட்டங்களையே மாற்றிப் போட்டாக வேண்டியிருக்கிறது.

மாற்றுகள் குறித்த சிந்தனைகளும், விவாதங்களுங்கூட, இக்கட்டுரைகள் வெளிவந்த காலத்துடன் ஒப்பிடும்போது இப்போது சற்றே தொய்வடைந்துள்ளன என்றுதான் தோன்றுகிறது. உலகமயம் உருவாக்கியுள்ள புதிய கல்விச் சூழல், பணி ஒழுங்கு (work culture) முதலியன ஏற்படுத்தியுள்ள தாக்கங்களை எதிர் கொள்ளுதலே இன்றைய மனிதர்களுக்குப் பெருஞ்சவாலாக இருக்கிறது. இதன்விளைவுகள் என்னவாக இருக்கும் என்பதே இன்னும் முழுமையாக கணிக்கப்படவில்லை. இதுகுறித்து நாம் சிரத்தை எடுத்துச் சிந்திக்க வேண்டும்.

இக்கட்டுரைகள் மட்டுமின்றி எனது எழுத்துகள் யாவுமே முடிந்த முடிவுகள் எதையும் சொல்வன அல்ல. புத்த பகவன் தனது தம்மத்தைப் பற்றிச் சொன்னது போல இவை வெறும் சிந்தனைக் கான பொருள்களே. இவற்றைச் சிந்திப்போம்; இவற்றோடு சிந்திப்போம். இவற்றைத் தாண்டிச் சிந்திப்போம்.

அ. மார்க்ஸ்

சென்னை - 4
டிசம்பர் 25, 2003

(டிசம்பர் 25, 2003 தேதியிட்ட இம்முன்னுரை சென்னை 04 என்கிற முகவரியிலிருந்து எழுதப்பட்டது. 'தமிழின் முதல் ஒழுங்கவிழ்ப்புச்

சிந்தனையாளரான பெரியார் ஈ. வே. ரா அவர்களுக்கு' இந்த நூல் சமர்ப்பிக்கப்பட்டது. 2006ஆம் ஆண்டில் அடையாளம் பதிப்பகம், புத்தாநத்தம் இந்த நூலை வெளியிட்டுள்ளது.)

3.1 மாற்றுக் கல்வி: பாவ்லோ ஃப்ரெய்ரே சொல்வதென்ன?

மூன்றாம் உலக நாடுகளுக்கான விடுதலைக் கல்வியாளராக அறிமுக மாகியுள்ள பாவ்லோ ஃப்ரெய்ரே குறித்துத் தமிழ்ச் சூழலில் கடந்த இரண்டாண்டுகளாக அதிகம் பேசப்பட்டாலும் கல்வி பற்றிய அவரது கருத்துக்கள் இங்கே விரிவாக அறிமுகம் செய்யப்பட வில்லை. நுண்களங்களில் அதிகாரத்திற்கு எதிரான மாற்றுகள் பற்றி யோசிக்கத் தொடங்கியுள்ள இன்றைய சூழலில் மாற்றுக் கல்வி பற்றிய பாவ்லோ ஃப்ரெய்ரேயின் கருத்துக்கள் இங்கே சுருக்கித் தொகுக்கப்படுகின்றன. ஒரே மாதிரியான கருத்துக்களை அவர் பலமுறை திருப்பித் திருப்பி வலியுறுத்துவது என்பது இத்தகைய சுருக்கத்தை நமக்கு எளிதாக்கியுள்ளது.

வாழ்க்கைக் குறிப்பு

1921: தென் அமெரிக்காவிலுள்ள பிரேசில் நாட்டில் அட்லாண்டிக் கரையோரமான 'ரெசிஃப்'இல் ஒரு மத்திய தரக் கத்தோலிக்கக் குடும்பத்தில் பிறப்பு. இளமையில் வறுமை.

1942: ரெசிஃப் பல்கலைக்கழகத்தில் போர்த்துக்கீசிய மொழி ஆசிரியராகத் தேர்வு.

1944: இன்னொரு ஆசிரியரான 'எல்சா'வை மணந்து கொள்கிறார். ஆசிரியப் பணி தவிர இருவரும் கத்தோலிக்கக் குழுக்களுடன் சேர்ந்து மத்தியதர வர்க்கக் குடும்பங்களின் மத்தியில் கல்விப் பணிபுரிகின்றனர். ஏழைமக்கள் மத்தியில் கல்விப் பணிபுரிய விருப்பம்.

1959: வயது வந்தோருக்கான கல்வி குறித்து ரெசிஃப் பல்கலைக் கழகத்தில் டாக்டர் பட்டம் பெறுகிறார்.

1962: ரெசிஃப் நகராட்சியில் வயதுவந்தோர் கல்விக்கான ஒருங்கிணைப்பாளராகப் பொறுப்பேற்கிறார். பண்பாட்டுக் குழுக்களைக் கட்டி வெற்றியடைகிறார்.

1963: ஜோவா கவுலார்ட் தலைமையிலான தேர்ந்தெடுக்கப்பட்ட அரசு (Popular Government) ஃப்ரெய்ரேவைத் தேசிய எழுத்தறிவு இயக்கத்தின் தலைவராக நியமிக்கிறது. இருபதாயிரம் பண்பாட்டுக் குழுக்களை நாடு முழுவதிலும் உருவாக்கி அடுத்த ஆண்டுக்குள் இருபது லட்சம் பேரை விழிப்புணர்வு உடைய எழுத்தறிவாளர்களாக மாற்றும் தீவிர முயற்சி தொடர்கிறது. சனாதனிகள் இம்முயற்சியை எதிர்க்கின்றனர். ரியோ-டி-ஜெனரோவிலிருந்து வெளி வந்த ஓ குளோபா என்னும் இதழ் ஃப்ரெய்ரேவை மக்கள் மத்தியில் கிளர்ச்சியை விதைப்பவராகக் குற்றஞ் சாட்டுகிறது. நாட்டைப் 'போல்ஷ்விச'மயமாக்குவதாக அவர் பொதுவில் குற்றம் சுமத்தப்படுகிறார்.

1964: பிரேசிலில் எழுத்தறிவற்றவர்களுக்கு வாக்குரிமை இல்லை. ஏராளமானோரை எழுத்தறிவுடையவர்களாக மாற்றுகிற ஃப்ரெய்ரேயின் நடைமுறை அங்குள்ள அதிகாரச்சமநிலையில் மாற்றங்களை ஏற்படுத்தியது. சமூகத்தின் இதர துறைகளில் ஏற்பட்ட ஜனநாயகப்பாட்டுடன் கல்வித்துறையில் ஏற்பட்ட இம்முயற்சியும் ஒருங்கிணைந்தது. சிலரின் ஏகபோக அதிகாரத்திற்கு இது ஊறுவிளைவித்துவிடும் என்று அஞ்சிய இராணுவம் கவுலார்ட் அரசைக் கவிழ்த்து அதிகாரத்தைக் கைப்பற்றியது. இன்றுவரை இராணுவ ஆட்சி தொடர்கிறது.

பாவ்லோ ஃப்ரெய்ரே கைது செய்யப்பட்டுச் சிறையிலிடப் படுகிறார். அமெரிக்காவுக்கும் கடவுளுக்கும் எதிரானவராக ஃப்ரெய்ரே குற்றஞ்சாட்டப்படுகிறார். எழுபது நாள்கள் சிறை வாசத்திற்குப் பிறகு 'பொலிவியா'வில் அரசியல் தஞ்சம் புக அனுமதிக்கப்படுகிறார். அடுத்த பதினைந்து நாள்களுக்குள் அங்கும் ஓர் ஆட்சிக் கவிழ்ப்பு நிகழவே ஃப்ரெய்ரே 'சிலி'யில் தஞ்சம் புகுகிறார். அடுத்த ஐந்தாண்டு களுக்கு அவர் சிலியிலேயே இருக்க வேண்டியதாகிறது.

1965: சிலி பல்கலைக்கழகத்தில் பொறுப்பேற்ற ஃப்ரெய்ரேவை எடுவார்டோ பிரே தலைமையிலான கிறிஸ்தவ ஜனநாயக

அரசு அங்குள்ள வயதுவந்தோர் கல்வித்திட்டத்தில் பங்குபெற அழைக்கிறது. கல்விக் கோட்பாடுகள் பற்றிய ஃப்ரெய்ரேவின் முக்கிய நூல்கள் பல இக்காலகட்டத்தில் எழுதப்பட்டு வெளியாகின்றன.

1969: அமெரிக்க ஹார்வர்டு பல்கலைக்கழகத்தில் கல்வித் துறையில் வருகைப் பேராசிரியராகப் பொறுப்பேற்கிறார். ஜொனாதன் கொசோல், இவான் இல்லிச் போன்றோருடன் தொடர்பு கொள்கிறார்.

1970: அல்லெண்டேயின் மார்க்சிய அரசிலும் ஃப்ரெய்ரேயின் பணி தொடர்கிறது. ஜெனிவாவில் உள்ள மாதா கோவில் களுக்கான உலகக் குழுவில் கல்வி ஆலோசகராகப் பொறுப்பு ஏற்கிறார்.

1971: 'பண்பாட்டு நடவடிக்கைக்கான நிறுவனம்' என்கிற அமைப்பைத் தொடங்குகிறார்.

1973: பினோசெட் தலைமையில் அல்லெண்டே அரசு கவிழ்க்கப் பட்டபோது ஃப்ரெய்ரே சிலி அரசுக்கும் வேண்டாதவர் ஆகிறார்.

தொடர்ந்து பெரு, அங்கோலா, மொசாம்பிக், தான்சானியா, கினியா பிசா போன்ற லத்தீன் அமெரிக்க மற்றும் ஆப்ரிக்க நாடுகளின் கல்விப் பணிகளில் ஃப்ரெய்ரே பங்குபெறுகிறார். குறிப்பாக அமில்கார் கப்ராலின் தலைமையிலான தேசிய விடுதலைக்குப் பிந்திய சூழலில் கினியாபிசாவின் உருவாக்கத்தில் கல்வி ஆலோசகராக ஃப்ரெய்ரே முக்கியப் பங்குபெறுகிறார்.

1960களின் தொடக்கத்தில் உலகெங்கிலும் ஜனநாயக எழுச்சிகளும் மாணவர் கிளர்ச்சிகளும் தோன்றின. பதிலாக விடுதலைபெற்ற நாடுகளின் தேசிய உருவாக்கத்தில் மக்கள் மனப்பூர்வமாகப் பங்கேற்றிருந்தனர். அமெரிக்கா போன்ற நாடுகளிலும் கூடச்சிவில் உரிமை மற்றும் போர் எதிர்ப்பு இயக்கங்கள் வலுப்பெற்றிருந்தன. சகல துறைகளிலும் கோட்பாட்டு ரீதியான புத்தெழுச்சிகளும் தோன்றின. பல்கலைக்கழக வளாகங்களில் இவ்வெதிர்ப்பு களும் எழுச்சிகளும் எதிரொலித்தன. நிலவும் கல்வி பற்றிய சிந்தனைகள் தோன்றின. இந்தச் சூழலின் வெளிப்பாடாகவே இவான் இல்லிச், பாவ்லோ ஃப்ரெய்ரே போன்றோரைக் காண வேண்டும். ஃப்ரெய்ரேயின் சிந்தனைகளை இனி தொகுத்துக்

கொள்வோம். சார்த்தர், மௌனியர், எரிக் ஃப்ரம், மார்க்ஸ், அல்துஸர், ஆர்டிகா கேசட், மாவோ, சேகுவாரா, மார்க்யூஸ் ஆகியோரின் சிந்தனைகளின் செல்வாக்கு ஃப்ரெய்ரேயில் படிந்துள்ளது என்பர்.

1. மனிதனும் மிருகமும்

மனிதனாக இருத்தல் என்பது மற்றவர்களுடனும் உலகுடனும் உறவினை ஏற்படுத்திக்கொள்வதே. எனவே தன்னில் இருந்து வேறுபட்ட புறவயமான எதார்த்தமாக உலகை மனிதனால் காண முடிகிறது. 'தான்', 'தானல்லாதது' எனப் பிரித்துப் பார்க்கும் போது தானல்லாத எதார்த்தம் அவனது அறிதலுக்குட்பட்ட பொருளாகி விடுகிறது. மிருகங்கள் அப்படியல்ல; அவை எதார்த்தத்தில் மூழ்கி விடுகின்றன. எதார்த்தத்தைப் புறவயமாக்கி அவற்றால் பார்க்க முடியாது. வேறுவார்த்தைகளில் சொல்வதானால் மிருகங்கள் உலகில் உள்ளன. மனிதனோ உலகில் மட்டுமல்ல, உலகத்தோடும் உள்ளான்.

மனிதன் உலகோடு கொள்ளும் உறவு விமர்சனபூர்வமானது. வெறும் தொடுகையிலான புலனுணர்வு சார்ந்த விருப்பு வெறுப்புக்கு அப்பாற்பட்ட தன்னியல் வினையாக (reflex) மிருகங்கள் எதார்த் தத்தைக் கைக்கொள்கின்றன. மனிதனோ எதிரொளிப்பின் (reflection) மூலம் புறவயத்தரவுகளைக் கைக் கொள்கிறான். அதாவது புறவய எதார்த்தம் பற்றிய அறிதலில் மனிதத் தன்னிலை முக்கியப் பங்குவகிக்கிறது. தன்னிலைக்கும் (subjectivity) புறநிலைக்கும் (objective) இடையேயான இயங்கியல் உறவில் மனித அறிவு தோற்றம் கொள்கிறது. இவையிரண்டில் எதனொன்றின் முக்கியத்துவமும் கூடுதலாகவோ குறைத்தோ மதிப்பிடக்கூடியதல்ல.

விமர்சனபூர்வமான பார்வையின் விளைவாக மனிதன் எல்லா வற்றையும் நேற்று, இன்று, நாளை என்கிற முப்பரிமாணக் காலத்தில் வைத்துப் பார்க்கிறான். மிருகங்களுக்கு இத்தகைய வரலாற்றுணர்வு கிடையாது. அவற்றுக்கு எல்லாமே 'இன்று' தான். தன்னை முப்பரிமாணக் காலத்தில் வைத்துப் பார்க்க நேர்வதன் விளைவாக மனிதன் ஒற்றைப் பரிமாண 'இன்றில்' சிறைப் படுவதில்லை. 'இன்றின்' வரம்புகளைக் கடக்க அவன் எப்போதும் எத்தனித்தான். அவன் உலகோடு கொள்ளும் உறவுகள் அனைத்தும்

பின்விளைவுகளைக் குறிக்கோளாகக் கொண்டே அமைகின்றன. மிருகங்களுக்குக் குறிக்கோள் கிடையாது. இயற்கைத் தேவையின் தூண்டுதல் மட்டுமே அவற்றிற்குண்டு. எனவே இயற்கையைச் சவால்களாக அவை எதிர்கொள்வதில்லை. எதார்த்தத்தை மாற்றி அமைப்பதில்லை. எதார்த்தத்திற்கு அவை தம்மைத் தகவமைத்துக்கொள்கின்றன (adapts). மனிதன் இவ்வாறு தன்னை வெறுமனே தகவமைத்துக்கொள்வதில்லை. விமர்சன பூர்வமான அணுகலுடன் தேர்வுகளை மேற்கொள்கிறான்; எதார்த்தத்தில் தலையிட்டு மாற்றுகிறான். இன்றில் திருப்தி அடையாத மனிதன் மேலும் மேலும் தன்னை வளர்த்தும் கொள்கிறான். மனிதனின் முழுமையான வளர்ச்சியடைதல் என்பது உயிரியல் அடிப்படையில்தான். மற்றபடி அவனது வளர்ச்சி என்றுமே முழுமையடைவதில்லை. மேலும் மேலும் தன்னை அதிகரித்துக் கொள்வதே மனிதனின் அறிவுத்துறை இயல் திறனாகும் (ontological vocation).

மனிதன் மட்டுமே பேசுகிறவன். தொடர்புகளுக்காக மேற்கொள்ளப்படும் ஒலிக் குறிப்புகள் அனைத்தையும் நாம் ‘சொல்’ என்று சொல்வதில்லை. மிருகங்களுங்கூட இத்தகைய ஒலிக் குறிப்புகளை மேற்கொள்கின்றன. மனிதப் பேச்சு உலகை மாற்றி அமைக்கிறது. இதனைச் சாதிப்பவற்றையே நாம் உண்மையான சொற்கள் என்கிறோம். உண்மையான சொல்லிற்கு இரு பரிமாணங்கள் உண்டு:

1. எதிரொளிப்பு (reflection).
2. நடவடிக்கை (action).

இவ்விரண்டின் இயங்கியல் இணைவையே நாம் செயல் (praxis) என்கிறோம். இவ்வாறு ஒவ்வொரு உண்மையான சொல்லும் செயலாகிறது. நடவடிக்கையுடன் இணையாத சொல் வெறும் ‘வாய்ச்சொல்’ (verbalism) ஆகவும் எதிரொளிப்பு இல்லாத சொல் வெறும் செயல்வாதமாகவும் (activism) குறுகிவிடுகின்றது. மனிதன் புறவய எதார்த்தத்தை மட்டுமே எதிரொளிப்பதில்லை. எதார்த்தத்தின் மீதான தனது நடவடிக்கைகளையும் சேர்த்தே எதிரொளிக்கிறான். இந்த எதிரொளிப்பு அவனது அகத்தில் மாற்றத்தை ஏற்படுத்துகிறது. இவ்வாறு மாறிய அகம் அவனது நடவடிக்கைகளின் மீது பாதிப்பை ஏற்படுத்துகின்றது. இந்த நடவடிக்கையை எதிரொளிப்பதன் மூலம் தனது அகத்தையே அவன் எதிரொளித்துக்

கொள்கிறான். புறவய நிகழ்வுகள் அவனைப் பாதிப்பது மட்டுமல்ல அவ்வாறு பாதிப்பதை அறிந்துகொள்பவனாகவும் மனிதன் உள்ளான்.

எனவே மனித இருப்பு மௌனமானதாக இருக்கவே முடியாது. செயலாக அமையாத அதாவது உலகை மாற்றியமைக்காத சொற்களைப் பேசுவதும் மௌனம்தான். மனிதனாக இருப்பதென்பது உலகிற்குப் பெயரிடுவது (naming); உலகை மாற்றியமைப்பது. ஒருமுறை பெயரிடப்பட்டவுடன் உலகானது மேலும் தன்னைப் பிரச்சினையாக்கிப் பெயரிடுபவர்கள் முன்நிறுத்திக் கொள்கிறது. எனவே புதிய பெயரிடும் நடவடிக்கைகளை மனிதன் மேற்கொள்ளவேண்டியதாகிறது. உலகிற்குப் பெயரிடுவது, அதாவது உண்மையான சொல்லைப் பேசுவது, அதாவது உலகை மாற்றியமைப்பதென்பது சில மனிதர்களின் தனி உரிமையல்ல; ஒட்டுமொத்தச் சமூக உரிமை. ஒருவருக்கான சொல்லை இன்னொருவர் தேர்வுசெய்வதோ (prescribe) பேசுவதோ சாத்தியமல்ல. மனிதருக்கிடையேயான பேச்சு என்பது ஒருவழி உரை (monologue) அல்ல. மனிதர்களுக்கிடையேயான சந்திப்பு என்பது இருவழி உரை, அதாவது உரையாடல் (dialogue) வகைப்பட்டது. உலகிற்குப் பெயரிட மனிதன் உரையாடுகிறான். எனவே பெயரிட விரும்புபவர்களுக்கும் இத்தகைய பெயரிடுதலை விரும்பாதவர்க்கும் அதாவது பிறர் சொல்லைப் பேச அனுமதிக்காதவருக்குமிடையே உரையாடல் சாத்தியமில்லை. தங்களது சொல்லைப் பேசும் உரிமையை இழந்த மனிதர்கள் இத்தகைய மனிதாய விரோத நடவடிக்கைகளுக்கு எதிராகத் தங்களது பேச்சுரிமையைப் பெற வேண்டியிருக்கிறது. இவ்வாறு மனிதன் தனது மனித இருப்பை நிலைநாட்டும் வழிமுறையாக உரையாடல் அமைகிறது.

எனினும் எல்லாச் சந்தர்ப்பங்களிலும் மனித சமூகத்திற்குள் உரையாடல் சாத்தியமாயிருப்பதில்லை. பெரும்பான்மையான மக்களை ஒடுக்குகிற, ஏற்றத்தாழ்வான சமூக அமைப்பிற்குள் உரையாடல் நிகழ்வதில்லை. ஒடுக்கப்பட்ட மக்களுக்கு அவர்களது சொற்களைப் பேசும் உரிமை இருப்பதில்லை. பண்பாட்டு ஆக்கிரமிப்பு நடவடிக்கைகளின் மூலமாக மௌனப் பண்பாடு (culture of silence) ஒன்று அவர்கள்மீது போர்த்தப்பட்டு இது நிறைவேற்றப்படுகிறது.

2. பண்பாட்டு ஆக்கிரமிப்பும் மௌனப் பண்பாடும்

உரையாடல் விரோதமான நடவடிக்கைகள் மூலம் (Anti Dialogical Actions) இவ்வாறு மௌனம் போர்த்தப்படுகிறது. தானல்லாத உலகைப் புறவயமாக்கி அதனைத் தனது அகத்தில் கருதக்கூடிய மனிதப் பண்பை மக்களிடமிருந்து தீய்ப்பதற்கு ஒடுக்குபவர்கள் முனைகின்றனர். இதனை அவர்கள் முழுமையாக நிறைவேற்ற இயலாதபோது இவ்வுலகை அவர்கள் புனைவுகளால் போர்த்த (mythicize) முனைகின்றனர். ஒடுக்கப்பட்டு வசப்படுத்தப்பட்ட மக்களிடம் ஒரு பொய்யான உலகைப் பரிசளித்து அவர்களை மேலும் அந்நியமாக்கிச் செயலூக்கமற்றவர்களாக மாற்றும் பொருட்டு ஒடுக்குபவர்கள் பல்வேறு வழிமுறைகளை மேற்கொள்கின்றனர். உலகைப் பிரச்சினை வடிவமாக்கி மக்களை எதிர்கொள்ள வைக்காமல், அதை அவர்களது பாதிப்பிற்கு அப்பாற்பட்ட ஏற்கனவே முழுமையடைந்த பொருளாய் முன்வைப்பர். மனிதர்கள் வெறும் பார்வையாளர்களாக இதனை எதிர்கொண்டு அதற்குத் தங்களைத் தகவமைத்துக்கொள்ள வேண்டும்.

'எல்லோருக்கும் சமத்துவமான வாய்ப்பளிக்கப்படுகிறது. தங்களது திறமைக்கேற்ப யாரும் முன்னேறிக்கொள்ளலாம். தங்களது விருப்பிற்குரிய ஆட்சியாளர்களைத் தேர்வுசெய்து கொள்ளலாம். சனத்தொகைப் பெருக்கமே இன்றைய பிரச்சினை களுக்குக் காரணம்' என்பன போன்ற புனைவுகள் உருவாக்கப் பட்டுத் தொடர்புச் சாதனங்கள் மற்றும் பள்ளி, குடும்பம், மதம் போன்ற நிறுவனங்கள் மூலமாக மக்கள் உணர்வில் பதிக்கப் படுகின்றன. மக்கள் எதிர்கொள்ளும் பிரச்சினைகள் அவற்றுக்குரிய முழுமையில் வைத்தளிக்கப்படாமல் ஒடுக்குபவர்களுக்கு வசதியான ஒரு கோணத்தில் குவிக்கப்பட்ட பார்வையிலேயே காட்டப்படும். ஒவ்வொரு பிரச்சினையும் ஒட்டுமொத்தமான அமைப்புடன் தொடர்புடையது என்கிற பார்வையை இழப்பதன் மூலமாக ஒட்டுமொத்தப் பிரச்சினைகளிடமிருந்து ஒடுக்கப்படுபவர்கள் ஒதுங்கி நிற்கின்றனர். தங்களது விமர்சனப் பார்வையை இழக் கின்றனர். இவ்வாறு ஒரு திரிபு செய்யப்பட்ட உலகப் பார்வை அவர்களுக்கு மேலிருந்து வகுத்தளிக்கப்படுகிறது. ஒடுக்கப் பட்டவர்களுக்கான 'பிரதிநிதிகள்' ஒடுக்குபவர்களாலேயே உருவாக்கப்பட்டு ஒடுக்கப்பட்ட மக்கள் முன்நிறுத்தப்படு கின்றனர். பண்பாட்டுத் தளத்தில் மேற்கொள்ளப்படும் இத்தகைய

எதிர் உரையாடல் நடவடிக்கைகளைப் பண்பாட்டு ஆக்கிரமிப்பு (Culture Invasion) என்கிறோம். ஆக்கிரமிப்பாளர்கள் வெளிநாட்டவர்களாகவோ உள்நாட்டு ஆதிக்க சக்திகளாகவோ இருக்கலாம். ஆக்கிரமிப்பாளர்கள் வனைகிறார்கள்; தேர்வு செய்கிறார்கள்; செய்யப்படுகிறார்கள். ஆக்கிரமிக்கப்பட்டவர்கள் வனையப்படுகிறார்கள்; தேர்வை ஏற்றுக்கொள்கின்றனர்; செயல்படுவதாகப் பாவனை செய்கின்றனர். இந்த ஆக்கிரமிப்பு நேரடியாகவும் செயல்படலாம்; 'உதவி' போன்ற வேறு வடிவங்களிலும் மேற்கொள்ளப்படலாம். 'உதவி' என்கிற போர்வையில் ஆக்கிரமிக்கப்பட்டவர்களிடமிருந்து பொறுப்புணர்வு நீக்கப்பட்டு அவர்கள் பொறுப்பற்றவர்களாக ஆக்கப்படுகின்றனர்.

ஆக்கிரமிப்பாளர்களின் உலகப் பார்வையைத் தாங்கள் சுவீகரித்துக்கொண்டதன் மூலம் ஆக்கிரமிக்கப்பட்டவர்கள் ஆக்கிரமிப்பாளர்களைத் தங்களுக்குள்ளேயே அனுமதித்துவிடுகின்றனர். ஆக்கிரமிப்பாளர்களைப் போல நடப்பது, உடுப்பது, பேசுவது என்றாகிவிடுகின்றனர். ஆக்கிரமிக்கப்பட்டவர்கள் தங்களைத் தாழ்ந்தவர்களாகவும் தகுதியற்றவர்களாகவும் கேவலமானவர்களாகவும் பேசுவதற்குச் சொல்லற்றவர்களாகவும் உணர்ந்து மௌனமாகின்றனர். மனிதர் என்போர் வினைசெய் உயிரி (subject) என்கிற நிலையை இழந்து வினைபடுபொருளாக (object) இழிகின்றனர். தங்களுக்கான உயிரிகள் என்பதிலிருந்து மற்றவர்களுக்கான உயிரிகள் என்றாகின்றனர். தங்களது செயல் மூலம் உலகை மாற்றலாம் என்பதையே அவர்கள் மறந்துபோகின்றனர். பண்பாட்டு ஆக்கிரமிப்பு என்பது ஆதிக்கத்தின் கருவியாகத் தொடங்கி ஆதிக்கத்தின் வினைபொருளாக மாறிவிடுகிறது.

இவற்றின் பொருள் தாங்கள் ஒடுக்கப்படுவது பற்றிய உணர்வை அவர்கள் இழந்துவிட்டார்கள் என்பதல்ல. தாங்கள் கொடுமையாகப் பாதிக்கப்பட்டுள்ளதை அவர்கள் உணர்ந்தே இருக்கின்றனர். ஆனால் ஒடுக்குபவர்கள் என்கிற நிலையைக் கடந்த ஒரு சமத்துவமான சமூக உறவை அவர்களால் கற்பனை செய்ய முடியாது. ஒடுக்குமுறையிலிருந்து சகலருக்கும் விடுதலை என்றில்லாமல் ஒடுக்குபவர்களுடன் தங்களை அடையாளம் கண்டு அந்நிலைக்குத் தாங்களும் 'உயர' வேண்டும், ஒடுக்குபவர்களாகத் தாங்கள் மாறினால் போதும் என்பதே அவர்களது குறிக்கோளாகிறது. செயலிலிருந்து ஒதுங்கி வெறும் பார்வையாளராக மாறிவிட்ட

ஒடுக்கப்பட்டவர்கள் உணர்வுரீதியாய் உறுதியற்றவர்களாகி அச்சத்தில் வீழ்கின்றனர். இருக்கிற நிலையில் மாற்ற மேற்பட்டுத் தங்கள்மீது பொறுப்புகள் சுமத்தப்பட்டுவிடக்கூடாதே என்றும் முடிவெடுக்கும் சுமை தங்கள்மீது வீழ்ந்துவிடக் கூடாதே என்றும் ஒருவகை விடுதலை அச்சம் (Fear of Freedom) அவர்களுக்கு ஏற்பட்டுவருகிறது. ஒடுக்குகிற தலைமையிலிருந்து பிரிந்து அதனைச் சாராமல் தனித்து நிற்பதற்கு அஞ்சுகின்றனர். ஒடுக்கு பவர்களை வெல்லமுடியாது என்கிற அவநம்பிக்கையும் உருவாகி விடுகின்றது. மந்தைகளுக்குள் முடங்குவதைப் (gregarious ness) பாதுகாப்பாக உணர்கின்றனர். சாதி, குடும்பம் போன்ற உணர்வுகள் இறுக்கமடைகின்றன. தங்களது ஒடுக்கும்நிலை பறிபோய்விடுமோ என்கிற விடுதலை அச்சம் ஒடுக்குபவர்கள் மத்தியிலும் எப்போதும் நிலவுகின்றது. புறவய நிகழ்வுகளால் சமூகத்தில் விடுதலை உணர்வு முகிழ்க்கும்போது இருசாரா ரிடமும் இவ்வாறு விடுதலை அச்சம் வளர்கிறது.

3. விடுதலைக்கான பண்பாட்டு நடவடிக்கை

மௌனப் பண்பாட்டிற்கு இலக்கானவர்கள் தங்களது அகத்தை யும் தானல்லாத புறத்தையும் இயங்கியல்ரீதியாய் இணைத்து அறிவை உற்பத்தி செய்துகொள்ள இயலாது அறியாமையில் உழல்கிறார்கள். அவர்களது அறியாமை என்பது அவர்கள் எதிர்கொள்ளும் எதார்த்தத்தை விமர்சனபூர்வமாக எதிர்கொண்டு அதில் தலையிடாதிருப்பதிலேயே அடங்கியிருக்கிறது. செயலற்ற சோம்பல் அவர்களை ஆட்டிப் படைக்கிறது. கஞ்சி குடிப்பதற்கு இல்லாத நிலையை அவர்கள் உணர்ந்தாலும் அதன் காரணங்கள் யாதென்ற அறிவு அவர்களுக்கிராது. வெகு எளிதாய் விதிவாதத்திற்கு அவர்கள் ஆட்பட்டுவிடுகின்றனர். தானல்லாத எதார்த்தத்தைப் புறவயமாக்கி அதனைக் கேள்வி கேட்காமல் அதனுள்ளேயே அமிழ்ந்துவிடுவதன் விளைவாக அவர்கள் —'எல்லாவற்றையும் சந்தேகி' என மார்க்ஸ் சொன்னாரே அந்த— ஐயம்கொள்ளும் மனித பாக்கியத்தை இழந்து போகின்றனர். மேலிருந்து தங்கள் மீது திணிக்கப்படும் வன்முறையை உணராததன் விளைவாக அவர்களது ஆத்திரம் இடைத்தளத்தில் சக மனிதர்களை நோக்கித் திரும்புகிறது. இவ்வாறு இருக்கிற நிலையை ஏற்றுக்கொண்டு அதனுள் அமிழ்ந்து போகிற உணர்வுநிலையை மாற்றத்திற்கு எதிரான உணர்வுநிலை (intranstitive conciousness) எனலாம். எனினும்

முழுமையாக மாற்றத்திற்கெதிராக மக்களின் உணர்வுநிலை மாறிவிடுவதில்லை என்பதால் இதனை ஓர் அரை உணர்வுநிலை (semi - intransitive) என்பது பொருத்தம்.

இங்கொன்றை நினைவுபடுத்திக்கொள்வோம். உணர்வுநிலை என்பது வெறுமனே புறவய எதார்த்தத்தின் அக எதிரொலிப்போ அல்லது எதார்த்தத்துடன் தொடர்பில்லாத முன்நிகழ்வோ அல்ல. எதார்த்தத்தைப் புறவயமாக்குவதும் அதன்மீது நடவடிக்கை மேற்கொள்வதுமான இயங்கியல் ஒருமையின் விளைவே உணர்வுநிலை என்கிற புரிதலோடு மேலே தொடர்வோம்.

அந்நிய ஆதிக்கத்திலிருந்து விடுதலை, ஜனநாயகத்தை நோக்கிய மாற்றங்கள் போன்ற புறவய நிகழ்வுகளால் சமூகத்தில் மாற்றங்கள் ஏற்படும்போது மக்களின் உணர்வுநிலையிலும் மாற்றங்கள் ஏற்படுகின்றன. எனினும் இதன் விளைவாக வெகுசன உணர்வு நிலை விடுதலையை நோக்கி உடனடியாய்த் திரும்பிவிடுவ தில்லை. மௌனத்திலிருந்து உடைத்துக்கொண்டு வெளிவருவதும் இல்லை. மாற்றத்திற்கு எதிரான உணர்வுநிலையிலிருந்து மாற்றத்துக்குரிய அப்பாவி உணர்வுநிலையை (naive transitive conciousness) அடைகின்றனர். தங்களது மௌனத்தை அவர்கள் உடைத்துக் கொள்ளாத போதும் வரலாற்றுப் போக்கில் மக்களின் இருப்பைத் தவிர்க்க இயலாமல் அங்கீகரிக்க வேண்டிய அவசியம் அவர்களை ஒடுக்குபவர்களுக்கு ஏற்பட்டுவிடுகின்றது. சமூகத்தின் சகல துறைகளிலும் தேக்கங்கள் சிதைந்து இயக்கங்கள் தோன்றத் தலைப்படுகின்றன. முந்தைய மூடுண்ட சமூகத்தில் ஜனநாயகம், மக்கள் பங்கேற்பு, சுதந்திரம், சமத்துவம், அதிகாரம் போன்ற சமூகக் கருக்களுக்குக் (themes) கொடுக்கப்பட்டுவந்த அர்த்தங் களிலும் அழுத்தங்களிலும் மாற்றங்கள் ஏற்படுகின்றன. தங்களது உயிரியல் தேவைகளுக்கும் அப்பாற்பட்ட விசயங்கள் மீதும் மக்கள் கவனத்தைத் திருப்பவும் கவலைகொள்ளவும் தொடங்கு கின்றனர். எனினும் இது விமர்சனபூர்வமாய் வளர்ச்சியடை யாமல் பிரச்சினைகளை மிகை எளிமைப்படுத்திப் புரிந்து கொள்ளும்நிலை ஏற்படுகின்றது. பழமையை நோக்கி ஏக்கம் (nostalgia) திரும்புகிறது (வெள்ளைக்காரன் ஆட்சியே பரவா யில்லை). சாதாரண மனிதர்களைத் தாழ்வாக நினைப்பதும் மந்தை உணர்வு இறுகுவதும் தொடர்கிறது. உணர்ச்சிவயப்பட்ட மனநிலையும் தவர்ச்சிகரமான விளக்கங்களுக்கு ஆட்படுதலும்

ஏற்படுகிறது. உரையாடல் ஏற்படாமல் வீண்வாதங்களில் (polemics) கவனம் திரும்புகிறது. உரையாடலுக்கான சூழல் இருந்தாலும் அது மிகவும் பலவீனமாகவே இருக்கிறது.

ஒடுக்குபவர்கள் இந்நிலையை அச்சத்துடன் எதிர்கொள்கின்றனர். புதிய வகையான பண்பாட்டு ஆக்கிரமிப்பு நடவடிக்கைகளின் மூலமாக மக்களைத் தகவமைத்து அவர்கள் மீது மௌனத்தை இறுக்கமாகப் போர்த்த முனைகின்றனர். கவர்ச்சிவாதமும் (populism) கவர்ச்சிவாதத் தலைமையும் இதில் அவர்களுக்குக் கைகொடுக்கின்றன. தொழில்நுட்பச் சமுதாயமாக மாற்றி, வெகுசனத் தொடர்பு சாதனங்களின் அபரிமிதமான ஆற்றலைப் பயன்படுத்தி வெகுசனங்களை மந்தைகளாக்கும் (massification) முயற்சியும் மேற்கொள்ளப்படுகின்றது. மொத்த உருவாக்கத்தி லிருந்தும் மனிதன் தனிமைப்படுத்தப்பட்டுச் சமூக எந்திரத்தின் உதிரி பாகங்களாக மாற்றப்படுகிறான். அதீத நுண்திறமை (over specialisation) என்னும் பெயரில் மனிதன் ஒட்டுமொத்த உற்பத்தித் திட்டத்திலிருந்து தனிமைப்படுத்தப்படுகிறான். இன்னொருபக்கம் சமூகத்தின் சகல துறைகளிலும் திறமைநீக்கம் (de-skilling) மேற்கொள்ளப்பட்டு அவனது அந்நியப்பட்ட தன்மை மிகுதி யாக்கப்படுகிறது.

ஒடுக்குபவர்கள் இவ்வாறு அப்பாவி உணர்வு நிலையைத் தகவமைக்க முயலும்போது ஒடுக்கப்படுபவர்கள் தங்கள் விடுதலையின் பொருட்டு இதனை விமர்சன உணர்வுநிலை யாக்கிக்கொள்ள (critical conciousness) வேண்டியதாகிறது. இதனை உணர்வுறுதல் (conscientisation) என்கிறோம். இதற்காகப் பண்பாட்டுத் தளத்தில் மேற்கொள்ளப்படும் நடவடிக்கைகளை விடுதலைக்கான பண்பாட்டு நடவடிக்கைகள் என்கிறோம்.

விமர்சன உணர்வுநிலை என்பது பிரச்சினைகளைப் பகுதியாகப் பார்க்காமல் மொத்தத்தில் வைத்து அதற்குரிய ஆழத்துடன் அணுகுகிறது. விதிவாத, கவர்ச்சிவாத விளக்கங்களைத் தவிர்த்து, காரண காரிய விளக்கங்களுக்கு உட்படுத்துகின்றது. பொறுப்பைத் தட்டிக்கழிக்காமல் ஏற்றுக் கொள்ளும் மனநிலையைப் படைக்கிறது. முன்முடிவுகளுடன் பிரச்சினைகளை அணுகாமல் திறந்தமனத் துடன் அணுகித் தேவையானால் முன் ஊகங்களைத் திருத்திக் கொள்ளும் தைரியத்தை அளிக்கிறது. செயலூக்கமற்ற நிலையை மறுத்து உதறுகின்றது. வறட்டு விவாதங்களினிடத்தை உரையாடல்

நிரப்பிவிடுகின்றது. பழமை என ஒன்றை மறுக்காமலும் புதுமை என ஒன்றை ஏற்காமலும் தமக்குரிய தகுதியுடன் கருத்துக்கள் எடை போடப்பட்டு அணுகப்படுகின்றன. மௌனம், செயலற்ற தேக்கம், நெகிழ்வற்ற அதிகாரத்துவ அரசு ஆகியவற்றிற்குப் பதிலாக எளிதில் ஊடுருவக்கூடிய, கேள்வி கேட்கும் திறனுடைய, ஓய்ச்சலற்ற உரையாடல் நிரம்பிய வாழ்முறையும் ஜனநாயக அரசு பற்றிய கருத்தாக்கங்களும் இடம்பெறுகின்றன.

விமர்சன உணர்வுறுதல் என்பது பொருளாதார மாற்றங் களினடியாகத் தானாகவே நிகழ்ந்துவிடுவதில்லை. சாதகமான வரலாற்று/ பொருளாதாரச் சூழலினாலான விமர்சனபூர்வமான கல்வி முயற்சியின் விளைவாகவே உருவாகிறது. இது உணர் வுறுதலை உருவாக்கும் விடுதலைக்கான பண்பாட்டு நடவடிக்கை களிலிருந்து வேறுபட்டு நிற்கின்றது.

உணர்வற்ற மனிதனை, புனைவு நீக்கப்பட்ட எதார்த்தத்தில் விமர்சனபூர்வமாக நுழைப்பதே விமாசன உணர்வு நிலையாக்க மாகும். புனைவுகள் போர்த்தப்பட்ட எதார்த்தத்தை முன்னிறுத்தித் தம்மைக் காத்துக்கொள்ளும் ஒடுக்குபவர்கள் இதனைச் செய்யவே மாட்டார்கள். தங்களுக்கான விடுதலைப் பண்பாட்டு நடவடிக்கை களை ஒடுக்குபவர்கள்தான் உருவாக்கிக்கொள்ள வேண்டும். புனைவுகளைத் தோலுரிப்பது விடுதலைப் பண்பாட்டின் முதல் பணியாகிறது. தங்களைச் சுற்றியுள்ள சோகங்கள், துன்பங்கள், ஒடுக்குமுறைகள் ஆகியவற்றையே எதிரொளிப்பிற்கான புறவய எதார்த்தங்களாக்கி அதன்மீது செயலை மேற்கொள்வதன் மூலம் இது நிறைவேற்றப்படுகிறது. செயலைப் புரிவதற்கு உண்மையான சொற்களைப் பேசுவதும் உரையாடல் மேற்கொள்வதும் அவசியம். ஒடுக்குவதற்கான/ஆதிக்கத்திற்கான பண்பாட்டு நடவடிக்கைகள் உரையாடலினிடத்தில் முழக்கங்களை முன்வைக்கின்றன. நாம் முழக்கங்களிடத்தில் உரையாடலை முன்வைக்க வேண்டும். உரையாடல் மூலம் விஞ்ஞான பூர்வமாய் எதார்த்தத்தின் மீதான புனைவுகள் தோலுரிக்கப்படுகின்றன. அறிவியல் உண்மைகள் இதற்கான கருவியாகப் பயன்படுகின்றன.

விடுதலைக்கான பண்பாட்டு நடவடிக்கையில் எதார்த்தம் தொடர்ச்சியாகப் பிரச்சினை வடிவாக்கப்பட்டு முன்வைக்கப் படுகிறது. உரையாடல் மூலம் இப்பிரச்சினைகள் எதிர்கொள்ளப் படுவதற்குச் சில முன்நிபந்தனைகள் அவசியம். உரையாடல்

புரிவோருக்கிடையே சமத்துவம் மிக முக்கியம். தங்கள் அறிவைப் பற்றிய செருக்கு கொள்வதற்குப் பதிலாகத் தங்களின் அறியாமையை ஏற்றுக்கொள்ளும் மனப்பக்குவம் அவசியம்; தங்களது கருத்துக் களை நிலைநாட்டுகிற வெறியும் எதிரொளியை 'வென்றெடுக்கும்' நோக்கமும் உரையாடலைச் சாத்தியமாக்காது. உரையாடல் வடிவிலான பண்பாட்டு நடவடிக்கைகளில் பங்கு பெறுவோரை வினைசெய் உயிரி (subject) எனவும் வினைபடுபொருள் (object) எனவும் பிரிக்க இயலாது. ஆதிக்கத்திற்கான பண்பாட்டு நடவடிக்கையில் கற்பிப்பவர் வினைசெய் உயிரி; கற்பிக்கப்படுபவர் வினைபடுபொருள். ஆனால், விடுதலைப் பண்பாட்டு நடவடிக்கை யிலோ இருவரும் உரையாடலில் பங்கு பெறும் வினைசெய் உயிரிகளேயாவர். சகமனிதன்மீது அன்பும் நம்பிக்கையும் உரையாடலுக்கு மிக அவசியம். உரையாடல் என்பது வெறும் தந்திரமோ தொழில்நுட்பமோ, மக்களை எளிதில் நண்பர்களாக்கிக் கொள்ளும் தகவமைப்பு நடவடிக்கையோ அல்ல. மனித உயிரி களின் மிக அடிப்படையான வரலாற்றுச் சாரம் அது என்கிற புரிதல் இன்றி உரையாடல் சாத்தியமில்லை.

விடுதலைப் பண்பாட்டு நடவடிக்கை ஓரளவிற்குக் கற்பனா வாதத் (utopian) தன்மையுடன் இருப்பது தவிர்க்க இயலாது. இருக்கிற நிலையைக் கண்டித்துப் பிரகடனம் (denouncing) செய்வது, புதிய நிலையை அறைகூவுவது (annunciation) என்கிற அடிப்படை யில் இக்கற்பனாவாதம் உருவாகிறது. இத்தகைய கற்பனாவாத மின்றி எதிர்காலம் பற்றிய நம்பிக்கை உருவாவதில்லை. விடுதலைப் பண்பாட்டு நடவடிக்கைகளின் கற்பனாவாதம் நம்மைக் கைகளைக் கட்டிக்கொண்டு சோம்பிக் காத்திருக்கச் செய்வதில்லை. கண்டனப் பிரகடனத்திற்கும் புதிய அறைகூவலுக்குமிடையே அது செயலை முன்வைக்கிறது. இருக்கிற நிலையைத் தக்கவைக்க முயலும் வலதுசாரிகள் மட்டுமே கற்பனாவாதமற்றவர்களாக இருக்க முடியும்.

விடுதலைப் பண்பாட்டு முன்னோடிகளுக்கும் மக்களுக்குமான உறவு மேலிருந்து கீழானதல்ல; அது இடைத்தளத்திலானது; உரையாடல் வடிவிலானது. முன்னோடிகள் மக்களின் கருத்து களையும் நம்பிக்கைகளையும் உணர்வு மட்டங்களையும் முழுமை யாகக் கணக்கிலெடுத்துக்கொள்ள வேண்டும். முன்னோடிகள் மக்களுடன் கலப்பது (communion) அவசியம். இந்த நிலையை

அடைய முன்னோடிகள் தங்களின் வர்க்க உணர்வைத் தற்கொலை செய்வித்துப் புத்துயிர்ப்பு (resurrection) அடைவது தவிர்க்க இயலாதது. இந்தப் பிணைப்பு அன்பின் அடிப்படையிலான விருப்பப்பூர்வமானது; மாறாக ஒடுக்கும் பண்பாட்டில் வெற்றி / ஆக்கிரமிப்பு பெறும் இடத்தை விடுதலைப் பண்பாட்டில் தலைவனுக்கும் மக்களுக்கும் இடையேயான பிணைப்பு என்பது தலைவனில் தன்னைக் கரைத்துக்கொள்வது. ஒடுக்கும் பண்பாட்டில் கூட்டுறவு எடுத்துக்கொள்கிறது. எதிர் உரையாடலின் போது ஆதிக்கம் செய்யும் 'நான்' வெற்றி கொண்ட 'நீ' யை வெறும் 'அது' வாக்கிவிடுகிறது. உரையாடலின் போதோ 'நானின்' இருப்பைச்சாத்தியமாக்குவதே 'நானல்'லாத 'நீ' தான் என்பதையும் அந்த 'நீ'க்கும் ஒரு 'நான்' உண்டு என்பதையும் புரிந்துகொண்டு இந்தக் கூட்டுறவு உருவாகிறது. இந்தக் கூட்டிணைவில் இரு வினைசெய் உயிரிகளும் இணைந்து உலகிற்குப் பெயரிட்டு அதனை மாற்றியமைக்கின்றன. இங்கே தகவமைப்பின் இடத்தில் அமைப்புரீதியான அணிதிரட்டல் (organising) இடம்பெறுகின்றது. ஆதிக்கப் பண்பாட்டில் அணிதிரட்டல் என்பது தலைவர்கள் தங்களை அமைப்பாக்கிக்கொள்வதுதான். புரட்சிகரத் தலைமையோ அமைப்புரீதியான அணிதிரட்டல் என்பதன் மூலம் மக்களும் தங்களையே அணி திரட்டிக்கொள்வதைப் பொருள்கொள்கிறது. அமைப்புக்குத் தேவையான புரட்சிகர ஒழுங்கு (discipline), ஒடுக்குமுறைக்குத் தேவையான மந்தை ஒழுங்கிலிருந்து (regimen- tation) வேறுபட்டது. பெயரிடும் உரிமையை இழந்திருந்த புரட்சிகரத் தலைமை உலகிற்கு எவ்வாறு பெயரிடுவது என்பதை மக்களுடன் சேர்த்துக் கற்றுக்கொள்வதையே அமைப்பு ரீதியான அணிதிரட்டல் என்கிறோம். தங்களின் சொற்களைத் தலைவர்கள் தாமாகவே பேசிவிடுவதில்லை. மக்களுடன் சேர்ந்தே அதனைப் பேசுகின்றனர், உரையாடல் மூலமாகவே அதிகாரத்துவம் உருவாவதை ஒழிக்க முடியும்.

4. ஒடுக்குமுறைக்கான கல்வி

ஆதிக்கத்திற்கான பண்பாட்டு நடவடிக்கையாக இருந்தாலும் சரி, விடுதலைப் பண்பாட்டு நடவடிக்கையாக இருந்தாலும் சரி இந்நடவடிக்கைகளில் கல்விமுறை மிகமிக முக்கியப் பங்காற்று கின்றது. இருக்கிற சமூக அமைப்பிற்குத் தக்கவராக மனிதரை வசப்படுத்துவதற்காகவோ (domesticating) அல்லது இருக்கிற

சமூக அமைப்பைக் கவிழ்த்து மனிதரின் விடுதலைக்கு வழிவகுப்ப தற்காகவோ (liberting) மட்டுமே கல்வி இருக்க முடியும். இரண்டிற்கும் இடைப்பட்ட நடுநிலையான கல்வி (neutral education) என ஒன்று கிடையவே கிடையாது. கல்வி என்பது ஓர் அரசியல் செயல்பாடு. அதிகாரத்தைப் பகுப்பாய்வு செய்யாமல் கல்வியைப் பகுப்பாய்வு செய்ய முடியாது. எல்லாக் கல்வி முறைக்குமே 'கற்றல்' பற்றிய ஒரு கோட்பாடு உண்டு. அந்தக் கோட்பாட்டையே அவை நடைமுறைப்படுத்துகின்றன. மனிதன், உலகம் இரண்டிற்கும் இடையேயான உறவு குறித்த கோட்பாடு களில் இரு கல்விமுறைகளும் எதிரெதிராக நிற்பது விளங்கும்.

ஒடுக்கும் கல்வி சமூகத்திற்கு மனிதரை வசப்படுத்துகிற பணியை பல வழிகளில் நிறைவேற்றுகிறது. இன்றைய கல்வி முறையின் எல்லா மட்டங்களிலும் ஆசிரிய மாணவர் உறவைப் பகுத் தாராய்ந்தால் அது அடிப்படையில் சொற்பொழிவு நோயால் (narrative sickness) பீடிக்கப்பட்டிருப்பது புரியும். இதில் சொற்பொழிவாற்றுகிற வினைசெய் உயிரியாக ஆசிரியரும் பொறுமையாய்க் கவனிக்கிற வினைபடு பொருளாக மாணவரும் விளங்கு கின்றனர்.

சொற்பொழிவினூடாகக் கல்வியின் உள்ளடக்கமானது — அது மதிப்பீடுகளாக இருந்தாலும் சரி, எதார்த்தம் பற்றிய தரவுகளா யினும் சரி - நெகிழ்ச்சியற்று, உயிரற்றதாய் மாறிவிடுகிறது. எதார்த்தம் என்பது முழுமையிலிருந்து விலக்கப்பட்டு அதனை இயக்கமற்றுத் தேங்கிக் கிடப்பதாய் ஆசிரியர் முன்வைக்கிறார். மாணவரது அன்றாட வாழ்வியல் சூழல்களிலிருந்து முற்றிலும் அந்நியமான தலைப்புகளில் ஆசிரியர் மாணவரிடம் சொற்பொழி கிறார். எந்த முழுமையுடன் இணைத்துப் பார்ப்பதால் விமர்சனச் சிந்தனைகள் தோன்றுமோ அந்த முழுமையிலிருந்தும் அன்றாட வாழ்விலிருந்தும் விலகியிருக்கும் விசயங்களைச் சொற்பொழிவின் மூலம் மாணவருக்குள் ஆசிரியர் நிரப்புகிறார். சொற்கள் என்பன அவற்றின் தூலத் தன்மையிலிருந்து விலக்கப்படுவதன் விளைவாக உள்ளீடற்றதாகவும் அந்நியப்பட்ட வெற்றுக் கூச்சலாகவும் மாறி விடுகின்றன.

சொற்பொழிவின் மூலம் நிரப்பப்பட்ட விசயங்களை எந்திர ரீதியில் மனப்பாடம் செய்வதே மாணவரின் கதியாகிறது. நாளடைவில் ஆசிரியரால் நிரப்பப்படக் காத்திருக்கிற கொள்

கலன்களாக (Containers) அவர்கள் ஆகிவிடுகின்றனர். அதிகமாக நிரப்புபவர் நல்ல ஆசிரியர்; எளிதாக நிரப்புவதற்கு ஏற்றவராக இருப்பவர் சிறந்த மாணவர். கல்வி இவ்வாறு சேம வைப்பு (deposit) நடவடிக்கையாகிவிடுகின்றது. ஆசிரியர்கள் வைப்புச் செலுத்துகிறவர்கள்; மாணவர்கள் சேமக்கலன்கள். செய்தித் தொடர்பு (communication) என்பது செய்தி அறிவிப்பாக (communique) மாறிவிடுகின்றது. இத்தகைய கல்வி பற்றிய வங்கிக் கோட்பாட்டில் (banking concept) ஏற்பது, நிரப்பிக்கொள்வது, தேக்கி வைப்பது என்கிற அளவில் மாணவரின் வாய்ப்பு எல்லைகள் சுருக்கப்படுகின்றன. சற்று யோசித்துப் பார்த்தால் இதன்மூலம் மாணவர்கள் படைப்புத் திறனில்லாமல் மழுங்கடிக்கப்படுவதை உணரலாம்.

செயல் மூலமாகவே உயிர்கள் மனித நிலையை எய்துகின்றன என்பதை நாம் அறிவோம். மனிதர்கள் இவ்வுலகிற்குள்ளும் இவ்வுலகுடனும் சக மனிதர்களுடனும் தொடர்ச்சியாகச் சோர்வின்றி மேலும் மேலும் தேடல் புரிவதன் விளைவாகவே அறிவு உற்பத்தி ஆகிறது. கல்வி பற்றிய வங்கிக் கோட்பாட்டிலோ அறிவு என்பது அறிவாளிகளால் அறிவற்றவர்களுக்கு அளிக்கப்படும் வரமாகிறது. இவ்வாறு கற்பவர்மீது அறியாமையைச் சுமத்துவது ஒடுக்குமுறைக்கு உகந்ததாகிறது. அறிவையும் கல்வியையும் தேடலாக அணுகுவது ஒழிக்கப்படுகிறது. ஆசிரியர் என்பவர் மாணவரின் எதிர்நிலையாகத் தம்மை முன்வைத்துக் கொள்கிறார். மாணவர்களின் அறியாமையை ஒப்புரீதியாகவன்றி முழுமையாகக் கருதுகிறார். கற்கும் நடவடிக்கையின்போது மாணவர்களிட மிருந்து தான் எதையும் கற்றுக்கொள்வதில்லை என நினைக்கிறார். மாணவர்களோ தங்களை அடிமைகளாக உணர்கின்றனர்.

ஆக, வயப்படுத்தும் கல்வியில் ஆசிரியர் போதிக்கிறார்; மாணவர்கள் கற்றுக்கொள்கின்றனர். ஆசிரியருக்கு எல்லாம் தெரியும்; மாணவருக்கு ஒன்றும் தெரியாது. ஆசிரியர் சிந்திக்கின்றார்; மாணவர்கள் சிந்திக்க வைக்கப்படுகின்றனர். ஆசிரியர் பேசுகிறார்; மாணவர்கள் கவனிக்கின்றனர். ஆசிரியர் ஒழுங்கு படுத்துகிறார்; மாணவர்கள் செயல்படுகின்றனர். ஆசிரியரின் செயல்களினூடாக மாணவர்கள் செயல்படும் மாயையை உணர்கின்றனர். ஆசிரியர் பாடத்திட்டத்தைத் தேர்வு செய்கிறார்.

மாணவர்கள் அதற்குள் தம்மைப் பொருத்திக் கொள்கின்றனர். ஆசிரியர் தனது சமூக அதிகாரத்தையும் அறிவின் அதிகாரத்தையும் குழப்பி அதனை மாணவரின் சுதந்திரத்திற்கு எதிராக முன்வைக்கிறார்.

கல்வி பற்றிய வங்கிக் கோட்பாடு மனிதர்களைத் தகவமைக்கக் கூடிய, எளிதில் கையாளக்கூடிய உயிரினங்களாகக் கருதுவதில் வியப்பில்லை. எந்த அளவிற்கு மாணவர்கள் சிரமப்பட்டு போதிக்கப் பட்டவற்றை நிரப்பிக்கொள்கிறார்களோ அந்த அளவிற்கு விமர்சன உணர்வுநிலை குன்றியவர்களாக இருக்கின்றனர். உலகை மாற்றியமைக்கும் நோக்குடன் உலகில் தலையீடு செய்யும் திராணியற்றுப் போகின்றனர். தமக்குள் நிரப்பப்பட்ட, புனைவுகள் போர்த்தப் பட்ட, சிதைந்த எதார்த்தங்களை ஏற்றுக்கொண்டு இவ்வுலகிற்குத் தக்க தம்மைத் தகவமைத்துக் கொள்கின்றனர். தம்மை மேலும் மேலும் தூண்டிக்கொள்ளும் மனிதப் பண்பு தீய்ந்தவர்களாகின்றனர்.

ஒடுக்கப்பட்ட மக்களைக் கருணைக்குரியவர்களாகவும் மைய நீரோட்டத்திலிருந்து விலகிய விளிம்புநிலை மக்களாகவும் கருதி அவர்களுக்குக் கல்வித் துறையில் உதவி செய்யும் புரவலராகத் (patrons) தம்மை முன்னிறுத்திக்கொண்டு ஒடுக்குபவர்கள் மேற்கொள்ளும் 'உதவி' நடவடிக்கைகள் வங்கிக் கல்விமுறை யுடன் இணையும்போது ஒடுக்கப்பட்ட மக்களின் செயலூக்கமற்ற தன்மை அதிகமாகிறது. தமக்கான உயிரிகள் என்கிற நிலையிலிருந்து வழுவி ஒடுக்குபவர்களின் நலனுக்கான உயிரிகளாகச் சுருங்கி விடுகின்றனர்.

மொத்தத்தில் ஜனநாயகமற்ற பாடத்திட்ட உருவாக்கம், சூழலுக்கு அந்நியமான பாடங்கள், அரசு ஒடுக்குமுறையின் வடிவமான கல்வி நிறுவனங்கள், எள்ளளவும் ஜனநாயகமற்ற ஆசிரிய– மாணவர் உறவு, மாணவரின் சிந்தனைக் கிளர்வுக்கு இடம் கொடாத சொற் பொழிவுக் கல்விமுறை, சீருடை அணிதல், கடவுள் வணக்க அணி வகுப்பு, ஆசிரியரைக் கண்டவுடன் எழுந்து நிற்றல், பட்டமளிப்பு போன்ற குறியீட்டு வன்முறைகளின் மூலமாக அதிகாரங்களுக்குக் கீழ்ப்படிய வைத்தல் எனப் பல வடிவங்களில் மாணவர்கள் காயடிக்கப்படுகின்றனர்; தம் சூழலுக்குள் மூழ்கடிக்கப்படு கின்றனர்; அவர்களது உடனடியான உயிரியல் தேவைகள் மற்றும் எதார்த்தத்துடன் பொருத்திப் பார்க்கமுடியாத பாடத்துறை விசயங்கள் ஆகியவற்றிற்கு அப்பால் அவர்கள்மீது மௌனம்

போர்த்தப்படுகிறது. தங்களது சொற்களையும் அதன்மூலம் உலகிற்குப் பெயரிடும் உரிமையையும் இழந்து அதிகாரத்திற்குக் கட்டுப்படுகின்றனர்.

5. ஒடுக்கப்பட்டோரின் விடுதலைக்கான கல்வி

விடுதலைக் கல்வி (pedagogy of the oppressed) என்பது இந்த மௌனப் பண்பாட்டில் இருந்து உடைத்துக்கொண்டு வந்த விமர்சன உணர்வும் செயலுக்கான உந்தமும் பெற்ற மனிதர்களை உருவாக்குவது, உலகை மாற்றும் குறிக்கோளுடன் அதனை எதிரொளித்து அதன்மீது நடவடிக்கை மேற்கொண்டு செயல் புரிவதே விடுதலை. உணர்வுறுதல் குறித்த எந்திரகதியான அணுகலைக் கொண்டிருக்கும் கல்வி பற்றிய வங்கிக் கோட்பாடு இதனைச் சாத்தியப்படுத்தாது. எதார்த்தத்தைப் பிரச்சினையாக்கி விமர்சனபூர்வமாய் எதிர்கொள்ள வைக்கும் பிரச்சினை உருவாக்கக் கல்வியே (problem posing education) விடுதலையைச் சாத்தியமாக்கும். விடுதலைக் கல்வி அறிதல் செயல்பாடாக இருக்கிறது. ஆசிரியரும் மாணவரும் அறிதல் நடவடிக்கையில் ஈடுபடுகின்றனர். அறியப்படும் பொருள் அதாவது எதார்த்தம் அவர்களை இணைக்கிறது.

அறிவு உருவாக்கம், அறிவுப் பரிமாற்றம் ஆகிய இரண்டும் இங்கு ஒன்றையொன்று விலக்கியதாய் வேறுபடுத்திப் பார்க்கப் படுவதில்லை. எனவே பிரச்சினையுருவாக்கக் கல்வியில் ஆசிரிய-மாணவ முரண்பாடு முதலில் களையப்பெற வேண்டும். இருவருக்குமிடையேயான உறவு முற்றிலும் உரையாடல் வகைப் பட்டதாக இருக்க வேண்டும். உரையாடல் மூலமாக ஆசிரியரது மாணவர்கள், மாணவரது ஆசிரியர்கள் என்கிற முரண்நிலை தகர்க்கப்பட்டு ஆசிரிய – மாணவர், மாணவ - ஆசிரியர் என்கிற புதிய உறவுநிலை ஏற்படுகிறது. இனி ஆசிரியர் வெறுமனே சொல்லிக் கொடுப்பவர் மட்டுமல்ல; மாணவருடனான உரையாடலில் அவரும் கற்றுக்கொள்கிறார்; மாணவர்களோ கற்றுக்கொள்ளும் போதே கற்றுக் கொடுக்கவும் செய்கின்றனர். எனவே யாரும் யாருக்கும் சொல்லிக் கொடுப்பதுமில்லை. யாரும் சுயமாகவே கற்றுக்கொள்வதுமில்லை. இணைக்கும் பொருளாக உலகை வைத்துக்கொண்டு மனிதர்கள் ஒருவருக்கொருவர் கற்றுக்கொடுக் கின்றனர்.

வங்கிமுறையில் ஆசிரியர் தனது பணியை இரு கட்டங்களில் மேற்கொள்கிறார்; முதலில் அவர் பாடத்தைத் தயாரிக்கும்போது பாடப்பொருளை அறிகிறார். இரண்டாம் நிலையில் அப்பொருளை அறிவதல்ல; சொற்பொழியப்பட்ட உள்ளூறையை மனங் கொள்வதே. இருவரையும் இணைக்கும் பொருளாக இல்லாமல் பாடப்பொருளானது ஆசிரியரது சொத்தாக மாறிவிடுவதால் மாணவர்கள் அறிதல் நடைமுறையில் பங்கு பெறுவதில்லை. பிரச்சினை உருவாக்கக் கல்வியில் ஆசிரியர் மாணவர் இருவருமே வினைசெய் உயிரிகளாக இருப்பதால் பாடப்பொருள் —அதாவது அறியப்படும் எதார்த்தம் — வினைபடு பொருளாகிறது. ஆசிரியரது பணியும் மாணவரது பணியும் வேறு வேறாக இருப்பதில்லை. மாணவர்கள் செயலூக்கமற்ற பார்வையாளராக இல்லாமல் ஆசிரியருடன் உரையாடல் மேற்கொண்டு விமர்சனபூர்வமான சக ஆய்வாளர்களாக மாறுகின்றனர். எதுவும் இங்கே முன்முடிவானது அல்ல. மாணவரின் கருத்தை ஏற்றுத் தனது கருத்தை மறுபரிசீலனை செய்துகொள்ள ஆசிரியர் எப்போதும் தயாராக உள்ளார். இதனால் படைப்புத்திறன் தூண்டப்பட்ட மாணவர்கள் அமிழ்ந்துகிடந்த நிலையிலிருந்து வெளிப்போந்து எதார்த்தத்தின் மீது விமர்சனப் பூர்வமாகத் தலையிடத் தயாராகின்றனர். அவர்களோடு தொடர் புடைய பிரச்சினைகள் அவர்களை மேலும் மேலும் சவாலுக் குள்ளாக்குகின்றன. மாணவர்கள் அச்சவால்களை எதிர்கொள் கின்றனர். இந்தச் சவால்களை இதர பிரச்சினைகளுடனும் ஒட்டுமொத்த முழுமையுடனும் இணைந்து அணுகும்போது அவர்களின் விமர்சன உணர்வு மேலும் விரிவடைகிறது. இது புதிய சவால்களையும் புதிய புரிதல்களையும் உருவாக்குகின்றது.

விடுதலைக் கல்வி மனிதனை உலகிலிருந்து பிரித்துத் தனியே அணுகுவதில்லை. மனிதனுக்கு அப்பாற்பட்ட எதார்த்தமாக அது உலகைக் கருதுவதில்லை. மனிதனை அவனது உலகில் வைத்து இரண்டிற்குமிடையேயான உறவுகளை எதிரொளிக்கிறது; அவ்வுறவுகளின் மீது நடவடிக்கை மேற்கொள்கிறது. எனவே எதார்த்தமும் இந்த உறவுகளும் நிலையானவையல்ல; இறுதி மாற்றங்களை எட்டிவிட்டவையல்ல. மாறாக இன்றைய எதார்த்தச் சூழல் என்பது மனிதனது செயற்பாடுகளை முழுச் சுதந்திரத்துடனும் இயங்கவிடாமல் வரம்புக்குட்படுத்தும் வரம்புச் சூழல் (Limiting Situation) ஆகும். தனது செயலின் மூலமாக மனிதன் இந்த வரம்புச் சூழலைத் தகர்க்க முடியும்; மேலும் விடுதலையை அடைய

முடியும்; அதன்மூலம் தன்னைத்தானே தாண்டிக்கொள்ள முடியும். விடுதலைக் கல்வி மனிதனது வளர்ச்சியை முழுமை பெற்று விட்டதாகக் கருதுவதில்லை; வளர்ந்துகொண்டிருப்பவனாகவே அது மனிதனை அணுகுகின்றது. பூர்த்தியடையாத மனிதன், மாறக்கூடிய எதார்த்தம் ஆகியவை கல்வியை முடிவில்லாத ஒரு தொடர்ச்சியான நடவடிக்கையாக மாற்றுகிறது. மாற்றங்களினூடான நிகழ்கால நிலைத்தன்மையை ஏற்றுக்கொள்கிறது. வங்கிக் கல்வியோ இன்றைய நிலைத் தன்மைக்கு முக்கியத்துவம் அளித்து மாற்றத்தை மறுப்பதன் மூலம் பிற்போக்கு நடவடிக்கையாகிறது. பிரச்சினை உருவாக்கக் கல்வியோ 'ஒழுங்கான' நிகழ் காலத்தையும் ஏற்கனவே தீர்மானிக்கப்பட்ட எதிர்காலத்தையும் ஒருசேர மறுத்து நிகழ்காலத்தின் இயக்கத்திற்கு முக்கியத்துவம் அளிப்பதால் புரட்சிகரமானதாகிறது. எதிர்காலம் பற்றிய நம்பிக்கையை முன்வைக்கிறது. மனிதனின் வரலாற்றுப் பரிமாணத்தை அங்கீகரிக்கிறது.

எழுத்தறிவில்லாமை என்பது உலகிற்குப் பெயரிடும் உரிமை, உண்மையான சொல்லைப் பேசுகிற உரிமை ஆகியவை இல்லாமையின் வெளிப்பாடே என்கிற புரிதலை விடுதலைக் கல்வி கொண்டிருக்கிறது. கல்லாமையை ஒழித்தல் என்பது வாசித்தல், எழுதுதல் போன்றவற்றைத் தொழில்நுட்பங்களாகக் கற்றுக் கொடுக்கிற விசயமல்ல; இந்தத் திறன்களை உணர்வு ரீதியாய்ப் பெறுவதேயாகும். என்ன படிக்கிறோம், என்ன எழுதப்பட்டுள்ளது, ஏன் எழுதப்பட்டுள்ளது என்கிற கேள்விகளோடு எழுதப் பட்டுள்ளதை வாசிப்பதாகும். வாசிப்பு என்பது வார்த்தைகள்மீது நடைபோடுகிற விசயமல்ல. நாம் எதை வாசித்துக் கொண்டிருக் கிறோமோ அதை மறுமுறை எழுதுகிற வேலை அது. பாடத்தை அது எழுதப்பட்ட சூழலில் மட்டுமல்ல வாசிக்கிற சூழலிலும் வைத்துப் புரிந்துகொள்கிற வேலை அது. வாசிப்பவர் பாடத்திற்கு முன்னால் பணிந்து கிடப்பதில் பொருளில்லை; மாறாகப் பாடத்தைக் 'கேட்க' வேண்டும்; அதாவது கேள்விக்குள்ளாக்க வேண்டும். பாடவரிகள் வெளிப்படுத்தும் வழக்கமான சொல்லாடல் மையங்களைத் தாண்டிப் பாடத்தின் உபரி அர்த்தங்கள் வெளிப் படுத்தப்பட வேண்டும். மாணவர்கள் அதிகாரத்தைப் பறிகொடுத் துள்ள நிலை போய் அதிகாரத்தை மீட்டெடுக்க வேண்டும். இத்தகைய நிலையில் கல்விக்கான தூண்டுதல் உள்ளார்ந்து தானாகவே உருவாகும். மாறாக வங்கிமுறையிலோ தூண்டுதல்

என்பது பாராட்டு, தண்டனை மற்றும் பாடத்திற்கு அப்பாற்பட்ட வேலை வாய்ப்பு போன்றவற்றின் அடிப்படையிலானதாகக் கருதப்படுவது கவனிக்கத்தக்கது.

ஒன்றைக் குறிப்பிடுவது முக்கியம். விடுதலைக் கல்வி என்பது இருக்கிற கல்விமுறையில் சில மாற்றங்களை ஏற்படுத்துகிற விசயமல்ல. ஒடுக்குபவர்களே இத்தகைய மாற்றங்களை அவ்வப்போது செய்வதையும் நவீன முறைகளைப் புகுத்துவதையும் காணலாம். ஆனால் விடுதலைக் கல்வியோ பழையதிலிருந்து முற்றிலும் வேறுபட்ட ஒரு பிரச்சினையை அறிவின் முன்னும் சமூகத்தின் முன்னும் வைக்கிறது. மனிதன் பற்றிய கண்ணோட்டத் திலேயே அது வங்கிக் கல்வியிலிருந்து மாறுபடுகிறது.

இன்னொன்று: விடுதலைக் கல்வி நடவடிக்கையில் ஆசிரிய ருக்கும் மாணவருக்குமிடையில் வேறுபாடே இல்லை என்றோ கல்விக்கு வழிநடத்தும் பண்பே இல்லை என்றோ பொருள்கள் இல்லை. தான் ஒரு வினைசெய் உயிரி என்கிற பாத்திரத்தை அறிதல் நடவடிக்கையில் மாணவர் ஆற்றுவதில் சாத்தியமான வகைகளிலெல்லாம் துணை நிற்பவராக ஆசிரியர் செயல்படுகிறார். அவரது முன் அனுபவங்கள் இதில் அவருக்குத் துணைசெய்யக் கூடும். ஒட்டுமொத்தமாய்ப் பார்க்கும்போது கல்விக்கு நெறிப் படுத்தக்கூடிய பண்பு உண்டு. ஆனால் ஒருசாரார் இன்னொரு சாராரை நெறிப்படுத்துவது என்பதை விடுதலைக் கல்வி ஏற்றுக் கொள்வதில்லை. அதே போல் உரையாடலின்போது ஆசிரியரும் மாற்றத்துக்குள்ளாகிறார் என்பதையும் இயங்கியல் அடிப்படையில் புரிந்துகொள்வது அவசியம்.

6. விடுதலைக் கல்விமுறை (Method)

விடுதலைக் கல்வியின் மூலம் விமர்சன உணர்வுநிலை பெறுவது எப்படி?

அ. செயலூக்கமுள்ள, உரையாடல் வடிவிலான விமர்சனத்தைத் தூண்டும் முறைகளினால்

ஆ. கல்வித் திட்டத்தின் உள்ளுறையை மாற்றுவதன் மூலமாக

இ. கரு உடைப்பு (thematic breakdown) சமிக்ஞையாக்கம் (codification), சமிக்ஞை உடைப்பு (decodification) போன்ற தொழில் நுட்பங்கள் மூலம் இதனைச் சாத்தியப்படுத்தலாம்.

விடுதலை நடவடிக்கைகளில் உரையாடலின் பங்கை ஏற்கனவே விளக்கியுள்ளோம். கல்வித்திட்டத்தின் உள்ளுறை ஆசிரியரும் மாணவரும் இணைந்து அந்தந்த எதார்த்தச் சூழலுக்குத் தக வடிவமைக்கப்படும். வங்கி முறையைப் போல மாணவரின் பங்கேற்பு இல்லாமல் கல்விநடவடிக்கை தொடங்குவதற்கு முன்னதாகவே சில வல்லுநர்களால் எங்கோ இருந்துகொண்டு பாடத்திட்டம் தீர்மானிக்கப்படுவதில்லை. இதன் பொருள், விடுதலைக் கல்வி என்பது சகலவிதமான திட்டமிடுதலுக்கும் பாடத்திட்ட உருவாக்கத்திற்கும் எதிரானது என்பதல்ல. அடிப்படைக் கல்வியைப் பொறுத்தமட்டில் மாணவர்களின் அதாவது கற்றுக் கொள்பவர்களின் அன்றாட வாழ்க்கைச் சூழலின் பின்னணியில் அவர்கள் மத்தியில் புழங்கும் சொற்களைக் கொண்டு எழுத்தறிதல் மேற்கொள்ளப்படுகின்றது. கற்பவர்கள் வயதுவந்தோராக இருக்கும்பட்சத்தில் அவர்களுடனான உரையாடலின் அடிப்படையில் இச்சொற்கள் அவர்களாலேயே தேர்வு செய்யப்படுகின்றன. குழந்தைகளாக இருக்கும்பட்சத்தில் உரையாடல் தவிர, அவர்களது சூழலை ஆராய்ந்து புழக்கத்தில் உள்ள சொற்களையும் தேர்வு செய்யலாம். இரு நிலைகளிலுமே வெளியிலிருந்து திணிக்கப் பட்ட அரிச்சுவடிகள் பயன்படுத்தப்படுவதில்லை. சொல்லப் போனால் மையப்படுத்தி அரிச்சுவடிகளைத் தயாரிப்பதென்பதே சாத்தியமில்லை. அத்தகைய அரிச்சுவடிகள் தாம் தேர்வுசெய்த சில சொற்களைக் கற்பவர்களுக்குக் 'கொடை'யளிப்பதன் மூலம் அவர்களை 'வினை செய் உயிரி' என்னும் நிலையிலிருந்து 'வினைபடுபொருள்'களாக மாற்றிவிடுகின்றன. அதேபோலக் கையாளப்படும் மொழியிலும் மிகக் கவனமாக இருக்க வேண்டும். சிந்தனையின்றி மொழியில்லை; எதார்த்தமின்றிச் சிந்தனை யில்லை. எனவே மொழியும்கூடக் கருத்தியல்ரீதியாய் வெளி யிலிருந்தே தீர்மானிக்கப்படுகிறது. இவ்வாறு மொழி, வர்க்கத் தன்மை பெறுகிறது. எனவே தரப்படுத்தப்பட்ட மொழி என்கிற பெயரில் உயர் வர்க்க மொழியைக் கற்பவர்மீது திணிப்பது என்பதும் ஒடுக்குவதற்கே பயன்படும்.

உயர் கல்வியிலும் பாடத்திட்டத்தில் பரிபூரண சுதந்திரம் இருக்க வேண்டும். தொழிலுடனும் உற்பத்தியுடனும் கல்வியை இணைக்கும்போது இப்பிரச்சினை தானாகவே தீர்ந்துபோகும். ஒரு குறிப்பிட்ட நோக்குடன் உயர்கல்வி தொடங்கும்போது இன்னின்னவற்றை இன்னின்ன வரிசையில் முற்றிலும் இப்படித்

தான் சொல்லிக் கொடுக்க வேண்டும் என்பதாக விடுதலைக்கல்வி அமையாது. அக்குறிப்பிட்ட நோக்கத்திற்குள் எதை எதைக் கற்பது என்பதைத் தேவை கருதி ஆசிரியரும் மாணவரும் தீர்மானிப்பர்.

இனி, வயது வந்தோர் மத்தியில் விடுதலைக் கல்வியை எவ்வாறு கொண்டு செல்வது என்பதைக் காணலாம்.

எதார்த்தத்துடனான உறவில் மனிதர்கள் பொருள்களை மட்டும் உற்பத்தி செய்வதில்லை. சமூக நிறுவனங்களும், கருத்துக்களும் கூடவே உற்பத்தியாகின்றன. ஒவ்வொரு காலகட்டமும் சிக்கலான பல ஒன்றுக்கொன்று எதிரான கருத்துக்கள், கோட்பாடுகள், நம்பிக்கைகள், ஐயங்கள், மதிப்பீடுகள் ஆகியவற்றின் இயங்கியல் ஒருமையால் அடையாளம் காணப்படும். இவற்றின் தூலமான வெளிப்பாட்டை அக்காலகட்டத்தின் கருக்கள் (Epochal Themes) எனலாம். ஒன்றொடொன்று எதிரெதிராக வினைபுரியும் சிக்கலான இக்கருக்களின் தொகுதியைக் கரு உலகம் (Thematic Universe) எனலாம். இதனை எதிர்கொள்ளும் மனிதர்களும் எதிரெதிரான நிலைகளை மேற்கொள்கின்றனர். இருக்கிற அமைப்பைக் காப்பதற்காக சிலர்; அதனைத் தகர்ப்பதற்காக சிலர். நமது காலகட்டத்தின் மிக அடிப்படையான கரு ஆதிக்கம். இதற்கு எதிரான கரு விடுதலை. இந்த விடுதலை சாத்தியமாகாமல் வரம்புச் சூழல் தடுக்கிறது. மனிதாயமுறுவதற்கு இவ்வரம்புச் சூழலைத் தாண்ட வேண்டியிருக்கிறது. இந்த அடிப்படையான கருவிற்குள் மேலும் மேலும் இதற்குரிய துணைக் கருக்களும் துணை வரம்புச் சூழல்களும் விரிவதைக் காணலாம். பசி, வேலையின்மை, சாதிக்கொடுமை, ஆணாதிக்கம் போன்ற இத்தகைய துணைக் கருக்களுக்கிடையேயான தொடர்புகளும் ஒட்டுமொத்தமான அடிப்படைக் கருவுடன் அவற்றிற்குரிய உறவும் அவ்வளவு எளிதில் வெளிப்படாது.

எடுத்துக்காட்டாக மூன்றாம் உலகநாடுகளின் குறைவளர்ச்சிக்கும் ஏகாதிபத்தியங்களுடனான அவற்றின் காலனிய உறவிற்கும் உள்ள தொடர்பு அம்மக்களுக்கு எளிதில் புலப்படுவதில்லை. பிரச்சினை உருவாக்கக் கல்வியின் மூலம் இந்தத் தொடர்புகள் வெளிக்கொணரப்பட்டு எதார்த்தம் அதன் முழுமையான பரிமாணங்களுடன் உருப்பெற வேண்டும். இதற்கு எந்த மக்களின் மத்தியில் விடுதலைக் கல்வியைக்கொண்டு செல்ல முடியுமோ அம்மக்களின் கரு உலகை ஆராய்ந்து அந்தச் சூழலுக்குரிய

படைப்புக் கருவைக் (Generative Theme) பின்வருமாறு உருவாக்க வேண்டும்.

6.1 தொடக்க நிலை

எந்தப் பகுதியில் கல்விப் பணியைத் தொடங்குகிறோமோ அந்தப் பகுதி மக்களுடன் பழகி நமது நோக்கத்தை வெளிப்படுத்திக் கல்விக்கான பண்பாட்டுக் குழுக்களை (culture circles) உருவாக்குவதோடு நம் பணி தொடங்குகிறது. பங்கேற்பவர்களிலிருந்து தேர்வுசெய்யப்பட்ட உதவியாளர்களுடன் கல்விப் பணியின் நோக்கம் விவாதிக்கப்பட வேண்டும். அவர்களுள் படிந்திருக்கக் கூடிய ஒடுக்கும் கல்வி பற்றிய கருத்தாக்கங்களை அவர்கள் களைந்துகொள்ள உதவிபுரிய வேண்டும்.

6.2 முதற்கட்டம்

பணிபுரியும் குழுவின் சொற்களஞ்சியத்தையும் தூலமான வாழ்க்கைச் சூழலையும் ஆய்வு செய்தல். பகுதி மக்களுடன் இயல்பான சந்திப்புகள் மற்றும் உரையாடல்களினூடாக இது மேற்கொள்ளப்படவேண்டும். கொஞ்சம் கொஞ்சமாய் அவர்களுடன் கலந்து பேசி அவர்களிடம் உரையாடல் மேற்கொள்ள வேண்டும். அவர்களது அன்றாடப் பிரச்சினைகளை ஒட்டுமொத்தமான சர்வதேசியப் பிரச்சினைகளுடன் இணைப்பதாக அவ்வுரையாடல்கள் அமைதல் நலம். தூலமான சூழலை வெளிப்படுத்தும் வளமான சொற்களை அவர்களின் அன்றாடப் பேச்சுகள், பழமொழிகள், கதைகள் ஆகியவற்றிலிருந்து தொகுக்க வேண்டும். கூடவே அவர்களது அன்றாட வேலைகள், பொழுதுபோக்குகள், விளையாட்டுகள், உணவுமுறை, வழிபாட்டு வடிவங்கள், பல்வேறு குழுக்களுடனான அவர்களின் உறவுமுறைகள்... இப்படி எல்லாவற்றையும் கவனித்துக் குறித்துக் கொள்ள வேண்டும்.

6.3 இரண்டாம் கட்டம்

இவ்வாறு தொகுக்கப்பட்ட சொற்களஞ்சியத்திலிருந்து ஆக்கச் சொற்களை (Generative Words) உருவாக்க வேண்டும். அச்சொல்,

அ. ஒலி/எழுத்து வளமுடையதாகவும்

ஆ. மொழியின் சொற்சிக்கல்களை வெளிப்படுத்துவதாகவும்

இ. இயல்பான நடைமுறையுடன் தொடர்புடையதாகவும் இருத்தல்

அவசியம். (எ-டு) சேரி எனப் பொருள்படும் 'ஃபவேலா' என்கிற மூன்றசைச் சொல்லை ஃப்ரெய்ரே பிரேசிலில் பயன் படுத்தினார். 'குடிசை' போன்ற மூன்றெழுத்துச் சொற்களி லிருந்து இங்கே நாம் தொடங்கலாம். இப்படி ஓர் அடிப்படை யான சொல் தொகுதியை முதலில் உருவாக்கிக்கொள்ள வேண்டும். ஒரு சூழலுக்கான சொல் தொகுதி அப்படியே இன்னொரு சூழலுக்குப் பொருந்தாது என்பது வெளிப்படை.

6.4 மூன்றாம் கட்டம்

அப்பண்பாட்டுக் குழுவின் வகைமாதிரியான வாழ்நிலைக் காட்சி ஒன்றைத் தேர்வுசெய்து அதனை ஓவியமாகவோ நிழல்பட மாகவோ, ஒலி வடிவிலோ தயாரிப்பதை சமிக்ஞையாக்கம் என்கிறோம். (எ-டு) குறிப்பிட்ட பகுதியின் ஒருநாள் காலைப் பொழுதை விளக்கும் ஓர் ஓவியம்; ஒரு குடிசை, வாசலில் பாத்திரம் கழுவும் ஒரு பெண், ஆடையின்றிச் சேற்றில் விளையாடும் குழந்தைகள், தோளில் கலப்பையுடன் விவசாயத்திற்குச் செல்லும் விவசாயி என்பதாக அக்காட்சி இருக்கலாம். இவ்வாறு சமிக்ஞை யாக்கப்பட்ட சூழல்கள், பிரச்சினைகளாகக் கற்றவர்களை எதிர் கொள்கின்றன. ஒருங்கிணைப்பாளரின் உதவியோடு இச்சமிக்ஞை கள் உடைக்கப்படும்போது விமர்சன உணர்வுறுதலை நோக்கி நகர்ச்சி ஏற்படுகிறது. தேர்வுசெய்யப்பட்ட ஆக்கச் சொற்களை இந்தச் சமிக்ஞைகள் உடைக்கும்போது விமர்சன உணர்வுறுதலை நோக்கி நகர்ச்சி ஏற்படுகிறது. தேர்வுசெய்யப்பட்ட ஆக்கச் சொற்களை இந்தச் சமிக்ஞையின் பின்னணியில் முன்வைக்க வேண்டும். மேற்குறித்த படத்துடன் 'குடிசை' அல்லது 'கலப்பை' என்னும் சொல்லை இணைக்கலாம்.

6.5 நான்காம் கட்டம்

கல்வித் திட்டத்திற்கான நிகழ்ச்சிநிரல் உருவாக்கப்பட வேண்டும். நமது பணிக்கு உதவியாக இது அமைய வேண்டுமேயொழிய மீறமுடியாத வறட்டுத் திட்டமாக இதனைக் கடைப்பிடிக்க வேண்டியதில்லை.

6.6 ஐந்தாம் கட்டம்

படைப்புச் சொல்லில் அடங்கிய எழுத்துக்களின் குடும்பங்களை

உடைத்துக் காட்டும் அட்டைகள் தயாரித்தல். 'குடிசை' என்னும் சொல்லை 'கு', 'டி', 'சை' எனத் தனியாகப் பிரித்து அவற்றின் எழுத்துக் குடும்பங்களை, அருகே காட்டியவாறு வரிசைப்படுத்தி எழுதிய அட்டைகளைத் தயாரித்துக்கொள்ள வேண்டும். ஓவியம், சொல், எழுத்துக் குடும்பம் ஆகியவற்றை அட்டைகளில் எழுதியோ நிழற்படங்களாகவோ உருவாக்கிக்கொள்ளலாம்.

6.7 ஆறாம் கட்டம் - சமிக்ஞை உடைப்பு

சமிக்ஞைகள் என்பன ஆசிரியர்-மாணவர் என்கிற அறிதலில் ஈடுபடும் வினைசெய் உயிரிகளுக்கிடையே உரையாடலைச் சாத்தியப்படுத்தும் இணைப்புப் பொருள்களாய்ச் செயல் படுகின்றன. சமிக்ஞையில் காணப்படும் தூலமான சூழல் இதர ஒட்டுமொத்தமான அரசியல், பண்பாட்டு, பொருளாதாரச் சூழல் களுடன் விமர்சனபூர்வமாக இணைக்கப்பட்டு உரையாடல் தொடங்குகிறது. உரையாடலுக்கான இணக்கமான சூழல் மிக மிக அவசியம். சமிக்ஞையின் முழுமை உடைக்கப்பட்டுப் பகுதிகள் பகுப்பாய்வுக்கு உள்ளாக்கப்படுகின்றன. குடிசை, குடிசையின் பொருளாதாரம், ஏழ்மைக்கான காரணங்கள், சிலர் குடிசையில் உழல வேறு சிலர் மாளிகையில் இருக்கும் நிலை, சேற்றில் விளையாடும் குழந்தைகள், சுகாதாரமற்ற சூழல், குழந்தை உழைப்பு, குழந்தை வளர்ப்பு, குடும்பக் கட்டுப்பாடு, விவசாயி களின் இன்றைய நிலை, மரபுவழிப்பட்ட விவசாயக் கருவிகள், வீரிய விதைகள், பசுமைப் புரட்சி, ஏகாதிபத்தியம், உலக வங்கிக் கடன், நிபந்தனைகள், 'உதவி...' எனப் பல்வேறு உரை யாடல்கள் புரிவதன் மூலம் சமிக்ஞை உடைப்பு நிகழ்கிறது. மொத்தமான அடிப்படைக் கருவில் ஐக்கியமாகியுள்ள இவை அனைத்தும் உரையாடலுக்கு உட்படும்போது முழுமை ஊடுருவப்பட்டுப் பகுதிகளாகவும் பகுதிகளுக்கிடையேயான உறவுகளாகவும் விளக்கமடைகின்றன. எதார்த்தங்களின் மீது போர்த்தப்பட்டிருந்த புனைவுத் திரைகள் கிழிகின்றன. விமர்சன உணர்வுறுதல் நிகழ்கிறது.

சமிக்ஞைச் சூழல் முற்றிலும் இவ்வாறு பகுத்தாய்வு செய்யப் பட்ட பின்பு ஆக்கச் சொல் முன்வைக்கப்பட்டுச் சமிக்ஞைக்கும் அதற்குமிடையேயான தொடர்பு நிறுவப்படுகிறது. பின்னர் சமிக்ஞை நீக்கப்பட்டுச் சொல் மட்டும் முன்வைக்கப்படுகிறது.

பின்னர் எழுத்துக்கள் தனித்தனியாய்ப் பிரித்து அறிமுகம் செய்யப் படுகின்றன. பின்னர் முதல் எழுத்தின் குடும்பத்தைத் தாங்கிய அட்டை முன்வைக்கப்படுகிறது. 'க' குடும்பத்தின் உயிர்மெய் களுக்கு இடையேயான ஒலி வேறுபாடுகள் பிரச்சினையாக்கப் படுகின்றன. (எ-டு) எல்லா எழுத்துக்களும் வெவ்வேறு ஒலியை உடையதாக இருந்தபோதிலும் அடிப்படையான இணைக்கும் கூறு எது? 'க்' எனும் மெய் ஒலி கண்டுபிடிக்கப்படுகிறது. அடுத்து 'ட', 'ச' — எழுத்துக்களின் குடும்பங்கள் அறிமுகமாகும்போது அவற்றின் மெய்கள் எளிதில் கண்டறியப்படுகின்றன. மூன்று குடும்பங்களும் அருகருகே உள்ள அட்டையை முன்வைத்து உரையாடல் மேற்கொள்ளும் போது அவற்றுக்கிடையேயான பொதுமைகள் கண்டறியப்படுகின்றன. மேலிருந்து கீழாகவும் இடமிருந்து வலமாகவும் திரும்பத் திரும்ப ஒப்பிட்டுப் பார்க்கும் போது அடிப்படையான உயிர் ஒலிகள் (அ, ஆ...) பிரித்துணரப் படுகின்றன.

அடுத்து இம்மூன்று குடும்பங்களிலுமுள்ள தனித்தனி எழுத்துக்களை இணைத்துப் புதிய சொற்களை உருவாக்க முடியுமா என்கிற கேள்வி முன்வைக்கப்படுகிறது. சிறிது நேர மௌனத் திற்குப் பின்பு கற்பவர்கள் மத்தியிலிருந்து முயற்சிகள் தொடங்கு கின்றன. காடு, காசு, சீடை, சீட்டு, கட்சி, சட்டி, சடை, சடுகுடு, சோடா, குடை, சொட்டை, கொட்டு, சுக்கு, கடி, கொடு, கொடி, குட்டி, சேட்டை... எனச் சொற்கள் பிறக்கின்றன.

இரண்டாவது ஆக்கச்சொல் இவ்வாறு உரையாடலுக்குட்படும் போது அதன் குடும்ப எழுத்துக்களுக்குள் மட்டுமல்ல முந்திய எழுத்துக்களுடனும் இணைத்து மேலும் பல சொற்கள் உருவாக்கப் படுகின்றன. ஐந்தாறு சொற்கள் இவ்வாறு உடைத்துக் கோர்க்கப் பட்டு, வரிவடிவங்களும் பழக்கப்பட்ட பின்பு சுருக்கமான குறிப்புகளைத் தாமே எழுதுமளவிற்குப் பங்கேற்பவர்கள் தயாராகின்றனர். அதே சமயத்தில் சமிக்ஞையில் வெளிப்படும் தூலமான சூழல் விமர்சனபூர்வமாய்ப் பகுப்பாய்வு செய்யப் படுகின்றது. அரிச்சுவடிகளைப் பயன்படுத்தும்போது இந்த வாய்ப்புகள் கற்பவர்களுக்கு மறுக்கப்படுவது கவனிக்கத்தக்கது. நமது பாடநூல்களில் உயிரற்ற சொற்கூட்டங்கள் பலவற்றை (எ-டு. 'காகம் பறக்கும்', 'அம்மா சமைக்கிறாள்....') நாம் காண முடியும்.

இயற்கைமீது மனிதச் செயல்பாடு பண்பாட்டை உருவாக்கு கிறது என்கிற பண்பாடு குறித்த மானுடவியல் கருத்தாக்கத்தை உணர பாவ்லோ ஃப்ரெய்ரே பிரேசிலில் பயன்படுத்திய பத்து சமிக்ஞைகள் பற்றிய குறிப்புடன் இப்பகுதியை நிறைவு செய்யலாம்.

6.7. சூழல்கள்

6.7.1 சூழல் 1

ஒரு குடிசை, கிணறு, மரங்கள், கையில் மண்வெட்டியுடன் நின்று கொண்டிருக்கும் மனிதன், குழந்தையை அழைத்துச் செல்லும் தாய் இந்தச் சூழலைக் காட்டும் வரைபடம். இயற்கையான உலகிற்கும் அதன்மீது செயற்பட்டு மனிதன் உருவாக்கிய பண்பட்ட உலகிற்குமுள்ள வேறுபாட்டைப் பங்கேற்பவர்கள் விளங்கிக் கொள்கின்றனர். 'கிணற்றை வெட்டியது யார்? ஏன் வெட்டினார்? எப்போது? எப்படி?' என்பன போன்ற கேள்விகள் மூலம் தனது உழைப்பால் மனிதன் உலகை மாற்றியமைக்கிறான் என்கிற உண்மை சிந்திக்கப்படுகிறது. சூழலில் உள்ள இதர அம்சங்களும் இவ்வாறு பிரச்சினையாக்கப்படும்போது 'தேவை', 'உழைப்பு' என்கிற இரு கருத்தாக்கங்கள் விளக்கமுறுகின்றன. தண்ணீர்த் தேவைக்காக உழைப்பின் மூலம் கிணற்றை வெட்டி மனிதன் உலகை மாற்றியமைக்கிறான். முழுமையாக உரை யாடலின் மூலமாகவே இவை விளக்கமுறுகின்றன.

6.7.2 சூழல் 2

மரத்தடியில் ஓர் ஆணும் பெண்ணும்; பெண்ணின் அருகில் கூடை; கையில் ஒரு புத்தகம்; தூரத்தில் ஒரு மாடு மேய்கிறது. உரையாடல் மற்றும் இரு வழிகளிலான கருத்துத் தொடர்பு ஆகியவற்றின் முக்கியத்துவத்தை விளங்கிக்கொள்வது நோக்கம். உரையாடலின் போது வினைசெய் உயிரிகளை இணைக்கும் பாலமாக உலகு அமைவதும் உரையாடலுக்குப் பரஸ்பர நம்பிக்கை, அன்பு, பணிவு, விமர்சன உணர்வு ஆகியவை எவ்வளவு முக்கியம் என்பதும் விளக்க முறுகின்றன.

6.7.3 சூழல் 3

புராதன கால வேடன் வில்லால் அம்பெய்தி ஒரு புறாவை

வீழ்த்துகிறான். இறகுகளால் அவன் தலை அலங்கரிக்கப் பட்டிருக்கிறது, 'வில் அம்பு, வேடனின் சிகையிலுள்ள இறகுகள் ஆகியவை பண்பாடு, இயற்கையல்ல' என்கிற முடிவைப் பங்கேற்பாளர்கள் வந்தடைகின்றனர். 'இறகுகள் எப்படிப் பண்பாட்டின் விளைபொருளாக இருக்க முடியும், அவை இயற்கையல்லவா?' என்கிற பிரச்சினை எழும்போது, 'பறவை யிலிருக்கும்வரைதான் அது இயற்கை. அலங்காரப் பொருளாக மாறியபின் அது பண்பாடு' என்கிற பதில் உருவாகிறது. சமிக்ஞைச் சூழலில் கண்ட வேடனின் காலம் இன்றைய சூழலுடன் ஒப்பிடப் பட்டு, தொன்மைக் காலம், தொன்மைத் தொழில் நுட்பங்கள், கையின் நீட்சியாய்க் கருவிகள் கண்டு பிடிக்கப்பட்டவுடன் இயற்கையும் மனிதனும் மாறும் வினோதம் ஆகியவை உரை யாடப்படுகின்றன. எழுத்துக்கள் தோன்றுவதற்கு முன்பு எழுதப் படிக்கத் தெரிந்தவர், தெரியாதவர் என்கிற பிரிவு கிடையாது என்பதை உரையாடுகிறபோது இன்று எழுதப்படிக்கத் தெரியாதவர் களாயுள்ள தாங்கள் உண்மையில் எழுத்துக்கள் தோன்றாத காலத்து மனிதர்களாக இருப்பதைச் சடக்கென்று விளங்கிக் கொள்கின்றனர்.

6.7.4 சூழல் 4

துப்பாக்கியால் வேட்டையாடும் நவீன வேட்டைக்காரனின் ஓவியம். அருகில் நாய். இவன் இன்றைய பண்பாட்டின் பிரதிநிதி. தொழில்நுட்பத்தில் ஏற்பட்டுள்ள முன்னேற்றங்கள் மனிதனுக்கு உலகை மாற்றும் சாத்தியத்தை எவ்வாறு அதிகரிக்கின்றன; தொழில்நுட்பம், அதிகாரம் முதலியவை உரையாடப்படுகின்றன.

6.7.5 சூழல் 5

எலியை வேட்டையாடும் பூனை, மனிதன், மிருகம் என்கிற இரு உயிர்களுக்கிடையேயான வேறுபாடுகள்; உணர்வுற்ற உயிரியாக மனிதன் இருத்தல், உணர்வுநிலை என்பதென்ன போன்றவை உரையாடப்படுகின்றன. 'முந்திய இரு படங்களும் வேட்டையைக் குறிக்கின்றன. இது வெறும் இரைதேடும் நடவடிக்கைதான். ஏனெனில் பூனை எலியைப் பிடிப்பதன் மூலம் இயற்கை மாற்றமடையவில்லை' என்பனவெல்லாம் பேசப் படுகின்றன.

6.7.6 சூழல் 6

சக்கரத்தில் அமர்ந்து துணையாளரின் உதவியோடு பாண்டம் வனையும் குயவர். அருகில் வனையப்பட்ட மண்சாடிகள். 'இயற்கையான களிமண்ணின் மீது மேற்கொள்ளப்படும் உழைப்பு பண்பாட்டை உருவாக்குகிறது. பொருள்களைச் செய்வது எத்தனை இன்பமானது' என்றெல்லாம் உரையாடப் படுகின்றது.

6.7.7 சூழல் 7

மேசைமீது அலங்காரமாய் வைக்கப்பட்ட பூந்தொட்டி. 'பூக்கள் இயற்கைதான்; அலங்காரப் பொருளாகும்போது அவை பண்பாடா கின்றன' என்கிற அம்சத்தில் தொடங்கி உற்பத்திப் பொருளின் அழகியல் பரிமாணங்கள் உரையாடப்படுகின்றன.

6.7.8 சூழல் 8

அட்டையில் எழுதப்பட்ட ஒரு கவிதை. வாசிக்கப்பட்டவுடன் 'கவிதை' என அனைவரும் கூறுகின்றனர். கவிதை என்பது பூந்தொட்டியைப் போல ஒரு பண்பாட்டுப் பொருள்தான் என்பதோடு எளிய கவிதை, மக்கள் மொழியில் கவிதை போன்றவை உரையாடப்படுகின்றன.

6.7.9 சூழல் 9

தெற்கு பிரேசில் மனிதன் ஒருவனும் வடகிழக்கு பிரேசில் மனிதன் ஒருவனும் தத்தம் மரபு உடைகளில் நின்று பேசிக் கொண்டிருக்கின்றனர். மரபுகள், பழக்கவழக்கங்கள், ஆடை முறைகள், அவற்றிற்கான தேவைகள், தேவைகளின் அடிப்படையில் உருவான சில பழக்கங்கள், தேவையில்லாதபோதும் பழம் பெருமைகளாக, மரபுகளாக அவை எஞ்சுதல் போன்றவை உரையாடப்படுகின்றன. (இங்கே இரு சாதிகளைச் சேர்ந்த மனிதர்கள் உரையாடுவதாகப் படம் அமையலாம்.)

6.7.10 சூழல் 10

அவர்களது வகுப்பறையே ஓர் ஓவியமாக முன்வைக்கப் படுகிறது. பங்கேற்பவர்கள் அது தங்களது சூழல் என்பதையும் அடையாளம் காண்கின்றனர். அறிவுருவாக்கம், பண்பாட்டை

ஜனநாயகப்படுத்துதல், தங்களது பண்பாட்டுக் குழுவின் செயற்பாடு முதலியவை பகுத்துரையாடப்படுகின்றன.

இரண்டு பிரிவுகளில் இச்சூழல்கள் அனைத்தும் உடைக்கப்பட்டு உரையாடப்படுகின்றன. மூன்றாம் நாள் ஆக்கச் சொல்லை எடுத்துக் கொண்டு எழுத்தறிதல் தொடங்கப்படுகிறது. எதிரொலிக்கும் அவர்களின் திறமையே எதிரொலிக்கப்படுகிறது. தங்களின் நிலை, உழைப்பு, உலகை மாற்றும் தங்களின் திறன், கல்வி நிலை போன்றவை குறித்த எதிரொலிப்பை மேற் கொள்ளும் போதே கல்வி அதன் உண்மையான பொருளில் நிறைவேற்றப்படுகிறது.

'ரியோ டி ஜெனரொ' மாநிலத்திலுள்ள ஒரு பண்பாட்டுக் குழுவில் கையாளப்பட்ட படைப்புச் சொற்களஞ்சியம் அதற்கு இணையான தமிழ்ச் சொற்களாகக் கீழே தரப்படுகின்றன: சேரி, மழை, கலப்பை, நிலம், உணவு, பாதுக் (ஒரு வகை பிரேசிலிய நாட்டுப்புற நடனம்), கிணறு, சைக்கிள், உழைப்பு, ஊதியம், வேலை, அரசு, சதுப்பு நிலம், சர்க்கரை ஆலை, மண்வெட்டி, செங்கல், சொத்து.

7. ஃப்ரெய்ரேயின் மீது விமர்சனங்கள்

கல்வி குறித்த ஃப்ரெய்ரேயின் சிந்தனைகள் கூடியவரை அவரது சொற்களிலேயே இதுவரை தரப்பட்டன. தமிழ் எடுத்துக்காட்டுக் காகக் 'குடிசை' என்கிற சொல் இங்கே தேர்வு செய்யப்பட்டது. நடைமுறை அனுபவம், மொழியியல் அறிவு, பங்கேற்பவர் களுடனான உரையாடல் ஆகியவற்றினடிப்படையில் சரியான சொற்களஞ்சியம் உருவாக்கப்பட வேண்டும். விடுதலைக் கல்வி குறித்த ஃப்ரெய்ரேயுடைய கோட்பாட்டின் அடிப்படையிலான நடைமுறை விளக்கம் பெரும்பாலும் வயது வந்தோர் கல்வி அடிப்படையிலேயே அமைந்துள்ளதைக் கவனித்திருக்கலாம். முறைசார்ந்த பள்ளிக் கல்வி பற்றிய அவரது முறை குறித்து விளக்கமாக அறிய முடியவில்லை: 'இராஷோரு'டன் அவரது உரையாடல் வடிவிலான நூலிலும் 'கினியாபிசா'வில் அவர் மேற்கொண்ட கல்விப் பணி குறித்த கடிதங்களடங்கிய நூலிலும் வகுப்பறைக் கல்வி விரிவாக விவாதிக்கப்பட்ட போதிலும் அவற்றில் விடுதலைக் கல்வி குறித்த அவரது கருத்தாக்கங்கள் பள்ளிச் சூழலில் மீண்டும் விளக்கப்படுகின்றனவேயொழிய தூலமான கல்விமுறை குறித்த விளக்கமில்லை. எல்லாச் சூழல்களுக்கும்

பொருத்தமான கல்விமுறைகளைத் தூலமாக உருவாக்க முயல்வதோ ஃப்ரெய்ரேயின் அனுபவங்களை அப்படியே இங்கே இறக்குமதி செய்வதோ தேவையுமில்லை. தூலமான உற்பத்திச் சூழலிலிருந்து கல்விக்கூடங்களைப் பிரிக்காமல் அவற்றை உற்பத்தியுடன் இணைத்துச் செயல்படுத்த வேண்டிய அவசியம் தெரியவருகிறது. கலாச்சாரப் புரட்சி காலத்திய சீனத்திலும் 'பெரிய வகுப்பறைகள்' என்கிற பெயரில் பண்ணைகளும் தொழிற்சாலைகளும் வகுப்பறைகளாக மாற்றப்பட்ட செய்திகள் இத்துடன் இணைத்துப் பார்க்கத்தக்கன.

இருபதாண்டு காலமாக அரசுக் கல்லூரிகளில் அறிவியல் ஆசிரியனாகப் பணிபுரிந்த அனுபவப் பின்னணியில் யோசிக்கும் போது உயர் கல்வியில் உரையாடலைச் சாத்தியப்படுத்துவது கடினமல்ல என்பது புரிகிறது. எடுத்துக்காட்டாக ஒன்று: சென்ற அரைப்பருவத்தில் நான் பாரதிதாசன் பல்கலைக்கழகப் பாடத் திட்டத்தின்படி இயற்பியல் (பட்ட) மாணவர்களுக்கு அணு இயற்பியலையும் திண்ம இயற்பியலையும் 'போதித்தேன்.' அணு அமைப்பு குறித்த ஒருமாதிரியை உருவாக்குவதில் தாம்சன் தொடங்கி ரூதர்போர்டு, போர், சாமர்ஃபெல்டு, பவுலி போன்றோர் படிப்படியாக எவ்வாறு முன்னோக்கிச் சென்றனர் என்பதும் திண்மங்களின் வெப்பப் பண்புகளை ஈன்ஸ்டின், டிபை போன்றோர் எவ்வாறு நவீனமான குவாண்டம் கொள்கையைப் பயன்படுத்தி விளக்கினர் என்பதும் பாடத்திட்டத்தை வரிக்குவரி பின்பற்றி நீண்ட வாய்ப்பாடுகளைத் தருவித்து வங்கிமுறைச் சொற்பொழிவுகள் மூலம் கற்பிக்கப்பட்டது. மாணவர்களின் மூளைகள் மட்டுமல்ல, குறிப்புகள் மூலம் அவர்களது குறிப்புப் புத்தகங்களும் 'நிரப்பப் பட்டன.' புதிய எதார்த்தங்களை விளக்கத் திராணி அற்றுப் பழைய நியூட்டோனியன் இயற்பியல் வீழ்வதை யும் குவாண்டம் கொள்கை வெற்றி அடைவதையும் விளக்குகிற மிகவும் உயிர்த் துடிப்பான, உரையாடலுக்கு மிகமிக வாய்ப்பான ஒரு பாடப் பொருள் இன்றைய கல்விமுறையில் எவ்வளவு எந்திர கதியில் போதிக்கப்பட்டு மாணவர்களை மந்தைகளாக்கி வசப்படுத்தப் பயன்படுத்தப் படுகிறது என்பதைச் சிந்திக்க வேண்டியிருக்கிறது. பழைய இயற்பியலையும் குவாண்டம் கொள்கையையும் அருகருகே நிறுத்தி இவை குறித்த இன்றைய அறிவியல் உண்மைகளை ஆசிரியர்களையும் மாணவர்களையும் இணைக்கும் உரையாடலைச் சாத்தியப்படுத்துவதே விடுதலைக்கான நடை

முறையாக இருக்க முடியும். விஞ்ஞானக் கண்டுபிடிப்புகளை அவற்றின் பொருளியல், அரசியல் சூழல்களில் பொருத்தி என்னென்ன தேவைகளின் அடிப்படையில் இவை மேற்கொள்ளப் பட்டன. இவை யார் யாரால், எவ்வெவ்வாறு, என்னென்ன நோக்கங் களுக்காகப் பயன்படுத்தப்படுகின்றன என்பதெல்லாம் உரையாடப் படுதலே மாணவர்கள் விமர்சன உணர்வுற வழிவகுக்கும்.

நீண்ட கணக்கீடுகள் மூலம் தருவிக்கப்பட்ட சூத்திரங்களை மாணவர்கள் தாமாகவே ஒரு பார்வையில் விளங்கிக்கொள்ள முடியும். அவற்றை மனப்பாடம் செய்து கக்குவது எளிதே. தலையில் நிரப்பிக்கொள்கிற 'நடுநிலையான' உண்மைகள் என்பதைக் காட்டிலும், அவற்றின் மூலம் பங்கேற்பவர் விழிப்படை கிறாரா, வசப்படுத்தப்படுகிறாரா என்பதே முக்கியம். ஓர் எடுத்துக் காட்டாகத்தான் இதை இங்கே சொன்னேன். இன்றைய சூழலில் இந்தக் கல்வி அமைப்பை அப்படியே வைத்துக்கொண்டு ஆசிரிய–மாணவர் உறவை எல்லாம் ஜனநாயகப்படுத்தாமல் வெறும் பாடத்திட்டத்தை மட்டுமே மாற்றி உரையாடலைச் சாத்தியப் படுத்திவிட முடியும் என இதற்குப் பொருளல்ல. சிறைச் சாலையை நினைவுபடுத்தும் நவீனமான கல்லூரிக் கட்டட வடிவம் உட்படத் தகர்க்கப்பட வேண்டும் என்பதில் ஐயமில்லை. இவற்றை எல்லாம் இன்றைய சூழலில் எந்த அளவிற்குச் சாத்தியப்படுத்த முடியும் என்கிற விவாதத்தை இறுதியில் வைத்துக்கொண்டு இங்கே ஃப்ரெய்ரேயின் மீதான சில விமர்சனங்களைத் தொகுத்துக் கொள்வோம்.

'விடுதலை இறையியலுடன்' இணைத்துக் கிறிஸ்தவ அறிஞர்கள் சிலர் ஃப்ரெய்ரேயின் கோட்பாட்டை அணுகியுள்ளனர் (Conscientisation and Deschooling - John Ellis). கல்வியை அரசியலுடன் ஃப்ரெய்ரே தொடர்புபடுத்துவதை வயதுவந்தோர் கல்வி பற்றி ஆராய்ந்துள்ள சிலர் (A Revolutionary Dilemma for Adult Educator - Stanly M. Grabowski (ed) ஏற்றுக்கொள்வதில்லை. பீட்டர் பெர்கர் போன்ற மார்க்சிய எதிர்ப்பாளர்கள் 'விமர்சன உணர்வுறுதல்' என்கிற கோட்பாட்டை மேட்டிமைத்தனமானது எனக் கடுமையாக விமர்சிக்கின்றனர். யார் யாரை விழிப்படையச் செய்வது? விழிப்புணர்வூட்டுதல் என்பதன் மூலம் ஏற்கனவே விழிப்படைந்த 'முன்னோடிகள்' விழிப்புணர்வடையாத 'வெகுசனங்களை' விழிப்படையச் செய்வது என்பது மக்களைக் கேவலமாகவும்

அறிவுஜீவிகளை உயர்த்தியும் வைத்து அணுகுவதில்லையா என்பது பெர்கரின் வாதம்.

ஜிம் வாக்கர் என்னும் ஒரு மார்க்சியரின் (Literature and Revolution: The Pedagogy of Poulo Freire) விமர்சனங்களைப் பின்வருமாறு தொகுக்கலாம்:

அ. எல்லாச் சமூகச் செயற்பாடுகளையும் கட்சி என்கிற அமைப்பின் கீழ் வைக்கும் போக்கை ஃப்ரெய்ரேயின் கோட்பாட்டில் காணலாம். உரையாடல் நடைபெறுவதற்கு முதலில் உரையாடல்புரிவோரிடையே அரசியல் சமத்துவம் அவசியம். அத்தகைய அமைப்பு ரீதியான சமத்துவம் ஃப்ரெய்ரேயின் கோட்பாடுகளில் விளக்கப்படவில்லை.

ஆ. ஒரு விடுதலை அடைந்த சமுதாயம் என்பது வளர்ச்சி அடையாத நாடுகளைச் சார்ந்திராமல் சுயமாக இருக்கவேண்டும் (being in itself) என்கிறார் ஃப்ரெய்ரே. இது எப்படிச் சாத்தியம்? சீனத்தில் இம்முயற்சி தோற்கவில்லையா? தான்சானியா, சாம்பியா போன்ற நாடுகளுக்கும் இந்தக் கதிதானே?

இ. ஃப்ரெய்ரேயின் கோட்பாடு கீழ்க்காணும் அடிப்படைகளிலிருந்து இயற்றப்படுகிறது.

1. தேசிய விடுதலை இயக்கம் மற்றும் ஒரு நாட்டில் சோசலிசம் பற்றிய கொள்கையும் நடைமுறையும்.
2. இருப்பியல் கிறிஸ்தவம்.

ஈ. பல்வேறு கருத்தாக்கங்களைக் கிறிஸ்தவத்துடன் ஃப்ரெய்ரே இணைக்கிறார். புரட்சியில் முன்னோடிப் பாத்திரம் வகிக்கும் குட்டி முதலாளிகள் தங்களது மேட்டிமைத்தனத்தைக் கொண்டு அடித்தட்டு மக்களுடன் அடையாளம் காண்பதை 'ஈஸ்டர்' அனுபவம் எனவும், 'உயிர்த்தெழும்' அனுபவம் எனவும் குறிப்பிடுகிறார். மக்களுடன் கலப்பதைக் கிறிஸ்துவின் கடைசி விருந்தைக் குறிக்கும் 'communion' என்கிற கருத்தாக்கத்தால் குறிப்பிடுகிறார். குட்டி முதலாளிய முன்னோடிகள் தம்மை வர்க்கநீக்கம் செய்துகொள்வதைப் பொருளியல் அடிப்படையில் விளக்காமல் அறிவியல் அடிப்படையில் விளக்குகிறார். அமில்கார் கப்ரால் போன்றோரை 'கிறிஸ்து' போலப் புனிதமாய் முன்வைக்கிறார்.

உ. சமூகத்தின் இரு துருவங்களான ஒடுக்குபவர்களுக்கும்

ஒடுக்கப்படுபவர்களுக்குமிடையேயான முரண் இயங்கியல் அடிப்படையில் தீரும் என்பதுதான் மார்க்சியம். இவ்விரு துருவங்களுக்குமிடையே 'தலைமைக் குழு' (leadership group) ஒன்றைப் புரட்சியின் தேவையாக ஃப்ரெய்ரே முன்வைக்கிறார். குட்டிமுதலாளிகள் பாட்டாளிகளுடன் இணைவதென்பது அவர்கள் பாட்டாளி வர்க்கமயமாதல் என்கிற பொருளியல் மாற்றத்தின் விளைவே என்கிறார் ஃப்ரெய்ரே. மார்க்சியம் 'இயங்கியலை' வைக்கும் இடத்தில் ஃப்ரெய்ரே 'உரையாடலை' வைக்கிறார்.

ஊ. ஒடுக்குமுறை பற்றிய உணர்வுறுதல் மூலம் இயந்திர கதியில் தானாகவே வர்க்கப் போராட்டம் தோன்றிவிடும் என ஃப்ரெய்ரே கருதுகிறார். உற்பத்தி உறவுகள் மாறாதபோது வர்க்க உணர்வில் மாற்றம் ஏற்படுத்துவது போதாது.

எ. மக்களுடன் கலப்பதை மிக முக்கியப்படுத்துகிறார் ஃப்ரெய்ரே. மாவோ, சேகுவாரா போன்ற பல தலைவர்கள் புரட்சியின் பல கட்டங்களில் மக்களிடமிருந்து அந்நியப்பட்டிருந்ததற்குச் சான்றுகள் உண்டு.

ஏ. மக்களை நம்புவது மிக அவசியம் என அடிக்கடி வற்புறுத்தும் ஃப்ரெய்ரே 'எப்போதும் ஐயத்துடனிரு' என்கிற சேகுவாராவின் மேற்கோளைச் சுட்டிக்காட்டி மக்களின் அறியாமை மீது ஐயம் கொள்ளச் சொல்வது ஒரு முரண்.

ஐ. ஓர் அரசியல் கல்வியாளர் என்னும் அவரது புகழ்மிக்க பணிகள் அனைத்தும் ஒரு குறிப்பிட்ட அளவு அதிகார பலத்துடன் நிறைவேற்றப்பட்டது குறிப்பிடத்தக்கது.

பாவ்லோ ஃப்ரெய்ரே மீதான இவ்விமர்சனங்களில் பல கவனத்தில் எடுத்துக்கொள்ளப்பட வேண்டியவையே. அவரது கருத்துக்கள் அனைத்தையும் சரி என்பதோ அப்படியே இங்கே பெயர்த்துக் கொள்வதோ தேவையில்லை. எனினும் ஒன்று முக்கியம். இவான் இல்லிச் போன்று இன்றைய கல்வி அமைப்பைச் சகட்டுமேனிக்குச் சாடுவதோடு நின்றுவிடாமல் மாற்றுக்கல்வி ஒன்றை விரிவாக முயன்றவர் ஃப்ரெய்ரே. அவருடைய கோட்பாடுகள் மாற்றுக் கல்விக்கான தளத்தில் மட்டுமே அணுகப்பட வேண்டும். ஒட்டுமொத்தமான சமூக விடுதலைக்கான கோட்பாட்டை வகுப்பவராக நாம் அவரைக் கருதவேண்டியது இல்லை. சமூக அமைப்புத்தான் கல்வி அமைப்பை உருவாக்குகிறதே

ஒழிய, கல்விமுறை சமூக அமைப்பை உருவாக்கிவிடாது என்கிற கருத்தை ஃப்ரெய்ரே அடிக்கடி வலியுறுத்துகிறார். உணர்வுறுதல் என்பது வெறும் அறிவுத்தளத்தில் நடைபெறுகிற காரியமல்ல. தூலமான சமூக மாற்ற நடவடிக்கையுடன் இணைக்கப்படும் போதே அது சாத்தியம் என்கிறார். சமூக மாற்றத்திற்கான அரசியல் இயக்கத்தின் தேவையை மிக அதிகமாகவே சுட்டிக் காட்டுகிறார். அடிப்படையான சொத்து உறவுகளில் மாற்றங்கள் ஏற்பட்ட பின்பே விடுதலைக் கல்வியை முழுமையாகச் சாத்தியப்படுத்த முடியும் என்றும் கூறுகிறார். உணர்வுநிலை மாற்றங்களின் பல்வேறு நிலைகளைச் சுட்டிக் காட்டும் போதுகூட அரசியல் பொருளியல் மாற்றங்களின் விளைவாகவே உணர்வுநிலையானது மாறாநிலைத் தன்மையிலிருந்து மாற்றத்துக்குரிய நிலையை அடைகிறது என்று கூறுவது கவனிக்கத்தக்கது. அரசின் ஆதரவுடனேயே அவரது கல்விப் பணிகள் மேற்கொள்ளப்பட்டது. எனினும் அந்த அரசுகள் கவிழ்ந்து ஜனநாயகத் தன்மையற்ற இராணுவப் பாசிச ஆட்சிகள் வரும்போது அவற்றிற்குப் ஃப்ரெய்ரே வேண்டாதவராகி விடுகிறார் என்பதும் கவனிக்கத் தக்கது. அதேசமயத்தில் எந்த அமெரிக்காவின் எதிரியாக அவரை இராணுவ சர்வாதிகார அரசுகள் குற்றஞ்சாட்டினவோ அந்த அமெரிக்காவே அவரைத் தனது பல்கலைக்கழகமொன்றில் வருகைப் பேராசிரியராக அனுமதித்ததையும் நாம் மறந்துவிட வேண்டியதில்லை.

'கடவுள் என்னை மக்களிடம் இட்டுச் சென்றார்; மக்கள் என்னை மார்க்சிடம் இட்டுச் சென்றனர்' எனக் கூறி மார்க்சியத்தைக் கிறிஸ்தவத்துடன் ஃப்ரெய்ரே இணைப்பது குறித்த விமர்சனங்கள் முக்கியமானவை. மார்க்சியம் அவரைப் பொருள் முதன்மைவாதத் திற்கு இட்டுச் சென்றிருக்க வேண்டும். அது அவரைக் கிறிஸ்துவத் திலிருந்து விலக்கிக்கொண்டு வந்திருக்க வேண்டும். அல்லாமல் மார்க்சியமும் கிறிஸ்தவமும் ஃப்ரெய்ரேயில் முரணில்லாமல் இணைந்தது எவ்வாறு என்பது மார்க்சியர்கள் முன்வைக்கும் கேள்வி. இந்தக் கேள்விக்கு ஃப்ரெய்ரேயிடம் தர்க்கபூர்வமான பதில்களில்லை. மார்க்சின் இயங்காவியல் (metaphysical) பார்வையைத்தான் ஏற்றுக்கொள்ளவில்லை எனவும் அவருடைய விஞ்ஞான ஆய்வையே ஏற்றுக்கொள்வதாகவும் கூறும் ஃப்ரெய்ரே எது இயங்காவியல், எது விஞ்ஞானப் பார்வை என்று விளக்குவது இல்லை.

எனினும் உலகெங்கிலும் புரட்சிகரக் கட்சிகள் அதிகாரத்துவ மாய் இறுகிச்சீரழிந்துள்ள நிலையில் தலைமைக்கும் அணிகளுக்கும் தலைமைக்கும் மக்களுக்குமிடையேயான உறவுகள் அதிகாரத்துவ மில்லாமல் வளர்வதற்கும் அந்த அடிப்படையிலான ஒரு கல்வி முறைக்கும் ஃப்ரெய்ரேயிடமிருந்து சிலவற்றைக் கற்றுக்கொள்வது சாத்தியம் மட்டுமல்ல, மிக அவசியமும்கூட எல்லாவற்றையும் கேள்விக்குள்ளாக்குவது, பிரச்சினையாக்கி எதிர்கொண்டு புரிதல் அடைவது, ஆசிரியருக்கும் மாணவர்க்கும் தலைமைக்கும் அணி களுக்குமிடையே உரையாடலை எப்போதும் சாத்தியமாக்குவது ஆகியவை ஃப்ரெய்ரேயிடமிருந்து எடுத்துக் கொள்ளத் தேவையான அமைப்புரீதியான சமத்துவம் குறித்து நாம் எல்லோருமே யோசிக்க வேண்டியவர்களாக இருக்கிறோம்.

8. இங்கே இப்போது எந்த அளவிற்குச் சாத்தியம்?

அதிகாரத்தின் துணையோடுதான் ஃப்ரெய்ரே தமது கல்விப் பணியை மூன்றாம் உலக நாடுகளில் மேற்கொண்டார் என்பதோடு இன்னும் கவனமாய்ப் பார்க்க வேண்டிய அம்சம் அந்த நாடு களின் அப்போதைய அரசியல் சூழல்கள். காலனிய ஆட்சியின் நேரடியான பிடியிலிருந்து அப்போதுதான் அவை விடுதலையாகி இருந்தன.

நிலச்சீர்திருத்தங்களும் ஜனநாயக நடைமுறைகளும் மேற் கொள்ளப்பட்ட பின்னணியில் ஒவ்வொரு குடிமகனும் அரசுடன் தன்னை ஐக்கியப்படுத்திக்கொண்டு தேச உருவாக்க உத்வேகத் துடன் செயல்பட்டுக்கொண்டிருந்த தருணம் அது. கினியாபிசா, சிலி போன்ற நாடுகளில் ஃப்ரெய்ரேயின் அனுபவங்களைப் படிக்கும் போது அந்த மக்கள் எத்தனை ஆர்வமுடன் நாட்டுப் பணியில் ஈடுபட்டிருந்தனர் என்பது நமக்கும் வியப்பாக இருக்கிறது. பெரும்பான்மையான மக்கள் எழுதப் படிக்க அறிந்திருத்தல் என்பதை மிக அவசியமான தேவையாக உணர்ந்து இருந்தனர். கல்வியில் மட்டுமின்றிச் சமூக அமைப்பின் சகல துறைகளிலும் இணையான மாற்றங்கள் நிகழ்ந்துகொண்டு இருந்ததையும் ஒட்டுமொத்தத் திட்டத்தின் ஓரங்கமாக ஃப்ரெய்ரேயின் கல்விமுறை செயல்பட்டதையும் நாம் பார்க்கிறோம். பொருளாதார மாற்றங் களுடன் இணையாத போது கல்வி முயற்சி தோல்வியடைகிற வாய்ப்பை ஃப்ரெய்ரே சுட்டிக் காட்டுகிறார்.

சகல துறைகளிலும் தேக்கமும் ஜனநாயக மறுப்பும் மதவாதப் பிற்போக்கு உயிர்ப்பும் நிகழும் இன்றைய நமது சூழலில் ஃப்ரெய்ரேயின் எச்சரிக்கையை நாம் மிகக் கவனத்துடன் கணக்கி லெடுத்துக்கொள்ள வேண்டியிருக்கிறது. நமது பணி ரொம்பச் சிக்கலானது, கடினமானது என்கிற புரிதல் நமக்குத் தேவை. நமது முயற்சிக்கு அரசு தடையாக இருக்கும் என்பதையும் நாம் கவனத்தில் எடுத்துக்கொள்ள வேண்டும்.

நிறுவனரீதியான முறைசார் கல்வியில் மாற்றுக் கல்விமுறையைச் சாத்தியப்படுத்துவதென்பது இன்றைய சூழலில் சாத்தியமில்லை என்பது வெளிப்படை. மாற்றுக் கல்வி பற்றிய சிந்தனையின் தேவையே இன்று பெரும்பாலான மாணவர்கள்/பெற்றோர்கள்/ஆசிரியர்களிடத்தில் அறிமுகமாகியிருக்கவில்லை. இன்றைய கல்விமுறையே சிறந்தது என்கிற எண்ணமே உறுதியாய் நிலவு கின்றன. ஆசிரியர்-மாணவர் உறவு பற்றியெல்லாம் மிகவும் பிற்போக்கான கருத்துக்கள்தான் ஆசிரியர்கள் மத்தியில் நிலவுகிறது. இன்றைய கல்விமுறையின் பொய்மையை, ஏமாற்றை, கொடுமையை நாம் குறிப்பாக ஆசிரியர்-மாணவர் மத்தியில் கொண்டு செல்லவேண்டியிருக்கிறது. அதுவும் எளிதான காரிய மில்லையெனினும் கல்விமுறையின் ஆகக் கீழாக அமைந்து ஒடுக்கப்படுகிற பிரிவினரான மாணவர்கள் மத்தியில் இன்றைய கல்விமுறையை அம்பலப்படுத்தும் விசயத்தில் நாம் பின்வரும் அம்சத்தைக் கவனத்தில் எடுத்துக்கொள்ளலாம்.

இன்றைய ஒடுக்குமுறைக் கல்வியையும் திணிக்கப்படும் பாடங்களையும் மாணவர்கள் எதிர்ப்பின்றி ஏற்றுக்கொள்வ தில்லை என்பதை நாம் கவனிக்க வேண்டும். நிறுவனங்களிலும் பல்கலைக் கழகங்களிலும் வெளியிலுமான ஜனநாயக உரிமை களுக்காகப் போராடுவது முதல், வகுப்புகளை 'கட்' அடிப்பது, ஆசிரியர்களைக் கேலிசெய்வது, சொற்பொழிவுகளைக் கவனிக்காமல் இருப்பது, தேர்வுகளில் 'காப்பி' அடிப்பது, தாமதமாக வருவது, நிறுவன ஒழுங்குகளை மீறுவது, பாடங்களைப் படிக்காமல் 'நோட்ஸ்' களைப் படிப்பது எனப் பல வடிவங்களில் இத்தகைய எதிர்ப்புகள் (resistances) மேற்கொள்ளப்படுகின்றன. இவற்றில் பெரும்பாலான எதிர்ப்புகள் அமைப்புரீதியாக ஒழுங்கு திரட்டப் படாததால், நிலவுகிற அதிகார அமைப்பிற்கு எதிரான ஓர் இறுதிச் சவாலாக அமைந்துவிடுவதில்லை. இதனால் அதிகாரபூர்வமான

அதிகார அமைப்பு இதனைக் கண்டும் காணாமல் ஒரு குறிப்பிட்ட அளவுவரை அனுமதித்து வருவதையும் நாம் காணமுடிகிறது. நிலவுகிற அதிகார அமைப்பிற்கு ஓர் இறுதியான சவாலாக இல்லாத போதும் மேற்குறித்தவை போன்ற நடவடிக்கைகள் மூலம் ஒடுக்கப்படுகிற பிரிவினரான மாணவர்கள் ஒரு தற்காலிகமான அதிகாரப் பகிர்வைப் பெறுவதையும் கவனிக்கலாம்.

பள்ளி ஒழுங்குகளையும் பாடத்திட்டங்களையும் முழுமையாகப் பின்பற்றுகிற 'நல்ல'/சிறந்த மாணவர்கள் தேர்வுகளில் மிகச் சிறந்த முறையில் வெற்றிபெறலாம். ஆனால் படிக்கும்போதும் சரி, சமூக நிலைகளை உறுதிசெய்துகொண்ட பின்னும் சரி இவர்களில் பெரும்பாலோர் சமூக மாற்றத்திற்கு எதிரானவர்களாகவே உள்ளனர். இவர்களை மைய நீரோட்ட மாணவர்கள் எனலாம். சாதி, சமய, அரசியல் செல்வாக்குகளைப் பயன்படுத்தி மாணவர் சங்கம் போன்றவற்றில் வென்று நிறுவனத்திற்குள் அதிகார சக்திகளாக விளங்குகிற மாணவர்களையும் மைய நீரோட்டத்தைச் சேர்ந்தவர்களாகவே கருதவேண்டும். இவர்கள் மத்தியில் மாற்றுக்கல்வி பற்றிய சிந்தனைகளைக் கொண்டு செல்வது சிரமம்.

எனவே மாற்றுக் கல்விச் சிந்தனையை மாணவர்கள் மத்தியில் கொண்டுசெல்கிற முயற்சியில் விளிம்பிலுள்ள மாணவர்களுக்கு முன்னுரிமை கொடுக்கலாம். இன்றைய கல்வி/அதிகார வன்முறைகளுக்கெதிரான அவர்களது எதிர்ப்புகள் ஒருங்கு திரட்டப்பட வேண்டும்; பத்திரிகைகள் மற்றும் பண்பாட்டு நடவடிக்கைகள் மூலமாக அவர்கள் கவனம் ஈர்க்கப்பட வேண்டும்; தாங்கள் உதவாக்கரைகளல்லர் என்கிற எண்ணம் உருவாக்கப்பட வேண்டும். இத்தகைய கண்ணோட்டத்துடன் மாணவர்கள் மத்தியில் பண்பாட்டுக் குழுக்களை உருவாக்கி மாற்றுக்கல்வி முயற்சிகளை மேற்கொள்ளலாம். இன்றைய கல்விமுறையையே வினைபடு பொருளாக்கி உரையாடல் மேற்கொள்ளப்படும் போது இன்றைய கல்விச் சீர்கேடுகள் அடையாளம் காணப்பட்டு அவற்றிற்கு எதிரான செயல்கள் உருவாகும் என்று நம்புவோம்.

9. பின்குறிப்பு

செயல்கள், பெயரிடுதல், சமிக்ஞை உடைப்பு போன்ற ஆழமான கருத்தாக்கங்களை ஃப்ரெய்ரே பயன்படுத்துகிறார். இவற்றிற்குரிய

ஆங்கிலச் சொற்களின் நேரடியான, சரியான மொழியாக்கங்களாக இவற்றைக் கொள்ள வேண்டியதில்லை. ஒப்பிட்டுப் பார்ப்பதற்காக ஆங்கிலச் சொற்கள் அடைப்புக்குறிகளுக்குள் தரப்பட்டுள்ளன. மேலும் சிறந்த மொழியாக்கங்களை நாம் முயற்சி செய்யலாம். ஒருமுறை கருத்தாக்கம் வரையறுக்கப்பட்டால் பிறகு கட்டுரையில் அச்சொல் பயன்படுத்தப்படும் இடமெல்லாம் அந்த முழுமையான வரையறையின் பொருளாழத்துடன் அதனை அணுக வேண்டும்.

9.1 பாவ்லோ ஃப்ரெய்ரே சிந்தனைகளைத் தொகுக்கப் பயன்பட்ட அவருடைய நூல்கள்

Education for Liberation, ECC Publications, Bangalore 1983.

Cultural Action for Freedom, Penguin, England, 1977.

Pedagogy of the Oppressed, Penguin, England, 1986.

Education for Critical Conciousness, Continuum Books, New York, 1974.

Pedagogy in Progress (The letters to Cuines Bisson), W.R.P.C., Britain, 1987.

A Pedagogy for Liberation (Dialogue with Irashor), Macmillan, London, 1987.

9.2 இதரர் எழுதிய நூல்கள்

Mary Pillai, *Let My Country Awake,* APSSS, Secundarabad.

Robert Mackie (Ed). *Literacy and Revolution: The Pedagogy of Paulo Freire*, Pluto press, London, 1980.

9.3 ஒப்பிட்டுப் பார்ப்பதற்காகக் கல்வி குறித்து நன்னூல் பாயிரத்தில் தொகுக்கப்பட்டுள்ள சில விளக்கங்கள் கீழே தரப்படுகின்றன

நல்லாசிரியர் எனப்படுபவர் யார்?

குலனருள் தெய்வங் கொள்கை மேன்மை
கலைபயில் தெளிவு கட்டுரை வன்மை
நிலைமலை நிறைகோல் மலர்நிகர் மாட்சியும்
உலகிய லறிவோ டுயர்குணம் இணையவும்
அமைபவன் நூலுரை ஆசிரி யன்னே

மாணாக்கர் என்போர் யார்?

தன்மகன் ஆசான் மகனே மன்மகன்
பொருள்நினி கொடுப்போன் வழிபடுவோனே
உரைகோ ளாளற் குரைப்பது நூலே

எப்படிப் பாடஞ்சொல்ல வேண்டும்?

ஈதல் இயல்பே இயம்புங் காலைக்
காலமும் இடமும் வாலிதின் நோக்கிச்
சிறந்துழி இருந்துதன் தெய்வம் வாழ்த்தி
உரைக்கப் படும்பொருள் உள்ளத் தமைத்து
விரையான் வெகுளான் விரும்பி முகமலர்ந்து
கொள்வோன் கொள்வனாக அறிந்தவன் உளங்கொளக்
கோட்டமில் மனத்தின் நூல் கொடுத்தல் என்ப.

எப்படிப் பாடங் கேட்க வேண்டும்?

கோடன் மரபே கூறுங் காலைப்
பொழுதொடு சென்று வழிபடல் முனியான்
குணத்தொடு பழகி அவன் குறிப் பிற்சார்ந்
திருவென இருந்து சொல்லெனச் சொல்லி
பருகுவன் அன்னஆர் வத்த னாகிச்
சித்திரப் பாவையின் அத்தக வடங்கிச்
செவிவா யாக நெஞ்சுகள னாகக்
கேட்டவை கேட்டவை விடாதுளத் தமைந்துப்
போவெனப் போதல் என்மனார் புலவர்.

நன்னூல் கருத்துக்கள் அனைத்தும் பாவ்லோ ஃப்ரெய்ரேயின் சிந்தனைக்கு முற்றிலும் எதிராக இருப்பதைக் கவனிக்க. வங்கி முறைக் கல்வியின் மிகச் சிறந்த இலக்கணமாக இப்பாடல்கள் அமைகின்றன.

9.4 நன்றி

தேவையான நூல்கள் அருட்தந்தை எக்ஸ் டி. செல்வராசு, தோழர்கள் எஸ்.எஸ். கண்ணன், புதுவை அருணன் ஆகியோரிடமிருந்து பெறப்பட்டன.

நிறப்பிரிகை **4, பிப்ரவரி, 1992**

3.2 ஒழுங்கவிழ்ப்பும் முழு விடுதலையும் சில நடைமுறைச் சிக்கல்கள்

எதிர் அரசியல் நடவடிக்கைகள், மாற்றுக் கலாச்சாரச் செயற்பாடுகள் ஆகியவற்றில் நம்பிக்கையுடையவர்கள் 1960களின் பிற்பகுதியை முக்கியமான காலகட்டமாகக் கருதுகின்றனர். உலகெங்கிலும் அமெரிக்க ஏகாதிபத்தியத்தின் வியட்நாம் ஆக்கிரமிப்பிற்கு எதிரான எதிர்ப்பியக்கங்கள், லத்தீன் அமெரிக்க நாட்டுப் புரட்சிகள், ரஷிய ஆதிக்கத்திற்கு எதிராகக் கிழக்கு ஐரோப்பிய நாடுகளில் தோன்றிய எதிர்ப்புகள் முதலியன மாணவர்கள், இளைஞர்கள் மத்தியில் நம்பிக்கை நட்சத்திரங்களை விதைத்தன. வியட்நாம் ஆக்கிரமிப்பு எதிர்ப்புக் கிளர்ச்சிகளில் இளைஞர்கள் மற்றும் மாணவர்கள் மட்டுமின்றி உள்நாட்டு ஜனநாயகத்திற்கான போராட்டங்களாகவும் இருந்தன. பிரெஞ்சு மாணவர் போராட்டம் (1968) பல்வேறு ஜனநாயக உரிமைகளை ஈட்டித் தந்ததோடன்றி தொடர்ச்சியாகத் தோன்றிய தொழிலாளர்கள் போராட்டத்திற்கு வழிகாட்டியாகவும் அமைந்தது.

இந்தப் போராட்டங்களில் ஜனநாயக சக்திகளும் இடதுசாரிச் சிந்தனையாளர்களும் முக்கியப் பங்கேற்றனர். உலகெங்லும் உள்ள மையநீரோட்டப் பொதுவுடைமைக் கட்சிகள் இந்தப் போராட்டங்களில் பட்டும்படாமலும், சமயங்களில் எதிராகவும் இருந்தன. பல்வேறு அம்சங்களில் இப்போராட்டங்களிலிருந்து வேறுபட்டு நின்றாலும் கூடத் தமிழகத்தில் ஓர் ஆட்சி மாற்றத்திற்கு வழிவகுத்த இந்தி எதிர்ப்புப் போராட்டமும் இந்தியச் சூழலின் மீது மாவோயிச வெளிச்சத்தை வீசிய நச்சல்பாரி இயக்கத் தோற்றமும் கிட்டதட்ட இதே காலகட்டத்தில்தான் நிகழ்ந்தன.

இந்தப் போராட்டங்களின் முக்கியமான ஒரு பங்களிப்பு எல்லாத் துறைகளிலும் நிலவிய மாற்றுச் சிந்தனைகளின்பால் ஒரு கவனத்தையும் அங்கீகாரத்தையும் ஏற்படுத்தியதுதான்.

இம்மாற்றுச் சிந்தினைகள் மார்க்சியத்தின் சில முக்கியமான கூறுகளை உள்வாங்கிக்கொண்டும் பல அறியப்பட்ட மார்க்சிய அணுகல் முறைகளிலிருந்து விலகியும் அமைந்தன. பொதுவுடைமை யாளர்களால் வசைச் சொல்லாகப் பயன்படுத்தப்பட்ட 'anarchists' (அராஜகவாதிகள்) என்னும் பெயரை அவர்கள் விரும்பி ஏற்றுக்கொண்டனர். பொதுவில் இவர்கள் 'libertarians என அழைக்கப்பட்டனர். 'எல்லாவிதமான கட்டுத்தளைகளையும் ஒதுக்குகிற சுதந்திரவாதிகள்' என இச்சொல்லை மொழியாக்கலாம். வேறு நல்ல சொல் கிடைக்கும்வரை 'தளையுடைப்பாளர்கள்' மற்றும் 'ஒழுங்கவிழ்ப்பாளர்கள்' அல்லது 'முழுவிடுதலை யாளர்கள்' என்கிற சொற்களை நாம் பயன்படுத்தலாம். ஒன்றைச் சொல்லிவிடுவது முக்கியம். அறுபதுகளின் பிற்பகுதியில் தோன்றிய போராட்டங்கள் எல்லாம் இத்தகைய தளையுடைப்பாளர்களால் நடத்தப்பட்டன என நான் சொல்ல வரவில்லை. இத்தகைய தளையுடைப்புச் சிந்தனைகளின்பால் கவனம் ஈர்க்கப்படுவதற்கு இப்போராட்டங்கள் வழிவகுத்தன என்பதுதான்.

இந்தப் போராட்டங்களில் உயர் கல்வி மாணவர்களின் பங்கு அதிகம் இருந்ததற்குக் காரணமாக இக்காலகட்டத்தில் உலகெங் கிலும் உயர் கல்வியில் ஒரு திடீர்ப் பெருக்கம் ஏற்பட்டதைச் சொல்லலாம். எடுத்துக்காட்டாக பிரான்சில் இரண்டாம் உலகப் போர் முடியும் தறுவாயில் மக்கள்தொகை 42 மில்லியன்; மாணவர்களின் எண்ணிக்கை அறுபதாயிரம். 1968இல் மக்கள் தொகை 50 மில்லியன்; மாணவர்கள் ஆறு இலட்சம். தமிழகத்தில் கூட அறுபதுகளின் பிற்பகுதியில்தான் ஏராளமாக அரசு கல்லூரிக ளெல்லாம் திறக்கப்பட்டு உயர்கல்வியில் பெருக்கம் ஏற்பட்டது நினைவிருக்கலாம். இந்தத் திடீர்ப் பெருக்கமானது வெளிநாடு களைப் பொறுத்தமட்டில் பல்வேறு பிரச்சினைகளை உருவாக்கின. கட்டடங்கள், ஆசிரியர்கள் பற்றாக்குறையிலிருந்து கல்வித் திட்டம், ஆசிரியர்-மாணவர் உறவு எனப் பல அம்சங்கள் பிரச்சினை யாக்கப்பட்டன. பல சிந்தனைத்துறைகளிலும் ஏற்பட்ட மாற்றுச் சிந்தனைகள் கல்வித் துறையில் பெரிய அளவில் பிரதிபலித்தன.

இதே காலகட்டத்தில் ஏற்பட்ட இன்னொரு மாற்றமும் முக்கியமானது. அச்சுத் தொழில்நுட்பம் நவீனமாகியது. பல்வேறு வகையான பிரதிசெய்யும் எந்திரங்கள் கண்டுபிடிக்கப்பட்டதோடு அவை அன்றாட வாழ்வில் பயனுக்கும் வந்தன. எலக்ட்ரானிக்

தட்டச்சு, லித்தோ, ஆப்செட் முதலியவை அச்சுத் தொழிலில் பெரிய மாற்றங்களை ஏற்படுத்தின. இதனை 'லித்தோ புரட்சி' என்கிறார்கள். மிகப்பெரிய மூலதனங்கள் இல்லாமல் அச்சகங்களை ஏற்படுத்துவது, அச்சுக் கோர்க்காமல் தட்டச்சு செய்து அப்படியே பிரதி எடுப்பது; ஓவியங்கள், புகைப்படங்கள், வரைபடங்கள் போன்றவற்றை 'பிளாக்' செய்யாமலே அச்சிடுவது என்பதெல்லாம் சிறிய அளவில், சில ஆயிரங்கள் அளவில் இதழ் நடத்துகிற வாய்ப்பை அதிகமாக்கின. சகல துறைகளிலும் வெடித்துக் கிளம்பிய மாற்றுச் சிந்தனைகள் இந்தச் சூழலைப் பயன்படுத்திக் கொண்டு ஒவ்வொரு துறையிலும் மாற்றுச்சிந்தனைக்கான இதழ்கள் வெளிவருவதற்குக் காரணமாயின. அவற்றில் சில:

தத்துவம் - Radical philosophy

உளவியல் - Humpty Dumpty, Red Rat

சமூகப் பணி - Case - Con

கல்வி - Libertarian Education, Radical Education, Anti - Student. Hard cheese, Black bored.

மையநீரோட்டப் பத்திரிகைகளிலிருந்து (அதாவது வெகுசனப் பத்திரிகைகள், பல்கலைக்கழகங்கள் மற்றும் அறிவுத்துறை நிறுவனங்கள் துறை வாரியாக வெளியிடும் இதழ்கள் முதலியன) எல்லா வகைகளிலும் வேறுபட்டு நிற்கும் இவற்றுக் கிடையே சில பொதுத்தன்மைகளும் உண்டு. நமது அனுபவங்களிலிருந்து நாம் எதிர்பார்ப்பது போலவே இந்தப் பத்திரிகைகள் எதுவும் முறையான கால ஒழுங்குடன் வெளிவரவில்லை. நடைமுறைச் சிக்கல்கள்தான் இதற்குப் பிரதான காரணமென்ற போதிலும் கால ஒழுங்கின் முக்கியத்துவத்தை இவர்கள் அங்கீகரிக்காததும்கூட ஒரு காரணம்தான். மற்றவர்களையும் இதே போன்ற முயற்சி களில் ஊக்குவிக்க வேண்டும் என்கிற நோக்கத்தோடு இவை தாங்கள் பயன்படுத்தும் தொழில்நுட்ப விவரங்களைத் தம் இதழ்களிலேயே அச்சிட்டன, அச்சிடுகின்றன. 'Anti Student' இதழ் தன் பின்னட்டையை இதற்காகவே ஒதுக்கியது. தத்தம் துறைசார்ந்த மாற்றுச் சிந்தனை இதழ்களை அறிமுகம் செய்வது, மாற்றுச் சிந்தனை நூற்பட்டியல்களை வெளியிடுவது, மாற்று இதழ்கள் கிடைக்கும் முகவரிகளை அச்சிடுவது போன்றவற்றிற்கு ஒவ்வோர் இதழிலும் முக்கியத்துவம் அளிக்கப்பட்டது. எல்லா வற்றிற்கும் மேலாக 'அச்சின் அதிகாரத்தை' உடைப்பதில்

இவை கவனம் செலுத்துகின்றன. மையநீரோட்டப் பத்திரிகைத் துறையைப் பொறுத்தமட்டில் யார் வேண்டுமானாலும் தங்கள் கருத்துக்களை அச்சில் கொண்டுவந்துவிட முடியாது. பத்திரிகை ஆசிரியர், வெளியீட்டாளர், தணிக்கைக் கொள்கை போன்ற அதிகார அமைப்புகளின் தேர்வுகள், வடிகட்டல்கள் எல்லா வற்றையும் தாண்டித்தான் ஒருவர் தம் கருத்தை அச்சில் ஏற்ற முடியும். லித்தோ புரட்சியின் ஜனநாயகமயமாதலை சரியாகப் பயன்படுத்திக் கொண்ட மாற்றுப் பத்திரிகையாளர்கள் யார் வேண்டுமானாலும் தங்கள் கருத்துக்களைச் சொல்ல முடியும் என்கிற நிலையையும் எல்லோரிடமும் சொல்வதற்குச் செய்திகள் உள்ளன என்கிற நம்பிக்கையையும் ஏற்படுத்தினர். எழுத்தாளருக்கும் வாசகருக்கு மான எல்லைக் கோட்டைத் தகர்த்தெறிந்தனர். இதனால் அச்சில் கண்டவற்றையெல்லாம் வேதமாகப் பார்க்கும் நம்பிக்கை போய் எல்லாவற்றையும் கேள்விக்குள்ளாக்கும் விமர்சனப் பார்வை ஊக்குவிக்கப்பட்டது. 'Libertarian Education' என்கிற மாற்றுக் கல்வி இதழ் தனது ஆசிரியர் குழுக் கூட்டத்தையே திறந்த அரங்கில் யார் வேண்டுமானாலும் பங்கேற்கலாம் என்கிற அறிவிப்போடு நடத்தியது.

மாற்று இதழ்கள் எதிர்கொள்ளும் பெரிய சிக்கல்—வழக்கம் போல—விநியோகம்தான். மாணவர் போராட்டங்களைத் தொடர்ந்து அங்கே ஏற்பட்ட விழிப்புணர்வின் விளைவாகக் கல்வி நிறுவனங் களில், அந்நிறுவனங்களைச் சேர்ந்த மாணவர் சங்கங்கள் புத்தகக் கடைகளை நடத்தின. மாற்று இதழ்கள் பெரும்பாலும் இக்கடைகளில் கிடைத்தன. இவை தவிர ஒவ்வொரு முக்கிய நகரத்திலும் குறிப்பிட்ட ஒரு கடைக்குச் சென்றால் அங்கே மாற்று இதழ்கள் கிடைக்கும் எனப் பரவலாகத் தெரிந்திருந்தது. புத்தக மொன்றில் கண்டுள்ள இத்தகைய கடைப்பட்டியலில் லண்டன் நகரில் மட்டும் ஒன்பது கடை முகவரிகள் உள்ளன. தவிர லண்டனில் இருந்த 'Rising Fire' என்னும் புத்தகக்கடை மாற்று இதழ்கள், மாற்று வெளியீடுகள் ஆகியவற்றின் பொது மையமாகவும் செயல்பட்டது.

இவ்விதழ்களின் உள்ளடக்கங்களின் அடிப்படையிலும் சில பொதுத் தன்மைகளைச் சொல்ல முடியும். கோட்பாட்டு விவாதங் களுக்கு இவை முக்கியத்துவமளித்தன. மாற்றாக வரும் சிந்தனை களைக் காயடித்து உள்வாங்கும் (co-option) முயற்சியை

மையநீரோட்டம் எப்போதும் மேற்கொள்ளும். எது உண்மையான மாற்று எனத் தீர்மானிப்பதும், கண்டறிவதும் மிகவும் முக்கியம். கல்வியை எடுத்துக்கொண்டோமானால் அவ்வப்போது கல்விக் கொள்கைகளை 'மாற்று'வதையும் தேர்வுமுறை மாற்றங்கள், பாடத்திட்ட வளர்ச்சி (curriculum development) பயிற்சிமுறை மாற்றங்கள், வகுப்பறைச் சீர்திருத்தங்கள் (classroom innovation) போன்றவை குறித்து அடிக்கடி பேசுவதையும், இந்தத் தலைப்பு களில் ஆசிரியர்களுக்குப் பயிற்சி வகுப்புகள் நடத்துவதையும் காணலாம். மாற்றுக்கல்விச் சிந்தனைகள் இவ்வாறு மாறிக் கொண்டிருப்பவற்றைத் தனது கவனத்தில் கொள்வதில்லை. மாறாக, இத்தனை மாற்றங்களுக்கிடையேயும் எது மாறாமல் இருக்கிறதோ அதனைக் கவனத்தில் எடுத்துக்கொள்கிறது. கல்வி அமைப்பிற்குள் நிலவும் உறவுகள் (எ.டு: ஆசிரியர்-மாணவர் உறவு), தங்களையறியாமலேயே ஆசிரியர்கள் கல்வி அமைப்பிற்குள் கொண்டுவரும் அணுகல்முறைச் சட்டகங்கள் (premises), கல்வியமைப்பின் வடிவத்தின்மூலமாகவே (பாடங்களின் வழியாக மட்டுமின்றி) மாணவர்களுக்குச் சென்றடையும் செய்திகள் போன்றவற்றிற்கு இவர்கள் முக்கியத்துவமளிக்கின்றனர். சுருங்கச் சொன்னால் வெளிப்படையான பாடத்திட்டத்தைக் காட்டிலும் மறைமுகப் பாடத்திட்டமே (Hidden Curriculum) மாற்றுக் கல்வியாளர்களின் கரிசனமாக அமைகிறது. எனவே இம்மாற்று இதழ்கள் அனைத்தும் அடிப்படை அணுகல்முறைகள், ஆய்வுச் சட்டகங்கள் குறித்த விவாதங்களுக்கு முக்கியத்துவமளிக்கின்றன. ஆய்வுச் சட்டகங்களுக்கிடையேயான உரையாடல்கள் அதிக இடத்தை நிரப்பிவிடுகின்றன. மையநீரோட்ட அறிவுத்துறைகள் தத்தம் அணுகல்முறைகளைக் களத்திற்குக் கொண்டு வருவதில்லை என்பது கவனிக்கத்தக்கது.

மைய நீரோட்டம் களத்திற்குக் கொண்டு வராமல் மறைக்க முயலும் இன்னொன்று, ஒவ்வொன்றின் பின்னாலுமுள்ள அரசியல். கல்வி, மருத்துவம், உளவியல்... இவற்றையெல்லாம் அரசியலாக்கக் கூடாது என்பது அதன் வாதம். மாற்றுச் சிந்தனை களோ ஒவ்வொன்றின் பின்னாலுமுள்ள அரசியலையும் தோலுரிக் கின்றன. குறிப்பாக இரு தரப்பினருக்கிடையேயான உறவுகள் (எ.டு: ஆசிரியர் X மாணவர்; ஆண் X பெண்; வெள்ளை இனம் X கருப்பினம்; உயர் சாதி X தாழ்ந்த சாதி), நிறுவனங்கள் (எ.டு: பள்ளிக்கூடம், குடும்பம், மருத்துவமனை, சிறைச்

சாலை) ஆகியவற்றின் அரசியலைக் களத்திற்கு கொண்டுவந்து விடுகின்றன.

மாற்றுச் சிந்தனைகளின் இன்னொரு முக்கியப் பண்பு அதன் சர்வதேசத் தன்மை. நாட்டுக்கு நாடு, சூழலுக்குச் சூழல் வேறுபாடுகள் இருந்தபோதிலும் ஒட்டுமொத்தமாய் மைய நீரோட்டங்களுக்குச் சில பொதுவான பண்புகள் இருப்பது போலவே அதனை எதிர்க்கும் முகமாகத் தோன்றும் மாற்றுச் சிந்தனைகளுக்கும் சில பொதுவான பண்புகள் சர்வதேச அளவிலானதாகிவிடுகின்றன. எனவே இவ்விதழ்களின்மேற்கோள் பட்டியல்களில் பெரும்பான்மை அமெரிக்க, ஐரோப்பிய நாட்டு எழுத்துக்களாக அமைந்துவிடுகின்றன. பத்திரிகைகளுக்கு இடையேயான பரிமாற்றமும் சர்வதேச அளவிலாகிவிடுகின்றது. கியூபா, சிலி, வியட்நாம், தென் ஆப்பிரிக்கா போன்ற வெளி நாட்டு அனுபவங்களை அறிமுகப்படுத்துவது அவசியமாகி விடுகின்றது.

மைய நீரோட்டத்தின் மிக முக்கியமான பண்பு சமூகத்தில் எல்லாவற்றைப் பற்றியும் பொதுக்கருத்து நிலவுவதாகக் கருதுவது, சொல்வது. எந்த ஒரு பிரச்சினைக்குரிய விசயமானாலும் அதனைத் தனது மொழிக்குள் கொண்டுவந்து (அம்மொழியை அது 'பொது' மொழி எனச்சொல்லும்) விவாதிக்கும். அதாவது அந்தப் பிரச்சினை குறித்த சமூகத்தில் நிலவும் பொதுவான கருத்து என ஒன்றை முன்வைத்து அந்த அடிப்படையில் அணுகும். எடுத்துக்காட்டாக, பஞ்சாபியர் அல்லது காஷ்மீரிகள் தனிநாடு கேட்கிறார்கள் என்றால் அகில இந்திய ஒருமைப்பாடு, பிரிவினை, சீக்கியர்கள்/இஸ்லாமியர், வன்முறை என்பன பற்றியெல்லாம் பொது அர்த்தங்கள் மக்கள் மத்தியில் நிலவுவதாக வைத்துக் கொண்டு போராளிகளின் கோரிக்கைகள் எத்தனை 'தவறானவை' என்பதை 'நிறுவும்.' சாத்தியமானால் 'தனிநாடு' என்னும் கோரிக்கையை 'மாநில சுயாட்சி', 'அதிகாரப் பரவல்' (devolution of power) போன்ற மொழியில் அணுகி அத்தகைய அணுகல் முறைகளுக்குள்(premises) போராளிகளைக் கொண்டுவந்து 'உரையாட'லுக்குத் தயாராக்கும். அதனால்தான் மாற்றுச் சிந்தனைகளைப் பொறுத்தமட்டில் ஆய்வுச்சட்டகத்திற்குள் உரையாடல் என்பதைத் தவிர்த்து ஆய்வுச் சட்டகங்களுக்கிடையே உரையாடல் என்பதை முன்வைக்கின்றன. எனவே சமூகத்தில் அடிப்படைக் கருத்தொருமிப்பு இருக்கிறது

என்கிற கற்பிதத்தைத் தகர்ப்பது மாற்றுச் சிந்தனைகளின் மிக முக்கியமான பணியாக இருக்கின்றது. பொதுக்கருத்து என்றால் யாருடைய பொதுக் கருத்து? எனக் கேள்வியை எழுப்பும் மாற்றுச் சிந்தனை, சமூகம் என்பது ஒற்றைப் பரிமாணமானதல்ல, பன்மைத் தன்மையானது, பன்மைக் கலாச்சாரமுடையது. பன்முகப்பட்ட கருத்தோட்டங்களைக் கொண்டது என்பதை நிலைநிறுத்துவதில் தனது ஆற்றலைச் செலவழிக்கும். மோதல்களை மூடி மறைக்காமல் அவற்றை அங்கீகரிக்கும். தனது இதழையும் பன்மைக் கருத்துக் களின் களமாக ஆக்கிக்கொள்ளும். மாற்றுச் சிந்தனைகளைச் செயலில் வடிக்கும்போது ஏற்படும் அனுபவங்களைப் பகிர்ந்து கொள்ளும் களமாகவும் மாற்று இதழ்கள் பயன்படுத்தப்படும்.

இனி மாற்றுக்கல்வி இதழ்களைப் பற்றிச் சிறிது விரிவாகப் பார்க்கலாம்.

கல்வியைப் பொறுத்தமட்டில் மாற்றுச் சிந்தனைகளுக்கு ஒரு நீண்ட பாரம்பரியம் உண்டு. Libertarian Education — 9, 10, 13 இதழ்களில் காலின் வார்ட், ஜோயல் ஸ்ப்ரிங் ஆகியோரின் இது தொடர்பான கட்டுரைகள் வந்துள்ளன. 1793ஆம் ஆண்டிலேயே வில்லியம் காட்வின் பொதுக் கல்வியை எதிர்த்துள்ளார். கிட்டத்தட்ட இன்றைய பள்ளி நீக்கச் சிந்தனையாளர்களின் (deschoolers) கருத்துக்களை ஒத்து அவர் சிந்தித்துள்ளார். அறிதலும் பயிற்சியளித்தலும் தன்னெழுச்சியாக நிகழ வேண்டியவை. அரசியலதிகாரம் பயிற்சியளிக்கும் உரிமையை எடுத்துக்கொள்வ தென்பது அவனவனுக்கு ஒரு இடம் ஒதுக்கப்படுவதையே குறிக்கிறது. அரசு தனது நிறுவனங்களை நிலைநிறுத்தவே பொதுக் கல்வியைப் பயன்படுத்தும். அரசுடன் இணைந்திருக்கும் ஒரே காரணத்திற்காகவே அதனை நம்மால் ஊக்குவிக்க முடியாது என்றார் காட்வின். தனது காலத்தில் ஒழுங்கவிழ்ப்புச் சிந்தனை யாளர்களாகிய மாக்ஸ் ஸ்டிர்னர் போன்றோரின் கல்வி குறித்த சிந்தனைகளை மார்க்ஸ், தான் ஆசிரியராக இருந்த (1842) ‘ரீனிஷ் ஸீதுங்’ இதழில் வெளியிட்டுள்ளார். ஒவ்வொருவரும் தங்கள் கல்வியைத் தாங்களே தீர்மானிப்பதுதான் சரி என்றார் ஸ்டிர்னர். ‘தன்னைப் போலவே மற்றவனையும் ஆக்கும் போக்கைத்தான் கல்வி என்கிறார்கள்’ எனச் சாடினார் டால்ஸ்டாய். கட்டாய வருகைப் பதிவு (attendance) உட்படக் கல்வித் திணிப்பின் சகல அம்சங்களையும் அவர் எதிர்த்தார். ஸ்பெயின்

அரசால் புரட்சியாளர் என மரண தண்டனை நிறைவேற்றப்பட்ட (1909) பிரான்சிஸ்கோ ஃபெர்ரர் இன்னொரு மாற்றுக்கல்விச் சிந்தனையாளர். சமூகத்தைத் திருத்துவதோ, புனரமைப்பதோ கல்வியின் நோக்கமல்ல. தொழிற்புரட்சியைத் தொடர்ந்து நாடுகளின் பொருளியல் உற்பத்தியை நிறைவேற்றுவதற்குப் பயிற்சியளிக்கப்பட்ட தனிநபர்கள் தேவைப்பட்டனர். சமூகமும் அதற்கேற்ப ஒழுங்கமைக்கப்பட வேண்டியிருந்தது. இந்தப் பணியை நிறைவேற்று வதற்காகக் கல்வி உருவாக்கப்பட்டது. அரசதிகாரத்தின் பிரக்ஞை யற்ற கருவிகளே ஆசிரியர்கள். 'அரசின் அதிகாரம் பள்ளியிலிருந்து பிறக்கிறது' என்றார் ஃபெர்ரர்.

புகழ்பெற்ற ஒழுங்கவிழ்ப்பாளரும் பெண்ணியச் சிந்தனை யாளருமான எம்மா கோல்ட்மான் 1919இல் ரஷ்யா சென்றுவந்து புரட்சிக்குப் பிந்தைய கல்வி முறையைக் கண்டித்து எழுதியுள்ள குறிப்புகள் முக்கியமானவை. போல்ஷ்விக் அரசு தளையுடைப்புக் குறிக்கோள்கள் எதையும் நிறைவேற்றவில்லை. எல்லாவற்றையும் ஒடுக்கியுள்ளது. சோவியத் அரசில் கல்வி வாய்ப்புகள் பெருகி யுள்ளன என்பது உண்மைதான். ஆனால் இதர (முதலாளிய) அரசுகளைக் காட்டிலும் பாட்டாளி வர்க்கச் சர்வாதிகார அரசு சுதந்திரச்சிந்தனையையும் விமர்சனப் பார்வையையும் ஒடுக்குவதில் அதிக அளவில் வெற்றி பெற்று உள்ளது என மனம் நொந்து கூறினார் எம்மா. மக்களைத் தகவமைப்பதற்குக் கல்வியைக் கருவியாகக் கையாண்டதில் குறிப்பிடத்தக்கவை சோவியத் யூனியனும் நாஜி ஜெர்மனியும் என்கிறார் ஜோயல் ஸ்பிரிங். அமெரிக்கக் கல்விக் கூடங்களின் இனவாத, ஆணாதிக்கத் தன்மைகளைத் தோலுரிக்கும் ஏராளமான வெளியீடுகள் வந்துள்ளன. நம் காலத்திய இன்னொரு முக்கிய மாற்றுக் கல்விச் சிந்தனையாளர் பாவ்லோ ஃப்ரெய்ரேயின் கருத்துக்களை முன்கட்டுரையில் பார்த்திருப்பீர்கள்.

மாற்றுக் கல்வி அல்லது தளையுடைப்புக் கல்வி (Libertarian Education) அணுகல்முறை, கல்வி குறித்த மார்க்சிய அணுகல் முறையுடன் இணைகிற/வேறுபடுகிற அம்சங்களைக் கண்டு கொள்வது நல்லது. மார்க்சியத்திற்குள்ளேயே பல்வேறு போக்குகள் இருப்பது போலவே மாற்றுக்கல்வி அணுகல்முறைக்குள்ளும் பல்வேறு போக்குகள் உள்ளன என்கிற புரிதலோடு இதனை நாம் மேற்கொள்ள வேண்டும். மையநீரோட்ட அணுகல் முறைகள் கல்வி சார்ந்த பிரச்சினைகளைக் குறிப்பான ஒன்றாகவும்

தனிநபர் சார்ந்த ஒன்றாகவும் அணுகும். மாற்றுக்கல்வியும் மார்க்சிய அணுகல்முறையும் கல்விப் பிரச்சினைகளைக் குறிப்பான நிலையிலிருந்து பொதுவான நிலைக்குக் கொண்டு செல்கின்றன. பிரச்சினையைத் தனிநபர் சார்ந்ததாகப் பார்க்காமல் அமைப்பைப் பரிசீலிக்கின்றன. இது இவ்விரண்டிற்குமுள்ள ஒற்றுமை எனலாம்.

எனினும் 'பள்ளி நீக்க'க் (deschooling) கொள்கைக்கு மாற்றுக் கல்வியாளர்கள் காட்டும் அனுதாபத்தை மார்க்சியர்கள் காட்டுவ தில்லை. கற்பனாவாதத் தன்மையானது என அதனை ஒதுக்குவர். எத்தகைய அதிகார அமைப்பையும் மாற்றுக் கல்வியாளர்கள் நம்புவதில்லை. மார்க்சியர்களோ அதிகார அமைப்பு புரட்சிக்குப் பின்னும்கூடத் தவிர்க்க இயலாது, பொதுவுடைமைச்சமுதாயத்தில் தான் அது மறையும் என்பர். நிறுவனங்கள் ஒடுக்குமுறைத் தன்மையுடன் விளங்குவதற்குக் காரணம் அவை முதலாளிய அல்லது நிலப் பிரபுத்துவக் கருத்தியலை நடைமுறைப் படுத்து வதால்தான் என்பர் மார்க்சியர். சமூக ஒழுங்கமைப்பின் படிநிலை அதிகார உறவுகள் அப்படியே எதிரொலிக்கப்படுவால்தான் நிறுவனங்கள் ஒடுக்குமுறைச் செயல்பாட்டைக் கொண்டுள்ளன என்பர் மாற்றுக் கல்வியாளர்கள். எல்லாவற்றையும்விட முக்கியமான மார்க்சியர் போல் சாதாரணர் களை விடுவிப்பதிலும் விழிப்புணர் வூட்டுவதிலும் முன்னணிப் படை அல்லது கட்சியின் பங்கை உயர்த்திப் பார்ப்பது மாற்றுக் கல்வியாளர்கள் ஏற்றுக்கொள்வது இல்லை.

எனவே 'கற்பிப்பதில்' ஆசிரியரின் பங்கு குறித்த மாற்று மதிப்பீடுகளாகக் கொண்டிருப்பதால் கல்வி பற்றிய அடிப்படைக் கண்ணோட்டமே வேறுபடுகின்றது. பிரச்சினைகளை அங்கீகரிக்கும் மார்க்சியர் அமைப்பை மாற்றாமல் கல்விப் பிரச்சினைகளைத் தீர்த்துவிட முடியாது என்பர். மாற்றுக் கல்வியாளரோ கல்வி போன்ற நுண்தளங்களிலிருந்து மாற்றத்தை நோக்கிய செயல் பாடுகள் தொடங்க வேண்டுமென்பர். எனவே கல்விக் களத்தில் நடத்தப்பட வேண்டிய போராட்டங்களுக்கான முக்கியத்துவத்தை மதிப்பிடுவதிலும் இருவரும் வேறுபடு கின்றனர்.

இனி மாற்றுக் கல்வி இதழ்களில் மேற்கொள்ளப்பட்ட சில விவாதங்களைக் காண்போம்.

மையநீரோட்டக் கல்வியால் உயர்த்திப் பிடிக்கப்பட்ட ஆர்.எஸ். பீட்டர்ஸ் என்பவரின் *அறவியலும் கல்வியும்* (Ethics and Education) என்னும் நூலை விமர்சித்து கீத் பேட்டன் என்னும் மாற்றுக் கல்வியாளர் 'மாபெரும் மூளைக் கொள்ளை' (The Great Brain Robbery) என்கிற கட்டுரையை (67 பக்கங்கள்) சிறு வெளியீடாக வெளியிட்டுள்ளார். பீட்டர்சின் வரையறைப்படி 'கல்வி என்பது பயனுள்ள வேலைகளுக்கு ஒருவனைத் தகுதி யாக்குவது.' இதனைக் கடுமையாய் விமர்சிக்கிறார் பேட்டன். கல்வியை விளக்குவதற்கு வழக்கமான மூன்று உருவக மாதிரிகள் முன்வைக்கப்படுகின்றன:

1. குயவன்–பாண்டம் மாதிரி
2. தோட்டக்காரன்–செடி மாதிரி
3. நடத்தைப் பயிற்சி மாதிரி (Behaviorist Model).

பாண்டத்தைப் போல விருப்பம் போல் மாணவனை உருவாக்கும் முதல் மாதிரியை பீட்டர்ஸ் ஏற்றுக்கொள்வதில்லை. தன்னிச்சை யாக வளரக் கூடிய செடி-வளர்ப்பு மாதிரியையும்கூட பீட்டர்சும் மறுக்கிறார். அடிப்படையில் ஆசிரியருக்கும்- மாணவருக்கும் இடையே ஒரு சமத்துவமற்ற தன்மையை இம்மாதிரி முன்வைக் கிறது. குழந்தை தோட்டக்காரனாகக்கூட வளர்ந்துவிடும். ஆனால் செடி எப்போதும் தோட்டக்காரனாக முடியாது. தவிரவும் செடிகள் குழந்தைகளைப் போலத் தங்களுக்குள் கற்றுக்கொள்வது கிடையாது. மூன்றாவதாகக் குழந்தைகள் செடிகளைப் போல செயலூக்கமற்றவையல்ல. தோட்டக்காரனின் கருணை செடி களுக்குத் தேவைப்படலாம்; குழந்தைகளுக்கல்ல என்கிறார் பேட்டன். குழந்தைகள் விரும்பினால் உங்கள் விளக்கங் களிலிருந்து மட்டுமல்ல உங்கள் கருணையிலிருந்தும் தப்பித்துக் கொள்ளும் சுதந்திரம் அவர்களுக்கு வேண்டும். சொல்லிக் கொடுப்பதை ஏற்றுக் கொள்வது மட்டுமல்ல, மறுக்கிற சுதந்திரமும் மாணவர்களுக்கு வேண்டும் என்கின்றனர் மாற்றுக் கல்வியாளர்கள்.

கற்பவனின் நடத்தைகளில் (behaviours) ஏற்படும் மாற்றங்களின் அடிப்படையில் கல்வியை மூன்றாம் மாதிரி வரையறுக்கிறது. மிருகங்களின் நடத்தைகளின் மீது செய்யப்பட்ட சோதனைகளின் அடிப்படையில் இது வடிவமைக்கப்படுகிறது. 'ஸ்ன்னேரியன்' உளவியல் இதற்கு அடிப்படையாகிறது. பேட்டன் இதனைக் கடுமையாக விமர்சிக்கிறார். கற்றுக்கொள்பவரின் செயலூக்கமான

பங்கை இம்மாதிரியும் நிராகரிக்கிறது. முன்னிரு மாதிரிகளிலும் கற்பவர்கள் பாண்டங்களாகவும் செடிகளாகவும் கருதப்பட்டால் இம்மூன்றாவது மாதிரி அவர்களைக் கூண்டிலடைக்கப்பட்ட புறாக்களாகவும் எலிகளாகவும் கருதுகிறது. தவிரவும் இருவேறு செயல்கள், நடத்தைகள் என்கிற வகையில் ஒன்றாயிருக்கலாம். ஆனால் குறிக்கோளுடன் அவை இணையும்போது அர்த்தங்கள் மாறுபடலாம். சாலையில் நிற்கும் ஒருவன் தெருவில் வருகிற போலீஸ்காரனைப் பார்த்துவிட்டு இருமுகிறான். போலீஸ்கார னுக்கு அது இருமல். அருகிலுள்ள பூட்டிய வீட்டிற்குள் திருடிக் கொண்டிருக்கும் இருமியவனின் கூட்டாளிக்கு அது போலீஸ்காரன் வருகை பற்றிய எச்சரிக்கை. முன்னது ஒரு வெறும் மனித நடத்தை. இரண்டாவதோ ஒரு நடவடிக்கை - Praxis. எனவே நடத்தைப் பயிற்சி மாதிரி என்பது நடவடிக்கையின் சாத்தியப்பாட்டை மறுப்பதன் மூலம் கற்பவரை வெறும் 'பொருளாக'க் குறுக்கிவிடுகிறது.

'உருப்படியான காரியங்களுக்கு ஒருவனைத் தகுதிப்படுத்துதல்' என்கிற பீட்டர்சின் வரையறை ஆசிரியர்-மாணவருக்கிடையேயான மேற்குறித்த நீக்கப்பட வேண்டிய வேறுபாடுகள் அனைத்தையும் அங்கீகரித்து ஏற்றுக்கொள்கிறது. மீண்டும் இது ஒரு சமத்துவமற்ற ஏற்றத்தாழ்வான (மதகுரு — சாதா மனிதன் — தீட்சை வழங்குதல்) மாதிரியாகவே அமைகிறது. அறிவு, கற்றல் ஆகியவற்றை ஆசிரியன் வரையறுக்கிறான். யாரொருவன் சூழலை வரையறுக் கிறானோ அவனே சூழலைக் கட்டுப்படுத்துகிறான். சூழலின் மீது அதிகாரம் செலுத்துகிறான்.

அப்படியானால் பேட்டன் முன்வைக்கும் சரியான மாதிரி என்ன? உரையாடல் மாதிரிதான். உரையாடல் தனது இருமுனைகளில் இருப்பவர்களையும் மனிதர்களாக அங்கீகரிக்கிறது; சமமாகக் கருதுகிறது. மாணவனுக்குச் சில உரிமைகள் வழங்கப்படுகின்றன. அவை மறுக்கும் உரிமை; தனது கருத்தை அல்லது முடிவை ஒத்திவைக்கும் உரிமை; தகவலை உறுதிசெய்து கொள்ள வேறிடத்தை நாடும் உரிமை. கற்பது என்பது மாணவர்களின் வேலை. மாணவர்களுக்காக ஆசிரியர்கள் இந்த வேலையைச் செய்ய முடியாது. உரையாடல் மட்டுமே மற்றவர்களின் நடத்தை களை நடவடிக்கையாக அங்கீகரிக்கிறது.

கல்வி மாதிரிகளின் வேறு சில குறைபாடுகளாக பேட்டன் கருதுபவை: கற்கிற எல்லோரையும் குழந்தைகளாகப் பார்ப்பது;

வயதுவந்த மாணவர்களை வேறுபடுத்திப் பார்க்காதது. மனிதரை எதுவரை குழந்தையாக வரையறுப்பது என்பதெல்லாம் இப்போது மாறிவருவதை நாம் அறிவோம். இன்னொரு தவறு வகுப்பறையை மட்டுமே கல்விக் களமாகக் கருதுவது. ஒரு மனிதர் கற்றுக் கொள்வதில் பெரும்பகுதி தற்செயலாக (incidental) நடைபெறு கிறது. குடும்பம், விளையாட்டரங்கம், திரையரங்கு, தாசி வீடு, கோயில், கட்சிமேடை இவை எல்லாவற்றிலுமே கல்வி நடைபெற்றுக்கொண்டிருக்கிறது என்கிறார் பால்குட்மான் (*Anarchy*, Jan. 70).

பீட்டர்சின் வறையரையில் 'தகுதிப்படுத்துதல்' என்கிற அம்சத்தை பேட்டன் நொறுக்கித் தூளாக்கினார் என்றால் 'உருப்படி யான காரியங்கள்' என்கிற கருத்தாக்கத்தைக் கேள்விக் குள்ளாக்கினார் டேவிட் அட்டஸ்டெய்ன். பீட்டர்ஸ் பற்றிய இவரது விமர்சனத்தை லண்டனில் உள்ள கல்வியியல் கல்லூரியின் மாணவர் சங்கம் வெளியிட்டது. மாற்றுக் கல்வியாளர்கள் கல்வியின் 'அறிதல்' பங்கைப் (cognitive side of education) புறக்கணிப்பவர்களல்ல. ஒரு சமூகம் எத்தகைய நடவடிக்கைகளை உருப்படியானவை எனக் கணிக்கிறது? யார் இதனைத் தீர்மானிக் கிறார்கள்? எந்த அடிப்படையில் உருப்படியானவை தீர்மானிக்கப் படுகின்றன? எவையெவை உருப் படியானவை என்பதில் சமூக முழுமைக்கும் ஒரே கருத்துண்டா? இது குறித்துச் சமூகக் குழுக்களுக்குள்ளே கருத்துமாறுபாடு உருவாகுமெனில் என்ன செய்வது? இந்தக் கேள்விகளை மாற்றுக் கல்வியாளர்கள் முன்வைக்கின்றனர். உருப்படியானவற்றைச் சமூக முழுமைக்கு மாய்த் தீர்மானிக்கும் பணியைத் தத்துவவியலாளர்களிடமும் வல்லுநர்களிடமும் வழங்குகிறது மையநீரோட்டம். நிலவும் சமூக நடைமுறைகளின் அடிப்படையில் இவர்கள் இதனைத் தீர்மானிக்கின்றனர். சமூக நடைமுறைகள் (social practices) சமூக நிறுவனங்களால் கட்டமைக்கப்படுகின்றன. இவ்வாறு நிலவும் சமூக அமைப்பை நியாயப்படுத்தும் பணியாளர்களாகத் தத்துவவியலாளர்கள் மாறிவிடுகின்றனர்.

தவிரவும் சமூக அறிவு என்பது மனிதனுக்கு அப்பால் திரண்டிருக்கும் ஒரு பொருளல்ல (பார்க்க: தகவலியம், G.H. 5). அறிவு என்பது ஒரு செயல்முறை (process); விளைபொருள் (product) அல்ல. சமூக அறிவிற்குள் ஒரு மனிதன் பிறக்கிறான்;

சமூக நடைமுறையில் அதனைக் கற்றுக்கொள்கிறான்; உருவாக்கு கிறான். எடுகோள்கள், பரிசோதனைகள், விமர்சனங்கள், ஒதுக்குதல்கள், பதிலீடுகள் ஆகியவற்றின் மூலம் அது வளர்கிறது. அறிவு என்பது நீ ஒத்துப்போகிற ஒன்றல்ல; மாறாக ஒத்துப்போகாத ஒன்று. ஒன்றை மறுக்கும்போதுதான் அடுத்ததாக அது வளர்கிறது. கூட்டல்கள் மூலம் அது வளர்வதில்லை; திருத்தல்கள் மூலமாகத் தான் வளர்கின்றது. இவ்வாறு அறிதலின் செயலூக்கமான பங்கை அங்கீகரிக்கும் மாற்றுக்கல்வி அறிவைப் பல்வேறு கருத்துக்களின் போர்க்களமாய்க் கருதுகிறது. சரி, இத்தகைய மாற்றுக் கருத்துக் களை மையநீரோட்டக்காரர்கள் எவ்வாறு எதிர்கொள்கின்றனர்? 'நடைமுறையில் சாத்தியமில்லை' என்பார்கள். மற்றவர்களின் நடைமுறைகளை அங்கீகரிக்காதவர்கள் எப்போதும் சொல்வது தான் இது. எதையும் ஆராயாமலேயே தூக்கி எறியும் வழிகளில் இதுவும் ஒன்று. சண்டை போடாமலேயே தான் வென்றுவிட்டதாக அறிவிக்கும் அறிவிப்பு இது. கொஞ்சம் நெருக்கிப் பிடித்தால் சில கற்பிதங்களை இத்தோடு சேர்த்துக்கொள்வார்கள். 'இன்றைய சூழலில் இது நடைமுறையில் சாத்தியமில்லை' என்பார்கள். அது என்ன இன்றைய சூழல்? 'இன்றைய சூழலே' மாற்றி அமைக்கப்படவேண்டிய ஒன்றா இல்லையா? எனக் கேட்கும் போது விழி பிதுங்குவார்கள்.

Libertarian Education 13வது இதழ், மாணவர்கள் எவ்வாறு ஒடுக்கப்படும் பெரும்பான்மையினராக, சிவில் உரிமைகள் பறிக்கப்பட்டவர்களாக இருக்கின்றனர் என்பதை விரிவாக ஆராய்கிறது. மாணவர்கள் மிகவும் இழிவாகக் கருதப்படுகின்றனர். அமெரிக்கச் சூழலில் கருப்பர்கள் போல அவர்கள் நடத்தப் படுகின்றனர். இங்கே தாழ்த்தப்பட்டவர்கள்போல எனக் கொள்ளலாம். மாணவர்களே தாழ்த்தப்பட்டவர்கள் என்றால் தாழ்த்தப்பட்ட மாணவர்கள்... கேட்கவே வேண்டாம். ஒவ்வொரு சிறு விஷயங்களும் கற்றுத்தரப்பட வேண்டியவர்களாக மாணவர்கள் கருதப்படுகின்றனர். கழிப்பறைகளுக்குச் செல் வதற்குக்கூட சில 'உயர்ந்த' பள்ளிகளில் பயிற்சி அளிக்கப்படுகிறது. மாணவனுக்கு என்ன தெரியும், அவன் என்ன நினைக்கிறான், எதைக் கண்டு அஞ்சுகிறான், எதை விரும்புகிறான் என்பதெல்லாம் முக்கியமல்ல. நிறுவனம் மாணவர்களுக்கு என்ன தெரிய வேண்டுமென நினைக்கிறது, என்ன விரும்புகிறது என்பதுதான் முக்கியம். இத்தகைய நிறுவனத்திற்குள் எதேச்சதிகாரமான

ஒரு பாத்திரம் ஆசிரியனுக்கு வழங்கப்படுகிறது. இத்தகைய நிறுவனத்திற்குள் மாற்றுக்கல்வியை நடைமுறைப்படுத்த முயலும் ஆசிரியனின் கதி என்ன? ரொம்பச்சிரமந்தான். இத்தகைய சிரமங்களையும் பகிர்ந்துகொள்கின்றன மாற்றுக்கல்வி இதழ்கள். இத்தகைய ஆசிரியர்களுக்கு இரண்டு வகை அழுத்தங்கள்; ஒரு பக்கம் நிறுவனம் இந்த நடைமுறைகளுக்கு எதிராகச் செலுத்தும் அழுத்தம்; இன்னொரு பக்கம் இத்தகைய ஒடுக்குமுறையான சமூகத்திற்குள், நிறுவனத்திற்குள் இந்த ஆசிரியரின் வகுப்பறையில் மாத்திரம் அளிக்கப்படும் சுதந்திரம் ஏற்படுத்தும் 'ஒழுங்கு'ப் பிரச்சினைகள். இறுக்கமான ஒழுங்கமைவிலிருந்து சுதந்திரத் திற்கு மாறிச்செல்லும் இடைக்காலம் குழப்பமாகத்தான் இருக்கும். ஆனால் இறுதியில் ஓர் இயற்கை ஒழுங்கு உருவாகத்தான் செய்யும். இயற்கை ஒழுங்கு என்பது குழப்பம் அல்ல. தன்னெழுச்சி யான பங்கேற்பின் மூலமான ஒழுங்கு. இது மோதலற்ற அமைதி யான ஒழுங்கு அல்ல; மாறாக மோதல்களை அங்கீகரிக்கும் ஒழுங்கு.

ஆனால் நிறுவன அமைப்புகள் இத்தகைய இயற்கை ஒழுங்கு உருவாவதைத் தடுத்து, இடைப்பட்ட குழப்பத்தைப் பயன்படுத்தி மாற்றுக் கல்வியை முயற்சிக்கும் ஆசிரியனைத் தனிமைப்படுத்தும். மாணவர்கள் மூலமாகவோ, 'எங்களை ஒழுங்குபடுத்துங்கள், அமைதியை நிலைநாட்டுங்கள்; உரையாடல் வேண்டாம், சொல்லிக்கொடுங்கள்' எனக் குரல் எழுப்ப வைக்கும். கல்வி பற்றிய சரியானபுரிதலுடன் உருவாக்கப்படும் சுதந்திரப் பள்ளிக்கூடங்களில் (Free Schools) இந்தப் பிரச்சினைகளைச் சமாளித்துவிடலாம். சரி, இத்தகைய பள்ளிகளிலுள்ள ஆசிரியர்களை 'ஒழுங்கவிழ்ப்பு ஆசிரியர்கள்' எனலாமா? முடியாது. ஏனெனில் ஒழுங்கவிப்பு X ஆசிரியர்கள் என்கிற முரண்கள் இணைய முடியாது. ஆசிரியர்கள் என்கிற பாத்திரமே—அதன் வழக்கமான பொருளில்— ஒழிக்கப்பட்டுவிடும். புகழ்பெற்ற ஒழுங்கவிழ்ப்புச்சிந்தனையாளர் பக்கூனின்சொல்வார்:

நான் பெறுகிறேன்; நான் கொடுக்கிறேன். இதுதான் மனித வாழ்க்கை. ஒவ்வொருவரும் இயங்குகிறார்கள்; இயக்கப் படுகிறார்கள். நிலையான, மாறாத அதிகாரமையமென்று ஒன்று மில்லை. பரஸ்பரம் மாறிக்கொண்டுள்ள, தற்காலிகமான, தன்னிச்சையான அதிகாரமும் ஆட்படுதலுமே சாத்தியம்.

மனிதன் என்பவன் ஒரு கற்கும் மிருகம். நாம் தூண்ட

வேண்டியதில்லை என்பார் ஜான் ஹோல்ட். தன்னெழுச்சியான கற்கும் விருப்பம் குறித்துப் பேசுவார் பெர்ட்ரன்ட் ரஸ்ஸல். கற்பதற்கு ஓர் உயிரியல் பரிமாணம் உண்டு. பசி, குறிப்பிட்ட உணவுக்குப்பின் பசியாறுதல் என்பதுபோலத் தனது தேவைகளுக்கும் புற உலக எதார்த்தங்களுக்குமான இடை வெளியை மனிதன் தன்னெழுச்சியான கற்றலின் மூலம் நிரப்பிக்கொள்வான். மாறாக அவன்மீது விருப்புகள் சுமத்தப்படும்போது கல்வி சுமை ஆகிறது. தேர்வுகள், மதிப்பீடுகள் போன்றவற்றின் மூலம் அவனைக் கற்றலை நோக்கித் தள்ள வேண்டியிருக்கிறது. இந்தக் காரணத்தினாலேயே கட்டாய வருகைப் பதிவையும் (compulsory attendance) மாற்றுக் கல்வியாளர்கள் எதிர்க்கின்றனர். இதன்மூலம் மாணவனின் ஜனநாயக உரிமை பறிக்கப்படுகிறது. பள்ளிக்கு வராததைக் குற்றமாக வரையறுத்துத் தண்டனை வழங்குவதன் மூலம் நிலைமை இன்னும் மோசமாகிறது.

வருகை கட்டாயமில்லை என்றால் அதனால் பாதிக்கப்படுவது அடித்தட்டுப் பிள்ளைகள்தானே. மேலேயிருப்பவர்கள் தானாகவே வந்துவிடுகிறவர்களல்லவா என்கிற கேள்விக்கு (Libertarian Education) பத்தாவது இதழில் ஆர்தர் ஹம்ப்ரே பதில் அளிக்கிறார். பள்ளிக்கு வராமல் போவதால் ஏற்படும் இழப்புகளைப் பற்றிப் பேசுகிறீர்களே, பள்ளிக்கு வருவதால் ஏற்படும் இழப்புகளைப் பற்றி யோசித்தீர்களா என்கிறார் அவர். இன்றைய கல்விமுறை, தேர்வு முறை ஆகியவற்றால் பயனடையும் மத்தியதர மேல்தட்டு மாணவர்களுக்கு வேண்டுமானால் கட்டாய வருகை பயன் தருமே ஒழிய இதனால் எவ்விதப் பயனுமடையாத அடித்தட்டு மாணவனைப் பொறுத்தமட்டில் இது அவர்கள் மீது அதிகாரம் செலுத்தப்படுவதற்கான இன்னொரு கருவியாக மட்டுந்தானே இருக்கும்?

'Hard Cheese' இதழில் வெளிவந்துள்ள கிம் ஜான்சனின் ‘வகுப்பறை எதிர்ப்புகள்’ குறித்த கள ஆய்வு, மாணவர்களில் ஒரு குழுவினர் நன்றாகப் படிப்பதற்கும், இன்னொரு குழுவினர் நன்றாகப் படிக்காமல் போவதற்குமான காரணங்களை ஆராய்கிறது. மேலைச் சூழலில் வெள்ளை இன மாணவர்கள் நன்றாகப் படிப்பவர்களாகவும் கறுப்பின மாணவர்கள் நன்றாகப் படிக்காதவர்களாகவும் முரட்டுத்தனமானவர்களாகவும் உள்ளனர். நமது சூழலில் வெள்ளை இன மாணவர்களுக்குப் பதிலாக உயர்சாதி

மாணவர்களையும் கறுப்பின மாணவர்களின் இடத்தில் தாழ்த்தப் பட்ட, பிற்படுத்தப்பட்ட மாணவர்களையும் வைத்துப் பார்க்கலாம். இத்தகைய தர வேறுபாட்டிற்குச் சமூகவியலாளர்கள் இரண்டு காரணங்களை முன்வைப்பர். முதலாவது வர்க்கம், குடும்ப அளவு, நகர்ப்புறம் அல்லது கிராமப்புறம் போன்ற காரணிகள். இரண்டாவது பள்ளி அமைப்பிற்குள் உள்ள அமைப்புரீதியான காரணிகள். மாற்றுக் கல்வியாளர்கள் இரண்டாவது காரணத்திற்கு அதிக முக்கியத்துவம் அளிக்கின்றனர். வகுப்பறையில் மாணவர் குறித்த ஆசிரிய எதிர்பார்ப்புகள் என்பன மாணவர்களின் கல்வித் தரத்தைப் பெரிய அளவில் பாதிக்கின்றன என நிறுவுகிறார் கிம் ஜான்சன். நன்றாகப் படிக்காத மாணவர்கள் பற்றிய பல்வேறு ஆசிரியர்களின் கருத்துக்களும் கள ஆய்வில் கிட்டத்தட்ட ஒரே மாதிரியாக இருக்கின்றன. ‘இந்த மாணவர்கள் நல்ல நடத்தை இல்லாதவர்கள், ஆர்வமற்றவர்கள், நன்றி அற்றவர்கள், நல்ல பண்பற்றவர்கள், அசந்தால் வகுப்பறையிலேயே கையடிப்பார்கள், கருப்பு மாணவர்களே இப்படித்தான், இவர்களை எப்போதும் கண்காணிக்க வேண்டும், இவர்களது குடும்பங்களும் இப்படித் தான், நிறைய பசங்களுக்கு அப்பன் பேர் தெரியாது.’ இத்தகைய கண்ணோட்டம் கிராமப்புற, தாழ்த்தப்பட்ட மாணவர்களைப் பற்றி இங்கும் நிலவுகிறது என்பதை ஓர் ஆசிரியன் என்னும் முறையில் நான் அறிவேன்.

‘நீயா, நீ ஒழுங்காப் படிக்கமாட்டியே, என்ன திருதிருன்னு முழிக்கிறே, உன் மூஞ்சியைப் பார்த்தாலே தெரியுதே, நீ இன்னைக்கு ஒழுங்கா ‘பிராக்டிகல்’ செய்துவிட்டுப் போகமாட்டேன்னு எனக்கு அப்பவே தெரியும்’ என மாணவர்களை வாழ்த்தும் ஆசிரியர்கள் பலரை நான் அறிவேன். இவ்வாறு ஆசிரிய எதிர்பார்ப்பு என்பது மாணவர்களை அவர்களுக்கான இடம் ஒன்றை நிர்ணயித்து அதற்குள் நிரப்பிவிடுகிறது. அதற்குப்பின் அந்த மாணவன் அப்படித்தான் நடக்க முடியும். இந்த முன்னூகிக்கப்பட்ட எதிர்பார்ப்பைத் தாண்டி அவன் ஓரடி எடுத்து வைக்க முடியாது. ஆக நடத்தை முறைகள், வாழ்க்கைப் பின்னணி, உருவத்தோற்றம் ஆகியவற்றின் அடிப்படையில் ‘நல்ல மாணவன்’ குறித்த ஒரு கருத்தாக்கம் ஆசிரியர்களிடம் ஒப்பிட்டு முறையில் மதிப்பிடப் படுகிறது. இந்த மதிப்பீட்டின் அடிப்படையில் வெவ்வேறு மாணவர்கள் வெவ்வேறு விதமாய் நடத்தப்படுகிறார்கள். இவ்வாறு நடத்தப்படும் மாணவர்கள் பெரும்பாலும் ஆசிரியர்

அல்லது நிறுவனம் எதிர்பார்த்தபடியே அமைந்துவிடுகின்றனர். இதனை 'எதிர்பார்ப்புகளின் மூலம் உயர்வு தாழ்வுகளை உருவாக்குதல்' (discrimination by expectation) என்கின்றனர் மாற்றுக் கல்வியாளர்கள்.

தரங்குறைந்த மாணவர்களுக்கான (educationally sub normal) பள்ளிகள் எனத் தனி நிறுவனங்கள் அமெரிக்காவில் உள்ளன. பெரும்பாலும் கருப்பின மாணவர்களே இவற்றில் உள்ளனர். ஐ.கியூ. சோதனை (I. Q. Test), உளவியல் சோதனை ஆகியவற்றின் மூலம் மாணவர்கள் தரம் பிரிக்கப்படுகின்றனர். இந்த அடிப்படையில் சரியாகப் படிக்காதவர்கள், முரடர்கள், சமூகப் பொருத்த மற்றவர்கள் (socially inadequate) என மாணவர்கள் பாகுபடுத்தப் படுகின்றனர். நமது சூழலில் சட்டபூர்வமாய் இந்நிலைமை இல்லாதபோதும் நடைமுறையில் இத்தகைய மாதிரியில் மாணவர்களுக்கான வெவ்வேறு பள்ளிகள் இருப்பதை நாம் அறிவோம். இத்தகைய சோதனைகள் குறித்த கடுமையான விமர்சனங்கள் Humpty Dumpty 3ஆவது, Libertarian Education 12ஆவது இதழிலும் வெளியாகியுள்ளன. இத்தகைய சோதனை களில் மூன்று வகையான சார்புகள் வெளியிடப்படுகின்றன. முதலில் கலாச்சாரச் சார்பு; மாணவன் பேசும் மொழியும் பள்ளியில் ஆசிரியர் அல்லது சோதனை செய்யும் உளவியலாளர் பேசும் மொழியும் வேறு வேறு. நமது சூழலில் சேரியிலிருந்து வரும் ஒரு தாழ்த்தப்பட்ட மாணவன் பள்ளியில் சந்திக்கும் பார்ப்பன ஆசிரியரின் தோற்றம், பேச்சு ஆகியவற்றைக் கண்டு எத்தகைய குற்றஉணர்ச்சி அடைவான் என்பதை நாம் ஒப்பிட்டுப் பார்க்கலாம். இரண்டாவது மத்தியதர வர்க்கச் சார்பு. கேட்கப்படும் கேள்விகள் எல்லாம் மத்தியதர வாழ்க்கைச் சூழலுடன் இயைந்ததாக இருக்கும். நமது சூழலில் 'இண்டர்வியூக்களில்' கிரிக்கெட் பற்றியும், கர்நாடக சங்கீதம் — காஞ்சி ஆச்சாரி பற்றியும் கேள்விகள் கேட்கிறார்கள் அல்லவா? அப்படி. மூன்றாவது சார்பு உளவியல் ரீதியான பாதிப்பால் ஏற்படும் சார்பு. தங்களது குடும்ப வாழ்வின் அவலம், அதிலிருந்து மிகவும் அந்நியமான பள்ளிச்சூழல் இவற்றின் விளைவாக அடித்தட்டுப் பிள்ளைகள் பெரிதும் பாதிக்கப் படுகின்றனர். இவை பள்ளிகளில் பிள்ளைகளின் தரத்தைப் பாதித்துவிடுகின்றன. போதாக்குறைக்குப் பாடப் புத்தகங்களும் இந்தப் பணியைச் செய்கின்றன. ஒட்டுமொத்தமான சமூக மதிப்பீடுகள் இனவாதத் தன்மையுடையதாகவும் ஆணாதிக்கத்

தன்மையுடையதாகவும் அமைந்துவிடுவது கண்கூடு. நமது சூழலில் சாதி ஆதிக்கத் தன்மையையும் சேர்த்துக்கொள்ள வேண்டும். இந்த அடிப்படையில் பாட நூற்களின் இனவாதச் சார்பையும் ஆணாதிக்கச் சார்பையும் தோலுரித்து மாற்றுக் கல்வி இதழ்களில் ஏராளமான கட்டுரைகளும் சிறு வெளியீடுகளும் வெளிவந்துள்ளன. சுருக்கம் கருதி இங்கு அவற்றைத் தவிர்க்கிறேன். பாடநூற்களில் ஆணாதிக்கச் சார்பு, மதச்சார்பு ஆகியவை குறித்து மக்கள்கல்வி இயக்கம் இங்கே சில சிறு வெளியீடுகளைக் கொண்டுவந்துள்ளது. பாட நூல்களிலும் கல்வி நிறுவனங்களிலும் செயல்படும் கலாச்சாரச் சார்பு எப்படித் தாழ்த்தப்பட்ட, பிற்படுத்தப்பட்ட மாணவர்கள் மத்தியில் குற்ற உணர்வையும் தாழ்வுணர்வையும் ஏற்படுத்து கின்றன என விரிவான ஆய்வுகள் செய்யப்பட வேண்டும். கள ஆய்வுகளுடன் இவை இணைக்கப்பட வேண்டும். இத்தகைய கள ஆய்வுகளின் போது படம் வரையச் சொன்னால் கறுப்பினப் பிள்ளைகள்கூடத் தங்களை வெள்ளையாகத் தீட்டிக் கொள்வதையும் பலவண்ணப் பொம்மைகளை விளையாடக் கொடுத்தால் கறுப்பு வண்ணப் பொம்மைகளை மட்டும் அவர்கள் புறக்கணித்து விடுவதையும் மாற்றுக் கல்வி இதழ்கள் சுட்டிக்காட்டி 'எதிர்பார்ப்பு களின் மூலம் தரவேறுபடுத்தல்' என்பது எந்த அளவிற்குப் பச்சைப் பிள்ளைகளின் பிஞ்சு மனங்களையும் பாதித்துள்ளது என்பதை உணர்த்தியுள்ளன.

இத்தகைய தோலுரிப்புகள் மூலமாகவும் இதர சிவில் உரிமை, சட்ட உரிமைக்கான நடவடிக்கைகள் மூலமாகவும் சில மாற்றங் களை மாற்றுக் கல்வியாளர்கள் சாதிக்கவும் முடிந்துள்ளது. நியூயார்க் நகரில் ஐ.க்யூ (Intelligence Quotient - I.Q — அறிவுக் குறியெண்) மதிப்பெண்களைச் சான்றிதழ்களில் பதிவுசெய்வதும் குற்றம். சான்பிரான்சிஸ்கோவில் ஐ-க்யூ மதிப்பெண்களின் அடிப்படையில் கறுப்பினப் பிள்ளைகள் தனிப் பள்ளிக்கூடங் களில் ஒதுக்கப்படுவது இப்போது தடைசெய்யப்பட்டுள்ளது. கலிபோர்னியாவில் குழந்தைகளை உளவியல் பரிசோதனை செய்யும்போது அவர்களின் பேச்சு மொழியில், அந்த மொழியை நன்கறிந்த ஒருவர்தான் அதைச் செய்ய வேண்டுமென்பது சட்டமாக்கப்பட்டுள்ளது. ஒட்டுமொத்தமாய்த் தேர்வுமுறை குறித்தும் கடுமையான விமர்சனங்களை மாற்றுக் கல்வியாளர்கள் முன்வைக்கின்றனர். அவற்றில் ஒன்று, தேர்வுமுறை உள்ளவரை உரையாடல் சாத்தியமில்லை. உரையாடலில் ஒரு முனையில்

இருப்போர் மற்றவரை மதிப்பீடு செய்வதன் மூலம் அவர்களின் எதிர்காலத்தையே நிர்ணயிக்கலாம் என்கிறபோது உரையாடல் எப்படிச் சாத்தியம்? இதர கருத்துகளைச் சுருக்கம் கருதி இங்கே தவிர்க்கிறேன். இதேபோல குழந்தை உளவியல், அறிவியல் கல்வி ஆகியவை குறித்த மையநீரோட்டக் கருத்துக்களுக்கு எதிரான மாற்றுக்கல்வி விமர்சனங்களும் இங்கே தவிர்க்கப்படுகின்றன.

மாற்றுச்சிந்தனைகள் இன்றைய உலகின் குறைபாடுகளிலிருந்து எழுகின்றன. எந்த எதார்த்தத்தை அது எதிர்க்கிறதோ அந்த எதார்த்தத்திலிருந்தே நாளை உலகின் மாதிரியை அது உருவாக்குகிறது. இது ஒரு குறைபாடாக இருந்தபோதிலும் இத்தகைய விமர்சனங்களின்றி, இந்த விமர்சனங்களின் அடிப்படையிலான பொதுவிவாதமின்றி, இன்றைய நிறுவனங்களின் உச்சியிலுள்ள பெரிய மனிதர்களால் எதிர்காலம் திட்டமிடப்படுவதைக் காட்டிலும் இது எத்தனையோ வகைகளில் உயர்ந்தது, விரும்பத்தக்கது. இத்தகைய பொது விவாதங்களில் மாற்று இதழ்களின் பங்கு முதன்மையானது. இத்தகைய மாற்றுச் சிந்தனைகள் மாணவர்களிடம் கொண்டுசெல்லப்படாவிட்டால் நிறுவனங்களின் (சார்பு) எதிர்பார்ப்புகளுக்கு அவர்கள் பலியாகும் போக்கு தொடர்வதை எப்படி நிறுத்துவது? நாம் செய்யாவிட்டால் இதனை நிறுவனங்களா செய்யும்?

குறிப்புகள்

1. 'மாணவர் சங்க நிதியைத் தவறாகப் பயன்படுத்தியதைக் குற்றவாளிகள் மறுக்கவில்லை. பத்தாயிரம் சிறு வெளியீடுகளுக்கான செலவுத் தொகையான 1500 டாலரை அவர்கள் சங்க நிதியிலிருந்து எடுத்துள்ளனர். இந்த வெளியீடுகள் வெளிப்படுத்தும் கருத்துக்களுக்கும் மாணவர் சங்கக் குறிக்கோள்களுக்கும் எந்தத் தொடர்புமில்லை. இந்த மாணவர் ஐவரும் விடலைப் பருவத்தினர்; வாழ்க்கை அனுபவங்கள் இல்லாதவர்கள். அரைகுறையாய்த் தெரிந்துகொண்ட தத்துவ, சமூக, பொருளாதார, அரசியல் கொள்கைகளால் மனம் குழம்பிப் போனவர்கள். தினசரி வாழ்க்கையின் அவலங்களால் வெறுப் புற்றவர்கள். தனது சக மாணவர்கள், ஆசிரியர்கள், கடவுள், மதம், குருமார்கள், அரசு, உலகம் முழுமையிலுள்ள அரசியலமைப்புகள் அனைத்தின் மீதும் அவதூறுகள்

நிரம்பிய உறுதியான தீர்ப்பைத் தாம் வழங்க முடியும் என அரக்கத்தனமாக, அர்த்தமற்ற முறையில், பரிதாபகரமாக இவர்கள் நம்புகின்றனர் என்பது அவர்களது எழுத்துகளைப் படிக்கும் போது விளங்குகிறது. எல்லாவிதமான ஒழுக்கங் களையும் அறிவு அழிக்கப்படுதலையும் முழுமையான கவிழ்ப்பையும் கட்டுத் தளைகளற்ற சுகத்தையும் மட்டுமே குறிக்கோளாகக் கொண்டு உலகந்தழுவிய பாட்டாளி வர்க்கப் புரட்சியையும் வரவேற்கத் தயங்கமாட்டார்கள். இவற்றில் வெளிப்படும் அடிப்படையான அராஜகப் பண்புகளின் விளைவாக இந்தப் பிரச்சாரங்கள் மிகவும் ஆபத்தானவை. மாணவர்கள் மத்தியிலும் பொதுமக்கள் மத்தியிலும் உள்நாட்டு, வெளிநாட்டுப் பத்திரிகைகள் மூலமாகவும் இந்தக் கருத்துக்கள் பரப்பப்படுவதென்பது ஸ்ட்ராஸ் பர்க் பல்கலைக் கழகத்தின் நல்ல பெயருக்கும் ஒழுக்கத்திற்கும் கல்விக்கும் ஒட்டுமொத்தமாய் மாணவர்களின் எதிர்காலத் திற்கும் ஆபத்தை விளைவிக்கும்.'

– ஸ்ட்ராஸ்போர்க் நீதிமன்றத் தீர்ப்பின் ஒரு பகுதி (1966).

நிறுவனங்களும், அதிகாரமும், ஆதிக்க சக்திகளும், சனாதனமும் எப்போதும் எல்லா நாடுகளிலும் மாற்றுச் சிந்தனைகளை இப்படித்தான் அணுகியுள்ளன.

2. இக்கட்டுரை மாற்றுக்கல்வி இதழ்களை ஆய்வுசெய்து எழுதப்பட்டதல்ல. Mike Smith எழுதிய 'The Underground and Education - A guide to Alternative Press' என்னும் நூலிலிருந்து (Metheun 1977) தகவல்கள் எடுக்கப்பட்டுள்ளன. 1977க்குப் பின்னுள்ள நிலைமைகள் தெரிய வில்லை. நமது வெளிநாட்டு நண்பர்கள் இன்றைய நிலை குறித்து எழுதினால் பயனுடைய தாய் இருக்கும். மைக் ஸ்மித்தின் நூலை நிறப்பிரிகைக்காக வாங்கி அனுப்பியவர் தோழர் ஆர். சீனிவாசன் (*சுரேஷ்*), சென்னை.

நிறப்பிரிகை 6, ஏப்ரல் 93

3.3 எல்லோரும் கலாச்சாரவாதிகளே: மையநீரோட்டக் கலாச்சாரமும் மாற்றுக் கலாச்சாரமும்

1. இன்றைய வெகுமக்கள் கலாச்சாரம் அல்லது மையநீரோட்டக் கலாச்சாரத்தைப் பலரும் விமர்சிக்கின்றனர். இப்படி விமர்சிப்பவர்களிடையே பல நுண்மையான வர்க்க/அரசியல் வேறுபாடுகள்உண்டு. இவர்கள் ஏதோ ஒருவகையில் மாற்றுக் கலாச்சாரம் வேண்டுமென்கின்றனர். உண்மையான மாற்றுக் கலாச்சாரம் எப்படி இருக்கவேண்டும் என யோசிப்பதற்கு முதல்படியாக இவர்கள் அனைவரும் கலாச்சாரத்தின் பல்வேறு அம்சங்கள் குறித்தும் எவ்விதமான பார்வைகள் கொண்டுள்ளனர் எனப் பார்த்துவிடுதல் நல்லது. பார்க்க: அட்டவணை1.

2. வியக்கத்தக்க அளவிற்கு இவர்களிடையே அடிப்படை அம்சங்களில் ஒற்றுமை நிலவுகிறது என்பதும் வேறுபாடுகள் மேலோட்டமானவை என்பதும் வெளிப்படை. வேறுபாடுகளும்கூட ஒருசில உள்ளடக்க அம்சங்களை மாற்றினால் போதும் என்கிற அளவில்தான் உள்ளன. எ.கா: எதார்த்தவாதம் என்கிற முதலாளியக் காலகட்ட வடிவத்தைப் பொதுவுடைமையாளர் ஏற்றுக்கொள்கின்றனர். உள்ளடக்கம் சோசலிசமாக இருந்தால் போதும் என்பதே சோசலிச எதார்த்தவாதம்.

3. இந்து மீட்புவாதிகளும் காந்தியர்களும் மார்க்சியர்களும் கலாச்சார விஷயத்தில் பெரும்பாலும் ஒத்த கருத்துக்களைக் கொண்டிருக்கிற கசப்பான உண்மை, புரட்சிக்குப் பிந்திய ரஷ்யாவின் இதர நடவடிக்கைகளுடன் ஒப்பிட்டுப் பார்க்க வேண்டிய ஒன்று. கலாச்சார, தொழில் நிர்வாக, அரசு எந்திர, போலிஸ் கண்காணிப்பு அணுகல்முறைகள் எதுவும் முதலாளிய நாடுகளிலிருந்து பெரிதும் வேறுபடவில்லை. பாரிஸ் கம்யூன்

அனுபவத்தின் மீதான மார்க்சின் கருத்துக்கள் செயலாக்கப் படவில்லை. போல்ஷ்விக் அரசு வேறொரு அதிகாரத்தை நிலை நிறுத்தவே பயன்பட்டது. அதிகாரத்தை இல்லாமல் செய்கிற இறுதி நோக்கம் பற்றிய பிரக்ஞை இல்லை. இந்தக் குரலை ஒலித்தவர்கள் 'அராஜகவாதிகள்' என முத்திரை குத்தப்பட்டு ஒதுக்கப்பட்டனர். நிறுவனங்களின் முதலாளிய உள்ளடக்கத்தை மாற்றினால் போதும் என போல்ஷ்விக்குகள் நம்பினர். சமூகத்திலிருக்கும் அதிகாரத்துவத்தை நிறுவனங்கள் அமைப்பளவிலேயே பிரதிபலிப்பதால்தான் அவை அதிகாரத்துவ மாயிருக்கின்றன என்கிற அராஜகவாதிகளின் கருத்துக்கள் தூக்கி எறியப்பட்டு அவதூறுக்குள்ளாயின. இந்த அனுபவங் களையெல்லாம் கணக்கில் எடுத்துக்கொண்டு கொஞ்சம் வரலாற்று ரீதியாய்ப் பிரச்சினையை அணுகுதல் நலம்.

4. மனிதன் தோன்றிய (சுமார்) ஐம்பதாயிரம் ஆண்டுகளில் கிட்டத்தட்ட முதல் 45,000 ஆண்டுகளைப் புராதனச் சமூகம் என்கிறோம். அதிகாரமற்ற ஏற்றத்தாழ்வற்ற சமூகம். சொத்துடைமை கிடையாது; தொழில், நம்பிக்கைகள், கலாச்சார நடவடிக்கைகள் எல்லாவற்றிலும் சமத்துவம்; பாலியல் ஒடுக்குமுறை இல்லை; தந்தைவழிச் சமூக மதிப்பீடுகள் கிடையாது; அரசு இல்லை; குடும்பம் இல்லை; பிள்ளைகளுக்குத் தந்தை பெயர் இல்லை.

5. அரசு, தனிச் சொத்து, குடும்பம் ஆகிய மூன்று ஒடுக்குமுறை நிறுவனங்களையும் எங்கல்ஸ் ஒரே நிலையில் வைக்கிறார். தொழில்நுட்ப வளர்ச்சி வர்க்க வேறுபாடுகளுக்கும் தனிச் சொத்திற்கும் இட்டுச்செல்கிறது. வாரிசு தேவைப்படுகிறது. குடும்பம், கற்பு, தந்தைவழி மதிப்பீடுகள் தோன்றுகின்றன. அரசு உருவாகிறது.

6. ஒரு பரந்த அளவில் மேலாண்மைத் திரள், மக்கள்திரள் எனச் சமூகம் பிளவுறுகின்றது. உற்பத்தி பன்முகப்படுகிறது. மேலாண்மைத் திரளும் சரி, மக்கள்திரளும் சரி ஒரு படித்தானமாக இல்லாமல் தமக்குள் எண்ணற்ற கூறுகள் (fraction) ஆகின்றன. அரசுருவாக்கம் என்பதோடு சிவில் சமூகம் பரவலாக வளர்ந்து இறுக்கமடைகிறது. அரசையும் மக்களின் பொருளாதார வாழ்வையும் இணைக்கும் வலைப்பின்னலாக சிவில் சமூகம் நிலைபெறுகிறது.

7. மேலாளுகைத் திரளின் கருத்தியல் அதாவது ஆளும் கருத்தியல் என்பது மேலாளுகைத் திரளுக்குள் உள்ள பல்வேறு குழுக்களுக் கிடையேயான உறவால் கட்டமைக்கப்படுகிறது. இதனை மக்கள் திரளின் பொது அறிவுடன் (common sense) செயலூக்கத் துடன் ஒருங்கிணைக்கும் (articulate) பணியில் சிவில் சமூகத்தின் அங்கங்கள் — (மதம், பள்ளி, குடும்பம், etc...) முக்கியப் பங்கு வகிக்கின்றன. இதன்மூலம் மேலாளுகைத் திரளின் ஆதிக்கத்தை விரும்பி ஏற்கும் உளநிலை மக்கள் திரளுக்கு ஏற்படுகிறது. இந்நிலையை மேலாண்மை (hegemony) என்கிறோம். மேலாண்மை வெற்றிகரமாக நிலவும்போது அரசின் அடக்குமுறைக் கருவிகள் வன்மையாய்ப் பயன் படுத்தப்படுவதில்லை.

8. சாதாரண மக்களின் பொது அறிவு மேலாளுகையை ஏற்றுக் கொள்ளும்போது அதனுள் மாற்றுக் கருத்துக்கள், எதிர்ப்புக் கூறுகள் முதலியன முற்றாக மறைந்துவிடுவதில்லை. பொது அறிவு என்பது மிகவும் பரவலானதாய் (eclectic), துண்டு துண்டானதாய், வரலாற்றுணர்வு இல்லாததாய், மேலாண்மை யிலிருந்து தப்பித்துச் செல்லும் இயல்புடையதாய் அமை கின்றது. நெருக்கடிகளில் எதிர்ப்புக்கூறுகள் வலுப்பெறு கின்றன. மேலாளுகை பலவீனமடைகிறது. இப்போது அரசின் அடக்குமுறைக் கருவிகளின் செயல்பாடு முக்கியத்துவம் பெறுகின்றது. எ.டு: பார்ப்பனியமயமாக்கலுக்கு எதிரான மதவழிபாடுகள், சடங்குகள்; பாலியல் ஒடுக்குமுறைக்கு எதிராக பெண்கள்/குழந்தைகள் தங்கள் விடுபடல்களை வெளிப் படுத்துதல் (பாலியல் கதைகள் முதலியன) முதலான எதிர்ப்புக் கூறுகளை இவ்வகையில் சொல்லலாம்.

9. சிவில் சமூகம் ஒழுங்கமைவுகளின் களனாக அமைகிறது. சட்டம், அறிவியல் மதிப்பீடுகள் மற்றும் நூல்கள், செயல் படுத்தும் நிறுவனங்கள் அமைக்கப்படுகின்றன. அறம் என்பது எதிர்மறையாகவும் ('பொய் சொல்லாதே, திருடாதே, ஏமாற்றாதே') தூலமான நிலையிலிருந்து கருத்துருவமான நிலை உடையதாகவும் மாற்றப்படுகின்றது. மக்களின் இயல்பான பழக்கங்கள் குற்றங்களாக வரையறுக்கப்படு கின்றன. குற்ற உணர்ச்சி உருவாக்கப்படுகிறது. இதன்மூலம் மக்களைக் கண்காணிக்கும் உரிமையை அரசு எடுத்துக்

கொள்கிறது. உடல் கூச்சற்குரிய பொருளாக உணரவைக்கப் படுகிறது. உடல் மீதான கண்காணிப்பு பெற்றோர், ஆசிரியர், மருத்துவர், அரசு மூலமாக மேற்கொள்ளப்படுகிறது. பேசுகிற மொழியும்கூட அரசின் கட்டுப்பாட்டிற்குள் கொண்டுவரப் படுகிறது. 'ஒழுங்கின்மை பற்றிய அச்சம்' (Fear of Anarchy) வலிமையாய்ப் பதிக்கப்படுகிறது. 'பூமியானது ஒழுங்கின்மையும் வெறுமையுமாய் இருந்தது...' என்று தொடங்குகிறது பைபிள்.

10. குறியீடுகள், புனைவுகள், பிம்பங்கள் முதலியவை கட்டமைக்கப்பட்டு மக்கள்மீது திணிக்கப்படுகின்றன. சிவில் சமூக நிறுவனங்கள், இவற்றின் அறிவுஜீவிகள் (இவர்களை மரபு அறிவுஜீவிகள் என்பார் கிராம்ஸி) ஆகியோரின் பங்கு இதில் மிகவும் முக்கியமானதாக இருக்கின்றது.

11. முதலாளியம் நுண் அதிகார வலைப் பின்னல்களை மேலும் பரவலானதாயும், வலிமையானதாயும் நுண்மையானதாயும் மாற்றுகிறது. தொழில்நுட்பங்கள் இதில் பெரிதும் கை கொடுக் கின்றன. நீதிமன்றம், கல்வி, மொழிவழிச் சாதனங்கள் (communications), மருத்துவம் முதலிய நிறுவனங்கள் நுண்மையாய் இந்நோக்கில் செயல்படுகின்றன. இவற்றின் மூலம் மனித உடல்கள் அதிகாரம் செயல்படும் களன்களாகவும், கண்காணிப் பிற்கு உட்பட்டவையாகவும் மாற்றியமைக்கப்படுகின்றன. மேற்குறிப்பிட்ட சிவில் சமூக நிறுவனங்கள், நுண்அதிகார மையங்கள், இவை கட்டமைக்கும் குறியீடுகள், புனைவுகள், மர்மப்படுத்தல்கள் முதலியன மேலாண்மையை உறுதி செய்கின்றன.

12. மக்கள் திரளின் பொது அறிவின் எதிர்ப்புக் கூறுகளை ஆளும் கருத்தியலிலிருந்து பிரித்து எடுத்து (disarticulate) மேலாண்மை யைத் தகர்க்கும் முயற்சி இத்தகைய பல்வேறு களங்களிலும் மேற்கொள்ளப்படுதல் அவசியம். இதில் பாட்டாளி வர்க்க அறிவுஜீவிகள் (Organic Intellectuals) மற்றும் மாற்றுக் கலாச்சாரச் செயல்பாடுகளின் பங்கு முதன்மை யானது.

13. மேலாண்மையில் ஒரு சிதைவு (rupture) ஏற்படுத்துவது மாற்றுக் கலாச்சாரத்தின் முக்கியப் பணியாக இருக்கிறது. சிவில் சமூக நிறுவனங்களே பல்வேறு மாற்றுகளை முன்வைக் கின்றன, மாற்றங்களைச் செய்துவருகின்றன (எ.டு: கல்விச்

சீர்திருத்தங்கள்). இந்த 'மாற்றங்களை'யெல்லாம் தாண்டி எந்தெந்த அம்சங்கள் மாற்றப்படாமல் காக்கப்பட வேண்டும் என சிவில் சமூகம் விரும்புகிறது எனப் பார்க்கவேண்டியிருக்கிறது. (எ.டு: அறிவு உருவாக்கம் மற்றும் ஆசிரிய-மாணவர் உறவு பற்றிய பள்ளியின் கருத்தாக்கம்). அந்த மாறாத அம்சங்களை (Hidden Curriculum) மாற்றுக் கலாச்சாரம் கேள்விக்குள்ளாக்க வேண்டியிருக்கிறது. எனவே விவாதம் சிவில் சமூக நிறுவனங்கள் அனுமதித்துள்ள ஆய்வுச் சட்டகங்களுக்குள் நடத்தப்படாமல் மாற்றுச்சிந்தனை என்பது ஆய்வுச் சட்டகத்தையே கேள்விக்குள்ளாக்குகிறது. சமூகத்தில் எல்லாவற்றைப் பற்றியும் ஒரு பொதுக்கருத்து (consensus) நிலவுவதாக சிவில் சமூகம் நிறுவுகிறது. இந்த மாயையைச் சிதைத்துச் சமூகத்தில் நிலவும் பல்வேறுவிதமான சிந்தனைகளையும் களத்திற்குக் கொண்டுவந்து அதற்கொரு ஏற்பை அளிப்பது மாற்றுக் கலாச்சாரத்தின் பணியாகிறது. மக்கள் குழுக்களுக்கிடையேயான உறவுகள் மற்றும் நிறுவனங்கள் குறிப்பாக நுண் நிறுவனங்களின் பின்னாலுள்ள அரசியலை மறைப்பது சிவில் சமூகத்தின்/மையக் கலாச்சாரத்தின் முக்கியப் பணியாக இருக்கிறது. இதற்கு நேரெதிராக எல்லாவற்றுக்கும் பின்னாலுள்ள அரசியலைத் தோலுரித்துக் காட்டுவதை முதன்மைப் பணியாகக்கொள்ள வேண்டிய அவசியம் மாற்றுக் கலாச்சாரத்திற்கு இருக்கிறது. 'அழகியல்' என்கிற கூப்பாட்டை மறுத்து 'அரசியல்' என்கிற குரலை மா.க. முன்வைக்கிறது. சட்டமன்றம் போன்ற அரசியல் நிறுவனங்கள் எல்லாம் கேலிக்கூத்துகளாய் ஆகிப்போன இன்றைய சூழலில் கேலிக் கூத்துகளையெல்லாம் நாம் அரசியலாக்க வேண்டியிருக்கிறது.

14. நிறுவனங்களை எதிர்த்த கலகம் மா.க.வின் முக்கியப் பணியாக இருக்கிறது. கலகம் என்பதைத் தூலமாகத்தான் பார்க்க வேண்டும். ஓரிடத்தில் கலகமாக இருப்பது இன்னோர் இடத்தில் கலகமாக இல்லாமல் போகலாம். ஆளும் கருத்தியல் முன்வைக்கும் அனைத்தையும் மறுப்பது அவசியமாகிறது. மேலாளுகைத் திரள் முன்வைக்கும் அழகியலை மட்டுமல்ல, அதன் மொழி, இலக்கணம், வடிவம் எல்லாவற்றையும் சிதைத்தல் மா.க.வின் பணியாகிறது.

15. பிம்பங்களையும் குறியீடுகளையும் சிதைத்தல் முதன்மைத் தேவை. பெரியாரிடம் இதற்குச்சில எடுத்துக்காட்டுகள்: தேசப் படத்தை எரித்தல், கடவுள் உருவங்களைச் செருப்பால் அடித்தல், இன்னொரு எ.டு: எம்டீவியில் மடோனா சிலுவையைப் போகப் பொருளாய்ப் பயன்படுத்துதல்.

16. பார்ப்பனியக் கலாச்சாரத்திற்கு மாற்று, திராவிட இயக்கம் முன்வைத்த கலாச்சாரமல்ல. திராவிட இயக்கப் பாரம் பரியத்தில் (பார்ப்பனர் எதிர்ப்பு இயக்கம் → நீதிக் கட்சி → தனித்தமிழ் இயக்கம் → திராவிட இயக்கம் → திமுக → அதிமுக → ஜெயலலிதா), பெரியார் ஒரு தறுதலை, விதிவிலக்கு. மாற்றுக் கலாச்சாரம், பெரியாரைத் தனியாகத் துண்டித்து எடுத்து அவரில் தன் கூறுகளைத் தேட வேண்டும்.

17. தங்கள் வாழ்க்கைமுறை, அறிவு, ஒழுக்கம், நடை, உடை, பாவனை, உணவு போன்றவை குறித்த மக்கள்திரளின் (subaltern class) குற்ற உணர்வை நீக்கும்படியாகவும் மேலாளுகைத் திரளின் வாழ்க்கைமுறைகளே வெட்கப்படத் தக்கவை என்கிற மதிப்பீட்டை முன்வைப்பதாகவும் மா.கவின் நடவடிக்கைகள் அமையும்.

18. மௌனத்தை உடைத்து உரையாடலையும் அதன்மூலம் விமர்சனப் பார்வையையும் மக்கள்திரளிடம் உருவாக்குவது மா.க.வின் பணி. வழிநடத்தப்படக்கூடிய மந்தைகளாக மக்கள் திரளை கருதும் முன்னணிப் படைக் (vanguard) கருத்தாக்கத்தை மா.க. மறுக்கிறது. ஏனெனில் இந்தக் கருத்தாக்கம் அடிப்படையில் அசமத்துவமானது (inegalitarian). உரையாடலை மறுப்பது. இதன் பொருள் அமைப்பு வடிவத்தையே மறுப்பது அல்ல.

19. மாற்றுக் கலாச்சாரத்திற்கு எதிரான வாதங்கள்: மதம் பதித்துள்ள 'ஒழுங்கின்மை பற்றிய அச்சம்' மா.க.விற்கு எதிராகப் பயன்படுத்தப்படும். மேலிருந்து திணிக்கப்படாது மனித சமூகம் தன்னெழுச்சியாய் உருவாக்கிக்கொள்ளும் இயற்கை ஒழுங்கை மா.க. மறுப்பதில்லை. இயற்கை ஒழுங்கு மனிதனுக் கில்லை என்பது மனிதனையே அவமதிப்பது. மதத்தின் குறிக்கோள் மனிதனை அவமதிப்பதுதான். இந்த வகையில் மையநீரோட்டப் பொதுவுடைமையருக்கும், மதவாதிகளுக்கும்

அட்டவணை 1: தமிழகத்திலுள்ள பல்வேறு இயக்கப் போக்கினரும் கலாச்சாரம் பற்றிக்கொண்டுள்ள அணுகல்முறைகள்

	மைய நீரோட்டக் கலாச்சாரம்	சமூக நிறுவனங்கள் ஒழுங்குகள் மதிப்பீடுகள்	பாரம்பரிய மரபுகள்	ஏகாதிபத்திய கலாச்சாரம்	நவீனத்துவம் (Modernism)	முழுச்சுதந்திரம் (Avantgarde)	உயர்த்திப் பிடிக்கும் கூறுகள்	முன்னணி படை (Van chism)
இந்து மீட்பு வாதிகள்	தர இழப்பு, ஆபாசம், அறமதிப்பீடுகள் இல்லை, வன்முறை, மேலைக்கலைப்பு ஆகியவற்றிற் காகக் கண்டிக்கப் படவேண்டியது	மத ஒழுங்குகள், நிறுவனங்கள் மேலும் இறுக்கமாக்கப் படவேண்டும்	அப்படியே பின்பற்றப்பட வேண்டும்	முற்றிலும் ஒதுக்கப்பட வேண்டும்	எதார்த்த வாதம் போதும்	முழுச் சுதந்திரம் பற்றிய அச்சம்(Fear of anarchy)	தேச. மதப் பெருமைகள், கீழை மரபு. வருணா சிரமம்	தேவை
காந்தியர்	,,	அற ஒழுங்குகள் தூய்மையான நிறுவனங்கள் இறுக்கமாய்த் தேவை	கலந்துபோன மோசமான கூறுகளை நீக்கி பழைய மரபுகளை உயர்த்திப் பிடிக்க வேண்டும்	,,	எதார்த்த வாதம் போதும். சில நவீனத்துவக் கூறுகளைப் பயன் படுத்தலாம்		அறம், சுயக் கட்டுப்பாடு, எளிய வாழ்க்கை, விஞ்ஞான மறுப்பு, கீழை மரபு, லட்சிய வருணாசிரமம், தருமகர்த்தா முறை.	லட்சிய வடிவில் தேவை

கீழை மரபை உயர்த்திப் பிடிக்கும் மனிதாபி மான மார்க்சியர்	,,	,,	அப்படியே பின்பற்ற வேண்டும்	,,	,,	,,	,,	,,
மைய நீரோட்ட மார்க்சியர்	,,	அறஒழுக்கங்கள் இறுக்கமாய்த் தேவை, உள்ளடக்கம் மட்டும் மாறிய நிறுவனம் தேவை	மரபுத் தொடர்ச்சியை முற்றிலும் புறக்கணிக்க முடியாது	,,	எதார்த்த வாதம் போதும், உள்ளடக்கம் சோஷலிசம்	,,	ஒழுக்கம் மனிதாபி மானம் பா.வ. ஒற்றுமை சமத்துவம்	தேவை
மாவோயிஸ் டுகள்(நக்சல் பாரிகள்)	,,	,,	,,	,,	,,	,,	,,	,,
தமிழ்த் தேசிய வாதிகள்	மற்றும் வடக்கத்திய மதிப்பீடுகளுக் காகவும்	,,	வடமரபு நீக்கப்பட்ட தமிழ் மரபு தேவை	,,	எதார்த்த வாதம் போதும்	,,	ஒழுக்கம் தமிழின ஒற்றுமை தமிழ்ப் பண்பாடு	தேவை

அட்டவணையை எப்படிப் புரிந்து கொள்வது? எடுத்துக்காட்டு: பாரம்பரிய மரபுகள் பற்றி மாவோயிஸ்டுகளின் அணுகல்முறை என்ன? - 'மரபுத் தொடர்ச்சியை முற்றிலும் புறக்கணிக்க முடியாது' என்பதே.

வேறுபாடில்லை. கொடூரமான ஒழுங்கமைவிலிருந்து இயற்கை ஒழுங்குக்கு மாறும் இடைக் கட்டத்தின் குழப்பமான நிலையைக் கண்டு நாம் அஞ்ச வேண்டியதில்லை.

20. 'நடைமுறைச் சாத்தியமில்லை' என்பது மா.கவிற்கு எதிரான இன்னொரு வாதம். 'எந்த நடைமுறை?' என நாம் கேட்டால் 'இன்றைய நடைமுறை' என்று பதில் வரும். இன்றைய நடைமுறை என்பதே மாற்றப்பட வேண்டிய ஒன்றாக இல்லையா என்பதே நம் கேள்வி.

21. மா.க பற்றிய ஒரு முழுமையான Blue print இப்போது தந்துவிட முடியாது. இன்றைய சமூகக் குறைகளின் அடிப் படையிலேயே நாம் மா.க. பற்றிப் பேசுகிறோம். இந்த அடிப்படையிலிருந்து முன்வைக்கப்படும் மாற்றுகள் என்பதே தவிர்க்க இயலாமல் ஒரு ஒப்புமைகளைக் (resemblance) கொண்டிருக்கலாம். இது ஒரு குறைபாடுதான். காலப்போக்கில் இக்குறைபாடுகள் உதிரும். மாற்று பற்றிய அவசியத்தை உரையாடலாக்குவதே முதல்கட்டத் தேவையாகிறது.

22. இன்றைய வெகுசனக் கலாச்சாரம் = ஏகாதிபத்தியக் கலாச்சாரம் + இந்திய சமூகப் பார்ப்பனியப் பிற்போக்குக் கலாச்சாரம் என்றொரு கருத்து உள்ளது. ஆனால் மேலாளுகைத் திரள் போலவே நாமும் ஏகாதிபத்தியக் கலாச்சாரத்தையும் சரி, உள்நாட்டுக் கலாச்சாரத்தையும் சரி ஒற்றைப் பரிமாணமாய்ப் (monolith) பார்க்க வேண்டியதில்லை. சர்வதேச அளவிலான எதிர்ப்புக் கூறுகளும் இணைந்த இன்னொரு வகையான Synthetic Culture ஆகவே நம்முடைய மாற்றும் அமையும்.

23. வெகுசனக் கலாச்சாரச் செயல்பாடுகளுக்கு மாற்றாகவே இவ்வெதிர்க் கலாச்சாரச் செயல்பாடுகளை முன்வைக் கிறோம். மேலாளுகையில் சிவில் சமூகம், மரபு அறிவு ஜீவிகள் ஆகியோரின் பங்கை முன்பே குறிப்பிட்டோம். மேலாளுகையில் சிதைவை ஏற்படுத்த மா.க. செயல்பாடுகள் பயன்படுகின்றன. மிகவும் அடிப்படையான பிரச்சினைகளை எதிர்கொண்டுள்ள மிகவும் அடிநிலை மக்கள் மத்தியில் மா.க. பற்றிய 'போதனைகள்' தேவையில்லை. அவர்களின் அன்றாடக் கலாச்சாரத்தில் மிகுந்துள்ள எதிர்ப்புக் கூறுகளை வளப் படுத்துவதும், மிகச் சில ஆதிக்கக்கூறுகளைக் கண்டறியும்

விமர்சனப் பார்வையை உருவாக்கிக்கொள்ளுதலுமே அங்கே மா.கவின் பணியாகிறது.

24. வடிவங்கள்
1. மாற்று இதழ்கள், வெளியீடுகள்: புனைவுகளைத் தோலுரித்தல், பன்முகப்பட்ட பார்வைகளை முன்வைத்தல், ஒழுக்க மதிப்பீடுகளைக் கேள்விக்குள்ளாக்குதல்.
2. உரையாடலை உருவாக்கும் (conscientisation) நடவடிக்கைகள்.
3. சுதந்திரப் பள்ளிகள் போன்ற மாற்று நிறுவனங்களை உருவாக்குதல்.
4. அகஸ்டோ போல் போன்றோரின் தெரு நாடகங்கள்.
5. அரசியல் திரைப்படங்கள், வீடியோக்கள்.
6. மாற்று விநியோக அமைப்புகளை உருவாக்குதல்.
7. சிவில் சமூக நிறுவனங்களின் discriminative நடவடிக்கைகளை எதிர்த்து எதிர்ப்பியக்கங்கள் மேற்கொள்ளுதல்.

குறிப்பு

'இயற்கை ஒழுங்கு' என்கிற கருத்தாக்கம் மேலிருந்து திணிக்கப்படாத மக்கள் சமூகத்தில் கீழிருந்து தன்னாலேயே அந்தந்தக் காலத்திற்கும் சூழலுக்கும் தகுந்தாற்போல உருவாகும் ஒழுங்கைக் குறிக்கும். எல்லா மனிதர்களுக்கும் எல்லாக் காலத்திற்குமான சாராம்சமான இயற்கை ஒழுங்கு ஒன்று உண்டு என்கிற நோக்குடன் இது பயன்படுத்தப்படவில்லை.

நிறப்பிரிகை 6, ஏப்ரல், 1993

3.4 மருத்துவத்தில் மாற்றுகள் ஹோமியோபதி

ஒன்று

தொழிற்புரட்சியோடு தோன்றிய முதலாளியம் வாழ்வின் சகல துறைகளிலும் தனது பாதிப்புகளைப் பதிய வைத்தது. மருத்துவத்தைப் பொறுத்தமட்டில் அதுநாள்வரை மனித வரலாறு கண்டிராத ஒரு புதிய வேலைப் பிரிவினை அதற்குள் உருவாகியது.[1] மருந்தை எழுதுபவர், தயாரிப்பவர், விநியோகிப்பவர் ஆகிய மூவரும் ஒரே நபராக இருந்த நிலைபோய் மருந்தைத் தயாரிக்க மருந்துத் தொழிற்சாலைகளும் விற்பனை செய்ய மருந்துக்கடைகளும் உருவாகின. சுருங்கச் சொன்னால் மருந்து என்பது ஒரு பண்டமாகியது. நோயாளி நுகர்வோனாக மாற்றப்பட்டான். சுரண்டலும் லாபமும்கூடிய சந்தைத் தொழிலாய் மருத்துவம் மாறியது. முதலாளியம் தோன்றும் போதே ஒரு பன்னாட்டுத் தன்மையுடன் தோன்றுகிறது. மருத்துவத்திலும் இதனைக் காணலாம். காலனிய விரிவாக்க நடவடிக்கைகளில் மருத்துவர்கள் முக்கியப் பங்குவகித்ததை பிரான்ஸ் ஃபனான் போன்ற சிந்தனை யாளர்களும் பிற வரலாற்றாசிரியர்களும் குறிப்பிடுகின்றனர். 'மருந்துகள் சில சந்தர்ப்பங்களில் துப்பாக்கிகளைக் காட்டிலும் பயனளிக்கின்றன' எனவும் 'இராணுவம் அணுகமுடியாத இடத்தில்கூட மருந்துகள் நுழைந்துவிடும்' எனவும் ராக்பெல்லர் நிறுவனத்தலைவன் ஒருமுறை கூறினான். இன்றைய நவ காலனியச் சூழலில் மருந்துகள் மூலம் மூன்றாம் உலக நாடுகள் கொள்ளை யடிக்கப்படும் நிலையை இங்கே விரிவாக விளக்கவேண்டிய தில்லை. 'மருந்துக் காலனியம்' எனப் பொருளாதார ஆசிரியர்கள் இதனைக் குறிப்பிடுகின்றனர்.

பொருளாதாரச் சுரண்டல், காலனியக் கொள்கை என்பதைத் தவிர நவீன மருத்துவம் என்பது அணுகல்முறையிலேயே பிற்கால முதலாளியத்திற்கே உரிய வகையில் அதிகாரங்களை மக்களிட மிருந்து பிரித்தெடுத்து மையத்தில் குவிக்கும் நோக்குடையதாக இருக்கிறது. மனிதர்கள் செயலற்ற மந்தைகளாக்கப்படுகின்றனர்.

நவீன மருத்துவத்தின் மிகவும் ஆபத்தான அம்சம் இதுவேயாகும். இதனை அது நிறைவேற்றும் வழிமுறைகளாகப் பின்வருவன வற்றைக் குறிப்பிடலாம்:

1. நகர் சார்ந்த மையப்படுத்தப்பட்ட மருத்துவமனை, விலை மதிப்புள்ள உயர்தொழில்நுட்பத்தை அடிப்படையாகக் கொண்ட நுண்கருவிகள், மெத்தப் படித்த அதீத நுண்திறன் மிக்க (over specialised) மருத்துவர்கள் ஆகியவற்றைக் கொண்டதாக நவீன மருத்துவம் மாறியுள்ளது. ஆனால் உண்மையில் இந்நிலை தேவையில்லை. மூன்றாம் உலக நாடுகளில் அதிக அளவு மனிதச் சாவுகளுக்குக் காரணமான காசம், தொழுநோய், வயிற்றுப்போக்கு போன்ற நோய் களைக் கண்டறியவும் மருத்துவ உதவி அளிக்கவும் இவை எதுவும் தேவையில்லை. சீனா, கியூபா போன்ற நாடுகளில் வெற்றிகரமாக நடைமுறைப்படுத்தப்பட்டது போன்ற அதிகம் படித்திராத, பயிற்சியளிக்கப்பட்ட, கிராமப்புற 'வெறுங்கால்' வைத்தியர்களைக் கொண்டே இந்நோய்களை நாம் உயர் தொழில்நுட்ப உதவிகளின்றித் தீர்க்க முடியும். மக்களை நோக்கி மருத்துவம் சென்றடையும் வழி இதுதான்.

2. மருத்துவரை அதிகாரியாகப் பார்க்கும் (Medical Officer) ஒரு மருத்துவ முறையாக நவீன மருத்துவம் உள்ளது. மருத்துவக் குழுவில் அங்கம் பெறும் நர்சுகள், மருந்தாளுநர்கள் முதலியோர் மருத்துவரின் எடுபிடிகளாக மட்டுமே கருதப்படுகின்றனர். இவர்களிடம் வேறெந்த மருத்துவப் பொறுப்புகளும் கொடுக்கப்படுவதில்லை. மருத்துவர் எளிதில் அணுக முடியாதவராகவும் அதிகம் சம்பாதிக்கும் ஒரு நபராகவும் சமூகத்தில் உலவுகிறார். நோயாளிகளிடம் இவர் வாய் திறந்து பேசுவதுகூட இல்லை. நோய் பற்றிய விளக்கங்களையும் சொல்வதில்லை. இவர் பயன்படுத்தும் 'கிளினிக்கல்' சோதனைக் குறிப்புகளும் நோயாளிகளுக்கு விளங்குவது இல்லை. மனிதனின் மிக அடிப்படையான அடையாள மாகிய அவனது உடம்பே அவனுக்குப் புரியாததாகவும் அதன்மீது ஆளுமை செலுத்தக்கூடிய நபராக மருத்துவர் மாறுகிற நிலையும் உருவாகிறது. பொதுவில் மருத்துவர் என்றால் மேல்தட்டு மேல்சாதியைச் சேர்ந்த ஓர் ஆண் என்கிற நிலையே நிலவுகிறது.

3. மனித உடல் ஓர் உயிரியல் முழுமையாகக் கருதப்படாமல் பல்வேறு உதிரி பாகங்களாலான ஓர் எந்திரத் தொகுப்பாக (Flaxnarian Model) அணுகப்படுகிறது. குறிப்பிட்ட உடலுறுப்பு களின் உபாதை என்பதை ஒரு பழுதடைந்த எந்திரத்தின் பாகமாக அணுகி வலி தணித்தல், உறுப்பு மாற்றுதல் போன்ற பழுது நீக்கும் நடைமுறையாக மருத்துவம் மாற்றப்படுகிறது.

4. மருந்துகள் சந்தைப் பொருளான பின்பு விளம்பரம், லஞ்சம், ஊக்க ஊதியம் என எல்லாவிதமான வணிக நடைமுறைகளும் பயன்படுத்தப்படுவதோடு லாபத்தை மட்டுமே நோக்காகக் கொண்டு, பின்விளைவுகள் பற்றிக் கவலைப்படாது மருந்துகளையும் கூட்டுமருந்துகளையும் உற்பத்தி செய்தல், மூன்றாம் உலக அப்பாவி மக்களைப் புதிய மருந்துகளைச் சோதனை-செய்யும் சோதனை எலிகளாகப் பயன்படுத்துதல் முதலியனவும் மேற்கொள்ளப்படுகின்றன.

5. மருந்துக் காலனியத்தின் மூலம் மருத்துவத் துறையில் தனது அதிகாரத்தை இழந்த உள்நாட்டு அரசுகள் இந்த நிலைக்கு எதிராக முரண்டுபிடிக்க முயன்றால் உடனடியாக ஏகாதி பத்தியங்கள் தலையிட்டு அவற்றை வழிக்குக் கொண்டு வந்துவிடுகின்றன. வங்கதேசத்திலும் சிரிமாவோ காலத்து இலங்கையிலும் இத்தகைய முயற்சிகள் மேற்கொள்ளப்பட்ட போது பன்னாட்டு மருத்துவக் கம்பெனிகளும் அவற்றின் முகவர்களான உள்ளூர் (நவீன) மருத்துவர்களும் ஏகாதி பத்தியமும் இணைந்து தாக்குதல் தொடுத்து அம்முயற்சிகளை முளையிலேயே அழித்தன. இவை எல்லாம்கூட சுமார் இருபது ஆண்டுகளுக்கு முந்தைய நிகழ்ச்சிகள். இன்றைய புதிய பொருளாதாரச் சூழலில் கேட்க வேண்டியதில்லை.

6. நவீன மருத்துவ அறிவு என்பது ஏகாதிபத்தியங்களிடமும் அவற்றின் உள்தரகு நிறுவனங்களிடமும் (எ.டு:அப்போலா, இந்துஜா போன்ற நிறுவனங்கள்) குவிகின்றன. 'எய்ட்ஸ்' யுகத்தில் இரத்தம் பற்றிய உயர் ஆய்வுகளும் அறிவும் அரசு நிறுவனங்களிடமிருந்து மேற்குறித்த நிறுவனங்களின் கை களுக்கு மாறியுள்ளன. அறிவு முடக்கப்படும்போது மக்களிட மிருந்து அதிகாரம் பறிக்கப்படும் அவலத்தை இங்கே மீண்டும் விளக்க வேண்டியதில்லை.

7. நவீன மருத்துவம் பெண்களுக்கே உரித்தான உடல் உபாதை களுக்கு உரிய முக்கியத்துவம் அளிப்பதில்லை.

இரண்டு

மாற்று மருத்துவ முறைகள் பற்றிய அறிமுக நூலொன்றை எழுதிய ஆன்ட்ரூ ஸ்டான்வே மாற்று மருத்துவமுறைகளை மக்கள் தேர்வுசெய்வதற்கு ஐந்து காரணங்களைக் குறிப்பிடுவார். சில நோய்களில் நவீன மருத்துவம் தோல்வியுறுதல், அறுவை சிகிச்சை மற்றும் பின்விளைவுகளைப் பற்றி அஞ்சுதல், மத ரீதியான காரணங்கள், பரவலாக ஆளுமை செலுத்தும் ஒன்றை எதிர்த்து நிற்கும் போக்கு, ஏதாவது வித்தியாசமாய்ச் செய்து பார்க்கும் ஆசை என்பன அவர் குறிப்பிடும் காரணங்கள். மாற்று மருத்துவம் பற்றிச் சிந்திக்கும்போது இவை எல்லாவற்றையும்விட முக்கியக் காரணியாக நமக்குப் படுவது நுண்அதிகாரக் களங் களில் முக்கியமானதாக நவீன மருத்துவம் செயல்படுகிறது என்பதுதான். மாற்றுமருத்துவம் பற்றிப் பேசும்போது வழக்கமாக மாற்றுகள் குறித்துப் பேசும்போது கையாள வேண்டிய இரு எச்சரிக்கைகளை இங்கும் சொல்ல வேண்டியிருக்கிறது:

1. ஒன்றுக்கு இன்னொன்று மாற்று என்பதைக் காட்டிலும் பல்வேறு மாற்றுகளையும் சாத்தியக் கூறுகளையும் நாம் அங்கீகரிக்கிறோம்.

2. 'மாற்று' என்பது ஒரு நிரந்தரமான சார்பற்ற கருத்தாக்கமல்ல. மாற்று என்பது ஒப்பீட்டுரீதியான ஒன்றே. நேற்று மாற்றாக இருந்தது இன்றைய ஆதிக்க மையமாகவும், இன்று மாற்றாக இருப்பது நாளை நேரெதிராகவும் மாறும் வாய்ப்புகள் உள்ளன. இன்று மாற்றாக முன்வைக்கப்படும் பல மருத்துவ முறைகள் (எ.டு: சித்தம், ஆயுர்வேதம்...) நவீன ஆங்கில மருத்துவத்திற்குப் பல ஆயிரம் ஆண்டுகள் முந்தியவை என்பது குறிப்பிடத் தக்கது.

நவீன ஆங்கில மருத்துவத்திற்கு எதிராக நூற்றுக்கும் மேற்பட்ட மாற்று மருத்துவமுறைகள் உலகெங்கிலும் புழக்கத்திலுள்ளன. 'ரோம் பல்கலைக்கழக' மருத்துவத்துறை 1973இல் மாற்று மருத்துவம் பற்றி ஒரு மாநாடொன்றை நடத்தியது. அதில் 135 மாற்று மருத்துவமுறைகள் பற்றிக் கட்டுரைகள் வாசிக்கப்பட்டன. 1984இல் *லண்டன் டைம்ஸ்* இதழ் நடத்திய ஆய்வொன்றின்படி

மொத்த மருத்துவர்களில் 76 சதவீதத்தினர் மாற்று மருத்துவ முறைகளைப் பரிந்துரை செய்கின்றனர் என்பது தெரியவந்தது. 1933இல் இங்கிலாந்திலுள்ள 'துணை மருத்துவமுறைகளுக்கான நிறுவனம்' செய்த ஆய்வின்படி ஆண்டொன்றுக்கு 46 லட்சம் நோயாளிகள் மாற்றுமருத்துவர்களை நாடிச் செல்கின்றனர். பிரான்சில் 18,000 மாற்றுமருத்துவர்கள் (க்யூரிங் டூயர்ஸ்) உள்ளனர். ஜெர்மனியில் மாற்றுமருத்துவர்களுக்கு 'ஹெய்ல் ப்ராக்டிசர்ஸ்' என்று பெயர். இந்தியாவில் புள்ளி விவரங்கள் சேகரித்தால் இதைவிட அதிக மாற்று மருத்துவர்கள் இருப்பது தெரியவரலாம். 'விளிம்பு மருத்துவம்' (fringe medicine) என வெளிநாடுகளில் மாற்று மருத்துவம் அழைக்கப்படுகிறது. நமக்குத் தெரிந்த சித்தம், ஆயுர்வேதம், மூலிகை, இயற்கை வைத்தியங்கள் தவிர அலெக்சாந்தர் வைத்தியம், நீர் மருத்துவம், மனோவசியம், வாசனை மருத்துவம் என்பவை மாற்று மருத்துவமுறைகளில் சில.

மூன்று

இனி இம்மாற்று மருத்துவ முறைகளில் ஒன்றாகிய ஹோமியோபதி பற்றி. சுமார் இருநூறு ஆண்டுகளுக்கு முன்பு சாமுவேல் ஹானிமன் (1755-1843) என்னும் ஜெர்மன் அல்லோபதி மருத்துவரால் கண்டுபிடிக்கப்பட்டது ஹோமியோபதி. பிணி தீர்க்கும் நடவடிக்கைகளில் பழுத்த அனுபவத்தினடிப்படையில் அவர் வியப்புக்குரிய ஓர் உண்மையைக் கண்டுபிடித்தார். எந்த மருந்து ஒரு நோயைத் தீர்ப்பதற்காகப் பயன்படுகிறதோ அந்த மருந்து சற்று அதிக அளவில் ஓர் ஆரோக்கியமான மனிதனுக்குக் கொடுக்கப்படும் போது அந்த நோய் அம்மனிதனில் ஏற்படுத்தக் கூடியது போன்ற அதே மாதிரியான விளைவுகளை ஏற்படுத்துகிறது என்பதுதான் அது. கவனியுங்கள் நோய் ஏற்படுத்தும் அதே (idem) விளைவுகளை ஏற்படுத்துவதில்லை; மாறாக அதே போன்ற (similar) விளைவுகளை ஏற்படுத்துகின்றது. அதாவது நோய் அது தாக்குகிற உடம்பில் ஏற்படுத்தும் நோய்க்குறிகளும் (clinical symptoms) அந்நோய் தீர்க்கும் மருந்து ஆரோக்கியமான உடலில் ஏற்படுத்தும் குறிகளும் ஒன்றாய் உள்ளன. மலேரியாவுக்கு மருந்தாகப் பயன்படும் 'சின்கோனா' மரப்பட்டையை அதிக அளவில் ஓர் ஆரோக்கியமான மனிதன் சாப்பிடும் போது மலேரியா நோய்க்குறிகள் அவன் உடம்பில் தோன்றுகின்றன. இன்னோர் எடுத்துக்காட்டு: வாந்தி, கழிச்சல், தாகம் முதலியவை காலரா நோயின் அறிகுறிகள். 'ஆர்சனிக்'கை

அதிக அளவில் உண்ணும் போது வாந்தி, கழிச்சல், தாகம் ஆகியவை ஏற்படுகின்றன. 'ஆர்சனிக்கை' மிகச் சிறிய அளவில் நீர்க்கச் செய்து ஒரு காலரா நோயாளிக்குக் கொடுத்தால் அவர் நோய் நீங்கும் என்கிறது ஹோமியோபதி. மருந்தை எந்த அளவிற்கு நீர்க்கச் செய்கின்றோமோ அந்த அளவிற்கு அதன் வலிமை அதாவது வீரியம் அதிகரிக்கிறது.

சனாதன (orthodox) மருத்துவமுறை (அதாவது நவீன ஆங்கில மருத்துவமுறை) அளிக்காத என்ன வாய்ப்புகளை, உரிமைகளை, விடுதலையை, ஹோமியோபதி அதனைக் கையாளும் மருத்துவனுக்கு அளிக்கிறது? நோய்க்குறிகளுக்கு ஒரு பெயரைச் சூட்டி அந்த நோய்ப் பெயரின் அடிப்படையில் மருத்துவம் செய்யும்போது நோயாளிகள் தனித்தன்மையைக் கணக்கிலெடுத்துப் பிணி தீர்க்கும் முயற்சி மேற்கொள்ளும் உரிமையை மருத்துவன் இழக்கிறான். இது அவனது செயல்பாடுகளுக்குப் பல விதங்களில் விலங்கிட்டு விடுகின்றது.

இது எப்படி? ஒரே மாதிரியான ஒரு நோய்க் காரணி (எ-டு: கிருமி) இரு வேறு மனித உடல்களைத் தாக்குவதாகக் கொள்வோம். இருவருக்கும் ஒரே மாதிரியான பாதிப்புகள்தான் ஏற்படும் எனச் சொல்ல முடியாது. அந்த இரு உடல்களின் பரம்பரைத் தன்மைகள், அவை இயங்கும் சுற்றுச் சூழல்கள், அவை ஒவ்வொன்றின் நோய் எதிர்ப்பு வலிமை போன்றவற்றைப் பொறுத்து இரண்டும் இரு வேறு விதங்களில் பாதிப்படைகின்றன. இருவருக்கும் 'காசம்' என்னும் ஒரு பொதுவான நோய்ப் பெயரை இட்டு வைத்தியம் செய்ய முயலும் போதும் மூன்று நான்கு மருந்துகளைத் தாண்டிப் பயன்படுத்தும் உரிமை மருத்துவருக்கு மறுக்கப்படுகிறது. மருந்தின் அளவைக்கூட்டி, குறைக்கும் உரிமை மட்டுமே அவருக்குக் கிடைக்கிறது. மாறாக நோய்ப் பெயரை மறந்து நோய்க்குறிகளை மட்டுமே அடிப்படையாகக்கொண்டு நோய் தீர்க்கும் முயற்சியில் ஈடுபடும்போது ஒவ்வொரு நோயாளியையும் பிரத்யேகமாகப் பாவித்துச் சாத்தியமான சகல மருந்துகளையும் எடுத்துக்கொண்டு அவற்றில் ஒன்றைத் தேர்வு செய்யும் வாய்ப்பை மருத்துவர் பெறுகிறார். இதன் மூலம் அவரது செயற்பாட்டிற்குக் கிடைக்கும் விடுதலை என்பது எத்துணையானது என்பதைச் சிந்தித்தால் விளங்கும். தவிரவும் நீர்க்கச் செய்தால் மருந்தின் வீரியம் அதிகமாகிறது என்பதால் நீர்க்கச் செய்யப்பட்ட இந்த மருந்துகள்

மனித உடம்பில் வேறு நேரடியான உபவிளைவுகளை ஏற்படுத்துவது இல்லை. இது ஹோமியோபதியின் மிகப் பெரிய சிறப்பு.

அறுவை சிகிச்சை அவசியமாய்த் தேவைப்படுகின்ற ஒரு சில வியாதிகளைத் தவிர மற்ற பலவற்றை மனித உடலே சமாளிக்கும் திறனைப் பெற்றுள்ளது எனச் சொல்கிறது ஹோமியோபதி. வியாதியைத் தூக்கி எறியும் உடல் முயற்சியின் அடையாளங்கள் தான் நோய்க்குறிகள். நவீன மருத்துவம் இந்த நோய்க்குறிகளை அழுத்தி உள்ளே தள்ளுகிறது. இதனால் தானாகவே வியாதியை எதிர்த்துப் போராடும் உடலின் செயற்பாடு முடக்கப்படுகிறது. அடிக்கடி இப்படிச் செய்யும்போது மருந்தின் தலையீடு இல்லாமல் நோயை எதிர்க்கும் திராணியை மனித உடல் இழந்துவிடுகிறது. ஹோமியோபதி இந்நிலையை ஏற்படுத்துவதில்லை. ஒரே மாதிரியான விளைவை ஏற்படுத்தும் ஒரு பொருள் நீர்த்த நிலையில் மருந்தாகப் பயன்படுத்தப்படும்போது நோயை எதிர்த்துப் போராடும் உடலின் முயற்சிகள் தூண்டப்படுகின்றன; நுண்மைப் படுத்தப்படுகின்றன. தவிரவும் நோய்க்கான புறக்காரணியும் (miasm) நீக்கப்படுகிறது. மாறாக 'அல்லோபதி' என்னும் நவீன ஆங்கில மருத்துவம் நோய்க்குறிகளை மட்டுமே தடுத்து நிறுத்துகிறது. நோய்க் காரணிகளை உள்ளே அமுக்கிவிடுகிறது. இக்காரணி உடலுக்குள்ளேயே இருந்து இன்னும் தீவிரமாய், வேறு வடிவில், பரிணாம மாற்றமடைந்து உடலைத் தாக்க முற்படுகிறது. எடுத்துக்காட்டாக, தும்மல், சளி, மூக்கடைப்பு, அரிப்பு போன்ற ஒவ்வாமைக் குறிகள் மனித உடல் 'ஹிஸ்டமினை' வெளிப் படுத்துவதால் ஏற்படுகின்றன. இந்நிலைக்கான காரணியைக் கண்டறிந்து நீக்காமல் 'ஹிஸ்டமின் எதிர்ப்பு' மருந்தொன்றை அல்லோபதி மருத்துவர் அந்த உடலில் செலுத்தும்போது அங்கே ஹிஸ்டமின் வெளிப்படுவது தடுக்கப்படுவதில்லை. அது பிற உறுப்புகளைத் தாக்கித் தும்மல், மூக்கடைப்பு, அரிப்பு முதலிய நோய்க்குறிகள் ஏற்படுத்துவதை மட்டுமே தடுக்கிறது. நோய் அப்படியே உடலில் தங்கிவிடுகிறது.

மேலும் நவீன மருத்துவத்தில் நோய்த் தீர்வு பற்றி விதிகள் ஏதுமில்லை. நோய்க் காரணிகளின் அடிப்படையில் வைத்தியம் செய்தல், நோய்ப் பெயரின் அடிப்படையில் அணுகுதல், முன்கூட்டி அனுமானித்து வைத்தியம் செய்தல் எனப் பல்வேறு அணுகல் முறைகளை அது கையாள்கிறது. ஹோமியோபதி மட்டுமே

பிணி தீர்ப்பு பற்றி முதன்முதலில் ஒரு விதியை உருவாக்கியது. அணுகல்முறைகளின் அடிப்படையில் ஹோமியோபதி விதிகளைப் பின்வருமாறு தொகுக்கலாம்:

1. **குறிகளின் ஒப்புடைமை விதி:** அதாவது வியாதியைப் போன்ற நோய்க்குறிகளை ஆரோக்கியமான உடலில் ஏற்படுத்தும் ஒரு வெளிப்பொருள் அந்த நோய் தீர்க்கும் மருந்தாகப் பயன்படும் என்கிற விதி. சினிமாத் திரையில் காட்சிகள் தோன்றுவது போல மனித உடலில் நோய்க்குறிகள் தோன்றுகின்றன. இந்தக் குறிகளின் மொத்தத்துவத்தைக் கண்டறிந்து, ஹோமியோபதி மெட்டீரியா மெடிகாவிலுள்ள பல்வேறு மருந்துகள் (நோய்த் தீர்வுகள்) ஆரோக்கிய உடலில் ஏற்படும் குறிகளுடன் அதனை ஒப்பிட்டுச் சரியான நோய்த் தீர்வு கண்டுபிடிக்கப்படுகிறது. இந்த இடத்தில் நோய்க் குறிகளின் மொத்தத்துவம் பற்றிக் கொஞ்சம் சொல்ல வேண்டும். வாழும் மனிதனை எப்போதும் அவனது சூழலுடன் தொடர்புறுத்தியே பார்க்க வேண்டும். இந்த மனிதனுக்கும் அவனது சூழலுக்குமிடையே தொடர்ந்து பரஸ்பர வினை களும் எதிர்வினைகளும் செயல்படுகின்றன. இவை நோய்க் குறிகள் செயல்படும் தன்மைகள் (modalities) மூலம் வெளிப்படுகின்றன. எனவே நோய்க்குறிகள் எத்தகைய சூழலில் அதிகமாகின்றன எப்போது தணிகின்றன என்பது எல்லாம் மிக முக்கிய அம்சங்களாகின்றன. ஒருவரது நோய்க்குறி, சாப்பிட்டவுடன் அல்லது குளித்தபின் கூடுத லாகலாம். இன்னொருவருக்குக் குறையலாம். ஒருவருக்கு இடதுபுறம் உள்ள வலி இன்னொருவருக்கு வலதுபுறமாக இருக்கலாம். இன்னொரு வருக்கு மாறி மாறி வரலாம். இவை அனைத்தும் கவனத்தில் எடுத்துக்கொள்ள வேண்டிய முக்கிய நிபந்தனைகள் (conditions). தலைவலி என்பது ஒரு பொதுக்குறி, வயிற்றுப்போக்கு என்பது இன்னொரு பொதுக்குறி, இரண்டும் இணைந் திருப்பது அல்லது அடுத்தடுத்து வருவது என்பது தனித்துவமானது. இதனைக் கண்டறிவதன் மூலம் நோயாளி யின் தனித் தன்மை மேலும் கணிக்கப்படுகின்றது. மேலும் மேலும் அவர் பிரத்தியேகப்படுத்தப்படுகின்றார் (individua lised). அவருக்கே உரித்தான நோய்த் தீர்வு கண்டுபிடிக்கப் படுகிறது. எனவே உடலின் எப்பகுதியில் (locality — எ-டு: இடது/ வலது...) எத்தகைய தனித்தன்மையோடு (peculiarity—

எ-டு: திடீர்வலி...), எத்தகைய நிபந்தனைகளுடன் (condition — எ-டு: குளித்தால் அதிகமாதல்...) நோய்க்குறிகள் வெளிப் படுகின்றன என எல்லாவற்றையும் கணக்கிலெடுத்துக் கொண்டு நோய்க்குறிகளின் மொத்தத்துவம் தீர்மானிக்கப் படுகிறது. உடல்குறிகள் தவிர மனநிலைக் குறிகள், குறிகள் தீவிரமடையும் அல்லது தணியும் நேரம், வெப்பநிலை முதலியனவும் வலி உடலில் மாறிச் செல்லும் திசை ஆகியவையும் கவனிக்கப்படுவதன் மூலம் நோயாளி மேலும் மேலும் பிரத்தியேகப்படுத்தப்படுகிறார்.

2. வீரியம் பற்றிய விதி: ஒத்த குறிகளை ஏற்படுத்தும் மருந்து களை இயற்கையில் கிடைக்கும் வடிவத்தில் அப்படியே ஹோமியோபதி மருத்துவர்கள் கொடுப்பதில்லை. அரைத்துச் சாராயத்தில் கலந்து தாய்த்திரவம் தயாரிக்கப்படுகிறது. பிறகு அது 100 மடங்கு, 1000 மடங்கு 10,000 மடங்கு, 1,00,000 மடங்கு சாராயத்தில் கலக்கப்பட்டு நீர்க்கப்படுகிறது. நீர்க்க நீர்க்க அதன் வீரிய மதிப்பு அதிகமாகிறது. தீவிர நோய்களுக்குக் (acute diseases) குறைந்த வீரிய மருந்துகளை அடிக்கடியும் நீண்டகால நோய்களுக்குக் (chronic diseases) அதிக வீரிய மருந்துகளை அதிக இடைவெளியிலும் கொடுக்கின்றனர். வீரியங்களைத் தீர்மானிப்பது என்பதுகூட அந்த நோயாளியின் நோய்க்குறிகளின் தனித் தன்மையைப் பொறுத்ததேயாகும். பொதுவில் குறைந்த வீரிய மருந்துகளே போதுமானவை எனக் கருதப்படுகிறது.

3. நோய் பற்றிய விதி: நோய் என்பது ஆரோக்கிய நிலையில் ஏற்படும் மாற்றம். சுற்றுச் சூழல், சுகாதாரமின்மை போன்ற வற்றால் ஏற்படும் சுணக்கத்தை (indisposition) உணவுமுறை மாற்றம், சுகாதார வாழ்வு, ஆரோக்கியமான காற்று, உடற்பயிற்சி ஆகியவற்றின் மூலம் மருந்தின்றிக் குணப் படுத்திக் கொள்ளலாம். ஆரோக்கிய நிலையில் ஏற்படும் இம்மாற்றம் நிலையானதல்ல. தொடர்ச்சியான இயக்கத் தன்மையுடைய ஒரு மாற்றம். ஒரு பரம்பரைக் கூறு, கிருமித் தாக்கம், ஒவ்வாத உயிர்ப்பொருளின் (மியாசம்-Miasm) நுழைவு என ஏதேனும் ஒரு காரணத்தால் ஆரோக்கிய நிலையில் மாற்றம் ஏற்பட்டு வியாதி ஏற்படுகிறது. புறத் தலையீடு மூலம் இதனைக் குணப்படுத்த முயல்கிறோம்.

இவ்வாறு ஏற்படும் நோயின் வளர்ச்சியை மூன்றுநிலை களாகக் குறிக்கலாம். 1. தோற்றம், 2. வளர்ச்சி, 3. வீழ்ச்சி (நோய் அல்லது நோயாளியின் வீழ்ச்சியை இது குறிக்கிறது). இந்த வளர்ச்சி நிலைகளின் அடிப்படையில் நோய்களை இரண்டாகப் பிரிக்கலாம்.

அ. தீவிர நோய் (எ.டு: அம்மை): தீவிர நோயுரியின் (acute miasm) நுழைவால் இது ஏற்படுகிறது. மூன்று வளர்ச்சி நிலைகளையும் இது (சுமார் மூன்று மாதத்திற்குள்) எட்டி விடுகிறது.

ஆ. நீண்டகால நோய் (எ.டு: ஆஸ்த்மா): நிரந்தரமான ஒவ்வாத உயிர்ப் பொருளின் நுழைவால் இது ஏற்படுகிறது. நோய் வளர்ச்சி நிலையில் மூன்றாவது நிலையை இது எட்டுவதே யில்லை. இரண்டாவது நிலையோடு நின்றுவிடுகிறது. சரியாக நோய்க்குறிகளைக் கவனித்துப் பொருத்தமான நோய்த் தீர்வுகளைத் தந்த பின்னும் ஒரு சில நோயாளிகள் தற்காலிகமாக மட்டுமே பயனடைவதை ஹானிமன் கவனித்தார். இந்த அடிப்படையில் நீண்டகால நோய்கள் பற்றிய அவரது கோட்பாடு உருவாகியது. இத்தகைய நிரந்தரத் தீர்வு ஏற்படாத வியாதிகள் சாதாரண தீவிர நோய் போன்ற வடிவத்தில் தோற்றமெடுத்தாலும் ஒரு தொடர்ச்சியான நோய்ச் சங்கிலியின் ஓர் இடைப்பட்ட கண்ணிதான் இத் தீவிர வெளிப்பாடு என ஹானிமன் வாதிட்டார். எனவே நோயிலிருந்து விடுபடவேண்டுமானால் இந்த நோய்த் தொடருக்கேயான தீர்வை நாம் கண்டு பிடித்தாக வேண்டும். எடுத்துக்காட்டாக 'ஆஸ்த்மா' என்பது ஒரு நோயாளியின் நோய் வரலாற்றில் ஒரு தனி நிகழ்ச்சியாக இருக்கலாம். ஆனால் நோயாளியைத் துருவி ஆராய்ந்தால் இதற்குமுன் அவருக்குத் தோல்புண்கள் (skin eruptions - சொறி), வயிற்றுப்போக்கு முதலியன இருந்திருப்பது தெரியவரும். இவை யாவும் தனித்தனி வியாதிகளாய்த் தோன்றினாலும் தனித்தனி அல்ல. ஒரே நோய்முடக்கத்தின் (morbidity) பல்வேறு பரிணாமங்கள்தான் இவை. இந்த வகையில் நோய்த் தொடரைத் தோற்றுவிக்கும் மூன்றுவிதமான நீண்டகால நோய் விஷங்களை (ஒவ்வாத உயிர்ப்பொருட்களை - miasm) ஹானிமன் பிரித்துக் காட்டினார். சிபிலிஸ், சோரா, சைகோசிஸ் என்பன அம்மூன்று நீண்டகால நோய் விஷங்களாகும்.

எனவே நோய்த் தீர்வுகளையும் சிபிலிஸ் — சைகோசிஸ் - சோரா - எதிர்ப்புகள் என மூன்றாகப் பிரிக்க இயலும். எனினும் தனித்துவமான நோய்க்குறிகளின் முக்கியத்துவம் புறக்கணிக்கப் பட வேண்டியதில்லை. ஒவ்வொரு வகையிலும் ஒரு குறிப்பிட்ட மருந்தைக் கண்டறிய தனித்துவமான குறிகள் கவனிக்கப்பட வேண்டும். ஹானிமன் கண்டறிந்த இம்மூன்று மியாசங்களோடு நிறுத்திக்கொள்ளாமல் இன்றைய சூழலுக்குத் தேவையெனில் மேலும் முக்கிய மியாசங்களைப் பிரித்து அறியலாம் என ஜே.எச். கிளார்க் போன்றோர் விவாதிக்கின்றனர்.

மேலும் சில முக்கியத் தகவல்கள்

1. பரம்பரை நோய்க் கூறுகள் (எ-டு: பெற்றோர்கள் அல்லது சகோதரர்களுக்கு காசநோய் இருத்தல்), தடுப்பு மருந்துகளைப் பயன்படுத்தியிருத்தல் (எ-டு: அம்மைத் தடுப்பூசி போடப் பட்டிருத்தல்) முதலியவை தடைச் சுவர்களாக இருந்து உண்மையான நோய்க்குறிகளை மறைக்கலாம். இவற்றைக் கண்டறிந்து ஒவ்வொன்றுக்குமான நோய்த் தீர்வுகளைக் கொடுத்துத் தடைச் சுவர்களைத் தகர்த்து அடிப்படை நோய்க்கான குறிகளை வெளிப்படச் செய்துபின் அதற்குரிய தீர்வு அளிக்கப்படுகிறது.

2. ஒரு மருந்துக்கு இணையான மருந்துகள், துணை மருந்துகள், எதிர்மருந்துகள் என ஹோமியோபதியில் உண்டு. ஒரு தீர்வு பயனளிக்காதபட்சத்தில் அல்லது போதாதபட்சத்தில் இணை/துணை மருந்துகளைக் கொடுக்கின்றனர். கொடுக்கப் பட்ட ஒரு மருந்தின் செயல்பாட்டை நிறுத்தவேண்டுமானால் எதிர் மருந்தைப் பயன்படுத்துகின்றனர்.

3. தீவிர நோய்களை இரண்டாகப் பிரிக்கலாம். 1. ஆங்காங்கு தனித்தனியாய் ஏற்படும் தீவிர நோய்கள் (sporadic acute diseases) எ-டு: யாரேனும் ஒருவருக்கு அம்மை வருதல். 2. கொள்ளை நோய் (epidemics). ஒரு பகுதியில் கொள்ளை நோய் வரும்போது பல நோயாளிகளைப் பரிசோதிக்கும் ஹோமியோபதி மருத்துவர் அந்நோயின் வளர்ச்சிப் போக்கை ஆராய்ந்து பல்வேறு பொதுவான நோய்களையும் கண்டறிந்து பிறகு அதே போன்ற நோயாளிகளுக்கு அதே போன்ற மருந்தை அளிக்கிறார். இது சற்று விரைவில் நோயாளிகளைப்

பரிசோதித்துத் தீர்வளிக்க உதவுகிறது. இங்குங்கூட ஒரு சில நோயாளிகளிடம் தென்படும் தனித்துவமான குறிகள் கவனிக்கப்பட வேண்டும். எனினும் கொள்ளை நோய்ச் சூழலில் இத்தகைய பொதுத் தீர்வுகள் பயன்படுத்தப்படலாம். அல்லோபதியுடன் போட்டிபோட வேண்டிய சூழலில் பிரத்தியேகமான நோய்க்குறிகளுக்கு அதிக முக்கியத்துவ மளிக்காமல் நோய்ப் பெயர்களின் அடிப்படையில் மருந்து களைத் தீர்மானிப்பது, அதிக வீரிய மருந்துகளை எடுத்தவுடன் கொடுப்பது, ஒரே சமயத்தில் இருவேறு மருந்துகளைக் கொடுப்பது என்பன போன்ற போக்குகள் ஹோமியோபதி மருத்துவர்கள் மத்தியிலும் ஊடுருவியுள்ளன. பல்வேறு நோய்க்குறிகளுக்கான மருந்துகளைக் கலந்து சந்தை மருந்துகளும் டானிக்குகளும் விற்கப்படுகின்றன. இவை எல்லாம் ஹோமியோபதியின் அடிப்படை அணுகல்முறைக்கு எதிரானவை.

மொத்தத்தில் ஒரு மாற்று மருத்துவமாக ஹோமியோபதி நவீன ஆங்கில மருத்துவத்திலிருந்து வேறுபட்டு நிற்கும் புள்ளிகளைப் பின்வருமாறு தொகுக்கலாம்:

1. நவீன மருத்துவத்தைப் போல நோயைப் பொதுமைப்படுத்தி, நோய்ப் பெயரால் மருந்தைத் தீர்மானிக்காமல் ஹோமியோ பதியானது நோயாளியைப் பிரத்தியேகப்படுத்தி, நோய்க்குறி களின் அடிப்படையில் குறிப்பிட்ட நோயாளிக்கான தீர்வைத் தீர்மானிக்கிறது.

2. அல்லோபதியைப் போல மனித உடலை உதிரிகளால் இணைக்கப்பட்ட ஓர் இயந்திரத் தொகுதியாகப் பார்க்காமல், ஹோமியோபதி உடலை ஓர் உயிரியல் முழுமையாப் பார்க்கிறது. உதிரிகளின் கூட்டு என்பதைக் காட்டிலும் முழுமையின் பண்புகள் மேம்பட்டு நிற்கும்.

3. அல்லோபதியைப் போலன்றி நோய்த் தீர்வுக்கான விதிகளை ஹோமியோபதி உருவாக்குகிறது.

4. நோய்க்குறிகளை மட்டும் நீக்கி நோய்க்காரணியைவிட்டு விடாமல் ஹோமியோபதி நோய்க்குறிகளுக்கு அடிப்படை யான காரணியை அகற்றுகிறது.

5. அல்லோபதியைப் போலன்றி மிருகங்கள் மீதான சோதனைகளின்

அடிப்படையில் மருந்தின் பயன்பாட்டைத் தீர்மானிக் காமல் ஆரோக்கியமான மனித உடலில் ஏற்படுத்தும் விளைவு களினடிப்படையில் மருந்தின் பயன்பாட்டை ஹோமியோபதி தீர்மானிக்கிறது.

6. மருத்துவம் என்பது ஓர் அறிவியலாக அல்லாமல் மருத்துவனின் ஆக்கத்திறனுக்கு முழு வாய்ப்பளிக்கும் நோய்த் தீர்வுக் கலையாக அணுகப்படுகிறது.

7. உபாதைத் தணிப்பு, உறுப்பு மாற்று, கிருமிகொல்லி அணுகல் முறைகளைத் தவிர்த்துக் குறிகளின் ஒப்புடைமை விதி அடிப்படையில் குறைந்த அளவில் ஒற்றை மருந்தை ஒரு சமயத்தில் பிரயோகிக்கும் அணுகல்முறையை ஹோமியோ பதி மேற்கொள்கிறது.

8. உடலியல், நோய்க்குறியியல் போன்ற (Physiology, Pathology) பிற துறைகளில் மேற்கொள்ளப்படும் ஆய்வுகளை நவீன மருத்துவம் சார்ந்துள்ளது. ஹோமியோபதி நோய்த் தீர்வு என்பதை எதையும் சார்ந்திராத தனித் துறையாக மாற்றுகிறது.

9. ஹோமியோபதியில் குறிப்பிட்ட உடலுறுப்புகளின் பெயரால் நோயை அழைப்பதில்லை.

எல்லாவற்றிற்கும் மேலாக ஹோமியோபதி மிகவும் மலிவான ஒரு மருத்துவ முறை. சுமார் ஒரு ரூபாய்க்கும் குறைவான விலை யுள்ள மருந்தின் மூலம் பெரிய நோயையும் குணப்படுத்திவிட முடியும். நுணுக்கமான கருவிகள் மூலமான சோதனைகள் தேவையில்லை. தீங்கான உபவிளைவுகள் ஏதுமில்லை என்பதால் சிறந்த பயிற்சியின் மூலம் அதிக நுண்படிப்பு தேவையிராத மக்கள் மருத்துவர்களை உருவாக்கிவிட முடியும். உடல் மற்றும் நோய் குறித்த மர்மப்படுத்தல்களிலிருந்து மக்களை விடுவிக்க முடியும். அதிக மூலதனம், கருவிகள், மெத்தப் படித்த நுண் மருத்துவர்கள் ஆகிய தேவைகள் இல்லாததால் நகர் சாராத, மருத்துவமனைகளைக் கிராமப்புறங்களில் உருவாக்கலாம். மக்களை மருத்துவமனையை நோக்கி இழுக்காமல் மருத்துவத்தை மக்களிடம் கொண்டு செல்லலாம். இத்தகைய நடவடிக்கைகள் மூலம் ஏகாதிபத்தியத்தின் கொள்ளைச் சாதனமாக விளங்கும் நவீன மருத்துவத்தையும் பன்னாட்டுக் கம்பெனிகளையும் உள்ளூர்க் கொள்ளையர்களையும் கட்டுக்குள் வைக்கலாம்.

தற்சார்பை உருவாக்கி மருத்துவத்தின் மூலமாக அதிகாரக் குவிப்பைத் தகர்த்தெறியலாம்.

எளிய அறுவை சிகிச்சை, இதர சில எளிய மாற்று மருத்துவ முறைக் கூறுகள், சத்துப் பற்றாக்குறைகளை ஈடுகட்டும் உணவுப் பயிற்சிமுறை முதலியவற்றை இணைத்து அந்தந்தச் சூழலுக்கு ஏற்ற ஒருங்கிணைக்கப்பட்ட மாற்று மருத்துவமுறைகளை ஆங்காங்கே உருவாக்குவது குறித்து நாம் சிந்திக்க வேண்டும்.

ஹோமியோபதி பற்றிய அறிமுகத்தைத் தமிழில் பெற விரும்பு வோர் சிறந்த ஹோமியோபதி மருத்துவரும் புகழ்பெற்ற எழுத் தாளரும் ஓய்வுபெற்ற இராணுவ அதிகாரியுமான தி. சா.ராஜு அவர்களது நூல்களைப் பயிலலாம்.

குறிப்புகள்

1. தொடர்புடைய சில தகவல்கள்: வேதியல் பொருள்களை மருந்துகளாய்ப் பயன்படுத்த முடியும் என்பது 16ஆம் நூற்றாண்டில் கண்டுபிடிக்கப்பட்டது. பராசெல்கன் என்பவர் பாதரசத்தைக் கொண்டு 'சிபிலிஸ்' நோய்க்கு சிகிச்சை அளித்தார். பால் எஹ்ர்லிக் என்பவர் சாயப் பொருட்களுக்கும் உடலுறுப்புகளுக்குமுள்ள தொடர்பைக் கண்டுபிடித்த பின்பு பல சாயத் தொழிற்சாலைகள் மருந்துத் தொழிற்சாலைகளாக மாறின. 1630இல் ஆன்டர்சன் மாத்திரை, பாட்மன் பெக்டேரால் துளி முதலியவை சந்தைக்கு வந்தன. 1715இல் பிளவ்கோட் பார்மசி என்னும் மருந்துக் கம்பெனி உருவாகியது. பிறகு அமெரிக்கா விலும் மருந்துக் கம்பெனிகள் உருவாகின. 1871 - மாத்திரை எந்திரம், 1853 - ஊசி, 1903 - சுழல் மாத்திரை எந்திரம் ஆகியவை கண்டுபிடிக்கப்பட்டன. 1860 - லூயி பாஸ்டர் - கிருமிக் கொள்கையைக் கண்டுபிடித்தார். இந்தியாவிலிருந்து 'ரூபார்ப்', ஆப்ரிகாவிலிருந்து 'சென்னா', ஜப்பானிலிருந்து 'பச்சைக் கற்பூரம்', கிழக்கு இந்தியத் தீவுகளிலிருந்து 'நட்மெக்' முதலியவை கொண்டுசெல்லப்பட்டு மருந்துகளாக மாற்றப்பட்டன.
2. ஆரோக்கியமான மனித உடம்பில் நோய்க்கு எதிரான ஒரு நிலையை உருவாக்கும் பொருளை மருந்தாகப் பயன்படுத்தும் முறை 'ஆண்டிபதி' (Antipathy) எனவும் எதிராக அல்லாமல் வேறு ஏதோ மாதிரியான மாற்று விளைவை ஏற்படுத்தும்

முறையை ஹெட்ரோபதி அல்லது அல்லோபதி (Hetropathy/ Allopathy) எனவும் ஒரேமாதிரியான விளைவு ஏற்படுத்தும் முறையை ஹோமியோபதி (homeopathy) எனவும் குறிப்பிடு கின்றனர்.

3. ஹோமியோபதி 'மெட்டீரியாமெடிகா' என்பது ஹோமியோபதி மருந்துகள் அல்லது தீர்வுகள் (remedies) ஆரோக்கியமான உடலில் ஏற்படுத்தும் விளைவுகளைத் தொகுத்துத் தரும் நூல். எடுத்துக்காட்டாக, 'அல்லியம் சிபா' என்பது சிவப்பு வெங்காயத்திலிருந்து தயாரிக்கப்படும் ஹோமியோபதி மருந்து. சிவப்பு வெங்காயத்தைச் சற்று அதிக அளவில் உட்கொண்டால் ஆரோக்கியமான உடலில் என்னென்ன மாற்றங்கள் ஏற்படுத்தும் என்பதை உறுப்புக்கள் வாயிலாக, வரிசையாக *மெட்டீரியா மெடிகா* தருகிறது. மனத்தில் ஏற்படும் மாற்றங்களையும் குறிகள் செயல்படும் தன்மைகள் (medalities) ஆகியவற்றையும் தொகுத்துத் தருகிறது. மருந்துகள் அகர வரிசையில் தொகுக்கப்பட்டுள்ளன. கென்ட், போரிக் ஆகியோரின் தொகுப்புகள் முக்கியமானவை. நோய்க் குறிகளின் அடிப்படையிலான Repertoireகள் அல்லோ பதிக்குப் பழக்கப்பட்டுப் போனவர்களுக்கு நோய்ப் பெயர் களின் கீழ் நோய்க்குறிகளை முன்னிலைப்படுத்தி மருந்து களைச் சொல்லும் அகரவரிசைத் தொகுதி எனப் பல வகை உண்டு. இவற்றைப் பயன்படுத்திச் சரியான தீர்வைக் கண்டறிவது ஒரு சுவையான கலை.

உதவிய நூல்கள்

S. Hannneman, *Organon of Medicine*

K. Sarkar, *Introduction to Hanneman's Organon*

H. C. Battacharya. *The Homeopathy Family Practice*

J. H. Clarke, *The Prescriber*

Andrew Staneway, *Alternative Medicine*

அ. மார்க்ஸ், *நமது மருத்துவ நலப் பிரச்சினைகள்*

நிறப்பிரிகை 7, சனவரி, 1994

3.5 தேசியம் ஒரு கற்பிதம்

தேசியம் குறித்த மார்க்சியப் பார்வைகளிலிருந்து நவீனச் சிந்தனைகள்வரை ஒரு அறிமுகம்

தமிழகத்தில் தேசிய இன உணர்வு மறுபடியும் (1992) சூடு பிடித்திருக்கிறது. தன்னுரிமை மாநாடுகளாகவும் தமிழ்வழிக் கல்வி இயக்கங்களாகவும் தமிழ் படித்தோர்க்கே வேலைவாய்ப்பு என்கிற முழக்கங்களாகவும் இது வெளிப்படத் தொடங்கியிருக்கிறது. தமிழ் இன உணர்வு அமைப்புகள் பல தங்களின் உறக்கநிலையிலிருந்து விழித்தெழத் தொடங்கியுள்ளன. மையப் பொதுவுடைமை நீரோட்டத்திலிருந்து பிரிந்துவந்துள்ள தமிழ்த் தேசியப் பொதுவுடைமைக் கட்சி வழக்கமான வர்க்கப் போராட்ட முழக்கங்களைப் பின்னுக்குத் தள்ளிவிட்டு இனவுணர்வு முழக்கங்களை முன்வைத்து மக்களை அணிதிரட்ட முயல்கிறது. பாட்டாளி மக்கள் கட்சி தமிழ்வழிக் கல்வி போன்ற கோரிக்கைகளைத் தங்களின் போராட்டத் திட்டங்களில் ஒன்றாகவே அறிவித்துள்ளது. மக்கள் கல்வி இயக்கம் போன்ற சிறிய நுண்அரசியல் இயக்கங்கள் நடத்துகிற தமிழ்வழிக் கல்வி மாநாடுகளுக்கு மாணவர்கள், இளைஞர்கள், வேலை இல்லாப் பட்டதாரிகள் திரளுகின்றனர். அதிக அளவில் திரளுவதோடன்றி இக்கூட்டங்கள் எழுச்சிமிக்கதாய் அமைகின்றன. இந்த எழுச்சி,

- பாராளுமன்றவாதம், ஆட்சிப் பங்கேற்பு, அகில இந்திய நீரோட்டம் ஆகியவற்றில் வெளிறிச் சாயம் வெளுத்துப் போன போலித் தமிழினத் தலைமைகளையும் அவர்களது கழகங்களையும்,
- அகண்ட பாரத ஒருமைப்பாடு என்கிற அம்சத்தில் அரசினைக் காட்டிலும் அதிக விசுவாசியாக நடந்துகொள்ளும் மைய நீரோட்டப் பொதுவுடைமைக் கட்சிகளையும் (CPI/CPM)
- சுய நிர்ணய உரிமை என்கிற முழக்கத்தை முன்வைத்து அதனை

மக்கள் ஜனநாயகப் புரட்சியின் ஓர் அங்கமாய் முன்னிலைப் படுத்தி வருகிற நக்சல்பாரி இயக்கங்களையும் பின்னுக்குத் தள்ளி மக்களைத் திரட்டிச் செல்லக்கூடிய வாய்ப்பைப் பெருமுதலாளிய–இந்துச் சனாதன ஆதிக்கச் சக்திகளின் தமிழ்ப் பிரதிநிதிகள் கண்டுகொண்டதன் விளைவே *தினமலர்*, *துக்ளக்* போன்ற பார்ப்பனத் தமிழ் இதழ்கள் சமீப காலங்களில் எழுப்பிவருகிற எச்சரிக்கை ஓலங்கள். இத்தகைய எச்சரிக்கை களுக்கு தேவையுள்ளதா என்பதையும், இத்தகைய தமிழ் இன உணர்வு எழுச்சியின் பின்புலக் காரணங்களை ஆராய்வது இப்போது நமது நோக்கமில்லையெனினும் ஈழப் போராட்டம், அஸ்ஸாம், பஞ்சாப், காஷ்மீர் மக்களின் தேசிய இன எழுச்சி ஆகியவை இந்த எழுச்சிகளுக்கான புறவயத் தேவைகளுடன் இணைந்த பிரதானத் தூண்டுகோல்களாக அமைந்துள்ளன என்பதைச் சுட்டிக் காட்டித்தான் ஆக வேண்டும்.

சமச்சீரற்ற வளர்ச்சி, விவசாயிகள் வறுமைமயப்படல், வேலை இல்லாத் திண்டாட்டம் ஆகியவற்றிற்குக் காரணமான ஏகாதி பத்தியக் கொள்ளைக்கு மேலும் வழிவகுக்கிற பெருமுதலாளிய வளர்ச்சிக்குத் தோதான பொருளாதாரக் கொள்கை,

– கல்வி/மருத்துவம் போன்ற அடிப்படை வசதிகள் புறக் கணிக்கப்படுகிற இராணுவமயமான பொருளாதாரம்
– அதிகாரங்கள் மையப்படுத்தப்படுதல்
– மேலும் மேலும் அதிகார வர்க்கமயமாதல்
– ஜனநாயக உரிமைகள் மறுக்கப்படுதல்
– இந்துப் பெருமத உணர்வின் அடிப்படையில் அகில இந்தியத் தேசிய உணர்வைக் கட்டமைத்தல்

ஆகியவற்றை அதன் உடன்விளைவுகளாகக் கொண்டுள்ளது. இத்தகைய பொருளாதார/பண்பாட்டுக் கொள்கைகளின் நிலைக் களனாக விளங்குகிற மையப்படுத்தப்பட்ட இந்திய அரசுக்கு எதிரான ஜனரஞ்சக ஜனநாயக எழுச்சி[1] (Popular Democratic Upsurge)யானது அஸ்ஸாம், பஞ்சாப், காஷ்மீர் போலவே தமிழகத்திலும் இன உணர்வு எழுச்சியினூடாக உள்வாங்கப்படுவது கவனிக்கத்தக்கது. இந்திய மைய அரசுக்கு எதிரான வெகுமக்கள் எழுச்சியை இன்றைய தமிழின உணர்வுக் கருத்தியலால் கட்டமைப்பதைக் கவனம் கொள்கிற அதே நேரத்தில் சுமார் எழுபதாண்டு காலமாக இங்கே செயல்பட்டு வருகின்ற

பொதுவுடைமைக் கட்சிகளின் பாட்டாளி வர்க்கக் கருத்தியலுக்குள் இந்த ஜனரஞ்சக ஜனநாயக எழுச்சி உள்வாங்கப்பட இயலாமல் போனமைக்கான காரணங்களை நாம் ஆராய வேண்டியவர்களாகவும் இருக்கிறோம். இந்தச் சிந்தனைகளெல்லாம் இன்று நமக்கு ஏன் தேவை எனில்,

1. இரண்டாம் உலகப் போருக்குப் பிந்திய மூன்றாம் உலக நாட்டு எழுச்சிகளில் பெரும்பான்மையானவை தேசிய வடிவத்தையே பெற்றுள்ளன. கியூபா, அங்கோலா, வியட்நாம், நிகரகுவா ஆகிய நாடுகளில் எழுந்த சோசலிச எழுச்சிகளும் இதில் அடக்கம். கினியா பிசாவின் ஏகாதிபத்திய எதிர்ப்பு இயக்கத் தலைவர் அமில்கார் கப்ரால் மார்க்சியச் சொல்லாடலுக்குள் செயற்பட்ட தேசியவாதியாகவே வரலாற்றாசிரியர்களால் கணிக்கப்படுகிறார். பூமடினின் தலைமையிலான அல்ஜீரியாவின் உருவாக்கத்தில் தேசிய உணர்வின் பங்கு பிரதானமாகக் குறிப்பிடப்படுகிறது. புகழ்மிக்க சர்வதேச வாதியும் சோசலிசப் போராளியுமான சேகுவாரா, காஸ்ட்ரோவுடன் தலைமை ஏற்று நடத்திய கியூபப் புரட்சி, அடிப்படையில் தேசியப் போராட்ட உள்ளடக்கத்தையே பெற்றிருந்தது என்பர். யுகோஸ்லாவியாவின் டிட்டோவைக்கூட சோசலிச வாதி என்பதைக் காட்டிலும் தேசியவாதி எனச் சொல்வோர் உண்டு. சேகுவாராவின் பாணியில் கட்டமைக்கப்பட்ட லத்தின் அமெரிக்கப் புரட்சிகர இயக்கங்கள் அனைத்தும் பின்னாளில் சோசலிச உணர்வுகள் மறைக்கப்படும் அளவிற்குத் தேசிய இன உணர்வுச் சொல்லாடல்களைக் கொண்டிருந்தன. உருகுவேயின் துபமாரோ, அர்ஜென்டினாவின் மக்கள் புரட்சிப் படை ஆகியவை இரு எடுத்துக்காட்டுகள். இவை அனைத்தும் முன்வைத்த முழக்கம், 'தாயகத்தைக் காப்போம்.' உருகுவே, அர்ஜென்டினா, சிலி, பொலிவியா ஆகியவற்றின் புரட்சிகர அமைப்புகளின் 'ஒருங்கிணைப்புக் குழு' தனது புரட்சிகரப் போராட்டத்தில் பொலிவர், சான் மார்ட்டின், ஆர்டிகாஸ் போன்ற தேசிய வீரர்களை முன்னிலைப்படுத்துவதை முக்கிய நடைமுறையாகக் கொண்டது. இங்கெல்லாம் மக்களைத் திரட்டுவதற்கு வர்க்கச் சொல்லாடலைக் காட்டிலும் தெளிவற்ற தொன்மப்படுத்தப்பட்ட வரலாறு சார்ந்த தேசிய இனஉணர்வுக் கருத்தாக்கங்களே பயன்பட்டன. மால்வினாஸ் தீவுகள் அர்ஜென்டினாவால் ஆக்ரமிக்கப்பட்டபோது (1982)

அந்த நடவடிக்கையை மேற்கொண்ட இராணுவ சர்வாதிகார அரசைத் தேசிய உணர்வின் அடிப்படையில் அங்குள்ள இடதுசாரிகள் ஆதரிக்கவே செய்தனர். 1967 வரை பெற்ற தோல்விகளின் பின்னணியில் நிகரகுவாவின் இடதுசாரிகள் தங்கள் இயக்கத்தின் தன்மையையே மாற்றியமைத்துத் தேசிய இன உணர்வு அடிப்படையில் சாண்டினிஸ்டாக்களாகத் தங்களை உருமாற்றிக் கொண்டனர். 'தேசிய நாட்டுப் பற்று முன்னணி' (1979) என்னும் பெயரிலேயே ஏகாதிபத்திய எதிர்ப்புப் புரட்சியை அவர்கள் நிகழ்த்த வேண்டியிருந்தது. தேசிய முதலாளிகளையும் உள்ளடக்கிய மாவோவின் ஐக்கிய முன்னணித் தந்திரமும், ஸ்டாலின் காலத்தில் பாசிச எதிர்ப்பின் போது மகா பீட்டர், பயங்கர இவான் உள்ளிட்ட பண்டைய ரஷ்ய விரிவாக்க மன்னர்கள் தேசிய வீரர்களாக உயிர்ப் பிக்கப்பட்டதும்கூடத் தேசிய உணர்வைத் தாண்டி மக்கள் எழுச்சியையும் நாட்டுருவாக்கத்தையும் செய்ய் இயலாமல் போனதற்கு எடுத்துக்காட்டுகளாகச் சொல்ல முடியும். ஆக சமீபத்திய வரலாறு முழுமையிலும் தேசிய இன உணர்வும் தேசிய இன எழுச்சியும் பிரதான பங்கு வகித்துள்ளன என்பதோடு, சமயங்களில் சோஷலிசக் கருத்தியலைப் பின்னுக்குத் தள்ளித் தேசியக் கருத்தியல் முன்னுக்கு வந்துள்ளது என்பதும் கவனிக்கத்தக்கது.

2. இவ்வாறு தேசிய உணர்வை மையப்படுத்தி மக்கள் எழுச்சி களை உருவாக்கி விடுதலை பெற்ற நாடுகள் எந்த அளவிற்கு ஜனநாயகத் தன்மையுடைய, ஏற்றத்தாழ்வுகளற்ற, சமூக அமைப்புகளை நடைமுறையாக்கின? வியட்நாம், கியூபா போன்ற நாடுகள் ஷோசலிசப் பாதையில் காலடி எடுத்து வைக்க முடிந்ததெனினும்[2] இந்நாடுகளில் பெரும்பாலானவை ஜனநாயகமற்ற சர்வாதிகாரங்களாகவும் மோசமான முதலாளிய நாடுகளாகவும் மாறியுள்ளன என்பதே வரலாறு. புகழ்பெற்ற ஆப்ரிக்கப் புரட்சி எழுத்தாளரான பிரான்ஸ் பனான் புரட்சிக்குப் பிந்திய அல்ஜீரியாவைப் பற்றிப் பேசவரும்போது, 'அனைத்து மக்களின் உள்ளார்ந்த நம்பிக்கைகளின் வெளிப் பாடாக அமைய வேண்டிய தேசிய உணர்வு ஒரு வெற்றுக் குடுவை யாகவே இருந்தது' எனக் குறிப்பிட்டார். தேசியம் என்பது தீவிர தேசியம் ஆகவும் தேசிய வெறியாகவும் இறுதியில் இன வெறியாகவும் மாறியது எனக் குறிப்பிட்ட

அவர், தேசியம் நம்மை 'ஒரு குருட்டுச் சந்திற்கே இட்டுச் செல்லும்' என்றார். பொன்னான எதிர்காலத்தைக் கூட்டாகக் கட்டமைப்பது என்பதற்குப் பதிலாகக் கடும் ஒடுக்குமுறை, வறுமை, இனக்குழுவாதத்தின் புத்துயிர்ப்பு ஆகியவையே காலனிக்குப் பிந்திய ஆப்பிரிக்க வரலாறாக இருந்தது என்றும் அவர் குறிப்பிட்டார்.[3] தான்சானியா நாட்டுச்சிந்தனை யாளர் இஸ்ஸாஷில்கி, 'சகோதரத்துவம் எனக் குட்டி முதலாளிகள் எழுப்பிய தேசிய இன முழக்கங்கள் நகரப் பெருமுதலாளிகளின் கருத்தியலையே விடுதலைக்குப்பின் எதிரொலித்தன' என்றார்.[4] ஏகாதிபத்திய எதிர்ப்புக் காலத்தில் முற்போக்கான பாத்திரத்தை வகித்த தேசிய இன உணர்வு, விடுதலைக்குப் பின்னர் வர்க்கப் போராட்டங்களை மறுத்தது. அங்கோலா, மொசாம்பிக் போன்றவை இதற்கு எடுத்துக் காட்டுகள்.

அமில்கார் கப்ரால் நம்பியது போல விடுதலைக்குப்பின் குட்டி முதலாளிகள் தங்களை வர்க்கரீதியாய் அழித்துக் கொண்டு புரட்சிகரமாக மாறவில்லை. மாறாக எதேச்சதிகாரமும் சர்வாதி காரமுமே புத்துயிர்ப்புப் பெற்றன. கினியா பிசா போன்ற நாடுகள் அதிகார வர்க்க முதலாளிய அரசுகளாக மாறின. தவிரவும் விடுதலைக்குப்பின் இந்நாடுகள் அனைத்தும் புதுக் காலனிகளாகவே ஆயின.[5] ஷோசலிச நாடுகளாகத் தங்களைச் சொல்லிக் கொண்ட சில நாடுகளும் இவற்றில் அடக்கம். இந்நாடுகளில் மா-லெ தத்துவம் என்பது வெறும் நவீன மயமாக்குதலுக்கான கருத்தியலாகவே பயன்பட்டது. காலனிய விடுதலைக்குப் பிந்திய இந்நாடுகள் அனைத்திலும், 'ஏகாதிபத்திய எதிர்ப்பு' என்பது பில் வாரன் சொல்வது போலக் கொடுமையான முதலாளியப் பாதைக்கான மூடுதிரையாகவே பயன்பட்டது. பொருளாதார ரீதியாகவும், அரசியல்ரீதியாகவும் அவை தங்களை மேலும் மேலும் ஏகாதிபத்தியங்களுக்கு அடிமையாக்கிக் கொண்டன. அர்ஜென்டினா, மெக்சிகோ போன்ற நாடுகளின் தொழிலாளி வர்க்கங்களும் சீர்திருத்தவாதத் தொழிற்சங்கங்களில் தங்களை அடையாளம் காண்பதோடு நிறுத்திக்கொண்டன. உலக அரசியலிலும்கூட மூன்றாம் உலக அரசியல் இயக்கங்கள் ஃபனான், மாவோ போன்றோர் எதிர்பார்த்தது போலப் புரட்சிப் பாத்திரத்தை வகிக்காமல் சீர்திருத்தவாத இயக்கங்களாகவே சீரழிந்தன.[6] மொத்தத்தில்

> ஏகாதிபத்தியங்களைச் சார்ந்து புதுக்காலனியமயமான, ஜனநாயக உரிமைகள் மறுக்கப்பட்ட, கொடூரமாக அதிகார வர்க்கமயமான ஏற்றத்தாழ்வுமிக்க, வறுமை நிறைந்த நாடுகளாகவே தேசிய உணர்வை முன்வைத்து 'விடுதலை' தேடிய மூன்றாம் உலக நாடுகள் அனைத்தும் மாறின. மொத்தத்தில் ரொனால்ட்டோமங்க் சொன்னதுபோல, 'லத்தீன் அமெரிக்காவில் தேசியம் என்பது சோசலிசப் போராட்டத்திற்கான அவசியமான காரணியாக இருந் திருக்கலாம். ஆனால் அதுவே போதுமான காரணியாக இல்லை.'

மேற்கண்ட இரு தரவுகளையும் ஒரு சேரக் கணக்கிலெடுத்துக் கொண்டு பார்க்கும்போது நமக்குச் சில உண்மைகள் தெளிவாகின்றன. சமீபகால நாட்டு விடுதலைப் போராட்டங்களில் தேசிய இன எழுச்சியின் பங்கு முக்கியமானது. மார்க்சியர்கள் இதனைச் சரியாகக் கணக்கிலெடுத்துக் கொள்ளாததன் விளைவாகவே இந்த எழுச்சிகள் பலவும் மா-லெ சிந்தனை வழிகாட்டலுடன் நடைபெறவில்லை. தேசிய இனப் பிரச்சினை குறித்த மா-லெ தத்துவம் வழங்கியுள்ள வளமான சிந்தனைகளையும் ஆய்வுகளையும் விவாதங்களையும் எச்சரிக்கைகளையும் எளிதாகப் புறக்கணித்த நாடுகளால் ஜனநாயகத்தையோ, சமத்துவத்தையோ, உண்மையான விடுதலையையோ நிலைநாட்டிவிட முடியவில்லை.

கடந்த முப்பதாண்டுகளில் பல ஆப்ரிக்க, லத்தீன் அமெரிக்க நாடுகள் எதிர்கொண்ட ஒரு சூழலை இன்று நாம் சந்தித்துக் கொண்டுள்ள நிலையில் இவற்றிலிருந்து நாம் சில படிப்பினைகளைக் கற்றுக்கொள்ள வேண்டியிருக்கிறது. இதன் முதற்படியாக நாம் மார்க்ஸ் - எங்கல்ஸில் தொடங்கி ஆப்ஸ்வாம், டாம்நாய்ர்ன், ஜேம்ஸ் பிளாட் ஈறான இன்றைய மார்க்சியர்வரை தேசிய இனப்பிரச்சினையை எவ்வாறு அணுகியுள்ளனர் என்கிற மிக நீண்ட வரலாற்றை மிகமிகச் சுருக்கமாகவேனும் காண்பது அவசியம்.

2

இங்கொன்றைக் குறிப்பிடுவது முக்கியம். மார்க்சியர்களிடையே பல நுண்மையான கருத்து வேறுபாடுகள் இருப்பினும் தேசியப் பிரச்சினை குறித்த மார்க்சிய அணுகல்முறை பற்றிய சில பொதுவான அளவுகோல்களில் அவர்களிடையே கருத்தொற்றுமைகளும்

உண்டு. அயர்லாந்துப் பிரச்சினை பற்றிய மார்க்ஸ்-எங்கல்சின் கருத்துரை, தேசிய இனங்களின் சுய நிர்ணய உரிமை பற்றிய லெனினியக் கோட்பாடு, தேசிய உணர்வை முதலாளியச் சந்தை யோடு இணைத்துப் பார்த்தல் ஆகியவற்றை இதன் பிரதான அம்சங்களாகக் கொள்ளலாம். மற்றெல்லா அம்சங்களிலும் மிகக் கடுமையாக ஸ்டாலினை விமர்சிப்பவர்களும்கூட அவரது தேசம் பற்றிய வரையறையை ஏற்றுக் கொள்வதையும், ஈழ மக்கள் மற்றும் இந்தியக் கூட்டரசிலுள்ள தேசிய இனங்களின் சுய நிர்ணய உரிமைகளை மறுக்கிற மைய நீரோட்டப் பொதுவுடைமைக் கட்சிகளும்கூட லெனினின் சுய நிர்ணய உரிமைக் கோட்பாட்டை மறுக்காமல் இருப்பதையும் நாம் எதார்த்தமாய்க் காண்கிறோம். எல்லாருமே மார்க்ஸ் - எங்கல்ஸ், லெனின், ஸ்டாலின் ஆகியோரிடமிருந்து விலாவரியாக மேற்கோள்களை எடுத்து வைத்துக் கொண்டு தங்களின் நேரெதிரான நிலைப்பாடுகளை நியாயப் படுத்த முயல்வதையும்காண முடியும். தேசிய இனப்பிரச்சினையின் அடிப்படையில் இன்றைய தமிழ்மார்க்சியர்களை மூன்று பிரிவு களாக வகைப் படுத்திவிட முடியும். அவை:

1. லெனினின் சுய நிர்ணய உரிமைக் கோட்பாடு காலனிய விடுதலைப் போராட்டக் காலத்திற்கே பொருந்தும். இன்றைய தேசிய இனங்களின் எழுச்சிகள் தொழிலாளி வர்க்கத்தைப் பிளவுபடுத்தும் வெறும் பிரிவினைவாதமே. இன்றைய நிலையில் அகில இந்திய ஒருமைப்பாட்டை உயர்த்திப் பிடிப்பதும் பிரிவினைச் சக்திகளைத் தனிமைப்படுத்தி ஒடுக்கும் அரசு நடவடிக்கைகளை ஆதரிப்பதுமே சரியான மார்க்சிய நிலைப்பாடாக இருக்க முடியும் — இது மைய நீரோட்டப் பொதுவுடைமைக் கட்சிகளின்(CPI, CPM) பார்வை. இவர்களால் முன்னிலைப்படுத்தப்படும் அமலேந்து குகா போன்ற ஆய்வாளர்கள் இங்கே 'அகில இந்தியத் தேசியம்' ஒன்று உருவாகி வருகிறது என்றும் நம்புகின்றனர்.[8] தேசிய இனஎழுச்சியிலிருந்து இக்கட்சியினர் முற்றாக விலகி நிற்பதன் விளைவாகத் தம் தளத்தை விரிவாக்க இயலாது உள்ளமை கவனிக்கத்தக்கது.

2. இந்தியா என்பது தேசிய இனங்களின் சிறைக்கூடம். சுய நிர்ணய உரிமை என்பது இன்றைய இந்தியச் சூழலுக்குப் பொருத்தமானதே. எனினும் பிரிவினைவாதத்தை நாம்

ஆதரிக்க முடியாது. மக்கள் ஜனநாயகப் புரட்சிக்கு உள்ளடங்கியதே சுய நிர்ணய உரிமைப் போராட்டம் — இது நக்சல்பாரிப் பாரம்பரியத்தில் வருகிற மா-லெ குழுக்களின் பார்வை. மக்கள் ஜனநாயகப் புரட்சியை முன்வைக்காது தமிழின உணர்வு பற்றிப் பேசுகிற சக்திகளை இவர்கள் பிரிவினைவாதிகளாகவே பார்த்து ஒதுக்குவதில் நியாயங்கள் உண்டென்ற போதிலும் ஜனரஞ்சக ஜனநாயக எழுச்சிகளைப் பாட்டாளி வர்க்கக் கருத்தியலுக்குள் ஒருங்கிணைக்க முடியாமல் தனிமைப்படுகிற நிலைக்கும் இது இட்டுச் செல்கிறது.

3. வர்க்க அரசியலாக அறியப்பட்டவற்றைச் சற்றே பின்னுக்குத் தள்ளிவிட்டுத் தன்னுரிமை மற்றும் தமிழுணர்வு முழக்கங்களை முன்னுக்கு வைத்து இதர தமிழ்த் தேசிய இன உணர்வாளர்களுடன் தங்களை இணைத்துக்கொள்பவர்கள். பெ. மணியரசன் தலைமையிலான தமிழ்த் தேசியப் பொதுவுடைமைக் கட்சியை இதற்கு எடுத்துக்காட்டாய்க் கூறமுடியும். நாம் மேலே குறிப்பிட்ட தேசிய இனப் பிரச்சினை குறித்தான மார்க்சியக் கருத்தாக்கங்களாக அறியப்பட்டவற்றைப் பெரும்பாலும் ஏற்றுக்கொள்வதாகச் சொல்லும் இவர்கள் நடைமுறையில் தேசிய இனப் பிரச்சினை குறித்த மார்க்சியர்களின் பொருளாதார வாதத்திற்கு நேரெதிராகத் தேசிய இனப்பிரச்சினையின் அடிப்படையிலான பண்பாட்டு முதன்மைவாதத்திலும் பொருள் முதலியமற்ற பார்வையிலும் இவற்றின் அடிப்படையிலான முழக்கங்களிலும் விழுகிற வாய்ப்பை இனங்காண முடிகிறது.[9]

இன்றைய தேசிய இன எழுச்சிகளைச் சுயநிர்ணய உரிமைக்கான போராட்டங்களாகக் கண்டு ஆதரிப்போரும் பிரிவினைவாதமாகக் கண்டு ஒதுக்குவோரும் மார்க்சியச் சிந்தனைத் திரட்டுகளிலிருந்தே மேற்கோள்களைக் காட்டுவதிலிருந்து ஒன்று தெளிவாகிறது. வேறுபட்ட பல்வேறு சூழல்களிலும் விவாதங்களிலும் சொல்லப்பட்ட கருத்துக்களை வாய்ப்பாடுகளாகத் தூக்கிப் பிடிப்பதைக் காட்டிலும் சரியான மார்க்சிய நடைமுறையாகிய தூலமான சூழல்களுக்கான ஆய்வை மேற்கொள்வதே சரியாக இருக்க முடியும். அத்தகைய ஆய்விற்குப் பொருத்தமான ஒரு மார்க்சிய அணுகல்முறையைத் தேர்வுசெய்வதற்கு இந்த விவாதங்களையும்

இந்தக் கருத்துக்கள் பேசப்பட்ட சூழல்களையும் தேசிய இனப்பிரச்சினை தொடர்பாக மார்க்சிய முன்னோடிகள் பிற சூழல் களில் முன்வைத்த இதர கருத்துக்களையும் நாம் பார்க்க வேண்டி இருக்கிறது. இந்த நோக்கில் மேற்குறிப்பிட்ட இந்த நெடிய சிந்தனை வரலாற்றின் பிரதானமான அம்சங்களைப் பார்ப்போம்.

3

மார்க்ஸ்-எங்கல்ஸ்

மார்க்சிய முன்னோடிகள் இருவரும் தங்கள் வாழ்நாளில் 'தேசம்' என்பதற்கு எந்த ஒரு வரையறையையும் வழங்கும் முயற்சியில் இறங்கியதில்லை. மேலும் பொதுமொழி, பாரம்பரியங்கள், புவியியல், வரலாற்று ஒருமை ஆகியவற்றைத் தேசத்தின் அவசிய மான பண்புகளாக அவர்கள் எங்கும் குறிப்பிடவுமில்லை. மாறாக ஒரு குறிப்பிட்ட அளவு சமூகப் பொருளாதார வளர்ச்சியையே தேச உருவாக்கத்தின் முன் தேவையாக அவர்கள் கருதினர். சிறிய நாடுகளைக் காட்டிலும் பெரிய நாடுகளைத் தேசமாய்ப் பாவிப்பதில் முன்னுரிமை காட்டினர். போலந்து மற்றும் ஹங்கேரி மக்களின் தேசிய இயக்கங்களை ஆதரித்த மார்க்ஸ் - எங்கல்ஸ், செக்குகள் (Czechs) மற்றும் தென் ஸ்லாவியர்களின் தேசிய இயக்கங்களை எதிர்த்ததை ஸ்டாலினும்[10] மற்றவர்களும் அடிக்கடி சுட்டிக் காட்டுவது வழக்கம். ஒட்டு மொத்தமாய்ப் பாட்டாளி வர்க்கப் புரட்சியின் நல நோக்கில் நின்று தேசிய இனப் பிரச்சினையை அணுகியதன் விளைவே இது என்று குறிப்பிடுவதும் வழக்கம். இது உண்மைதானெனினும் போலந்து மற்றும் ஹங்கேரி மக்களைப் 'புரட்சிகர மக்கள்' எனவும் செக்குகளையும் தென் ஸ்லாவியர்களையும் 'பிற்போக்கான மக்கள்' எனவும் மா- குறிப்பிடுவதற்குப் பின்னணியாக வேறொரு பார்வை அவர் களிடம் இருந்தது. ஹெகலைத் 'தலைகீழாக மாற்றிப் போட்டு' அதனிலிருந்து விடுபட்டு வந்தவர்தான் மார்க்ஸ். எனினும் ஹெகலியக் கூறுகள் அவரிடம் தொடக்கக் காலத்தில் முற்றிலும் விலகாமல் இருந்ததை இன்று அல்துஸ்ஸர் போன்ற அறிஞர்கள் சுட்டிக் காட்டுகின்றனர். அரசுகள், தேசங்கள் முதலியன 'உலக மனத்தின் கருத்து' வளர்ச்சிப் போக்கில் தோன்றுகிற இடைப் பட்ட நிலைகளே என்றும் அத்தகைய வளர்ச்சி நிலைகளை அவர்கள் காலத்தில் எய்தியிருந்த நாடுகளை 'வரலாற்றுத்

தகைமையுடைய தேசங்கள்' (historic nations) எனவும், அத்தகைய வளர்ச்சி எல்லையை எய்தாதவற்றை 'வரலாற்றுத் தகைமையற்ற தேசங்கள்' (non-historic) எனவும் ஹெகல் பிரித்ததையொட்டி மார்க்ஸ்-எங்கல்சும் ஜெர்மனி, போலந்து, ஹங்கேரி, இத்தாலி போன்றவற்றை 'மாபெரும் வரலாற்று நாடுகள்' எனவும் தென் ஸ்லாவியர்கள், செக்குகள், ஸ்லோவாக்குகள், செர்பியன்கள், குரோட்கள் ஆகியோரை வரலாறற்றவர்கள் எனவும் வகைப் படுத்தினர்.[11]

இத்தகைய வகைப்படுத்தலுக்கு முதலாளிய வளர்ச்சியை ஒரு அளவுகோலாகவும் அவர்கள் மேற்கொண்டனர். இந்த அடிப்படையில் ஃப்ளாண்டர்ஸ், லேர்ரேன், அல்சேஸ் ஆகிய வற்றை பிரான்ஸ் கைப்பற்றியதையும் ஷ்லெஸ்விக்கை ஜெர்மனி கைப்பற்றியதையும் காட்டுமிராண்டித்தனத்திற்கு எதிரான 'நாகரிகத்தின் உரிமை' என மார்க்ஸ் கூறினார்.[12] இவ்வாறு தேசங்களின் சுய நிர்ணய உரிமை என்பது, தேசங்களை அடிமைப் படுத்துவதற்கான 'நாகரிகத்தின் உரிமை'யாகத் தலைகீழானது. இது பிற்காலத்தில் தேசிய இனப் பிரச்சினை குறித்த மார்க்சியக் கருத்தரங்கம் உருவாவதில், குறிப்பாகத் தேசிய இன உணர்வை முதலாளியத்துடன் இணைத்துப் பார்க்கும் கருத்துருவாக்கத்தில் மிகுந்த செல்வாக்கு வகித்ததை நாம் மறந்துவிடக்கூடாது. இந்த நோக்கிலேயே *1845-1847*இல் அமெரிக்கா மெக்சிகோவை ஆக்கிரமித்ததையும்[13] பிரான்ஸ் அல்ஜீரியாவை விழுங்கியதையும்[14] எங்கல்ஸ் ஆதரித்ததை நாம் பார்க்க வேண்டும். லத்தின் அமெரிக்க நாடுகளின் விடுதலை வீரனாகிய சைமன் பொலிவரைப் பற்றிய 'அதிகார வெறியன்' என்பது போன்ற மார்க்சின் விமர்சனம் உண்மையான போதும் அதன் பின்னணி இதுதான்.[15] இந்தியாவைப் பற்றிய அவரது எழுத்துகளின் அடிப்படையில் அவர் ஏகாதிபத்தியம் உருவாக்கிய மாற்றங்களை வரவேற்றாரா இல்லையா என்பது குறித்த ஒரு மயக்கம் வெளிப்படுவதும்கூட இந்தப் பின்னணியில் தான்.

தேசிய இனப் பிரச்சினை குறித்த மார்க்ஸ், எங்கல்சின் சிந்தனைப் போக்கில் ஒரு வரவேற்கத்தக்க திருப்பமாய் அயர்லாந்துப் பிரச்சினையைக் குறிப்பிடுவது வழக்கம். இதனை 'ஐரிஷ் திருப்பம்' என்பவர். 'இங்கிலாந்திலிருந்து அயர்லாந்து பிரிவதைச் சாத்தியம் இல்லை என முன்பு நினைத்தேன். எனினும் அது தவிர்க்க முடியாதது

என்றும் பிரிவினைக்குப் பிறகு அவை ஒரு கூட்டாட்சியை அமைக்கலாம் என்றும் இப்போது நான் நினைக்கிறேன்'[16] என்றும், 'இன்னொரு நாட்டை ஒடுக்குகிற எந்த நாடும் தனது விலங்குகளைத்தானே சூட்டிக்கொள்கிறது'[17] என்றும் தேசிய இனப் பிரச்சினை குறித்த தனது புகழ்பெற்ற கருத்தாக்கங்களை மார்க்ஸ் முன்வைத்தது இப்போதுதான் (1867). முதல் பொது வுடைமை அகிலத்தின் பொதுக்குழுவில் பிரித்தானியக் கிளையின் கீழ் அயர்லாந்துப் பிரிவைக் கொண்டு வந்தால் போதும் என்னும் கருத்தை ஆங்கிலப் பிரதிநிதிகள் முன்வைத்தபோது அதனை எங்கல்ஸ் எதிர்த்தார். அயர்லாந்து போன்ற ஒடுக்கப்பட்ட தேசிய இனங்களின் பிரதிநிதிகள் சமமாக நடத்தப்பட வேண்டியதைச் சுட்டிக்காட்டிய எங்கல்ஸ்,[18] 1882இல் காவுட்ஸ்கிக்கு எழுதிய கடிதம் ஒன்றில், 'அயர்லாந்து மற்றும் போலந்து மக்கள் சர்வதேச வாதிகளாக இருப்பதற்கு முன்னால் தேசியவாதிகளாக இருப்பதற் கான உரிமை மட்டுமல்ல, கடமையும் கொண்டிருக்கிறார்கள்' எனவும் குறிப்பிட்டார்.[19]

ஒடுக்கப்பட்ட போலந்து மக்கள் தங்களின் ஒடுக்குமுறைக்கு எதிரான தொடர்ச்சியான வீரஞ்செறிந்த போராட்டத்தின் மூலம் தேசிய சுயாட்சிக்கும், சுயநிர்ணய உரிமைக்குமான தங்களின் வரலாற்று உரிமையை நிறுவியுள்ளனர். எனவே உலகத் தொழிலாளி வர்க்க இயக்கம் இதனை ஆதரிக்க வேண்டும் எனவும் மார்க்ஸ் குறிப்பிட்டார்.[20] 'அயர்லாந்தின் நிலப் பிரச்சினை என்பது வெறும் பொருளாதாரப் பிரச்சினை அல்ல; அது ஒரு தேசிய இனப் பிரச்சினையுங்கூட' என மார்க்ஸ் கூறியபோது தேசிய இனப் பிரச்சினைக்கும் வர்க்கப் பிரச்சினைக்குமான தொடர்பையும் அவர் வலியுறுத்தினார்.[21] தவிரவும், 'அயர்லாந்தின் தேசிய விடுதலை என்பது வெறும் பொருளாதாரப் பிரச்சினை அல்லது மனிதாபி மானப் பிரச்சினை அல்ல. இங்கிலாந்தின் சமூக விடுதலைக்கே அயர்லாந்தின் விடுதலை முன்நிபந்தனையாகிறது' என மார்க்ஸ் கூறியபோது[22] அயர்லாந்து தேசிய இனப் பிரச்சினையை ஐரோப்பியப் புரட்சியோடு அவர் இணைத்துப் பார்த்ததும் புரிகிறது.

பொதுவுடைமை அறிக்கையில் மார்க்ஸ்-எங்கல்ஸ், பாட்டாளி களின் சர்வதேச உணர்வு பற்றியும் பாட்டாளிகளுக்கு நாடு இல்லை என்றும் உற்பத்தி சர்வதேசமயமாகிக் கொண்டு போவதன்

விளைவாகத் தேசங்களுக்கிடையேயான வேறுபாடுகள் படிப்படியாகக் குறைந்துபோகின்றன என்றும் குறிப்பிடப்பட்டுள்ளதும் இங்கு நினைவுபடுத்திக்கொள்ள வேண்டிய ஒன்றாகும். எனினும் அதே பகுதியில் அரசியல் முதன்மையைப் பெறும் முயற்சியில் தொழிலாளி வர்க்கம் தேசத்தின் தலைமை வர்க்கமாக இருக்க வேண்டும் எனவும் தேசமாக அது தன்னை உருவமைத்துக் கொள்ள வேண்டும் எனவும் இந்த அம்சத்தில் அது தேசியத் தன்மையுடையதாக இருக்க வேண்டும் எனவும் குறிப்பிட்டுள்ளதும் சிந்தனைக்குரியதாகும். அறிக்கையின் முதல் ஜெர்மானியப் பதிப்பில் தொழிலாளி வர்க்கத்தைத் 'தேசிய வர்க்கம்' என்றே மார்க்ஸ் குறிப்பிட்டுள்ளார் எனவும் தெரிகிறது.[23]

ஒட்டுமொத்தமாய்ப் பார்க்கும்போது முன்னோடிகள் இருவரும் சுயநிர்ணய உரிமை என்கிற கோட்பாட்டிற்கு ஆதரவாக இருந்தார்களா இல்லையா என்னும் கேள்விக்கு 'ஆம்', 'இல்லை' என்கிற வடிவில் பதில் சொல்வது வரட்டுவாதத்திற்கே இட்டுச் செல்லும் என்பது விளங்குகிறது. ஜார்ஜ் ஹாப்ட் சொல்வது போல[24] அயர்லாந்துப் பிரச்சினையில் ஒடுக்கும் தேசம் — ஒடுக்கப்படும் தேசம் ஆகியவற்றிற்கிடையேயான உறவுகளின் அடிப்படையில் ஒரு தீர்மானகரமான கோட்பாட்டு முடிவை மார்க்ஸ்-எங்கல்ஸ் வந்தடைந்தபோதிலும் இதனை அவர்கள் பொதுமைப்படுத்த விரும்பாததும் புரட்சி பற்றிய கோட்பாட்டுருவாக்கத்தில் தேசிய உணர்வை நிபந்தனையின்றி ஒருங்கிணைக் காததும் கவனிக்கத் தக்கன. மொத்தத்தில் தேசங்களை 'வரலாற்று ரீதியற்றவை' எனப் பிரிப்பதில் ஹெகலியத் தாக்கம் தென்பட்ட போதிலும் -

தேசியப் பிரச்சினையின் அரசியல் முக்கியத்துவத்தைச் சற்றே பின்னுக்குத் தள்ளி, 'தேசம்' என்பதை முதலாளியப் பொருளாதார எழுச்சியோடு இணைத்துப் பார்க்கிற அம்சத்தில் பொருளாதார வாதத் தன்மைக்குக் காரணமாக இருந்தபோதிலும் —

தேசிய உருவாக்கத்திற்குப் பிரான்சை ஒரு மாதிரியாகக் கொண்டு தேசத்தையும் தேச அரசையும் ஒன்றாக்கிப் பார்த்ததில் சிறிது ஐரோப்பிய மையவாதம் (Eurocentric) தலைகாட்டிய போதிலும் —

தேசிய இனப் பிரச்சினையை அதற்குரிய தனித்துவமான முக்கியத்துவத்துடன் அணுகாமல் சர்வதேசப் பாட்டாளி வர்க்கப் புரட்சியின் நோக்கிலேயே அதனை அணுகியிருந்த போதிலும் —

அவர்களுக்குப் பிந்திய வரலாற்றுச் சூழலில் தேசங்களின் சுயநிர்ணய உரிமை என்கிற கோட்பாடு முன்னுக்குக் கொண்டுவர வேண்டியதற்கான ஊற்றுக்கண்களையும் மூலாதாரங்களையும் மார்க்ஸ் - எங்கல்சில் நம்மால் பார்க்க முடிகிறது.

ஆட்டோ பாயர், கார்ல் ரென்னர், ஜேம்ஸ் கன்னோலி

இரண்டாம் அகிலத்தின் தொடக்கக் கட்டத்தில் தேசிய இனப் பிரச்சினை என்பது பல்தேசிய இன நாடுகளுக்குள் இன ஒடுக்குமுறை மற்றும் அதிலிருந்து விடுதலை என்கிற அடிப்படையிலேயே இருந்தது. லெனின்தான் தேசிய இனப் பிரச்சினையைக் காலனிய விடுதலை என்கிற கட்டத்திற்கு உயர்த்தியவர். இரண்டாம் அகிலத்தின் பிரதான புள்ளியாகிய காவுட்ஸ்கி, சுய நிர்ணய உரிமை என்கிற கோட்பாட்டை வந்தடையாத போதிலும் ஆஸ்திரிய-ஸ்லாவியர்களை வரலாற்றுத் தகைமையற்றவர்கள் என வகைப் படுத்தியதை எதிர்த்துவந்தார். தேசிய இனப் பிரச்சினையை வெறும் பொருளாதாரப் பிரச்சினையாகப் பார்க்காமல் அதில் பண்பாட்டு அம்சங்களுக்குரிய முக்கியத்துவத்தை முதன்முதலில் வலியுறுத்தியவர்களில் காவுட்ஸ்கி ஒருவர். காவுட்ஸ்கியின் கருத்துக்களால் உந்தப்பட்டு உருவான ‘ப்ரன் திட்டம்’ தேசங்களின் ஜனநாயகக் கூட்டமைப்பாக ஆஸ்திரியா உருவாக்கப்பட வேண்டும் என முன்மொழிந்தது. கூட்டமைப்பில் அடங்குகிற எந்த ஒரு தேசிய இனத்திற்கும் முன்னுரிமை அளிப்பதை எதிர்த்தது.

எனினும் ஏகாதிபத்தியக் காலகட்டத்தில் ஐரோப்பிய தேசிய அரசுகள் மூன்றாம் உலக நாடுகளைக் காலனிகளாக்கி அரசியல்/ பண்பாட்டு ஒடுக்குமுறைக்கும் பொருளாதாரச் சுரண்டலுக்கும் ஆளாக்கியபோது அவற்றின் விடுதலைப் போராட்டங்களை ஆதரிக்க இரண்டாம் அகிலப் பொதுவுடைமைத் தலைவர்கள் முன்வரவில்லை. எடுவர்ட் பெர்ன்ஸ்டைன் போன்றோர் ஒடுக்கப் பட்ட மக்களின் போராட்டங்கள் எல்லாவற்றையும் ஆதரித்துவிட முடியாது என்றனர். டச் நாட்டுச் சமூக ஜனநாயகவாதியாகிய வான் கோல், காலனியத்தை ஆதரித்துப் பேசித் தன்னை ஒரு சமூக ஏகாதிபத்தியவாதியாக வெளிப்படையாகக் காட்டிக்கொண்டார். லெனினால் ஏகாதிபத்தியப் போராக வரையறுக்கப்பட்ட முதல் உலகப் போரில் ஐரோப்பிய நாடுகளின் பொதுவுடைமைக் கட்சித் தலைவர்கள் அனைவரும் ‘தேசியப் பாதுகாப்பு’ என்னும் பெயரில்

தத்தம் நாட்டு ஆக்கிரமிப்புப் போரை ஆதரிக்கத் தொடங்கியதோடு இரண்டாம் அகிலம் சிதைந்தது. லெனின் மட்டுமே இந்தப் போரை ஒரு தேசிய விடுதலைப் போராட்டமாகக் கருத முடியாது எனத் தொடர்ந்து வற்புறுத்தியவர். இந்தக் காலகட்டத்தில் தேசிய இனப் பிரச்சினை குறித்த மார்க்சியச் சிந்தனைக்கு வளம் சேர்த்தவர்களாக ஆட்டோ பாயர், கார்ல் ரென்னர் போன்றோரின் ஆஸ்திரிய - மார்க்சியச் சிந்தனைக்கு எதிராகவே ஸ்டாலினது புகழ்பெற்ற கட்டுரைகள் எழுதப்பட்டன என்பதும் லெனின், பாயரின் கருத்துக்களைக் கடுமையாக விமர்சித்துள்ளார் என்பதும் இங்கே குறிப்பிடத்தக்கன.

தேசிய இனப் பிரச்சினையில் பண்பாடு, பாரம்பரியம் ஆகியவற்றின் முக்கியப் பங்கை வலியுறுத்தியதில் பாயர், ரென்னர் ஆகியோரின் பங்கு பிரதானமானது. பாயரை விமர்சித்தே ஸ்டாலினின் தேசம் பற்றிய வரையறை உருவாக்கப்பட்ட போதும் அதற்கு முன்னோடியாக, 'ஒரு பொது வரலாற்று நியதியால் (destiny) கட்டுப்பட்ட மனிதர்களின் இணைவு ஒரு குறிப்பிட்ட பண்பு நலன்வாய்ந்த சமூகமாக மலர்வதே தேசம்' என்கிற பாயரின் வரையறைதான் அமைந்தது என்பர்.[25] ஆக, மார்க்சியச் சொல்லாடலுக்குள் தேசியப் பிரச்சினையின் ஒப்பீட்டு ரீதியான சுயேச்சைத் தன்மையை உள்ளடக்கியதில் பாயரின் பங்கு முக்கியமானது. தவிரவும் வரலாற்றுத் தகைமையற்ற நாடுகளின் எழுச்சி பற்றியும் மிக விரிவாக எழுதி அத்தகைய நோக்கில் தேசியப் பிரச்சினையைப் பார்ப்பது தவறு என முற்றுப்புள்ளி வைத்ததிலும் பாயரின் பங்கு குறிப்பிடத்தக்கது. இறுதியாக, 'தேசிய வெறுப்பு என்பது வர்க்க வெறுப்பின் மாற்றுவடிவமே' என்கிற கருத்தை முதன்முதலில் வலியுறுத்தியதும் பாயரே.

லெனினாலும் ஸ்டாலினாலும் எதிர்க்கப்பட்ட பாயரின் 'தேசியப் பண்பாட்டுச் சுயாட்சி' என்கிற கோட்பாடு குறிப்பிடத் தக்கது. ஒரு கூட்டு அரசியலிலுள்ள பல்வேறு தேசிய இனங்கள் நாட்டெல்லை (territory) அடிப்படையில் சுய நிர்ணய உரிமை கோராமல் தங்கள் தங்களின் பண்பாட்டையும் மொழிச் சுதந்திரத்தையும் பேணும் வகையில் பண்பாட்டு ரீதியான சுயாட்சி பெறவேண்டும் என்கிற கோட்பாடு பாயர் - ரென்னரால் முன்வைக்கப்பட்டது. தனித்தனிப் பள்ளிக்கூடங்களும் பொதுவுடைமைக் கட்சிகளும்கூட இத்தகைய சுயாட்சித் தன்மையுடன் கட்டமைக்கப்பட வேண்டும் என்கிற

கருத்தும் அவர்களால் முன்வைக்கப்பட்டன. நாட்டெல்லை அடிப்படையில் ஒரு குறிப்பிட்ட பிரதேசத்தைச் சுட்டிக்காட்ட இயலாத ரஷ்ய யூதர்கள் ('பண்ட்' கட்சியினர்) இந்தப் 'பண்பாட்டுச் சுயாட்சி'க் கோரிக்கையை ஆதரித்ததில் வியப்பில்லை. ரஷ்யப் பொதுவுடைமைக் கட்சிக்குள் 'பண்ட்'கள் தங்கள் பண்பாட்டு ரீதியான சுயாட்சியுடன் இயங்க வேண்டுமென்று கோரிக்கை வைத்தனர். ஜார் அரசை எதிர்த்து இராணுவப் பாணியிலான மையப் படுத்தப்பட்ட கட்சி அமைப்பை வலியுறுத்திவந்த லெனின், ஸ்டாலின் ஆகியோர் இதனைக் கடுமையாக எதிர்த்தனர். கட்சியமைப்பில் கூட்டாட்சி (federalism) சாத்தியமே இல்லை எனவும் பண்பாட்டுச் சுயாட்சி கடைசியில் மையப்படுத்தப்பட்ட கட்சியின் சிதைவிற்கே இட்டுச் செல்லும் என்றும் கடுமையாகக் கண்டித்தார் ஸ்டாலின்.[26]

தவிரவும் தேசங்களின் சுயநிர்ணய உரிமை என்கிற லெனினியக் கோட்பாடு பாயருடையதைக் காட்டிலும் ஜனநாயகத்தன்மை உடையதாக இருந்ததாலும் வரலாற்றுப்பொருள் முதலிய நோக்கிலும் ரஷ்ய எதார்த்தத்தின் அடிப்படையிலும் புரட்சிகர மானதாக இருந்ததாலும் பாயரின் பண்பாட்டுச் சுயாட்சிக் கோட்பாடு கால வெள்ளத்தில் ஒதுக்கப்படுவது தவிர்க்க இயலாத தாகியது. பண்பாட்டு அம்சங்களைப் புறக்கணிக்கிற வறட்டுப் பொருளாதாரவாதத்திற்கு எதிரான நிலைப்பாடுகள் நேரெதிரான பண்பாட்டு முதன்மைவாதத்திற்கு இட்டுச்சென்றுவிட முடியும் என்பதற்கு பாயர் ஒரு நல்ல எடுத்துக்காட்டு. 1917 வாபக்கில் பாயரே, லெனினியச் சுயநிர்ணய உரிமைக் கோட்பாட்டை ஏற்றுக்கொண்டார் எனவும் தெரிகிறது.[27]

லெனினால் ஆதரிக்கப்பட்ட 'ஈஸ்டர் எழுச்சியை' (1916) முன்னின்று நடத்தியவர் அயர்லாந்து விடுதலைப் போராளியும் சோஷலிஸ்டுமான ஜேம்ஸ் கன்னோலி. தேசிய விடுதலையைப் பொருளாதார விடுதலையோடு இணைத்துப் பார்த்த கன்னோலி, அயர்லாந்தின் விடுதலைக்கும் தொழில் வளர்ச்சிக்கும் முன் நிபந்தனையாக சோஷலிசத்தை வைத்தார். அந்த வகையில் ஒரு தேசிய விடுதலைப் போராட்டமும்கூட சோசலிசப் போராட்ட மாகவும் அமைய முடியும் என்கிற கருத்தின் முன்னோடியாக கன்னோலியைச் சொல்லலாம். 'ஷோசலிசம் இல்லாத தேசியம் என்பது அப்பட்டமான பிற்போக்குத்தனமே' என்று கூறிய

கன்னோலி[28] 1916இல் ஆங்கிலேய அரசால் மரண தண்டனை விதிக்கப்பட்டுச் சுட்டுக் கொல்லப்பட்டார்.

உக்ரேனிய ஷோசலிஸ்டாகிய பெர்பெரோசோவ் உற்பத்திச் சக்திகள், உற்பத்தி உறவுகள் ஆகிய கருத்தாக்கங்களோடு 'உற்பத்தி நிபந்தனைகள்' என்கிற கருத்தாக்கத்தையும் இணைத்துத் தேசிய இனப் பிரச்சினை குறித்த ஒரு வரலாற்றுப்பொருள் முதல்வாதக் கோட்பாட்டு உருவாக்கத்திற்கு முயன்றார். உற்பத்தி நடைபெறும் சூழலிலுள்ள புவியியல், மானுடவியல் மற்றும் வரலாற்றியல் நிபந்தனைகளின் (காரணிகளின்) ஒட்டுமொத்தத்தை உற்பத்தி நிபந்தனைகள் என்றார் பொரோசோவ். வளர்ந்துவரும் உற்பத்தி சக்திகளுக்கும் நிலவுகிற உற்பத்தி உறவுகளுக்கும் இடையேயானமுரண்பாடுகளின்விளைவாகச்சமூகப்போராட்டங்கள் தோன்று கின்றன என்றால் வளர்ந்துவரும் உற்பத்திச்சக்திகளுக்கும் நிலவுகிற உற்பத்தி நிபந்தனைகளுக்கு மிடையேயான முரண்பாடு களின் விளைவாகத் தேசியப் போராட்டங்கள் வெடிக்கின்றன. வர்க்க உணர்வுக்கும் தேசிய உணர்வுக்குமிடையே ஒரு முரண் நிலவுகிறது. ஒன்று மற்றொன்றைப் பலவீனப்படுத்துகிறது. உற்பத்தி நிபந்தனைகள் பிறழ்வுறும்போது—எ.டு: தேச எல்லையின் ஒருபகுதி பிறர் வசத்தில் இருக்கும்போது —தேசிய உணர்வு பலமடைகிறது. தேசச் சொத்தில் ஒவ்வொரு வர்க்கமும் வெவ்வேறு விதமான ஆர்வங்கள் கொண்டிருக்கும் என்கிற வகையில் ஒரு தேசத்திற்குள்ளேயே முதலாளியத் தேசியமும் பாட்டாளி வர்க்கத் தேசியமும் வெவ்வேறு தன்மையுடையதாக இருக்கும் என்கிற கருத்தை முன்மொழிந்தவரும் பெரோசோவ் தான்.[29]

ரோசா லக்சம்பர்க்

பாட்டாளி வர்க்கச் சர்வாதிகாரம் மற்றும் தேசிய இனப் பிரச்சினை குறித்து ரோசா, லெனினுடன் புரிந்த விவாதங்கள் புகழ்பெற்றவை. ரஷ்யா மற்றும் கிழக்கு ஐரோப்பிய நாடுகளில் இன்று ஏற்பட்டுள்ள மாற்றங்களின் பின்னணியில் ரோசாவின் பா.வ. சர்வாதிகாரம் பற்றிய கருத்துக்கள் மீண்டும் முக்கியம் பெற்றுள்ள போதிலும், சுய நிர்ணய உரிமை என்கிற மார்க்சியக் கோட்பாட்டை மறுத்தவர் என்கிற அழியா இகழ் ரோசாவுக்கு உண்டு.

போலந்துத் தேசியத்தை ரோசா எதிர்த்தபோதிலும், சுயநிர்ணய உரிமை என்னும் கோட்பாட்டிற்குக் கடைசிவரை எதிராக இருந்த போதிலும் ஒடுக்கப்பட்ட தேசங்களின் போராட்டங்களை அவர் முற்றும் எதிர்த்தவரில்லை என்பதும் குறிப்பிடத்தக்கது. துருக்கிப் பேரரசின் ஒடுக்குமுறைக்கு எதிராக க்ரீட் தீவைச் சேர்ந்த கிரேக்கர்கள் போராடியபோது அதனை முழுமையாக ஆதரித்தார் ரோசா. இரண்டாம் அகிலத்தைச் சேர்ந்த எல்லாப் பொதுவுடை மையாளரையும் போலவே ரோசாவும் பொருளாதார இணைப்பு தானாகவே அரசியல் இணைப்பாகவும் மாறிவிடும் என்றார்.[30]

தொழில் வளர்ச்சி என்பது போலந்து மற்றும் ரஷ்யத் தேசிய இனத் தொழிலாளர்ளுக்கிடையேயான எல்லைக்கோட்டை மழுங்கடித்துவிடும் என்றும் சொன்னார்.[31] தவிரவும் தேசிய இனப் பிரச்சினை குறித்த மார்க்ஸ் எங்கல்சின் ஹெகலியத் தாக்கமிக்க கருத்துக்கள் ரோசாவின்மீது அதிகச் செல்வாக்கு வகித்தன. வரலாற்றுத் தகைமையற்ற தேசங்கள் சுயநிர்ணய உரிமைக்கு உரியன அல்ல என்கிற கருத்து அவரிடமிருந்தது.[32] போல்ஷ் விக்குகள் வழங்கிய சுய நிர்ணய உரிமையே உக்ரேனில் தேசியப் பிரச்சினையைக் கிளப்பிவிட்டது என்றார். தேசியப் போராட்டம் என்பது இறுதியில் ஒரு வர்க்கப் போராட்டமே என்கிற கருத்தில் உறுதியாக இருந்த ரோசா, ஆனால் அது முதலாளிய வர்க்கத்தின், அதிலும் தொடக்கக் கால முதலாளிய வர்க்கத்தின் வர்க்கப் போராட்டமே என்றுரைத்தார்.[33] தொடக்கக்கால முதலாளியச் சகாப்தம் இப்போது ஓய்ந்துவிட்டது. முதலாளியத்தில் இனி எந்தவிதமான முற்போக்கான அம்சங்களையும் பார்க்க முடியாது. எனவே தேசிய இனப் போராட்டம் என்பதும் தொடக்கக்கால முதலாளியம் போலவே காலங்கடந்துவிட்டது.[34] எனவே தொழிலாளி வர்க்கம் இதனை ஆதரிக்கக்கூடாது.

போலந்துத் தேசிய இனப் பிரச்சினையில் ரோசாவின் நிலைப் பாட்டை லெனின் முற்றாக மறுத்துவிடவில்லை என்பதும் குறிப்பிடத்தக்கது. 'போலந்துப் பிரிவினைக்கு எதிராக அங்குள்ள சமூக ஜனநாயகவாதிகள் இருப்பதை ரஷ்ய மார்க்சியர்கள் எதிர்க்கவில்லை. ஆனால் ரஷ்ய மார்க்சியர்களின் திட்டத்தில் சுயநிர்ணய உரிமையை இணைப்பதை எதிர்க்கும் போதுதான் ரோசா போன்றோர் தவறு செய்கின்றனர்' என்றார் லெனின்.[35]

ஆனால் 'ரோசாவின் சுயநிர்ணய உரிமை ஆதரவு என்பது சர்வதேசப் பதாகையின்கீழ்த் தேசிய நிலைப்பாட்டைத் திருட்டுத்தனமாக முன்வைப்பதுதான்' என்றும் கடிந்தார்.[36]

1916வாக்கில் ரோசாவின் நிலைப்பாட்டில் ஒரு திருப்பம் இருந்து என்பர்.[37] சம உரிமையுள்ள சுதந்திரமான தேசங்கள் என்கிற கோட்பாட்டைச் சர்வதேச சோஷலிசம் ஏற்றுக்கொள்கிறது எனக் குறிப்பிட்ட ரோசா, 'ஆனால் சோஷலிசம்தான் இந்த நாட்டு மக்களுக்குச் சுய நிர்ணய உரிமையைப் பெற்றுத் தரமுடியும்' என்றார்.[38] முதலாளியத்தின்கீழ் தேசியப் போர்கள் சாத்தியமில்லை என்கிற ரோசாவின் கருத்தை வன்மையாய் மறுத்த லெனின், 'ஏகாதிபத்திய சகாப்தத்தில் காலனி மற்றும் அரைக் காலனிகளில் தேசியப் போர்கள் என்பன சாத்தியம் மட்டுமல்ல, தவிர்க்க இயலாததுமாகும்' என்றார்.[39] 1918வாக்கில் மறுபடியும் சுயநிர்ணய உரிமைக்கு எதிரான கருத்துக்களைப் புரட்சிக்குப் பிந்திய ரஷ்யச் சூழலில் முன்வைத்தார் ரோசா. சுயநிர்ணய உரிமை ரஷ்யாவின் சிதைவுக்கு வழிவகுக்கும் என்றார். மிகவும் இறுக்கமான, மையப்படுத்தப்பட்ட கட்சி அமைப்பு பற்றிய கோட்பாடுகளைக் கொண்டுள்ள லெனினும் அவரது தோழர்களும் சுயநிர்ணய உரிமை முழக்கத்தை வைப்பதைக் கேலி செய்தார் ரோசா.[40]

மொத்தத்தில் மார்க்ஸ்-எங்கல்சிடமிருந்த தேசிய இனப் பிரச்சினை குறித்த முரண்பட்ட பார்வைகள் ரோசாவிடமும் வெளிப்பட்டன எனலாம். அன்றைய சகாப்தத்திற்கான சரியான முழக்கமாகிய சுய நிர்ணய உரிமை என்பதை முன்வைப்பதில் லெனினை ரோசாவால் எட்டமுடியவில்லை என்பதை நாம் காண்கிறோம். இனப் பிரச்சினை குறித்த பல பொருளாதார வாதக் கருத்துக்கள் தொடர்ச்சியாய் மார்க்சியத்தில் — குறிப்பாக ஸ்டாலினியப் பாரம்பரியத்தில் பின்பற்றப்பட்டு வருவதைக் கொஞ்சம் யோசித்தால் உணர முடியும்.

லெனின்

தேசிய இனப் பிரச்சினை குறித்த மார்க்சியச் சிந்தனைக்குச் சுய நிர்ணய உரிமை என்கிற கோட்பாட்டின் மூலம் பங்களிப்புச் செய்த லெனினின் கருத்துக்களுங்கூட அப்படி ஒன்றும் முரண்பாடுகளே இல்லாதவை என்று சொல்லிவிட முடியாது. ரஷ்யப் புரட்சியின் புகழ்பாடிய அறிஞர் ஈ.எச். கார், லெனினது தேசிய இனப் பிரச்சினை

பற்றிய கொள்கை சற்றே தெளிவற்றதுதான் எனக் குறிப்பிட்டுள்ளது கவனத்திற்குரியது.⁴¹ சோவியத் ஒன்றியத்தின் எதிர்காலம் எப்படி இருந்தபோதிலும் லெனினது தேசியக் கொள்கை என்றென்றைக்குமாய் மனிதகுலத்திற்குக் கிடைத்த மகத்தான அறிவுச்செல்வம்' என்பது ட்ராட்ஸ்கியின் கருத்தாக இருந்தது.⁴²

ரஷ்யச் சமூக ஜனநாயகக் கட்சியின் முதல் பேராயம் (1898) தேசிய இனப் பிரச்சினை குறித்து ஒன்றும் பேசவில்லை. எனினும் இரண்டாவது பேராயத்தில் (1903) வரையப்பட்ட கட்சித் திட்டத்தில் புகழ்பெற்ற 9ஆம் பிரிவின்கீழ் தேசங்களின் சுயநிர்ணய உரிமை வலியுறுத்தப்பட்டது. இரண்டாம் அகிலத்தின் வரட்டுப் பொருளாதாரவாதம் மற்றும் சமூக ஏகாதிபத்தியச் சிந்தனை களிலிருந்து லெனின் பெரிதும் வேறுபட்டு நின்றதை முன்பே குறிப்பிட்டோம். எனினும் 1915வரை தேசங்களின் தோற்றம் பற்றிய லெனினது சிந்தனையில் தொடக்ககால முதலாளிய எழுச்சியோடு தேசியத்தை இயந்திரகதியில் இணைத்துப் பார்க்கிற போக்கு வெளிப்படுகிறது. இந்த அம்சத்தில் லெனின், ஸ்டாலின், லக்சம்பர்க், காவுட்ஸ்கி ஆகியோரிடம் வியக்கத் தக்க கருத்தொருமிப்பு உள்ளது.⁴³ எனினும் இந்த அடிப்படையில் முதலாளியத் தோற்றம் என்பது காலம்கடந்து போனதால் இனி தேசிய இனப் போராட்டங்களுக்குத் தேவை இல்லை என ரோசா வாதிட்டதை லெனின் ஏற்றுக்கொள்ளவில்லை என்பதையும் முன்பே பார்த்தோம். கிழக்கு ஐரோப்பாவில் முதலாளியம் இன்னும் தொடக்கநிலையில்தான் இருக்கிறது எனச் சுட்டிக் காட்டிய லெனின், புதிய தேசிய அரசுகள் உருவாவதற்கு அங்கே இன்னமும் வாய்ப்புகள் இருக்கின்றன என்றார். ரஷ்யாவில் இருந்த தேசிய இன ஒடுக்குமுறையையும் சுட்டிக்காட்டினார். தவிரவும் ஒடுக்கப்பட்ட தேசங்களின் இயக்கங்கள் மற்றும் முதலாளியத் தோற்றத்தோடு எழுச்சிகொள்ளும் தேசிய இயக்கங்கள் ஆகியவை தவிர 'பெருந்தேசத் தேசியம்' என்கிற கருத்தாக்கத்தையும் லெனின் முன்வைத்தார்.⁴⁴ இந்தப் பின்னணியில் அவர் தொடர்ந்து தனது இன்னொரு மகத்தான பங்களிப்பாகிய ஏகாதிபத்தியம் பற்றிய கோட்பாட்டையும் முன்வைத்தார். ஏகாதிபத்தியக் காலகட்டத்தை லெனின் மூன்றாகப் பிரித்தார் எனலாம்.⁴⁵ அவை:

1. மேற்கு ஐரோப்பா மற்றும் அமெரிக்கா போன்ற வளர்ச்சி

அடைந்த முதலாளிய நாடுகளில் தேசிய இயக்கங்கள் முற்றுப் பெற்றுவிட்டன. இன்று அது பழைய கதை.

2. கிழக்கு ஐரோப்பிய நாடுகள், ஆஸ்திரியா, ரஷ்யா, பால்கன்கள் போன்ற பல்தேசிய இனப் பேரரசுகளில் தேசிய இயக்கங்கள் இன்றும் பொருந்தும். இந்த நாடுகளில் வர்க்கப் போராட்டம் என்பது தேசியச் சுய நிர்ணய உரிமை என்கிற ஜனநாயகக் கடமையுடன் இணைந்தே இருக்கிறது.

3. காலனிய மற்றும் அரைக்காலனிய நாடுகளில் ஜனநாயக இயக்கங்கள் இப்போதுதான் தோன்றியுள்ளன. தேச விடுதலைக் கான இந்தப் போராட்டங்களை சோசலிஸ்டுகள் ஆதரித்துத் தான் ஆக வேண்டும்.

ஆக, தேசிய இயக்கம் என்பது வளர்ந்துவரும் முதலாளியக் கால கட்டத்திற்கு மட்டுமே உரியது என்கிற கருத்திலிருந்து மார்க்சி யத்தை விடுதலை செய்தார் லெனின். இந்தக் காலகட்டத்திலிருந்து அதாவது முதலாவது உலகப் போருக்குப் பின்பு (1915-16) லெனின், காலனிய விடுதலைப் போராட்டங்களை சுயநிர்ணய உரிமைக்கான போராட்டங்களாகவே பார்க்கத் தொடங்கினார்.[46] தேசியம் என்பது வெறும் முதலாளிய நிகழ்வு அல்ல. காலனிய, அரைக்காலனிய நாடுகளில் தேசியப் போராட்டங்கள் தொழிலாளர், விவசாயிகள் மற்றும் புதிதாய்த் தோன்றிவரும் முதலாளிகள் ஆகியோரால் நடத்தப்படலாம். சரியான சூழல்களில் சரியான அரசியலையும் போர்த் தந்திரங்களையும் கடைப்பிடித்தால் தொழிலாளர், விவசாயிகள் இதற்குத் தலைமை தாங்கமுடியும். ஜேம்ஸ் கன்னோலி முன்வைத்த இக்கருத்து இவ்வாறு மார்க்சிய ஏற்புப் பெறுவதற்கும் லெனினே காரணமாகிறார்.

தனது இறுதிக் காலம்வரை நூற்றுக்கணக்கான கட்டுரைகள் மற்றும் உரைகள் வாயிலாக ஒடுக்கப்பட்ட தேசங்கள் மற்றும் காலனிய நாடுகளின் விடுதலையை ஆதரித்துக் கருத்துரைத் துள்ள லெனின், இவற்றில் எங்கும் ஸ்டாலினின் 'தேசம்' பற்றிய வரையறையைக் கைக்கொள்ளாததும் கவனிக்கத்தக்கது.

சுய நிர்ணய உரிமையை ஆதரிக்கும்போதெல்லாம் இது பிரிவினைக் கோரிக்கைக்குச் சமமாகாது என்பதையும் லெனின் தேவைக்கதிகமாகவே வற்புறுத்தியுள்ளார் என்பதும் குறிப்பிடத் தக்கது. ரோசாவை மறுக்கும்போதுகூட 'போலந்து பிரிந்து போகக்கூடாது என்கிற கூற்றை ஆதரிக்கிறேன். ஆனால் அதற்காகச்

சுய நிர்ணய உரிமைக் கோரிக்கையே கூடாது என்பதைத்தான் மறுக்கிறேன்' எனக் கூறியுள்ளதை முன்பே குறிப்பிட்டோம்.

பண்பாட்டுத் தேசியம் என்கிற கோரிக்கையை முன்வைத்த 'பண்ட்' கட்சியினர் 1906இல் சமூக ஜனநாயகக் கட்சியில் இணைய வந்தபோது பிரிவினைக் கோரிக்கையைக் கைவிட வேண்டும் என்கிற நிபந்தனையை சமூக ஜனநாயகக் கட்சி முன்வைத்ததை லெனின் பிற்பாடும் ஆதரித்து எழுதினார்.[47] எந்தத் தேசத்திற்கும் எந்த உத்தரவாதத்தையும் அளிக்காமலேயே சுயநிர்ணய உரிமைக்கான எதிர்மறைக் கோரிக்கையோடு பாட்டாளி வர்க்கம் தன்னை நிறுத்திக்கொள்கிறது[48] என்றும் காலனிய ஆக்கிர மிப்பிற்கு எதிராக ஏகாதிபத்திய நாடுகளிலுள்ள தொழிலாளர்கள் போராடிக் கொண்டிருக்கும்போது சிறிய நாடுகளிலுள்ள சமூக ஜனநாயக வாதிகள் 'சிறிய தேசியக் குறுகிய சிந்தனைக்கும் ஒதுக்கத்திற்கும் எதிராகப் போராடவேண்டும்.' என்றும் குறிப்பிடுகிறார்.[49] பெருந்தேசத்திலுள்ள சோசலிஸ்டுகள் சுய நிர்ணய உரிமைப் போராட்டங்களை ஆதரிக்க வேண்டும் எனவும் சிறு தேச சோஷலிஸ்டுகள் ஒருமைப்பாட்டை ஆதரிக்க வேண்டும் எனவும் இங்கு பொருளாகிறது. லெனினைப் பொறுத்தமட்டில் 'பிரியும் உரிமையும்', 'ஒருமைப்படும் உரிமையும்' வேறு வேறானதல்ல என மங்க் குறிப்பிடுவது[50] இந்தப் பின்னணியில்தான். ஆனால் இவை அனைத்தும் ரஷ்யாவின் அன்றைய நிலைமையின் பின்னணியில் சொல்லப்பட்டவை என்பது கவனிக்கத்தக்கது. மையப்படுத்தப் பட்ட, உருக்கு போன்ற பொதுவுடைமைக் கட்சி ஒன்றின் தேவையோடு முரண்படுகிற பண்ட் கட்சி போன்ற வற்றை எதிர்கொள்ள வேண்டிய சூழலில் பாட்டாளி வர்க்கப் புரட்சி ஒன்று வெற்றிபெறக்கூடிய நிலையில் அதனை இந்தப் 'பிரிவினை' கோரிக்கை அழித்துவிடக் கூடாதே என்னும் கவலையோடு இக்கருத்துக்கள் முன்வைக்கப்பட்டன என்பதை நாம் மறந்துவிடக் கூடாது. இதனைத் தூலமான வரலாற்றுச் சூழலிலிருந்து பிரித்து என்றென்றைக்குமான கோட்பாட்டு மேற்கோளாகச் சுருக்குவது ஆபத்தானது. தேசிய இனப் பிரச்சினை குறித்த லெனினின் கருத்துக்கள் ரொம்பவும் நடைமுறை சார்ந்தவை (pragmatism) என்கிற குற்றச்சாட்டு வைக்கப்படுவதுண்டு. கூர்ந்து கவனித்துப்பார்த்தால் நடைமுறை சார்ந்தவை என்பதைக் காட்டிலும் எல்லாச் சந்தர்ப்பங் களிலும் தேசிய இனப் பிரச்சினையை லெனின், வர்க்கப் புரட்சி என்கிற நோக்கிலேயே அணுகியுள்ளார் என்பது புரியும்.

ஏகாதிபத்தியத்தின்கீழ் தேசிய ஒடுக்குமுறை அதிகரிக்கும்போது தேசங்களின் பிரிந்து போகும் உரிமைக்கான போராட்டங்களைச் சமூக ஜனநாயகவாதிகள் ஆதரிக்கக்கூடாது எனப் பொருளல்ல எனத் தொடங்கி, 'இந்தக் காலத்தில் உதயமாகும் போராட்டங் களைச் சமூக ஜனநாயகவாதிகள் அதிக அளவில் பயன்படுத்த வேண்டும். மக்கள்திரள் நடவடிக்கைக்கான களமாகவும் முதலாளியத் திற்கு எதிரான புரட்சிகரத் தாக்குதலுக்கும் இதனைப் பயன்படுத்த வேண்டும்' என அவர் கூறும்போது[51] இது தெளிவாகிறது. எனினும் 'பிரிந்து போகாமல் சுயநிர்ணய உரிமை' என்னும் கருத்தை வற்புறுத்திவந்ததையும் புரட்சிக்குப் பிந்திய ரஷ்யச் சூழலில் லெனின் கண்முன்னாலேயே சுயநிர்ணய உரிமைக் குரல்கள் நெறிக்கப்பட்டதையும் வைத்துக்கொண்டுதான் ஸ்மல் ஸ்டாகி போன்ற லெனின் எதிர்ப்பாளர்கள் அவரது சுயநிர்ணய உரிமை முழக்கத்தை 'ரஷ்யர் அல்லாத தேசத்தவர்களை ஏமாற்றி அவர்களது தேச உணர்வுகளை விரைவாக அழிப்பதற்கான ரொம்பவும் தந்திரமான பிரச்சாரம்' என வசைபாடியுள்ளனர் என்பதும் கவனிக்கத்தக்கது.[52]

ஸ்டாலின்

மார்க்சியப் பாரம்பரியத்தில் தேசிய இனப் பிரச்சினை குறித்து அதிகம் எழுதியவர் ஸ்டாலின். அவரது எழுத்துகளில் பாதி இப்பிரச்சினை குறித்தது என்பர்.

ரஷ்ய ஜாரிய அரசுக்கு எதிரான தேசிய இனப் போராட்டங் களை ஊக்குவிக்கும் அதே நேரத்தில் அவை மையப்படுத்தப் பட்ட கட்சியைப் பலவீனப்படுத்திவிடக்கூடாது என்பதில் போஷ் விக்குகள் குறியாய் இருந்தனர் என்பதைப் பலமுறை குறிப் பிட்டோம். 1905 புரட்சியின் தோல்விக்குப் பின்னர் போல்ஷ் விக்குகள் தவிர இதர பல சோஷலிச அமைப்புகள் சற்றே சீர்திருத்த வாதப் போக்குகளைக் கடைப்பிடிக்கத் தொடங்கின. ஆஸ்திரிய பாணியிலான பண்பாட்டுச் சுயாட்சி உரிமை பெற்ற ஜனநாயகக் குடியரசாக ரஷ்யா மாறினால் போதும் என்கிற கருத்து வலுப்படத் தொடங்கியது. இதனைக் கடுமையாய் எதிர்த்துக் கருததுப் போரை நடத்திய லெனின், தேசியப் பிரச்சினை குறித்த ஸ்டாலினின் புகழ்பெற்ற நூலை எழுதுவதற்கு ஊக்குவிப்பும் அளித்தார்.

மார்க்சியப் பாரம்பரியத்தில் ஆட்டோ பாயரைத் தவிர ஸ்டாலின் மட்டுமே தேசத்திற்கான ஒரு வரையறையை அளித்தவர். ஒரே மொழி, தேச எல்லை, பொதுவான பொருளாதார வாழ்வு, பொதுவான உளவியல் உருவாக்கம் ஆகியவற்றை நிபந்தனையாக விதித்ததோடன்றி, தேசியம் என்பது வளர்ந்து வரும் முதலாளியம் என்கிற ஒரு குறிப்பிட்ட சகாப்தத்தின் வரலாற்று வகையினமே என்பதையும் ஸ்டாலின் வற்புறுத்தினார்.[53] கூடவே தேசங்களுக்குத் தங்களது பிரச்சினைகளைத் தாங்களே தீர்மானித்துக்கொள்ளும் உரிமை என்பதற்கு, 'தேசங்கள் எனப்படும் கேடு பயக்கும் நிறுவனங்களையும் மற்றும் தேசங்களின் தகாத கோரிக்கைகளையும் சமூக ஜனநாயகவாதிகள் எதிர்த்துப் போராடாமல் இருக்கவேண்டும் எனப் பொருளில்லை' என்பதையும் வலியுறுத்தவே செய்தார்.[54] தேசம் என ஏற்பதற்கு இத்தகைய நிபந்தனைகளை வற்புறுத்தியதன் மூலம் ஒரு குறிப்பிட்ட நில எல்லை இல்லாமலேயே பண்பாட்டுச் சுயாட்சி உரிமை கோரிய 'பண்ட்'களை 'நீங்கள் ஒரு தேசிய இனமே இல்லை' என ஒதுக்குவதும் தேசம் என்பது தொடக்க கால முதலாளியமே என வற்புறுத்துவதன் மூலம் சோஷலிச ரஷ்யாவில் தேசிய இனக் கோரிக்கைக்கு உரிமையில்லை என மறுப்பதும் போஷ்விக்குகளுக்குச் சாத்தியமாயிற்று.

1904இல் எழுதிய கட்டுரையொன்றில் ஸ்டாலின், 'உயர் பண்பாட்டுப் பொது நீரோட்டத்தில் பிற்பட்ட தேசங்களையும் மக்களையும் இழுக்கும்போதே காகேசியர்களின் தேசிய இனப் பிரச்சினை தீரும்' எனக் குறிப்பிட்டுள்ளார்.[55] இந்தக் கருத்தில் வெளிப்படும் ஹெகலியத் தாக்கம் கவனித்திற்குரியது.

லெனினைப் போல ஏகாதிபத்தியக் கட்டத்திற்கான தேசிய இனக் கோட்பாடு எதையும் ஸ்டாலின் தராதபோதும் 1918இல் எழுதிய கட்டுரையொன்றில் ரஷ்யப் புரட்சியானது தேசிய இனப் புரட்சியின் எல்லையை ஏகாதிபத்திய ஒடுக்குமுறையிலிருந்து காலனி, அரைக் காலனி நாடுகளின் விடுதலை என்கிற அளவிற்கு உயர்த்தியுள்ளது என ஏற்றுக்கொள்கிறார்.[56]

இதே கருத்தைப் பின்னால் (1924) லெனினியத்தின் அடிப்படை அம்சங்களை விளக்கும்போதும் முன்வைக்கிறார். தன்னுடைய 1913ஆம் ஆண்டு வரையறை உலகத்தின் ஒரு பகுதிக்கு மட்டுமேயான, ஒரு சகாப்தத்திற்கு மட்டுமே பொருந்தக் கூடிய ஒன்றுஎன ஸ்டாலின் பின்னால் உணர்ந்துகொண்டார்

என்கிற முடிவை மேற்கண்ட அடிப்படையில் வந்தடைகிறார் ப்ளாட்.[57]

புரட்சிக்குப் பிந்திய ரஷ்யாவில் தேசிய இன உரிமைக் குரல்கள் நெறிக்கப்பட்டதில் ஸ்டாலினுடைய பங்கை இங்கு குறிப்பிட்டாக வேண்டும். 'பைலோருஷ்ய மைய சோவியத்தின் கலைப்பு, டிரான்ஸ்காகேசியாவில் முயற்சிக்கப்பட்ட ஆட்சிக் கவிழ்ப்பு, உக்ரேனியப் படையெடுப்பு, குகந்த், கிரிமியா, பஷ்கிர் குடியரசு ஆகியவற்றின் முஸ்லிம் அரசுகளை ஒடுக்கியது என்பதெல்லாம் தேசங்களின் சுயநிர்ணய உரிமை என்கிற கோட்பாட்டை முழுமையாக மீறிய செயல்கள்' என்பார் பைப்ஸ்.[58]

புரட்சிக்குப் பின் உக்ரேனிய மைய சோவியத் (ராடா), போல்ஷ்விக்குகள் ஆதிக்கம் வகித்த நகர சோவியத்துகளுடன் அதிகாரத்தைப் பங்கிட்டுக்கொண்டது. தங்களது தேசியப் பண்பாடு, நாட்டார் இலக்கியம், மொழி ஆகியவற்றை உயர்த்திப் பிடித்தனர் உக்ரேனியத் தேசியவாதிகள். தொடர்ந்து தேசியவாதிகளுக்கும் போல்ஷ்விக்குகளுக்கும் இடையில் பிரச்சினைகள் இருந்துவந்தன. இறுதியில் லெனினின் ஒப்புதல் இல்லாமலேயே உக்ரேன்மீது படையெடுப்பு மேற்கொள்ளப்பட்டது. எட்டாவது கட்சிப் பேராயத்தில் இதனை லெனின் 'ரஷ்யப் பெருந்தேசிய வெறி' எனக் கண்டித்தார்.[59] தாதர் பொதுவுடைமைக் கட்சியின் தலைவர்களில் ஒருவரும் 1918இல் ஸ்டாலினுடைய தேசிய இன அமைச்சரவையில் பங்கு பெற்றவருமான சுல்தான் காலியவ் சோஷசலிசப் புரட்சி மூலம் தேசிய விடுதலை என்பது சாத்தியமில்லையோ என அச்சத்தை வெளிப்படுத்துகிற அளவிற்கு அன்றைய நிகழ்ச்சிகள் இருந்தன. வளர்ச்சியடைந்த நாடுகளின் மீது காலனி மற்றும் அரைக் காலனிகளின் சர்வாதிகாரத்தை நிறுவும்போதுதான் மனிதகுலம் விடுதலை அடையும் என்பது போன்ற ஒரு கோட்பாட்டை முன்வைத்த காலியவ் 1923இல் கைது செய்யப்பட்டார். ஸ்டாலினுடைய ஆரம்பப் பலிகளில் அவரும் ஒருவர் என்பர்.[60] ஜார்ஜிய மென்ஷ்விக் ஆட்சிக்கு எதிரான இராணுவ நடவடிக்கையையும் லெனின் விரும்பவில்லை. எனினும் 1921இல் சோவியத் படைகள் ஜார்ஜியாவுக்குள் நுழையத்தான் செய்தன. இந்த நடவடிக்கைக்குப் பொறுப்பேற்றிருந்தார் ஆர்ழனிகோவ். ஏற்கெனவே அர்மீனியாவில் மேற்கொண்ட நடவடிக்கையால் கசப்புற்றிருந்த லெனின், 'நெளிவு சுளிவுகளுடன்

பிரச்சினையைக் கையாளுங்கள், ஜார்ஜியத் தேசிய இனத்திற்குச் சலுகைகள் வழங்குவதன் மூலம் நம்பிக்கையைப் பெற முயலுங்கள்' என்பதுபோல வேண்டிக் கொண்டும் பயனில்லை.[61]

1922இல் ஜார்ஜியா, அர்மீனியா, அஜர்பெய்ஜான் ஆகிய மூன்று தேசங்களையும் இணைத்து டிரான்ஸ்காகேசியக் கூட்டமைப்பை உருவாக்கும் முயற்சியை ஆர்ழனிக்கோவ் மேற்கொண்டபோது ஜார்ஜிய சோவியத்துகளின் பேராயம் தேசிய விடுதலையின் தவிர்க்க இயலாமையைப் பிரகடனப்படுத்த வேண்டியதாயிற்று. ஜார்ஜியப் பொதுவுடைமைக் கட்சியின் மத்தியக்குழு முழுமையும் பதவி விலகியது. புதிதாய் உருவாக்கப்பட்ட சோவியத் சோஷலிசக் குடியரசிற்கு அரசியல் சட்டம் வகுக்கும் பொறுப்பு ஸ்டாலினுக்கு வழங்கப்பட்டபோது அதிகாரங்களை மையப்படுத்துகிற நடைமுறையில் மிகவும் அவசரம் காட்டுவதாக லெனின் அவரைக் குற்றஞ்சாட்டினார். பதிலுக்குத் 'தேசிய தாராளவாதி' என லெனினை ஸ்டாலின் குற்றஞ்சாட்டினார்.[62]

லெனினின் இறுதி சாசனம் எனச் சொல்லப்படுகிற பன்னிரெண்டாவது பேராயத்திற்கு அவர் எழுதிய கடிதத்தில் (டிசம்பர் 1922) தேசியப் பிரச்சினைக்கு அதிக முக்கியத்துவம் அளித்திருந்தார். ஸ்டாலினையும் ரஷ்யப் பெருந்தேச வெறியையும் கடுமையாய்ச் சாடினார். பன்னிரெண்டாவது கட்சிப் பேராயத்தில் கலந்து கொள்ள இயலாதவாறு உடல்நலம் சீர்கெட்டிருந்த லெனின், பேராயத்தில் ஜியார்ஜியப் பிரச்சினை குறித்துப் பேசுமாறு டிராட்ஸ்கியை வேண்டிக்கொண்டார். ஆனால் தேசிய இனப் பிரச்சினைகளிலும் சுயநிர்ணய உரிமையிலும் அவ்வளவு அக்கறையற்ற டிராட்ஸ்கி, சோவியத் பாட்டாளி வர்க்கச் சர்வாதிகார அரசு சுயநிர்ணய உரிமைக் கோரிக்கையைப் புறக்கணித்தது பற்றி போல்ஷ்விக் அதிருப்தியாளர்கள் விவாதித்தபோது வாய் திறக்கவில்லை. டிராட்ஸ்கியை விதந்து எழுதும் டட்சர்கூட அவரின் இந்தச் செயலை ஆதரிக்க இயலாமல் போவது குறிப்பிடத் தக்கது.[63]

சமகாலச் சிந்தனைகள்

கடந்த இரண்டு மூன்று பத்தாண்டுகளில் தேசிய இனப் போராட்டங்கள் புதிய பரிமாணங்களை எடுத்துள்ள சூழலில் 1970களுக்குப் பின் மார்க்சியர்களிடையே தேசிய இனப் பிரச்சினை

குறித்துப் புதிய விவாதங்கள் எழுந்துள்ளன. அவை முழுவதையும் இங்கே விரிவாய்ப் பேசுவதற்குச் சாத்தியமில்லாத போதும் சில போக்குகளையேனும் சுட்டிக்காட்டுவது அவசியம்.

1. வளர்ச்சியின் பிரச்சினையாகத் தேசியத்தை அணுகும் சிந்தனைகள்: டாம் நாய்ர்ன், எர்னஸ்ட் கெல்னர் ஆகியோரின் கோட்பாடுகளை நாம் இதற்குள் அடக்க முயலலாம். தேசிய இனப் பிரச்சினை குறித்த மரபுவழிப்பட்ட மார்க்சிய அணுகல் முறையை மாபெரும் வரலாற்றுத் தோல்விகள் என ஒதுக்கும் நாய்ர்ன், தேசிய அரசு, தேசியம் போன்ற கருத்துக்கள் எல்லாம் விடுதலை (freedom) என்கிற கருத்தைப் போலவே கடந்த இரு நூற்றாண்டுகளாக பிரான்ஸ் மற்றும் ஆங்கிலேயச் சமூகங் களிலிருந்து உலகின் பல பாகங்களுக்கும் பரவிவருவதாகக் காண்பார். 'ஐரோப்பிய மைய விரவல் கொள்கை'யின் (Eurocentric Diffusion) ஓரங்கமாய் இதனை ஒதுக்குவார் ப்ளாட்.[64]

நவீனத்துவம் மற்றும் உலக முதலாளியத்தின் விளைவான சமச்சீரற்ற வளர்ச்சி தர்க்க விரோதமான ஒரு கண்ணோட்டத்தைப் பின்தங்கிய பகுதி மக்கட் சமூகங்களின் மத்தியில் ஏற்படுத்துகிறது. நிறைவேற்றப்படாத எதிர்பார்ப்புகள், பொறாமை, ஆத்திரம், வெறுப்பு ஆகியவற்றை அம்மக்களின் உளவியலில் ஏற்படுத்துகிறது. இது பின்தங்கிய தேசங்களில் தேசியக் கருத்தியலாகவும் தேசிய இயக்கங்களாகவும் வெளிப்படுகிறது. பின்தங்கிய பகுதிகளில் உள்ள மேல்தட்டினரே இத்தகைய உணர்வுக்கு முதன் முதலில் ஆளாவதோடு அவர்களே தேசிய இயக்கங்களை முன்னெடுத்துச் செல்கின்றனர் என்பன நாய்ர்னின் கருத்துக்கள் எனலாம்.[65]

சமச்சீரற்ற வளர்ச்சி தேசிய உணர்வுக்குக் காரணமாகும் என்பது சரிதான். ஆனால் அது பின்தங்கிய நாடுகளில் மட்டுந்தான் தேசிய உணர்வை ஏற்படுத்தும் என்பதில்லை. சமச்சீரற்ற வளர்ச்சியின் எதிர்முனையாகிய வளர்ச்சியடைந்த பகுதிகளிலும் தனித்துவத்தை நிலைநாட்டும் உளப் பாங்காக இது வெளிப்படும்; தேசிய உணர்வுக்கு காரணமாகும். ஸ்பெயினிலேயே மிகவும் வளர்ச்சியடைந்த பகுதியாகிய பாஸ்க்தேசம் பிரிவினை கோரியதும், யுகோஸ்லாவியாவிலேயே மிகவும் வளர்ச்சியடைந்த பகுதிகளில் ஒன்றாகிய க்ரோஷியா பிரிவினை கோரியதும் இதற்கு எடுத்துக்காட்டுக்கள்.[66]

பொருளாதார வளர்ச்சி மற்றும் நவீனமயப்பாட்டுடன் தேசியத்தை இணைத்துப் பார்க்கும் இன்னொரு சிந்தனை யாளராகிய எர்னஸ்ட் கெல்னர், 'தேசியம் என்பது ஏதோ மறைந்துகிடக்கும், உறக்கநிலையில் இருக்கும் ஒரு பழைய ஆற்றல் விழித்துக் கொள்வதல்ல. ஆனால் பார்க்கும் போது அது அப்படித்தான் தோன்றுகிறது. ஆழமான, அகவயமான, கல்வி சார்ந்த உயர்பண்பாடுகளை அடிப்படையாகக்கொண்ட ஒரு புதிய சமூக ஒழுங்கமைப்பின் பின்விளைவே அது'[67] என்கிற கருத்துப்பட மொழிவதும் கவனிக்கத்தக்கது. பழமையிலிருந்து வளர்ச்சிக்கு உரமாகும் சக்தியாகத் தேசியத்தைப் பார்க்கும் நாய்ர்ன், அதனை முன்புறம் ஒரு முகமும் பின்புறத்தை நோக்கி ஒரு முகமும் உள்ள ரோமானியக் கடவுளாகிய ஜேனசுடன் ஒப்பிடுவார்.[68]

சுரண்டல், ஒடுக்குமுறை, ஏகாதிபத்தியம் ஆகிய கருத்தாக்கங்கள் நாய்ர்னின் தேசியம் பற்றிய சிந்தனையில் புறக்கணிக்கப் படுவதைச் சுட்டிக்காட்டும் ப்ளாட், தேசியப் போராட்டத்தில் சாதாரண மக்களுக்கு வெறும் செயலூக்கமற்ற பங்கையே இக்கோட்பாடு அளிக்கிறது என்பதையும் குறிப்பிடுவார். மார்க்ஸ் எங்கல்சிடமே ஐரோப்பிய மைய விரவல் கொள்கையின் கூறுகள் இருந்ததை இங்கு நினைவூட்டிக்கொள்வது பொருத்தம். ஆனால் அவர்கள் எந்நாளும் சுரண்டலையும் வர்க்கப் போராட்டத்தையும் தங்கள் வரையறையிலிருந்து கைவிட்டதில்லை என்பதும் சிந்திக்கத் தக்கது.

2.தேசியத்தைச் சுயேச்சையான ஓர் ஆற்றலாக அணுகும் சிந்தனைகள்: செவ்வியல் மார்க்சியம் தேசியப் போராட்டத்தை ஒரு வர்க்கப் போராட்டமாக அணுகுகிறது. எனினும் 'சமூக வளர்ச்சிப் போக்கில் உருவாகும் வர்க்கப் பிரச்சினைகளுக்கு முழுமையாகக் கீழ்ப்படிந்ததே தேசியப் பிரச்சினை' என மார்க்சிய-லெனினியக் கல்வி நிறுவனம் போன்றவை வலியுறுத்தும்போது[69] தேசியப் பிரச்சினையின் ஒப்பீட்டள விலான சுயேச்சைத் தன்மை முற்றாக மறுக்கப்பட்டு ஒருவகை வரட்டு வர்க்கவாதத்திற்கு இட்டுச் செல்லும் ஆபத்து குறிப்பிடத் தக்கது. இத்தகைய போக்கிற்கு நேரெதிராக எல்லாவிதமான வர்க்கப் பகுப்பாய்விற்கும் அப்பாற்பட்ட சுயேச்சைச் சக்தி யாகத் தேசியத்தைப் பார்க்கிற சிந்தனைப் போக்குகளும்

சமீபகாலத்தில் முன்வைக்கப்பட்டுள்ளன. ஆட்டோ பாயர், கார்ல் ரென்னர் போன்றோரின் சிந்தனைகளில் இக்கருத்து செல்வாக்கு வகித்ததை முன்பே குறிப்பிட்டோம்.[70] புகழ்பெற்ற மார்க்சிய அறிஞர் நிகோஸ் பவுலன்ட்சாஸ், வர்க்க நடைமுறைகளிலிருந்து சுதந்திரமாய் வரலாற்றில் செயல்படுகிற சுயேச்சையான சக்தியாகத் தேசியத்தைப் பார்க்கிறார்.[71] சமச்சீரற்ற வளர்ச்சி நோக்கில் தேசியத்தைக் காணும் நாய்ர்னின் கோட்பாட்டிலும் வர்க்கப் போராட்டத்தைத் தவிர்த்துத் தேசியத்தைச் சுயேச்சையான சக்தியாக அணுகும் பார்வை இருப்பதும் கவனிக்கத்தக்கது. இத்தகைய போக்கு இறுதியில் தென்ஆப்பிரிக்க வெள்ளையர், இஸ்ரேலியர் மற்றும் வட அயர்லாந்து புரோட்டஸ்டன்ட் மதத்தினர் ஆகியோரின் தேசியத்திற்கும்கூட வக்காலத்து வாங்கும் போக்கிற்கு நாயர்னை இட்டுச்செல்கிறது என்பார் ப்ளாட்.[72] இது குறித்துப் பின்னர் விரிவாய்ப் பார்ப்போம்.

3. தேசியத்தைத் தர்க்கபூர்வமற்றதாகவும் பாசிசத்துடனும் இணைத்துப் பார்க்கும் சிந்தனைகள்: தேசப் பரப்பு, நிலைத் திருப்பதற்கான அரசியல் சாத்தியம் ஆகியவற்றைப் பற்றிக் கவலைப்படாமல் தன்னுடைய கலாச்சார சமூகத்திற்கு ஒரு சுதந்திர அரசை உருவாக்க நினைக்கும் தேசியத்தைக் குருட்டுத் தனமான தர்க்கபூர்வமற்ற ஒரு கருத்தியலாகவும் குடிமை மதமாகவும் காண்பார் அறிஞர் ஹப்ஸ்பாம். இத்தகைய அரசியல் கருத்தியலும் இயக்கமுமான தேசியம் சமயங்களில் முதலாளிய அரசுருவாக்க முயற்சியுடன் இணைகிறது. அப்போது அது தர்க்கபூர்வ மானதாகவும் நியாயபூர்வமான தாகவும் இருக்கிறது. இன்று இத்தகைய வரலாற்றுப்பூர்வமான இயல்பான முதலாளிய வளர்ச்சி என்பது கிடையாது. எனவே இன்றைய காலகட்டத் தேசியம் அனைத்தும் சிதைவுப் போக்கிற்கான தேசியமேயாகும் (Fissiparous Nationalism). இது தர்க்கபூர்வமானதல்ல (irrational) முதலாளியப் பொருளாதாரம் சர்வதேசிய மயப்பட்டுவரும் பின்புலத்தில் (பன்னாட்டு நிறுவனம் உலகவங்கி போன்றவற்றின் மூலமாக) இறைமையுடைய தனி அரசுகளின் முக்கியத்துவம் அழிந்து வருகிறது எனக் கூறும் ஹப்ஸ்பாம், இதே அடிப்படை யில் அத்தகைய அரசிறை மைக்கான தேசியப் போராட்டங்கள் நடத்துவதையும் தர்க்கபூர்வமற்ற செயலாகக் குறிப்பிடுகிறார்.[73] தேசியத்தை முதலாளியத்துடன் நேராகப் பொருத்திப் பார்ப்பதில்

உள்ள சிக்கலை முன்பே குறிப்பிட்டோம். மூலதனம் சர்வ தேசமயமாதல் என்பது அரசுகளின் முக்கியத்துவத்தைக் குறைத்துவிட்டது என்பதையும் நாம் ஏற்றுக்கொள்ள முடியாது. தம் பன்னாட்டு நிறுவனக் கொள்ளைக்குச் சாதகமாக ஏகாதி பத்தியங்கள் இன்றைய மூன்றாம் உலக நாட்டு அரசுகளை இராணுவரீதியில் வலிமைப்படுத்தி வருவதையே பார்க்கிறோம். தவிரவும் ஹப்ஸ்பாம் கருதுவதுபோலக் காலனிய நீக்கப் போக்கு (decolonistion) தேசங்கள் சிதறுண்டு போவதற்கு வழிவகுக்கும் என்பதற்கு ஆதாரமில்லை எனவும் ப்ளாட் போன்றோர் கருதுகின்றனர்.[74]

ஹப்ஸ்பாம் போலன்றி இன்றைய பிரிவினைப் போராட்டங் களை வரவேற்கத்தக்கதாகவே அணுகியபோதும் நாய்ர்ன் பாசிசத்தைத் தேசியத்தின் தொன்ம மாதிரியாகக் (archetype) குறிப்பிடுவார்.[75] பெரும்பாலும் பாசிச நாடுகளில் தேசியம் பிரதானமான அம்சமாக விளங்கியதென்னவோ உண்மைதான். ஆனால் எல்லாப் பாசிச நாடுகளும் எல்லாக் காலங்களிலும் தேசிய வெறியுடன் விரிவாக்க முயற்சிகளை மேற்கொண்டதில்லை. பிராங்கோவின் ஸ்பெயினும் சலாசரின் போர்த்துக்கலும் இதற்கு எடுத்துக்காட்டுகள். தவிரவும் விரிவாக்க முயற்சி ஏகாதிபத்தியங் களின் பொதுவான பண்புதானேயொழிய அதனைப் பாசிசத் திற்கு மட்டுமே உரித்தானதாகவும் பார்த்துவிட முடியாது. காலனியத்தின் கருத்தியலடிப்படையே காலனியப்படுத்தப்பட்ட மக்களை இழிவாகப் பார்ப்பதுதான். தேசிய இயக்கங்கள் என்பன முதலாளிய ஜனநாயகத் தன்மையுடையதாகவும், சில நாடுகளில் பாசிசத் தன்மையுடையதாகவும் வியட்நாம் போன்ற நாடுகளில் சோசலிசத் தன்மையுடையனவாகவும்கூட இருந்திருக்கின்றன. அதனை பாசிசத்துடன் மட்டுமே இணைத்துப் பார்ப்பது ஏற்க இயலாது.

4.தேசியப் போராட்டத்தைப் புறவயவர்க்கப் போராட்டமாகப் பார்க்கும் சிந்தனைகள்: வர்க்கப் போராட்டம், சுரண்டல் ஆகியவற்றிற்கு இரண்டு பரிமாணங்கள் உண்டு என்கிறார் ஜேம்ஸ்ப்ளாட்.[78] ஒன்று, உள்நாட்டு வர்க்கப் போராட்டம் மற்றும் உள்நாட்டுச் சுரண்டல். மற்றது புறவயமானது. தொடக்ககால வர்க்கமற்ற இனக்குழுச் சமூகங்களில் சுரண்டல் இருந்ததில்லை.

சுரண்டல் என்பது முதன்முதலாக ஒரு அந்நியச் சமூகத்தை அடிமைகொள்வது அல்லது அதனிடம் இருந்து கப்பம் வசூலிப்பது என்பதில் தொடங்குகிறது என்கிறார் பிளாட். இதனை அந்நியச் சுரண்டல் அல்லது புறவயச் சுரண்டல் எனலாம். வர்க்கச் சமூகமாக உருப்பெறும்போது ஒரு சமூகத்தின் ஆளும்வர்க்கம் உள்நாட்டு உற்பத்தியாளரையும் சுரண்டுகிறது; வெளிநாட்டு உற்பத்தி யாளரையும் சுரண்டுகிறது, சுரண்டப்படும் சமூகம் வெளிநாட்டு ஆளும் வர்க்கத்தாலும் கூடவே உள்நாட்டு ஆளும் வர்க்கத்தாலும் சுரண்டப்படுகிறது. வரலாறு பூராவும் புறவயச் சுரண்டல் இருந்து வந்ததெனினும் காலனிய, நவகாலனிய சகாப்தத்தில் இது உச்சத்தை அடைகிறது. ஒரு சமூகத்திற்குள் நடைபெறும் சுரண்டல் என்பது அடிமட்ட உற்பத்தியாளரின் குறைந்தபட்ச உயிர் வாழ்க்கைக்கு உத்திரவாதமளிக்கிறது. ஆட்சியாளருக்கும் உற்பத்தியாளருக்கும் இடையேயான பொதுவான பண்பாடு மற்றும் சமூக விதிகள் மூலம் இந்த உத்திரவாதம் நடைமுறைப் படுத்தப்படுகிறது. இத்தகைய பொது விதி, பண்பாடு மூலம் தொடர்பில்லாத, கட்டுப்படுத்தப்படாத புறவயச் சுரண்டல் மிகவும் கொடுமையாகவும் கொடூரமானதாகவும் இருக்கிறது.

எனவே புறவயச் சுரண்டலுக்கு எதிரான புறவய வர்க்கப் போராட்டமும் உள்நாட்டு வர்க்கப் போராட்டத்தைக் காட்டிலும் வித்தியாசமானதாகவும் நேரடியான அரசதிகாரத்திற்கான போராட்டமாகவும் வெளிப்படுகிறது. சுரண்டலை ஒழிப்பதற் கான அவசிய் மான நிபந்தனையாக அந்நிய ஆதிக்கத்தை ஒழிப்பது இருந்த போதிலும் அதுவே போதுமான நிபந்தனையாக இருப்ப தில்லை என்பது கவனிக்கத்தக்கது. உள்நாட்டு ஆளும்வர்க்கம், உள்நாட்டு உழைக்கும் வர்க்கம், வெளிநாட்டு ஆளும்வர்க்கம், வெளிநாட்டு உழைக்கும் வர்க்கம் ஆகிய நான்கிற்கும் இடையே யான உறவு எல்லாச் சூழல்களிலும் ஒரே மாதிரியாக அமைவ தில்லை. தேசியப் போராட்டங்களின் சிக்கலின் அடிப்படை இதுவே. ஸ்டாலினுடைய வரையறையை ஏற்றுக்கொள்ளாமை, தேசிய உணர்வை முதலாளியத்துடன் நேரடியாக இணைத்துப் பார்ப்பதைக் கடுமையாக மறுப்பது ஆகியவற்றில் மரபுவழி மார்க்சியத்திலிருந்து விலகி நிற்கிற ப்ளாட், தேசியப் போராட்டம் என்பது அடிப்படையில் வர்க்கப் போராட்டமே என்கிற மார்க்சிய - லெனினிய நிலைப்பாட்டை வலியுறுத்துவதே தன் நோக்கம் என்கிறார்.

எனினும் ஷோசலிச நாடுகளுக்கு இடையேயான தேசியப் போராட்டங்களை ப்ளாட்டால் விளக்க இயலாமல் போவதைச் சுட்டிக்காட்டும் ரொனால்டோ மங்க், ப்ளாட்டின் கொள்கை தேசிய உணர்வின் ஒப்பீட்டுரீதியான சுயேச்சைத் தன்மையை முற்றாக மறுப்பதால் 'தேசியப் போராட்டம் என்பது வர்க்கப் போராட்டமே' எனச் சொல்லத்தான் முடிகிறதேயொழிய அதனை விளக்க முடியாமல் போகிறது என்கிறார்.

மிக மிகச் சுருக்கமாகவே இந்தச் சிந்தனைப் போக்குகள் இங்கே அறிமுகப்படுத்தப்பட்டுள்ளன. மிகவும் ஆழமான, சிந்தனை வளத்துடன் கூடிய இக்கருத்துக்களை முழுமையாகப் புரிந்து கொள்வதற்கு இவை தொடர்பான நூற்களை விரிவாகப் படிப்பதே நல்லது. இந்தச் சிந்தனைப் போக்குகள் வழங்கியுள்ள மேலும் சில முக்கியப் பங்களிப்புகளை நாம் கவனத்தில் எடுத்துக் கொள்வது மிகவும் அவசியம்.

முதலாளியத் தோற்றம் மற்றும் வளர்ச்சிப் போக்கு ஆகிய வற்றுடன் இவர்களில் சிலர் தேசியத்தை இணைத்தபோதும் இவர்கள் யாரும் தேசம் பற்றிய இறுக்கமான வரையறை எதையும் கைக்கொள்ளவில்லை என்பதும் அதற்கான முயற்சிகளிலும் இறங்கியதில்லை என்பதும் குறிப்பிடத்தக்கன. 'தேசியம்தான் தேசத்தை உருவாக்குகிறதேயொழிய தேசம் தேசியத்தை உருவாக்கவில்லை' என்கிற கெல்னரின் கூற்று மிக மிக முக்கியமானது. எல்லாவற்றையும் கடந்த, முழுமையான, நிரந்தரமான, வரலாற்றுக்கப்பாற்பட்ட தேசம் என்கிற கருத்தாக்கத் திலிருந்து தேசிய உணர்வும் தேசிய இயக்கங்களும் தோன்று கின்றன என்கிற கருத்து இங்கே முறியடிக்கப்படுகிறது. இதனையே பென்ஆண்டர்சன் 'தேசம் என்பது ஒரு கற்பிதம் செய்துகொள்ளப்பட்ட சமுதாயம்' என்பார்.[77] தேசியம் என்பது பல்வேறுபட்ட சூழல்களில் பல்வேறு நாடுகளில் பல்வேறு விதமாய்க் கட்டமைக்கப்படுகிறது. முதலாளிய எழுச்சியோடு கட்டமைக்கப்பட்ட தேசியம் உண்டு. பாசிசக் கட்டமைப்புக்குப் பயன்பட்ட தேசியம் உண்டு. ஏகாதிபத்தியத்திற்கு எதிராக உருவாக்கப்பட்ட தேசியம் உண்டு. உட்பட்ட தேசிய இனங்களை ஒடுக்கி, மையப்படுத்தப்பட்ட அரசு உருவாக்கத்திற்காக மக்களை ஒருங்கிணைக்கக் கற்பிக்கப்படும் தேசியமும் உண்டு (எ-டு. இன்றைய இந்தியத் தேசியம்.) நிலவும் அமைப்பு ஒன்றிலிருந்து

உடைத்துக் கொண்டு ஒரு புதிய அரசதிகாரத்தை நிறுவ முயலும் சக்திகள் உருவாக்கும் தேசியம் உண்டு. 'தனது தேசியப் போராட்டத்தின் மூலமாகவும் தேசிய இயக்கத்தின் மூலமாகவும் கினியாபிசா ஒரு தேசம் என்கிற நிலையை அடைந்தது' என்பார் அமில்கார் கப்ரால்.[78] 'லத்தீன் அமெரிக்காவின் தேசிய உருவாக்கங்கள் என்பன சந்தை உருவாக்கத்தால் கட்டமைக்கப்படவில்லை. தூலமான அரசியல் களத்தில் அது கட்டமைக்கப்பட்டது' என்பார் டெர்ரா ரிவாஸ்.[79] புதிய அரசுகளின் தேச உருவாக்கக் கொள்கை களில் நேர்மையான வெகுஜன ரஞ்சகமான தேசிய உற்சாகத்தையும் காண முடியும். திட்டமிட்டு, சமயத்தில் மாக்கிய வெல்லித் தனமான தந்திரமான முறையில் தேசியக் கருத்தியலை ஊட்டுவதும் உண்டு' என்பார் பென் ஆண்டர்சன்.[80]

நவீன தேசம் முதலாளிகளின் படைப்பு அல்ல எனக் கூறும் பவுலன்ட்சாஸ், 'அது உண்மையில் நவீன சமூக வர்க்கங்களுக்கு இடையேயான சக்திகளின் உறவின் வெளிப்பாடுதான்' என்பார்.[81] அந்த நவீன சமூக வர்க்கங்கள் என்பன வெவ்வேறு அரசியல் சூழலில் வெவ்வேறாக இருக்கும். தேசியத்தை இரட்டை நிகழ்வாகக் காண்பார் ஹப்ஸ்பாம். முதலாளிய எழுச்சி, காலனியச் சுரண்டல் போன்ற சமூகமாற்றங்களை எதிர்கொள்ளும் வழிமுறை யாக ஒன்று. நவீன மத்தியப்படுத்தப்பட்ட அரசின் குடிமை மதமாக இன்னொன்று. தேசியத்தின் இரு பணிகளாக ஜான் ப்ரூய்லி குறிப்பிடுவது கிட்டத்தட்ட இத்துடன் பொருந்தும்.[82] அவை:

1. அரசு அதிகாரத்தைக் கைப்பற்றும் முயற்சியில் ஒரு குறிப்பிட்ட காலகட்டத்தில் மக்களை இறுக்கி இணைத்தல்.
2. யாரை அது கட்டுப்படுத்துகிறதோ அந்த மக்களுக்கு நியாயபூர்வமாகத் தோற்றமளிக்க ஒரு குறிப்பிட்ட அரசுக்குப் பயன்படல்.

தேசியம் என்பது அரசியல்ரீதியாய் நியாயப்படுத்திக்கொள்ளப் பயன்படும் கொள்கை எனக் கெல்னர் கூறுவதும் தங்களுக்கு ஓர் அரசைக் கைப்பற்றவும் தக்கவைக்கவும் உருவாக்கப்படும் செயல்பாடுகள், கருத்தியல் மற்றும் இயக்கங்களைத் தேசியம் என்கிறோம் என பீட்டர் ஓர்ஸ்லி குறிப்பிடுவதும்[83] இத்துடன் இணைத்துப் பார்க்கத்தக்கன. ஆக அரசு அதிகாரங்களைக் கைப்பற்றுவது மற்றும் தக்கவைப்பது என்கிற இரட்டைப்

பணிகளுடனும் தேசியம் தொடர்புடையதாகிறது. ஒடுக்கப்படுவது இதற்குக் காரணமாக இருக்கலாம். அதே சமயத்தில் ஒடுக்குகிற நோக்கமும் தேசியத்திற்குக் காரணமாகலாம் என்பதும் குறிப்பிடத்தக்கது.

இத்தகைய நோக்கில் 'தேசியம் கட்டமைக்கப்படும்போது அதற்குரிய வகையில் ஒரு பண்பாட்டுப் பாரம்பரியம் கண்டு பிடிக்கப்படுகிறது' என்பார் ஹப்ஸ்வாம்.[84] ஒரு திட்டமிட்ட கற்பிதமான சமூகப் பொறியியலின் விளைபொருளே தேசம் என்றும் அவர் குறிப்பிடுவார். பிரெஞ்சுப் புரட்சிதான் பிரெஞ்சு தேசத்தை[85] உருவாக்கியது. ஏகாதிபத்தியத்திற்கு எதிரான இந்திய சுதந்திரப் போராட்டந்தான் இந்திய தேசியத்தைக் கற்பித்தது. தேச உருவாக்கத்தில் வரலாற்றின் பங்கையும் நாம் இந்த நோக்கிலேயே பார்க்க வேண்டும். இத்தகைய அரசியல் நோக்கில் ஒரு தெரிவு செய்யப்பட்ட வரலாற்றை ஒவ்வொரு தேசிய இயக்கமும் உருவாக்குகிறது. பண்டைய அரசர்களின் கொடிய சுரண்டல், ஒடுக்குமுறை எல்லாம் மறைக்கப்பட்டு அவர்கள் தேசிய வீரர்களாக உருவாக்கப்படுகிறார்கள். பாதி தொன்ம மாகவும் பாதி புராணிகமாகவும் இது உருவாக்கப்படுகிறது. பண்டாரவன்னியன், விஜயன், சிவாஜி எல்லாம் இப்படித்தான் உருவாக்கப்பட்டார்கள். முதலாளியத் தேசிய அரசுகள் உருவாகிற போது அரசையும் மக்களையும் இணைத்த அரச விசுவாசம், மத நிறுவனம் ஆகியவை சிதறுண்டு போகின்றன. இந்நிலையில் இவற்றின் மீதான விசுவாசங்கள் தேசியக் கொடி, தேசிய கீதம் ஆகியவற்றிற்கு மாற்றீடு செய்யப்படுகிறது. குறியீடுகளின் தளத்தில் விசுவாசம் செயல்படுகிறது.

ஆக தேசம் என்பது அரசியல்ரீதியாக வரையறுக்கப்படுகிறது. அது வரலாற்றைத் தாண்டியதல்ல; மாறாக வரலாற்றுக்கு உட்பட்டது. வரலாற்றுரீதியாக வரையறுக்கப்படக்கூடியது. தேசப் போராட்டத்தை வெறும் வர்க்கப் போராட்டமாகச் சுருக்க முடியாது. ஆனால் அதே சமயத்தில் அது வர்க்க ஆய்வுகட்கு அப்பாற்பட்டதுமல்ல.

3

தேசிய இனப் பிரச்சினை குறித்த மார்க்சிய மற்றும் நவீனச் சிந்தனை வரலாற்றைத் தொகுத்துப் பார்க்கும்போது, இன்றைய

சூழலின் பின்னணியில் நாம் கவனம் குவிக்க வேண்டிய புள்ளி களாகப் பின்வருபவை நம் கண்ணில்படுகின்றன. அவை:

1. ஈழப் பிரச்சினை மற்றும் இந்திய ஒன்றியத்திலுள்ள தேசிய இனப் பிரச்சினைகள் குறித்துக் கருத்துக்கள் கூறும்போதும் விவாதங்கள்மேற்கொள்ளும்போதும் இங்குள்ள மார்க்சியர்கள், 'பிரான்சிலிருந்து அல்சேஸ் பிரிந்துபோகும் பிரச்சினை வந்தபோது மார்க்ஸ் சொன்னது போல' அல்லது, 'போலந்துப் பிரச்சினையை லெனின் அணுகியதுபோல' என்கிற பாணியில் பேசுவது வழக்கம். வரலாற்றுச் சூழலும் உலக அரசியலும் உலக முதலாளியப் பொருளாதாரக் கட்டமைப்பும் முற்றிலும் வேறுபட்டுள்ள இன்றைய சூழலில் இத்தகைய அணுகல்முறை உதவாது. ஒப்பிட்டுப் பேசுவதற்கு எல்லா விதங்களிலும் பொருந்திவரக்கூடிய என்றென்றைக்குமான மாதிரிகள் (Classical models) ஏதும் கிடையாது. தேசிய இனப் புதிருக்கான சர்வரோக நிவாரணியாக மாதிரிகளோ, மேற்கோள்களோ, அறிவுரைகளோ கிடையாது. தேசிய இன உணர்வு அடிப்படை யிலான இன்றைய இயக்கங்கள் லெனின் வரையறுத்த மூன்று பிரிவினைகளுக்குள் அடங்காது. நம்முடைய பிரச்சினையை மேற்கு ஐரோப்பா போன்ற வளர்ச்சியடைந்த நாடுகளின் தேசிய இனப் பிரச்சினையுடனோ, இல்லை லெனின் காலத்திய கிழக்கு ஐரோப்பிய நாடுகளைப் போல வளர்ந்து வரும் முதலாளியக் கட்டத்தின் தேசியத்துடனோ இல்லை ஏகாதிபத்தியத்திடமிருந்து விடுதலைகோரும் காலனியப் பிரச்சினையுடனோ ஒப்பிட முடியாது. லெனினது வகைப் பாட்டில் இரண்டாவது பிரிவில் அடங்கக்கூடிய அன்றைய ரஷ்யா, ஆஸ்திரியா போன்ற பல்தேசிய இன நாடுகளின் பிரச்சினையோடு ஒப்பிடலாம் என்றால்கூட இரண்டு பெரும் வேறுபாடுகள் கவனத்திற் குரியவை:

அ. இங்கேயுள்ள எந்தத் தேசிய இனப் பிரச்சினையும் வளர்ந்துவரும் முற்போக்கான முதலாளிய வர்க்கத்தால் கட்டமைக்கப்படுவதாகக் கொள்ள முடியாது. ஏகாதிபத்தி யங்களைச் சார்ந்து வளரும் இன்றைய முதலாளியம், எந்த வகையிலும் தொடக்ககால முதலாளியத்தைப் போல எந்த ஓர் அம்சத்திலும் முற்போக்காக இல்லை.

ஆ. ரஷ்யாவில், ரஷ்யத் தேசிய இனம் ஒடுக்கும் இனமாகவும்

மற்றவை ஒடுக்கப்படும் இனங்களாகவும் இருந்தது போல இங்கே எந்த ஒரு தேசிய இனத்தையும் ஒடுக்கும் தேசிய இனமாகச் சுட்டிக்காட்ட முடியாது. மூலதனம், தொழில் நுட்பம், சந்தை ஆகிய மூன்றிலும் ஏகாதிபத்தியங்களைச் சார்ந்து நிற்கும் இந்தியப் பெருமுதலாளிகள் எந்த ஒரு குறிப்பிட்ட தேசிய இனத்திற்குள்ளும் தங்கள் செயல் பாட்டை முடக்கிக்கொள்ளவில்லை. தமிழகத்திலுள்ள செட்டியார் அல்லது அய்யங்கார் அல்லது கவுண்டர் மூலதனங்கள் உள்பட அகில இந்திய அளவிலேயே தங்களது செயல் பாட்டையும் சந்தையையும் கொண்டிருக்கின்றன. ஒட்டு மொத்தத்தில் பார்சி, பனியா முதலாளிகளின் செல்வாக்கு அதிகமாக இருந்தபோதிலும் அவற்றை ஒடுக்கும் இனமாகப் பார்க்க முடியாது. இந்தி பேசும் மக்களனைவரிடமும் அகில இந்தியத் தேசிய உணர்வு மிகுந்திருந்த போதிலும் அவர்கள் அனைவரும் ஒரு தேசமாக உருப்பெற்றிருக் கின்றனர் எனவும் சொல்ல முடியாது. இப்பெருமுதலாளிகள் செல்வாக்கு வகிக்கிற, அதிகாரங்கள் அனைத்தும் மத்தியில் குவிக்கப்பட்ட இந்துமயமான மத்திய அரசிற்கும் தேசிய இனங்களுக்குமிடையேதான் தேசிய இன முரண்பாட்டைப் பார்க்கிறோம். இரண்டாம் உலகப் போருக்குப் பிந்திய நவ காலனியச் சூழலின் பிரதானமான இந்த வேறுபாடுகளைக் கணக்கிலெடுத்துக்கொண்டே நாம் பார்க்க வேண்டும். நவ/ அரைக் காலனியச் சூழல்களில் தேசியத் தன்மையுடன் கூடிய தொழில் வளர்ச்சி சாத்தியமேயில்லை என சமீர் அமின் என்கிற மார்க்சியப் பொருளியல் அறிஞர் குறிப்பிடுவது கவனிக்கத்தக்கது. தவிரவும் பிரதானமாய் ஒரு தேசிய இனமே இருக்கக்கூடிய ஒரு காலனிய/அரைக் காலனிய அரசமைவில் மாவோ வரையறுத்த தேசிய முதலாளிகள் என்னும் கருத்தாக்கத்தைப் பல்தேசிய இன அரசாகிய இந்தியாவின் தேசிய இன முரண்பாடுகளை விளங்கிக் கொள்ளப் பயன்படுத்துவதில் சிக்கல் இருக்கிறது. இன்றைய சூழலில் தேசிய ஒடுக்குமுறையின் பின்புலமாகத்தான் பெருமுதலாளிகள் இருக்க முடியுமேயொழிய தேசிய இன எழுச்சியை வழிநடத்தவோ தலைமை தாங்கவோ அவர்களுக்கு எந்தத் தகுதியும் இல்லை.

2. பொதுவான மொழி, தேச எல்லை, உளப்பாங்கு,

பொருளாதார வாழ்வு முதலிய இறுக்கமான நிபந்தனைகளின் அடிப்படையிலான தேசிய இனங்களுக்கான வரையறையும் இன்று பொருந்தாது. ஸ்டாலின் காலத்திலேயும்கூட இந்த வரையறை எந்தப் பின்னணியில் உருவாக்கப்பட்டது என்பதை முன்பே விளக்கியுள்ளோம். பொதுமொழி என ஒன்று இல்லையாகையால் அகில இந்தியத் தேசியம் என ஒன்று கிடையாது எனச் சொல்வதற்கு வாய்ப்பிருக்கிறது என்கிற அடிப்படையில் தமிழ்த் தேசியம் பேசுகிறவர்கள் மேற்கண்ட வரையறையைத் தூக்கிப்பிடிப்பது வெறும் சந்தர்ப்ப வாதமாகவே முடியும்.

ஏனெனில் இந்த வரையறையை நாம் வற்புறுத்தினால் பதினாறு தனித்தனி இனக் குழுக்கள் இணைந்து உருவாகியுள்ள, பொது மொழி எனச் சொல்வதற்கு ஒன்றுமில்லாத நாகர்களை ஒரு தேசிய இனம் இல்லை என மறுப்பவர்களாகவும் அவர்களது சுயநிர்ணய உரிமைக்கான போராட்டம் நியாயமற்றது எனச் சொல்பவர்களாகவும் ஆவோம். தவிரவும் பல மொழிகளைப் பேசிய பல நாடுகளைச் சேர்ந்த யூதர்கள், 'இஸ்ரேல்' என்னும் ஒரு நாட்டை உருவாக்கித் தொடர்பு விட்டுப்போன 'ஹீப்ரு' மொழியை மீண்டும் பொது மொழியாகப் புத்துருவாக்கம் செய்யும்போது நாம் ஏன் அதிகம் பேர் பேசுகிற 'இந்தி' மொழியைப் பொது மொழியாக உருவாக்கிக்கொள்ள முடியாது என்கிற அகில இந்தியத் தேசிய வெறியர்களின் வாதத்தையும் எதிர்கொள்ள வேண்டியவர்களாக இருப்போம். மேலும் மேற்கூறிய நிபந்தனைகளில் பெரும்பான்மை பூர்த்தி செய்யப்பட்டு இருந்தும், குறிப்பாக ஒரே மொழி பேசுபவர்களாக இருந்தும் இன்று பஞ்சாபிகளும் காஷ்மீரிகளும் மத அடிப்படையில் இரு தேசிய இனங்களாகப் பிரிந்து கிடப்பதையும் பார்க்கிறோம்.

அதேசமயத்தில் ஒரே மதத்தினராக இருந்தும்கூட மேற்குப் பாகிஸ்தானியரும் கிழக்கு வங்கத்தினருமே ஒரு தேசிய இனமாக உருப்பெற இயலாமல் போனமையையும் ஒத்திணைத்துப் பார்க்கும் போதுதான் 'தேசம் என்பது ஒரு கற்பிதம் செய்யப்பட்ட சமூகம்; ஒரு தேசத்தின் பாரம்பரியம், வரலாறு என்பன திட்டமிட்டு உருவாக்கப்பட்டவை; தேசிய இனப் போராட்டங்கள்தான் தேசங்களை உருவாக்கு

கின்றனவேயொழிய தேசங்கள் தேசிய இன உணர்வுப் போராட்டங்களை உருவாக்குவதில்லை' என்கிற தேசம் பற்றிய நவீன சிந்தனைகளின் முக்கியத்துவம் புரிகிறது. அரசு போலவே தேசமும் எல்லாக் காலங்களிலும் என்றென்றைக்கும் நிரந்தரமாய் இருந்துவந்ததில்லை. தேசம் என்பது ஓர் அரசியல் வரையறை. அது இயற்கையானதல்ல.

இனக்குழுக்களாக மக்கள் சிதறுண்டு கிடந்தபோது அவற்றிற்குள் வர்க்கங்கள் இருந்தில்லை. ஒடுக்குமுறைக் கருவியான அரசும் இருந்ததில்லை. இரத்த உறவுகளின் அடிப்படையில் சமூகம் இயங்கியது; உற்பத்தி மேற் கொள்ளப் பட்டது. நில எல்லை உணர்வு (territorial conciousness), மொழி உணர்வு போன்றவை அச்சமூகங்களில் இருந்த தில்லை. சமூகங்கள் வர்க்கங்களாக உருப்பெறும் போது அரசுகள் தோன்றுகின்றன. நில எல்லை உணர்வு வருகிறது. இத்தகைய சமூகமயமாக்கல் முயற்சியினூடாகப் பிற இனக் குழுக்கள் கொடுமையாக ஒடுக்கப்பட்டு, அவர்களது நம்பிக்கைகள், மொழி, பண்பாடு எல்லாம் இரக்கமே இல்லாமல் நசுக்கப்பட்டுத் தன்வயப்படுத்தும் முயற்சி மேற்கொள்ளப்படுகிறது. வளர்ச்சியடைந்த உற்பத்திமுறை என்பது இம்முயற்சியில் பேருதவிபுரிகின்றது. இக்கால கட்டத்தை இனக்குழுக்கள் விவசாய மயமாகும் (peasanti sation) காலம் எனலாம். இப்போது நில அடிப்படையிலான மொழி உணர்வுகள்கட்டமைக்கப்படுகின்றன. 'வட வேங்கடம் தென்குமரி ஆயிடைத் தமிழ்கூறும் நல்உலகத்து' என்கிற தொல்காப்பியப் பாயிரம் இந்தச் சூழலின் வெளிப் பாடே.

நில எல்லையும் மொழியும் இங்கே வியக்கத்தக்க அளவிற்கு இணைத்துப் பாடப்படுவது குறிப்பிடத்தக்கது. இத்தகைய மொழி-எல்லை உணர்வென்பது தேசிய இன உணர்வின் ஒரு தொன்ம மாதிரியே. பல்வேறு இனக்குழுக்களின் தனித்துவங்கள், தல மொழி, பண்பாட்டு வேறுபாடுகள் எல்லாம் நசுங்கிச் சிதையும் சோக ஓலங்களையெல்லாம் உள் ஒடுக்கி இந்த அகண்ட தமிழ்க் குரல் ஒலிப்பதை நாம் மறந்துவிடக்கூடாது. எனவே தேசிய இன உணர்வு என்பதையே முதலாளியக்காலகட்டத்தின் மேற்கட்டுமானமாகப் பார்ப்பது ஏற்புடையதல்ல. முதலாளியக் கட்டத்தில் ஒரு தேசிய

இனம் தன்னைத் தேசமாக அரசியல்ரீதியாக வரையறுத்துக் கொண்டு தேசிய அரசாக உருப்பெறுகிறது. நிலம், மொழி, அரசு என்கிற மூன்றும் ஒருங்கிணைவு பெறுகிறது. நாம் மேற்குறிப்பிட்ட சங்க காலச் சூழலில் நில எல்லை, மொழி ஆகியவை ஒருங்கிணைந்து உணரப்பட்ட போதிலும் இவை ஒற்றை அரசுடன் இணைத்துப் பார்க்கப்படாமல் மூவேந்தர் களுடன் இணைத்துப் பார்க்கப்படுவதற்கு நாம் ஏராளமான எடுத்துக்காட்டுகள் சொல்ல முடியும்.[86] முதலாளியக்கட்டத்தில் தான் முதன்முதலாக ஒரு வர்க்கம் (முதலாளிய வர்க்கம்) தன்னைத் தேசிய அடிப்படையில் வரையறுத்துக் கொள்கிறது. பண்டப் பொருளாதாரமும் சந்தையும் இந்தத் தேவையை அந்த வர்க்கத்திற்கு ஏற்படுத்துகிறது. தேசிய அரசின் தோற்றத்தை ஒரு தேதி குறிப்பிட்டு நாம் சொல்லிவிட முடியும். தேசிய இன உணர்வு மற்றும் தேசிய இனத்தின் தோற்றத்திற்கு நாம் அப்படி ஒரு தேதியைச் சொல்லிவிட முடியாது. தேசிய அரசு, தேசம், தேசிய இனம் ஆகிய அனைத்தையும் துல்லியமாக வேறுபடுத்தித் தேசிய அரசை மட்டுமே முதலாளியத்துடன் இணைத்துப் பார்க்காமல் எல்லாவற்றையும் ஒன்றாகவும் முதலாளியத்தின் வெளிப் பாடாகவும் பார்க்கும் தவறு எப்போதுமே நடந்து வந்திருக்கிறது.

இந்தக் கருத்தின் இன்னொரு வெளிப்பாடு சோசலிசக் கட்டத்தில் தேசிய உணர்வு இருக்காது என்பதும் தேசியப் போராட்டங்கள் நியாயமற்றவை, ஒடுக்கப்பட வேண்டியவை என்கிற வாதமுமாகும். இது எத்தனை தூரம் பொய்யானது, தவறானது என்பதற்கு இன்றைய ரஷ்ய மற்றும் கிழக்கு ஐரோப்பிய நாடுகளின் வரலாறு நமக்குச் சான்று பகர்கிறது. இதையெல்லாம் சொல்வதால் தேசிய இன உணர்வு உருவாக்கத்தில் மொழி, நில எல்லை, வரலாறு, பண்பாடு ஆகியவற்றிற்குப் பங்கே இல்லை என்பதல்ல. திட்டமிட்டு உருவாக்கப்படும் தேசிய உணர்வு என்பது இவற்றின் அடிப்படையில்தான் உருவாக்கப்படுகிறது. ஆனால் இவற்றை வரட்டுத்தனமாய் அவசிய நிபந்தனைகளில் ஒன்றாய்க் கொள்ளவேண்டியதில்லை என்பதுதான். தவிரவும் தேசிய உணர்வுக் கட்டமைப்பில் இந்த நிபந்தனைகளில் எந்த ஒன்று குவிமையமாக மாறுகிறது என்பது அந்தந்த அரசியற் சூழலில்

வேறுபடுகிறது. பஞ்சாபில் மதமும் எழுத்தும் வடிவமும் ('குர்முகி') குவி மையமாகிறது. கிழக்கு வங்கத்தில் மரபினம் குவி மையமாகிறது. தமிழக வரலாற்றைப் பொறுத்த மட்டில் வடமொழி ஆதிக்கத்திற் கெதிரான எதிர்ப்புக் குரல் தமிழுணர்வாக[87] வெளிப்பட்டு வந்திருக்கிறது. எனவே, தமிழ்த் தேசிய உணர்வுக் கட்டமைப்பில் மொழியைக் குவிமையமாகப்படுத்துவது எளிதாகிறது. இந்த நோக்கில் இங்கே தமிழக வரலாறும் கட்டமைக்கப்பட்டது.

3. அப்படியானால் அகில இந்தியத் தேசியம் ஒன்றையும் இப்படிக் கற்பிதமாகக் கட்டமைத்துவிட முடியுந்தானே? அப்படித்தான் இங்கே மைய அரசும் பின்னணியிலுள்ள பெருமுதலாளிகளும் ஏகாதிபத்தியங்களும் முயல்கின்றன.[88] 1947க்கு முன்பு காலனியச் சூழலில் இதற்கொரு நியாயமும் இருந்தது. ஒட்டுமொத்தமாய் ஆங்கில ஏகாதிபத்தியத்திற்கு எதிராய் மக்களைத் திரட்டுவது அன்று அவசியமாய் இருந்தது. அந்த நோக்கில் இங்கே அகில இந்தியத் தேசிய உணர்வு கட்டமைக்கப்பட்டது. தேசிய வரலாறு எழுதப்பட்டது. தேசிய வீரர்கள் உருவாக்கப்பட்டனர்.[89] வளமான வரலாறு, பண்பாடு, மொழி ஆகியவற்றின் அடிப்படையிலும் தேசிய இன உருவாக்கங்களின் அடிப்படையிலும் பிளவுண்டுகிடந்த இந்தியாவில் அகில இந்தியத் தேசிய உணர்வைக் கட்டமைக்க இந்துமதம் பெரிய அளவில் பயன்பட்டது. 'பாரதம்', 'ஆரிய சம்பத்து' போன்ற விடுதலைப் போராட்ட காலச் சொல்லாட்சிகள் கவனிக்கத்தக்கன. ஏகாதிபத்தியத்திற்கு எதிராக இருந்தபோதிலும் இந்த அடிப்படையில் இந்திய முஸ்லிம்களும் சீக்கியர்களும் தனியாகத் தங்களை மத ரீதியில் அடையாளம் கண்டுகொள்ளும் நிலையும் ஏற்பட்டது.

எனினும் ஜனரஞ்சக ஜனநாயக உணர்வான (popular democratic conciousness) ஏகாதிபத்திய எதிர்ப்பு என்பது இந்துமத அடிப்படையிலான அகில இந்தியத் தேசிய உணர்வுடன் ஒருங்கிணைக்கப்பட்டு அன்றைய விடுதலைப் போராட்டக் கருத்தியல் உருவாக்கப்பட்டது.[90] இந்த அகில இந்திய உணர்வின் எச்ச சொச்சம் இன்னுங்கூட மக்கள் மத்தியில் ஓரளவு செல்வாக்குடன் இருப்பதையும் மறுத்துவிட முடியாது.[91] மேலும் மேலும் இந்துமத வெறியைத் தூண்டி

விடுவதன் மூலமும், இந்திய ஒருமைப்பாடு என்பதையும் இந்து நலம் என்பதையும் ஒன்றாகக் காட்டி இந்திய ஒருமைப் பாட்டுக்கு ஆபத்து என்பது இந்து நலனுக்கு எதிரானது என்கிற அடிப்படையில், இன்றைய ஏகாதிபத்தியங்களைச் சார்ந்து நிற்கும் பெரு முதலாளிகள், அதிகார வர்க்கம், மதவாத சக்திகள் முதலியன அகில இந்தியத் தேசிய உணர்வைக் கட்டமைக்க முயல்கின்றன.

ஆனால் ஒரு அரை/ நவ காலனியச் சூழலில் ஒரு பல்தேசிய இன நாட்டிற்குள் இன்று அகண்ட தேசியம் என்பது சாத்தியமே யில்லை. இந்த நாடுகள் அனைத்தும் ஏகாதி பத்தியங்களைச் சார்ந்த வளர்ச்சிப் பாதையை மேற்கொள்கின்றன. இது கடுமையான ஏற்றத்தாழ்வான வளர்ச்சிக்கும், போராட்டங் களுக்கும், ஒடுக்குமுறைக்கும், ஜனநாயக உரிமைகள் பறிக்கப் படுவதற்கும், மையப் படுத்தப்படுதலுக்கும் 'பெருந் தேசிய/ தேசிய/பெருமத/பெருஇன வெறி'களுக்கும் காரணமாகிறது. எனவே ஒரு பல்தேசிய இன-நவ/அரைக் காலனிய நாட்டில் இந்த வெறிக்கும் இந்த வெறியை ஆதாரமாகக் கொண்டு இருக்கும் மைய அரசிற்கும் எதிராக ஒடுக்கப்படுகிற தேசிய இனங்களின் எழுச்சி தவிர்க்க இயலாததாகிறது.[92]

இந்தப் பொருளாதாரச் சுரண்டல்களுக்கெல்லாம் பின்புலமாக ஏகாதிபத்தியம் இருந்த போதிலும் முழுமையான காலனி ஆட்சியின் போது அது வெளிப்படையாக மக்கள்முன் நின்றதுபோல இப்போது நிற்கவில்லை. தவிரவும் இன்றைய ஜனநாயக, இன ஒடுக்குமுறைகளில் ஏகாதிபத்தியங்களின் பங்கு எள்ளளவும் நேரிடையாக இல்லை. எனவே ஏகாதிபத்தியத்திற்கெதிரான அரசியல் விடுதலை என்கிற முழக்கத்தின் கீழ் அகில இந்தியத் தேசியம் கட்டமைக்கப் படுவதும் இன்று சாத்தியமில்லை. இன்றைய சமூக/ அரசமைவின் மூலம் பெரும் பலன்களைக் குவித்துக்கொள்ளும் ஆளும் வர்க்கம் தனக்கும் மக்களுக்குமிடையேயான இடை வெளியை இட்டுநிரப்பும் பாலமாகவே அகில இந்தியத் தேசிய உணர்வு மற்றும் இந்து மதவெறியைப் பயன் படுத்துகிறது.

பெரும்பான்மையான மக்களுடன் ஒப்பிடும்போது இன்றைய அமைப்பிற்குள் பொருளாதாரப் பலன்களை ஒப்பீட்டளவில்

அதிகமாகப் பெற்றுக்கொள்ளக்கூடிய இன்னொரு வர்க்கம் அமைப்புரீதியாய்த் திரட்டப்பட்ட இந்தியத் தொழிலாளி வர்க்கத்தின் மேற்பகுதி மற்றும் மத்தியதர வர்க்கமாகும்.[93] ஏகாதிபத்தியங்களிலுள்ள 'பிரபுத்துவத் தொழிலாளர் (Labour Aristocracy)'என லெனினால் வரையறுக்கப்பட்ட பாட்டாளி வர்க்கத்தின் மூன்றாம் உலகப் பிம்பங்களாகிய இவர்களின் பிரதிநிதிகளாக விளங்குவோர் மையநீரோட்டப் பொது வுடைமைக் கட்சியினர். தேசிய ஒருமைப்பாடு குறித்து இவர்கள் பெரு முதலாளிகளையும் மதவாத சக்திகளையுங் காட்டிலும் அதிக அழுத்தம் கொடுப்பது கவனிக்கத்தக்கது. சுயநிர்ணய உரிமை முழக்கம் பாட்டாளி வர்க்கத்தைத் தேசிய இன அடிப்படையில் பிளவுபடுத்தும் என்கிற வாதத்தின் அடிப்படையில் இவர்கள் இதனைச் செய்கின்றனர். ஆனால் பிரச்சினை இனி பிளவுண்டு போவதில்லை. ஏற்கனவே பிளவுண்டு கிடப்பதுதான் பிரச்சினையே. தேசிய இன ஒடுக்குமுறை இதற்குக் காரணமாகியுள்ளது. இதனை ஒழிப்பதும் சுயநிர்ணய உரிமைமூலம் உரிய நம்பிக்கையை ஒடுக்கப்பட்ட தேசிய இனங்களுக்கு அளிப்பதும் மட்டுமே தேசிய இன அடிப்படையில் தொழிலாளர் பிளவுறுவதைத் தடுக்க ஒரே வழி.

4. தேசிய அரசு உருவாக்கத்தில் தொடக்ககால முதலாளியத்தின் பங்கை வலியுறுத்தும் மார்க்சியத்தைக் கன்னோலி, லெனின் போன்றோர் காலனிய விடுதலைக் காலத்தில் பாட்டாளி வர்க்கமும்கூட தேசிய விடுதலைப் போராட்டத்திற்குத் தலைமை தாங்க முடியும் என விரிவுபடுத்தினர். லெனினுக்குப் பிந்திய காலங்களில் பாசிசமும்கூடத் தேசிய இன உணர்வைப் பயன்படுத்த முடியும் எனப் பார்த்தோம். எனவே தேசிய இன உணர்வு, ஜனநாயக உணர்வு போன்றவற்றை ஒரு குறிப்பிட்ட வர்க்கத்தின் உணர்வாகப் பார்ப்பதில் பொருள் இல்லை என்பது புரிகிறது.[94] அப்படியானால் தேசிய உணர்வு எப்படி வெவ்வேறு வர்க்க நலன்களோடு இணைகிறது என்கிற கேள்வி முக்கியமாகிறது. இதனைச் சற்று விளக்குவோம்.

சமூக ஆய்வில் உற்பத்தி முறை/சமூக வர்க்கம் என்கிற இரு கருத்தாக்கங்களைப் பயன்படுத்துவது வழக்கம். தூலமாக

வெளிப்படும் ஒரு சமூக உருவாக்கத்தில் நுண்மையாகப் பல உற்பத்தி முறைகள் வெளிப்படும். இவற்றில் ஒன்று ஆதிக்க உற்பத்தி முறையாக இருக்கும். இந்த ஒவ்வொரு முறையிலும் பல்வேறு வர்க்கங்கள் ஒன்றொடொன்று முரண்பட்டு நிற்கின்றன. தூலமான சமூக உருவாக்க மட்டத்தில் இது ஆளும் குழுமம் X மக்கள் என வெளிப்படுகிறது.

சமூக நெருக்கடிகள் முற்றாத நிலையான காலகட்டங்களில் சமூக உருவாக்கம் என்பது அதற்குள்ளுள்ள உற்பத்தி உறவு களை வழக்கமான வழிமுறைகளில் மறுஉற்பத்தி செய்து வருகிறது. ஆளும் குழுமத்திற்கும் மக்களுக்குமிடையே உள்ள முரண்பாடுகள் கருத்தியல் மட்டத்தில் சமனப்படுத்தப் படுகின்றன. அதாவது 'மக்கள்' என்கிற வகையில் தன்னை ஒடுக்கும் ஆளும் குழுமத்துடன் தனக்குள்ள முரண்பாடு களின் அடிப்படையிலான ஜனரஞ்சக ஜனநாயகக் கருத்தியல் (Popular Democratic Ideology)[95] ஆளும் கருத்தியலுடன் ஒருங்கிணைக்கப்படுகிறது. இரண்டிற்குமிடையேயான ஒருமை ஒத்திசைந்த ஒருமையாக (harmonious unity) இருக்கிறது. சிதைந்த ஒருமையாக (ruptured unity) மாறவில்லை.[96]

வர்க்கப் போராட்டங்களின் விளைவாய் இந்தச் செயலூக்க முள்ள ஒருங்கிணைவு (articulation), அதாவது ஒத்திசைந்த ஒருமை சிதைகிறது. இப்போது ஜனரஞ்சகக் கருத்தியல் ஒப்பீட்டளவில் சுயேச்சையாக நிற்கிறது. இந்தச் சந்தர்ப் பத்தில் சமூகத்தில் நிலவும் பல்வேறு வர்க்கங்களும் தங்கள் தங்களது வர்க்கக் கருத்தியலுடன் ஜனரஞ்சக ஜனநாயகக் கருத்தியலை ஒருங்கிணைக்க முயலும். இவ்வாறு ஒருங் கிணைக்க முயலும் எந்த ஒரு வர்க்கத்தின் கருத்தியலும் தன்னை அன்றைய ஆளும் குழுமத்துடனும் அதன் கருத்தியலுடனும் தீவிரமாய் முரண்பட்டு நிற்பதாய்க் காட்டிக்கொள்ளும். இவ்வாறு பல்வேறு வர்க்கக் கருத்தியல்களும் தங்களது வர்க்கக் கருத்தியல் சொல்லாடலுக்குள் ஜனரஞ்சக ஜனநாயகக் கருத்தியலை ஒருங்கிணைக்க முயலுவதையே கருத்தியல் மட்டத்தில் நடக்கும் வர்க்கப் போராட்டம் என்கிறோம். உற்பத்திமுறை என்கிற மட்டத்தில் இது பொருளாதார வர்க்கப் போராட்டங்களாக நடக்கும். இந்தப் போராட்டத்தில் எந்த ஒரு வர்க்கமாவது தனது கருத்தியல் சொல்லாடலுக்குள்

ஜனரஞ்சக ஜனநாயகக் கருத்தியலை வெற்றிகரமாக இணைக்கும் போது அதன் மேலாண்மை (hegemony) சமூகத்தில் நிறுவப்பட்டுள்ளதாகக் கொள்கிறோம். இனி அது பொருளாதார நலன்களை மேலும் வன்மையாக நிலைநிறுத்திக்கொள்ளும்.[97]

ஆக தேசியம் போன்ற ஒரு ஜனரஞ்சக ஜனநாயகக் கருத்தியல் கூறு (ideological element) தன்னளவில் ஒரு வர்க்க உள்ளடக்கத்தைப் பெற்றிருக்கிறது எனச் சொல்ல முடியாது. தூலமான ஒரு கருத்தியல் சொல்லாடலுடன் ஒருகிணைக்கப் படும்போதே அது வர்க்க உட்பொருளைப் பெறுகிறது. வியட்நாமிலும் கியூபாவிலும் நிகரகுவாவிலும் தேசிய உணர்வு இடதுசாரி சோஷலிசக் கருத்தியல் சொல்லாடலுக்குள் ஒருங்கிணைக்கப்பட்டது. ரீகன் தனது விரிவாக்க நடவடிக்கை களின் போதும், தாட்சர் ஃபாக்லந்துத் தீவுகளைக் கைப்பற்றிய போதும் தேசிய உணர்வை ஏகாதிபத்தியக் கருத்தியல் சொல்லாடலுக்குள் கொண்டுவந்தது குறிப்பிடத்தக்கது.

பாசிசம் தோன்றிய வரலாற்றை ஆராய்ந்து பார்க்கும் போது அது ஏகபோக முதலாளித்துவத்தால் திட்டமிட்டு உருவாக்கப் பட்டதல்ல என்பது தெரிகிறது. பல சந்தர்ப்பங்களில் ஏகபோக முதலாளியம் தொடக்கத்தில் பாசிசத்துடன் ஒத்துப்போக வில்லை என்பதையும் ஏகபோக முதலாளியம் தனது ஆதிக்கத்தை நிலைநிறுத்திக்கொள்ள எல்லா நாடுகளிலும் பாசிச, நாசிச வடிவங்களைத்தான் எடுத்தது எனச் சொல்ல முடியாது என்பதையும் லக்லாவ், பவுலன்ட் சாஸ் போன்றோர் சுட்டிக்காட்டுவது குறிப்பிடத்தக்கது.[98]

முதல் உலகப்போர், வெர்செய்ல்ஸ் உடன்படிக்கை மற்றும் பொருளாதார நெருக்கடிகள் ஆகியவற்றைத் தொடர்ந்து அன்றைய ஜெர்மனியில் கடும்நெருக்கடிகள் ஏற்பட்டன. ஒரு பக்கம் அன்றைய ஆளும் குழுமத்தில் இடம்பெற இயலாத ஏகபோக முதலாளிய வர்க்கம் எப்படியாவது தனது மேலாண்மையைச் சாதிக்க முயன்று கொண்டிருந்தது. நெருக்கடியின் விளைவாக அன்றைய ஆளும் கருத்தியல் சொல்லாடலின் பிடியிலிருந்து விடுபட்டு ஜனரஞ்சக ஜனநாயகக் கருத்தியல் சுயேச்சையாகவும் தீவிரமாகவும் இயங்கியது. இந்தச் சூழலில் அங்கே வளர்ந்து கொண்டிருந்த பாசிசம் அன்றைய ஜெர்மானிய மக்களை இனம், தேசிய

உணர்வு, யூத வெறுப்பு, பாராளுமன்ற ஊழல் எதிர்ப்பு ஆகிய வற்றின் அடிப்படையில் திரட்டியது. பாசிசம் தன்னிலிருந்து முற்றாக விலக்கிக்கொண்ட ஒரே கருத்தியல் பாட்டாளி வர்க்கத்தினுடையதுதான். மா-லெ கருத்துக்களை எந்த விதத்திலும் தன்னுள் அனுமதிக்காததோடு யூத எதிர்ப்பிற்கு இணையாக மார்க்சிய எதிர்ப்பையும் அது முன்வைத்தது.

அன்றைய ஜெர்மானியன் ஓர் ஆரியனாக விளிக்கப்பட்டான். ஏற்கனவே அங்கு மிகவும் வளர்ச்சி பெற்றிருந்த பாட்டாளி வர்க்கக் கட்சிகள் மார்க்சிய லெனினியக் கருத்துக்களை வர்க்கத் தூய்மை கெடாமல் பேணும் முயற்சியில் அன்றைய ஜனரஞ்சக ஜனநாயகக் கருத்தியலுடன் தங்களது பாட்டாளி வர்க்கக் கருத்தியலை ஒருங்கிணைக்க முடியாமல் தோற்றனர். அதே சமயத்தில் இந்த ஒருங்கிணைப்பை பாசிசம் மிகச் சரியாகவும் நுணுக்கமாகவும் செய்து முடித்தது. பாசிசச் சொல்லாடலுடன் ஜனரஞ்சக ஜனநாயகக் கருத்தியல் இணைக்கப்பட்டவுடன் அதுவரை ஆளும் குழுமத்தில் இடம்பெற இயலாமலிருந்து வந்த ஏகபோக முதலாளியம் மார்க்சிய எதிர்ப்பைக் கடைப்பிடித்துவந்த பாசிசத்துடன் கொஞ்சம் கொஞ்சமாகத் தன்னை ஐக்கியப்படுத்திக் கொண்டது. கிட்டத்தட்ட 1940களுக்குப் பின்பு தமிழகத்தில் திராவிட இயக்கங்கள் வளர்ச்சிபெற்றதையும் பொது வுடைமைக் கட்சிகள் தங்கள் பிடிமானங்களை இழந்ததையும் இத்துடன் ஒப்பிடலாம். ஜனரஞ்சக உணர்வுகளுடன் தமது வர்க்கக் கருத்தியலை ஒருங்கிணைக்க இயலாது பொது வுடைமை இயக்கங்கள் தோற்றன. பஞ்சாப், காஷ்மீர், அஸ்ஸாம் போன்ற இடங்களில் இன்று பொதுவுடைமையாளர் தங்கள் வேர்களை இழந்து நிற்பதுங் கூட இப்படித்தான்.

காங்கிரஸ் கட்சியின் தோற்றத்தைக்கூட நாம் இப்படிப் பார்க்கலாம். தரகு முதலாளிகள் அல்லது முதலாளிகளால் திட்டமிட்டு உருவாக்கப்பட்டதாக அதனைப் பார்க்க வேண்டிய தில்லை. ஏகாதிபத்திய ஆட்சியாளருடன் முரண்பட்டிருந்த மக்களின் ஜனரஞ்சக ஜனநாயகக் கருத்தியலுக்கு அன்றைய காங்கிரஸ் கட்சி வடிவு கொடுத்தது.[99] வருணா சிரமம் மற்றும் சமூக ஏற்றத்தாழ்வுகளை ஏற்றுக்கொண்டு இந்து சனாதனப் பின்னணியில் அகில இந்தியத் தேசியத்தைக் கட்டமைத்தது.

பாட்டாளி வர்க்கக் கருத்தியலிலிருந்து தன்னை முழுமையாக விலக்கிக் காட்டிக்கொண்டது. பெரும்பாலும், அது தன்னை ஒரு மிதவாத அமைப்பாகவே நிலைநிறுத்திக்கொண்டது. இந்த அடிப்படையில் மத்தியதர வர்க்கம், உயர்சாதிப் படிப்பாளிகள், விவசாயிகள் ஆகியோரை உள்ளடக்கிய ஜனரஞ்சக ஜனநாயகக் கட்சியாக அது பரிணமித்தது. வளர்ந்து வந்த மக்கள் எதிர்ப்புகளைக் கவலையோடு கவனித்துவந்த, அகில இந்தியச் சந்தையில் குறியான தரகு முதலாளியம் விடுதலை தவிர்க்க இயலாது போகும்பட்சத்தில் காங்கிரஸ் கட்சியிடம் ஆதிக்கம் இடம்பெயர்வதே தனது நலனுக்கு ஆபத்தில்லாத ஒன்று என்பதால் ஆங்கில ஆட்சியுடனும் காங்கிரஸ் கட்சியுடனும் ஒரேசமயத்தில் சமரசமான உறவைக் கடைப்பிடித்துவந்தது. நெருக்கடி அதிகமாக அதிகமாகக் குறிப்பாக விவசாய, தொழிலாளர் எழுச்சி வளரவளரத் தரகு முதலாளியம் தன்னை முழுமையாகக் காங்கிரசுடன் இணைத்துக்கொண்டது. 1947 ஆட்சி மாற்றத்தோடு இந்த ஒருமை முழுமை அடைந்தது.

தமிழகத்துத் திராவிட இயக்கங்கள், ஆந்திரத்துத் தெலுங்கு தேசம், அஸ்லாம் கணபரிஷத் போன்ற கட்சிகளையுங்கூட நாம் இப்படித்தான் அணுக வேண்டும். தல முதலாளி வர்க்கங்களால் தலைமை தாங்கப்பட்டு அல்லது அவர்களால் திட்ட மிட்டு உருவாக்கப்பட்ட கட்சிகளாக இவற்றைப் பார்ப்பதில் சிக்கல் இருக்கிறது. மேலும் மேலும் ஏகாதிபத்தியங்களைச் சார்ந்து தரகுத் தன்மை அடைந்துகொண்டும் அகில இந்தியச் சந்தையை அடிப்படையாகக் கொண்டும் செயல்பட்டுவரும் இப்பெருமுதலாளிகள் இத்தகைய தேசிய உணர்வுகளை ஊக்குவிப்பார்கள் என எதிர்பார்க்க இயலாது. வளர்ந்துவரும் பெரு விவசாயச்சக்திகள், மத்தியதர வர்க்கம், வேலை இல்லாத இளைஞர்கள், மாணவர்கள் ஆகியோரே இந்தத் தேசிய இன எழுச்சிகளில் முன்னோடியாக இருந்துவருகின்றனர். எனினும் இந்தக் கட்சிகளுக்குத் தலைமை தாங்கிய சக்திகள் ஆளும் வர்க்கங்களுக்கு ஆபத்தில்லாத கவர்ச்சிவாத (populist) சக்திகளாகவும் பாட்டாளி வர்க்கக் கருத்தியலை முற்றாக ஒதுக்கியவர்களாகவும் இருந்த சூழலில், ஒட்டுமொத்தமான மக்கள் எழுச்சிகளின் வடிகால்களாக இருந்த இந்தக் கட்சிகளைப் பெருமுதலாளி வர்க்கம் பெரிய எதிரியாகப்

பார்க்கவில்லை. தவிரவும் தலைமை தாங்கிய சக்திகள் மாநில ஆட்சிகளில் பங்கேற்று ஆட்சி என்பதையே மூலதனம் திரட்டும் கருவியாக, தேசியத் தன்மையை இழந்து மைய ஆட்சிக்குக் கட்டுப்பட்டுப் போகப்போகப் பெருமுதலாளி வர்க்கம் இவர்களை முற்றிலும் ஆபத்தற்றவர்களாக ஏற்கத் தொடங்கிவிட்டது. தேசிய இன எழுச்சியின் பாதுகாப்பான வடிகால்களாகவும் இவர்களைப் பயன்படுத்தத் தொடங்கியது. இந்த நிலையில் இன்று தேசிய இன உணர்வு அடிப்படையில் இங்கெல்லாம் மாற்று அணிகள் தோன்றத் தொடங்கியுள்ளன. அஸ்ஸாமில் ஐக்கிய விடுதலை முன்னணி, பஞ்சாபில் தீவிர இயக்கங்கள், தமிழகத்தில் நெடுமாறன், மணியரசன், பெருஞ்சித்திரனார் போன்றோரின் இயக்கங்கள் ஆகியவற்றை இதற்கு எடுத்துக்காட்டுகளாய்ச் சொல்லலாம்.

5. தேசிய இனப் பிரச்சினை குறித்த வரட்டுத்தனமான வர்க்க வாதத்திற்கு எதிரான கலாச்சார முதன்மைக் கருத்துமுதல் வாத ஆபத்திற்குள் விழுந்துவிடலாகாது என்பதை முன்பே வலியுறுத்தினோம். தேசம் என்பது ஓர் அரசியல்ரீதியான வரையறை. தேசிய இனத்தின் தொன்மை வடிவத்தை அடைவதற்கு முன்பான இனக்குழுச் சமூகங்கள் வர்க்கமற்ற ரத்த உறவுச் சமூகங்களாக இருந்தன. வர்க்கமாக உருப் பெறும் போதுதான் நில எல்லை சார்ந்த மொழி அல்லது மத அடிப்படைகளில் தேசிய இனங்களின் தொன்ம மாதிரிகள் தோன்றுகின்றன என்பதையும் மீண்டும் நினைவுறுத்திக் கொள்வோம். எனவே வர்க்க உணர்வுகளிலிருந்து ஒப்பீட்டு அள்வில் தேசிய உணர்வு சுதந்திரமாக இருப்பது வர்க்கப் போராட்டத்தில் தேசிய இனம் நடுநிலையாக இருக்கிறது என்கிற பொருளிலல்ல. தேசிய இனப் பிரச்சினை ஒப்பீட்டளவு சுதந்திரமும் இல்லாமல் முற்றுமுழுதாய் வர்க்கப் பிரச்சினைக்குக் கீழ்ப்படிந்தது என்கிற கூற்றில்[100] தொனிக்கும் வரட்டுத்தனத்தை மறுப்பது தேசியப் பிரச்சினையை வர்க்கப் பகுப்பாய்விற்கே அப்பாற்பட்டது எனச் சொல்வ தல்ல. தேசிய வரையறையில் வரலாறு, பண்பாடு என்பன திட்டமிட்டுக் கட்டமைக்கப்படுபவை தான் எனச் சொல்வது தேசியம் என்பது வரலாற்றுக்கு அப்பாற்பட்டது (trans historical) எனச் சொல்வதற் கொப்பல்ல. மாறாகத் தூலமாக வரலாற்றுப் பின்னணியில் வரையறுக்கப்பட்ட வர்க்கச்

சேர்க்கையிலேயே தேசியம் கட்டமைக்கப்படுகிறது. அரச அதிகாரத்திற்கான ஒவ்வொரு தேசிய இனப் போராட்டத்துடன் அது இணைந்தது. அரசியலதிகாரத்திற்கு எதிரான ஒவ்வொரு தேசிய இனப் போராட்டத்தின் போதும் தேசம் என்பது வெறும் இனம் சார்ந்து வரையறுக்கப்பட்டதில்லை. மாறாக அது அரசியல் ரீதியாகவே வரையறுக்கப்பட்டிருக்கிறது. முதல் தேசிய இன அரசுருவாக்கப் போராட்டமான பிரெஞ்சுப் புரட்சியில் பிரான்ஸ் தேசம் அப்படித்தான் வரையறுக்கப் பட்டிருக்கிறது. பிரெஞ்சு மொழி பேசும் பிரெஞ்சு இனம் என்கிற அடிப்படையில் பிரான்ஸ் தேசம் வரையறுக்கப்பட வில்லை. மாறாகப் பிரெஞ்சு அரச குழுமமும், நிலப்பிரபு வர்க்கமும் நீக்கப்பட்டு அங்கே பிரெஞ்சுத் தேசிய இனம் வரையறுக்கப்பட்டது. எனவே தேசிய இன வரையறையில் எந்தெந்த வர்க்கங்களை நீக்குகிறோம் எந்தெந்த வர்க்கங்களை உள்ளடக்குகிறோம் என்பது மிக மிக முக்கியமாகும். எனவே தேசிய இன உணர்வை முன்னெடுத்துச் செல்வோர் வர்க்க ரீதியாய் நீக்க வேண்டியவர்களையும் உள்ளடக்கப்பட வேண்டியவர்களையும் வரையறுத்துக்கொண்டு பயணத்தைத் தொடங்குவது அவசியம். அந்த வகையில் இன்றைய மூன்றாம் உலக நவ / அரைக் காலனியச் சூழலில் ஏகாதிபத்தியங்களைச் சார்ந்து நிற்கும் தரகுத்தன்மை மிகுந்துவரும் பெருமுதலாளிகள் தேசிய இன வரையறையிலிருந்து நீக்கப்பட வேண்டியவர்கள். இந்தியச் சூழலில் தேசிய இனங்களை ஒடுக்குகிற அகில இந்தியத் தேசிய உணர்வைக்கட்ட இந்து மதப் பின்னணியைப் பயன் படுத்துகிற இந்துப் பெருமதவாத சக்திகளும் நமது வரையறையிலிருந்து நீக்கப்பட வேண்டியவர்களே. விவசாயிகள், சிறு முதலாளிகள், மத்தியதர வர்க்கம், வேலை இல்லாதோர், மாணவர்கள், மதச்சிறுபான்மையினர், தாழ்த்தப்பட்டவர்கள், பழங்குடியினர் ஆகியோர் நமது வரையறையில் உள்ளடக்கப் படவேண்டியவர்கள்.[101]

தாழ்த்தப்பட்டவர்களுக்கும் சிறுபான்மையினருக்கும் இங்கே தேசிய இன உணர்வு குறைவாக இருப்பதாய்ச் சொல்லப் படுகிறது.[102] இப்படிக் குற்றம் சுமத்தி ஒதுக்குவதைக் காட்டிலும் அதற்கான தூலமான காரணங்களை ஆராய்வது முக்கியம். அகில இந்தியத் தேசியம் போலவே இங்கே தமிழ்த் தேசியமும் உயர்சாதியினராலேயே கட்டமைக்கப்பட்டு

வந்திருக்கிறது. பார்ப்பன-வெள்ளாள முரண்பாடுகளின் அடிப்படையில் இங்கே நூறாண்டுகளாகத் தமிழ்த் தேசியம் கட்டமைக்கப்பட்டுள்ளது பற்றியும் இந்த இயக்கங்களின் உயர்சாதித் தலைமை குறித்தும் பேராசிரியர் சிவத்தம்பி போன்றோர் கூறியுள்ள கருத்துக்கள் முற்றிலும் புறக்கணிக்கத் தக்கதல்ல.[103]

தொடக்கத்தில் தமிழ்த் தேசிய இனம் அகில இந்தியத் தேசியம் போலவே ஓர் இந்துமதப் பின்னணியில்—ஆனால் பார்ப்பனரை மட்டும் விலக்கிக் கட்டமைக்கப்பட்டதும் கவனிக்கத்தக்கது. பார்ப்பனரை விலக்குதல் என்பதுகூட அவர்களது அரசியல் அதிகாரத்தை, மதம்சாரா மேலாண்மையை (secular hegemony) எதிர்ப்பதாக மட்டுமே இருந்தது. இந்துமதத்தையும் சைவத்தையும் ஏற்றுக்கொண்ட வகையில் அது பார்ப்பனர்களின் சடங்கு மேலாண்மையை (ritual hegemony) அதிகம் கேள்வி கேட்கவில்லை. பெரியார் ஈ.வெ.ரா. அவர்கள் இதற்கொரு விதிவிலக்கெனினும் இது இன்றுவரை தொடரவே செய்கிறது.[104]

எனவே இத்தகைய நிலைகளைத் தவிர்த்துத் தாழ்த்தப் பட்டவர் மற்றும் சிறுபான்மையினரின் நம்பிக்கையைப் பெறும் வண்ணம் தேசிய இனப் போராட்டங்களில் முழக்கங்கள் முன்வைக்கப்படுவதும்[105] நம்பிக்கையூட்டும் வகையில் அவர்கள் இயக்க நடவடிக்கைகளில் பங்கேற்கும் சூழலை ஏற்படுத்துவதும் முக்கியமாகும். இந்த வகையில் நாம் நம்மை வர்க்க ரீதியாய் வரையறுத்துக்கொண்டு அதற்குரிய கருத்தியலைத் தேசிய உணர்வுடன் ஒருங் கிணைத்து கருத்தியல் சொல்லாடலை உருவாக்கும் போதே இன்றைய தேசிய இன உணர்வு அடிப்படையிலான போராட்டங்கள் ஜனநாயகப் போராட்டங்களாகவும் சமத்துவத்தை நோக்கிய முயற்சி யாகவும் அமையும். இல்லையேல் வேறு பல மூன்றாம் உலக நாட்டுத் தேசிய இயக்கங்களைப் போலவே இன்றுள்ள நிலையைக் காட்டிலும் கொடிய, ஜனநாயகமற்ற பாசிச உருவாக்கத்திற்கும் அதற்கான நியாயப்பாட்டிற்கும் மட்டுமே வழிவகுக்கும்.

மேற்கோள்கள்

1 கட்டுரைப் போக்கில் பின்னர் இது விரிவாய் விளக்கப் படுகிறது.

2 எந்த அளவிற்கு இந்நாடுகள் சோஷலிச அமைப்புக்களாக உள்ளன, ஜனநாயக உரிமைகளை வழங்கியுள்ளன என்கிற விவாதத்தை இப்போது ஒத்திவைப்போம்.

3 Quoted in Ronaldo Munck, *The Difficult Dialogue*, OUP, 1986, P. 110. III

4 *Ibid.*, P. 112

5 புதுக் காலனியம் மற்றும் அரைக் காலனியத்திற்கு இடையே யான நுண்மையான வேறுபாடுகள் இக்கட்டுரையில் கணக்கி லெடுத்துக்கொள்ளப்படவில்லை.

6 எ.டு: கூட்டுச் சேரா நாடுகளின் பாண்டுங் மாநாடு (1955).

7 Munck P. 117

8 Amalendu Guna, 'The Indian National Question - A Conceptual frame', EPW.

Amalendu Guna, 'Pan Indian Regional in a Historical Perspective, Social Scientist, Feb 84.

இன்றைய சூழலில் லெனினது சுயநிர்ணய உரிமைக் கோட்பாட்டைக் காட்டிலும் அதை மறுத்த ரோசாவின் கருத்தே ஏற்புடையது என்கிறார் குகா.

9 சென்ற ஆகஸ்ட் 11, 1990 அன்று திண்டிவனத்தில் நடைபெற்ற மக்கள் கல்வி இயக்கத்தின் தமிழ்வழிக் கல்வி மாநாட்டில் கலந்துகொண்டு பேசிய மணியரசன், மொழி என்பது வெறும் கருத்துப் பரிமாற்றக் கருவியே என்கிற வரட்டுச் சனாதன மார்க்சியப் பார்வையை மறுத்து, 'மொழி என்பது ஒரு கலாச்சார இனத்தின் ஆன்மா' என்கிற கருத்துப்படப் பேசினார். வரட்டுப் பொருளியல் பார்வைக்கு எதிரான பண்பாட்டு முதன்மை வாதமும் ஆபத்தானதே. மொழியை வர்க்கப் போராட்டத்தின் களன்களில் ஒன்றாகப் பார்ப்பதே சரியாக இருக்கமுடியும். இதனைப் பிறிதொரு சந்தர்ப்பத்தில் விளக்கமாய்ப் பார்ப்போம்.

மேலும் தொழிலாளர் போராட்டங் களின்போது 'பாடுபடும் தொழிலாளிக்கு இனமில்லை மொழியில்லை' என முழக்கம் வைக்கப்படுவதைக் கேலிசெய்த மணியரசன் தொழிலாளிக்கு இனமும் மொழியும் எப்படி இல்லாமல் போகும் என்றார். போராட்டங்களில் முன்வைக்கப்படும் இன்னொரு முழக்க மாகிய 'பாடுபடும் தொழிலாளிக்குச் சாதியில்லை மத மில்லை' என்கிற முழக்கத்தைக் குறித்து அவர் ஒன்றும் சொல்ல வில்லை. ராஜராஜன், ராஜேந்திரன் போன்ற மாமன்னர்களின் காலங்களை நாம் விமர்சித்த போதும் அவர்களது வீரப் பாரம்பரியத்தை உரிமை கொண்டாட வேண்டும் என்கிற கருத்துப்பட அவர் பேசியதும் குறிப்பிடத்தக்கது.

10 J. V. Stalin, *Foundation of Leninism*, N. B. A. P. 80.

11 Marx & Engels, Collected works, Progress Publishers, 1975, Vol 8, p. 234, 356.

12 M & E, CW, Vol 7, P. 323

13 M& E, CW, Vol 8, P. 365

14 Munk, P. 114.

15 M & E, CW, Vol 18, P. 514, 515.

16 M & E, *Ireland & Irish Questions,* Progress Publishers, 1971, Pp. 143.

17 Ibid., P. 163.

18 Ibid., ,P. 303.

19 Ibid., P. 832.

20 Munk, P. 16

21 M& E, Irland & Irish Qn., P. 281.

22 Ibid., P. 294

23 Munk, P. 24.

24 Ibid., P. 18.

25 Ibid., P. 39.

26 J. V. Stalin, *Marxism and the National Question,* Mass Publication, 1976, P. 79.

27 Munk, P. 141

28 *Ibid,* P. 141

29 *Ibid.,* PP. 42 - 44.

30 M. Lowy, *Marxists and the National Question,* N. L. R. 96, 1976

31 Munk, P.50.

32 *Ibid.,* PP, 42 - 44.

33, 34 James M Blaut, *The National Question: Decolonising Theory of Nationalism,* Zed Books, 1987, P 61.

35 V. I. Lenin, Collected works, Progress Publishers 1977, vol 20, P. 430

36 Munk, P. 50.

37 *Ibid.,* P. 58.

38 *Ibid.,* P. 38.

39 Munk, CW, Vol, P. 310.

40 Munk,, P. 54.

41 E. H. Carr, *Bolshevik Revolution,* Penguin 1971, vol I. P. 435

42 Leon Trosky, *The History of Russian Revolution,* Sphere Books, 1967, P. 62

43 'தேசிய இயக்கங்களின் தன்மை தேசிய அரசுகளை உருவாக்குவதே. இதன் மூலமே நவீன முதலாளியத்தின் தேவைகள் சிறந்த முறையில் பூர்த்திசெய்யப்படும்.' (Lenin CW,. Vol 20, p. 396.) 'மாபெரும் மையப்படுத்தப்பட்ட அரசு என்பது மத்தியகால ஒற்றுமையற்ற தன்மையிலிருந்து எதிர் காலத்திய உலக முழுமையின் சோசலிச ஒருமைப்பாட்டை நோக்கி வரலாற்றுப் பாதையில் முன்னோக்கி எடுத்து வைக்கப் படும் ஓர் அடியாகும். (முதலாளித்துவத்துடன் பிரிக்கவே முடியாமல் இணைந்துள்ள) இத்தகைய அரசு வழியாகவே சோசலிசத்திற்கான எந்தப் பாதையும் இருக்க முடியும்.' (*Ibid.,* p. 46)

இன்றளவும் சுய நிர்ணய உரிமைக்கு எதிராகப் பேசுவதற்கு இந்தியாவிலுள்ள மையநீரோட்டப் பொதுவுடைமைக் கட்சிகளால் பெரிதும் சுட்டிக் காட்டப்படும் மேற்கோள் இது. எடுத்துக்காட்டு:

I. B. T. Ranadive, 'Marxism and the National Qn in India', *The Marxist,* Oct. - Dec, 1983.

II. Suneet Chopra, Marxism and the National Qn - An Overview, *Social Scientist,* Jan. 1984

கவனிக்க: இந்தியாவில் தேசப் பிரச்சினை (Nationality Qn) என ரணதிவே சொல்லவில்லை. தேசிய இனப் பிரச்சினை (Nationality Qn) என்றே குறிப்பிடுகிறார். இந்திய மைய அரசு ஒரு தேசிய அரசு (National state), மைய அரசிற்கு உள்ளடங்கித் தேசிய இனங்கள் இருக்கின்றனவேயொழிய இவை தேசங்களாக உருப்பெறவில்லை என்பது மார்க்சிஸ்ட் கட்சியின் உள்ளார்ந்த கருத்து. ரணதிவேயின் கட்டுரையில் மேற்கோள் காட்டப்பட்டுள்ள அக்கட்சியின் அதிகாரபூர்வமான குறிப்பு, இந்திய ஒன்றியத்திற்குள்ளான தேசியப் போராட்டங்களை 'வேறுபட்ட மொழி அல்லது உபதேசிய நீரோட்டங்கள்' எனக் கூறுவதும் கவனிக்கத்தக்கது.

தேசிய இன எழுச்சிகளை ஆதரித்துப் பேசுபவர்களுங்கூடத் தேசியப் போராட்டங்களை முதலாளியத்துடன் இணைத்துப் பார்ப்பதையும் காணலாம். எ-டு: பேயன், 'மார்க்சியமும் நாட்டின் விடுதலையும்', சிந்தனையாளன், 26.11.83.

லெனின் மேலும் கூறுவார். 'வளர்ந்துவரும் முதலாளியம் தேசியப் பிரச்சினையைப் பொறுத்தமட்டில் இரு வரலாற்றுப் போக்குகளைக் கொண்டுள்ளது. முதலாவது தேசிய வாழ்வு மற்றும் தேசிய இயக்கங்களின் விழிப்பு, தேசிய ஒடுக்கு முறைக்கு எதிரான போராட்டம், தேசிய அரசுகளின் உருவாக்கம் ஆகியவை. இரண்டாவது, எல்லா வடிவங்களிலும் சர்வதேச ஒருமைப்பாட்டின் வளர்ச்சி, தேசங்களுக்கிடையேயான தளைகள் நீக்கப்படுதல்; மூலதனம் மற்றும் பொதுவான பொருளாதார வாழ்வின் சர்வதேச ஒருமை...' CW. Vol. 20, p. 27.

[44] Blaut, P. 127.

[45] 'The Right of Nation's to Self Determination' மற்றும் 'The Socialist Revolution and The Right of Nation's to Self Determination - Thesis' ஆகிய கட்டுரைகளில் (CW. Vol. 22) அவை வெளிப் படுவ தைக் காணலாம்.

[46] தேசிய இனப் பிரச்சினையில் மார்க்சிஸ்ட் கட்சியின் (CPM) நிலைப்பாடுகளை விமர்சிக்கும் பெ. மணியரசன் (‘இந்தியா வில் தேசிய இனங்கள்’, மார்க்சிய பொது வுடைமைக் கட்சி வெளியீடு *1985,)* தனக்கு மறுப்பாக அக்கட்சி நாளிதழில் வெளியிடப்பட்ட கட்டுரையொன்றில் மார்க்சிஸ்ட் கட்சியின் அதிகாரபூர்வ நிலைப்பாடாக, ‘*1947*இல் சு.நி. உரிமை மற்றும் அரசியல் சுதந்திரம் அதாவது பிரிட்டிஷ் ஏகாதிபத்திய அரசிடமிருந்து பிரிந்து போதல் என்கிற கோரிக்கை வெல்லப் பட்டது. ஆகவே இக்கோரிக்கை இனி அரசியல் ஜனநாயகக் கோரிக்கை வளையத்துக்குள் இடம் பெறாது’ (Note on Nationality Qn. p. 97) எனச் சுட்டிக்காட்டப்பட்டுள்ளதை மறுக்க வரும்போது இந்த உண்மையையும் கணக்கிலெடுத்துக் கொண்டிருக்க வேண்டும். ‘ஏகாதிபத்தியத்திடமிருந்து நாடுகள் விடுதலை அடைவதும் தேசிய இனங்களுக்குச் சு.நி. உரிமை வழங்கப் படும் உரிமை இல்லையா?’ என மணியரசன் கேட்கும் போது *(பக். 51)* இதனைக் கணக்கிலெடுத்துக் கொள்ளாதது வெளிப்படுகிறது. காலனிய விடுதலைப் போராட்டத்தையும் தேசிய விடுதலைப் போராட்டத்தையும் நுணுக்கமாக வேறு படுத்திச்சில சந்தர்ப்பங்களில் லெனின் எழுதியுள்ள போதிலும் (Report on the NI. & Colonial Qns at II Congress of International, CW, Vol 31, P. 145, 240) காலனிய விடுதலையை யும் சுயநிர்ணய உரிமைக்குள் கொண்டுவருவதை லெனினியம் அனுமதிக் கிறது. மணியரசன், ‘அப்படியென்றால் ஆங்கில தேசிய இனம் இந்தியாவின் தேசிய இனங்களுக்கு சு.நி. உரிமை வழங்கி இருந்தால் இங்கிலாந்தோடு இந்தியாவும் கூட்டரசில் பங்கு கொண்டிருக்குமா?’ எனக் கேட்பது (முன்குறிப்பிட்ட நூல். பக். *52)* நியாயந்தான். இந்தப் பிரச்சினையை வெறும் மேற்கோள் யுத்தத்தின் மூலம் தீர்த்துவிட முடியாது. லெனினே சொல்வதுபோல, ‘ஏகாதிபத்தியக் காலகட்டத்தில் தூலமான எதார்த்தத்திலிருந்து தொடங்குவதே சரியாக இருக்க முடியும். கருத்துருவான எடுகோள் என்பன காலனிய மற்றும் தேசிய இனப் பிரச்சினைகளுக்குப் பயன்படாது’ (CW, Vol 31, p. 240).

லெனினியத்தில் காணப்படும் இந்த 'மயக்கத்'தைச் சாதகமாய்ப் பயன்படுத்தி லெனினியத்திற்கு மாறுபட்ட ஒரு கருத்தை மார்க்சிஸ்ட் கட்சி (எ.டு. மேற்படி மேற்கோளில் இரண்டாம் வாக்கியம்) மக்கள் முன்வைக்கிறது.

47. Lenin, CW, Vol. 19, P. 87
48. *Ibid.*, Vol 20, P. 410.
49. *Ibid.*, Vol 22, P. 347.
50. Munck, P. 50
51. Lenin, CW, Vol 22, P. 146
52. Munck P. 33
53. J. V. Stalin, *Marxism and the National Question*, Mass Publication, 1976, P. 13, 20.
54. *Ibid.*, P. 71]
55. Munck, P. 55
56. Blaut, P. 80
57. *Ibid.*, P. 147
58. Munck, P. 80
59. *Ibid.*, , P. 81
60. *Ibid.*, P. 82
61. *Ibid.*, P. 82
62. *Ibid,* P. 83
63. Isaac Duetcsher, *The Prophet Armed: Trotsko: 1921-1929,* OUP, 1970 P. 49.
64. Blaut, p. 65
65. *Ibid.*, P. 65
66. Munck, P. 146-147
67. *Ibid.*, P. 144

68 T. Nairn, *Modern Janus: Nationalism in the Modern World.* NLR. No. 94, 1975.

69 Munck, P. 144

70 பண்பாட்டு அம்சங்களுக்கு அதீத முக்கியத்துவம் அளித்த போதிலும் இவர்கள் முற்றாக வர்க்கப் பகுப்பாய்வின் பங்கை மறுத்தவர்களல்ல என்பது குறிப்பிடத்தக்கது.

71 Blaut, P. 63

72 *Ibid.*, P. 66

73 *Ibid.*, P. 113

74 *Ibid.*, P. 166

75 *Ibid.*, P. 84

76 *Ibid.*, PP. 178-190

77 *Ibid.*, P. 147

78 *Ibid.*, P. 199

79 Munck, P. 158

80 *Ibid.*, P. 148

81 *Ibid.*, P. 148

82 *Ibid.*, P. 153

83 *Ibid.*, P. 152, 153

84 *Ibid.*, P. 166

85 பிரெஞ்சு மக்கள் ஒரு தேசிய இனமாக இருந்திருக்கலாம். அவர்கள் தேசமாக உருவாவதென்பது பிரெஞ்சுப் புரட்சிக்குப் பின்பே. தேசமாக உருவான பிறகே அங்கு ஒரு தேசிய அரசு உருவாகிறது. இந்த இடத்தில் இவற்றுக்கிடையேயான வேறுபாடுகளை வரையறுத்துவிடுவது உசிதம்.

தேசியம் இனம் (Nationality): ஒரு மக்கள் சமுதாயம். வரலாற்றுப்பூர்வமாகவும் அரசியற்களத்தில் அதன் செயற்பாடு மூல மாகவும் அது வரையறுக்கப்படுகிறது.

தேசம் (Nation): ஒரு தேசிய இனத்தால் நிறுவப்படும் அரசியல் சமூகம்.

தேச அரசு (Nation State): முதலாளியப் புரட்சிக் கட்டத்தில் தேசத்திற்கும் அதன் அரசிற்கும் இடையே நிறுவப்படும் ஒருமை. முதலாளியத்திற்கு முந்திய காலங்களில் தேசிய இனங்கள் இருந்திருக்கலாம். சமயங்களில் தேசமாகவும் அச்சமூகம் உருப்பெற்றிருக்கலாம். ஆனால், முதலாளியக் கட்டத்திலேயே தேச அரசு உருவாகிறது.

தேசியம் (Nationalism): தேசமாகவோ தேச அரசாகவோ உருவாகும் முயற்சியிலோ இன்னொன்றின் ஆதிக்கத் திலிருந்து விடுபடும் முயற்சியிலோ ஒரு தேசிய இனம் உருவாக்கும் அரசியல் இயக்கம்.

தேசியப் பிரச்சினை (Nationality Question): மேலே குறிப்பிட்ட எல்லா நிகழ்வுகள் மற்றும் சோஷலிசத்தின் கீழ் இவற்றைத் தீர்ப்பது ஆகியவை குறித்த மார்க்சிய ஆய்வுக்களன்.

86 'தமிழ் கெழு மூவர்' - அகம் - *31: 14.*

87 இதனை மொழிக் களத்தில் நடைபெற்றுவந்த வர்க்கப் போராட்டம் எனலாம்.

88 ஏகாதிபத்தியங்களைப் பொறுத்தமட்டில் பெரிய சந்தை மற்றும் கொள்ளைக்கு 'இந்தியா', 'பிரேசில்' போல நாடுகள் பெரிதாக இருப்பதே வசதியாக இருக்கிறது. நாடுகள் சிறிதாகச் சிறிதாக மையத்தை நோக்கிய பொருளாதாரக் குவியல் குறைகிறது எனப் பொருளியல் அறிஞர்கள் குறிப்பிடுகின்றனர். எனவே பொருளியல் நோக்கில் ஏகாதிபத்தியங்கள் நாடுகளைத் துண்டாடுவதைக் கொள்கையாகக் கொண்டுள்ளன என்பதில் பொருளில்லை. இதன் பொருள் நாடுகளைப் பெரிதாக வைத்திருப்பதுதான் ஏகாதிபத்தியத்தின் பண்பு என்பதுமல்ல. ஏகாதிபத்தியங்கள் ஒரு தேசிய இனக் கிளர்ச்சிக்கு ஆதரவாக இருக்கின்றனவா இல்லையா என்பது அங்குள்ள புவியியல் சூழல், படைபல நோக்கு, இராணுவ நலன், ஆயுத விற்பனை, பொருளியல் நல நோக்கு என்பன போன்ற இராணுவ, அரசியல் நலன்களின் அடிப்படையில் தூலமாகத் தீர்மானிக்கப் படுகின்றது.

89 பார்க்க: மா. வளவன் என்னும் பெயரில் நான் பெ. மணியரசனுடன் இணைந்து எழுதியுள்ள *பாரதி - ஒரு சமூகவியல் பார்வை* (கார்க்கி நூலகம், 1983) என்னும் நூலில் உள்ள 'காலமும் களமும்' என்னும் கட்டுரை.

90 கருத்தியல் விளிப்பின் மூலம் (Ideological Interpellation) மனிதர்கள் 'subject'களாக உருவாக்கப்படுகின்றனர் என்பார் அல்துஸ்ஸர். இங்கே மக்கள் 'இந்தியர்' என்கிற subjectகளாக உருவாக்கப்பட்டனர்.

91 இந்திய ஒன்றியத்தின்கீழ் ஒன்றுபட்டு நிற்பதா இல்லை பிரிந்துபோவதா என வாக்கெடுப்பு நடத்தினால் இந்தியாவிலுள்ள பெரும்பாலான தேசிய இனங்கள் பிரிந்து போவதற்கு எதிராக வாக்களிக்கலாம். இன்றைய சூழலில் இது சாத்தியந்தானா இல்லையா என்பது போன்ற பல்வேறு சிந்தனைகளை உள்ளடக்கி இக்கருத்து உருவாகிறது. இதுவே நேரெதிரான ஒரு கருத்தாக உடனடியாக மாறக்கூடிய வாய்ப்பு இல்லை என்று சொல்லிவிட முடியாது. 'பிரான்சிலிருந்து, அல்ஜீரியா' பிரிந்து போவது குறித்து வாக்கெடுப்பு நடத்திய போது 97 சதம் பேர் பிரிந்து போவதற்கெதிராக வாக்களித்தனர். மிகச் சில காலத்திற்குப் பின்பு, 'பிரான்சு' தோற்ற பிறகு, போராட்டம் வெற்றிபெற்ற சூழலில் வாக்கெடுப்பு நடத்தப் பட்டபோது 97 சதம் பேர் பிரிவினைக்கு ஆதரவாக வாக்களித்தனர். பார்க்க: Blaut, P. 193.

92 இந்திய அரசின்கீழ் இன்று பல்வேறு தேசங்களாக உருப் பெற்றுள்ள மக்கள் அன்று ஆங்கில ஆட்சியின்கீழ் வந்த போது பல்வேறு மட்டங்களில் தேசிய இன வளர்ச்சி பெற்றிருந்தனர். தல அரசியல், வர்க்கப் போராட்டம், ஆங்கில அரசுக்கு எதிராக மக்களைத் திரட்டும் பணியில் மொழிவாரியாக மக்களைத் திரட்ட வேண்டிய கட்டாயம் ஆகியவற்றின் பின்னணியில் மொழிவாரி மாநிலங்களாக (1947க்குப் பின்) மாறியபோது அவை முழுமையான தேசங்களாயின. மொழிவாரி மாநிலங்கள் அமைப்பதற்கான போராட்டங்களும் இயக்கங்களும் இத்தகைய தேசிய உருவாக்கத்தில் பெரும்பங்கு வகித்தன.

93 வங்கி ஊழியர், பொதுத்துறை ஊழியர், யுஜிசி ஊதியம் பெறுவோர்போன்றோர்.

94 ‘ஒவ்வொரு கருத்துக்கும் / சொல்லுக்கும் பின்னால் ஒரு வர்க்கம் இருக்கிறது’ என நாம் அடிக்கடி சொல்வது வழக்கம். இதன் பொருள், ஒவ்வொரு சொல்லையும்/கருத்தையும் ‘இது இந்த வர்க்கத்தின் சொல், அது அந்த வர்க்கத்தின் கருத்து’ என நேரடியாய்ப் பொருத்திப்பார்க்க வேண்டும் என்பதல்ல. எடுத்துக்காட்டாய் ‘திறன் மிகுந்த எந்திரம் நன்றாகவும் வேமாகவும் வேலை செய்யும்’ என்கிற கருத்தை எடுத்துக் கொள்வோம். இது எந்த வர்க்கத்தின் கருத்து எனக் கேட்டுக் கொண்டிருப்பதில் பொருளில்லை. ஆனால் இந்தக் கருத்து ஏற்றத்தாழ்வுமிக்க இன்றைய சமூகத்தில் முன்னேறியுள்ளவர்கள் எல்லோரும் திறமையானவர்கள், பின்தங்கி இருப்பவர்கள்/ வறுமைவயப்பட்டவர்கள் எல்லோரும் அத்தகைய நிலையை அடைந்ததற்கு அவர்களது திறமைக்குறைவே காரணம் என்கிற ஒரு நியாயப்பாட்டிற்கு ஆளும் வர்க்கங்களால் பயன்படுத்தப்படும் போது ‘தகுதி/திறமை’ என்பதெல்லாம் ஆளும் வர்க்கத்தின் சொல்லாடலாக மாறிவிடுகிறது. ஒரு வர்க்கத்தின் கருத்தாக உருப்பெறுகிறது. ‘ஒவ்வொரு சொல்லுக்கும் பின்னால் ஒரு வர்க்கம் இருக்கிறது’ என்பதைக் காட்டிலும் ‘ஒவ்வொரு சொல்லாடலுக்கும் பின்னால் ஒரு வர்க்கம் இருக்கிறது’ எனச் சொல்வது மேலும் பொருத்தமாய் இருக்கும்.

95 populism வேறு popular வேறு. முன்னதற்குக் ‘கவர்ச்சிவாதம்’ என்னும் சொல்லாட்சி பயன்படுத்தப்படுகிறது. இக்கட்டுரை முழுவதும் ‘சனரஞ்சகம்’ எனக் குறிப்பிடப்படுவது popular என்பதுதான்.

96 இதன் பொருள், இரண்டு கருத்தியலும் ஒன்றாகவே ஆகி விட்டது என்பதல்ல. எந்தக் காலத்திலும் அப்படி ஒன்றில் ஒன்று கலந்துவிடுவதில்லை. அன்றாட நடை முறையின் அடிப்படையில் உருவாகும் மக்களின் உணர்வுகள் அவ்வளவு எளிதில் முற்றாகத் தனது முரண்பட்ட கருத்தியலை அழித்துக் கொள்ளவிடுவதில்லை. இந்த இடத்தில் கருத்தியலுக்கும் மக்களுக்குமிடையேயான உறவு குறித்த அல்துஸ்ஸரின் கோட்பாட்டை நினைவூட்டிக் கொள்வது பொருத்தம். கருத்தியல் மனிதனை subject ஆக உணரவைக்கிறது. இதைத் தனது விளிப்பு நடவடிக்கையின் மூலமாகக் கருத்தியல்

செயல்படுத்துகிறது. இதற்கு ஓர் எடுத்துக்காட்டையும் அல்துஸ்ஸர் குறிப்பிடுவார். நம்மை நோக்கி ஒரு போலீஸ் காரன் 'ஏய், நீ இங்கேயே இருக்கே!' என விளிப்பதுடன் கருத்தியல் விளிப்பை ஒப்பிடுவார் அவர். இதன்மூலம் subject ஆக்கப்பட்டவன் தன் அடையாளத்தைப் பெறுகிறான். ஜெர்மானிய பாசிசத்தால் subject ஆக்கப்பட்டவன் தன்னை ஓர் 'ஆரியனாக' அடையாளம் கண்டான். விடுதலைப் போராட்டக் கால இந்தியத் தேசியக் கருத்தியலின் விளிப்பில் பாரதி தன்னை ஆரிய சம்பத்துகளின் சொந்தக்காரனாக, பாரத தேசத்தவனாக அடையாளம் கண்டான். தமிழ்த் தேசிய விளிப்பில் பாரதி தாசன் தமிழனாக அடையாளம் கண்டுகொண்டான். ஆளும் கருத்தியலின் விளிப்பில் அதற்குட்பட்ட ஒரு மனிதன் தன்னை ஒரு 'குடிமகனாக' (citizen) அடையாளம் கண்டுணர்கிறான். இவ்வாறு subject ஆக மாற்றும்போது தங்கள்மீது நிர்ப்பந்த மாய்த் திணிக்கப்படும் உற்பத்தி உறவுகளைத் தாங்களே உருவாக்கிக்கொண்ட தாகவும் அதனை நிர்ணயிப்பதில் தங்களுக்குச் சுயேச்சையான பங்கிருப்பதாகவும் ஒரு மாயையான உணர்வையும் பெறுகிறான்.

பார்க்க: L. Althusser, *Lenin and Philosophy and other Essays*, NLB, P. 160

97 E. Laclau, *Politics and Ideology in Marxist Theory,* NLB. 1977, P. 100 - 101.

98 N. Poulantzas, *Facism and Dictatorship*, Verso, 1974, P. 17 - 25

99 Bipan Chandra, 'The Communists, The Congress and the Anti Colonial Movement', *EPW,* July 1984. இந்தக் கட்டுரையில் காணப்படும் கருத்துக்கள் எல்லாவற்றையும் ஏற்றுக்கொண்டு விட முடியாது.

100 *Lenin and National Question*, Progress, 1977, P. 57.

101 'சட்டிஸ்காரி' தேசிய இனப் பிரச்சினை குறித்து எழுதவந்த சங்கர் குகா நியோகி, சட்டிஸ்காரி தேசிய இன வரையறை பற்றிச் சொல்வது இங்கு ஒப்புநோக்கத்தக்கது. அவர் கூறுவார்: 'இந்த தேசிய இன உணர்வுப் பிரச்சாரம் என்பது தீவிரவாதத் தேசிய வெறியாக மாறாமல் இருப்பதற்கு 'சட்டிஸ்காரி என்பவன் யார்?' என்கிற கேள்விக்கு விடையளிப்பதும் அந்த

விடையைப் போராட்டம் முழுமையும் நினைவிற்கொள்வதும் முக்கியம். சட்டிஸ்காரிகள் என்போர் சட்டிஸ்கார் புவியியல் எல்லைக்குள் வசிப்போர்; நேர்மையான உழைப்பின் மூலம் தங்கள் வாழ்வைக் கழிப்போர். சட்டிஸ்கார் மக்களின் விடுதலைக்காக வாழ்வை அர்ப்பணிக்கத் தயாரானோர்; பொருளாதார ரீதியாகவோ வேறு எந்த வகையிலோ நிலப் பிரபுத்துவ வர்க்கத்திற்கான விஞ்ஞானப்பூர்வமான எந்த வரையறைக்குள்ளும் அடங்காதோர்; முதலாளிய உறவு களுக்கு முற்றுப் புள்ளிவைக்க விரும்புவோர்; ஜனநாயகச் சக்திகளின் வளர்ச்சிக்குக் குந்தகமாக இல்லாதோர்; உலகப் பாட்டாளி வர்க்கத்துடன் சகோதர உணர்வை உடையோர் எவரோ அவரே சட்டிஸ்காரியாவார்.' S. G. Niyogi, Chatitsgarh and National Qn. Seminar Paper on Nationality Qn. APRSU, 1982, P. 116.

102 'தமிழ்நாட்டில் மதச் சிறுபான்மையினருக்கும் தாழ்த்தப் பட்டவர்களுக்கும் தமிழன் என்கிற உணர்வு வரவேண்டும். ஆனால் துரதிர்ஷ்டவசமாக அவர்களுக்குத் தமிழன் என்கிற உணர்வு வரவில்லை.' — பழ. நெடுமாறன் பேச்சு. *தினமலர்*, *ஏப்ரல் 23, 1990, ப. 4.*

சைவ-இந்து மத அடையாளங்களுடன் தமிழ்த் தேசியம் வரையறுக்கப்படுவது குறித்து இவர்கள் சிந்திப்பது அவசியம். கிழக்கு இலங்கையில் வாழும் முஸ்லிம்கள் நூறு சதம் தமிழ் மொழி மட்டுமே பேசுபவர்களாக இருந்தும் இன்று அவர்கள் தம்மைத் தனி இனமாக வரையறுத்துக் கொள்ள நேர்ந்ததற்கு இத்தகைய சைவ அடையாளத் தமிழ்த் தேசியமே காரணம்.

103 கா.சிவத்தம்பி, தனித்தமிழ் இயக்கத்தின் அரசியல் பின்னணி, சென்னை புக் ஹவுஸ், 1979.

104 சமீபத்தில் 'தமிழர் தேசிய இயக்கம்' தஞ்சையில் நடத்த இருந்த தன்னுரிமைப் பிரகடன மாநாடு தடைசெய்யப்பட்டு அங்கு நடைபெற்றுக்கொண்டிருந்த கண்காட்சியும் மூடப் பட்டுப் பலர் கைதுசெய்யப்பட்டதும் நினைவிருக்கலாம். அக்கண்காட்சியில் இடம்பெற்றிருந்த காட்சிகள் பலவற்றில் கீழ்க்கண்டவையும் உள்ளடக்கம். அது குறித்த கட்டுரை ஒன்று கூறுகிறது. 'தமிழர் சமய வரலாற்றில் சில காட்சிகள்:

இறைவனுடன் இரண்டறக் கலந்த ஆண்டாள், நாமார்க்கும் குடியல்லோம் நமனை அஞ்சோம் (திருநாவுக்கரசர்), ராமாநுசர் கோபுரத்தில் நின்று அரிஜனங்களை அந்தண ராக்குதல், தில்லை நடராசரைத் தரிசிக்க வரும் நந்தனாரை நந்தி மறைத்தல், இராஜராஜன் வெற்றியின் சின்னமாக எழுப்பிய தஞ்சைப் பெரிய கோயில்... '(சாந்தன், 'பேருந்து நிலையத்தை ஒட்டி...', பாலம், ஜூலை 1990). கிறிஸ்தவர் தமிழ்த் தொண்டு, இஸ்லாமியர் தொண்டு என்றெல்லாம் இத்தோடு இணைக்கப் படுவது மட்டும் இதனை ஈடுகட்டி விடாது.

105 எடுத்துக்காட்டு: இடஒதுக்கீடு ஆதரிப்பு, இந்துப் பெருமதவெறி எதிர்ப்பு முழக்கம் முதலியன.

நிறப்பிரிகை, 1, அக்டோபர், 90

3.6 திராவிட இயக்கப் பாரம்பரியத்தில் 'தமிழர்கள்'

1

'வரலாற்றின் முக்கிய நிகழ்வுகளும் சரி முக்கிய நாயகர்களும் சரி இரண்டுமுறை அரங்கேற்றுதல்கள் நிகழ்கின்றன என்றார் ஹெகல். இத்துடன் அவர் ஒன்றைச் சேர்த்துச் சொல்ல மறந்து விட்டார். முதல்முறை அவலமாகவும் இரண்டாம்முறை கேலிக்கூத்தாகவும் இவ்வரங்கேற்றங்கள் நிகழ்கின்றன என்பது தான் அது' என்றார் கார்ல் மார்க்ஸ் (லூயி போனபார்ட்டின் பதினெட்டாவது புரூமெர்). 'இன்றைய புரட்சி என்பது இறந்த காலத்திலிருந்து அல்ல, எதிர்காலத்திலிருந்துதான் தனது முழக்கங்களைப் பெறவேண்டி இருக்கும். பழையதோடு தொடர்புடைய மூடநம்பிக்கைகள்அனைத்தையும் துடைத்தெறிந்து விட்டுத்தான் அது தன் பயணத்தைத் தொடங்கவேண்டியிருக்கும். தங்களது சொந்த உள்ளடக்கங்களின் பிற்போக்குத் தன்மையை மறந்துபோவதற்காகவே பழைய புரட்சிகள் பழைய வரலாற்று நிகழ்வுகளை நினைவூட்டிக்கொண்டன. தனது புரட்சிகரமான உள்ளடக்கத்தைப் பெறவேண்டுமெனில் இன்றைய புரட்சி இந்தப் பழைய அடையாளங்களைப் புதைத்துத்தான் ஆக வேண்டும்' என்கிற பொருள்பட தனது எச்சரிக்கையையும் வலிமையாக முன்வைப்பார் மார்க்ஸ் (அதே கட்டுரை). பாட்டாளி வர்க்கப் புரட்சிக்காகவும் தமிழின உணர்வை முன்னிறுத்தியும் செயல்படும் இயக்கங்களின் நடைமுறைகளைக் கூர்ந்து கவனிக்கும்போது அவர்கள் யாரும் மார்க்சின் இந்த எச்சரிக்கை யைப் பொருட்படுத்துவதாகத் தெரியவில்லை. பொருட்படுத் தாததோடு இந்த எச்சரிக்கையை நினைவூட்டுபவர்களைக் கண்டு எரிச்சலும் ஆத்திரமும் அடைகின்றனர். புரட்சிக்குப் பிந்திய சமூகங்களில் ஏற்பட்டுள்ள மாற்றங்கள், தேசிய இன இயக்கங்கள் பலவும் தேசிய விடுதலைக்குப் பிந்திய அரசுகள் பலவும் பாசிசமாய் வடிவெடுத்துள்ள அவலங்கள்—இவை

எவற்றிலிருந்தும் எந்தப் பாடமும் கற்றுக்கொள்ளத் தேவை இல்லை. அதிகாரத்தைக் கைப்பற்றினால் போதும் என்கிற நோக்கோடு இயக்கங்கள் பலவும் செயல்படுவதையும் நாம் காண முடிகிறது.

2

அ.

தமிழ் இன உணர்வின் அடிப்படையில் அரசியல் செய்பவர் களை நோக்கி நாம் வைத்த விமர்சனங்களில் ஒன்று 'தமிழர்கள்' என்றால் யார் என்கிற வரையறை பற்றியது. தமிழர்கள் என்னும்போது ஒரு குறிப்பிட்ட புவியியல் பகுதியைச் சேர்ந்த மக்கட்பிரிவினர் என்று பொருள் கொள்கிறோமா? அப்படியானால் அந்த எல்லை எது? அது வடவேங்கடம் முதல் குமரி வரையிலான—கேரளத்தைத் தவிர்த்த இன்றைய தமிழ் மாநில எல்லையைக் குறிக்கிறதா? இந்த எல்லைக்குட்பட்ட அனைவரையும் தமிழக மக்கள் அல்லது தமிழர் என்கிறோமா? இவர்களில் 63 சதத்தினரே தமிழைத் தாய்மொழியாகக் கொண்டோர் எனும்போது இதர 37 சதத்தினரையும் 'தமிழர்' என்கிற வரையறையில் உள்ளடக்கு கிறோமா? ஆரியர்-திராவிடர் என்கிற கருத்தியல்களின் அடிப்படையில் பார்ப்பனரை ஒதுக்குகிறோமா?

ஆ.

இந்தக் கேள்விகளுக்கு இப்போது என்ன முக்கியத்துவம்? இந்தப் பொதுவுடைமையாளர்கள் எப்போதுமே இப்படித் தான். ஒன்று தேசிய இனப் பிரச்சினையையே மறுப்பார்கள் அல்லது அதனை ஏற்றுக்கொண்டு இப்படிக் கேள்விகளை உருவாக்கிக் குட்டை குழப்புவார்கள்; பாசிச பூதம் காட்டுவார்கள் என்கிற முணுமுணுப்புகள் காதில் விழுகின்றன. இவர்கள் நாம் சற்றுமுன் இடையிட்டுச் சொன்ன எச்சரிக்கைகள் தவிர இன்னொன்றையும் கவனத்தில் எடுத்துக்கொள்ள வேண்டியது முக்கியம். இதுவரை மேற்குறித்த கேள்விகள் இவ்வாறு வெளிப்படையாக முன்வைக்கப் படாவிட்டாலும்கூட இங்கே திராவிடம்/தமிழ்த் தேசியம், பேசிய/ பேசுகிற பலரும் வெளிப்படையாகவும் உள்ளூறையாகவும் சில வரையறைகளை மனதிற்கொண்டே வந்திருக்கின்றனர். சில எடுத்துக்காட்டுகள்:

ஆ. (1)

தமிழ்/திராவிட மீட்புவாதங்களின் தொடக்கக்கால முன்னோடி களில் ஒருவராக மனோன்மணியம் சுந்தரம் பிள்ளையைக் குறிப்பிடுவர். அவர் தனது இறுதிக் காலத்தில் எழுத இயலாமற் போன குறிப்புகளைத்தான் எழுதுவதாக முன்னுரைத்து அவரது முக்கியச் சீடரான வெ.ப. சுப்பிரமணிய முதலியார் எழுதியுள்ள *இராமாயண உள்ளுறையும் ஆரிய-திராவிடப் போராட்டமும்* என்கிற நூலில் குறிப்பிடப்படுகிற பின்வரும் வரையறை தொடக்கக் கால முன்னோடிகளின் வரையறையாகவே கொள்ளலாம். முதலியார் குறிப்பிடுவார்:

> இந்து தேசத்தவர்களை, ஹிந்துக்கள், முகமதியர், கிறிஸ்தவ ரென்று மதம் பிரிப்பது போல தென்னிந்தியர்களைச் சாதி பற்றி ஆரியர், தமிழர் என்று பாகுபாடு செய்யலாம். அப்படிப் பாகுபாடு செய்வதில் பெரும்பான்மை காரணமாகத் தமிழர் என்னும் பெயர்ப் பொருளில் தெலுங்கர், கன்னடர், மலையாளிகள் என்னும் பெயர்ப் பொருள்களும் அடங்கும். ஹிந்துக்களும் முகமதியர்களும் வாழும் சென்னைப்பட்டணத்திலேயே ஹிந்துக்கள் முகமதியர் என்று கூறவேண்டிய சமயங்களில் 'தமிழாள்', 'துலுக்காள்' என்று சாதாரண சனங்கள் சொல்வதுண்டு. இந்து வெகுஜன வழக்குச் சொற்றொடரில் 'தமிழாள்' என்பது தெலுங்காளை உள்ளிட்டது கவனிக்கத்தக்கது.

தொடக்கக்கால மீட்புவாதிகள் ஆரியரல்லாத அதாவது பார்ப்பனர் அல்லாத மக்கட் பிரிவினரைத் தமிழர்/திராவிடர் எனக் குறிப்பிட்டனர். இதில் தெலுங்கர்/கன்னடர்/மலையாளிகள் உள்ளடங்குகின்றனர். வெ.ப.சு. முதலியார் 'துலுக்காளை' விலக்குகிறார். இவர் வரையறையில் தாழ்த்தப்பட்டவர் உள்ளடக்கப்படுகின்றனரா? தெரியவில்லை. இவர் சொல்லுகிற வெகுஜன வரையறையை ஏற்றுக்கொண்டால் குடியானவர்/ பிராமணர்/துலுக்கர்/பள்ளு-பறையர் என்றாகிறது. இதில் 'குடியானவர்கள்' எனப்படும் வேளாண் மக்களையே முதலியார் தமிழாளாக ஏற்றுக்கொள்வது புலப்படுகிறது. தவிரவும் மேற் குறிப்பிட்ட அதே நூலில் பிறிதோரிடத்தில், *ஆரியரல்லாராயினும் இந்து மதத்தராய் மாட்டு மாமிசம் தின்னாராயுள்ள ஜாதி ஜனங் களோடிருந்து இன்னும் பொம்பாய் போன்ற வடதேசத்துப் பிராமணர் போசனஞ் செய்கின்றனர்* (அழுத்தம் நம்முடையது) என்று

குறிப்பிடுவதிலிருந்து இவர் மாட்டு மாமிசம் தின்பாராயுள்ள ஜாதி ஜனங்களை வரையறையிலிருந்து விலக்குவது குறித்துக் கவலைப் படாதவர் என்பது புரிகிறது.

ஆ. (2)

நீதிக்கட்சி: தெலுங்கு/கன்னட/தமிழ் வேளாளர்கள், மலையாள நாயர்கள் முதலானோர் முன்னின்று தொடங்கிய நீதிக்கட்சியின் 'திராவிட' வரையறை, முதலியாரது வரையறையிலிருந்து பெரிதும் வேறுபட்டதில்லையாயினும் போகப் போக இக்கட்சி தேர்தல் சார்ந்த கட்சியாய் மாறியபோது (பார்ப்பனரல்லாதவரைத் திராவிடர் என வரையறுத்துவந்த) இக்கட்சி பார்ப்பனரையும் உறுப்பினராக்கிக்கொள்ளத் தீர்மானித்தது. 'நாங்கள் பார்ப்பனி யத்தைத்தான் ஒழிக்க விரும்புகிறோமேயொழிய பார்ப்பனரை அல்ல' என்கிற குரலை முதன்முதலாக ஒலித்தார் குஞ்சிதம் குருசாமி. கடைசிவரை தேர்தலைச் சாராது அரசியல் நடத்திய பெரியார், சமரசமில்லாமல் பார்ப்பனரை விலக்கிவந்ததையும் தேர்தல் பாதையைத் தேர்ந்தெடுத்த கட்சிகள் பார்ப்பனரையும் பார்ப்பனியத்தையும் பல்வேறு மட்டங்களில் உள்ளடக்க நேர்ந்ததும் கவனிக்கத்தக்கன.

ஆ. (3)

பெரியார்: அரசியற்சூழலுக்கு ஏற்ப கற்பிதம் செய்யப்படுகிற தேசியத்தின் வரையறையும் மாறும் என்பதற்கு பெரியாரின் கருத்துக்களும் செயல்பாடுகளும் சிறந்த சான்று. 1950க்கு முன்புவரை 'திராவிடர்' என்னும் கருத்தாக்கத்திற்கு அழுத்தம் தந்துவந்த பெரியார் அதன்மூலம் ஆரியர் அதாவது பார்ப்பனர் தவிர்த்த ஏனைய மக்களை—முஸ்லிம்-கிறிஸ்தவர், சிறுபான்மை மொழியினரை உள்ளடக்கி—பொருள் கொண்டுவந்தார். ஆனால் 1950க்குப் பின்பு 'சுதந்திரத் தமிழ்நாடு' என்னும் முழக்கத்தை முன்வைத்து இந்திய தேசியப் படத்தை எரித்தார். தமிழக எல்லைக் குட்பட்ட 'சுதந்திர' அரசே அவர் கோரியது. பார்ப்பனர் உள்ளிட்ட மாநில எல்லைக்குட்பட்ட மக்கள் அனைவருக்குமான அரசு. வடவர் ஆதிக்கத்திலிருந்து விடுபடுதலே பிரதானம். ஆனால் அது திராவிடக் கூட்டாட்சியாக இருக்கக்கூடாது. அப்போது தமிழர் சிறுபான்மையாகிவிடலாம் என்கிற எச்சரிக்கையை அவர்

முன்வைத்தார்:

> 'நம் நாட்டு ஆதிக்கம் நமக்கு வர வேண்டும் என்று கேட்கிறோம் என்றால், ஆட்சி நம் கைக்குவர வேண்டும் என்கிற அவசியம்கூட இல்லை. நம் நாடு பிரிந்து அதிகாரம் பார்ப்பான் கையில் இருந்தால்கூடப் பரவாயில்லை. டெல்லி ஆதிக்கம் போச்சு என்று தெரிந்தால் அப்புறம் பார்ப்பனர்களெல்லாம் நாம் சொன்னபடி கேட்க ஆரம்பித்துவிடுவார்கள்.'

> 'முன்பு திராவிடநாடு கேட்டார். இப்போது அதைவிட்டுவிட்டார். தமிழ்நாடு கேட்கிறார் என்று சிலர் சொல்லுவார்கள். இது பெரும்பாலும் குறும்புக்காகக் கேட்கப்படுகிற கேள்வி யாகும். தமிழ்நாடு என்பதும் திராவிட நாடுதான். முன்பு தெலுங்கன், மலையாளி, கன்னடன் எல்லாம் நம்முடன் சேர்ந்து இருந்தான். அவர்கள் எல்லோரும் ஒப்புக்கொள்ளும்படி நாம் திராவிடநாடு என்று சொன்னோம். இப்போது அவனவன் பிரிந்து தனித்தனி நாடு பெற்று இருக்கிறான். 'தமிழ்நாடு' என்று சொல்லும்படியாக இப்போது இருக்கிறது. ஆகவே தமிழ்நாடு என்று சொல்கிறோம்.'

> 'இப்போது திராவிட நாடுதான், மற்ற நாடுகளுடன் சேர்ந்து தான் வேண்டும் என்ற உணர்ச்சி உண்டா? ஏற்பட்டிருக் கிறதா? என்று ஒருபுறம் இருக்கட்டும். அப்படியே திராவிடநாடு பிரிந்தால் நமக்கு என்ன லாபம்? இன்று எப்படி தமிழ்நாடு பார்லிமெண்டில் மற்ற 14 நாட்டுக்கும் அடிமையாக இருக்கிறதோ அதேபோல நாளை மற்ற மூன்று நாடுகளுக்கும் அடிமையாகத்தான் இருக்கவேண்டிவரும்.'

இவை பெரியார் மொழிந்தவை. தவிரவும் திராவிட இயக்கத்தின் மூலம் தான் பார்ப்பனரைத் தவிர்த்த பிறபட்ட இனத்தவரின் நலனைத்தான் மனத்தில் கொண்டுள்ளதாகவும் ஆதித்திராவிடரை விலக்கிப் பொருள்தருமாறும் பெரியார் பேசியுள்ளதாக கோ. கேசவன் வலிந்து நிறுவ முயன்றுள்ளார். பெரியாரின் விளிப்பு பார்ப்பனரல்லாத பிறபடுத்தப்பட்டவர்களை நோக்கியே அமைந்தது எனினும் அவர் கோரிய தமிழ்நாடு விடுதலை என்பது தாழ்த்தப்பட்டவர்களையும் தமிழகத்திலுள்ள பிறமொழி பேசும் திராவிடர்களையும் உள்ளடக்கியதுதான். அவர் தேசிய விடுதலை என்பதன் முன்நிபந்தனையே 'ஆதித்திராவிடர்' விடுதலைதான் என நிறுவவும் இடமுண்டு.

ஆ.(4)

ம.பொ.சிவஞானம்: காங்கிரசிலிருந்து ராஜாஜி விலகியிருந்த 1944, 45இல் அவரது சீடரான ம.பொ.சியால் 'தமிழரசுக் கழகம்' தோற்றுவிக்கப்பட்டது. இந்திய யூனியனுக்குள் தமிழ்க் குடியரசு என்பது நோக்கம்.

> திராவிடர் கழகம் வர்ணத் தத்துவத்தை அடிப்படையாகக் கொண்டு இயங்குகிறது. தமிழரசுக் கழகம் தமிழ் மக்களின் தேசிய உணர்ச்சியை ஆதாரமாகக் கொண்டு இயங்குகிறது.

என்பன ம.பொ.சியின் வாதங்கள். பார்ப்பனரை உள்ளடக்கி, ஆனால் தெலுங்கர், கன்னடர், மலையாளிகள் போன்ற சிறுபான்மை யினரை விலக்கி இவ்வரையறை முன்வைக்கப்படுவது குறிப்பிடத் தக்கது. காங்கிரஸ் ஆதரவு; பெரியார் எதிர்ப்பு. ராஜாஜி ஆதரவு; காமராசர் எதிர்ப்பு ஆகிய ம.பொ.சியின் அரசியலோடு இந்த வரையறை இணைத்து நோக்கத்தக்கது.

ஆ.(5)

திமுக (அண்ணா): திராவிட என்கிற புவியியல் எல்லைப் பரப்பின் அடிப்படையில் பார்ப்பனர், சிறுபான்மை மொழியினர் எல்லோரையும் உள்ளடக்கித் திராவிட முன்னேற்றக்கழகத்தின் வரையறை அமைந்தது. 'திராவிட உள்ளுணர்வுள்ள அனைவரும், அம்மண்ணுக்கு நன்றியுள்ள யாரும்' என வரையறை செய்யப் பட்டது.

ஆ.(6)

குணா: தாழ்த்தப்பட்டவர்களின் தலைமை என்பதை வற்புறுத்தும் வகையில் மற்றவர்களிடமிருந்து வேறுபடும் குணா, தமிழ் நாட்டிலுள்ள சிறுபான்மை மொழியினரை நாயுடு, ரெட்டி போன்ற தெலுங்கு வேளாளச் சாதிகளை மட்டுமின்றி லம்பாடிகள், ஒட்டர்கள், சக்கிலியர் போன்ற அடிநிலையிலுள்ள உழைக்கும் வர்க்கங்களையும் தேசிய இன வரையறையிலிருந்து விலக்க வேண்டும் என்கிறார். தமிழ்நாட்டில் வாழும் இவர்களுக்கு நிலமில்லாத அடிப்படையில் 'பட்டா' அளிப்பது, இடஒதுக்கீடு அளிப்பது போன்றவற்றையும் இவர் எதிர்க்கிறார்.

ஆ.(7)

ஈழத் தேசிய இயக்கங்கள்: *ஈழத் தேசிய இயக்கங்கள் வேளாளர், கரையாளர் போன்ற உயர்சாதி சைவ வேளாள மரபினாலேயே தலைமை தாங்கப்படுகின்றன என்ற விமர்சனத்தையும் கே. டானியல் போன்ற தாழ்த்தப்பட்ட மக்களின் தலைவர்கள் இறுதிவரை தேசிய இயக்க நீரோட்டத்தில் கலந்துகொள்வதில் தயக்கம் காட்டி வந்தமையையும் அனைவரும் அறிவர். தொடக்க கால ஈழத் தேசிய இயக்கங்கள் குறித்துக் கா.சிவத்தம்பி அவர்களின் கீழ்க் காணும் ஆய்வுரைகள் கவனிக்கத்தக்கன:*

> *'தமிழ் என்ற சொல் அம்மொழியையும் அதனைப் பயன் படுத்துபவரையும் குறிக்கிறது. தென்னிந்தியாவில் இந்தச் சொல்லின் பயன்பாடு முஸ்லிம்களையும் குறிக்கிறது. (பெரும் பாலும் அவர்கள் தமிழ் முஸ்லிம்கள் எனக் குறிக்கப்படுவது உண்டு). ஆனால் இலங்கையில் முஸ்லிம்கள் வேறான தனித்துவத் தைக் கொண்டுள்ளனர். எனவே 'சமஸ்டிக் கட்சி', 'தமிழ் பேசும் மக்கள்' என்னும் சொற்றொடரைப் பிரபலப்படுத்த முயன்றது. ஆனால் அது மிகச்சிறிய அளவே வெற்றிபெற்றது. இலங்கையின் சமய கலாச்சாரப் பாரம்பரியங்களும் வரலாற்று நிலைமைகளும் முஸ்லிம்களுக்கு ஒரு தனியான அரசியல் தனித்துவத்தை அளித்தன. எனவே இங்கு நாம் தமிழர் என்னும் சொல்லின் மூலம் தமிழர்களை மட்டுமே கருதவேண்டியுள்ளது.'*
>
> *'யாழ்ப்பாணத்தில் எல்லாம் தமிழ் என்பது அவ்வளவு சரியானது அல்ல. ஆதிக்கமுடைய வெள்ளாளச் சாதியினர் (அவர்களுடைய குறித்த சில வர்க்கப் பண்புகளோடு) தமது தேவைகளையும் கோரிக்கைகளையும் தமிழர்களுடைய கொள்கைகளாக வெளிப் படுத்தினர் என்பதையே காலம் மறுபடியும் நிரூபித்துள்ளது. காராளசிங்கம் இதனை* வெள்ளாள மேலாதிக்கம் *என்று குறிப்பிடுகிறார்.'*
>
> *'தமிழர் விடுதலைக் கூட்டணி தோன்றும்வரையிலான கால கட்டப் பகுதிவரை இருந்த தமிழ்த் தலைவர்களின் சமூகப் பின்னணியை நோக்கும்போது அவர்கள் அனைவருமே வெள்ளாள சாதியினர் என்பது தெரியவரும். அத்துடன் அவர்களில் சிலர் சாதிப் பிரச்சினையில் இரட்டை வேடமிடுபவராகவும் இருந்தனர். இதற்கு மிகச்சிறந்த உதாரணமாக இருந்தவர் சேர் பொன்னம்பலம் இராமநாதன். வயதுவந்தோருக்கு*

வாக்குரிமை வழங்கப்பட்டதை, அது தாழ்ந்த சாதியினருக்கும் வாக்குரிமை வழங்கிவிடும் என்பதற்காக எதிர்த்தவர். அவர் யாழ்ப்பாணப் பாடசாலைகளில் சகல சாதி மாணவர்களும் ஒன்றாக ஆசனம் பெறுவதையும் ஒன்றாகப் போசனம் செய்வதை கூட அவர் எதிர்த்தார்.

3

ஓர் இடையீடு: நமது சூழலிலிருந்து சில எடுத்துக்காட்டுகள் இங்கே தரப்பட்டுள்ளன. உலகில் வேறு பல எடுத்துக் காட்டுகளையும் சொல்ல முடியும். 'தேசம் என்பது ஒரு கற்பிதம் செய்யப்பட்ட சமூகம்' என்கிற கருத்திற்கு இவை அரண் சேர்க்கின்றன. இக்கருத்தாக்கம் அ.மாவின் 'தேசியம் ஒரு கற்பிதம்' என்கிற கட்டுரையில் விரிவாக விவாதிக்கப் பட்டுள்ளது. மேலும் சில செய்திகள்:

அ.

ஒரு தேசிய அரசு நிறுவப்படுதலுக்குத் தேவையான 'எதார்த்தப் படைப்பாக்கம்' குறித்து டொனால்டு ஹார்னே குறிப்பிடுவது சிந்தனைக்குரியது. ஒரு புதிய தேசிய அரசு கொண்டுள்ளதாகப் பல பண்புகள் சொல்லப்படும். அவற்றில் சிலவே நிலவும். புதிய தேசிய அரசு உருவாக்கத்திற்கு முன்பாக நிகழும் நிகழ்வுகளில் மிகப் பெரிய கற்பித உருவாக்க நடவடிக்கைகள் மேற்கொள்ளப் படுகின்றன. இவற்றிலிருந்து புதிய தேசம் பிறக்கிறது. இத்தகைய நடைமுறையினூடாகச் செயல்படுகிற சமூகச் சக்திகளின் சமநிலையைப் பொறுத்து தேசியக் கருத்தியல் வேறுபடுகிறது. தேசியப் பண்புகள் என்பன இந்தப் பின்னணியிலேயே வரையறுக்கப்படுகின்றன. ஒரு தேசிய அரசைப் படைத்து ஆளுகிற ஆற்றல்படைத்தவர்கள் தேசியப் பண்பை வரையறுப்பதில் மிகுந்த செல்வாக்கு வகிப்பவர்களாக இருக்கிறார்கள். மேற்குறித்த 'எதார்த்த உருவாக்கம்' என்பது உலகப் பொருளாதார /அரசியல் நடவடிக்கைகளோடு இணைந்து வருகிறது.

'எதார்த்தப் படைப்பாக்கம்' என்பது புதிய தேசத்தின் தொடக்கத்தில் ஒரே ஒருமுறை உருவாகிற ஒன்றல்ல. மாறாக தேசிய அடையாளம் தொடர்ந்து உறுதிசெய்யப்படுகிறது; கேள்வி கேட்கப்படுகிறது; மறுவரையறை செய்யப்படுகிறது.

சில எடுத்துக்காட்டுகள்:

அ.(1)

பெரியார் அரசியல் சூழலுக்கேற்ப திராவிட நாட்டுப் பிரிவினை என்பதைத் தமிழ்நாட்டுப் பிரிவினையாக மாற்றிக்கொண்டதை முன்பே குறிப்பிட்டோம்.

அ.(2)

ஆஸ்திரேலியாவிலிருந்து ஓர் எடுத்துக்காட்டு: 'பிரிட்டிஷ் தீவுகளிலிருந்து வந்த வீரசாகசமிக்க, ஆண்மை பொருந்திய வெள்ளை இனத்தவனாக, ஓர் ஆஸ்திரேலியனை அந்நாட்டு ஆளும் வர்க்கம் அடையாளம் காட்டி வந்தது. மாறிவரும் அரசியல்/ பொருளாதாரச் சூழல்களில் தொடர்ந்து இந்த வரையறை செல்லுபடியாகவில்லை. உலக முதலாளியத் தேக்கம், பொருளாதார ஏற்றத்தாழ்வுகள், இனம், மரபினம், பால் அடிப்படையில் சமூகப் பிரிவாக்கங்கள் தோன்றியமை, அடித்தட்டு மக்களிடம் இக்கருத்தியல் போகாமை ஆகியவற்றின் விளைவாக மேற்படி வரையறை/பண்பாட்டு அடையாளம் காப்பாற்றப்பட இயலாத போது —புதிய எதார்த்தங்களுக்கேற்ப — இருக்கிற தேசம் பற்றிய கருத்தியலைப் புதுப்பிக்க, 'கலாச்சாரப் பன்மை' என்கிற கருத்தாக்கம் முன்வைக்கப்பட்டது. இதன்மூலம் சிறுபான்மை யினரின் தனித்துவங்கள் கணக்கிலெடுத்துக் கொள்ளப்பட்டன; இருக்கிற வேற்றுமைகள் சீர்திருத்தப்படாமலேயே அப்படியே நிலவட்டும் என்கிற (neo-conservatism) மனப்பான்மைக்கு அழுத்தம் கொடுக்கப் பட்டது. இதற்கு எதிராகப் 'புதிய' வலதுகள் கலாச்சார ஒருமை வாதத்தை உயர்த்திப் பிடிக்கும் 'ஆங்கில மையக் கருத்தியலை' மீண்டும் முன்வைத்து வருகின்றனர்.

அ.(3)

இந்தியாவில் ஆங்கில ஏகாதிபத்திய எதிர்ப்புக் காலகட்டத்தில் அகில இந்தியத் தேசியம் கற்பிதம் செய்யப்பட்டது. பல்வேறு பண்பாடு, மொழி, மதத் தனித்துவங்கள் மிகுந்த மக்களை ஒன்றிணைக்க, 'இந்து மதம்' என்கிற ஒற்றுமைக் காரணி கண்டு பிடிக்கப்பட்டது. 'வேற்றுமையில் ஒற்றுமை' என்கிற முழக்கம் முன்வைக்கப்பட்டது. சாதி அடிப்படையிலான இந்துமதத்தில் இந்துமதக் கருத்தியல் மூலம் ஆதிக்கச் சாதியினரே பயன்பெறக்

கூடிய சூழலில் இத்தகைய ஏகாதிபத்திய எதிர்ப்பு பெரும்பாலும் ஆதிக்க சாதியினராலேயே தலைமை தாங்கப்பட்டது. ஒடுக்கப் பட்ட சாதியினர் விலகிநின்றது தவிர முஸ்லிம்களும் தொடர்ந்து விலக்கப்பட்டே வந்தனர். எந்த அளவிற்கு இன்று இது வளர்ந்து நிற்கிறதென்றால், 'மத அடிப்படையில் தேச மக்களைப் பிரிப்பது சரிதான்; மதம் சாராத காரணிகளின் அடிப்படையில் மக்களைப் பிரிப்பதை அனுமதியோம்' என மண்டல் குழுவை எதிர்க்கும் உயர் சாதியினர் (எச்.எம். சீர்வை போன்றோர்) பேசுகிற அளவிற்குப் போயுள்ளது.

ஆ

தேசியம் என்பது அரசியல் நியாயப்பாட்டிற்கான ஒரு கோட்பாடு. அரசியலதிகாரத்தை நிலைநிறுத்தவும், புதிய அரசியலதிகாரத்தைப் பெறவும் இது முன்வைக்கப்படுகிறது. அதிகாரத்தை வைத்து இருப்பவர்களுக்கும் மக்களுக்குமிடையே உள்ள இடை வெளியைக் கருத்தியல்ரீதியாக நிரப்புகிற ஒன்றாக அரசிய லதிகாரத்தை நிலைநிறுத்தத் தேசியம் பயன்படுகிறது. தங்களது அரசியல் (அதிகார) எல்லையை இன அடிப்படையிலான எல்லை சிதைத்துவிடக் கூடாது என்கிற அடிப்படையில் அகில இந்தியத் தேசியத்திற்கான புதிய வரையறைகளை இது மேற்கொள்ளும். அகில இந்தியத் தேசியம் இந்துமத அடிப்படையில் உருவாக்கப் பட்டதைச் சற்றுமுன் சொன்னோம். இன எல்லையை அங்கீகரித்து ஓரினத்தின் மேன்மையை வலியுறுத்தி மற்றதை அதற்குட்படக் கோரியும் ஓர் இனவாத அரசு தனது அரசியலதிகாரத்தை நிலைநிறுத்தத் தேசியத்தைப் பயன்படுத்தும். எ.டு: இஸ்ரேல்-பாலஸ்தீனம். ஆக, ஓர் ஆளும் குழுமத்தின் நலனுக்கான நோக்கில் இதர மக்களை ஒன்றிணைக்கும் நோக்குடன் தேசியம் கற்பிதம் செய்யப்படுகிறது. வரலாறு அதற்குரிய வகையில் எழுதப்படுகிறது. தேசிய வீரர்கள் உருவாக்கப்படுகின்றனர். பாலஸ்தீனியர்களின் உரிமைகளை மறுத்து இஸ்ரேலிய ஆளும்வர்க்கத்தால் உருவாக்கப்படும் வரலாறு (பார்க்க: *நிறப்பிரிகை-3*இல் எட்வர்ட் சைத்தின் கட்டுரை), ஆஸ்திரேலிய இரு நூற்றாண்டுக் கொண்டாட்டத்தின் போது முன்வைக்கப்பட்ட 'இரு நூற்றாண்டு' வரலாற்றை உள்நாட்டு ஆதிக் குடிகள் எதிர்த்தமை, 1988இல் ரஷ்ய வரலாறு மாறிய சூழலுக்கு ஏற்ப திருத்தி எழுதவேண்டும் என்பதற்காக ஓராண்டு காலம் சீனப் பல்கலைக்கழகம் ரஷ்ய

வரலாற்று வகுப்பில் மாணவர்களைச் சேர்க்காதது போன்ற வற்றை இதற்கு எடுத்துக்காட்டுகளாய்ச் சொல்லலாம்.

இ.

ஆக தேசியப் போராட்டந்தான் தேசத்தை உருவாக்குகிறதே யொழிய தேசம் தேசியப் போராட்டத்தை உருவாக்குவதில்லை. இந்தத் தேசியப் போராட்டம் சமூக சக்திகளின் சமநிலையால் அவற்றில் செல்வாக்கு வகிக்கும் சக்தியின் நலன் நோக்கில் தீர்மானிக்கப் படுகிறது. தேசியம் என்பது ஓர் அரசியல் கோட்பாடு. அரசியல் ரீதியாக, வர்க்க ரீதியாக அது வரையறுக்கப் படுகிறது.

ஈ.

ஒரு ஜனநாயகக் குடியரசு என்கிற வடிவிலான நவீன தேசிய அரசு பேரரசின் மீதான விசுவாசத்தின் அடிப்படையில் அமைய முடியாது. அதிகாரம் என்பது மக்களுக்குச் சொந்தமாக இருக்கிறது; அரசிடம் அது கையளிக்கப்படுகிறது என்கிற சொல்லில் ஏதேனும் பொருளில் இருக்குமானால் அரசின் மீதான விசுவாசத்தின் அடிப்படையில் அரசின் நியாயப்பாடு அமைய வேண்டியதில்லை. நியாயப்பாடு என்பது மக்களின் விருப்பத்தின் அடிப்படையிலானது என்கிற போது தவிர்க்க இயலாமல் மார்க்சியம் எழுப்புகிற 'எந்த மக்கள்?' என்கிற கேள்வியை நாம் எதிர்கொண்டே ஆகவேண்டியிருக்கிறது.

சில வர்க்கங்கள் உள்ளடக்கப்படுகின்றன; சில வெளியேற்றப் படுகின்றன. இது பிரெஞ்சுப் புரட்சி போல வெளிப்படையாக இருக்கலாம் அல்லது தமிழ்த் தேசிய எழுச்சிபோல மறைமுக மாகவும் இருக்கலாம். மறைமுகமாக இருந்தபோதிலும் தமிழ்த் தேசிய உணர்வின் தோற்றத்தைப் பகுத்தாய்ந்து பார்த்தால் தமிழ்த் தேசியத்தின் வர்க்க/சாதியப் பின்புலத்தை உணர்ந்து கொள்ள முடியும்.

4
தமிழ்த் தேசிய உணர்வின் தோற்றம்

தமிழக வரலாறு முழுமையும் பார்ப்பன வேளாள எழுச்சியோடு விவசாய மயமாக்கலும் (peasantisation) அதற்கு எதிராக மேல் நில மக்கள் மற்றும் இனக்குடி மக்களின் (upland and tribal people)

எதிர்ப்பும் இருந்துவந்திருப்பதைப் பார்க்க முடியும். பல்லவர் காலம் தொடங்கி இத்தகைய விவசாயமயமாக்கல் பெரிய அளவில் நடைபெற்று சோழர் காலத்தில் உச்சத்தை அடைகிறது. மதத் தளத்தில் இப்போராட்டங்கள் பக்தி இயக்கமாகவும் சைவ எழுச்சியாகவும் சமண பௌத்த சமய ஒழிப்பாகவும் வெளிப் படுகின்றன. விவசாயமயமாக்கல் அதிகமாக அதிகமாக அதுவரை சுதந்திரமாக ஆனால் சற்றே பிற்போக்கான உற்பத்தி முறையுடன் வாழ்ந்திருந்த மேல்நில இனக்குழு மக்கள் விவசாயச் சமூகத்திற்குள் சுரண்டப்பட்ட விவசாய உழைப்பாளிகளாகவும் சாதிய அமைப்பில் ஒடுக்கப்பட்ட மக்களாகவும் உள்வாங்கப் பட்டனர். சோழர் காலத்தில் பார்ப்பன வேளாளர் ஆதிக்கம் உச்சம் பெற்றது என்கிறோம். பிரம்மதேயங்களாக நிலங்கள் பெற்றது தவிர, அரசு நிர்வாகமும் அவர்களிடமே இருந்தது. பார்ப்பனர்கள் வெறும் சடங்குத் தலைமையாக மட்டுமில்லை; அமைச்சர்களாகவும் இதர அதிகாரிகளாகவும் வேளாளருடன் அரசதிகாரத்தைப் பங்கு போட்டுக்கொண்டனர். எனினும் பிற்சோழர் காலத்தில் நிலத்தில் தனியுடைமையும் சமூக-அரசியல் அதிகாரமும் 'நாடு', 'பெரிய நாடு' என்கிற நிர்வாக அலகு மட்டத்தில் மட்டுமின்றி நிலம் வேளாளர் கரங்களில் குவிவதும் நிகழ்ந்தது. தாழ்த்தப்பட்டவர் களும் இதர ஒடுக்கப்பட்ட சாதியினருமே இவ்வமைப்பில் கொடுமையாகச் சுரண்டப்பட்டவர்களாகத் திகழ்ந்தனர். தமக்குள் அதிக முரண்பாடுகள் இல்லாமல் இணைந்து ஆதிக்கம் செலுத்து பவர்களாகப் பார்ப்பனரும் வேளாளரும் இருந்தனர். ஆதிக்கச் சான்றுகள் தமது சுரண்டலுக்குத் தேவையானபோது மட்டும் ஒடுக்கப்பட்டவர்களைக் கருத்தியல் தளத்தில் ஒன்றிணைக்கச் 'சேரவாரும் செகத்தீரே' எனவும் 'ஆவுரித்துத் தின்றுழலும் புலையரேனும் அவர் கண்டீர் நாம் வணங்கும் கடவுளரே' எனவும் இழுத்து அணைத்துக்கொண்டனர். அதிலும்கூட 'ஆவுரித்துத் தின்றுழலும் புலையரேனும்' என்பதை வெ.ப.சு. முதலியார் 'மாட்டுக்கறி தின்னாராகவுள்ள' எனச் சொல்வதோடு இணைத்துப் பார்க்கலாம்.

அ.

தெலுங்கர் ஆட்சியில் நாயுடு, ரெட்டியார் போன்ற தெலுங்கு வேளாளர்களும் ஆதிக்கத்தில் பங்குபெற்றனர். தெலுங்கு மன்னர்களோடு வந்து குடியேறிய சக்கிலியர், தோட்டி என்று

அழைக்கப்படுகிற ஒடுக்கப்பட்ட சாதியினர் (அருந்ததியர்) இழிந்த தொழில்களுக்கு ஆளாகினர். தெலுங்கு ஆட்சியில் மீண்டும் பார்ப்பனர் ஒரு குறிப்பிட்ட அளவு கோட்டை அதிகாரிகள் (துர்க்கா தண்டநாயகர்கள்) போன்ற அரசதிகாரப் பணிகளைப் பெற்றனர். வேளாளர் தம் ஆதிக்கத்தைக் கருத்தியலளவில் பார்ப்பனர்களுக்குச் சமமாக நிலைநாட்ட சைவ மடங்களையும் சைவ சித்தாந்தத்தையும் உருவாக்கினர்.

ஆ.

பார்ப்பனர் - வேளாளருக்கிடையேயான போட்டி தொடக்கத்திலிருந்து இன்றுவரை ஆதிக்கச் சாதிகளுக்கு இடையேயான போட்டியாகவே இருந்துவந்துள்ளது குறிப்பிடத்தக்கது. யார் ஆதிக்கம் செய்வது என்கிற போட்டி அவ்வப்போது வெளிப்பட்டாலும் ஒடுக்கப்பட்டவர்களுக்கு எதிராக ஒன்றிணைவது என்பதும் கூடவே இருந்துவந்தது. கருத்தியல் களத்தில் நடைபெற்ற போட்டியும் இத்தகைய சமரசக் கூறுகளை உள்ளடக்கியதாகவே இருந்துவந்தது. சைவ சமயம், சைவ சித்தாந்தம், தமிழ்மேன்மை என்பன ஆரிய சமயம், ஆரிய வேதம், ஆரியமொழி ஆகியவற்றிற்கு எதிராக உயர்த்திப் பிடிக்கப்பட்டதெனினும் ஆரியத்திற்குச் சமமாகவே தமிழைப் போற்றும் பாரம்பரியத்தையும் இணையாகவே பார்க்கலாம். ஆரியத்திற்கு முன்பான தமிழ்த் தொன்மை, ஆரிய வேதங்களுக்கு முன்பான தமிழ் வேதம் (பக்தி இலக்கியங்கள்), ஆரிய மதத்திற்கு முன்பான தமிழ்ச் சைவம் முதலியவற்றை உயர்த்திப் பிடிக்கும் கருத்துக்கள் 17ஆம் நூற்றாண்டு தொடங்கி (காஞ்சிப் புராணம் — சிவஞான முனிவர்; நால்வர் நான்மணிமாலை — தாரமங்கலம் சிவப் பிரகாசர்) வெளிப்படுகிறதெனினும் பார்ப்பன வெறுப்பு அதிகமின்றி ஆரியத்திற்குச் சமமாகத் தமிழை ஏற்று அதேசமயத்தில் சங்க, சமண, பௌத்த இலக்கியங்களைத் தவிர்த்துப் பக்தி இலக்கியத்திலிருந்து தமிழின் வரலாற்றைப் பார்ப்பவர்களாகவே மகாவித்வான் மீனாட்சி சுந்தரம்பிள்ளை, சிவஞான சுவாமிகள் (சோமேசர் முதுமொழி), சுவாமிநாத தேசிகர் (இலக்கணக் கொத்து) முதலியோரைப் பார்க்க முடிகிறது. எனினும் ஆங்கில ஆட்சியில் முரண்பாடுகள் கூர்மை அடைந்தன.

இ.

ஆங்கில ஆட்சி பல்வேறுவிதமாக அரசியல், பொருளாதாரப் பண்பாட்டு மாற்றங்களை இங்கே உருவாக்கியது. வரிவசூல், பரவலான அரசு எந்திரம், ஓரளவு ஜனநாயகமான கல்விமுறை, ஆங்கிலக் கல்வி, கிறிஸ்துவ சமயம் ஆகியவை அறிமுகமாயின. நீதிமுறை மையப்படுத்தப்பட்டு தல பஞ்சாயத்து, சாதி மன்றங்களின் முக்கியத்துவம் குறைந்தது. நீதி வழங்குவதில் தல மதத்தலைவர்களிடம் விளக்கம் கேட்பது நிறுத்தப்பட்டு பார்ப்பனிய வேத அடிப்படை யிலான, வருணப் பிரிவினைக்கு அங்கீகாரம் அளிக்கிற 'இந்து-லர் உருவாக்கப்பட்டதைத் தொடர்ந்து அனைத்துச் சாதியினரும் உயர்வருணை கோரி நின்றனர்; நூல்கள் எழுதினர். வேளாளர் மட்டுமின்றி வன்னியர், நாடார், யாதவர் போன்றோரும் சத்திரிய நிலை கோரினர்.

ஈ.

பரந்த அளவிலும் (macro level) நுண்ணிய அளவிலும் (micro level) ஆதிக்க முறையில் பல்வேறு விதமான மாற்றங்கள் ஏற்பட்டதைத் தொடர்ந்து பல்வேறு சாதியினரும் பல்வேறு அமைப்புகளை உருவாக்கித் தம் நலனுக்காக அரசுடன் பேரம் பேசினர். அவற்றில் சில:

1852 Madras Native Association - மெட்ராஸ் மகாஜன சபா.

1887 இந்திய தேசியக் காங்கிரஸ். இவை பெரும்பாலும் பார்ப்பனரைப் பிரதிநிதித்துவப்படுத்தின.

1916 தென்னிந்திய நலவுரிமைச் சங்கம் — பார்ப்பனரல்லாத தமிழ், தெலுங்கு, கன்னட வேளாளர், நிலவுடைமையாளர் நலன் நோக்கில் உருவாக்கப்பட்டது.

1857 ஆதி திராவிட மகாஜன சபா — தாழ்த்தப்பட்டோர் நலன் நோக்கில் பி.வி. சுப்பிரமணியப் பிள்ளையால் உருவாக்கப் பட்டது. எம்.சி. ராஜாவின் தந்தை எம்.சி. சின்னத் தம்பிப்பிள்ளை முதல் பொதுச் செயலர்.

*1930*களுக்குப்பின் தேர்தல் அரசியல் அறிமுகமாகியபோது இவை அனைத்தும் தேர்தல் அரசியலையும் தமக்குச் சாதகமாகப் பயன்படுத்த முனைந்தன. பார்ப்பன-பனியா-சத்திரிய மற்றும் சார்பு முதலாளிய சக்திகள் இந்திய தேசியக் காங்கிரசிலும்,

வெள்ளாளர் (தமிழ், தெலுங்கு, கன்னட)-செட்டியார் மூலதனச் சக்திகள் நீதிக் கட்சியிலும் ஆதிக்கம் செலுத்தத் தொடங்கின.

உ.

காலனிய மற்றும் ஆங்கிலக் கிறிஸ்துவ மிஷினரி நடவடிக்கைகள் இந்திய மேல்தட்டினரிடையே உருவாக்கிய பண்பாட்டு எதிர் வினைகளை இருவகைப்படுத்துவர். அவை:

உ.(1)

சீர்திருத்தவாதம்: ராஜாராம் மோகன்ராயால் உருவாக்கப்பட்ட 'பிரம்ம சமாஜ'த்தை இதற்கு எடுத்துக்காட்டாய்ச் சொல்லலாம். அறிமுகமான ஜனநாயகச் சிந்தனைகளின் அடிப்படையில் சில மாற்றங்களை இவை கோரின.

உ.(2)

மீட்புவாதம்: தயானந்த சரசுவதியால் உருவாக்கப்பட்ட 'ஆரிய சமாஜம்', மறைமலை அடிகள் (நாகை வேதாசலம்பிள்ளை) போன்றோரால் உருவாக்கப்பட்ட தனித்தமிழ் இயக்கம் போன்றவை இதற்கு எடுத்துக்காட்டுகள். தற்கால வீழ்ச்சிக்குச் சமகால மாற்றங்களைக் காரணம் காட்டி மாற்றங்களுக்கு முற்பட்ட பொற்காலத்தைச் சுட்டிக்காட்டிப் பழமைக்குத் திரும்பக் கோரும் தூய்மைவாதமாக இவை அமைந்தன. தமிழக வரலாற்றுப் பின்னணியில் தமிழ் மீட்புவாதமாக இவை அமைந்தன. தமிழக வரலாற்றுப் பின்னணியில் தமிழ் மீட்புவாதத்தின் தலைமையை வேளாளர் கைப்பற்றிக் கொண்டதும் அவர்கள் நலனுக்காகவே அது அமைந்ததும் எளிதில் விளங்கிக்கொள்ளத்தக்கன. வகை இனங்கள் எதுவுமே கறாராக இருக்க முடியாது என்கிற எச்சரிக்கை யோடு இதனைப் பார்ப்பது அவசியம். பாரதி போன்ற சிலரிடம் இரு கூறுகளுமே குறிப்பிட்ட அளவுக்கு நிலவின.

ஊ

தமிழ் மீட்புவாதமே பின்னர் தமிழ்த் தேசியவாதமாகப் பரிணமித்தது. 1930களுக்குப் பின்பு இது தனிநாடு கோரிக்கை என்கிற அளவில் உருப்பெற்றது. தமிழ் மீட்புவாதத்தில் வேளாள ஆதிக்கத்தை விரிவாய்ப் பார்ப்பது அவசியம். அதிலும் குறிப்பாகத்

தொடக்க கால மீட்புவாதத்தில் ஈழச் சைவ வேளாளரின் ஆதிக்கம் குறிப்பிடத்தக்கது. சி.வை.தாமோதரம் பிள்ளை பற்றிக் குறிப்பிட வரும்போது ஏ.வி.சுப்பிரமணிய அய்யர் 'யாழ்ப்பாணக் குழாம்' எனக் குறிப்பிடுவார். யாழ்ப்பாணத்திலும் தமிழ்நாட்டிலும் தமிழ் /சைவ மீட்பு நடவடிக்கைகளில் இணைவான போக்கு ஒன்றைக் காண முடியும். தமிழரின் நவீன மொழியுணர்வின் வெளிப்பாடாக இரண்டைச் சொல்வர். ஒன்று சுந்தரம்பிள்ளையின் மனோன் மணியத் தமிழ் வாழ்த்துப் பாடல். மற்றொன்று, சி.வை. தாமோதரம் பிள்ளை தாம் பதிப்பித்த 'கலித்தொகை', 'வீரசோழியம்' ஆகியவற்றிற்கு எழுதிய முன்னுரையில் முன் வைத்த 'திராவிடம்'/'தமிழ்' குறித்த உறுதியான கருத்துக்கள். சி.வை.தா. ஒரு யாழ்ப்பாண வேளாளர். தா. கைலாசப்பிள்ளை யாழ்ப்பாணத்தில் தொடங்கித் தமிழ்ச் சங்கத்தின் மாதிரியிலேயே பாலவநத்தம் ஜமீன்தார் பாண்டித்துரைத் தேவரால் மதுரைத் தமிழ்ச்சங்கம் தோற்றுவிக்கப்பட்டது. நாவலரின் சீடரான ஜே.எம். நல்லசாமிப் பிள்ளையால் தொடங்கப்பட்ட *சித்தாந்த தீபிகை* இதழில் கட்டுரை எழுதிய சில ஈழச் சைவ வேளாளர்கள்: பொன். அருணாசலம், பொன். இராமநாதன், எஸ்.டபிள்யூ. குமாரசாமி, முத்துத்தம்பிப் பிள்ளை, வி.ஜே. தம்பிப் பிள்ளை, ரி. பொன் னம்பலப் பிள்ளை முதலானோர்.

எ

தமிழ் மீட்புவாதத்துடன் இணைந்த இதரப் பண்பாட்டு நடவடிக்கை களில் மிக முக்கியமானது சைவ சித்தாந்தப் புத்துயிர்ப்பு. இதன் முன்னோடியான ஈழத்து ஆறுமுக நாவலர் குறித்து க.கைலாசபதி குறிப்பிடும் கீழ்க்காணும் கருத்துக்கள் முக்கியமானவை:

> 'இவ்வாறு நாவலர் சமயத் துறையில் தமக்கிருந்த ஆர்வங் களுடன் சமூகத்திற்கு அத்தியாவசியமாகத் தேவைப்பட்ட நடைமுறைச் செயற்பாடுகளை ஒன்றிணைத்தார். அவர் சமூக அரசியலையும் சமயத்தையும் ஒன்றுகலந்தார். தமிழர் மத்தியில் ஏற்பட்ட கலாச்சார எழுச்சிக்கு மகத்தான பங்களிப்பாக இருந்தார்.'
>
> 'ஆறுமுக நாவலரால் தலைமை தாங்கப்பட்ட 'மறு மலர்ச்சி இயக்கம்' உண்மையில் பிரிட்டிஷ் விசுவாசத்தின் விளைவாக ஏற்பட்ட சமூகக் கலாச்சார மாற்றங்களை நன்கு அரண் செய்யப் பட்ட யாழ்ப்பாண இந்து சமுதாய அமைப்பிற்குள் மட்டும்

எல்லைப்படுத்திய முயற்சி யாகும். இதனால் நலம் பெற்றவர்கள் உயர்சாதி இந்துக்கள் மட்டுமேயாவர்.'

தமிழ் மீட்புவாதத்தின் அடையாளமாகக் குறிப்பிடப்படும் இரு சஞ்சிகைகளுள் ஒன்று சைவ சித்தாந்தம் பற்றியது. ஓய்வுபெற்ற மாவட்ட நீதிபதியான ஜே.எம். நல்லசாமிப் பிள்ளையை ஆசிரியராகக் கொண்ட *சித்தாந்த தீபிகையே* அது. மற்றது சூசையப்பர் கல்லூரிப் பேராசிரியராகவிருந்த டி.சவரிராயப் பிள்ளையை ஆசிரியராகக் கொண்ட 'Tamilian Antiquary.'

1992இல் யாழ்ப்பாண 'ரிட்ஜ்வே' மண்டபத்தில் செ. கனக சபைப் பிள்ளையின் தலைமையில் நடத்தப்பட்ட இலக்கிய மாநாட்டில் 'தமிழ் மொழியின் வளர்ச்சியைப் போன்ற சமாந்தரப் போக்கு தமிழரின் தேசிய சமயத் தத்துவமாகக் கொள்ளப்பட்ட சைவ சித்தாந்தத்திலும் காணப்படுகிறது' என்கிற கருத்து முன்மொழியப் பட்டது.

ஆக, தமிழ் மீட்புவாதத்துடன் சைவ சித்தாந்தமும் வேளாளர்களால் கூடவே புனர்நிர்மாணம் செய்யப்பட்டது. நாவலர் 'யாழ்ப்பாண சைவ பரிபாலன சபை'யை உருவாக்கினார். 1905இல் தமிழ்நாட்டில் நல்லசாமிப் பிள்ளையின் முயற்சியால் 'சித்தாந்த சமாஜம்' உருவாக்கப்பட்டது.

தமிழகத்தில் நாகை வேதாசலம் பிள்ளை (மறைமலை அடிகள்) வேளாளர் நாகரிகமே பழந்தமிழர் நாகரிம் எனவும் சைவ சமயமே தமிழர் சமயம் எனவும் நூற்கள் எழுதினார். கா.சு. பிள்ளையும் தமிழர் மதம் குறித்து எழுதினார். தமிழாய்வுகள் பதிப்புகள் என்பன பெரும்பாலும் வெள்ளாளரிடத்திலும் (கனகசபைப் பிள்ளை, கே.என். சிவராஜப் பிள்ளை, திரு.வி. கலியாணசுந்தர முதலியார்), ஓரளவு பார்ப்பனரிடத்திலும் (பி.டி. சீனிவாச அய்யங்கார், சேஷ அய்யர், சுவாமிநாத அய்யர்) சிறிதளவு இதர பிற்பட்ட சாதியாரிடமும் (சோமசுந்தர நாயகர்) சிறைப்பட்டன. தாழ்த்தப்பட்ட சமூகத்திலிருந்து மிக அரிதாக உருவான அயோத்தி தாச பண்டிதர் முன்வைத்த மாற்றுக் கருத்துக்கள் கண்டு கொள்ளாமல் புறக் கணிக்கப் பட்டன.

4.ஏ.

தமிழ் மீட்புவாதத்துடன் இணைந்த இதர பண்பாட்டு நடவடிக்கை

களாகப் பார்ப்பனருக்குப் போட்டியாகத் தமிழ் சஞ்சிகைகள் தொடங்குதல் ('தமிழ்நாடு,' 'குமுதம்'), தமிழிசை முயற்சி முதலிய வற்றைச் சொல்லலாம். இவற்றில் செட்டியார் மூலதனத்தின் பங்கு குறிப்பிடத்தக்கது. இதனைப் பின்னர் விரிவாகப் பார்க்கலாம். 1960 வரை இவர்களால் நாட்டுப்புறக் கலைகள் புறக்கணிக்கப்பட்டு வந்தது என்பதையும் முதன் முதலில் ப. ஜீவானந்தம் போன்ற பொதுவுடைமையாளரே இவற்றை முன்னிலைப்படுத்தினர் என்பதையும் இத்துடன் இணைத்துப் பார்க்க வேண்டும்.

5

அரசியல் தளத்தில் பார்ப்பன எதிர்ப்பு/திராவிட தேசியம் என்பன வற்றை நீதிக்கட்சியில் தொடங்கிப் பார்க்க வேண்டும். அரசுப் பணிகளில் பார்ப்பன ஆதிக்கத்திற்கு எதிராக அதனுடன் போட்டியிடத்தக்க அளவிற்கு ஆதிக்கச் சாதிகளாக இருந்த தெலுங்கு/கன்னட/தமிழ் வேளாள சாதியினரின் அரசியல் இயக்கமாகத் தென்னிந்திய நலவுரிமைச் சங்கம் தோற்றமெடுத் ததைப் பற்றி முன்பே குறிப்பிட்டோம். 1851 முதலே வெள்ளை அரசும் இடஒதுக்கீடு பற்றிப் பேசத் தொடங்கியது. தாசில்தார் களில் பார்ப்பனரல்லாதோருக்கு இடஒதுக்கீடு அளிப்பது குறித்து வருவாய்த்துறை ஆணை பிறப்பிக்கப்பட்டது. இங்கு கவனிக்க வேண்டியது: நீதிக்கட்சி கேட்பது பார்ப்பனரல்லாதாருக்கான இடஒதுக்கீடே. சாதிவாரி இடஒதுக்கீடு அல்ல. இதனால் பயன் அடைந்தது பார்ப்பனரல்லாத உயர்சாதியினரே. பிற்பட்ட சாதியினருக்கு இடஒதுக்கீடு என்கிற கோரிக்கை 1940க்குப் பின்னரே எழுப்பப்பட்டு, 1947இல்தான் முதன்முதலில் அவர் களுக்கு இடஒதுக்கீடு அளிக்கப்பட்டது. பெரியார் ஈ.வெ.ராவின் பங்களிப்பு இதில் குறிப்பிடத்தக்கது.

5.அ. பார்ப்பனரல்லாதோருக்கு இடஒதுக்கீடு தவிர நீதிக் கட்சி சைவ சமயத்தையும் நிலவுடைமையாளர் நலன்களையுமே முன்னிலைப்படுத்தியது. சட்டமன்றத்தில் பேசும்போது சி. நடேச முதலியார், 'திராவிடர்களது வரலாற்றுக்கு முந்திய சமயமாகிய சைவம் ஆயிரம் ஆண்டுகட்கு முன்பு இருந்தது போலவே இன்று தனித்துவமாகத் திகழ்கிறது' என்று குறிப் பிட்டார். பி.டி.தியாக ராயர், 'இந்த நாட்டில் நிலவுடைமையாளர்களாக இருந்த தெல்லாம் தமிழர்கள்தான். பார்ப்பனர் அல்லாதவர்களுக்கே

எல்லா நிலங்களும் சொந்தமாக இருந்தன. பார்ப்பனரின் எழுச்சிக்குப் பின்பு வக்கீல்கள், பொது ஊழியர், ஆசிரியர் என்கிற புதிய வர்க்கம் உருவாக்கப்பட்டது' என்றார் (1920). நிலவுடைமை யாளராக இல்லாத தமிழர்கள் பிரச்சினை குறித்து அவர்களுக்குக் கவலை இல்லை.

5.ஆ. நீதிக் கட்சி காங்கிரசுக்கு மாற்றான பார்ப்பனரல்லாதோரின் நலனை முன்னிலைப்படுத்துகிற ஓர் அரசியல் சக்தியாக வடிவெடுத்த பின்னர் அன்றைய தமிழகத் தொழில்துறையிலும் பர்மா - இலங்கை போன்ற வெளிநாடுகளில் வட்டித் தொழிலிலும் முக்கியச் சக்தியாக விளங்கிய மூலதன பலம் மிகுந்த நாட்டுக் கோட்டைச் செட்டியார்களும்[1] பிரிட்டிஷார் வருகை யைப் பயன்படுத்திக் கடந்த இருநூற்றாண்டுகளில் மிக வேகமாக வளர்ச்சியடைந்து சாதிப் படிநிலையிலும் சற்றே மேலேறிய விருதுநகர் வணிக நாடார் சாதியின் முக்கியப் பிரமுகர்களும் நீதிக் கட்சியில் இணைந்து ஆதிக்கச் சக்திகளாக மாறினர். நீதிக் கட்சியில் ஆதிக்கம் செலுத்திய தலைவர்களின் பட்டியல் பார்த்தால் அதன் சாதியப் பின்புலம் விளங்கும்.

ஏ.வி. முத்தையா முதலியார், எல். மீனாட்சி சுந்தர முதலியார், பி.சி. மாணிக்கவாசக முதலியார், சி.என். அண்ணாதுரை (செங்குந்த முதலியார்கள்), பி. சிதம்பரம் (நாஞ்சில் நாட்டு வேளாளர்), எஸ். குருசாமி (தொண்டை மண்டல வேளாளர்), சி.ஏ. அய்யாமுத்து (வெள்ளாளக் கவுண்டர்), பெரியார் ஈ.வே.ராமசாமி — எம்.கே. ரெட்டி, ஜெயராம் நாயுடு, ஜே.எஸ். கண்ணப்பர் (பலிஜா நாயுடு), டபிள்யூ.ஏ. சௌந்திரபாண்டிய நாடார் (ராமநாதபுரம் எஸ்டேட் சொந்தக்காரர்), வி.வி. ராமசாமி நாடார், எஸ்.எ. முத்து நாடார்.

ஒரு சிலரை மட்டுமே இங்கு குறிப்பிட்டாலும் இதர பலரும் இத்தகைய வகைப்பாட்டிற்குள்ளேயே அடங்குவர். பெரியார் தலைமையில் நீதிக் கட்சி சோஷலிசம் பேசத் தொடங்கிய போதும், நீதிக் கட்சி படிப்படியாகப் பலமிழந்து காங்கிரஸ் வலுப்பெற்ற போதும், அகில இந்திய அளவிலான சந்தையைத் தமிழ் முதலாளிகள் பயன்படுத்தத் தொடங்கியபோதும், ஏகாதி பத்தியங்களைச் சார்ந்து நின்ற முதலாளிகளின் நலனை முன்னிலைப்படுத்தி வெள்ளையரிடம் பேரம் பேசும் சக்தியாக காங்கிரஸ் வளர்ந்தபோதும், தேர்தல் சார்ந்து அகில இந்திய நீரோட்டத்தில் திராவிட முன்னேற்றக்கழகம் இணைந்து மைய

நீரோட்ட அரசியலில் கலந்தபோதும் தொழிலதிபர்களும் நிலவுடைமையாளர்களும் படிப்படியாகப் பெரியாரிடமிருந்து விலகி காங்கிரஸ், திமுக கட்சிகளைச் சரணடைந்தனர். தூத்துக்குடி சுயமரியாதைக் கூட்டத்தில் இயற்றப்பட்ட சோஷலிசத் தீர்மானத்தை ஜே.எஸ். கண்ணப்பர் ஆதரித்தபோதும் பகத்சிங் ஆதரவுத் தீர்மானத்தை ஏற்கவில்லை. 'கராச்சி காங்கிரஸ் சுய மரியாதைக் கருத்துக்களை ஏற்றுக்கொண்டதால் எல்லோரும் காங்கிரசில் சேர வேண்டும்' என்று அறிவித்தார்.

விருதுநகர் சுயமரியாதைக் கூட்டத்திற்குப் பின்னர் *(1931)* டபிள்யூ.ஏ. சௌந்தரபாண்டிய நாடார், 'கட்சிக்குள் நிறைய கருத்து வேறுபாடுகள் உள்ளன. காங்கிரசின் மத நடுநிலைக் கருத்துக்கள் சுயமரியாதை இயக்கத்துக்கு ஓர் அடியைக் கொடுத்துவிட்டது' என்றார். 1931இல் பெரியார் ஐரோப்பா சென்றதைத் தொடர்ந்து பணக்காரர்கள் அளித்துவந்த பொருளாதார ஆதரவு குறைந்தது. வி.வி. ராமசாமி, டபிள்யு.ஏ. சௌந்தரபாண்டிய நாடார், எஸ். முருகப்பா, டி.வி. சோமசுந்தரம், கி.ஆ.பெ. விசுவநாதம் ஆகியோர் விலக விருப்பம் தெரிவித்தனர்.

1934: பொதுவுடைமைக் கட்சி தடை செய்யப்படுகிறது; கடும் அடக்குமுறை.

1934: நீதிக் கட்சி பார்ப்பனரை அனுமதிக்கிறது.

1935: தேர்தலில் வருணாசிரம சுயராஜ்ய சங்கத் தலைவர் எஸ்.கிருஷ்ணமாச்சாரியாரை சுயமரியாதைக் கட்சி ஆதரிக்கிறது.

1935: திருத்துறைப்பூண்டி சுயமரியாதை மாநாட்டில் பெரியார் சோஷலிசக் கருத்துக்களைக் கைவிடுகிறார்.

1944: சேலம் நீதிக்கட்சி மாநாடு 'திராவிடர் கழகம்' எனப் பெயர் மாற்றம். பகிரங்கமாய் ஏகாதிபத்தியத்தை ஆதரித்ததே தோல்விக்குக் காரணம் என சி. என். அண்ணாதுரை பேசுகிறார். பி.டி.ராசன், நெடும்பலம் சாமியப்பா முதலானோர் விலகல்.

1947: 'சுதந்திர'த்தை பெரியார் துக்க நாளாய் அறிவிக்கிறார்.

1948: ஜமீன் ஒழிப்பைத் திராவிடர் கழகம் வெளிப்படையாக ஆதரிக்கவில்லை. இனாம் ஒழிப்பை மட்டுமே ஆதரித்தது.

மொத்தத்தில் ஆதிக்கச் சாதியினரும் ஆதிக்கச் சக்திகளும் தலைமை

தாங்கும் எந்த ஓர் இயக்கமும் இறுதிவரை மக்களுக்கானதாக இருக்க முடியாது என்பதற்குத் தமிழ்த் தேசிய இயக்கத்தின் தொடக்ககால வரலாறு ஒரு சிறந்த எடுத்துக்காட்டு.

5.இ

ஒப்பீட்டளவில் நீதிக் கட்சியைக்காட்டிலும் ஜனநாயகப் படுத்தப்பட்ட திராவிட இயக்கங்களுங்கூடப் பின்னாளில் பார்ப்பனர் அல்லாத உயர்சாதியினரைத் தவிர இடைநிலை பிற்பட்ட வகுப்பினரையே அதிகம் ஈர்க்க முடிந்தது. தாழ்த்தப்பட்டவர்கள் முழுமையாக இவற்றுடன் அடையாளம் காண இயலவில்லை.

6

தமிழ் திராவிட மீட்புவாதம் மற்றும் அதன் அரசியல் வெளிப்பாடாகிய நீதிக் கட்சியின் உயர் சாதி ஆதிக்கம் என்பன தாழ்த்தப்பட்ட தமிழர்களின் மத்தியில் எத்தகைய எதிர்வினையை ஏற்படுத்தியது என்பதற்கு ராவ்பகதூர் எம்.சி.ராஜா அவர்களின் கீழ்க்காணும் கருத்துக்கள் விளக்கம் பகரும். (ராஜாவின் சொற்கள் சில இடங்களில் சுருக்கித் தரப்பட்டுள்ளன.)

> ‘சூத்திரன் எனக் கூறிக்கொள்ளப் பிடிக்காத பிராமணரல்லாத சாதி இந்துக்கள் தங்களைத் ‘திராவிடர்கள்’ என்று அழைத்துக் கொண்டார்கள். 1895இல் தங்கள் இனத்துக்கு ஒரு பெயர் சூட்டிக் கொள்ள விரும்பிய இம்மக்கள் (தாழ்த்தப்பட்டோர்) ‘திராவிடர்’ எனப் பெயர் மாற்றிக்கொண்ட சூத்திரர்களிடமிருந்து தாங்கள் தனிப்பட்டவர்கள் என்பதை விளக்கும் வகையில் ‘ஆதி திராவிடர்’ என்னும் பெயரைத் தேர்ந்தெடுத்துக் கொண்டனர்.’

> ‘ஆங்கிலேயரின் வருகையோடு ஆதிதிராவிடர் அடிமைத்தளை அறுபட ஆரம்பித்தது. இந்த மக்கள் அவர்களுக்குக் கடமைப் பட்டவர்களாக இருக்க வேண்டாமா? அதைவிடுத்து, சாதி வெறி தன்னலம் கொண்ட சாதி இந்து, ஓட்டிற்காக ஒரே இனம் என்று கூறிக்கொண்டு நப்பாசையும் பேராசையும் கொண்டு தாழ்த்தப்பட்டோரின் உழைப்பை உறிஞ்சி, உழைப்புக்கேற்ற ஊதியம் தராத சாதி இந்துமக்களுக்கு எப்படிக் கடமைப் பட்டவர்களாக இருக்க முடியும்?’

'புறம்போக்கு நிலங்கள் தாழ்த்தப்பட்டவர்களுக்கு அளிக்கப் படுவதில்லை. கணக்குப் பிள்ளை, மணியக்காரர், அதிகாரிகள் எல்லோரும் சாதி இந்துக்கள் என்பதால்.'

எடுத்துக்காட்டு ஒன்றையும் ராஜா இங்கு குறிப்பிடுகிறார். சிதம்பரத்தில் தாழ்த்தப்பட்டவர்களுக்காக நந்தனார் இலவசப் பள்ளி ஒன்றைத் தொடங்குவதற்காக விண்ணப்பம் அளித்தார். சாதி இந்து அதிகாரிகள் மறுத்ததைத் தொடர்ந்து சகஜாநந்தர் இடம் ஒதுக்கக் கோரி அதிகாரிகளுக்கு சகஜாநந்தர் பி.எல். குப்பி என்ற வெள்ளை கலெக்டரிடம் மனுக் கொடுத்தார். 3-9-20 அன்று நேரடி விசாரணை செய்த குப்பி, வி.வேலாயுதம் பிள்ளை என்னும் நிலச்சுவான்தாரே நிலம் வழங்கப்படாமைக்குக் காரணம் எனக் கூறி மறுப்பைத் தள்ளுபடி செய்து பட்டா வழங்கினார். தொடர்ந்து பேசுகிறார் எம்.சி.ராஜா:

'நீதிக் கட்சி மூலம் சாதி இந்துக்கள் அதிகாரத்திற்கு வந்த பின்னர் தாழ்த்தப்பட்டோர் நலத்துறைகள் புறக்கணிக்கப் படுகின்றன. துறைகளே மூடப்படும் பீதியும் உள்ளது.'

'சென்ற ஆண்டு இறுதியில் தாழ்த்தப்பட்ட மாணவருக்கு மதிய உணவு வழங்கும் திட்டம் ஒன்றை மேலவையில் வழங்கினேன். ஆண்டுக்கு 67 இலட்சம் செலவாகும் எனக் கூறி மறுக்கப்பட்டது.'

'சிதம்பரம் தாலுகா போர்டில் ஏன் ஆதிதிராவிடர் நியமிக்கப் படவில்லை என்று ஸ்தல ஸ்தாபன அமைச்சரைக் கேட்டேன். சாதி இந்து ஒருவரின் வீட்டில் அலுவலகம் செயல்படுவதால் தாழ்த்தப்பட்டவரை நியமிக்க முடியவில்லை எனப் பதில் வந்தது.'

'நீதிக்கட்சி பதவி ஏற்ற ஓராண்டுக்குள் தாழ்த்தப்பட்டோருக்கான நல மானியத்தில் ஒரு இலட்சத்தை வெட்டியது. தொடர்ந்து தாழ்த்தப்பட்டோர் நலத்துறைகள் மூடப்படுகின்றன. முக்கிய அதிகாரிகள் நீக்கப்படுகின்றனர்.'

'நல்ல காலமாக நீதிக் கட்சியின் பதவிக் காலம் இரண்டாண்டு களோடு முடிந்துவிட்டது. கடவுள் நம்மைக் காப்பாற்றினார்.'

7.அ

மேற்கண்ட கூற்றுகள் அனைத்தும் எம்.சி.ராஜாவின் பேச்சு களிலிருந்து தொகுக்கப்பட்டவை. தாழ்த்தப்பட்டோர் எதிர் வினையின் முக்கியக் கூறுகளைப் பின்வருமாறு தொகுக்கலாம்:

7.அ.1

தேசிய உணர்விலிருந்து அந்நியப்படல்

7.ஆ.2

ஏகாதிபத்திய ஆதரவு

7.அ.3

பின்னாளில் காங்கிரஸ் ஆதரவு

7.அ.4

அம்பேத்கரின் சீரிய சிந்தனைகளுக்கு மாறாகப் பார்ப்பனருக்கு ஆதரவு.

8

தொகுத்து நோக்கும்போது கவனத்திற்கு வருவன: தமிழக மக்கள் விடுதலை தமிழ் பேசுகிற ஒரு சில உயர் ஆதிக்க சக்தி களுக்கான அரசை உருவாக்குவது என்பதாக இல்லாமல் பெரும்பான்மை அடித்தட்டுத் தமிழர்களின் விடுதலையாக அமைவதற்கும், பாசிசக் கூறுகளைத் தவிர்ப்பதற்கும் யார் தமிழர்? எத்தகைய விடுதலை? என்கிற இரு கேள்விகளுக்குமான சரியான பதிலைப் பெற்றாக வேண்டும். விடுதலையை நோக்கிய செயற்பாடு களினூடாக இதற்குரிய விவாதங்கள் மேற்கொள்ளப்பட வேண்டும். வரையறையை உருவாக்க வேண்டும். அதற்குரிய முழக்கங் களை முன்வைத்து இதுகாறும் புறக்கணித்துவந்த அடித்தட்டு மக்களையும் சிறுபான்மையினரையும் ஒன்றிணைக்க வேண்டும்.

8.1: ஒரு பின்குறிப்பு

காரல் மார்க்சின் எச்சரிக்கையோடு தொடங்கினோம். பெரியாரை நினைவுகூர்ந்து இதனை முடித்துக்கொள்வோம். பெரியாரின் பல எச்சரிக்கைகளை இன்றைய திராவிட இயக்கங்களில் பல பிரிவுகள் மட்டுமல்ல, தமிழின விடுதலை இயக்கங்களும் புறக்கணிக்கின்றன என்பதுதான் உண்மை. பெரியாரின் பெயரை முன்னிறுத்தி அரசியல் லாபம் அடைவது மட்டுமே குறிக்கோளாக அமைந்துவிடக்கூடாது. தமிழ்மொழி, தமிழ்க் கலாச்சாரம்

ஆகியவை குறித்த அவரது கருத்துக்கள் கவனமாய்ப் பரிசீலிக்கப் பட வேண்டும். பல தவறுகளிலிருந்து நம்மை மீட்டுக்கொள்ள அது பயன்படும்.

8.2: இன்னொரு பின்குறிப்பு

சைவம் சார்ந்த தமிழ் மீட்பு இயக்கம், பார்ப்பனர்களின் மதம் சாரா மேலாண்மையை (Secular Hegemony) எதிர்த்த நீதிக் கட்சி, பெரியார் ஈ.வெ.ராவின் சுய மரியாதை இயக்கம் ஆகியவற்றுக் கிடையே உள்ள நுண்ணிய வேறுபாடுகள் கவனிக்கத்தக்கவை. சைவ மீட்புவாதம் தாழ்த்தப்பட்டோரைத் தமிழர்களாகவே கருதவில்லை என்பதை விரிவாய்ப் பார்த்தோம். நீதிக்கட்சி குறித்து எம்.சி.ராஜா முன்வைக்கும் விமர்சனங்கள் குறிப்பிடத் தக்கவை யாயினும் தாழ்த்தப்பட்டோர் நலன்கள் குறித்த சில முக்கிய நடவடிக்கைகள் அவர்களின் ஆட்சிக் காலத்தில் மேற்கொள்ளப் பட்டன. எனினும் நீதிக் கட்சி பார்ப்பனரல்லாத உயர்சாதி இந்துக்களின் நலன்களையே அதிக அளவில் பிரதிபலிக்கக் கூடியதாக இருந்தது. பெரியாரின் சுயமரியாதை இயக்கம் (1925 - 1938) தீண்டாமை ஒழிப்பை முதன்மைப்படுத்தி இயங்கியது. தாழ்த்தப்பட்டவர்களுக்கு அரசு புறம்போக்கு நிலங்களைப் பிரித்தளிப்பது, அரசுப் பணிகளை எல்லாம் தாழ்த்தப்பட்டவர் களுக்கே அளிப்பது முதலிய கோரிக்கைகள் முன்வைக்கப்பட்டன. ஆலய நுழைவுப் போராட்டங்களும் நடத்தப்பட்டன. அன்று தமிழகம் வந்த வல்லபாய் படேல் சு.ம. இயக்கத்தைத் தடை செய்ய வேண்டும் எனவும் பெரியாரைக் கைதுசெய்ய வேண்டும் எனவும் கோரிக்கை வைத்தார். பக்தவத்சலம் பெரியாரைக் கைதுசெய்ய வேண்டும் என்றார். 'இவர்களை எல்லாம் விட்டு வைத்திருக்கிறீர்களே, உங்கள் உடம்பில் சைவ ரத்தம் ஓடவில்லையா' எனக் கூறிய மறைமலை அடிகள் எதிர்ப்பு கிளம்பியவுடன் வருத்தம் தெரிவித்தார்.

1938இல் பெரியார் இந்தி எதிர்ப்புப் போராட்டத்தை முன்வைத்து இயங்கத் தொடங்கியவுடன் சைவத் தமிழ்த் தலைவர்கள் அனைவரும் வந்து பெரியாருடன் ஒட்டிக்கொண்டனர். திருச்சி கி.ஆ.பெ.விசுவநாதம் இந்தி எதிர்ப்பு இயக்கத் தலைவரானார்.

பெரியார் மீண்டும் சுயமரியாதைக் கொள்கையைப் பேசத் தொடங்கியவுடன் இந்தச் சைவத் தமிழர்கள் பெரியாரை, நீதிக்

கட்சியைவிட்டு விலகினர் என்பதும் குறிப்பிடத்தக்கது. பெரியாரின் இயக்கச் செயற்பாடு ரிலுங்கூடத் தமிழ்த் தேசக் கோரிக்கைகள் முன்வைக்கப்ப — காலங்களில் சாதி ஒழிப்பு, தீண்டாமை, சுயமரியாதை இயக்கக் கோரிக்கைகள் பின்னுக்குப் போனதையும் நாம் கவனிக் க வேண்டு.

மேற்கோள்

[1] **செட்டியார் மூலதனம் குறித்துச் சில தரவுகள்:** முத்தையா செட்டியார் - ஹார்வி மில், பாண்டியன் பாங்க், இன்சூரன்ஸ்; முத்தையா செட்டியார்+சங்கரலிங்க அய்யர் — இந்தியா சிமெண்ட்; எம்.சி.டி. சிதம்பரம் செட்டியார்+ சி.ஆர். சீனிவாச அய்யர் — ஈஸ்ட் இந்தியா சுகர்; பாங்க் ஆப் மதராஸ், இந்தியன் வங்கி, இந்தியன் ஓவர்சீஸ் வங்கி — செட்டியர்கள்; செட்டியார்+ வி.எஸ். தியாகராச முதலியார் — பிரிமியர் இன்சூரன்ஸ், யுனைட்டட் இந்தியா இன்சூரன்ஸ்; முருகப்பச் செட்டி — டி.ஐ. சைக்கிள் கம்பெனி; கருமுத்து தியாகராய செட்டி— மீனாட்சி மில், ராஜேந்திரா மில்; ஏ.வி. மெய்யப்பச்செட்டி — சினிமா; அண்ணாமலை பல்கலைக்கழகம் - முத்தையா செட்டி; கிண்டி, காரைக்குடி கல்லூரிகள் அழகப்பச் செட்டி; குமுதம் — அழகப்பச்செட்டி; தமிழ்நாடு (தினசரி)—தியாகராச செட்டி, பாரததேவி— ட்ரோஜன் அண்ணா மலைச் செட்டி; குமரன் — சொ. முருகப்பா (சஞ்சிகைகள்); இவை தவிர தமிழிசை இயக்கத்திற்குச் செட்டியார்கள் அளித்த ஊக்கம்.

நாடார்கள் பற்றி ஒரு குறிப்பு: நீதிக் கட்சி மற்றும் சுயமரியாதை இயக்கத்தில் செல்வாக்கு வகித்த நாடார்கள் வெள்ளையர் வருகையை ஒட்டிய வணிக நடவடிக்கைகளில் மேல்நிலை பெற்ற விருதுநகர் நாடார்கள் ஆவர். கன்னியாகுமரிப் பகுதியைச் சேர்ந்த மிகவும் ஒடுக்கப்பட்ட பனையேறி நாடார்களல்ல.

(பிப்ரவரி 91இல் திண்டிவனத்தில் 'தமிழ்நாடு இளைஞர் பேரவை' நடத்திய கலந்துரையாடலொன்றில் முன்வைக்கப்பட்ட கருத்துக்கள்.)

-நிறப்பிரிகை, 6, ஏப்ரல், 93

3.7 ம.பொ.சியின் 'தமிழகத்தில் பிறமொழியினர்': தமிழ்த் தேசியத்தைப் புரிந்துகொள்ள உதவும் ஆவணம்

'சிலம்புச் செல்வர்', 'எல்லைக் காவலர்' முதலான விளிப்புகளுக் குரிய மயிலாப்பூர் பொன்னுசாமி சிவஞானம் (1906-995) என்கிற ம.பொ.சி., நீண்டகாலம் தமிழக அரசியலில் (1927-1986) தீவிரமாகச் செயல்பட்டவர். தேசிய விடுதலைப் போராட்டக் காலத்தில் பல்வேறு போராட்டங்களில் பங்குபெற்று சுமார் எட்டுமுறை சிறைவாசம் அனுபவித்தவர். காங்கிரஸ் கட்சியில் இருந்த போதே தமிழ்த் தேசிய உணர்வுடன் தமிழரசுக் கழகத்தைத் (1947, ஜனவரி 14) தொடங்கியவர். பிறகு காங்கிரசிலிருந்து விலகித் தனி இயக்கமாகச் செயல்பட்டு, இறுதிக் காலத்தில் மீண்டும் காங்கிரசில் ஐக்கியமானவர். திமுக மற்றும் அஇஅதிமுக ஆட்சிக் காலங்களில் சுமார் 15 ஆண்டு காலம் சட்டப் பேரவைத் துணைத் தலைவராகவும் பின்னர் மேலவை கலைக்கப்படும்வரை (1986) அதன் தலைவராகவும் செயல்பட்டவர்.

1953-1956 காலகட்டத்தில் இந்தியாவெங்கும் மொழிவாரி மாநில உருவாக்கம் நிகழ்ந்துகொண்டிருந்தபோது தமிழகத்தின் எல்லையோரப் பகுதிகள் அண்டை மாநிலங்களில் இணைக்கப் பட்டுவிடாமல் பாதுகாத்ததில் முக்கியப் பங்காற்றியவர். அண்ணா, ஜீவா ஆகியோருக்கு இணையான மேடைப்பேச்சாளர் எனப் புகழ்பெற்றவர். தமிழ் என்கிற அடையாளத்தின்கீழ் தமிழகப் பரப்பு முழுவதையும் இணைக்கும் 'இனவழி எழுச்சி'க் காப்பியமாகச் 'சிலப்பதிகார'த்தைக் கண்டு அதன் புகழ் பாடியவர். 1955 தொடங்கி ஆண்டுதோறும் சித்ரா பவுர்ணமியை இளங்கோவடிகளுக்கு விழா எடுக்கும் நாளாக மாற்ற முயன்றவர். பொங்கல் விழாவைத் 'தமிழர் திருநாளாக' அறிவித்தவர்.

காலனிய ஆட்சிக்கெதிரான விடுதலைப் போரில் தமிழகத்தின் பங்கை வற்புறுத்த வேண்டி முதல் விடுதலைப் போராட்ட வீரனாக வீரபாண்டிய கட்டபொம்மனை உலகிற்கு அறிமுகப்படுத்தியவர். கட்டபொம்மனையும் கப்பலோட்டிய தமிழர் வ. உ. சிதம்பரனாரையும் விடுதலைலப் போராட்டத் தமிழ்த் திருஉருக்களாகக் கட்டமைத்தவர். இவர்களின் வாழ்க்கை வரலாறுகளை எழுதித் தமிழகமெங்கும் புகழ் பாடியவர். வள்ளலாரின் புகழ் பரப்பியதிலும் அவருக்கு முக்கியப் பங்குண்டு. சாகும்வரை எழுதிக் குவித்த அவர் தன் வாழ்நாளில் எழுதிய மொத்த நூற்கள் 120க்கும் மேல்.

மிகவும் ஏழைக் குடும்பமொன்றில் பிறந்து, முறையான கல்வியின்றி, ஒரு தொழிலாளியாய் வாழ்வைத் தொடங்கிய ம.பொ.சி, தன் சொந்த முயற்சியால் தமிழ் இலக்கியங்களைத் திறனாய்வு செய்து, அவற்றை ஜனரஞ்சகமாக மக்களிடையே பரப்பும் அளவிற்குத் திராணி பெற்றவரானார். இறுக்கமான ஆய்வு நெறிமுறைகளுடன் அமையாதவையாயினும் அவரது நூல்கள் அனைத்தும் அவர் நினைவில் சுமந்திருந்த, கற்றுத் தேர்ந்திருந்த தகவல்களின் தொகுப்புகளாக அமைகின்றன. எளிய நடையில் படிக்கச் சுவையானவை அவர் எழுத்துக்கள்.

இன்றைய தமிழ்த் தேசியம் ம.பொ.சி. வழியிலேயே கட்டமைக்கப்பட்டுள்ளது. இந்தியக் கூட்டாட்சியிலிருந்து பிரிந்து போவதை ஏற்காதவராயினும் தமிழ்த் தேசியம் அவர் கட்டமைத்த வடிவிலேயே இன்று தமிழ்த் தேசியர்களால் பயிலப்பட்டு வருகிறது. அவர் கட்டமைத்த இந்தத் தமிழ்த் தேசியத்தின் கூறுகளைப் புரிந்துகொள்ள ஒரு அடிப்படை ஆவணமாக இந்நூல் அமைகிறது. இன்றைய தமிழ்த் தேசிய அரசியலின் முக்கியக் கூறுகளாக அமையும் அனைத்தும் இந்நூலில் அழுத்தமாக வற்புறுத்தப்படுவதைக் காண்க. அவை:

1. 'தமிழ்' என்கிற அடையாளத்தின் கீழ் தமிழர்கள் அனைவரும் ஒன்றுபட்டு, தம் உரிமைகளைக் காக்க வேண்டும்.
2. 'தமிழ்' என்கிற அடையாளத்தின் கீழ் தமிழர்கள் ஒன்றுபட மிகப் பெருந்தடையாக இருப்பது திராவிட அரசியல் மற்றும் அது முன்வைத்த திராவிடக் கருத்தியல்.
3. ஆங்கில மொழி எதிர்ப்பு (கவனிக்க: இந்தி மொழி எதிர்ப்பு இரண்டாம்பட்சமே.)

4. ‘பிராமணரல்லாதார்’, ‘திராவிடர்’ என்கிற ‘பாசறைப் பெயர் களின் மீதான மோகம்’ தமிழுணர்வின் உருவாக்கத்தை அழித்துவிட்டது.

5. மலையாளிகள், தெலுங்கர்கள், கன்னடர்கள் ஆகியோர் முன்னின்று உருவாக்கிய நீதிக்கட்சி பிராமணர் & பிராமணர் அல்லாதார் என்கிற பிளவை ஏற்படுத்தித் தமிழர் ஒற்றுமை யைச் சிதைத்துவிட்டது.

இந்நூல் முழுவதிலும் இக்கருத்துக்கள் திரும்பத் திரும்ப வற்புறுத்தப் பட்டுள்ளதை வாசிப்போர் உணர இயலும். இன்றைய தமிழ்த் தேசியர்களது கருத்துக்களும் இதுவே. அவர்களை இரு சாரராகப் பிரிக்கலாம். பிந்தைய இரு கூறுகளையும் வெளிப்படையாகச் சொல்வோர் ஒரு ரகம்; சற்றே நசுக்கி நசுக்கி வெளிப்படுத்துவோர் இரண்டாம் ரகம்.

நீதிக்கட்சி, திராவிடர் இயக்கம், மராட்டியத்தில் அம்பேத்கர் மற்றும் புலே ஆகியோர் உருவாக்கிய இயக்கங்கள் ஆகியவற்றிற்கு ஒரு பொதுப்பண்பு உண்டு. அடிப்படையில் சாதிய வடிவில் அமைந்துள்ளதாக இந்தியச் சமூக முரண்பாட்டைப் பார்ப்பதே இந்தப் பொதுப்பண்பு. அந்த வகையில் சாதி ஆதிக்கத்தையும் அதன் கருத்தியல் பின்புலமாக உள்ள பார்ப்பனியம் மற்றும் இந்து மதத்தையும் திராவிட இயக்கத்தினர் கடுமையாக விமர்சித்ததை இங்கு செய்யப்படுகிற இரு அரசியல் போக்கினரால் பொறுத்துக் கொள்ள இயலவில்லை.

அவர்கள்

1. இந்துத்துவவாதிகள்: இந்துமதத்தின் அடிப்படையில் இந்திய ஒற்றுமையைக் கட்டமைப்பதற்கு இவ்வாறு பார்ப்பனர், சூத்திரர், தீண்டத்தகாதோர் என்கிற முரண் கட்டமைக்கப் படுவது எதிராக உள்ளது என இவர்கள் கருதினார்கள். மாறாக இந்தியச் சமூக அமைப்பின் அடிப்படை முரண் மத அடிப்படை யிலேயே உள்ளது என இவர்கள் முன்வைத்தனர். முஸ்லிம் படையெடுப்புகளும் முஸ்லிம்களைத் திருப்திப் படுத்தும் (appeasement) இன்றைய தேர்தல் அரசியலுமே இந்தியச் சமூகத்தின் எல்லா இழிவுகளுக்கும் காரணம் எனவும் இவர்கள் கூறினர்.

2. மொழிவாரித் தேசிய இனவாதம் பேசியோர்: இவர்கள் மொழிவாரித் தேசிய இனக்கட்டமைப்பிற்குச் சாதி அடிப்படையிலான முரண்களைப் பேசுவது தடையாக உள்ளதெனக் கருதினார்.

ஆக இந்துத்துவவாதிகளும் மொழிவாரித் தேசியர்களும் சமூகப் போராட்டங்களைச் சாதியக் களத்திலிருந்து நகர்த்த முயன்றனர். முன்னவர்கள் அதை மதக் களத்திற்கு இட்டுச்சென்றனர். வட இந்தியப் பகுதிகளில் இதில் அவர்கள் ஓரளவு வெற்றி பெறவும் முடிந்தது.

மொழிவாரித் தேசியர்கள் சாதிய முரணைப் பின்னுக்குத் தள்ளி மொழி மற்றும் தேசிய இன அடிப்படையிலான முரண்களை முதன்மைப்படுத்த முனைந்தனர். மொழிக் களத்திற்கு முரண்களை நகர்த்தினர். தென்னிந்தியாவில், குறிப்பாகத் தமிழகத்தில் இதற்கு மிகப் பெரிய தடையாக திராவிட இயக்கங்களை இவர்கள் கண்டனர்.

ம.பொ.சி. இந்தப் போக்கை எவ்வாறெல்லாம் வெளிப்படுத்து கின்றார் என்பதை நூலுள் காண்க. ம.பொ.சிக்குப் பிறகு இந்தக் கருத்துக்களை இன்னும் தீவிரமாகவும் ம.பொ.சியிடம் காணக் கிடைக்கும் நாசூக்குமின்றி கச்சாவாக பெங்களூர் குணா தொண்ணூறுகளில் வெளிப்படுத்தியபோது ('திராவிடத்தால் வீழ்ந்தோம்') இங்கே தமிழ்த் தேசியர்கள் மத்தியில் கிடைத்த வரவேற்பு குறிப்பிடத்தக்கது.

நீதிக்கட்சியின் தெலுங்கு, மலையாளப் பின்னணியை எளிதில் விமர்சித்துவிடும் தமிழ்த் தேசியர்கள் பெரியார் மற்றும் அம்பேத்கரிடம் நெருங்குவதற்குச் சற்றுத் தயங்குவர். பெரியாரிடம் கூட நெருங்கிவிடுவார்கள், அம்பேத்கரை நெருங்க அஞ்சுவர். ஆனால் குணாவோ இந்தத் தயக்கங்கள் ஏதுமின்றி சாதி அடிப்படையிலான போராட்டங்களைக் கைவிட வேண்டுமெனக் கூறினார். 'பிறப்பால் கன்னடரான ஈ.வெ.ரா. பெரியார், தமிழின ஓர்மை தலை எடுக்காமல் அடுத்துக் கெடுத்தவர்' என்று சொன்னதோடு அவர் நிற்கவில்லை.

> மராட்டியராம் அம்பேத்கரைப் பெரிய தெய்வமாக்கிச் சிலைகளை வடித்து நிறுத்துவதால் வரும் சாதிச் சண்டைகளில் சிக்கிக் கொண்டு நிற்கும் தலித் அரசியலார்...

எனவும் சாடினார்.

தமிழ்க் காணியாட்சி முறை எனத் தமிழகத்தின் சாதிசார்ந்த நிலவுடைமை முறையையும் இவர் பாராட்டினார். அடித்தள மக்களுக்கு நெருக்கமாக இருந்த பவுத்தத்தையும் சமணத்தையும் இவர்கள் கண்டித்தனர். 'சைவமும் புத்தமும் ஆரிய சமய நெறிகள். இவைகளே தமிழ் மெய்யியலை அழித்தன' என்பார் குணா.

கி. பி. 2ஆம் நூற்றாண்டுக்குப் பின்னர் தமிழர் சமுதாயத்திலே குழப்பம் தோன்றியது. அந்த நூற்றாண்டு தொட்டுப் பல நூற்றாண்டுகள் தொடர்ந்து வடபுலத்திலிருந்து தென்புலத்தில் புகுந்த சமணமும் பௌத்தமும் ஆட்சி மதங்களாக இருந்தன. தமிழரல்லாத களப்பிரரும் பல்லவரும் ஆளுவோராயினர்.

அவர்களுடைய ஆட்சிக் காலத்திலேதான் பாலி மொழியும் வடமொழியும் தமிழகத்திலே வாழ்வு பெற்றன. தமிழ்மொழி தாழ்வு பெற்றது. இதற்கு அந்தணத் தமிழர்களைக் காரணமாக்க முடியாது

என்று ம.பொ.சி, பார்ப்பனர்களை 'அந்தணத் தமிழர்களை' அரவணைத்துக்கொள்வதை உள்ளே காண்க. பார்ப்பனச் சமயமும் வேள்விச் சடங்குகளும் தாழ்வுற்ற காலமாகிய களப்பிரர் காலத்தை இருண்ட காலமெனவும் அக்கால அற இலக்கியங்களைச் சமண பவுத்த 'அந்நிய'க் கருத்தியல்கள் எனவும் புறந்தள்ளும் ம.பொ.சி. முதலானோர், எல்லாவிதமான அறங்களையும் எள்ளி நகையாடி பக்தி ஒன்றையே முக்திக்கு வழியாகக் காட்டிய சைவ சமயப் பக்தி இலக்கியங்களைப் போற்றத் தவறுவதில்லை.

7ஆம் நூற்றாண்டிலே நாவுக்கரசரும் ஞானசம்பந்தரும் தோன்றிச் சைவ சமயத்தை ஒரு கருவியாகக் கொண்டு தெய்வ நெறியை வளர்த்தில்லையானால், அந்த நெறியின் துணை கொண்டு தமிழ்மொழியிலே பக்தி இலக்கியத்தைப் போர்க் கருவியாகக் கொண்டு அரசாங்க மதமான சமணத்தை அவர்கள் வென்றில்லை யானால் இற்றை நாளில் தமிழ் ஏது? தமிழ் இனம் ஏது? தமிழ் நாடுதான் எது?

என ம.பொ.சி. பிறிதோரிடத்தில் கூறுவது இங்கே கவனிக்கத் தக்கது. திருஞானசம்பந்தர் என்கிற பார்ப்பனரும் திருநாவுக்கரசர் என்கிற வேளாளரும் இணைந்து சமணர்களைக் கொன்று குவித்ததை வாயார மனமாரப் பாராட்டுவார் ம.பொ.சி.

1950களில் திராவிட இயக்கம் அதன் உச்சத்தில் இருந்த பொழுது திராவிட இயக்க எதிர்ப்பு இயக்கக் கூட்டணி ஒன்றை அமைத்துத் திராவிட இயக்க எதிர்ப்பு மாநாடுகளை ம.பொ.சி. நடத்தியதையும் 'கன்னட' ஈ. வே. ரா. மீது ஆதாரமற்ற ஊழல் குற்றச்சாட்டுகள் உட்பட குணா அவதூறுகள் மொழிந்ததையும் பெரியாரின் எதிர்க் கலாச்சாரச் சிந்தனைகளின் அடிப்படையில் அவரை ஒரு பெண் பித்தராகச் சிலர் சித்திரித்ததையும் பெரியார் மீது விடுதலைச் சிறுத்தைகள் தரப்பிலிருந்து மொழியப்பட்ட விமர்சனங்களைக் கள்ள மகிழ்ச்சியுடன் தமிழ்த் தேசியர்கள் இங்கே வேடிக்கை பார்த்ததையும் நாம் இந்தப் பின்னணியிலிருந்து நோக்க வேண்டும்.

சென்ற தலைமுறையைச் சேர்ந்தவரான ம. பொ. சிவஞானம் வெளிப்படையாகவே தன் இந்துமதப் பற்றை வெளிப்படுத்திக் கொண்டார். காஞ்சி சங்கராச்சாரியுடன் உலக இந்து மாநாட்டில் (மார்ச் 3, 1976) பங்கு பெற்ற சிவஞானம்,

> நான் 'தமிழன்' என்னும் இனவுணர்வுடையவன். தமிழ் பேசும் எல்லா மக்களுக்கும் இந்த உணர்வு வேண்டுமென்றும் எண்ணுபவன். ஆயினும், தமிழன் என்ற வகையிலே எனக்கு இந்த உலகிலுள்ள உறவினர்கள் சுமார் நாலரைக் கோடி பேர்தான். ஆம் எனக்குள்ள மொழிப்பற்றும் இனப்பற்றும் நாலரைக் கோடி மக்களோடுதான் என்னை இணைக்கின்றன. அதற்குமேல் செல்வதற்கு அந்தப் பற்றுகள் எனக்குப் பயன்பட வில்லை. நாலரைக் கோடிக்கு அப்பாலுள்ள மக்களோடு நான் உறவுகொள்ள வேண்டுமா வேண்டாமா? உறவுகொள்ள வேண்டுமென்றால் அதற்கு ஒரு சாதனம் வேண்டாவா? அந்தச் சாதனம்தான் மதம். அதாவது இந்துமதம். நாம் இந்துவாக இருப்பதால் ஐம்பது கோடிக்கு மேற்பட்ட மக்களோடு உறவுகொள்ள முடிகிறது. என்னைப் பொறுத்தவரையில் இந்த உறவுக்காகத்தான் நான் இந்துவாக இருக்கிறேன். இனியும் அப்படியே இருக்க விரும்புகிறேன்.

என்று அறிவிக்கத் தயங்கவில்லை.

முஸ்லிம் மதத்திலோ கிறிஸ்தவத்திலோ இணைந்தால் இன்னும் 100 கோடி, 200 கோடி மக்களுடன் உறவுகொள்ளலாமே ஐயா என யாரும் அன்று விதண்டாவாதம் பேசியிருந்தால் என்ன பதில் சொல்லியிருப்பார்?

என் இந்திய நாட்டு மதம்—இந்துமதம் அழியக்கூடாது. அழிப்பாருண்டானால் உயிர் கொடுத்தும் காக்க வேண்டும் என்ற ஆர்வம் உங்களைப் போலவே எனக்கும் உண்டு.

எனச் சூளுரைத்த சிவஞானம், புறச் சின்னங்களைத் தரிக்காத போதும், தான் ஒரு 'சைவன்' எனவும் தனது பெயரே அதற்கு ஒரு நிரூபணம் எனவும் கூடச் சொல்லத் தயங்கவில்லை.

சைவத்தின்பாலும் இந்து மதத்தின்பாலும் அவர்கொண்ட மதிப்பையும் பற்றையும் நாம் குறைத்துமதிப்பிட வேண்டியதில்லை. அது அவரது தேர்வு. தேர்வுச் சுதந்திரம் எல்லோரையும் போல அவருக்கும் உண்டு. ஆனால் தமிழ் என்கிற அடையாளத்தின் இன்னொரு பக்கமாக அவர் சைவத்தைக் காண்பதை நாம் மறந்துவிடக்கூடாது. பெரியார் சொன்னதுபோல இங்கே தமிழ், தமிழ்ப் பண்பாடு என்பன சைவத்துடன் பிரிக்க இயலாது கலந்து கிடப்பது ம.பொ.சி. போன்றோர் கொஞ்சமும் தயக்கமின்றி இவ்விரு அடையாளங்களையும் ஒருசேரச் சூடிக்கொள்ள ஏதுவாகிறது.

நான் முன்பே சொன்னதுபோல ம.பொ.சி. சென்ற தலைமுறைக் காரர். 1990களுக்குப் பின் இப்படி எல்லாம் வெளிப்படையாகப் பேசிவிட இயலாது. எனினும் தமிழ்த் தேசிய அடையாளத்தை முன்னிறுத்துவோரிடம் நமது அரசியல் இப்படியான ஒரு இந்து - சைவ அடையாளம் பூசப்படுவது குறித்த தயக்கம் இருப்பதில்லை என்பது ஈழப் போராட்டத்தினூடாக வெளிப்பட்டது. ஈழத் தமிழர்களுக்கு ஆதரவு என்கிற பெயரில் இந்துத்துவவாதிகளுடன் அவர்கள் இணைந்து நின்றதையும் வெளிப்படையாக பாஜகவை ஆதரித்துப் பிரச்சாரம் செய்த சிவாஜிலிங்கம் போன்றோரைப் பின்னிருந்து ஊக்குவித்ததையும் நாம் மறந்துவிடலாகாது. தமிழ்த் தேசியத்திற்குள் இப்படியான ஒரு மத அடையாளத்திற்கு ஒரு இடம் (Space) உண்டு என்பதைத்தான் இவை காட்டுகின்றன.

நீதிக் கட்சியும் திராவிட இயக்கமும் தமிழுணர்வை வலுவிழக்கச் செய்துவிட்டன எனத் திருப்பித் திருப்பிச் சொல்கிற தமிழ்த் தேசியர்கள் நீதிக்கட்சி மற்றும் பார்ப்பனரல்லாதோர் இயக்கம் உருப்பெறுவதற்கான நியாயங்களை மறுக்க எந்த ஆதாரங்களையும் முன்வைப்பதில்லை என்பதும் கருதத்தக்கது. சாதிக் கொடுமை மற்றும் தீண்டாமை குறித்த எந்தப் பதிவும் இந்நூலில் இல்லை என்பதும் கவனத்திற்குரியது.

எனினும் ம.பொ.சி அவர்கள் பிற மொழியாளர்களை 'இரு மொழியாளர்' எனவும் 'மொழிச் சிறுபான்மையினர்' எனவும் பிரித்தணுகிக் காலங்காலமாக இங்கேயே வாழ்ந்துவருகிற பிறமொழியாளரை ஏற்றுக்கொள்கிறார். தோக்கலவார் குல நாயக்கரான வீரபாண்டிய கட்டபொம்மனைத் தமிழ் விடுதலை நாயகனாக ஏற்கும் மனப்பாங்கு அவரிடமிருந்தது. ஆனால் குணா போன்றவர்கள் இதற்கும் இடம்கொடுத்ததில்லை. அருந்ததியர் களுக்கு, அவர்கள் தெலுங்கு பேசுவதால், இட ஒதுக்கீடு கொடுக்க லாகாது எனச் சொன்னவரல்லவா அவர்.

என்ன நேர்ந்தாலும் இனி ஒரு வேற்று மொழியாளரை அதாவது ஒரு தெலுங்கரை அல்லது மலையாளியைத் தமிழ் மக்கள் தம் முதலமைச்சராக ஏற்கலாகாது என அழுத்தம் திருத்தமாக இந்நூலில் பதிவுசெய்யும் ம.பொ.சி, அடுத்த சில ஆண்டுகளில் பிறப்பால் மலையாளியான எம்ஜிஆரின் தயவில் மேலவைத் தலைமை பதவியில் ஒட்டிக்கொண்டதையும் எம் ஜிஆர் புகழ் பாடி இறுதிக் காலத்தில் கேலிக்குரிய மனிதராய் வாழ்ந்து மறைந்ததையும் இத்தருணத்தில் நினைவிற்குக் கொண்டு வராதிருக்க இயல வில்லை. 'பச்சைத் தமிழன்' எனப் பெரியாரால் விளிக்கப்பட்ட காமராசரை இறுதிவரை தன் ஜென்மப் பகைவராகக் கருதிய ம.பொ.சி, ராஜகோபாலாச்சாரியின் ஆதரவாளராக அரசியலில் செயல்பட்டதையும்கூட நாம் மறந்துவிட முடியவில்லை.

தமிழ்த் தேசியத்தின் அடிப்படைக் கூறுகளை விளங்கிக் கொள்ள சிலம்புச்செல்வரின் 'தமிழகத்தில் பிற மொழியினர்' நூல் பெரிதும் உதவும். நான் மாநிலக் கல்லூரியில் பட்டமேற்படிப்பு பயின்றுகொண்டிருந்தபோது என் தந்தையின் பழைய நண்பரும் தமிழரசுக் கட்சி உறுப்பினருமான கவிஞர் டி.வி.எஸ். பாரதி மோகன் இந்நூலை எனக்குப் பரிசளித்தார். அந்த இளம் பிராயத்தில் இந்நூல் முன்வைத்த 'நியாயங்கள்' என்னை ஈர்த்ததில் வியப்பில்லை.

ம.பொ.சியின் 'தமிழகத்தில் பிற மொழியினர்' நூலின் இரண்டாம் பதிப்பிற்கு (புலம் வெளியீடு, 2009) எழுதப்பட்ட முன்னுரை, டிசம்பர் 28, 2009

3.8 திராவிட இயக்கம்: ஒரு குறிப்பு

தமிழகத்தின் சமூகப் பண்பாட்டுக்கு திராவிட இயக்கம் வழங்கிய முக்கியப் பங்களிப்புகளை எவ்வாறு மதிப்பிடலாம்?

கடந்த நூற்றாண்டின் ஆரம்பத்தில் ஒரு பிராமண எதிர்ப்பு இயக்கமாக உருவெடுத்து பின்னர் நீதிக் கட்சியாகி ஓர் அரசியல் இயக்கமான பின் பெரியாரின் தலைமையில் ஒரு மறுமலர்ச்சி இயக்கமாகத் தோற்றம் கொண்டது திராவிட இயக்கம். நீதிக் கட்சியின் போதாமைகளை மீறி திராவிட இயக்கத்திற்கெனக் கொள்கை அடிப்படைகளைப் பெரியார் வகுத்தார். நாத்திக, பகுத்தறிவுவாத அடிப்படையில் தீவிர மத எதிர்ப்பு, பார்ப்பன எதிர்ப்பு, சமூகப் பண்பாட்டு விமர்சனத்தையும் பெரியார் மேற் கொண்டார். நாத்திக, பகுத்தறிவு வாதங்கள் மக்களின் ஆதரவைப் பெரிய அளவில் பெறவில்லை என்பது உண்மை. எனினும் பார்ப்பன எதிர்ப்புக்கு மக்கள் ஆதரவு இருந்தது.

அறிவியல் வளர்ச்சி, தத்துவத் துறையில் ஏற்பட்ட பரிணாமங்கள் சார்ந்து இந்திய, மேலைநாட்டு வரலாற்றை ஆராய்ந்தால் ஒன்றைப் புரிந்துகொள்ளலாம். பண்டைய தத்துவம், இடைக் காலத் தத்துவம் ஆகியவற்றில் மேலைநாட்டிற்கும் நமக்கும் ஒரு பொருத்தத்தைக் காண முடியும். இடைக்காலத் தத்துவம் மதம் சார்ந்து அமைந்தது (servant maid of religion). இங்கும் அது சங்கர வேதாந்தமாகவும் த்வைதம், விசிஷ்டாத்வைதம் முதலான வடிவங்களிலும் அமைந்தது. அதன்பின் மேற்கத்திய நாடுகளில் மதங்களிலிருந்து விலகிய தத்துவங்களும் மறுமலர்ச்சியின் ஒளியுமிகுந்த நவீன காலம் (modern age) தோன்றியது. மதச்சார்பின்மையும் பகுத்தறிவு வாதமும் முதன்மை பெற்றது. மேற்கில் நடந்ததுபோல இந்தியாவில் அரசியல், மொழி, கலை பண்பாட்டுத் துறைகளிலிருந்து மதத்தை வெளியேற்ற இன்னமும் கூடவில்லை. எனினும் நவீனமயமாதல் இங்கே ஆங்கில ஆட்சியினூடாக வந்துசேர்ந்தது. ஆட்சி அமைப்பு முறை தொடங்கி நீதித்துறை, கல்வித்துறை என அனைத்துத் துறை

களையும் ஆங்கிலேயர்கள் நவீனப்படுத்தினர் என்ற உண்மையைப் பெரியார் சரியாக உள்வாங்கியிருந்தார். தனது சமூகச் செயல்பாடுகளைப் பற்றி பெரியார் கீழ்க்காணும் பொருளில் கூறியுள்ளார்.

> ஈ. வெ. ராமசாமி என்னும் நான் திராவிட சமூகத்தை உலகத்திலுள்ள பிற தனித்துவமிக்க சமூகங்கள் போல சுயமரியாதையும் அறிவும் நிறைந்த சமூகமாக்கி மாற்றுவதற்கான பணியில் இறங்கியிருக்கிறேன். அதற்கு மாறாக எனக்கு வேறொரு பணியும் இல்லை. எனவே பகுத்தறிவுவாதத்தை அடிப்படையாகக் கொண்டு அதற்கான கொள்கைகளை உருவாக்கி அந்தச் சமூகத்தை மாற்றி அமைப்பதே என் வாழ்வின் குறிக்கோளாகக் கருதுகிறேன்.

உலகின் பிற சமூகங்கள் போல சுயமரியாதையும் பகுத்தறிவும் மிக்க சமூகமாகத் தமிழ்ச் சமூகம் மாறவேண்டும்— இச்சமூகத்தின் சகல கூறுகளும் மதத்திலிருந்து விடுதலை பெறவேண்டும் என்று பெரியார் கூறினார். தமிழ் நவீனமொழியாக உயரவேண்டுமெனில் முதலில் தமிழ்மொழி மதத்திலிருந்து விலகி வெளியேற வேண்டும் என்பதே அவர் கருத்து.

மொழியிலிருந்து மதத்தை விலக்கவேண்டும் என்பதன் நோக்கம் என்ன?

பெரியாருக்கு முன்பும் அவரது காலத்திலும் இயங்கிவந்த 'தனித் தமிழ் இயக்கம்', தமிழில் கலந்துவிட்ட சம்ஸ்கிருதச் சொற்களை நீக்கித் தனித் தமிழை நடைமுறைப்படுத்தியது. இந்த வகை தனித் தமிழ் வாதத்திற்கு எதிரானவர் பெரியார். தமிழ் தொன்மைப் பெருமைகளுக்கு முக்கியத்துவம் அளிக்க மறுத்த பெரியார் 'தமிழ், காட்டுமிராண்டி மொழி' என்றார். வடசொற்களை நீக்கிவிட்டு அவ்விடத்தில் தமிழ்ச் சொற்களை நிறுத்தினால் பிரச்சினைகளுக்கெல்லாம் தீர்வு காணலாம் எனப் பெரியார் கருதவில்லை, இவ்வாறு கட்டப்படுகின்ற மொழியும் மற்றுமொரு அதிகாரத்தையே உருவாக்கும் என்று கூறினார். தமிழ்மொழி இந்துசமயத்தையும் அதன் ஏற்றத்தாழ்வான ஆசாரங்களையும் உட்கொண்டுள்ளது. சம்ஸ்கிருதச் சொற்களை நீக்கி தமிழ்ப்படுத்துவதால் மட்டும் அதை ஒழிக்க முடியாது. தமிழ்மொழிக்குள் அமைகின்ற இந்துத்துவக் கோட்பாடுகளை நீக்கம் செய்ய இயலுமா என்பதே பிரச்சினை. சில உதாரணங்களால் அவர் அதை விளக்கினார்.

'கன்னிகா தானம்' என்ற சொல்லைத் தனித் தமிழில் 'கன்னிக் கொடை' என்றும் 'கர்பக்கிருகம்' என்பதைக் கருவறை என்றும் கூறுகின்றனர். 'கன்னிகா தானம்' என்றால் பெண்ணை தானம் செய்வதாகும். ஆணாதிக்கமும் சாதியாதிக்கமும் நிறைந்த மொழி யிலிருந்து சம்ஸ்கிருதச் சொல்லை மட்டும் நீக்குவதால் பயன் எதுவுமில்லை. கற்பைப் பற்றியும் பெரியார் நிறையவே பேசி யிருக்கிறார். பெண்ணின் கற்பு மதத்தால் நிர்மாணிக்கப்பட்டது. கணவனைக் கடவுளாகக் கருதுபவள்தான் பதிவிரதை. 'பதி' எனும் சொல்லுக்கு அதிகாரி, எஜமான், தலைவன் என்றெல்லாம் பொருள் ஏற்படுகின்றது. பெண் ஆணின் அடிமை என்பதே இங்கு உறுதிப் படுகின்றது. கற்பு என்ற சொல்லும் இவ்விதமான புனிதத் தன்மையையே வலியுறுத்துகின்றது. இவ்வாறு ஆணாதிக்க, மத ஆதிக்க இயல்புகளைக் கொண்டுள்ளது தமிழ்மொழி.

தமிழ் காட்டுமிராண்டி மொழி என்பதை விளக்குங்கள்?

மேற்சொன்ன காரணங்களால் தமிழ்மொழி நவீனத்தன்மை அடையவில்லை என்று பெரியார் கருதினார். ஆண்டான், அடிமை போன்ற ஏற்றதாழ்வுகள் மொழியில் இருக்கிறது. மக்கள், நரகர், தேவர் எனும் சொற்கள் எதைக் குறிக்கின்றன? இது ஒரு அதிகாரப் படிநிலை அல்லவா?

பெரியார் தமிழுக்கு எதிரானவர் எனலாகுமா? தமிழ்த் தேசியத்திற் காகக் குரலெழுப்பியவரவல்லவா பெரியார்?

தமிழ்மொழி காட்டுமிராண்டித்தனமானது என்பது அவரது விமர்சன நிலைப்பாடு மட்டுமே. மொழியில் நிலவிவந்த பண்பாட்டுக் கருத்தியலை முன்னிட்டே அவர் அவ்வாறு கூறினார். எனினும் அவர் தமிழில்தான் எழுதினார். சொற்பொழிவாற்றினார். சமூகத் தோடு கருத்துறவாடினார். ஆனால் தமிழின் பழம் பெருமையை ஊதிப் பெருக்கும் அணுகுமுறையை அவர் மறுத்தார். மொழிக்குள் சமயச் சூழலைத் திணித்து நிறுத்து வதையே அவர் எதிர்த்திருந்தார். அவரது பார்வைகளை நவீனம் என்பதைவிடவும் பின்நவீன மானது என்பதே பொருத்தமானது.

தமிழகம் எனும் நிலப்பகுதியில் கன்னடம், தெலுங்கு, மலையாளம் முதலிய மொழி பேசுகிற மொழிச் சிறுபான்மை யினரும் உள்ளனர். அம்மொழிகளுக்கு எதிரானதோர் பாசிசமாகத்

தமிழ்த் தேசியம் இயங்கக்கூடாது. அவ்வாறாகச் செயல்பட்டு விட்டதெனில் அதன் பலன் பார்ப்பன, சாதி அமைப்பால் எழுப்பப் பட்டிருக்கின்ற அரசியலமைப்புக்கே போய்ச் சேரும். இன்னொரு பக்கம் அது ஏகாதிபத்தியத்துக்கும் சாதகமாகும். தேசியம் ஆதிக்க தேசியத்தைத்தான் எதிர்க்கவேண்டும். தனக்குள் உள்ள சிறுபான்மை மக்களை உள்ளடக்காவிட்டால் அது பாசிசமாக மாறும். இது போன்ற பின்நவீனத்துவச் சிந்தனை உடையவர் பெரியார். மொழி அடையாளத்தால் உருக்கொள்ளும் நாட்டில் பிற மொழியினரும் வாழ்ந்துவருவதை மறக்கலாகாது. மறந்துவிட்டால் பார்ப்பன மேலாதிக்கத்திற்கு எதிரான போராட்டம் பலவீனமடையும். நாடு, மொழி இவையொன்றும் இயற்கையானதல்ல. இம்மாதிரியாக உருவாக்கப்பட்டுள்ள அனைத்தையும் கலைத்துச் சீர்செய்ய வேண்டுமென்றார் பெரியார். மீட்சியே விடுதலை என்று அவர் அறிவித்தார். பெரியார் பின்வரும் கருத்தைக் கொண்டிருந்தார்.

> மொழி ஒரு மனிதனுக்கு முக்கியமல்ல. அது இயற்கையும் அல்ல. மொழி ஒரு கருத்துப் பரிமாற்ற ஊடகம் மட்டுமே. அதற்கு மேல் மொழிக்கு எந்த முக்கியத்துவமும் அளிப்பதில் எனக்கு உடன்பாடில்லை.

மற்றொரு வேளையில் பெரியார் இவ்வாறு கூறினார்:

> நானொரு தேசாபிமானியல்ல; அதுமட்டுமல்ல, தேசாபிமானம் என்பது தனிமனித தேவைகளை முன்னிட்டு—வயிற்றுப் பிழைப்புக்காகச் சமூகத்தின் அதிகாரம் சார்ந்து நிற்பவர்களால் உருவாக்கப்பட்ட ஒரு கற்பிதமே.'

பெரியாரின் மேலுமொரு அறைகூவல் இது:

> தோழர்களே, கடவுள், மதம், சாதி, தேசாபிமானம் என்பவை யொன்றும் மக்களுக்காக இயல்பாக உருவான உணர்வுகளல்ல. அவை அரசியல்ரீதியாக உருவாக்கப்பட்டவை. அதிகாரம் சார்ந்தோர் அதைத் தங்களிடமே தக்கவைத்துக் கொள்வதற்காகச் செய்துவந்த ஒரு தந்திரமே அது. அதை மக்களிடம் பரவச் செய்யவேண்டிய அவசியமில்லை. முழுக்க முழுக்கப் பொருளா தாரக் காரணங்களுக்காக உருவாக்கப்பட்ட கற்பிதங்கள் அவை. அவற்றை விலக்கிவிடுங்கள்.

ஒருபோதும் இவை இயற்கையாக உருவானவையல்ல என்றும் பெரியார் கூறினார்.

ஆனால் தனித் தமிழ்நாடு, திராவிட நாடு கோரிக்கைகளைப் பெரியார் முன்னிலைப்படுத்தியதன் அடிப்படை என்ன?

திராவிடக் கொள்கையைப் பெரியார், ஆரியமேன்மை பார்ப்பன ஆதிக்க என்ற கருத்துக்களுக்குப் பதிலாகவே முன் வைக்கின்றார். அவருடைய திராவிடக் கருத்தியலில் பார்ப்பனியத் திற்கு இடம் இல்லை. ஆனால் மொழிச்சிறுபான்மையும் மதச்சிறுபான்மை யும் உள்ளடக்கப்படுகின்றன. தெலுங்கு, கன்னட, மலையாளம் முதலிய மொழிகளும் கிறிஸ்துவ, இஸ்லாமிய மதங்களும் உள்ளடக்கப் பட்டன. இஸ்லாம் என்பது திராவிடத்தின் அரேபிய மொழியாக்கம் என்றுகூடப் பெரியார் கூறியுள்ளார். பின்பு மொழிவாரி மாநிலப் பிரிவினையின்போது அவர் தமிழ்த் தேசியவாதத்தை முன்வைத்தார். ஆட்சியாளர்கள் அதன் அரசிய லமைப்பிலிருந்து பார்ப்பனச் சலுகைகளை நீக்கம் செய்தால் நான் தனித் தமிழ்நாடு கோரிக்கையை விலக்கிக் கொள்கிறேன் என்றார்.

சாதி, பார்ப்பன மேலாதிக்கத்திற்குப் பக்கபலமாக நின்று உதவுகின்ற இந்திய அரசியலமைப்புச் சட்டத்தைத் திருத்தம் செய்தால் தனிநாடு கோரிக்கையைக் கைவிட தயார் என இந்திரா காந்தியிடம் சொன்னார். வருணாசிரம தருமத்தை முதன்மைப் படுத்துகின்ற தேசிய அதிகார அமைப்பைக் கேள்விக்குள்ளாக்கு வதற்கான கருவி என்ற நிலையிலேயே தனித் தமிழ்நாடு கோரிக்கையை முன்வைத்திருந்தார்.

பெரியாரை ஒரு நவீனத்துவவாதி என்றும் பின்நவீனத்துவவாதி என்றும் கூறினீர்களே?

இந்தியாவைப் பொறுத்தவரை நவீனமயமாக்கம் முழுமை பெறவில்லை. மதச்சார்பின்மையாக்கமும் நடந்தேறவில்லை. இங்குதான் பகுத்தறிவுவாதத்தின் ஒளியை ஏந்தி நம் அனைத்துப் படிமங்களையும் தகர்த்தெறிந்திடப் பெரியார் முனைந்தார். பகுத்தறிவால் செய்யவேண்டிய கலகத்தைப் பற்றி பெரியார் மீண்டும் மீண்டும் கூறினார். ஆனால் பகுத்தறிவுவாதத்தை மட்டுமே அவர் சார்ந்து இருந்ததில்லை. ஒரு கட்டத்தில் இங்கு நிலவி வந்த நிறுவனம்சார் மதிப்பீடுகளைக் கேள்விக்குள்ளாக் கியதால் தன்னையொரு அராஜகவாதி என்றும் தேசத்துரோகி என்றும்கூட அவரே கூறிக்கொண்டுள்ளார். அதனால் அவரை ஓர் எதிர்க் கலாச்சாரவாதி என்று குறிப்பிடுவதும் பொருத்தமானதே.

அவர் ஒருமுறை இவ்வாறு கூறியிருந்தார்:

இந்தச் சமூகத்தை மேலோட்டமாகச் சீரமைக்க முடியாது. அதன் அடிப்படையையே தகர்த்தெறிய வேண்டும். அதற்காக பொதுச் சமூகம் 'உண்டு' என்பதை 'இல்லை' என்றும் 'சரி' என்பதைத் 'தவறு' எனவும் தேவையானதை 'வேண்டா' மென்றும் தீயதை 'நல்ல'தென்றும் பாதுகாக்க வேண்டியதைக் கைவிடவென்றும் இவ்வாறு பலவாறாகக் கருத்துக்களை எல்லாவற்றைப் பற்றியும் கூறவேண்டியவனாக நான் நடந்து கொள்ள வேண்டியிருக்கிறது.

எனவே பெரியார் முழுமையான பொருளில் ஒரு படிம/சிலை தகர்ப்பாளர் (iconoclast). அவர் வெறுமொரு பிள்ளையார் சிலையையோ கடவுள் சிலையையோ மட்டும் தகர்த்தெறிய வில்லை. அவர் அனைத்துப் படிமங்களையும் தகர்த்தார். அரசிய லமைப்புச் சட்டத்தைக் கிழித்தெறிந்தார். உச்சநீதிமன்றத் தீர்ப்பு நகலைக் கொளுத்தினார். சுதந்திர தினத்தைத் துக்க நாளாக அறிவித்தார். அறவுணர்வு, கற்பு ஆகியவற்றை எதிர்த்தார். ராமன் படத்தை செருப்பால் அடித்தார். ஒழுக்க மதிப்பீடுகளைக் கேலி செய்தார். ஒரு வேசியைப் பொறுத்தவரை அவளது அறம் ஒரு ஆடவனை நம்பி வாழ்வதோ ஒருவனிடம் மட்டும் தன் காதலை ஒப்படைப்பதோ அல்ல. குடும்பப் பெண்ணைப் பொறுத்தவரை இது நேர்மாறானது. அயோக்கியனாக இருந்தாலும் அவள் ஒருவனுக்கே அன்பை அர்ப்பணம் செய்து அவனையே நம்பி வாழ்வதே அறம். எல்லோருக்குமான பொது அறம் என்று ஏதும் இல்லை. இந்து அறம் நிர்ணயிக்கின்ற அறச்சட்டத்தையே நாம் பின்பற்றி வருகிறோம் எனப் பெரியார் சுட்டிக்காட்டினார். ஒரு தீவிரப் பெண்ணியவாதத்திற்குச் சமமானவை பெரியாரின் சிந்தனைகள்.

'பிள்ளை பெறும் இயந்திரமே பெண்' என்ற நிலையில் மாற்றம் ஏற்பட்டாலொழிய பெண்விடுதலை பெற இயலாது என்ற பெரியார், குடும்பம் என்ற நிறுவனத்தின் மீதும் கடுமையான விமர்சனங்களை முன்வைத்தார். பெண்களே நீங்கள் விடுதலை பெற வேண்டுமானால் உங்கள் கருப்பையை மூடிக் கொள்ளுங்கள் என்றார். அந்நிலை தொடர்ந்தால் மனித குலம் எவ்வாறு நிலைக்கும் என்ற வினாவிற்கு அவர் அது பற்றி மகளிர் ஏன் கவலைப்பட வேண்டும். அவ்வாறு யோசித்தால் பெண்கள் அடிமைகளாகத்தான் வாழ

வேண்டும் என்றார். சுயமரியாதை இயக்க மணவினைகளின் போது மணமக்களிடம் நீங்கள் உடனே குழந்தை பெற்றுக் கொள்ளாதீர்கள். குழந்தைகள் கட்டாயம் வேண்டுமெனில் பத்து வருடத்திற்குப்பின் பெற்றுக் கொள்ளுங்கள். அப்பத்தாண்டுகளில் நீங்கள் சம்பாதிக்கிற பணத்தால் குழந்தையை வளர்க்கவும் நல்லதொரு செவிலியை ஏற்பாடு செய்யவும் இயலும் என்று கூறினார். இது போலக் குடும்பம், மகளிர் பற்றி இவற்றையெல்லாம் அவரது பின்நவீனத்துவ அணுகுமுறைக்கான நாட்டங்களாக விளக்க முடியும்.

பெரியாரின் தனித்துவமிக்க சிந்தனைகளும் கொள்கைகளும் திராவிட இயக்கக் கருத்தியலாக நிலைபெற்றுள்ளனவா?

திராவிட இயக்க வரலாற்றில் பெரியாருக்கு முன்னும் பின்னும் அண்ணா 'ஒன்றே குலம் ஒருவனே தேவன்' என்றார். திமுக உருவாக்கத்திற்குப் பின் தேர்தல் அரசியலுக்கேற்ப பொதுமக்களின் ஆதரவைப் பெறும் வகையில் அக்கட்சி செயல்பட்டு வந்தது. பெரியார் எதிர்த்த இந்திய தேசியத்தை அவர்கள் வணங்கினர். சுதந்திர தினத்தைக் கறுப்பு நாளாக அறிவித்த பெரியாரின் அணுகுமுறைக்கு எதிரானவர்கள் அவர்கள். எல்லா விதமான சிலை வணக்கங்களையும் அவர்கள் மீட்டுக் கொண்டனர். தலைவர்களை சாஷ்டாங்கமாக வீழ்ந்து வணங்கும் நடைமுறை இடம்பெற்றது. பார்ப்பனிய எதிர்ப்பைக் கைவிட்டனர். ஊழல், லஞ்சம், தன் சாதிச் சார்பு, குடும்ப அரசியல் ஆகியவை இப்போது திராவிட இயக்கத்தில் ஊறிப்போயிருக்கின்றன. எனினும் அவர்களால் இட ஒதுக்கீட்டை எதிர்த்துப் பேச முடியாது. கட்சியின் பெயரில் இருக்கின்ற திராவிடம் என்ற சொல்லை நீக்கிவிடவும் வழியில்லை. இந்தி எதிர்ப்பை முன்னெடுத்த திராவிட இயக்கம் ஆங்கில ஆதரவு நிலை எடுத்ததும்கூட ஒரு வகையில் நல்லதே.

திராவிட இயக்கத்தின் போதாமைகள், பலவீனங்கள் பற்றி...

ஆரம்பம் முதல் இது ஒரு பார்ப்பன எதிர்ப்பியக்கமாக இருந்தது. முக்கியமாகப் பிற்படுத்தப்பட்டோரின் முன்னேற்ற இயக்கமாகச் செயல்பட்டதால் தலித் மக்கள் இவ்வியக்கத்திலிருந்து அந்நியராகினர். மற்றுமொரு போதாமை இடதுசாரி இயக்கங்களுக்கும் திராவிட இயக்கத்திற்கும் இடையிலான இடைவெளி. வர்க்கத்திற்கு (class) மாற்றாக சாதிக்கு (caste) திராவிட இயக்கம் அதிகம்

முக்கியத்துவமளித்தது. இடதுசாரிகள் நேர்மாறாக இயங்கினர். இரண்டுமே தவறாகப் போனது. வர்க்க, பொருளாதாரச் சிக்கல் களைக் கண்டுகொள்ளாதிருந்ததால் உலகமயமாக்க மாற்றத்தைத் திராவிட இயக்கத்தால் எதிர்கொள்ள இயலவில்லை. அதுபோல அணுயுக அரசியலை எதிர்கொள்ளவும் இவ்வியக்கம் திறனிழந்தது. இவையெல்லாம் திராவிட இயக்கத்தின் முக்கியப் போதாமைகள்.

(திராவிட இயக்கம்: உரையாடல்கள் (பரிசல் வெளியீடு, 2008) நூலில் சேர்க்கப்பட்டுள்ள இப்பேட்டிக் கட்டுரை சம காலிக மலையாளம் எனும் மலையாள இதழில் வெளியானது. நேர்காணல் செய்தவர்: கே. ஜெ. அஜயகுமார். ஆங்கிலம்-மலையாளம்-தமிழ் என்கிற வடிவிலான இத்தமிழாக்கம் நேர்காணல் செய்தவருடையது.)

3.9 ஷோபா சக்தியின் ஒழுங்கவிழ்ப்புச் சிறுகதைகள்

ஷோபாசக்தியின் முதல் நாவலாகிய கொரில்லா நாவல் குறித்துப் பேசப்பட்ட அளவிற்கு அவரது சிறுகதைத் தொகுதி தேசத் துரோகி இங்கு பேசப்படவில்லை. புறக்கணிக்கப்பட்டது என்றுகூடச் சொல்லலாம். ஆனால் கொரில்லாவைத் தமிழ்ச் சூழலின் சகல தரப்புகளும் இருகரம் நீட்டி வரவேற்றன. பிரம்மராஜன், ஜெயமோகன், காலச்சுவடு எனப் பாராட்டாதார் யாருமில்லை. தேசத் துரோகி கண்டுகொள்ளப்படாததற்கு மேலோட்டமாகப் பார்க்கும்போது மூன்று காரணங்கள் தோன்றுகின்றன.

1. தொகுப்பின் பெயர் தேசத் துரோகி. அத்தனை கவுரவத்திற்குரிய பெயரல்ல. அதுவும் செப்டம்பர் 11க்குப் பிறகு. தவிரவும் இது தேசத் துரோகத்தையும் துரோகிகளையும் கண்டிக்கும் நூலுமன்று. தேசத் துரோகி எனக் குற்றம்சாட்டுபவர்களைக் கேலிசெய்கிற, கட்டவிழ்க்கிற நூல். தேசம் என்பதற்கு ஆயிரம் வரையறைகள் சொல்லப்பட்ட போதும் இங்கே அது அரசு, சட்டம், ஒழுங்கு, இறுக்கமான வரையறை ஆகியவற்றின் குறியீடாகவே விளங்குகிறது. அந்த வகையில் அமைப்பு, ஒழுங்கு ஆகியவற்றின் வெளிப்பாடாகவும் அது கருதப் படுகிறது. இந்த நூல் தேசத்துரோகி, இயக்கத் துரோகி எனக் குற்றம் சாட்டப்படுபவர்களையும் கருணையோடு நோக்குகிறது.

2. இத்தொகுப்பிலுள்ள இரண்டு கதைகள் ஒருபால் புணர்ச்சிக் கதைகள். ஒருபால் புணர்ச்சியைக் கதைக் கருவாகக் கொள்ளும் அளவிற்கு நம் முந்திய தலைமுறை தமிழ் எழுத்தாளர்களுக்கு இதுவரை தைரியம் வந்ததில்லை. கரிச்சான்குஞ்சு விதிவிலக்கு. ஜெயகாந்தன் வெளிப்படையாகவே வெறுப்பை உமிழ்ந் துள்ளார். நமது வாசகர்களும்—சிறுபத்திரிகை வாசகர்கள்

உட்பட— ஒருபால் புணர்ச்சியை அனுதாபமாக எடுத்துக் கொள்ளும் தைரியமற்றவர்களாகவே உள்ளனர்.

3. நூலமைப்பும்கூட நமது ஒழுங்கான வாசகர்களுக்கு எரிச்ச லூட்டக்கூடியதுதான். ஷோபா சக்தியின் அம்மண உருவத்தை அட்டையில் தாங்கிய நூலைக் கையில் தரிக்க யாருக்கு மனம் வரும்? இடுப்புக்குக் கீழும் கழுத்துக்கு மேலும் வெளியீட்டாளர் இரக்கமேயின்றிக் கத்திரி போட்ட பின்னும் கூட நூலைக் கையில் பிடிக்கச் சற்றுக் கூச்சம்தான்.

பின்நவீன இலக்கிய உத்திகள் அடங்கிய கதைகள் என இந்தத் தொகுப்பில் குறைந்தபட்சம் நான்கைச் சுட்டிக்காட்ட இயலும். பிற பத்துக் கதைகளும் நேரான கதை சொல்லும் முயற்சிகள்தான். கிட்டத்தட்ட அனைத்துச் சிறுகதைகளும் போரால் சிதைந்த உறவுகள், புலப்பெயர்வுகள், அவற்றினூடான — நாம் கற்பனை யிலும் சிந்தித்துப் பார்த்திராத துயரங்கள் ஆகியவற்றைப் பேசுபவை. ஆனால் முந்தைய புகலிடப் புதினங்கள் போல யாழ்ப்பாண வாழ்வை எண்ணிய ஏக்கப் பெருமூச்சுகளாகவோ, போரால் சிதைந்த உயிர்கள் பற்றிய அழுகுரல்களாகவோ இவை இல்லை. ஷோபா சக்திக்கே உரித்தான சரளமான நகைச்சுவை கலந்த நடை, பிரதி இன்பத்தை நமக்கு வாரி வழங்குகிறது. சில கதைகள் திகில் கதைப் பாணியில் எழுதப்பட்டுள்ளன. குறிப்பாக அந்தக் கடைசிக் கதை 'குருவணக்கம்.'

ஷோபா சக்தி தனது இலக்கிய வடிவை 'நாடோடி இலக்கியம்' என்கிறார். இதிலுள்ள கதைகள் அனைத்தும் அதற்குரிய பொருத்தப் பாட்டுடன் அமைகின்றன. நாடோடித் தன்மையை விதந்தோதாத, நிலையான வாழ்வு பெற்றவர்களின் இலக்கியத்தை என்ன சொல்லலாம்? 'குடியமர்வு இலக்கியம்' எனலாமா? குடியமர்வு ஒழுக்கம் சார்ந்தது; மையத்தைப் போற்றுவது, நிலையற்ற, இறுக்கமான வரையறைகளை வற்புறுத்துவது; புலம்பெயர நேரிட்ட போதும் வழமை ஏக்கத்தில் தோய்வது சீரியஸானது. இந்தக் கூறுகள் அனைத்தினின்றும் விடுபட்டு நிற்கின்றன இந்தப் பதினான்கு கதைகளும்.

மாற்று மதிப்பீடுகள் என்கிற பெயரில் இங்கே பொதிந்து காக்கப்படும் மைய நீரோட்ட மதிப்பீடுகள் பலவும் இனங்காட்டித் தோலுரிக்கப்படுகின்றன. இயக்க வாழ்வில், தேச விடுதலைக்கான ஆயுதப் போராட்டத்தில் சாதிய உணர்வுகள், பெண்ணடிமைத்தனம்

எல்லாம் தீய்ந்துபோகும் என்கிற நமது புரட்சிகரச் சிந்தனை களையும் இக்கதைகள் பதம் பார்க்கின்றன. அமெரிக்கர்களை எதிர்த்து வெடிகுண்டுகளை வீசிக் கைகளை இழந்த வியட்நாமிய நங்கை இன்று தன் மகளை விபச்சாரம் செய்வித்து வாழ்ந்து கொண்டிருப்பதை என்னென்பது? புலம்பெயர்ந்து வந்த பின்னும் சுமந்து திரியும் சாதிய மனநிலைகள் நுணுக்கமாகவும் அதிர்ச்சி யாகவும் வெளிப்படுத்தப்படுகின்றன. ('சூக்குமம்'). அத்தகைய இறுக்கமான சட்டபூர்வச் சமுதாயத்தின் விளிம்புகளாக, ஊத்தை களாகத் திரியும் 'மன்மஸல்'கள்தான் இந்த நாடோடிகளைப் புரிந்துகொள்ளும் சாத்தியமுள்ளவர்களாக உள்ளனர்.

சமகாலத்து ஈழத்து அரசியலும், யாழ்ப்பாண வெள்ளாளக் கிறிஸ்தவ வாழ்வும் அவர்களின் மொழியும் நேர்த்தியாகப் புனைவாக்கப்பட்டுள்ள இந்நூலுக்குத் தமிழ்ச் சிறுகதை வரலாற்றில் முக்கிய இடமுண்டு. இரு சிறுகதைகள் ஒருபால் புணர்வைப் பற்றியதென்றேன். 'பைலாப் பாட்டு' எனப்படும் லெஸ்பியன் உறவைச் சித்திரிக்கும் சிறுகதை, அதன் வெளிப்பாட்டு முறையிலும் உள்ளடக்கத்திலும் தனித்து நிற்கிறது. 'காய்தல்' நேரடியாகச் சொல்லப்பட்ட ஒரு எதார்த்த பாணிக் கதை. ஆனால் 'அங்கிள்' உடனான கதைநாயகனின் உறவு இச்சையின் பாற்பட்டதாக அன்றி கருணையின் பாற்பட்டதாக, கட்டாயத்தின் விளைவு என்பது போல அமைந்துள்ளது தவிர்க்கப்பட்டிருக்கலாம்.

மாற்றுப்பால்மீது தோன்றும் வேட்கை, உடலுந்தம், ஆசை, வெறி, ஆட்கொள்ள அம்முயற்சியில் தோல்வியுற விரும்பும் விழைவு ஆகிய அனைத்துடனும் ஒரு பாலுணர்வைப் பார்க்கும் போதே அது homo-sexual வகைப்பட்டதாக அமையும்.

புலம்பெயர் வாழ்வின் வித்தியாசமான அனுபவங்களை வித்தியாசமற்ற பார்வைகளுடனேயே சொல்லிக்கொண்டிருந்த நிலை போய் முற்றிலும் மாறுபட்ட வெளிப்பாட்டு முயற்சி களுடன் வெளிப்போந்துள்ள இத்தொகுதி உண்மையிலேயே ஒரு வித்தியாசமான தொகுப்பாக வெளிப்பட்டுள்ளது. அதனாலேயே தமிழ்ச் சூழலில் இது ஓரங்கட்டப்பட்டுள்ளது.

கணையாழி, ஜூலை 2004

கட்டுரை அடங்கல்

(குறிப்பிட்ட தலைப்புகளில் கட்டுரைகளைத் தேட விரும்புவோருக்கு.)

பின்நவீனநிலை: அறிமுகமும் தத்துவப் பின்னணியும்

1.1 பின்நவீனநிலை: தர்க்கத்தின் வன்முறையிலிருந்தும் பகுத்தறிவின் பயங்கரவாதத்திலிருந்தும் தப்பித்தல், 6

1.2 பின்நவீனத்துவம்: பெருங்கதையாடல்களின் தகர்வு, 37

2.12 அமைப்பாக்கத்தின் வன்முறை: பின்நவீனநிலை குறித்து சில அய்யங்களும் விளக்கங்களும், 281

பின்நவீனநிலை நோக்கிலிருந்து அறிதல்முறை, இலக்கியம், பண்பாடு, அறிவியல், அரசியல் ஆகியவற்றை அணுகுதல்

1.3 அறிதலில் ஒழுங்கவிழ்ப்பு, 52

1.4 இலக்கியத்தில் பின்நவீனத்துவம்: வெவ்வேறு தலைப்புகளில் சில குறிப்புகள், 63

1.5 பின்நவீனத்துவமும் அறிவியலும்: ஒரு சிறு குறிப்பு, 79

1.8 பண்பாட்டில் பன்மை, 110

2.1 பின்நவீன அரசியல்: அடையாள அரசியலின் நெருக்கடியும் வித்தியாச அரசியலின் எழுச்சியும், 137

2.3 அறிவியலின் வன்முறை: ஹோமியோபதியை முன்வைத்து ஒரு விளக்கம், 173

பின்நவீனநிலை நோக்கிலிருந்து தலித்தியம், பெண்ணியம், பெரியாரியம் முதலியன

1.6 பின்நவீனநிலை நோக்கிலிருந்து தலித்தியம், மெய்யியல், விரிந்த உலகப் பார்வை, 90

1.7 பின்னவீனநிலை நோக்கில் பெரியாரின் பொருத்தப்பாடு, 102

1.9 பெருங்கதையாடலுக்கும் சிறுகதையாடலுக்குமான மோதல்: இரட்டை வாக்குரிமையை முன்வைத்து ஒரு குறிப்பு, 120

2.2 தலித் பெண்ணியம்: விவாதத்திற்கான முன்வரைவு, 156

மாற்றுகளைத் தேடி: நடைமுறைக் கல்வி, மருத்துவம், கலாச்சாரம், பாலியல் ஆகியவற்றின் வன்முறைகளும் மாற்றுகளும்

2.4 மாற்றுப் பால்நிலைகளைத் தேடி, 184

3.1 மாற்றுக் கல்வி: பாவ்லோ ஃப்ரேரே சொல்வதென்ன?, 329

3.2 ஒழுங்கவிழ்ப்பும் முழுவிடுதலையும்: சில நடைமுறைச் சிக்கல்கள், 370

3.3 எல்லோரும் கலாச்சாரவாதிகளே: மையநீரோட்டக் கலாச்சாரமும் மாற்றுக் கலாச்சாரமும், 390

3.4 மருத்துவத்தில் மாற்றுகள்: ஹோமியோபதி, 400

பின்னவீன நோக்கிலிருந்து விமர்சனக் கோட்பாடு

2.5 கலாச்சாரத்தின் வன்முறையும் கலாச்சாரத்தைக் கவிழ்க்கும் ஆயுதமாக விமர்சனமும், 192

2.6 ஆப்ரோ-அமெரிக்க இலக்கிய விமர்சனம்: பொது விமர்சன முறையின் சாத்தியமின்மை, 207

சில விமர்சனங்கள்

2.7 'விஷ்ணுபுரம்': வாசகனின் பன்முக அடையாளங்களையும் அழிக்கும் கவச வண்டியாக ஓர் இலக்கியப் பிரதி, 223

2.8 இன்குலாப் - மங்கையின் ஒளவை: பாட்டும் கூத்துமாய் மேடை ஏறிய பாடினி ஒளவை, 231

2.9 மு. பொவின் நோயில் இருத்தல்: பற்றறுத்தல் என்பதென்ன? ஒரு பெரியாரிய விளக்கம், 237

2.11 திராவிட இயக்கத்தினரின் திரைப்படங்கள்: கலாச்சார மேட்டிமை சக்திகளின் எதிர்ப்பும் ஏற்பும், 271

3.9 ஷோபா சக்தியின் ஒழுங்கவிழ்ப்புச் சிறுகதைகள், 517

தேசியம் ஒரு கற்பிதம்: திராவிட மற்றும் தமிழ்த் தேசியங்கள் - ஒரு பார்வை

2.10 தேசமும் குடிமகனும்: திராவிடப் பாரம்பரியத்தில் பெரியாரும் அண்ணாவும் ஒன்றுபடும் புள்ளிகளும் வேறுபடும் புள்ளிகளும், 249

3.5 தேசியம் ஒரு கற்பிதம், 415

3.6 திராவிட இயக்கப் பாரம்பரியத்தில் தமிழர்கள், 476

3.7 மா.பொ.சியின் 'தமிழகத்தில் பிறமொழியினர்': தமிழ்த் தேசியத்தைப் புரிந்துகொள்ள உதவும் ஆவணம், 501

3.8 திராவிட இயக்கம்: ஒரு குறிப்பு, 509

முன்னுரைகள்

2.0 கலாச்சாரத்தின் வன்முறை - முன்னுரை, 135

3.0 தேசியக் கற்பிதமும் மாற்றுகளும்: நிறப்பிரிகை முன்வைத்த கேள்விகள், 321

நேர்காணல்

2.13 ஏன் நமக்கு நீட்ஷே, 294

படித்துவிட்டீர்களா?

அ. மார்க்ஸின்
உடைபடும் மௌனங்களும் சிதறுண்ட புனிதங்களும்

அமைப்பியல், பின்அமைப்பியல், பின்நவீனத்துவம் முதலான நவீன சிந்தனைகள் விரிவாக்கித் தந்துள்ள சாத்தியப்பாடுகளை எல்லாம் உள்வாங்கி இலக்கியப் பிரதிகளை அணுகுவதன் அவசியத்தைத் தமிழ்ச்சூழலில் வற்புறுத்தியவர் அ. மார்க்ஸ். கோட்பாட்டு ரீதியிலும் தூலமான பிரதியியல் ஆய்வுகளாகவும் அவரது பங்களிப்புகள் வெளிப்பட்டன. தொடக்கத்தில் இதற்கு எதிராக இருந்தவர்களே பின்னாளில் சோஷலிச எதார்த்தவாதம் காலத்திற்கு ஒவ்வாதது எனக் கைவிட நேர்ந்தது. அ. மார்க்சின் வளர்ச்சிப் போக்கில் வெளிப்பட்ட இப்படியான மூன்று முக்கிய நூல்களின் தொகுப்பாக இந்த நூல் வெளிவந்திருக்கிறது. பழமை வாதிகளைப்போல இலக்கிய நவீனத்துவத்தை ஒதுக்காமலும், அமைப்பியல் போன்ற அணுகல்முறைகளின் பெயரால் பழைய இலக்கியத் திருவுரு வழிபாட்டைத் தொடராமலும் மணிக்கொடி உள்ளிட்ட பல இலக்கியப் புனிதங்களை அவர் கட்டவிழ்க்கும் பாங்கும் குறிப்பிடத்தக்கது.

பக்கம்: 496, விலை: ₹ 420; ISBN 978 81 7720 298 4

படித்துவிட்டீர்களா?
அ. மார்க்ஸ்
எழுதிய பிற நூல்கள்

❦

நான் புரிந்துகொண்ட நபிகள்
பக்கம்: 248, விலை: ₹ 190
ISBN: 978 81 7720 295 3

❦

பெரியார்: தலித்துகள்,
முஸ்லிம்கள், தமிழ்த் தேசியர்கள்
பக்கம்: 192, விலை: ₹ 150
ISBN: 978 81 7720 291 5

❦

இந்துத்துவமும் சியோனிசமும்
பக்கம்: 64, விலை: ₹ 50
ISBN: 978 81 7720 290 8

❦

மாற்றுக் கல்வி:
பாவ்லோ ஃப்ரெய்ரே சொல்வதென்ன?
பக்கம்: 64, விலை: ₹ 50
ISBN: 978 81 7720 289 2

❦

இந்திய அரசும்
கல்விக்கொள்கைகளும் (1986-2016)
பக்கம்: 304, விலை: ₹ 240
ISBN: 978 81 7720 288 5

❦

புத்தம் சரணம்
பக்கம்: 144, விலை: ₹ 110
ISBN: 978 81 7720 284 7